ĐỜI TƯ MAO TRẠCH ĐÔNG

Tác Giả:
Lý Chí Thỏa

Dịch Giả:
Nguyễn Học
Lâm Hoàng Mạnh

ĐỜI TƯ MAO TRẠCH ĐÔNG
Lý Chí Thỏa
Nguyễn Học
Lâm Hoàng Mạnh

Nhân Ảnh Xuất Bản
2014

Bìa: **Tạ Quốc Quang**
Trình Bày: **Lê Hân**
Copyright @ by 2017 Lâm Hoàng Mạnh
ISBN: 978-1-927781-05-0

Sơ Lược Tiểu Sử Tác Giả

Bác sĩ Lý Chí Thỏa (1919-1995)
Ảnh: Giang Thanh, 1961

Bác sĩ Lý Chí Thỏa, tốt nghiệp y khoa bác sĩ trường Đại Học Liên Hợp Tây – Trung, Thành Đô năm 1945, làm việc tại Sydney trước khi trở thành bác sĩ riêng cho Mao Trạch Đông 1954 cho đến khi Mao qua đời.

Từ năm 1980 đến 1988, trước khi định cư tại Hoa-Kỳ, bác sĩ Lý giữ chức vụ Phó chủ tịch Hội Y học Trung Hoa, Chủ tịch Hội Người Cao Tuổi Trung quốc, Tổng biên tập tạp chí Y học và Tự nhiên Trung quốc, Ban biên tập Tạp chí Hội y học Hoa Kỳ.

Bác sĩ Lý Chí Thỏa và vợ Ngô Lý Liên
(Hình chụp bên Hồ Nam - Trung Nam Hải, Bắc Kinh. Căn hộ của họ ở tầng 3, bao quát mặt hồ. Bác sĩ Lý sống ở Chicago từ năm 1988 cho đến khi tạ thế 1995).

Lời Nói Đầu

Năm 1960, tạp chí Thanh Niên Trung Quốc liên hệ với tôi qua Điền Gia Anh, một thành viên trong tổ thư ký của Mao, Điền hỏi tôi có muốn tham gia viết bài cho tạp chí không. Điền là "hàng xóm" của tôi ở Trung Nam Hải, giúp tôi thói quen viết nhật ký và gửi bài tới các tạp chí. Thực ra Điền đã từng đọc bài của tôi, chính vì lẽ đó anh ta gợi ý tôi tập hợp những bài đã viết cho xuất bản.

Tôi bắt đầu viết nhật ký từ năm 1954, khi được chỉ định làm bác sĩ riêng cho Mao, vì đó là đam mê. Chính điều này đã giúp tôi ghi lại những kinh nghiệm trong quá trình làm việc. Ban đầu, tôi chỉ ghi tóm tắt những vấn đề quan trọng, nhưng dần dà tôi ghi cả những gì tôi chứng kiến, quan sát được. Nhưng chưa bao giờ có ý định xuất bản thành sách và tôi từng từ chối lời đề nghị của một số tạp chí.

Vào giữa năm 1966, khi đám Hồng vệ binh bắt đầu đi lục soát nhà các lãnh tụ đối kháng thì số nhật ký ghi chép đã hơn 40 cuốn. Lúc ấy, tôi sống trong khu tập thể Quảng Xương của Bắc Kinh, cùng với 3 thứ trưởng Bộ y tế. Các ông là nạn nhân của cuộc Cách mạng văn hoá, thường xuyên bị nhóm Hồng Vệ binh kiểm soát, khu chung cư cũng không thoát khỏi phiền nhiễu của đám thanh niên nổi loạn đó. Đã nhiều lần, Hồng vệ binh lục soát nhầm nhà vào cả khu chúng tôi. Nhà tôi, Lý Liên rất lo, bảo tôi cẩn thận, vô tình bọn chúng tìm thấy tập nhật ký trong đó ghi chép nhiều chuyện riêng tư về Mao sẽ bị rắc rối liên luỵ lớn.
Không thể tìm nơi cất giấu an toàn, chúng tôi đành phải tìm cách đốt dù rất đau xót. Nhưng cũng không thể huỷ nó tại nhà, vì có thể hàng xóm sinh nghi tôi thủ tiêu những tài liệu bí mật ghi chép phản động. Ngay lập tức, tôi nhớ ở Trung Nam Hải có lò huỷ tài liệu và những bức thư của Mao và Giang Thanh không cần lưu trữ.

Tôi đem ngay các cuốn nhật ký ném vào lò thiêu. Còn hơn chục cuốn chưa kịp đốt, Uông Đông Hưng, chủ nhiệm Cục bảo vệ Trung ương gọi điện cho tôi, lên gặp ông khẩn cấp. Ông bảo, người đầu bếp của Giang Thanh báo cáo nhìn thấy tôi vứt tài liệu vào lò đốt rác. Tôi vội quả quyết đấy là ghi chép cá nhân, không phải tài liệu quốc gia. Ông ta hỏi, ghi chép ấy có gì mà phải thủ tiêu. Tôi bảo, những ghi chép hoạt động thường ngày của Mao chủ tịch, nếu không huỷ tôi có thể bị nguy hiểm. Uông bảo, thủ tiêu nó là tự rước vạ vào thân, chẳng may tên đầu bếp mách Giang Thanh, anh còn gặp thảm hoạ hơn nhiều.

Tôi đã đốt gần hết số sách ghi chép quan trọng, những cuốn còn lại nội dung không có gì, tôi quay lại và ném nốt vào lò thiêu.

Hôm sau, Uông Đông Hưng la tôi:

- Tôi đã bảo anh không được đốt nữa thế mà anh vẫn tiếp tục. Đầu bếp của Mao chủ tịch vừa báo cáo với tôi xong. Chuyện này người khác biết anh sẽ gặp đại hoạ. Thôi chấm dứt ngay, nếu còn tiếp tục tôi sẽ ra lệnh bắt anh.

Tôi báo cáo chẳng còn gì để huỷ cả, việc đã xong. Đó là những cuốn nhật ký tôi đã ghi chép hơn chục năm.

Trong suốt thời kỳ Cách mạng văn hoá, thường xuyên sống trong lo sợ, tôi không dám ghi nhật ký.

Năm 1976, sau khi Mao qua đời, Giang Thanh và Bè lũ bốn tên bị bắt, Lý Liên tỏ ra luyến tiếc, than thở với tôi:

- Thật hoài của, giá như chúng mình đừng đốt, chắc gì đã có gì xảy ra. Đốt đi chả được tích sự gì.

Vợ tôi thúc tôi tiếp tục ghi lại những chuyện gì đã xảy ra trong những năm gần đây.

Một hôm, vào mùa hè 1977, Nguyên soái Diệp Kiếm Anh đến Bệnh viện 305, tôi làm giám đốc, kiểm tra sức khoẻ định kỳ, ông hỏi:

- Anh làm việc với Mao chủ tịch hai mươi hai năm, một thời gian quá dài. Anh hãy viết tự truyện của anh đi, đây cũng là một phần của nhân chứng lịch sử đấy.

Ông hứa, nếu sách tôi xuất bản, ông sẽ viết lời giới thiệu.

Tiếp theo hàng loạt các tờ báo và tạp chí yêu cầu tôi viết và gửi bài. Tôi từ chối như đã từng làm, tôi biết cái gì đã xảy ra nếu tôi viết tất cả sự thật, phơi bày tất cả những gì tôi chứng kiến, họ sẽ buộc tội tôi kẻ hữu khuynh, trí thức tư sản. Tất nhiên tôi không thể nào viết sai sự thật, cũng chẳng muốn ca ngợi sự độc quyền và phủi tay trước những hành động tội ác man rợ mà tôi làm nhân chứng.

Cũng tất nhiên tôi chẳng muốn những ký ức sau 22 năm với Mao bị phai mờ theo năm tháng và tuổi tác, tôi quyết định viết lại những chuyện đã xảy ra trong đời. Năm 1977 tôi bắt đầu viết, không thường xuyên, nhưng cũng đến vài chục cuốn vở viết. Ngôn từ của Mao thật phong phú, sinh động khắc sâu trong nếp nghĩ tôi. Tôi cố hồi tưởng lại những gì Mao đã từng phát biểu. Sự sống còn của tôi và gia đình tuỳ thuộc vào việc làm của Mao, tôi chẳng bao giờ quên.

Tôi chẳng bao giờ hy vọng cuốn sách sẽ được xuất bản, vì tôi biết không có nhà xuất bản nào dám in. Tôi chả dại gì mang vạ vào thân khi tự mình xuất bản. Tôi viết chẳng qua để hồi tưởng những ngày đã qua, tôi và Lý Liên đã từng trải nghiệm.

Tháng Hai 1988, Lý Liên bị phát hiện chứng viêm thận mạn tính, phải vào viện tháng 5, đến tháng Bảy tình trạng càng xấu. Hai thằng con trai, John và Erchong cùng vợ con nó đang định cư ở Hoa Kỳ từ đầu thập niên 1980 yêu cầu tôi khẩn cấp đưa Lý Liên sang Mỹ điều trị.

Tháng Tám, tôi, Lý Liên và đứa cháu gái, Lý Linh, sang Chicago. Trong thời gian Lý Liên chữa bệnh, tôi ở bên lo liệu chăm sóc món ăn kiêng và thuốc thang. Cũng trong thời gian này, Lý Liên thúc giục tôi viết từ những gì ghi chép trong nhật ký, nhưng tôi không thể làm được vì chẳng còn tâm trí.

Đến tháng Mười hai, Lý Liên bị cảm, tình trạng sức khỏe càng tồi tệ. Tôi đưa Lý Liên vào viện, làm tất cả những gì có thể nhưng nhà tôi không qua được, vĩnh biệt ngày 12-1-1989.
Trước khi hôn mê, nhà tôi nhắc đi nhắc lại cố gắng viết kể lại những chuyện xảy ra trong 40 năm qua. Nhà tôi nhấn mạnh:
- Mình phải viết, không những cho mình mà còn vì tôi, vì hậu thế vì đứa cháu đích tôn sắp ra đời. Xin lỗi mình, tôi không thể giúp gì mình hơn được nữa.

Tháng Ba 1989, tôi lục chồng vở nhật ký trong đáy hòm và bắt tay viết, hy vọng cuốn sách được xuất bản để tạ lòng với Lý Liên.

Tôi hy vọng đọc những trang hồi ký này mọi người sẽ hiểu sự thật cuộc đời Mao Trạch Đông người ta đang truyền tụng. Nếu như đọc cuốn sách này, độc giả hiểu được sự thật, yêu tự do hơn như trong hiện tại, cũng là điều tôi và Lý Liên đã từng mong mỏi và yêu quý nhất trong đời.

oOo

Năm 1949, sau hơn 20 năm chiến tranh đẫm máu, Đảng cộng sản cuối cùng đã đánh thắng Quốc dân đảng, dựng lên nước CHND Trung Hoa.

Năm 1948, tôi là bác sĩ phẫu thuật trong Công ty Đông Á-Úc Châu ở Sydney cho đến hè 1949. Hè năm ấy tôi nhận được thư của thứ trưởng Bộ Y tế trong Ban Đối ngoại của Quân uỷ trung ương đảng cộng sản qua anh cả tôi, mời tôi trở về phục vụ tổ quốc.

Tôi nhận lời, đến Hương Cảng gặp vợ tôi, Lý Liên, cả hai cùng trở về Bắc Kinh, thành phố quê hương. Lúc ấy tôi 29 tuổi đời.

Vị thứ trưởng phân công tôi làm việc ở khu điều trị Đồi Hương, phía tây ngoại ô Bắc Kinh, một khu điều trị trực thuộc Văn phòng Trung ương đảng cộng sản. Sau này chuyển sang khu điều trị Trung Nam Hải, tổng hành dinh Trung ương đảng.

Tôi chăm chỉ cần cù trong công tác, chiếm được cảm tình hầu hết các lãnh đạo cao cấp. Năm 1952, trong Bộ tổng nhất trí bầu tôi cán bộ loại A, cũng năm ấy, tôi tham gia chính phủ của đảng cộng sản Trung Quốc, được chỉ định là Viện trưởng khu điều trị Trung Nam Hải, giám đốc Văn phòng Y tế, phó tổng giám đốc Uỷ ban Y tế thuộc Bộ Y Tế công cộng kiêm chủ tịch Bệnh viện 305 của Giải phóng quân.

Năm 1954, tôi được Uông Đông Hưng, giám đốc Cục bảo vệ trung ương với sự đồng thuận của Trương Xuân Kiều, giám đốc Văn phòng trung ương và La Thuỵ Khanh Cục trưởng Cục bảo vệ nội bộ và được thủ tướng Chu Ân Lai đồng ý, tôi được chỉ định làm bác sĩ riêng cho Mao Trạch Đông sau đó làm trưởng ban bảo vệ sức khoẻ cho chủ tịch. Từ đó cho đến khi Mao chủ tịch qua đời năm 1976, trong suốt 22 năm chịu trách nhiệm chăm nom sức khoẻ Mao, tôi là người gần gũi Mao nhất ở Bắc Kinh hay bất cứ Mao đi công tác nơi nào.

Khi bắt tay vào việc chăm nom sức khoẻ cho Mao, điều làm tôi ngạc nhiên nhất, lối sống kỳ lạ khác hẳn bất cứ người bình thường nào. Mao không theo bất cứ một quy tắc nào trong lối sống từ bữa ăn đến giấc ngủ. Với ông, không phân biệt ngày hay đêm trong khoảng 24 giờ trong một ngày có chăng chỉ thoáng qua. Hoạt động thường ngày hay trước công chúng kể cả những cuộc họp, gặp gỡ đoàn ngoại giao nước ngoài, ông có những cuộc hẹn rất lạ theo sở thích riêng của ông.

Mao ưa lối làm việc theo tính cách cá nhân khuấy động phong trào nhưng không hề báo trước, ngay cả những người kế cận cũng không đoán nổi ông sẽ yêu cầu làm gì tiếp theo. Trong khi đó đảng cộng sản Trung Quốc có quyền lực rất lớn và rất bí mật. Mao từng chỉ thị "Đừng có bép xép những chuyện trong cơ quan". Kết quả, đời thực của ông chìm trong màn sương dầy đặc, ông như một người bí hiểm và uy quyền tuyệt đối.

Mãi đến năm 1959 tôi mới ngưỡng mộ Mao, mặc dù là bác sĩ riêng thường xuyên bên Mao nhưng có một điều bí ẩn huyền bí như một bức tường kiên cố như ngăn cách hai người. Tôi không thể nào hiểu được đời sống thực tại của Mao. Sau năm 1959 tôi mới được phép vượt qua bức rào ngăn cách và chứng kiến bộ mặt thật của Mao trong cuộc sống hàng ngày. Giống như một kịch sĩ, khi lên sân khấu được hoá trang công phu tỉ mỉ khác hẳn khuôn mặt của đời thường.

Đầu thập niên 1950, Mao ký Hiệp ước hữu nghị, liên minh tương trợ Xô-Trung ủng hộ chiến lược ngoại giao "Liên minh một phái", làm cho mọi người nhầm tưởng mối quan hệ thật gắn bó với Liên Xô. Nhưng chẳng ai hiểu nguyên nhân sâu xa từ những năm 1930 Mao đã từng bất đồng quan điểm với Stalin và Đảng cộng sản Liên Xô, kiểu "xanh vỏ đỏ lòng", như hoa turnip "nhị trắng hoa đỏ" mà thôi. Trong lần đầu tiên thay mặt chính phủ, Mao sang thăm hữu nghị Liên Xô vào mùa đông 1949-50, đã bị Stalin đón tiếp thật lạnh nhạt, ở lại đến 2 tháng trời ròng rã, chẳng đạt được một kết quả nào đáng kể. Chỉ sau khi Mao tuyên bố ra về Stalin mới chịu ký hiệp ước hữu nghị. Mao hiểu Nga là đối thủ nguy hiểm nhất của Trung Hoa, nhưng không nói ra mà thôi. Phải đến đầu thập niên 1960, sự rạn vỡ quan hệ Trung-Xô người ta mới hiểu một cách rõ ràng.

Trong những năm 1930, đi theo đại bản doanh của đảng cộng sản ở phía bắc tỉnh Thiểm Tây, phóng viên Edgar Snow và đồng nghiệp Hoa Kỳ đã đưa tin về sự kiện phi thường về đảng cộng sản Trung Quốc. Cũng từ đó Mao rất coi trọng, thiện cảm với chính phủ Mỹ nhất là với nhân dân Hoa Kỳ. Từ thập niên 1950 dù chủ trương đường lối "dựa vào Liên Xô", thanh niên đua nhau học tiếng Nga, nhưng Mao lại không, không những thế ông lại học tiếng Anh. Mao nhiều lần tự hỏi "Lời nói không đi đôi với hành động".

Trong số cán bộ quanh Mao, làm tham gia những công việc tối mật, hầu hết những trí thức đó kể cả tôi đều được đào tạo trong các trường Anh-Mỹ. Mao không cho phép tuyển những trí thức, hay bất cứ cá nhân nào đào tạo tại Liên Xô làm việc cho ông.

Chiến tranh Triều Tiên và Việt nam đã đẩy Trung Quốc và Hoa Kỳ vào cuộc đối đầu. Một trong nhiều nguyên nhân đưa đến chiến tranh là do Hoa Kỳ chưa hiểu rõ bản chất đích thực của Mao đối với Mỹ vì thế những người lãnh đạo Hoa Kỳ đã coi chính quyền cộng sản Trung Quốc là kẻ thù địch. Ngay từ cuối thập niên 1960 Mao đã làm hết sức mình để quan hệ Trung-Mỹ được cải thiện cho đến khi Mao qua đời. Mao tuy coi Tưởng Giới Thạch là kẻ thù nhưng vẫn đánh giá Tưởng là người yêu nước, người có công trong mối bang giao với Hoa Kỳ. Mao từng nói: "Tưởng giới Thạch và tôi đều chỉ công nhận một nước Trung Hoa, cả hai chúng tôi đều có ý kiến chung về một nước Trung Hoa thống nhất".

Cuộc đấu đá tranh giành quyền lực lãnh đạo trong nội bộ Ban chấp hành Trung ương đảng đầy phức tạp, khó hiểu. Từ "phong trào chống tả khuynh" năm 1957, người ta gọi là " cuộc khủng hoảng nhóm Bành Đức Hoài chống đảng" thành chiến dịch từ 1959 đến Cách mạng văn hoá 1966, hầu các chức vụ cao cấp trong lãnh đạo bị xáo trộn do rất nhiều nguyên nhân. Trong thực tế dù sự thay đổi gì chăng nữa Mao vẫn cố tình nắm chặt quy tắc cơ bản, giữ quyền lãnh đạo tối cao.

Như trong chiến dịch chống Stalin và tệ sùng bái cá nhân do Khrushchev và Hội nghị Ban chấp hành Trung ương đảng cộng sản Liên Xô năm 1959 đã đe doạ chính vị trí và quyền lực tối cao của Mao trong đảng cộng sản Trung Quốc. Mao đã có hàng loạt động thái để bảo tồn quyền lực tối thượng của ông. Như Uông Đông Hưng nói: " Mao tán thành chống tệ sùng bái và chuyên quyền trong đảng, nhưng với ông thì không".

Về đời tư của Mao thật kinh khủng. Giữa công chúng, Mao xuất hiện như một lãnh tụ hết lòng vì nước vì dân, thân thiện, cởi mở chiếm được cảm tình tối đa của quần chúng đối với một lãnh tụ có tuổi kính mến. Nhưng cuộc đời thực Mao là kẻ háu gái. Càng về già Mao càng thể hiện sự dâm dục háo sắc đến kinh khủng gây biết bao chuyện động trời, không ai có thể đếm xuể số các thiếu nữ phải ăn nằm với Mao. Uông Đông Hưng từng nhận xét: "Có lẽ Mao nghĩ sắp đến ngày gần đất xa trời nên cố chiếm được bao nhiêu các cô gái thì cố, cho nên Mao mới ham muốn đến như vậy". Giang Thanh, vợ Mao, từng nói về chồng: "Giải quyết mọi khó khăn, khủng hoảng chính trị, không có một lãnh tụ Trung Hoa hay Xô viết hơn Mao. Trong lĩnh vực tình dục cũng không ai bằng Mao".

Tôi không viết tiểu sử Mao Trạch Đông, tôi chỉ ghi lại những sự việc bản thân đã thấy, đã nghe, đã biết trong 22 năm gần Mao với tư cách là bác sĩ riêng chăm nom sức khoẻ cho ông. Cuốn sách này để tưởng nhớ Lý Liên, người vợ thân yêu đã đồng cam cộng khổ với tôi trong những năm tháng dưới thời Mao. Không có sự động viên, khuyến khích của Lý Liên tôi không thể hoàn thành cuốn sách này.

PHẦN MỘT
Cái Chết Của Mao Trạch Đông

PHẦN 1

CHƯƠNG 1

- Chủ tịch gọi tôi phải không ạ?

Mao cố gắng mở mắt và mấp máy đôi môi, nhưng không nổi. Chiếc mặt nạ truyền oxygen trượt khỏi mặt, ông lại bị ngạt. Tôi ghé sát ông, nhưng chỉ có thể nghe thấy: "A...a...a...". Ông vẫn tỉnh, nhưng hầu như không thể nói được gì nữa.

Trong những năm ấy, tôi, bác sĩ riêng của lãnh tụ, phụ trách mười sáu bác sĩ giỏi nhất Trung Quốc với hai mươi bốn y tá dày dạn kinh nghiệm. Chúng tôi được trao nhiệm vụ cứu sống Mao. Trong hơn hai tháng, kể từ ngày 26-6-1976 Mao bị nhồi máu cơ tim lần thứ hai, từ lúc ấy chúng tôi không rời Mao nửa bước. Quanh giường ông, luôn luôn có ba bác sĩ và tám y tá túc trực ngày đêm. Chưa kể hai bác sĩ tim mạch theo dõi cẩn thận điện tim ông từng phút. Đội ngũ bác sĩ thay phiên nhau trực 24/24, mỗi ca trực 8 tiếng, tuy vậy tôi thường xuyên vẫn phải có mặt. Phòng làm việc của tôi là buồng xép chật chội, cạnh phòng điều trị của Chủ tịch, tôi ngủ không quá ba, bốn tiếng một ngày.

Nhân dân Trung Quốc hoàn toàn không biết gì về tình trạng ốm đau của lãnh tụ kính yêu của mình. Tuy nhiên các ảnh trên mặt báo, thường hiếm khi in những tấm ảnh các cuộc gặp của Mao với những người lãnh đạo nước ngoài. Dù rằng báo chí Trung Quốc loan tải khắp thế giới về sức khoẻ tốt của Mao, trong tấm ảnh chụp với thủ tướng Lào, Kaysone Phoumivan vào tháng 5-1976 Chủ tịch trông lờ đờ như một cụ già mệt mỏi. Tuy thế, sang ngày 8-9-1976 hàng trăm triệu nhân dân xuống đường tuần hành hô vang khẩu hiệu "Mao chủ tịch muôn năm".

Tuy nhiên, đối với những người trải qua những đêm trong phòng bệnh của ông, hiểu rằng Mao Trạch Đông chỉ còn sống một vài giờ thậm chí vài phút thôi. Mao đột quỵ từ tháng Sáu, nhiều uỷ viên bộ chính trị thường xuyên có mặt. Họ túc trực từng cặp ứng theo cấp bậc, vị trí chính trị và được thay đổi 12 giờ một lần. Trong số những người này có ông phó của Mao – người thuộc phái ôn hoà Hoa Quốc Phong, phái cực đoan Vương Hồng Văn, ngoài ra còn có cả các Uỷ viên Bộ chính trị – phái ôn hoà Uông Đông Hưng và phái cực đoan Trương Xuân Kiều.

Hoa Quốc Phong chịu trách nhiệm mọi hoạt động cấp cứu Chủ tịch. Ông thành kính tôn sùng Mao, thường xuyên hỏi han sức khoẻ.

Lắng nghe báo cáo của các bác sĩ, ông tin người ta đã làm tất cả những gì có thể để kéo dài cuộc sống của lãnh tụ. Khi chúng tôi đề nghị hồi sức nhân tạo cho chủ tịch bằng các phương pháp mới đôi khi gây đau đớn như cho ống xông qua đường mũi bơm thức ăn vào dạ dày, Hoa Quốc Phong là người duy nhất muốn thử ngay phương pháp này lên chính ông ta. Tôi rất quý Hoa Quốc Phong. Tính liêm khiết, sự thẳng thắn quả là hiếm hoi trong số những người lãnh đạo đảng dính líu đến tham nhũng, thối nát.

Lần đầu tiên tôi gặp Hoa Quốc Phong vào năm 1959, trong thời kỳ Đại nhảy vọt. Khi đó tôi cùng với Mao về quê hương ông ở Thiếu Sơn tỉnh Hồ Nam. Hoa Quốc Phong khi ấy là bí thư đảng ở Tương Đàm. Sau hai năm, chính sách Đại nhảy vọt đã đẩy đất nước vào khủng hoảng kinh tế, tuy vậy chính quyền địa phương vẫn tiếp tục vẫn báo cáo lên về sự tăng trưởng sản xuất nông nghiệp và chỉ có Hoa Quốc Phong duy nhất dám dũng cảm công khai nói rằng không những chỉ sức người và gia súc mà cả đất đai cũng bị kiệt cạn, tất cả các báo cáo về tăng trưởng sản xuất là sự nói dối trắng trợn.

- Không một ai, ngoài Hoa Quốc Phong, nói cho tôi tất cả sự thật – Mao nhận xét như thế.

Hoa Quốc Phong trở thành người thay thế Mao vào tháng 4-1976, khi ông chiến thắng trong cuộc đấu đá giành quyền lực các phe cánh khi họ biết Mao sắp qua đời.

Tháng giêng 1976, Mao bổ nhiệm Hoa Quốc Phong chức vụ quyền thủ tướng Quốc vụ viện Cộng hoà nhân dân Trung Hoa thay cho Chu Ân Lai đã qua đời, giải quyết mọi công việc chính phủ. Đầu tháng tư, hàng trăm nghìn người Bắc Kinh đã tụ họp nhau trên quảng trường Thiên An Môn tưởng nhớ vị thủ tướng vừa mất Chu Ân Lai và bày tỏ sự phẫn nộ của mình bởi những hoạt động của Giang Thanh cùng nhóm chiến hữu Thượng Hải của bà là Trương Xuân Kiều, Diêu Văn Nguyên, Vương Hồng Văn. Cuộc biểu tình đã bị chính quyền buộc tội "phản cách mạng". Để làm vừa lòng những nhà cách mạng vây quanh vợ mình, Mao buộc tội bài phát biểu của Đặng Tiểu Bình trước quần chúng.

13-5-1970, Giang Thanh gặp gỡ giới văn nghệ của Giải phóng quân Trung Quốc

1942, Mao Trạch Đông, Earl Leaf (phóng viên UPI), Chu Đức và Giang Thanh tại chiến khu Diên An

Mao Trạch Đông và Đặng Tiểu Bình

Mao luôn luôn có xu hướng cân bằng lực lượng tả khuynh và hữu khuynh, trong hàng ngũ lãnh đạo cao cấp bằng cách bổ nhiệm người trợ lý của mình là Hoa Quốc Phong. Như vậy, Hoa Quốc Phong không những trở thành người đứng đầu chính phủ, còn là người thừa kế Mao ở vị trí người đứng đầu đảng cộng sản Trung Quốc. Tôi vui mừng vì điều này, xem quyết định của Chủ tịch rất khôn ngoan. Thậm chí bản thân Giang Thanh cũng tán thành quyết định, nói, cuối cùng lãnh tụ hành động sáng suốt. Tuy nhiên những người cực đoan buộc tội Hoa Quốc Phong là "hữu khuynh".

Do vẫn bị công kích, ngày 30 tháng 4 năm 1976 Hoa Quốc Phong nói với Mao rằng ông không thể giữ nổi vị trí vì sự đả kích thường xuyên và nhục mạ từ nhóm Giang Thanh. Sau cuộc hội đàm với Chủ tịch, Hoa Quốc Phong cho tôi xem một số văn bản. Lúc ấy Mao nói năng rất khó khăn, phải nhờ người khác viết hộ. Mao viết cho Hoa Quốc Phong như sau:

"Khi đồng chí ở chính quyền, tôi yên tâm. Hãy hành động với nhiệm vụ được giao. Phải tự tin và đừng lo ngại".

Sau khi Mao qua đời, với bằng chứng giấy trắng mực đen, tài liệu trên mở đường cho Hoa Quốc Phong trở thành người thừa kế.

Sau nửa đêm 8-9-1976, các bác sĩ lại cố gắng kích thích hoạt động tim của Mao. Do tiêm vào người Mao một chế phẩm từ nhân sâm, vì vậy huyết áp nâng lên từ 86/66 lên 104/72 gần như tới mức bình thường và mạch đập ổn định chút ít, tuy nhiên tôi hiểu, huyết áp tăng giả tạo, không kéo dài lâu được.

Sau khi tiêm, Hoa Quốc Phong kéo tôi lại bên thì thầm, không muốn Trương Xuân Kiều, Uông Đông Hưng, hai uỷ viên bộ chính trị đứng gần đấy nghe thấy:

- Bác sĩ Lý, liệu chúng ta có thể làm một cái gì đó khác được không?

Tôi không nói gì cả, bản thân thủ tướng hiểu, đó là chấm hết. Tôi không thể dũng cảm nói từ "chết".

Phòng bệnh lặng như tờ. Tôi ngước mắt nhìn Hoa Quốc Phong. Không gian câm lặng, chỉ nghe thấy tiếng máy hô hấp nhân tạo phát ra tiếng động đều đều theo nhịp thở. Tôi lắc đầu, thì thầm lo lắng:

- Chúng tôi đã làm tất cả những gì có thể làm được.

Hoa Quốc Phong quay sang người đứng cạnh, Uông Đông Hưng, trưởng ban tổ chức Ban chấp hành trung ương đảng cộng sản Trung Quốc, cựu trưởng ban bảo vệ Mao, nói:

- Mời đồng chí Giang Thanh và các Uỷ viên Bộ Chính trị ở Bắc Kinh cấp tốc lại đây, đồng thời thông báo cho các Uỷ viên Bộ Chính trị toàn quốc phải về ngay thủ đô họp.

Uông Đông Hưng gặp Mao lần đầu tiên ở Diên An và từng hàng chục năm phụ trách an ninh, một trong số người thân cận, gần gũi nhất của chủ tịch.

Sau khi Uông Đông Hưng đi khỏi, cô y tá chạy đến tôi, nói Trương Ngọc Phượng thông báo ý muốn của Chủ tịch muốn gặp tôi. Trương Ngọc Phượng trước đây là người phục vụ trên đoàn tàu hoả đặc biệt dành cho Mao đi thăm trong nước, bây giờ cô ấy vừa là thư ký riêng, vừa là bạn gái tin cẩn của ông.

Lần đầu tiên tháp tùng Mao, tôi thấy cô ta ở Trương Sa trong buổi dạ hội do Mao tổ chức. Trương Ngọc Phượng lúc ấy, một cô gái mười tám tuổi, có đôi mắt to ngây thơ, làn da trắng nõn. Cô đã mời Mao nhảy sau đó Mao đưa cô về phòng mình, họ qua đêm ở đó. Quan hệ tình cảm của họ một thời bàn tán ồn ào, tuy nhiên bên Mao còn có nhiều cô gái khác. Thậm chí giờ đây vẫn còn hai cô vũ nữ trẻ đang làm y tá phục vụ xoa bóp cho Mao không chính thức. Nhưng Trương Ngọc Phượng ở gần Mao lâu hơn các cô khác, mặc dù có những cử chỉ vụng về và thói thích rượu, nhưng cô vẫn giữ được sự ưu ái của lãnh tụ.

Trương Ngọc Phượng, gốc tỉnh Trường Sa, người tình kiêm thư ký riêng của Mao

Năm 1974, sau khi thư ký của Mao, Tô Dạ Phú mắc bệnh ung thư phải nằm viện, Trương Ngọc Phượng thay vào đó. Cô ta xử lý các thư tín hàng ngày gửi đến Chủ tịch, sau này khi thị lực Mao giảm đi, cô đọc cho ông một khối lượng lớn tài liệu, viết tốc ký lời bình và chỉ thị. Cuối năm ấy, Uông Đông Hưng chính thức tin tưởng giao Trương Ngọc Phượng giữ cương vị thư ký riêng của Mao.

Với tư cách bác sĩ riêng, tôi có thể rẽ vào phòng Mao bất kỳ lúc nào, còn tất cả mọi người phải được phép của Trương Ngọc Phượng. Sau năm 1974 ngay cả Giang Thanh, vợ Chủ tịch và các uỷ viên Bộ chính trị muốn vào phòng của lãnh tụ cũng phải có sự đồng ý của Trương Ngọc Phượng, buộc phải chịu đựng tính khinh khỉnh của cô. Một hôm vào tháng 6-1976, Hoa Quốc Phong đến, muốn gặp Mao, nhưng Trương Ngọc Phượng đang nghỉ trưa, ấy thế ông cũng không dám đánh thức cô ta. Hai giờ đồng hồ trôi qua, Trương Ngọc Phượng cũng chưa đến làm việc, vì thế thủ tướng Quốc vụ viện Cộng hòa nhân dân Trung Hoa, vị tư lệnh chỉ đứng sau chức của Chủ tịch đành phải ra về, không được hội kiến. Vào đầu năm ấy,

Đặng Tiểu Bình ốm, cộng thêm sự công kích của phe đối lập, làm gia đình ông xẻ đàn tan nghé. Đặng Dung, con gái út của Đặng Tiểu Bình viết cho Mao bức thư cầu khẩn lãnh tụ cho phép cô được sống với bố, lá thư ấy Trương Ngọc Phượng không chuyển cho Mao, cô con gái bất hạnh ấy không nhận được quyết định cho phép quay về sống với bố.

Trong những năm cuối đời, chỉ có Trương Ngọc Phượng mới nghe và hiểu được lời nói lủng củng, đầy mâu thuẫn của ông, thậm chí cô ta còn phiên dịch lời của Chủ tịch cho tôi.

Khi tôi lại gần giường của vị lãnh tụ sắp qua đời, Trương Ngọc Phượng hỏi:

- Bác sĩ Lý, liệu Chủ tịch còn hy vọng nào không?

Một cách khó khăn Mao khẽ gật đầu, từ từ chìa tay phải nắm tay tôi. Tay của ông yếu lắm, mạch đập khó bắt, cằm xệ xuống, da đã xạm dần. Cái nhìn của ông không còn có sức sống, chỉ còn lại sự mệt mỏi của người sắp chết. Đường ghi điện tim gần như phẳng.

Mao được thu xếp đưa vào buồng này trong toà nhà 202 ở Trung Nam Hải sáu tuần trước đó, 28 tháng sáu 1976. Trong những ngày ấy ở phía đông Trung Quốc có trận động đất lớn phá huỷ hoàn toàn thành phố Đường Sơn, cách Bắc Kinh khoảng 100 dặm, làm chết hơn 250 nghìn người. Chính ngay tại thủ đô, nạn nhân tuy không nhiều, nhưng nhà cửa cũng bị phá huỷ đáng kể, mọi người lo sợ những trận động đất kế tiếp nên hàng triệu người đã phải tự dựng lều sống trên đường phố. Nơi Mao nằm điều trị ngay sát phòng làm việc và bể bơi, từ thời Cách mạng văn hoá, trong dinh thự cũng bị đổ vỡ nhiều vì thế chúng tôi buộc phải chuyển ông vào chỗ an toàn hơn.

Khu dinh thự 202 là lựa chọn duy nhất, nơi lãnh tụ nằm, nối liền với toà nhà chính bằng một hành lang. Dinh thự được xây cất đặc biệt cho Mao vào năm 1974, có thể chịu được động đất mạnh. Buổi chiều hôm chuyển đi, có một trận chấn động mạnh trong khi trời mưa tầm tã, ấy thế ở dinh thự 202 không thấy dư chấn. Bầu trời dường như sắp sập xuống, nhưng tôi chẳng để ý – chúng tôi cần phải tập trung, giành giật cuộc sống Mao chủ tịch.

Hoa Quốc Phong, Trương Xuân Kiều, Vương Hồng Văn và Uông Đông Hưng đến sát giường lãnh tụ. Sau tấm bình phong tôi nghe thấy cả từng bước chân nhẹ nhàng bước vào. Phòng đầy người, tổ trực đêm của bác sĩ và y tá đang chuẩn bị thay ca.

Tôi kiểm tra mạch, đứng sau tôi, bốn uỷ viên Bộ Chính trị. Bất ngờ Giang Thanh giận dữ bước vào phòng, gào lên:

- Ai là người sẽ nói cho tôi biết cái gì đang xảy ra ở đây?
Giang Thanh, người vợ thứ tư của Mao, nếu tính cả lần ông tảo hôn do ép buộc của gia đình mà ông từ chối. Mao cưới Giang Thanh ở Diên An năm 1938. Người ta kể cho tôi rằng, khi đó bà ta còn có mối quan hệ thân thiết với người đàn ông khác cũng ở Diên An. Nhưng sau 1949, vai trò thụ động của vợ lãnh tụ vĩ đại làm Giang Thanh buồn bực, bà hay cáu kỉnh, đòi hỏi quá nhiều. Chỉ trong những năm Cách mạng văn hoá bà mới được xuất hiện và thành Uỷ viên Bộ Chính trị, bà tàn nhẫn với tất cả những ai ngăn cản con đường danh vọng. Hai người sống ly thân trong nhiều năm, tuy nhiên Mao không có ý định ly dị Giang Thanh, nếu làm thế, ông không tránh khỏi phải cưới một trong số người tình, điều ông không muốn. Trong những năm Cách mạng văn hoá, Giang Thanh chuyển đến ở một biệt thự lớn ở Điếu Ngọc Thái, nhà khách của chính phủ, nơi khách cao cấp nước ngoài nghỉ chân. Sau cơn đau tim của Mao, Giang Thanh trở lại Trung Nam Hải, sống trong dinh Xuân-Sen.
Bà không dễ dàng chấp nhận ảnh hưởng của Trương Ngọc Phượng đối với Mao, nhưng cuối cùng đành chịu vì biết lợi dụng người phiên dịch phục vụ cho ông chồng ốm đau của mình. Căn bệnh nặng, sự sắp qua đời của Mao là cú đòn nặng với Giang Thanh. Bà lo quyền lực của bà sẽ biến theo gót chân ông và cũng trong thời gian ấy trong tâm khảm bà nuôi niềm hy vọng thay chỗ chồng.
Hoa Quốc Phong cố an ủi:
- Đồng chí Giang Thanh – Hoa lịch sự nói – Chủ tịch đang nói chuyện với bác sĩ Lý.
Tôi an ủi, động viên Mao, mặc dù trạng thái của ông thật vô vọng. Ông bắt đầu xuống sức nhiều năm qua. Từ tháng Chín 1971, chấn động bởi sự phản bội của Lâm Bưu, một người bạn cũ, một người phó duy nhất, người kế thừa sự nghiệp, bạn chiến đấu sát cánh đã trở mặt lật đổ Mao. Âm mưu đảo chính bất thành, Lâm Bưu cùng vợ và con trai quyết định bay sang Liên Xô. Tuy nhiên máy bay hết nhiên liệu, rớt tại Under Khan, vùng ngoại Mông. Tổ lái và gia đình Lâm Bưu đã chết. Sự việc tác động mạnh đến Mao. Ông bị suy sụp, chán nản, các cơn mất ngủ giày vò dẫn ông đến bệnh tật.
Cuộc viếng thăm lịch sử của tổng thống Hoa Kỳ đến Trung Quốc, Richard Nixon, vào tháng Hai 1972. Dù bệnh nặng Mao liên tục từ chối bác sĩ chăm sóc, chỉ ba tuần lễ trước khi tổng thống Mỹ tới, Chủ tịch cuối cùng mới chịu chữa bệnh. Thể trạng của ông xấu trầm trọng không có khả năng hồi phục hoàn toàn. Khi Nixon đến. Mao yếu lắm, nói năng rất khó. Bệnh viêm phổi của Mao chưa hồi phục,

lại kèm thêm bệnh tim mạch. Nhưng Mao tự cho rằng đủ sức khoẻ tiếp khách. Để tiếp Richard Nixon tại dinh, Mao cần tôi. Tôi đón tổng thống Nixon trước dinh thự của Mao, đưa tổng thống vào phòng làm việc, qua phòng nghỉ, qua hành lang sát phòng khách, tôi đứng sau cánh cửa phòng tiếp khách nghe rõ cuộc trò chuyện giữa hai người, đồng thời chuẩn bị bất kỳ lúc nào có tín hiệu sẽ thuốc thang ngay cho lãnh tụ.

Cơ thể ở ông già 83 tuổi đã xuất hiện nhiều bệnh. Nhiều năm nghiện thuốc lá phá hỏng hai lá phổi. Lại còn thường xuyên bị bệnh viêm phế quản, viêm phổi dày vò. Các lá phổi bị xơ cứng mất tính đàn hồi, Mao thở khó khăn và ho nhiều. Phổi trái thực tế không làm việc, nên để dễ thở và nói bình thường Mao chỉ có thể nằm nghiêng sang trái. Tôi thường phải sử dụng mặt lạ oxygen, còn trong trường hợp nặng dùng máy hô hấp nhân tạo của Mỹ do Henry Kissinger gửi sang sau chuyến thăm bí mật Trung Hoa năm 1971.

Nhiều chuyên gia y tế nước ngoài cho rằng Mao mắc chứng bệnh Parkinson. Tuy nhiên năm 1974 các bác sĩ Trung Quốc phát hiện ra chẩn đoán sai, ông có căn bệnh nan y hiếm gặp, hoại tử tế bào thần kinh vận động trong vỏ não, làm liệt từng bộ phận cơ thể. Sự phát triển của bệnh làm ông mất khả năng nói và nuốt cho nên phải bơm thức ăn qua đường mũi. Trương lực cơ giảm, thở rất khó khăn. Cơ thể liên tiếp bị viêm nhiễm nhẹ. Do thiếu thuốc đặc hiệu, người bệnh sẽ chết một vài năm sau khi phát hiện.

Bệnh tình của Mao phát triển như các chuyên gia dự đoán. Nhưng ở thời điểm nói trên căn bệnh quái ác này ảnh hưởng xấu tới tim. Cơn nhồi máu cơ tim đầu tiên của Mao vào tháng 5-1976. Điều này xảy ra khi cãi nhau với Trương Ngọc Phượng. Cơn tiếp theo vào ngày 26 tháng sáu, cơn thứ ba – 2 tháng 9. Tất cả bác sĩ hiểu rằng cái chết rất gần nhưng để nói ra được điều này, đòi hỏi phải vô cùng dũng cảm. Tuy vậy, cơ thể của lãnh tụ vẫn chưa chịu đầu hàng.

- Mọi thứ bình thường, thưa Chủ tịch – tôi nói, nắm tay ông – chúng tôi đang hết sức cố gắng.

Trong khoảnh khắc, mắt Mao xuất hiện một tia hy vọng. Tôi thậm chí còn thấy má ông hơi hồng lên chút ít, rồi Mao thở hắt ra, mắt nhắm lại, bàn tay phải không còn sự sống nữa tuột khỏi tay tôi. Đường điện tim phẳng lỳ. Tôi liếc đồng hồ, lúc 0 giờ 10 phút. Bắt đầu một ngày mới – 9 tháng 9 năm 1976.

Tôi không đau buồn khi ông qua đời. Hơn hai mươi năm tôi hàng ngày ở bên cạnh Mao, tháp tùng ông trong các chuyến đi, kiên trì giúp ông trong những hội nghị dài. Đối với Mao, tôi không những bác sĩ riêng còn là người tin cẩn. Ông tâm tình với tôi chuyện riêng tư, các điều bí mật chính trị. Tôi có thể còn gần gũi hơn cả Uông Đông Hưng, người bảo vệ tin cậy của ông.

Trong những năm đầu, tôi ngưỡng mộ Mao. Ông đã cứu Trung Hoa khỏi ách đô hộ Nhật Bản, được coi như sứ giả của Trời. Nhưng trong những năm Cách mạng văn hoá ước mơ của tôi về nước Trung Hoa mới, về tự do, không bị đàn áp và công bằng đã tan thành mây khói. Tôi không tin vào lý tưởng chủ nghĩa cộng sản, mặc dù tôi là đảng viên đảng cộng sản Trung Quốc. Nhìn vào điện tâm đồ đang chạy một đường thẳng nhịp tim "Người cầm lái vĩ đại", tôi cảm thấy kết thúc một kỷ nguyên và hiểu rằng ngôi sao của Mao đã tắt. Một ý nghĩ xâm nhập đầu tôi, tôi thấy kinh sợ. Cái gì đang chờ tôi? Một bác sĩ riêng của Mao, sống trong lo âu, sợ hãi từ nhiều năm.

Nhìn vào xác lãnh tụ không còn linh hồn và bộ mặt những người đang đứng xung quanh, tôi hiểu, họ cũng đang tính toán số phận của mình. Cuộc sống ở Trung Nam Hải luôn luôn ẩn nấp sự nguy hiểm, giờ đây tôi bỗng thấy nó tiến gần đến. Giang Thanh nhìn xoáy vào tôi, nói vỗ mặt:

- Các người đang làm cái gì thế? Anh phải chịu hoàn toàn trách nhiệm!

Lời buộc tội của Giang Thanh không làm tôi ngạc nhiên. Giang Thanh nổi tiếng mưu mô, tàn ác. Quan hệ giữa chúng tôi bắt đầu vẩn đục từ hai mươi năm trước, bốn năm gần đây càng xấu đi, năm 1972, thậm chí Giang còn buộc tội tôi là gián điệp.

Hoa Quốc Phong xen vào, chậm chạp đi về phía bà, từ tốn nói:
- Tất cả mọi việc diễn ra trước mắt chúng tôi. Các đồng chí bác sĩ đã làm tất cả mọi cái có thể.

Vương Hồng Văn xác nhận lời thủ tướng:
- Tất cả bốn chúng tôi không dời khỏi Mao chủ tịch nửa bước.

Nói xong mặt ông đỏ dần lên. Vương Hồng Văn, người trẻ nhất trong số Uỷ viên Bộ Chính trị, đôi khi người ta gọi đùa là "tên lửa" do việc thăng tiến quá nhanh. Từ một nhân viên quèn bộ phận an ninh nhà máy ở Thượng Hải, ông leo đến đỉnh cao quyền lực chính trị. Không ai có thể hiểu sự ưu ái của Mao với con người trẻ này, vì sao cất nhắc anh ta thăng tiến nhanh như thế. Vương Hồng Văn, gầy gò, cũng đáng yêu vì cái dáng thông minh nhưng thiếu tự tin. Vất vả lắm ông mới học xong trung học, trông ông chẳng có dáng dấp lãnh tụ. Vương chẳng đóng góp, chẳng có ích trong ban lãnh đạo Trung Hoa. Vào tháng 5, sau khi sức khoẻ Mao xấu đi đột ngột, Vương Hồng Văn nói với tôi, đề nghị cho Mao dùng ngọc trai đã chế biến thay cho thuốc. Nhưng tôi bác bỏ đề nghị, lãnh tụ cũng không được uống thuốc ngọc trai.

Mao chết trong phiên trực của Vương Hồng Văn, nhưng ngoài phiên trực hiếm khi có mặt vì còn bận săn thỏ gần một sân bay quân sự bí mật Tây Uyển. Phần đông thời gian rỗi ông xem phim nhập từ Hong Kong. Tôi ngờ, Vương Hồng Văn trước đây không phải người tử tế, giờ đây quyền lực làm ông thoái hoá thêm.

- Bác sĩ đã báo cáo cho chúng tôi tất cả rồi – Vương Hồng Văn bào chữa với Giang Thanh – Chúng tôi biết rất rõ từng diễn biến.

Giang Thanh cắt ngang:

- Nhưng vì sao người ta không báo cho tôi sớm hơn?

Đó là một câu hỏi mánh khoé, thủ đoạn. Giang Thanh thường xuyên nhận được báo cáo về sức khoẻ của chồng, nhưng lại buộc tội bác sĩ thổi phồng bệnh tật, không tin lời các phần tử tư sản. Ngày 27-8 chúng tôi chính thức thông báo cho bà về tình trạng sức khoẻ nguy kịch của Mao, nhưng bà phớt lờ, vẫn đi "thanh tra" ở Đại Trại, nơi bà chỉ đạo một công xã nông nghiệp kiểu mẫu. Hoa Quốc Phong đã thông báo khẩn cấp cho Giang Thanh ngày 5 tháng 9, nhưng khi trở về chẳng thèm hỏi thăm tới sức khoẻ chồng, chỉ than văn quá mệt mỏi sau chuyến công tác.

Ngày 7 tháng 9 sức khoẻ của lãnh tụ đã trở nên quá xấu, Giang Thanh buộc phải gặp các bác sĩ. Bà bắt tay từng người, nói "Đây là vinh dự lớn lao và hạnh phúc cho các đồng chí đấy". Giang Thanh gần như tin chắc sẽ thay thế chỗ Mao, nghĩ chúng tôi hoàn toàn hài lòng dưới sự lãnh đạo của bà.

Một số bác sĩ lần đầu tiên gặp rất ngạc nhiên về thái độ lạnh lùng, tính nhẫn tâm của Giang. Uông Đông Hưng có lần nói với tôi "Không có gì đáng ngạc nhiên cả, Chủ tịch, vật cản duy nhất trên đường nắm quyền tối cao của bà ta". Giang đã chờ đợi cái chết của Mao từ lâu. Cuộc đấu đá tranh giành quyền lực càng căng thẳng theo từng phút sống của Mao chủ tịch.

Giang Thanh cầm đầu nhóm cực đoan trong đảng, gồm Trương Xuân Kiều, Vương Hồng Văn, Diêu Văn Nguyên, Mao Viên Tân – cháu Mao, Trương Xuân Kiều, một "lý thuyết gia" gốc Thượng Hải có quan điểm tả khuynh, nhà tư tưởng chủ chốt của Cách mạng văn hoá. Ông thích lặp lại câu nói "Cỏ dại của chủ nghĩa xã hội còn quý hơn cao lương chủ nghĩa tư bản". Bây giờ thấy Giang Thanh giận dữ, Trương Xuân Kiều cúi mặt nhìn xuống sàn nhà, chắp tay sau lưng, lo lắng.

Mao Viên Tân lục lọi khắp phòng với ánh mắt soi mói như muốn tìm kiếm cái gì đấy. Mao Viên Tân, con trai của Mao Trạch Minh, em trai của Chủ tịch. Trong chiến tranh thế giới thứ II, Mao Trạch Minh bị tỉnh trưởng Tân Cương, tây bắc Trung Quốc kết án tử hình. Chính tỉnh trưởng Thân Tử Hải từng là người cùng chí hướng với Mao Trạch Minh, nhưng sau khi phát xít Đức tấn công Liên Xô đã chạy sang hàng ngũ Tưởng Giới Thạch, Quốc dân đảng. Sau đó vợ của Mao Trạch Minh bị bắt, bản thân Mao Viên Tân sinh ra trong tù. Ra tù, mẹ Mao Viên Tân đi lấy chồng, Mao phải nuôi đứa cháu. Sau năm 1949, Mao đưa vào Trung Nam Hải, nhưng hiếm khi nhòm ngó đến cháu.

Tôi được chứng kiến tận mắt Mao Viên Tân lớn lên như thế nào. Trong những năm còn bé, quan hệ của anh ta với Giang Thanh không suôn sẻ. Tuy nhiên năm 1966, khi bắt đầu Cách mạng văn hoá, anh ta vào lứa tuổi trên 20, rồi tham gia nhóm nổi loạn. Mao Viên Tân viết lá thư xin lỗi Chủ tịch về những gì sai trái đối xử không đúng mức khi còn trẻ, giờ đây xin ra nhập đội ngũ của Giang Thanh. Bây giờ đã ngoài 30, Mao Viên Tân được bổ nhiệm Chính uỷ tư lệnh vùng Triết Giang. Cuối năm 1975, khi Mao ốm nặng, Mao Viên Tân trở thành người liên lạc giữa Chủ tịch với những nhà lãnh đạo cao cấp. Từ đây Mao Viên Tân có chút quyền lực. Giang tin tưởng người cháu.

Đám bác sĩ và y tá cúi đầu sợ hãi, liếc nhìn nét mặt giận dữ của Giang Thanh. Uông Đông Hưng nói một cái gì đó với Trương Diêu Tự, người phụ trách nhóm cận vệ của Mao. Hận thù giữa Uông Đông Hưng và Giang Thanh có từ lâu. Uông Đông Hưng hoàn toàn không sợ, lờ đi sự nổi khùng của Giang Thanh. Uông chiếm được quyền lực lớn, giành nhiều chức vụ quan trọng. Không những Trưởng ban tổ chức Ban chấp hành Trung ương đảng, còn lãnh đạo cơ quan mật vụ, bí thư đảng uỷ của Sư đoàn bảo vệ Mao, đảm bảo an ninh cho các lãnh tụ đảng cộng sản trong dinh thự Trung Nam Hải nhiều năm. Trước Cách mạng văn hoá, Uông Đông Hưng giữ chức thứ trưởng Bộ công an.

Trương Diêu Tự, cũng như Uông Đông Hưng, cựu trào trong đảng, từng tham gia cuộc Vạn Lý Trường Chinh, cả hai đều người Giang Tây. Giờ đây hai cán bộ an ninh đang soạn thảo kế hoạch đặt thi hài Mao trong Đại sảnh đường Nhân dân, với hàng chục ngàn nhân dân đến viếng, việc an ninh phải được thắt chặt an toàn mức tối đa.

Bỗng nhiên Giang Thanh đổi giận làm lành. Có lẽ bà ngộ nhận con đường tới quyền lực chỉ còn gang tấc, không thể vuột khỏi, nhanh chóng trở thành người thống trị Trung Hoa.

- Thôi được – bà nói – các đồng chí đã làm tất cả những điều có thể và các đồng chí chẳng sung sướng gì. Xin cám ơn tất cả mọi người.

Quay người sang cô phục vụ, bà đề nghị chuẩn bị cho bà bộ áo tang bằng lụa đen. Giang Thanh chuẩn bị để tang chồng.

Hoa Quốc Phong đề nghị Uông Đông Hưng gấp rút triệu tập phiên họp bộ chính trị. Mối quan hệ giữa Hoa và Uông mới gần đây.

Phần đông những người có mặt sắp ra về, bỗng nhiên Trương Ngọc Phượng vừa khóc vừa nói:

- Chủ tịch bỏ chúng ta rồi! Tôi sẽ làm với ai đây?

Giang Thanh tiến đến ôm cô, mỉm cười, khuyên nhủ đừng khóc.

- Bây giờ cô sẽ làm việc với tôi – bà nói.

Nước mắt của Trương Ngọc Phượng tức thời biến mất. Cô ta không giữ nổi nụ cười và trả lời:

- Tôi rất cám ơn đồng chí, đồng chí Giang Thanh ạ.

Tôi nghe thấy Giang Thanh thì thầm với Trương Ngọc Phượng:

- Từ bây giờ đừng cho ai vào buồng Chủ tịch hay phòng khách, thu nhặt, sắp xếp tất cả các giấy tờ trong phòng đưa lại cho tôi.

Sau đấy Giang Thanh mới đi vào phòng lớn chờ cuộc họp Bộ chính trị, cách buồng Mao hai phòng. Trương Ngọc Phượng đi theo sau, hứa thực hiện lệnh được giao.

Lúc sau Trương Diêu Tự, đội trưởng đội cận vệ tìm tôi. Ông vừa mới từ phòng ngủ của lãnh tụ ra, đang băn khoăn điều gì đó. Trương hỏi có ai trong số người thày thuốc nhìn thấy đồng hồ của Mao không.

- Đồng hồ nào chứ? Tôi hỏi.

- Cái đồng hồ mà đồng chí Quách Mạc Nhược tặng Mao chủ tịch trong thời kỳ hội đàm ở Trùng Khánh 8-1945.

Mao không có thói quen đeo đồng hồ, chiếc đồng hồ Omega Thuỵ sĩ, món quà tặng của Quách Mạc Nhược có giá trị lịch sử lớn.

Quách Mạc Nhược nhà văn lớn nổi tiếng, nhà khoa học xuất sắc đa tài, bạn và người ủng hộ Mao. Một thời gian dài ông làm Chủ tịch Viện hàn lâm khoa học Cộng hoà nhân dân Trung Hoa, tạ thế năm 1978. Trong cuộc hội đàm lịch sử ở Trùng Khánh qua trung gian Mỹ đã thoả thuận đạt được hoà giải giữa đảng Cộng sản Trung Quốc và Quốc dân đảng, hình thành một chính phủ liên minh chống Nhật. Do đó ở Trung Quốc đã ngăn chặn được một cuộc nội chiến, tập hợp được lực lượng chống Nhật.

- Tất cả chúng tôi đều bận cấp cứu lãnh tụ – Tôi trả lời – Không ai chú ý tới đồng hồ. Sao ông không hỏi Trương Ngọc Phượng?
- Tôi thấy Mao Viên Tân cứ loanh quanh chỗ đó. Có thể ông ta lấy chiếc đồng hồ?
- Không ai trong số nhân viên y tế có thể lấy. Tôi trả lời.
Trương Diêu Tự đi tới giường Mao. Lát sau từ trong phòng lớn nơi bắt đầu cuộc họp Bộ chính trị, Uông Đông Hưng đi ra, mời tôi sang buồng nhỏ bên cạnh để nói chuyện. Qua đấy, tôi biết Bộ chính trị vừa mới quyết định thi hài của lãnh tụ phải được bảo quản khỏi phân huỷ trong hai tuần để nhân dân viếng tang ông. Bắc Kinh vào tháng chín trời còn rất nóng, giới lãnh đạo đảng mong muốn công việc bảo quản thi hài phải làm khẩn cấp.
Khi Mao còn sống, không ai trong chúng tôi cả gan nghĩ tới vấn đề tang lễ khi ông còn sống, nhưng bây giờ người ta yêu cầu bảo quản thi hài ông vài tuần, chúng tôi không ngạc nhiên, cũng chẳng khó khăn gì.
Tôi đi ra thực hiện mệnh lệnh của lãnh đạo, chuẩn bị thi hài trong lễ viếng, một đại uý trong ban bảo vệ của Trương Diêu Tự chặn tôi lại, nói lấp lửng:
- Bác sĩ Lý, đừng làm rối công việc chuẩn bị. Bộ chính trị đang họp, tôi linh cảm thấy rằng chẳng có cái gì tốt đẹp hứa hẹn với ông đâu. Chỉ cần ông phạm sơ xuất nhỏ, cũng phải trả giá đấy.
Trong khoảnh khắc đầu tiên sau cái chết của Mao tôi cảm thấy ớn lạnh trong lồng ngực, nhưng nó nhanh chóng bị nén lại, tôi ghi nhận những lời doạ của viên sĩ quan với sự bình thản tự tin.
Tôi hoàn toàn nhận ra, người ta có thể buộc tội giết lãnh tụ. Nhà tôi năm đời làm thày thuốc. Các cụ đã kể cho tôi, thời nhà Thanh, trong những năm cai trị của Từ Hy Thái Hậu (1835-1908), cụ tôi là người rất được kính trọng. Thậm chí người ta đã vời cụ từ quê An Hội ra cung vua để làm ngự y. Một cụ tổ khác cũng chữa cho Hoàng đế Đồng Trị và sau đó cũng trở thành ngự y trong hoàng cung.
Người ta kể, Hoàng đế Đồng Trị thích vi hành. Nhà Vua cải trang, trốn khỏi hoàng cung, thường vào nhà thổ trong các ngõ hẻm phía nam Cấm Thành. Gia đình tôi kể, cụ tôi phát hiện ra hoàng đế Đồng Trị mắc bệnh giang mai. Từ Hy Thái Hậu đã giận dữ xử tội hoàng đế, rút trâm ngọc cài tóc ném xuống đất, thể hiện sự bực mình tột độ, không cho ông tôi chữa bệnh, nhốt Đồng Trị trong hậu cung. Chẳng bao lâu Đồng Trị chết, cụ tôi bị tước phẩm hàm quý tộc, mặc dù vẫn làm trong Ngự y viện. Lời buộc tội vẫn còn gắn với cụ đến lúc chết, nhưng người ta bỏ chiếc mũ ngự y vào quan tài cụ. Nghề

của gia đình tôi vẫn tiếp tục tồn tại, truyền đời này sang đời khác, tuy nhiên do trường hợp của cụ tôi, không ai trong số dòng họ có thể hành nghề trong hoàng cung.

Tuy vậy không ai dám khước từ lời yêu cầu của các quan đại thần, tôi cũng không mong ước trở thành bác sĩ riêng cho Mao, nhưng đấy cũng là niềm vinh dự không thể từ chối. Đôi lần tôi định từ bỏ nhưng lần nào cũng bị Mao gọi trở lại.

Chỗ tôi làm việc rất bí mật, chỉ có gia đình, bạn rất thân biết. Công tác an ninh của lãnh tụ kiểm soát rất cao vì sợ những âm mưu tạo phản, huống chi tôi chỉ là bác sĩ riêng của Chủ tịch. Tất cả những ai biết công việc tôi đều cảnh cáo, tôi có thể chết bất ngờ. Một trong số các chị họ tôi đã nhắc tôi từ năm 1963 rằng: "Sức khoẻ của Mao chủ tịch nằm dưới sự theo dõi của toàn đảng và toàn dân. Nếu ai đó trong số uỷ viên Ban chấp hành trung ương tỏ ra không hài lòng về công việc của chú, họ không tha đâu".

Một vài người bạn ngừng thăm tôi. Thậm chí sau khi gia đình tôi rời khỏi Trung Nam Hải, khách cũng hiếm khi đến chơi. Một người bạn của tôi ở Côn Minh, tỉnh Vân Nam, người bạn thân của Đàm Phú Dân, thời gian ấy là chính uỷ khu vực Côn Minh. Đàm bị người bảo vệ của chính ông ta xử tử trong Cách mạng văn hoá. Sau đó ai từng có mặt ở nhà Đàm, đều lôi đi thẩm vấn, rồi tống vào ngục. Về trường hợp này, cháu tôi cũng đã kể với tôi: "May mắn cháu chưa khi nào đến ngôi nhà ông ta". Ít lâu sau cô cháu cũng ngừng đến thăm tôi.

Tôi không bao giờ có thể quên lời buộc tội các bác sĩ chữa cho Stalin, tội mưu sát lãnh tụ Xô viết. Vì vậy có thể đoán được hành động tương tự trong quan hệ của tôi và y tá điều trị cho Mao. Từ khi Mao gần chết tôi cũng đã âm thầm chuẩn bị ngày bị bắt. Ngay đầu tháng 9, sau cơn nhồi máu cơ tim lần thứ ba của Mao, tôi nhanh chóng chạy về nhà. Đây là lần đầu tiên sau nhiều tháng không về, tôi chuẩn bị quần áo bông và bành-tô, đồ vật lặt vặt đóng gói lại. Tôi nghĩ sẽ bị tống giam một nơi nào đó rất lạnh nên cần quần áo ấm. Tôi đi quanh phòng với ý nghĩ từ giã, không còn hy vọng quay trở lại. Vợ tôi đang đi làm, con tôi ở trường. Sau này vợ tôi kể, biết tôi về nhà do người giúp việc nói lại. Bà ta thấy tôi rất vội, vẻ bồn chồn lo lắng, hình như có một cái gì đáng sợ đang xảy ra.

Vì vậy khi nghe lời doạ nạt của tay bảo vệ ngay sau khi Mao qua đời tôi hoàn toàn bình tĩnh, vì đã chuẩn bị từ lâu. Mao hay nói "con lợn đã bị chọc tiết không sợ nước sôi". Tôi giờ đây cũng như con lợn đã chết.

Trời vẫn tối, tôi gọi về nhà bộ trưởng y tế Lưu Thân Bình đề nghị gặp khẩn cấp. Tôi không nêu nguyên nhân, chỉ lưu ý, cuộc gặp gỡ không có mặt người khác. Lưu Thân Bình, vợ goá của cựu bộ trưởng công an Tạ Phú Trị. Cả hai đều thân cận Giang Thanh. Tôi ngờ Giang Thanh tác động để bổ nhiệm Lưu Thân Bình vào chức vụ bộ trưởng trong thời kỳ Cách mạng văn hoá, vì Lưu mù tịt về y tế.

Lưu Thân Bình vẫn ở trong khu Bộ công an, ngay Đại lộ Trường An, phía bắc khu phố cổ, kiến trúc theo phong cách cổ điển châu Âu, trước kia là toà nhà đại sứ quán nước ngoài. Bà chờ tôi ở phòng khách, còn ngái ngủ.

- Mao chủ tịch đã từ trần lúc mười hai giờ mười phút sáng – tôi nói.

Bà oà lên khóc không đợi tôi nói hết câu.

- Chúng ta có rất nhiều việc phải làm, đừng lãng phí thời gian.

Tôi nói tiếp:

- Lãnh đạo yêu cầu chúng ta bảo quản thi hài Chủ tịch trong vòng hai tuần lễ. Phải khẩn trương. Họ đang chờ chúng ta.

Bà lau nước mắt:

- Chúng ta cần phải làm gì?

- Chúng ta cần phải tham khảo ý kiến của các nhà khoa học Viện hàn lâm y học. Phải tìm ở các chuyên gia khoa giải phẫu bệnh và tế bào học để bàn bạc, xin ý kiến.

- Được rồi, trước tiên phải gọi Hoàng Thụ Trạch và Dương Trung tới đã.

Hoàng Thụ Trạch, thứ trưởng Bộ y tế, Lưu Thân Bình thường xuyên trao đổi với ông vì ông có bằng bác sĩ, mỗi khi cần tham khảo ý kiến, bà thường mời ông. Dương Trung là bí thư đảng uỷ Viện hàn lâm y học.

- Chúng ta không nên phí hoài thời giờ nếu gọi họ đến đây. Trước tiên chúng ta gọi các chuyên viên đến, hẹn tất cả sẽ gặp nhau ở phòng Dương Trung ở Viện Hàn lâm.

Lưu đồng ý và gọi các chuyên viên, còn tôi lái xe đến Viện Hàn lâm.

Khi tôi đến, thấy Dương Trung và Hoàng Thụ Trạch ở đó. Cũng có cả các chuyên viên – Trương Bình Thân, giáo sư khoa giải phẫu và Ngô Thanh, đồng nghiệp, trạc 40 tuổi – giáo sư khoa tế bào. Lưu Thân Bình vẫn chưa thông báo cho họ về lý do cuộc gọi ban đêm, Trương Bình Thân lo lắng, căng mắt nhìn qua cửa sổ.

Sau này tôi hiểu, các cuộc gọi như thế này thường xảy ra từ lâu. Trong những năm Cách mạng văn hoá, Trương Bình Thân thường bị kéo ra khỏi giường ấm để làm giấy chứng tử về cái chết của người bị tử hình hoặc tự tử. Bởi vì Hồng vệ binh thường dính dáng trong những cái chết đó, người ta không muốn đưa vụ việc công khai, nhưng giấy chứng tử cái chết có thể được dùng làm văn bản kết tội cho nên phải cần tới chuyên viên.

Trương Bình Thân không dám nhạo báng đám tiểu tướng Hồng vệ binh. Ông đã từng bị "tấn công", bị đánh đập, nhưng sợ nhất bị gán cái nhãn "phản cách mạng", tội này sẽ bị đánh chết. Nhiều lần ông tâm sự với tôi: "Mình không sợ bị tra tấn, cái mình sợ nhất là bị gán mác Phản cách mạng". Hễ ai bị dán nhãn ấy, cầm chắc bản án tử hình. Mới đây người ta gọi ông vào ban đêm để khám thi thể ông cựu bộ trưởng bộ công an Lý Chấn "tự tử" bằng thuốc ngủ. Do bản kết luận ông ký, nên phải "ở lại" trụ sở bộ công an hơn hai tháng. Vì thế, khi tôi thông báo với mọi người, lãnh tụ từ trần, nét mặt Trương hết lo lắng.

Các chuyên viên nói, việc bảo quản thi hài Mao trong vòng hai tuần không phức tạp. Để làm điều đó chỉ cần tiêm hai lít dung dịch formaldehyde vào động mạch chân. Hoàng Thụ Trạch và Dương Trung chấp nhận phương pháp này. Trương Bình Thân và Ngô Thanh chuẩn bị bơm tiêm, thuốc rồi đi cùng tôi vào Trung Nam Hải. Phố xá vắng tanh. Lúc đó, 4 giờ sáng, trời vẫn tối. Nhân dân Trung Quốc vẫn còn chưa biết lãnh tụ vĩ đại không còn trên đời từ mấy tiếng rồi.

Bộ Chính trị vẫn còn họp. Sĩ quan trưởng bảo vệ nhìn thấy tôi nói: "Uông Đông Hưng và nguyên soái Diệp Kiếm Anh mấy lần tìm đồng chí". Ông nói thêm, "Bộ Chính trị đã thông qua bản thông báo cho toàn đảng, toàn quân và nhân dân Trung Quốc về sự từ trần của chủ tịch, bản tin sẽ được truyền tải qua đài phát thanh vào lúc 4 giờ chiều nay".

Tôi nóng lòng chờ thông báo chính thức, bởi vì tôi hiểu rằng sẽ rõ mọi chuyện, liệu người ta có buộc tội tôi, đội cấp cứu do tôi phụ trách về cái chết của Mao hay không.

- Thông báo nói về bệnh và cái chết của Mao thế nào? – tôi lo lắng hỏi.

Ông ta đưa tôi một bản sao.

- Đồng chí tự đọc lấy.

Tôi cầm vội tờ giấy, vài dòng đầu tiên lập tức đập vào mắt tôi. Trong đó viết:

"... *Các bác sĩ đã làm mọi thứ có thể, nhưng do tình trạng sức khoẻ của Chủ tịch không còn hy vọng. Mao Chủ tịch qua đời lúc 0 giờ 10 phút ngày 9 tháng 9 năm 1976 tại Bắc Kinh".*

Đọc tiếp không có ý nghĩa nữa. Tôi đã nằm ngoài vòng nghi ngờ rồi. Sau đó vài ngày, 13-9-1976, tên tôi xuất hiện trên tờ "Nhân dân Nhật báo", đăng tải chức danh, lãnh đạo đội cấp cứu điều trị Mao. Thế là nguy hiểm đã qua.

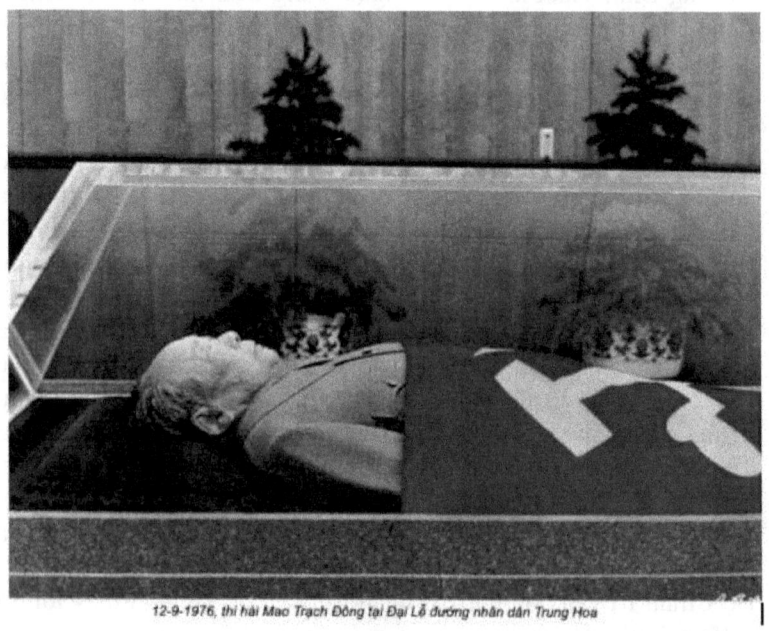

12-9-1976, thi hài Mao Trạch Đông tại Đại Lễ đường nhân dân Trung Hoa

Ngay khi tôi xuất hiện ở phòng họp mười bảy Uỷ viên Bộ chính trị, Uông Đông Hưng gặp tôi, nói rằng cần thảo luận gấp riêng. Chúng tôi đi vào phòng nhỏ, Uông Đông Hưng hỏi tôi đã đọc thông báo chưa.

Tôi trả lời, vừa đọc được mấy đoạn đầu tiên. Uông cười nhạt:

- Bộ chính trị vừa mới chấp thuận quyết định bảo quản thi hài lãnh tụ lâu dài. Đồng chí hãy nghĩ đi, làm điều này thế nào cho tốt nhất.

Tôi há hốc mồm kinh ngạc.

- Nhưng các ông vừa mới nói, chỉ bảo quản hai tuần thôi. Vì sao lại quyết định bảo quản thi hài lâu dài? Năm 1956 chính Mao chủ tịch bằng văn bản đã bày tỏ mong muốn được hoả táng. Tôi nhớ rõ thế.

- Đây là ý nguyện của Bộ chính trị. Chúng tôi vừa thông qua xong.

Tôi vẫn giữ ý kiến:

- Chuyện này rất khó thực hiện. Đồng chí nghĩ thế nào về chuyện này?

Uông Đông Hưng nói thêm:

- Thủ tướng Hoa Quốc Phong và tôi đã ủng hộ quyết định này.
- Nhưng cũng cần phải hiểu, điều này vượt quá sức chúng ta – Tôi nói – thậm chí sắt và thép còn bị thời gian huỷ hoại, nói gì đến xác người chết. Làm thế nào để ngăn cản thối rữa bây giờ được.

Lúc ấy, tôi nhớ chuyến đi với Mao năm 1957 tới Moskova, viếng lăng Lenin và Stalin. Thi hài đã héo quắt. Người ta kể cho tôi, mũi và tai của Lenin đã hoàn toàn hỏng, được thay bằng sáp. Bộ râu nổi tiếng Stalin cũng hoàn toàn bị hỏng, mặc dù kỹ thuật ướp xác của Liên Xô hoàn thiện hơn Trung Quốc rất nhiều. Tôi không thể hình dung chúng tôi sẽ bảo quản xác Mao như thế nào.

- Đồng chí cần phải hiểu tình cảm của chúng ta – Uông trả lời và nháy mắt.
- Tôi hiểu tất cả, nhưng khoa học Trung Quốc chưa đủ khả năng tiếp cận công việc này – Tôi trả lời.
- Chỉ cần ông tìm cho được những người có khả năng giúp anh làm việc này. Lãnh đạo đảm bảo tất cả các điều kiện cần thiết. Đồng chí cần thiết bị, hoá chất... bất cứ điều gì báo cho tôi biết – Uông kiên trì giải thích.

Lão Nguyên soái Diệp Kiếm Anh, người cao tuổi nhất trong số đảng viên cộng sản, người sáng lập Giải phóng quân Trung Quốc gặp tôi. Tôi rất quý trọng nguyên soái. Ông quan tâm đến quan điểm của tôi về quyết định vừa được thông qua, tôi phải nói đi nói lại cho ông biết tất cả các khó khăn. Lặng đi một lát ông nói:

- Không còn sự lựa chọn nào nữa, chúng ta cần thực hiện quyết định của Bộ chính trị. Nhưng bác sĩ Lý nên tiếp tục tham khảo những người tin cậy và có thể đề nghị Viện mỹ thuật và tạo hình. Có thể người ta ở đó làm được hình Mao chủ tịch bằng sáp. Nếu nó giống y thật, khi cần thiết thì trong tương lai chúng ta sẽ dùng nó để thay thế thi hài lãnh tụ.

Thế mới biết, đến cả Diệp Kiếm Anh, phó Chủ tịch Uỷ ban Khoa học kỹ thuật và Công nghiệp quốc phòng, trụ cột của Bộ chính trị cũng đòi làm những điều không thể làm được.

Uông Đông Hưng cũng đồng ý với Diệp Kiếm Anh, yêu cầu tôi không kể cho ai.

Đến tận giờ, tôi không biết có bao nhiêu Uỷ viên Bộ chính trị biết về phương án phiên bản Mao bằng sáp. Có thể điều này bí mật đến mức thậm chí Giang Thanh cũng không biết.

Tôi trở vào phòng đặt thi hài. Trong phòng chất đầy thiết bị y học, chúng tôi chuyển thi hài sang buồng thoáng hơn nối liền với phòng Bộ chính trị vừa họp. Nhiệt độ không khí khoảng 78 độ F (26 độ C), tương đối cao đối với thi hài. Tôi đề nghị hạ nhiệt độ xuống 50 độ F (10 độ C), tuy nhiên nhân viên phục vụ từ chối:

- Tôi không thể. Tất cả các lãnh tụ cao cấp đều có mặt, đây là chỉ thị của đồng chí Giang Thanh giữ nguyên nhiệt độ cao như thế. Đồng chí phải đề nghị trực tiếp với lãnh đạo.

Hệ thống điện ở Trung Nam Hải lấy từ hai trạm điện lực ở Bắc Kinh đảm bảo cung cấp để nhiệt độ bình thường trong phòng không phụ thuộc vào thời tiết bên ngoài, dù nơi khác bị cắt điện. Nhưng trong toà nhà 202 xây riêng cho Mao, lại không có khả năng điều hoà nhiệt độ cho từng phòng riêng biệt. Tôi vào phòng họp để đạt quyết định Bộ chính trị, yêu cầu giảm nhiệt độ trong toà nhà. Sau đó các cuộc họp Bộ chính trị chuyển sang thời gian khác.

Khi tôi trở lại cũng là lúc Trương Bình Thân và Ngô Thanh đã tiêm xong formaldehyde. Tôi kể cho họ về quyết định mới của bộ chính trị. Cả hai ngạc nhiên, thống nhất cho rằng giữ thi hài lãnh tụ nhiều năm trong thời điểm hiện nay thực tế là không thể.

Tôi thấu hiểu mọi vấn đề khó khăn, nhưng đề nghị họ chấp hành quyết định lãnh đạo. "Chúng ta cần phải tìm cách nào đó để làm điều này. Tôi đề nghị ai đó trong chúng ta vào thư viện Viện hàn lâm Y học và cố tìm xem có tài liệu về vấn đề này không".

Sau một tiếng, Ngô Thanh từ thư viện gọi cho tôi nói, đã đọc qua phương pháp bảo quản xác lâu dài. Theo phương pháp đó, tiêm vào thân thể người chết khoảng 12 đến 16 lít formaldehyde tuỳ theo trọng lượng thi hài. Đồng thời làm việc đó phải trước 4 đến 8 giờ sau khi chết. Quy trình dừng lại khi dung dịch đã căng đầy ngón tay, ngón chân người quá cố.

Nhưng Ngô Thanh cũng tìm thấy bản lý thuyết phương pháp này trong một tài liệu Tây phương, nhưng bài viết không tin chắc kết quả thực nghiệm. Bà đề nghị tham khảo ý kiến với các Uỷ viên Bộ chính trị. Tôi gặp Uông Đông Hưng, nhưng ông ta bảo:

- Các đồng chí là chuyên gia phải tự quyết định lấy chứ. Có thể đồng chí xin ý kiến thủ tướng Hoa Quốc Phong trước cũng được.

Tôi tìm Hoa Quốc Phong báo cáo đề xuất của Ngô Thanh. Ngẫm nghĩ một lát, ông bảo:

- Không thể triệu tập cuộc họp nữa, dù có họp cũng chẳng tác dụng gì. Tất cả thành viên Bộ chính trị đâu có rành chuyện này. Sao các đồng chí không bắt tay làm ngay đi. Tôi cũng chưa nghĩ ra cách nào khả dĩ hơn.

Trong phòng nhà xác tạm thời, xuất hiện thêm hai gương mặt mới – Trần, chuyên khoa giải phẫu từ viện Hàn lâm y học và Mã ở bộ phận giải phẫu bệnh thuộc Bệnh viện Bắc Kinh. Trần giúp tiêm formaldehyde vào thi hài, còn Mã lo việc trang điểm người quá cố. Tôi thông báo, công việc bắt đầu. Đến 10 giờ sáng, xác Mao đã được tiêm 22 lít dung dịch, nhiều hơn 6 lít theo dự kiến, hy vọng mọi chuyện tốt hơn. Mất hơn hai giờ tiêm, mãi gần 10 giờ sáng mới xong.

Kết quả làm mọi người choáng. Mặt Mao phồng lên như quả bóng, cổ dày đẩy lên đến đầu. Da căng bóng và từ các lỗ chân lông phun ra những hạt formaldehyde bé li ty. Thân người phồng to khác thường. Mấy tay bảo vệ và người giúp việc hết sức sợ hãi không nói nên lời.

- Sao lại ghê thế này – Trương Ngọc Phượng thét lên – Các ông nghĩ rằng Bộ chính trị bỏ qua chuyện này chăng?

Mặc sự cố, Ngô Thanh không bối rối. Nhưng Trương Bình Thân thấy hãi thật. Ông ta mặt tái mét, lộ vẻ lo sợ.

- Đừng lo – tôi an ủi ông – Chúng ta phải nghĩ một cái gì đó xem. Chúng tôi đã đưa vào xác nhiều formaldehyde nhưng không biết lấy chúng ra như thế nào đây.

- Chỗ nào không chữa được phủ quần áo lên, nhưng mặt và cổ thì phải sửa – tôi trả lời.

Trần đưa ra ý kiến xoa bóp để dung dịch chạy xuống dưới thân. Tất cả mọi người xúm lại lấy gạc, bông băng quấn quanh để dồn dung dịch xuống thân. Trần sợ hãi đến nỗi làm rách mẩu da cổ Mao. Ông sợ thực sự, nhưng Mã động viên, dùng son phấn sẽ che được. Sau một phút, dưới bàn tay lành nghề của Mã đã che phủ thiếu sót của Trương, vết xước không nhìn thấy, da cổ trở lại bình thường.

Chúng tôi làm đến ba giờ chiều, cuối cùng, bộ mặt Mao coi cũng giống như trước đây. Cổ đã bé bớt, tai đỡ phồng, nhưng vùng cổ còn sưng. Đám bảo vệ và người giúp việc nhận xét rằng bây giờ trông Mao được hơn. Vất vả lắm họ mới thay được quần áo vì thân thể căng phồng dung dịch formaldehyde, buộc phải rạch áo phía lưng.

Đúng lúc này Hứa Thế Hữu, tư lệnh quân khu Quảng Châu bước vào phòng. Ông ta vừa tới Bắc Kinh, ngay lập tức quyết định vào viếng lãnh tụ lần cuối.

Hứa Thế Hữu, một trong những tướng tài của Trung Quốc. Ông vào đảng từ hồi trẻ, tham gia cuộc Vạn Lý Trường Chinh. Hứa Thế Hữu sinh ra trong một gia đình rất nghèo, từ thuở ấu thơ đã phải bỏ nhà, trở thành một phật tử tại Thiếu lâm Tự, tỉnh Hồ Nam. Ngôi chùa nổi tiếng thế giới nhờ món võ thuật phương đông, mang tên ngôi chùa. Bố mẹ Hứa Thế Hữu là nông dân, mù chữ, Hứa Thế Hữu chỉ được học đọc và viết trong quân đội. Ông là người thô lỗ, chân chất, nhưng theo Uông Đông Hưng kể, Hứa có sức khoẻ và võ nghệ phi thường, một mình có thể đánh bại 20 đối thủ, Hứa không thích Giang Thanh, nhưng trung thành với Mao như một con chó.

Tướng Hứa Thế Hữu

Nhìn Mao, Hứa Thế Hữu theo truyền thống cổ Trung Hoa, cúi đầu vái ba lần sau đó quay sang tôi hỏi:
- Bao nhiêu "ga-ma" ở Mao chủ tịch trước khi chết?
Tôi không thể hiểu ông ta nói gì, nhưng Hứa Thế Hữu tiếp tục:
- Con người ta có 24 ga-ma. Ở Chủ tịch có bao nhiêu?
Tôi không biết trả lời thế nào.
- Đồng chí bác sĩ giỏi mà không biết ga-ma là cái gì? – Hứa Thế Hữu xỉ nhục tôi.
Cho đến nay tôi vẫn không hiểu có phải đấy là trò đùa không. Các bạn của tôi, biết nhiều về thuyết phật giáo giải thích, theo thuyết nhà Phật, trong mỗi cơ thể người sống có 24 ga-ma, nhưng là cái gì, không ai trong số họ có thể nói ra được.
Hứa Thế Hữu hai lần đi quanh thi hài Mao nói:
- Trông ghê quá! Sao trên mình mẩy lại có vết chấm đen?
Sau đó lại cúi đầu thật thấp, vái ba vái và đi ra.
Mã kết thúc trang điểm, chúng tôi hài lòng với công việc, phủ lên thi hài đảng kỳ có búa liềm nền đỏ tươi. Đêm 9 rạng ngày 10 tháng 9, gần một đêm sau khi Mao chết, chúng tôi đưa xác Mao vào quan

tài thuỷ tinh. Một vài Uỷ viên Bộ chính trị đứng quanh quan tài, chụp ảnh. Sau đó thi hài Mao được chở đi bằng xe cứu thương. Tôi ngồi cạnh quan tài, xe chúng tôi ra khỏi cổng Trung Nam Hải về phía nam Bắc Kinh trong đêm thanh vắng. Để linh cữu Mao vào sảnh đường Hội trường Nhân Dân, ở đó trong thời gian một tuần làm lễ truy điệu.

Cuộc đấu đá chính trị trong thời gian nhà độc tài lâm bệnh, bây giờ lại chuyển sang lãnh vực giấy tờ của Mao và tài liệu cá nhân. Giang Thanh cùng với Mao Viễn Tân, những người đầu tiên có mặt trong nhà lãnh tụ. Như trước đây, Trương Ngọc Phượng, người quản lý giấy tờ. Giang Thanh và Viễn Tân thuyết phục cô ta đưa giấy tờ của Mao cho họ. Đặc biệt họ chú ý tới các ghi chép buổi hội đàm của Mao trong chuyến đi của ông đến miền Nam Trung Quốc từ 14-8 tới 12-9-1971, đêm hôm trước cái chết của Lâm Bưu, sau khi thất bại đã cùng gia đình bay đến Liên Xô. Những cuộc nói chuyện và cả những phát biểu của Mao không tìm thấy, nhưng người ta biết trong đó Mao không những đề cập phê phán hành động cực đoan của Lâm Bưu cùng chiến hữu, còn đánh giá, phê phán những người lãnh đạo khác trong đảng, gồm cả Giang Thanh và bè đảng – Trương Xuân Kiều, Vương Hồng Văn và Diêu Văn Nguyên, sau này gọi là "Bè lũ 4 tên".

Uông Đông Hưng, phụ trách việc giữ gìn giấy tờ Mao, đảm trách an ninh trong phòng, nơi nhân dân từ giã lãnh tụ của mình. Mỗi ngày hàng chục nghìn người được sàng lọc kỹ càng về an ninh để rồi được vinh dự vĩnh biệt Chủ tịch. Trong ngày quốc tang, các lãnh tụ cấp cao Trung Quốc đứng xung quanh quan tài Mao. Vì thế Uông không có thời gian theo dõi giấy tờ của Mao, ông không biết ý đồ của Giang Thanh thu thập giấy tờ của chồng. Cận vệ riêng của Mao, Trương Diêu Tự, báo cho Uông. Uông Đông Hưng vội gặp Trương Ngọc Phượng và dặn:

- Trách nhiệm của cô bảo quản giấy tờ của lãnh tụ, không được nghiêng ngả bên này bên kia! Đó là tài sản của Ban chấp hành trung ương đảng và phải nằm ở đây, trong nhà của Chủ tịch, không ai được phép mang đi!

Trương Ngọc Phượng khóc thút thít.

- Đồng chí Giang Thanh, Uỷ viên Bộ chính trị, lại là vợ của Mao chủ tịch, Mao Viễn Tân – người liên lạc của chủ tịch với Bộ chính trị, cũng lại là cháu. Tôi không thể cản họ. Tôi phải làm gì bây giờ?

- Thôi được! – Uông nói – Tôi sẽ cử người đến, kiểm tra lại tất cả giấy tờ hiện có, nhưng phía cô phải yêu cầu Giang Thanh trả lại tất cả giấy tờ đã lấy đi.

Tuy nhiên Giang Thanh từ chối trả lại, Hoa Quốc Phong phải can thiệp.

- Thi hài Mao Chủ tịch còn chưa lạnh mà các ông đã định áp bức tôi! – Giang Thanh phẫn nộ.

Về sau Uông Đông Hưng nói cho tôi biết, một số giấy tờ bị lấy mất hoặc bị thay thế. Có khả năng Giang Thanh đã huỷ các giấy tờ phê phán bà.

Tôi bắt đầu chọn người cho đề án bảo quản lâu dài xác lãnh tụ. Trong tay tôi có hơn 20 chuyên gia đầu ngành trong lĩnh vực giải phẫu bệnh lý, tế bào học và hoá hữu cơ. Họ từ khắp các miền của đất nước tập trung đến.

Chúng tôi chú ý theo phương pháp cổ truyền bảo quản. Một số bộ phận có thể giữ hàng trăm năm. Tuy nhiên chúng tôi hiểu rằng thi hài Mao được tiến hành khác đi. Người ta ướp các xác cổ chôn sâu trong lòng đất nơi không có oxygen. Xác chết được bao bọc một lớp sáp, đặt vào trong một chất lỏng giống thuỷ ngân, nhưng khi đưa ra ngoài không khí, xác phân huỷ ngay.

Người ta cũng biết, bảo quản thi hài Lenin ở Moskova như thế nào, nhưng quan hệ với Liên Xô hiện tại rất xấu, thậm chí không thể đi đến đó được, cũng không thể nói chuyện được. Chúng tôi gửi hai người đến Hà nội – nơi đó bảo quản thi hài Hồ Chí Minh. Nhưng chuyến đi không kết quả. Việt nam từ chối chia xẻ kinh nghiệm, thậm chí họ còn chẳng thèm cho các nhà khoa học Trung Quốc xem thi hài Hồ Chí Minh. Theo tin mật, mũi Hồ Chí Minh đã bị rữa, râu cũng hỏng, rụng nhiều.

Cử hai người sang viện bảo tàng người sáp Madame Tussaud ở London, Anh quốc. Trung Quốc cũng không kém kinh nghiệm, có phần nổi trội hơn trong việc làm hình nộm như vậy. Thi hài Mao làm bằng sáp do Viện nghệ thuật trang trí ứng dụng Bắc Kinh làm ra rất giống lãnh tụ lúc sống. Ngay cả người ở bảo tàng Anh cũng không thể làm giống đến như thế.

Chúng tôi xem nhiều tạp chí khoa học, đi đến kết luận, có thể bảo quản được thi hài Mao. Nhưng để làm điều đó cần phải hoàn thiện phương pháp chúng tôi đưa ra. Vì không muốn cưa sọ, chúng tôi quyết định giữ óc Mao. Nội tạng gồm tim phổi, dạ dày thận gan, sinh dục... phải lấy ra. Chúng tôi quyết định bảo quản chúng ngâm trong các bình riêng biệt chứa formaldehyde. Để phòng trường hợp ai đó lật lại nguyên nhân cái chết của Mao. Bụng sẽ nhồi bông tẩm formaldehyde. Ở cổ sẽ đặt một cái ống đặc biệt theo chu kỳ đưa dung dịch vào. Trong quan tài thuỷ tinh sẽ bơm khí hê-li. Tất cả công việc sẽ bắt đầu sau khi kết thúc lễ tang và tiến hành trong điều kiện cực kỳ bí mật. Chương trình của chúng tôi mang tên "Đề án bí mật 19 tháng 5".

Đề án 19-5 liên quan tới cuộc xung đột biên giới giữa Trung Quốc và Liên Xô ở đảo Trân Bảo (đảo Châu Báu), phía bắc tỉnh Hắc Long Giang. Hoạt động vũ trang bắt đầu từ ngày 2-3-1969, chính khi đó Mao cho rằng đe doạ an ninh Trung Quốc không xuất phát từ Mỹ mà từ Liên Xô, điều đó dẫn đến khai thông trong quan hệ Mỹ-Trung.

Chính phủ kêu gọi nhân dân Trung Quốc "xây hầm trú ẩn, tích trữ lương thực, chống bọn bá quyền". Từ đó suy ra, đất nước Trung Hoa yêu hoà bình nhưng luôn luôn sẵn sàng giáng trả kẻ thù. Dân chúng tất cả các thành phố được động viên đắp hầm tránh bom chống quân xâm lược Xô Viết. Bắc Kinh đến giờ vẫn giữ được nhiều hệ thống giao thông hào chằng chịt ngầm dưới lòng đất, đủ để toàn bộ dân Bắc Kinh chui xuống hầm sau ba phút.

Trong thời gian dân Bắc Kinh làm hầm tránh bom, bộ phận kỹ thuật của Quân đội Trung Quốc xây dựng dưới lòng đất một công trình lớn mang tên "tổ hợp bí mật 19 tháng 5", bởi vì chính ngày 19-5-1969 đã thông qua quyết định xây công trình ngầm khổng lồ này dùng cho lãnh đạo cao cấp quân đội trong thời kỳ chiến tranh. Đã xây được một đường ô tô ngầm 4 làn đường để chạy, nối liền Trung Nam Hải, Thiên An Môn, toà nhà Hội nghị đại biểu toàn quốc, dinh cựu bộ trưởng quốc phòng Lâm Bưu ở Mao Tần Vũ và Bệnh viện 305 trực thuộc Giải phóng quân Trung Quốc ở trung tâm Bắc Kinh, tới phía tây thành phố nơi phần đông các sĩ quan chỉ huy sống ở đó. Ngoài sở chỉ huy chính, còn có các khu điện thoại, điện báo, khu tập thể, bệnh viện với các thiết bị hiện đại dùng khi chiến tranh. Bệnh viện đặc biệt này, nằm ngay dưới bệnh viện 305, nơi tôi làm giám đốc, bây giờ trở thành trung tâm nghiên cứu để thực hiện đề án bí mật của chúng tôi.

Tuần lễ tang kết thúc, 17-9-1976, vào khoảng nửa đêm khi toàn bộ Bắc Kinh đang ngon giấc, chúng tôi chuyển xác Mao từ phòng vào phía sau mini-bus, chạy qua các phố Bắc Kinh vào khu Mao Tần Vũ, khu nhà bị bỏ trống sau khi Lâm Bưu chết. Trong chiếc mini-bus, tôi ngồi cạnh quan tài, Hoa Quốc Phong và Uông Đông Hưng đi xe riêng, đoàn xe được hộ tống một hàng rào lính cưỡi mô tô được vũ trang đến tận răng. Ngoài chúng tôi, còn có bộ trưởng và thứ trưởng Bộ y tế cùng nhóm chuyên viên thực hiện đề án cũng đến đó.

Ở lối vào tổ hợp, chúng tôi gặp toán bảo vệ. Họ được báo trước, chúng tôi vào tiếp bên trong.

Qua đường hầm, đến một bệnh viện đặc biệt nằm dưới lòng đất. Sau mười phút đoàn xe dừng lại. Chúng tôi chuyển xác Mao vào một trong phòng mổ, nơi nhóm tôi sẽ làm việc.

Vài hôm sau, hình giả Mao bằng sáp được mang đến. Họ đặt ở buồng bên cạnh, lần đầu tiên tôi nhìn thấy, quả thật các nhà nặn tượng quá giỏi, y hệt Mao như còn sống.

Về hai xác Mao – một trong formaldehyde và một Mao khác nặn bằng sáp ít người biết. Hai xác đó nằm trong bệnh viện gần một năm, mỗi tuần một lần tôi tới đó kiểm tra. Thậm chí lính canh bệnh viện cũng không biết họ đang canh giữ của quý gì bên trong.

Năm 1977, người ta tiến hành sửa chữa lăng trên quảng trường Thiên An Môn. Cả hai Mao và các bình chứa nội tạng đều được đặt vào lăng trong một bể lớn nằm dưới phòng rộng. Phần nền giữa gian nơi đặt quan tài thuỷ tinh, chính là chiếc thang máy, khi cần có thể hạ xuống bể. Giáo sư Ngô Thanh, khoa bệnh lý Viện hàn lâm y học, người tham gia việc ướp xác Mao, phụ trách việc xem xét cả hai xác Mao theo dõi trật tự trong lăng để hàng ngày hàng chục nghìn thường dân Trung Quốc, khách du lịch vào viếng. Họ đến chiêm ngưỡng con người đáng kính, vị lãnh tụ lãnh đạo đảng cộng sản Trung Quốc trong suốt 40 năm.

Lễ truy điệu Mao tổ chức ngày 18-9-1976. Chính hôm đó tôi chở thi hài ông vào hầm chứa đặc biệt. Nóng bức ngột ngạt, tôi có mặt ở Thiên An Môn lúc hai giờ chiều – một giờ trước khi lễ khai mạc.

"Thiên An Môn" nghĩa là "Cổng trời thanh bình". Thời trước cổng này là lối ra phía nam Cấm Thành, chỗ ở các hoàng đế đời Minh và Thanh trong 450 năm. Trên quảng trường như trước đây treo đầy chân dung Mao, ảnh chụp những năm 1950. Cả hai phía chân dung kết đầy các khẩu hiệu cách mạng kêu gọi đoàn kết vô sản quốc tế, chúc nước Cộng hoà nhân dân Trung Hoa muôn năm giàu có, hùng cường.

Trong gần 30 năm qua, tính từ ngày trở về Trung Quốc tôi thường có mặt trên quảng trường Thiên An Môn. Tôi có mặt ở đây ngày 1 tháng 10 năm 1949, ngày thành lập nước Cộng hoà nhân dân Trung Hoa. Sau đó một thời gian, đã cùng với Mao – trong ngày lễ duyệt binh hai lần trong năm: 1-10 và 1-5. Trong những năm bão tố Cách mạng văn hoá (1966-1976) tôi cùng Mao trong các ngày lễ, nơi hàng triệu Hồng vệ binh từ các trường trung học và Đại học cả nước kéo về chúc mừng Mao. Hôm nay trên quảng trường lớn này, nối tới phía nam Thiên An Môn, giáp toà nhà của tổ chức cao nhất của chính quyền quốc gia – Hội trường Đại biểu nhân dân toàn quốc, từ phía đông tới quảng trường, ngăn cách bởi toà nhà bảo tàng lịch sử cách mạng. Trên quảng trường tụ tập khoảng nửa triệu người được chọn lọc trong các tập thể kiểu mẫu. Đủ các loại người, đủ các lứa tuổi. Ba giờ đúng, toàn đất nước Trung Quốc lặng ngắt. Trong ba phút, các nhà máy xí nghiệp dừng việc, còi nhà máy cùng còi tầu thuỷ vang lên như một bản hợp xướng vĩnh biệt người. Sau đó là mặc niệm quan tài. Cả nước cũng tại thời điểm này, tiến hành mít tinh truy điệu chủ tịch. Cuối cùng Vương Hồng Văn khai mạc buổi lễ. Nhìn đám đông dân chúng, tự nhiên tôi toát mồ hôi lạnh. Phải chăng vì mệt mỏi kéo dài trong vài tháng qua, sức khoẻ tôi đã suy sụp. Khi Hoa Quốc Phong bắt đầu đọc diễn văn, tôi phải cố gắng lắm mới không bị khuỵu xuống vì quá mệt mỏi.

Sau khi phát cơn bệnh tim đầu tiên của Mao vào tháng 5, tôi ở quanh ông suốt ngày đêm. Tôi chỉ chợp mắt khoảng ba giờ mỗi đêm. Tôi gầy tọp, giảm từ 77 xuống 55 ki-lô. Đầu óc tâm trí tôi đờ đẫn trong suốt thời gian tang lễ. Tôi choàng tỉnh khi tang lễ kết thúc, ít ra cũng đã chợp mắt được đôi chút. Bây giờ tôi có thể về nhà nghỉ ngơi.

Năm giờ rưỡi tối tôi trở về cơ quan ở Trung Nam Hải, nằm vật xuống giường, thiếp đi.

Vài phút sau, chuông điện thoại dựng tôi dậy. Uông Đông Hưng gọi. Uông thông báo, 4 ngày nữa, 22 tháng 9, sẽ có cuộc họp Bộ chính trị. Mọi người sẽ chờ báo cáo đầy đủ rõ ràng về bệnh tật, cách điều trị và nguyên nhân chết của Mao. Tôi phải đọc báo cáo, tất cả các nhân viên y tế điều trị lãnh tụ nhất thiết phải có mặt tại phòng họp.

- Đây là cuộc họp rất quan trọng – Uông nhấn mạnh – Anh cần phải chuẩn bị đầy đủ, kỹ càng.

Hôm sau tên tôi xuất hiện trên tờ Nhân Dân Nhật Báo. Tôi được giới thiệu, người lãnh đạo nhóm bác sĩ điều trị cho Mao chủ tịch.

Nhưng tôi vẫn nằm trong sự nghi vấn. Niềm vui của tôi đã quá sớm khi đọc bản thông báo về cái chết của Mao, lẽ thường tình của tạo hoá. Trong thông báo, ca ngợi đội y tế chăm nom sức khoẻ chủ tịch trong thời gian dài khi người mắc bệnh, giải toả những nghi vấn của nhân dân. Bây giờ Bộ chính trị họp để tìm nguyên nhân cái chết của lãnh tụ có phải bình thường hay không. Nếu báo cáo của tôi được chấp nhận, trong kết luận chính thức, người ta viết rằng Mao chết tự nhiên, việc nghi vấn bác sĩ sẽ bị gạt đi. Trong trường hợp ngược lại, quả là nguy hiểm giữa cái sống và cái chết cho tất cả chúng tôi.

Tôi họp anh em, tất cả đồng ý tôi soạn báo cáo, nhưng sau đó họp lại, thảo luận đầy đủ kỹ càng từng vấn đề. Tôi ngay lập tức bắt tay khởi thảo. Tôi viết và viết suốt đêm 18-9 đến sáng hôm sau hoàn thành. Bài viết tổng hợp tất cả mọi chi tiết, khoảng 50 trang. Kể lại bắt đầu từ việc cố gắng cứu Mao lần đầu tiên khi bị tắc nghẽn động mạch vành tim vào tháng Giêng 1972. Tiếp theo, mô tả sự suy sụp sức khoẻ dần dần của Chủ tịch cùng ba vụ nhồi máu cơ tim. Tôi giải thích việc chẩn bệnh như thế nào, chạy chữa ra sao, nguyên nhân nào dẫn tới tử vong. Đồng nghiệp của tôi đã góp ý và bổ xung nhiều ý kiến quý báu. Cuối cùng, sáng ngày 20-9-1976 bản báo cáo đã hoàn chỉnh.

Uông Đông Hưng từ chối xem, yêu cầu tôi đưa cho Hoa Quốc Phong duyệt. Đọc qua, Hoa Quốc Phong nhận xét rằng trong đó có quá nhiều thuật ngữ y học, các Uỷ viên Bộ chính trị sẽ không hiểu được. Ông cũng nhấn mạnh, trong báo cáo chưa nói rõ nguyên nhân cái chết, yêu cầu có bổ xung.

Các bác sĩ chống việc dịch thuật ngữ y học sang ngôn ngữ thường, bởi vì làm điều đó rất khó, trong nhiều trường hợp không thể dịch được. Họ yêu cầu tôi nếu cần sẽ giải thích bằng lời trong cuộc họp. Họ đều cho cái chết của Mao là lẽ tự nhiên, Mao quá già yếu lại nhiều bệnh. Ngoài ra, họ còn nhấn mạnh tới việc ông bị suy hệ thống hô hấp, do bệnh tâm-phế mãn gây ra, phá huỷ chức năng tải máu lên não. Tôi chỉnh lại báo cáo, 21-9-1976 gửi cho Hoa Quốc Phong đồng thời nói rõ ý kiến của các đồng nghiệp. Hoa Quốc Phong nhắc nhở, một số Uỷ viên Bộ chính trị sẽ hỏi nhiều, tôi cần bình tĩnh, cố gắng giải trình cho họ những câu trả lời để tất cả cùng hiểu.

Sáng 22-9-1976, tôi với các đồng nghiệp có mặt ở phòng họp, mọi người đã tề tựu đầy đủ. Các Uỷ viên Bộ chính trị ngồi trong ghế bành đặt lộn xộn trong phòng. Trước mặt mỗi người có bàn trà nhỏ. Trong phòng có một số tốc ký viên thuộc Ban chấp hành Trung ương và một số người trẻ tham dự. Tôi ngồi vào ghế sau lưng thủ tướng Hoa Quốc Phong và nguyên soái Diệp Kiếm Anh, người đề nghị làm tượng Mao bằng sáp. Trần Tử Lăng, Tư lệnh quân khu Bắc Kinh phát biểu:

- Tôi không thể đảm nhận trách nhiệm, đề nghị cho tôi thôi chức vụ này – ông nói.
- Bình tĩnh đã, đồng chí Tử Lăng – Hoa Quốc Phong nói – Chúng tôi sẽ giải quyết việc đồng chí sau. Bây giờ chúng ta nghe báo cáo của nhóm bác sĩ điều trị Mao chủ tịch. Họ đã bốn tháng liền trực tiếp phục vụ ngày đêm quanh giường lãnh tụ để cứu sống Mao chủ tịch. Xin mời bác sĩ Lý phát biểu.

Đến tận giờ, tôi chẳng hiểu vì sao Trần Tử Lăng xin từ chức.

Diệp Kiếm Anh nhắc tôi nói to hơn. Một số Uỷ viên Bộ chính trị tương đối già và nặng tai. Trong thời gian phát biểu, họ đã ngắt tôi nhiều lần, đề nghị giải thích thuật ngữ này, thuật ngữ kia.

Khi tôi bắt đầu kể về sự suy giảm nhanh chóng sức khoẻ Mao từ tháng 6-1976, đột nhiên tướng Hứa Thế Hữu đứng lên với điệu bộ hung hăng tiến lên.

- Vì sao trên thân thể Mao chủ tịch có những vết thâm tím? – ông hỏi, mắt đưa về phía tôi để nhấn mạnh – Nguyên nhân nào xuất hiện nó?

Cần lưu ý, người Trung Quốc kiêng kỵ cho rằng xuất hiện nốt như thế trên thân thể người quá cố là biểu hiện sự đầu độc.

Tôi giải thích điều này như sau:
- Trong những ngày cuối đời, lãnh tụ khó thở. Cơ thể thiếu oxygen. Vì thế trên thân thể xuất hiện vết thâm tím.

Hình như Hứa Thế Hữu không thoả mãn câu trả lời của tôi và tiếp tục:
- Cả cuộc đời tôi tham gia nhiều trận chiến đấu, thấy nhiều xác chết, nhưng không xác nào tôi gặp lại có những vết như thế. Ngày 9 tháng 9 tôi thấy nó trên thân thể của Chủ tịch, hỏi các ông, bác sĩ Lý, có bao nhiêu "ga-ma" trong cơ thể Mao chủ tịch, tuy nhiên các ông không thể trả lời tôi lúc đó. Và bây giờ tôi cảm thấy rằng Chủ tịch đã bị đầu độc. Chỉ có chất độc mới dẫn đến xuất hiện những vết này. Chúng tôi phải hỏi bác sĩ và y tá, giải thích, ai đầu độc Mao?

Từ ngày đầu thành lập nước Cộng hoà nhân dân Trung Hoa, chính phủ đã thành lập hệ thống bảo vệ rất cẩn thận tránh Mao bị đầu độc. Tôi kể về hệ thống này cho Hứa Thế Hữu.

- Trước khi đưa cho Mao chủ tịch bất kỳ thuốc gì, chúng tôi phải thử nó ngay trên bản thân mình – tôi nói – Tất cả đơn thuốc đều ghi trong sổ đặc biệt. Mỗi thứ thuốc đều được hai y tá ký và có bác sĩ trực xác nhận. Thuốc được cung cấp theo đường dây đặc biệt chỉ dùng cho giới lãnh đạo đảng cao cấp. Thuốc luôn luôn chứa trong hộp niêm phong và chỉ cấp phát theo lệnh bác sĩ chữa Mao.

- Âm mưu có thể một người bất kỳ trong số các anh làm chứ – Hứa nói thêm – Chúng tôi cần kiểm tra cẩn thận việc này.

Hứa Thế Hữu thành tâm tin rằng cái chết Mao do một hành động có tính toán. Ông nghi rằng người tổ chức có thể Giang Thanh cùng chiến hữu của bà. Hứa không biết quan hệ giữa tôi với Giang Thanh bị xấu đi từ rất lâu vì vậy cho rằng tôi và đồng nghiệp có thể dính líu vào âm mưu chống lãnh tụ.

Khi Hứa kết thúc, trong phòng lặng ngắt. Ông đứng đối diện tôi, mặt giận dữ. Sau đó ông nhìn vào Trương Xuân Kiều, nhưng ông này lờ đi. Giang Thanh, trong bộ áo tang, ngồi trên đi văng. Hoa Quốc Phong cứng người trong sự lúng túng. Uông Đông Hưng đang làm giả bộ đọc một tài liệu gì đó. Vương Hồng Văn nhìn khắp phòng, lộ vẻ lo lắng.

Nguyên soái Diệp Kiếm Anh, tướng Lý Đan Sâm tư lệnh quân khu Triết Giang, quay lại phía tôi, hỏi nhỏ: "Vết tím ấy từ đâu ra thế?"

Tôi trả lời:

- Phía phổi trái chủ tịch có ba phế nang phình to, cản trở cả hai phổi. Mao chủ tịch rất khó thở và rất thiếu oxygen thường xuyên. Những vết ấy gọi là những vết xác chết, thường xuất hiện sau 4 giờ khi đã chết. Khi đồng chí Hứa Thế Hữu thấy xác đã 16 tiếng rồi.

Ngay lúc ấy, vợ goá Mao đứng dậy, nói:

- Đồng chí Hứa Thế Hữu, các bác sĩ vật lộn vì cuộc sống của lãnh tụ tròn bốn tháng, hà cớ gì đồng chí không cho bác sĩ Lý đọc hết báo cáo của mình?

Hứa tiến gần Giang Thanh, đấm tay xuống bàn. Tách chén rơi xuống sàn.

- Ai cho phép đồng chí chặn họng các Uỷ viên Bộ chính trị trong khi họp? – Hứa tức giận – Đừng có mà nhiều sự.

Hoa Quốc Phong can:

- Đồng chí Hứa, bình tĩnh đã – Sau đó quay về phía tôi và nói:

- Bác sĩ và các đồng nghiệp tốt nhất dời khỏi đây. Chúng tôi sẽ xem xét vấn đề ấy sau.

Nhóm y tế chúng tôi im lặng quay về Trung Nam Hải, tôi mới đọc báo cáo giải trình được 10 trang trong số 50 trang. Trương ngọc Phượng bảo:

- Giám đốc Uông Đông Hưng chưa phát biểu gì, vậy các đồng chí phải đợi ý kiến của Bộ chính trị.

Tôi hy vọng được trở lại báo cáo tiếp. Bữa trưa, Trương Ngọc Phượng lại cảnh báo, chúng tôi lo lắng đến mức độ không ai đi ăn trưa.

Tôi đợi chờ lời buộc tội tham gia giết Mao. Đáng ngạc nhiên nó thốt ra từ miệng Hứa Thế Hữu và Giang Thanh lại đứng ra bảo vệ chúng tôi, dù rằng tôi nhớ rõ sự công kích bác sĩ của bà ta trong những ngày cuối cùng của Mao. Tôi đoán, nếu chiến hữu của Giang Thanh – Vương Hồng Văn và Trương Xuân Kiều, giúp bà theo dõi bác sĩ, xảy ra chuyện gì họ cũng có phần lỗi. Nếu Bộ chính trị quyết định rằng có âm mưu đầu độc Mao, hai người này khó tránh khỏi bị tội. Chính vì thế Giang Thanh bảo vệ bác sĩ.

Ngày tháng trôi qua không thấy Bộ chính trị đưa lại tin tức gì cả. Tôi biết, cuộc đấu đá chính trị ở Trung Nam Hải chỉ mới bắt đầu. Hai tháng trước, tháng Sáu, Uông Đông Hưng nói cho tôi hay, đã nghĩ tới việc bắt Giang Thanh, không cần chờ Mao chết. Uông Đông Hưng trong quan hệ nhiều mặt với Giang Thanh, luôn giữ lịch sự và cảnh giác, tôi cảm thấy rằng sớm muộn họ cũng bắt Giang Thanh. Dù rằng Giang Thanh tưởng như quyền lực đã nắm trong tay, nên bớt thở than những lời nguy hiểm. Khi cuộc đấu đá chưa ngã ngũ, tình thế của các bác sĩ còn rất mong manh. Lời buộc tội phản động trong cái chết của Mao sẽ phục vụ cho con chủ bài trong mánh khóe bẩn thỉu đen tối này.

Ở Trung Nam Hải, tôi biết số phận thay đổi như thế nào. Tôi tròn 22 năm theo dõi sức khoẻ, bệnh tật, cuối cùng chứng kiến cả cái chết của Mao. Tôi biết, nguy hiểm còn theo đuổi tôi tất cả những ngày còn lại.

PHẦN HAI
1949 - 1957

CHƯƠNG 2

Năm 1949 tôi tròn 29 tuổi. Tôi là bác sĩ hàng hải ở Sydney, Úc. Qua báo chí tôi hiểu thành phố quê hương tôi đã ngừng tiếng súng. Ngày 31-01-1949 tất cả dân Bắc Bình (tên gọi Bắc Kinh thời đó) đổ ra đường để đón chào những người giải phóng mình. Kéo về đây có cả lãnh đạo đảng cộng sản. Họ dự định thành lập nước Cộng hoà nhân dân Trung Hoa. Bắc Bình lại trở thành Bắc Kinh thủ đô Trung Quốc. Tên gọi Bắc Bình, nghĩa là "bình yên phương Bắc". Tên gọi Bắc Kinh nhận được sau khi chính phủ Tưởng Giới Thạch rút về "thủ đô phía nam" – thành phố Nam Kinh. Nội chiến trong nước giữa những người cộng sản và Quốc dân đảng vẫn tiếp tục, nhưng không ai hoài nghi rằng chiến thắng sẽ thuộc về hồng quân Trung Quốc.

Bắc Kinh, thành phố quê hương, ở đó tôi sống 13 năm đầu tiên cuộc đời. Nhà của chúng tôi xây theo phong cách truyền thống Trung Hoa. Gia đình tôi giàu có, thuộc giới thượng lưu. Thực tế chúng tôi sống không phải một căn nhà mà trong một khu gồm nhiều nhà một tầng mái ngói và ba sân riêng biệt trồng cỏ và rau. Chúng tôi sống ở phía nam Cấm Thành ở khu Lưu Linh Chương. Khu này bắt đầu sau bức tường dày, ngăn cách Thành Nội, nơi ở hoàng đế. Cứ mỗi năm một lần, ngày lễ Xuân, mọi người Bắc Kinh đổ về đây. Tại đây có thể mua được đồ chơi Trung Quốc cho trẻ con. Tên gọi "Lưu Linh Chương" xuất phát từ chữ Trung Quốc "Lưu Linh" – bắt mắt. Ở đây thời Minh có xưởng thợ làm ngói mạ vàng cho các toà nhà hoàng cung (1368-1644)

Ông tôi mất trước khi tôi ra đời, nhưng gia phong cụ lập ra vẫn được giữ gìn. Chân dung cụ treo ở một phòng, nơi hàng năm chúng tôi thường tụ họp tất cả gia đình vài lần để tưởng nhớ. Phòng thăm bệnh của cụ ngay trong khu nhà vẫn giữ nguyên, nhà thuốc Bắc Chí Đường do cụ sáng lập vẫn phát đạt nhưng giao cho một người bào chế tin cậy trông nom. Cụ tôi giàu có nhưng được mọi người kính trọng, tôn quý vì cụ luôn luôn giúp đỡ người nghèo. Trong hiệu Bắc Chí Đường người bệnh có thể được phát không, nếu như quá nghèo. Không những người dân Lưu Linh Chương mà còn cả Bắc Kinh biết tiếng tăm cụ. Tôi lớn lên trong gia đình, nơi người ta cho rằng người nghèo chịu đựng quá nhiều đau khổ, cần lòng từ thiện.

Tuy nhiên do sự giàu có của chúng tôi đã tạo ra bức tường vô hình ngăn cách với các gia đình nghèo. Mẹ tôi không cho phép tôi chơi với trẻ con gia đình nghèo, trong thời ấy có nhiều người nghèo ở Bắc Kinh. Từ thuở thơ ấu, gia đình khuyên tôi cần tiếp tục truyền thống và tôi trở thành bác sĩ. Tôi cho rằng tôi được sinh trong gia đình đặc biệt. Tôi rất tự hào về dòng tộc, muốn trở thành người xuất chúng.

Em trai bố tôi, cũng trở thành bác sĩ, đóng góp nhiều công sức cứu giúp người nghèo. Khi tỉnh Hồ Nam có dịch thương hàn, chú tôi tự nguyện đến đó để cứu họ, chính ông cũng bị lây bệnh, chết khi chưa tròn 30 tuổi. Thím và hai con trai ông vẫn sống trong khu nhà, chúng tôi coi nhau như anh em ruột. Tôi còn có người anh trai cùng cha khác mẹ, con người vợ trước của bố tôi. Tất cả chúng tôi thân thiết như anh em ruột thịt. Bố tôi cưới mẹ tôi sau khi bà cả qua đời.

Riêng cha tôi đã phá vỡ gia phong của dòng họ. Năm 1920 ông sang Pháp tu nghiệp. Lúc ấy tôi mới ra đời. Tôi biết mặt bố mãi 7 năm sau. Qua thư từ, chúng tôi biết trong số sinh viên của nhóm bố tôi có Chu Ân Lai, người mà ông đánh bạn. Tình bạn của họ giữ được đến tận khi bố tôi mất, dù rằng Chu Ân Lai trở thành lãnh tụ cộng sản, còn bố tôi thuộc về những người quốc gia thuộc Quốc dân đảng, ông nắm chức vụ cao trong chính phủ Tưởng Giới Thạch.

Việc bố tôi quay về nước gây ra một bê bối, lộn xộn trong gia đình. Ông mang theo một bà vợ người Pháp, cùng sống trong ngôi nhà chúng tôi. Mẹ tôi, một phụ nữ Trung Hoa điển hình, ít học, xuất thân từ tầng lớp thường dân, bó chân theo phong tục. Hy vọng duy nhất của bà trở thành người vợ đảm đang, người mẹ hiền chăm sóc gia đình con cái. Theo tục lệ Trung Quốc thời bấy giờ, đàn ông giàu, có nhiều vợ tương đối phổ biến. Nhưng gia phong của dòng tộc tôi không chấp nhận ông lấy hai vợ, không những thế còn cho đó là sự sỉ nhục gia đình.

Bà vợ hai của bố tôi là người tốt, lịch sự, học thức cao. Bà dạy tiếng Pháp ở Đại học Bắc Kinh, đặc biệt rất luôn luôn thân thiện, đối xử tử tế với tôi. Tuy nhiên tôi cảm thấy mẹ tôi phải cắn răng chịu đựng, bà thường trút nỗi bực tức xuống đầu tôi, nhiều lần bị bà đánh oan. Chỉ khi lớn rồi, tôi hiểu, mọi sự rắc rối trong gia đình nguyên nhân do bố tôi gây ra.

Thậm chí thời thơ ấu tôi không thích bố. Hiếm khi hai bố con nói chuyện với nhau trừ khi ông chửi mắng, còn tôi thì bỏ ngoài tai. Tất và mọi người còn lại trong gia đình đối xử với nhau thân mật và kính trọng. Sự bình đẳng trong gia đình tôi đã tồn tại từ lâu, cho nên thái độ gia trưởng của bố đã xúc phạm không những đến chúng tôi mà còn đến ký ức dòng họ. Ngay sau khi quay về Trung Quốc, bố tôi cùng bà vợ hai chuyển đến Nam Kinh tham gia chính quyền Tưởng Giới Thạch. Sau vài năm, người vợ Pháp của ông từ trần. Ông trở thành người hám gái, sống lang chạ, nhưng chẳng lấy ai. Tôi rất xấu hổ về tư cách của ông, quyết tâm học hành tử tế để trở thành một bác sĩ lành nghề phục vụ nhân dân. Sự hằn thù của tôi đối với bố khiến tôi ghét chính phủ Quốc dân Đảng, vài năm sau, tôi có mối quan hệ thân thiện với đảng cộng sản. Có lẽ tôi từng ghét lối sống vô đạo đức cha tôi, cho nên sau này, ở gần Mao, tôi kinh hoàng về đời sống tình dục của chủ tịch.

Cũng như đa số người Trung Quốc cùng thế hệ, tôi yêu nước và tự hào về nền văn hoá lâu đời của tổ quốc mình. Lịch sử 4000 năm của Trung Quốc mang đến sự vinh quang và giàu có, triết học Trung Hoa cổ đại, thi ca, sử ký đã đạt được những kỳ tích khác thường, được ngưỡng mộ trên thế giới. Vì thế tôi không thể chịu đựng, trong quá khứ đất nước vĩ đại bắt đầu xảy ra sự suy tàn từ thế kỷ trước. Ngay từ hồi cấp I, tôi biết cái nhục của Trung Quốc trong "Chiến tranh nha phiến" với Anh vào năm 1839. Sau đó lại tới Pháp, Nhật và Nga can thiệp, xâu xé khiến đất nước tôi kiệt quệ. Do đó Trung Quốc mất độc lập phải trở thành thuộc địa, sự hùng mạnh thuở nào biến mất không còn dấu vết. Các ông chủ ngoại quốc tới tràn đầy các thành phố lớn, đất nước bắt đầu sống dưới một luật lệ mới lạ, ngược với truyền thống văn hoá và tinh thần của dân tộc Trung Hoa. Từ nhỏ tôi đã nhìn thấy tận mắt chiếc biển treo ngay lối vào công viên cạnh khu phố Tây ở Thượng Hải, trên đó dòng chữ: "Cấm chó và người Trung Quốc" làm tôi thấy nhục nhã và đau lòng. Cũng như nhiều người, tôi cho rằng nỗi bất hạnh của đất nước Trung Hoa xuất phát từ ảnh hưởng ngoại quốc hoặc từ các thế lực đế quốc – như sau này người ta thường nói.

Năm 1931, khi tôi tròn 11 tuổi, người Nhật chiếm Bắc Mãn Châu và lập nên quốc gia bù nhìn Mãn Châu Lý. Mẹ con chúng tôi bỏ Bắc Kinh, chuyển về phương nam – đến Quý Châu, nơi tôi theo học trường trung học thuộc Đại học Quý Châu do phái bộ Truyền giáo Mỹ thành lập. Tất cả các môn học đều bằng tiếng Anh, tiếng Anh kiểu Mỹ. Chương trình học có nhiều bài phần giảng về tôn giáo. Tôi đã tìm hiểu cuộc hành hương từ Anh sang Mỹ 1620, lịch sử nước Mỹ. Năm 1935, lúc 15 tuổi tôi đã rửa tội chuyển sang đạo Tin Lành. Trong thời gian rất ngắn tôi đã quan tâm đến tư tưởng cộng sản. Người anh cùng cha khác mẹ của tôi học y khoa ở Đại học Aurora

Thượng Hải và năm 1935 vào đảng cộng sản. Đó là điều bất thường đối với người gia thế quyền quý, giàu có, nhưng vì lòng yêu nước, thương người nghèo đã thôi thúc anh tôi tham gia tổ chức. Những ngày cuối tuần, anh đến Quý Châu thăm, luôn khẳng định sự xấu xa, bóc lột công nhân tàn bạo của chủ nghĩa tư bản. Ông bảo cho tôi, chỉ có những người cộng sản mới có thể xây dựng được một thế giới không có nghèo đói và bình đẳng. Anh tôi lên án Quốc dân đảng tham nhũng, làm tay sai cho đế quốc, không có khả năng chống quân xâm lược Nhật ở Mãn Châu. Anh khẳng định, chỉ có người cộng sản mới có thể đánh đuổi bọn Nhật ra khỏi đất nước Trung Quốc. Tôi kính trọng anh, tin tưởng vào giấc mơ đất nước Trung Hoa hồi sinh, giàu có, thịnh vượng, văn minh, bình đẳng, bác ái. Tôi bắt đầu chăm chú đọc những cuốn sách anh tôi đưa cho: "Chuyện về kế hoạch 5 năm lần thứ nhất", "Thép đã tôi thế đấy" của Nicolai Ostroevsky và cả sách của ký giả Pháp, Henry Barbus về vai trò xuất sắc của Stalin trong việc chuẩn bị và thực hiện cách mạng tháng 10 vĩ đại ở Nga. Anh vạch cho tôi, chỉ có ý tưởng cộng sản mới cứu được Trung Quốc, các lãnh tụ cộng sản xuất sắc như Chu Đức và Mao Trạch Đông mới dẫn dắt đất nước đến nền kinh tế và tinh thần sáng lạn. Số phận Trung Quốc trong tay họ. Chúng tôi và anh gọi họ là Chu Mao, dường như đó chỉ là một người. Từ ấy, tôi bắt đầu đọc Chu Mao, lòng tin này dần dà tăng lên, khi tôi hiểu rằng Lỗ Tấn nhà văn yêu quý của tôi cũng thiên về lý tưởng cộng sản.

Chu Đức và Mao Trạch Đông tại Diên An, 1940. Ảnh: Baldwin Ward

Cũng thời gian đó, năm 1936, một người chị họ giới thiệu tôi với cô bạn cùng lớp của chị. Cô ta tên là Ngô Tương Thanh – hay Ngô Lý Liên (theo tên thánh), tôi phải lòng cô ấy từ cái nhìn đầu tiên. Cô cũng xuất thân từ gia đình giầu có, theo đạo Tin Lành. Mười năm sau chúng tôi mới cưới nhau mặc dù khi chiến tranh lan rộng, mỗi người một ngả, nhưng thường xuyên liên lạc tìm mọi cách đoàn tụ. Quân Nhật tràn vào đất nước, ban đầu chúng tôi cùng mẹ chạy về Vũ Hán, năm 1937 chạy về Trùng Khánh tỉnh Tứ Xuyên. Thành phố này, năm 1938, Tưởng Giới Thạch, coi là thủ đô của Quốc dân đảng. Cuối năm 1935 căn cứ địa của đảng cộng sản Trung Quốc ở Giang Tây bị quân đội Quốc dân đảng bao vây, nên trong tháng 10, lực lượng chính của Hồng quân, bị rơi vào vòng vây, đã phải làm cuộc Vạn Lý Trường Chinh sang phía tây Trung Quốc để nhập với căn cứ khác. Cuộc hành quân này kết thúc cuối năm 1935 ở tỉnh Thiểm Tây và viết nên trang sử hào hùng của cuộc đấu tranh giải phóng dân tộc của nhân dân Trung Quốc. Anh tôi và bà chị họ cũng theo đoàn quân đến đó.

Năm 1939 tôi bắt đầu học y ở trường Đại học Liên hiệp Y khoa Tây-Trung, do phái bộ Truyền giáo Canada thành lập gần một thế kỷ ở Thành Đô, tỉnh Tứ Xuyên. Sau khi Nhật chiếm Bắc Kinh nhiều khoa và sinh viên trường y Bắc Kinh chuyển về Thành Đô, sau năm 1941 các bộ phận này hợp nhất làm một. Cả hai trường đều được Mỹ, đúng ra do là quỹ Rockefeller tài trợ. Phần đông giáo sư người Mỹ. Bài giảng được giảng bằng tiếng Anh, tác giả sách giáo khoa là những nhà y học đầu ngành xuất sắc của phương Tây. Vì thế trình độ học vấn của chúng tôi rất cao và tương ứng với những tiêu chuẩn mà Mỹ và các nước châu Âu chấp nhận.

Sau khi học xong, tôi được trao hai bằng: bằng tốt nghiệp trường y khoa thuộc Đại học Liên hiệp Tây-Trung và bằng tốt nghiệp Đại học tổng hợp New York.

Lý Liên học môn xã hội tổng hợp ở Đại học Phục Đan, Trùng Khánh, nhưng rồi sau chuyển sang học trường nữ sinh Tin Lành ở Thành Đô.

Tôi kết thúc thực hành phẫu thuật năm 1945, cũng là năm Nhật đầu hàng. Tôi nhận việc làm trong Bệnh viện đa khoa Trung tâm Nam Kinh, được trang bị thiết bị hiện đại nhất, nơi tụ hợp các bác sĩ giỏi nhất do phương Tây đào tạo. Tôi muốn được học chuyên khoa phẫu thuật thần kinh. Tháng 11-1946 tôi và Lý Liên kết hôn. Lý Liên làm ở thư viện thuộc Hội Đồng Anh quốc.

Nội chiến Quốc-Cộng đang diễn ra, lạm phát tăng chóng mặt, đời sống khó khăn vô cùng. Lý Liên nhận lương ở Sứ quán Anh không đến nỗi tồi – khoảng 150 đô-la/tháng, trả bằng đồng bảng Anh. Lương tôi khoảng 25 đô la Mỹ/tháng nhưng nhận bằng tiền Trung Quốc, lĩnh xong tôi tức tốc đem ra chợ đen đổi sang đô la Mỹ hoặc đô la Mehico đúc bằng bạc. Lạm phát phi mã đến nỗi nếu số tiền vào buổi sáng đủ mua ba quả trứng, đến chiều chỉ mua nổi một quả. Người ta chở tiền lên xe kéo, giá gạo tăng đến mức trước đây người lương thiện không bao giờ nghĩ tới ăn cắp, nay lao vào đập phá các cửa hàng bán gạo cướp những gì có thể lấy được.

Trong cơn khủng hoảng, Danny Hoàng, bạn cùng lớp, đang làm bác sĩ ở Hong Kong gợi ý tôi chuyển đến đó làm việc với anh. Cuộc sống ở đó ổn định, nghề bác sĩ kiếm được số tiền không nhỏ.

Đối với tôi, quyết định chẳng dễ dàng gì. Ở Hong Kong chúng tôi có thể sống tốt hơn, tuy nhiên trình độ y học ở đó thấp hơn đáng kể so với Trung Quốc, tay nghề bác sĩ phẫu thuật như tôi có thể bị mai một. Nhưng nội chiến vẫn còn tiếp tục lan rộng, Lý Liên khuyên tôi nên đi. Tháng 12 năm 1948 tôi rời Nam Kinh đi Hong Kong.

Nhưng sống ở đó không lâu. Cũng năm ấy tôi nhận việc ở một hãng tầu biển Đông Phương Úc Châu, trở thành bác sĩ ở Sydney, bác sĩ phẫu thuật của đoàn tầu biển thường qua lại giữa Úc và New Zeland, thu nhập khá cao. Lý Liên chuyển sang Hong Kong, thuê nhà, kiếm việc trong một cơ quan của người Anh. Tôi không muốn vợ tôi chuyển sang Úc, nơi còn kỳ thị chủng tộc, chẳng ưa dân da vàng. Vì thế tôi cũng chẳng có ý định cư lâu dài ở Sydney, chỉ mê mải làm việc hy vọng kiếm nhiều tiền, nhưng không muốn nhập quốc tịch. Niềm tự hào dân tộc, lòng tự trọng làm cho tôi không thể hoà hợp được với những người bảo hoàng có tư tưởng phân biệt chủng tộc ở đây. Tôi sống trong một căn buồng nhỏ, quanh tôi toàn người Úc, họ tin rằng Trung Quốc không khi nào hồi sinh được. Tôi tức nhưng cần tiền, nên nấn ná chưa đi. Nhưng tôi cũng không thích sống ở Hương Cảng, thuộc địa của Anh. Niềm tự hào dân tộc quá lớn cho nên không chấp nhận, bị tước đoạt quyền công dân dưới sự đô hộ nhà vua ngoại quốc.

Khi những người cộng sản chiếm Bắc Kinh, tôi cảm thấy trong lòng trào lên nỗi mừng không thể tả được. Tháng 2-1949 Hồng quân Trung Quốc đè bẹp hải quân Anh khi định vượt qua sông Dương Tử, sự kiện này làm tôi sung sướng tột độ. Tôi tin với chiến thắng của những người cộng sản Trung Quốc, bọn cai trị nước ngoài sẽ phải cuốn xéo, đất nước được giải phóng sánh vai với các nước trên thế giới.

Tháng 4-1949, tôi nhận được thư của mẹ, bà đã quay về Bắc Kinh. Mẹ tôi gửi kèm thư của anh tôi, cũng vừa về thành phố quê hương, giờ đây giữ một chức vụ trong Cục bảo vệ sức khoẻ thuộc Uỷ ban quân sự đảng cộng sản Trung Quốc. Anh tôi rất sung sướng, rất mong tôi trở về.

"Ở Trung Quốc còn thiếu các bác sĩ lành nghề – anh tôi viết – chính phủ mới đảm bảo cho chú công việc tốt, toàn thể gia đình ta lại đoàn tụ".

Tôi băn khoăn lắm. Cuộc sống ở Sydney đang yên ổn và tốt đẹp. Vợ và mẹ tôi nếu muốn, có cơ hội đến đây được với tôi. Ngoài ra, tôi có thể giúp mẹ tôi ở Bắc Kinh tiền nong.

Chỉ có một điều tôi tin chắc, ở Úc, không khi nào tôi thành bác sĩ phẫu thuật não, vì tôi là người Trung Quốc. Dĩ nhiên, tôi có thể kiếm được hàng đống tiền, nhưng cuộc sống hoàn toàn không thoải mái, luôn luôn mặc cảm mình là người xa lạ bị đày ra nước ngoài. Đây có phải là lòng yêu nước của tôi không?

Gần đến lễ Phục Sinh. Tôi dự định đi chơi với anh bạn thân Alex Dương. Alex sinh ở Úc, nhưng vẫn cố gắng giữ nhiều phong tục Trung Quốc. Anh ta và vợ làm việc chăm chỉ. Họ có một cửa hàng tạp hoá ở phố Elizabeth.

Khi tôi gặp, Alex ngay lập tức nhận xét tôi như kẻ mất hồn. Tôi kể cho anh ta nghe tất cả.

- Cần phải nghĩ cho kỹ đấy – Alex nói.
- Anh tính thế nào? – tôi hỏi.
- Anh và tôi hai hoàn cảnh khác nhau – Alex Dương chậm rãi – Gia đình tôi ở Úc. Thậm chí nếu họ hứa, trả lương tôi hậu hĩnh ở Bắc Kinh, tôi cũng chẳng nghĩ tới quay về. Đúng, ở đây có tệ phân biệt chủng tộc, nhưng dân số không nhiều, có thể kiếm sống dễ dàng. Vì sao anh không viết cho anh trai, hỏi tỷ mỉ về công việc, lương lậu ra sao chứ? Sau đó chúng ta so sánh tính toán tiếp.

Lời của Alex thức tỉnh lòng yêu nước của tôi. Tôi hoàn toàn không để ý ở đâu kiếm được nhiều tiền hơn. Nếu những người cộng sản đưa Trung Quốc đến giàu có, tôi sẵn sàng hy sinh cho hạnh phúc cho tổ quốc.

Nhưng Alex nói đúng, tôi phải biết tất cả một cách tỷ mỉ. Ngay chiều đó tôi viết thư cho anh tôi.

Đầu tháng 5 tôi nhận được thư trả lời. Anh tôi lại giục tôi về nước. Anh kèm thư của thủ trưởng của anh, Phó Liêm Chương, phó cục trưởng cục bảo vệ sức khoẻ thuộc Uỷ ban quân sự đảng cộng sản Trung Quốc. Phó Liêm Chương, ở nước ngoài gọi Nelson Phó, một nhà y học nổi tiếng của Trung Quốc. Đồng thời ông cũng là bác sĩ duy nhất được đào tạo ở phương Tây tham gia Vạn Lý Trường Chinh. Năm 1934, trước khi có cuộc Vạn Lý Trường Chinh ông chữa cho Mao khỏi sốt rét, trong thời gian chiến tranh ông trong Ban bảo vệ sức khoẻ lãnh tụ đảng cộng sản Trung Quốc ở Diên An.

Thư của Phó ngắn ngủn, nhưng trong đó sự nồng nhiệt, chân thành. Ông rất vui mừng chờ đón, động viên và kêu gọi các bác sĩ ở hải ngoại nên trở về. Về công việc tôi ở Bắc Kinh, lương lậu ông không đả động đến, chỉ viết bâng quơ, công việc rất phù hợp với tài năng của tôi.

Tôi được ông tâng bốc sẽ được giữ chức vụ cao, yêu cầu tôi trở về. Vì đảng cộng sản rất thiếu thày thuốc lành nghề. Tôi nghĩ mình đã tìm thấy chỗ đứng ở nước Trung Hoa mới. Tôi quyết định về nước ngay.

Alex Dương tổ chức bữa tiệc tiễn biệt. Có hai người Trung Quốc, cũng là bác sĩ. Họ bảo, khi nào đến Bắc Kinh viết thư báo tin, nếu tôi thấy khó sống, họ có thể giúp quay lại Úc.

Tôi chẳng khi nào viết cho anh ta cả. Ba mươi sáu năm sau, năm 1985 tôi ở Úc theo lời mời của hiệp hội bác sĩ Úc, tôi đến đại lộ Elizabeth tìm Alex Dương. Nhưng tất cả đã thay đổi, cửa hàng nhỏ của anh không còn nữa. Tôi không tìm thấy Alex Dương.

Thế là tôi và Lý Liên lại đoàn tụ ở Hong Kong. Giữa tháng 5-1949 Hong Kong hỗn loạn. Hàng nghìn người đã chạy loạn sang đây tránh hoạ cộng sản và hàng nghìn người chuẩn bị quay về quê quán. Hiện tượng này thật lạ lùng, không bình thường. Khi gặp Danny Hoàng, tôi kể về quyết định trở về Trung Quốc, anh ta lắc đầu quầy quậy:

- Chẳng lẽ anh không thể ở lại đây và làm việc với tôi?

Tôi kể cho anh ta thư của Phó Liêm Chương. Danny buông lời:

- Thôi, ông tự quyết lấy. Nếu mọi việc xuôi xẻ, viết cho tôi. Có thể, cả tôi cũng trở về.

Tôi chẳng bao giờ viết cho anh ta được cả.

Tôi cùng Lý Liên tới thăm ông Trương Thành Đức, giáo sư cũ của nhà tôi, Đại học Phục Đan. Ông cũng về Bắc Kinh. Người ta xếp ông làm đại biểu Hội Hiệp thương chính trị Trung Quốc. Đảng cộng sản lôi kéo thêm các trí thức không đảng phái vào một mặt trận duy nhất, trong diễn đàn được triệu tập để bày tỏ cho các lực lượng dân chủ và giải quyết vấn đề chính quyền trong nước. Chúng tôi nghĩ lúc đó chính phủ cộng sản sử dụng tri thức để đưa đất nước ra khỏi khủng hoảng.

- Ở Trung Quốc đều có tương lai – ông nói – cả nước đang trên đường hồi sinh.

Phiên họp đầu tiên Uỷ ban hiệp thương được tổ chức cuối tháng 9. 1949, đã đi tới quyết định thành lập nước Cộng hoà nhân dân Trung Hoa và bầu ra chính phủ mới do Chủ tịch Mao Trạch Đông đứng đầu. Phó chủ tịch Lưu Thiếu Kỳ, bạn chiến đấu, bà Tống Khánh Linh, vợ goá của nhà cách mạng vĩ đại Tôn Trung Sơn, người đã đánh đổ triều Thanh và lập nên nước Cộng hoà Trung Hoa từ 1912. Nhưng sau này mới rõ, Uỷ ban Hiệp thương chính trị nhân dân chỉ là cây cảnh cho nền dân chủ – mọi việc điều hành trong nước nằm trong tay những người cộng sản. Uỷ ban Hiệp thương chính trị nhân dân chỉ bình cắm hoa cho vui mắt nhưng hoàn toàn vô tích sự. Ai đó trong số thành viên Uỷ ban này phát biểu bày tỏ quan điểm không hợp quan điểm những người lãnh đạo cộng sản sẽ bị buộc tội hữu khuynh, bị lăng nhục thô bạo, trừng phạt nặng. Một trong số những người như thế là giáo sư Trương Thành Đức. Năm 1957 người ta buộc tội ông hữu khuynh, tống ông đi cải tạo trong trại lao động khổ sai. Ông được phục hồi hai mươi năm sau, được trả tự do, thành một ông già mù loà, không nơi nương tựa.

Trong những năm đầu tiên, trước khi bắt đầu đàn áp hàng loạt, tôi cảm thấy những người cộng sản lãnh đất nước hoàn toàn hợp lý, hợp tình. Tôi khâm phục đảng của họ. Toàn thể nhân dân Trung Quốc đặt niềm tin vào đảng. Tôi như người mù ở Úc không biết hướng đi. Chính sách xây dựng Mặt trận Thống nhất đã trở thành ngôi sao dẫn đường cho tôi. Chúng tôi, những người trí thức, sẽ được trọng dụng, thậm chí còn được tham gia điều hành đất nước. Khi tôi nhìn thấy một số hành động của người lãnh đạo cộng sản đi ngược với những nguyên tắc đảng đề ra, nhưng cho rằng đó chỉ là thiếu, có thể khắc phục.

Một người bạn sống với tôi ở Hong Kong, giới thiệu tôi một người tên là Nghiêm. Ông này có chức vụ trong giới lãnh đạo đảng, phụ trách vấn đề lôi kéo các nhà chuyên môn từng bỏ ra nước ngoài quay trở về Trung Quốc. Anh bạn thân khuyên tôi nên biếu cho Nghiêm một món quà để ông ta đảm bảo việc trở về Trung Quốc được tốt đẹp.

- Nhờ ông Nghiêm, anh có thể kiếm được một công việc thu nhập cao ở một trường y khoa ở Bắc Kinh. Có thể chiếc đồng hồ Rolex chả hạn, để được ông ấy cho về làm ở Bắc Kinh, việc trả một món quà như thế cũng không phải quá đắt.

Chẳng lẽ ông Nghiêm cũng nhận những khoản tiền hối lộ bẩn thỉu từng được coi là nguồn gốc bệnh dịch ở Trung Hoa hàng nghìn năm nay. Tôi nghĩ rằng nạn tham nhũng xa lạ với những người cộng sản, chính vì thế họ đã thức tỉnh được hàng triệu người đứng dậy chiến đấu chống Quốc dân Đảng tham nhũng. Tôi từ chối tặng quà cho ông Nghiêm. "Đảng cộng sản chân thực, không dễ mua chuộc – tôi nói với các bạn – tôi sẽ tự kiếm sống bằng khả năng và trí tuệ của mình".

Từ đó tôi không gặp Nghiêm nữa. Nhưng một thời gian sau ông Nghiêm xuất hiện trên chính trường với tư cách là người lãnh đạo đảng dân chủ. Thực tế đây là thủ đoạn chính trị đối với dân chủ. Nghiêm chưa bao giờ ra khỏi hàng ngũ đảng cộng sản Trung Quốc như nhiều đảng viên khác trong Hội hiệp thương chính trị nhân dân đeo mặt nạ dân chủ.

Năm 1956 tôi kể cho Mao câu chuyện về ý nghĩ hối lộ Nghiêm. Chủ tịch cười phá lên:

- Anh đúng là con mọt sách.

Mao trách:

- Sao anh keo kiệt thế. Anh chả hiểu quan hệ xã hội giữa người với người. Cá không thể sống trong nước trong được. Anh nghĩ khi tặng người khác một món quà là điều đáng ngạc nhiên à? Chẳng lẽ Quách Mạc Nhược không tặng được tôi chiếc đồng hồ khi hội đàm ở Trùng Khánh hay sao?

Mùa Xuân 1949, Hong Kong giống như ong vỡ tổ. Nhưng tôi còn trẻ, bồng bột đầy ảo tưởng. Tôi trở về tổ quốc, nhận việc tại một bệnh viện đa khoa đứng đầu ở Bắc Kinh. Tôi có thể sống xứng đáng với truyền thống gốc gác của tôi và tin vào lời thề của Hippocrat chữa bệnh, cứu chữa tất cả đồng bào giàu cũng như nghèo. Tôi sẽ trở thành nhà phẫu thuật nơ-ron xuất sắc. Y học là kho báu của tôi để xây dựng nước Trung Hoa mới, thịnh vượng, hùng mạnh, nơi không còn bất công, tham nhũng.

Vợ chồng tôi rời Hong Kong về Bắc Kinh vào giữa tháng sáu 1949. Tính ra tôi xa thành phố chôn nhau cắt rốn gần 17 năm.

CHƯƠNG 3

Bắc Kinh hoang tàn và tiêu điều. Sau tám năm Nhật chiếm đóng, bốn năm nội chiến, phố xá trở nên ngổn ngang, bẩn thỉu, những bức tường dày bao quanh Thành Nội bị lở từng mảng, có chỗ đã bắt đầu sập. Các biển quảng cáo vui mắt, sặc sỡ cũng biến mất khỏi các cửa hiệu và quầy hàng, những quán sách thân thương của tôi ở Lưu Linh Chương đóng cửa im ỉm dường như lâu lắm rồi.

Dân tình xem ra nghèo đói, nhếch nhác chẳng khác gì bộ mặt thành phố. Đàn ông, đàn bà chỉ mặc những bộ quần áo cũ kỹ màu ghi đá hoặc xanh xám đã bạc phếch. Mỗi người đều có một đôi giày bằng vải buồm thô màu đen, tóc cắt ai cũng giống ai. Đàn ông tóc húi cua, đàn bà búi tó sau lưng. Tôi mặc com-lê Tây phương, cà vạt, giày da bóng lộn, tóc chải mượt giống y như người nước ngoài. Lý Liên váy áo sặc sỡ, giầy cao gót, tóc thời trang uốn thành nếp tuyệt đẹp, nàng nổi bật trông giống bông hoa anh túc đỏ rực trên cánh đồng lúa mì vàng óng. Tôi phải mượn ngay bộ đồng phục mà mấy ông cộng sản đã khuyên. Lý Liên đến ngay cửa hàng may đo đặt may một bộ áo quần giống mọi người.

Mẹ tôi thay đổi quá. Bà già đi nhiều, trông khắc khổ, gầy nhom, nặng chưa tới 40 ki-lô, tóc bạc, nhưng rất sung sướng khi thấy chúng tôi quay về, cầu mong chúng tôi đừng bỏ nhà đi nữa. Tôi hứa ở lại với bà.

Dù nghèo, nhưng khí thế của dân Bắc Kinh sôi nổi. Khắp chốn, khắp nơi những khuôn mặt tràn trề hạnh phúc. Bắc Kinh được tự do, dân chúng chân thành chào mừng chính phủ cộng sản mới. Trong thành phố bao trùm bầu không khí thân thiện tin tưởng vào hạnh phúc. Chỉ một số ít bạn bè, họ hàng cho rằng việc tôi trở về là dại dột, không thể chấp nhận được.

Anh tôi thu xếp cho tôi gặp Phó Liêm Chương để thảo luận vấn đề công việc của tôi. Tôi đến nhà Phó. Ông sống trong toà nhà của Bộ y tế phân cho. Toà nhà nằm ở đường Quảng Xương phía bắc trung tâm thương mại Vương Phú Tỉnh. Toà nhà này từng là nơi ở của hoàng tử Mãn Châu, sau đó một tướng Quốc dân đảng chiếm cho đến khi cộng sản tịch thu. Biệt thự này có kiểu cách làm tôi nghĩ tới ngôi nhà của chúng tôi, nhưng nó rộng, sang trọng, lộng lẫy hơn nhiều. Phía sau biệt thự có 6 vườn nhỏ, với 7 hay 8 gốc nho đang leo giàn, hòn non bộ nước chảy róc rách theo phong cách Trung Hoa truyền thống, lối đi lát gạch tráng men.

Khi tôi đến, Phó Liêm Chương nửa ngồi nửa nằm trên trường kỷ làm bằng trúc bện song. Ông dáng người cao, hơi gầy, vẻ ốm yếu mệt mỏi, vầng trán cao vuông vắn, đôi mắt tinh ranh. Ông chừng 55, hơn tôi tới 26 tuổi, trông có vẻ già trước tuổi.

Khi tôi đến, Phó Liêm Chương cũng chẳng đứng dậy, chỉ chìa tay cho tôi bắt. Bàn tay mềm mại của một trí thức. Tôi thấy vinh dự khi được viếng thăm một quan chức cao cấp như ông.

- Tôi đã bị ho lao mấy năm nay, vì thế tôi không thể nói chuyện lâu với đồng chí được – ông ta giải thích, sau khi hoan nghênh tôi đã hồi hương rồi hỏi tỷ mỉ về học hành, kinh nghệm làm việc. Vừa nghĩ ngợi, ông nói tiếp:

- Vấn đề công việc của đồng chí đã được giải quyết. Sáng mai đồng chí có mặt ở Cục Bảo vệ sức khoẻ.

Chính phủ mới vẫn hoàn toàn chưa thành hình, chức năng quyền lực điều hành tạm thời trao cho Uỷ ban quân quản thuộc đảng cộng sản Trung Quốc. Cục Bảo vệ sức khoẻ trực thuộc Uỷ ban này.

Tại Cục Bảo vệ sức khoẻ tôi được tiếp đón nồng nhiệt. Một cán bộ nói với tôi, ở đây còn thiếu bác sĩ điều trị và kể, anh tôi từng là sếp của anh ta.

Một cán bộ trong phòng nói:

- Thứ trưởng Phó Liêm Chương bảo đồng chí sẽ trở thành các bộ của Cục chúng tôi – anh ta giải thích – Chúng tôi ở đây hưởng chế độ bao cấp miễn phí. Lãnh đạo đảm bảo cho đồng chí mọi thứ cần thiết: nhà cửa, chỗ làm việc, quần áo, thậm chí cả giày dép nữa. Vì đồng chí sẽ đảm đương công việc bác sĩ trưởng điều trị, đồng chí sẽ nhận bậc lương hạng hai, khẩu phần cao hơn chút ít so với anh em.

Hệ thống "bao cấp miễn phí" nghĩa là tôi sẽ chẳng có lương. Đảng cộng sản thi hành hai dạng trả công cho viên chức nhà nước. Ai tham gia cách mạng chưa lâu, bắt đầu làm cho đảng nhận lương bình thường, ai tham gia cách mạng lâu năm được cung cấp toàn phần. Những người tham gia tình nguyện nhận kiểu riêng. Tôi thuộc hạng "tình nguyện theo cách mạng". Dù tôi là người mới vào nhưng vẫn được vinh dự thuộc hạng được nhà nước cho hưởng chế độ cung cấp toàn phần.

Nhưng tôi vẫn băn khoăn, chẳng vui chút nào. Giờ đây gia đình tôi đông người, phải nuôi mẹ, hai bà cô, bố mẹ vợ và cả Lý Liên nữa. Thật ra tôi cũng đã để dành được ít vàng và Mỹ kim, nhưng nếu không có lương, số tiền dành dụm đó chẳng mấy chốc mà bay.

Chỉ khi gặp đồng chí Lại tôi nhận được một số hướng dẫn về nhiệm vụ sắp tới của mình.

- Đồng chí Lại sẽ dẫn đồng chí tới chỗ làm việc Khu Điều trị bệnh nhân ngoại trú tại Đại học Công Nhân ở Đồi Hương – người ta nói cho tôi biết – bây giờ đồng chí cứ về nhà, thu xếp tất cả đồ dùng cần thiết. Báo cáo lại cho tôi sau một tuần lễ tính từ hôm nay. Xe tải sẽ chở đồng chí đến chỗ làm. Đồng chí Lại sẽ đi cùng đồng chí.

Thời gian gặp chẳng nói rõ, thậm chí chẳng ai hỏi xem tôi có muốn làm ở chỗ mà họ phân công ra hay không. Tôi đâm ra lúng túng, bởi vì tôi chưa bao giờ nghe đến tên trường Đại học Công Nhân này mặc dù tôi vui vì được làm việc ở trường Đại học. Nhưng dù sao tôi cũng rất muốn công việc ở trường Đại học phải có liên quan tới bệnh viện tôi mơ ước. Giờ đây tôi được giới thiệu làm việc phòng điều trị bệnh nhân ngoại trú, chẳng như lời đã hứa.

Hơn nữa, tôi biết Cục Bảo vệ sức khoẻ cũng chẳng kiếm được việc cho Lý Liên. Người ta chỉ xếp vợ tôi làm việc tạm thời ở trường mẫu giáo cách Bắc Kinh 20 ki lô mét, nơi có viện đào tạo nhân viên y tế cộng đồng ở quận Tống. Khả năng, trình độ của Lý Liên người ta chẳng quan tâm. Thật bực mình, chả lẽ họ so sánh công việc được giao ngang với công việc của vợ tôi đã từng làm ở lãnh sự Anh bên Hong Kong? Chuyện hồi hương xem ra không thuận lợi chút nào, tôi cay đắng nghĩ rằng tại sao mình lại không tặng chiếc đồng hồ Rolex cho Nghiêm.

- Chú về chưa lâu nên chưa thể hiểu tất cả cái gì đang xảy ra ở đất nước – anh tôi an ủi – Ở đây không phải người chọn việc mà việc chọn người. Điều này nghĩa là "chấp hành sự phân công của tổ chức". Về lương, chú tạm thời sử dụng tiền tiết kiệm. Dần dà mọi thứ sẽ đâu vào đấy. Điều luật đảng không cho phép anh nói thêm.

Cơ quan được gọi là Đại học Công Nhân đặt ở Xương Sơn hay còn có tên Đồi Hương, phía tây bắc thành phố Bắc Kinh, cách cung điện cổ Mùa Hạ vài dặm, một khu đồi đi săn của hoàng đế Càn Long khi đương quyền đã xây dựng. Ở đây có hai chùa phật nổi tiếng – Phật Nằm và Thanh Thiên Vân tự. Mùa thu, hàng cây thông chuyển sang màu bạc, các cây khác lá chuyển màu đỏ thẫm mọc bên đồi tạo ra bức tranh thiên nhiên tuyệt đẹp. Đại học Công Nhân chiếm một khu rộng lớn ở Đồi Hương, nơi đây rất nhộn nhịp và nổi tiếng.

Khu này thật kỳ lạ, chỗ nào cũng có lính canh gác. Hai quan chức cao cấp, cán bộ lão thành cách mạng của đảng – Vũ Trần Phổ và La Đạo Nhương, giám đốc và phó giám đốc Cục Bảo vệ dưới quyền trực tiếp Tổng Hành dinh của Uỷ Ban Trung ương Đảng cộng sản,

đưa tôi thăm trường. Tại đây, hầu hết là cán bộ cao cấp của đảng. Vũ Trần Phổ phát cho tôi tất cả các thứ cần thiết, trao cho huy hiệu của trường, nhắc nhở phải giữ gìn nó như con ngươi của mình. Ông dặn tôi:
- Đừng kể cho ai những gì xảy ra ở đây, công việc của anh thuộc bí mật.
Lúc đó tôi chẳng hiểu vì lẽ gì.
Khu tập thể tôi ở nằm dọc hàng cây thoai thoải phía đồi, trong dẫy nhà gỗ xem ra không tương xứng với cung vua lộng lẫy trên đồi. Đó là một căn phòng tồi tàn, nền đất, mái dột nát, không thể nào tưởng tượng nổi, bởi tôi sinh ra trong một gia đình giàu có. Duy nhất trong phòng có một bóng đèn điện toả ánh sáng đỏ quạch. Giường nằm là hai miếng ván kê trên hai cái niễng, không thành giường, đệm nằm cũng không. Nước, tất nhiên cũng không nốt, phía sau là nhà vệ sinh công cộng. Tôi phải dùng chăn bông mỏng xếp lại thành đệm để nằm. Sau đó người ta lắp bình nước, khí đốt, bồn rửa mặt. Với chức vụ bác sĩ tôi không phải ở chung với người khác. Điều kiện ăn ở tồi tệ đến mức tôi không thể đưa Lý Liên đến ở cùng, chúng tôi chỉ gặp nhau cuối tuần ở nhà mẹ, nơi tôi thường về để nghỉ và tắm giặt.
Bữa ăn cũng lại thể hiện đẳng cấp, chức vụ của tôi. Ngày hai bữa theo phong tục gia đình nông dân Trung Hoa: mười giờ sáng và bốn giờ chiều. Nhưng khác với nông dân bữa ăn hiếm khi có thịt, chúng tôi theo khẩu phần hạng hai, thịt được cung cấp hàng ngày. Nhà ăn tập thể cũng chẳng gì hơn khu tôi, nhưng món ăn được nấu khéo léo, thậm chí lại còn ngon, nhà bếp sạch đến ngạc nhiên.
Chỗ làm việc trong bệnh viện còn làm tôi kinh ngạc hơn. Đó cũng lại là cái lều nông thôn, nền đất chẳng có một tí thiết bị y tế nào cả, trừ vài cái nhiệt kế, vài bộ đo huyết áp. Trong số thuốc thang, tôi chỉ thấy aspirin, thuốc ho nước, vài loại kháng sinh. Khi khám bệnh tôi chỉ có mỗi chiếc ống nghe với kinh nghiệm tay nghề của mình để chẩn đoán, điều trị. Hy vọng chẳng có bệnh nhân nặng nào chui vào đây.
Dù vậy, nhân viên trong bệnh viện rất lạc quan, tinh thần rất cao. Trong biên chế có gần 30 người, họ chờ đợi sự xuất hiện của tôi từ lâu. Gặp tôi họ mừng ra mặt. Tất cả đều rất trẻ, phần lớn trẻ hơn tôi mặc dù tôi mới 29. Ngay cả hai người phụ trách cũng không quá 25 tuổi. Đám nhân viên được đảng lựa chọn từ nông thôn vùng ngoại ô, mới học hết tiểu học. Vì thế họ chỉ làm được công việc sơ cứu – băng vết thương nhỏ, cho uống aspirin khi sốt, không có một chút

kiến thức cơ bản về bệnh tật, làm sao có thể chẩn đoán bệnh được.
Họ bảo tôi:
- Chúng tôi tin rằng đồng chí sẽ dậy chúng tôi kiến thức y học hiện đại. Chúng tôi hoàn toàn chưa hiểu biết gì cả.
Họ rất muốn tôi giảng bài cho họ. Tôi thất kinh, làm sao tôi có thể giảng dạy với trình độ học vấn của họ chỉ có như vậy.
Một người bạn cũ đã 11 năm xa cách, anh đến thăm trong ngày nghỉ cuối tuần đầu tiên ở nhà mẹ tôi. Chúng tôi ôn lại kỷ niệm đã qua, trao đổi với nhau về tình hình đất nước. Anh bạn tôi vào đảng từ nhiều năm trước, bây giờ làm việc ở Đoàn thanh niên Tân Dân chủ, tiền thân của Đoàn Thanh niên cộng sản Trung Quốc. Tôi kể cho bạn tôi nghe về công việc của mình ở phòng khám của trường Đại học Công Nhân ở Đồi Hương:
- Đây là một trường Đại học quá rộng, nơi nào cũng có lính cầm súng gác. Cả đời tôi chưa thấy trường Đại học nào lại như vậy.
Anh ta đột nhiên nghiêm mặt nói:
- Nói thật nhá, mình được lệnh của các đồng chí lãnh đạo của tổ chức đến đây trao đổi cởi mở với cậu. Họ yêu cầu mình uốn nắn những sai lầm cậu có thể mắc phải vì mới tham gia cách mạng.
Anh bạn nhận xét rằng tôi vẫn còn hiểu quá ít về công tác cách mạng, cần ăn nói thận trọng hơn.
Tôi không phủ nhận những thiếu sót, nhưng tôi không thể nào hiểu anh ta nói gì. Tôi bảo:
- Tôi là bác sĩ, khi người bệnh đến, tôi làm tất cả để chữa bệnh cho họ. Thế sai ở đâu, phải ăn nói thận trọng như thế nào?
- Được thôi, bình tĩnh đã – bạn tôi trả lời – Hãy nói nghe xem bạn đang làm việc ở đâu thế?
Tôi nhắc lại, tôi đang làm việc ở Đại học Công nhân, nhưng không biết gì về nó. Thỉnh thoảng mới có bệnh nhân mà xem ra chẳng thấy có vẻ bệnh nặng gì hết. Tóm lại tôi phí hoài thời gian.
Anh bạn tôi cười phá lên, trả lời:
- Bạn nói chưa khi nào nhìn thấy Đại học tương tự như thế phải không? Thế bạn đã để ý tới lính canh hay không? Có bao giờ bạn đặt câu hỏi vì sao công việc của bạn lại bí mật? Này nhé, bạn thân mến của tôi ơi, bạn đang làm việc chẳng phải ở Đại học đâu. Nơi bạn đang làm bây giờ là đầu não của các cơ quan cao cấp đảng cộng sản Trung Quốc, bệnh viện của bạn phục vụ những người lãnh đạo đảng không những hàng trung cấp mà còn cả hàng cao cấp nữa, họ sống tạm ở đó vì lý do an ninh, bởi vì Bắc Kinh giải phóng chưa lâu. Vì thế, việc của bạn được giữ bí mật. Sau này bạn sẽ tự hiểu thêm,

nhưng trong lúc này đừng biểu lộ gì về tình trạng bệnh viện. Tạm thời trang bị tồi, ít bệnh nhân, nhưng bạn làm việc ở chỗ rất có uy tín, rồi sẽ gặp nhiều người chức vụ cao. Chính vì thế, sếp tôi đã cho phép nói thẳng với bạn chuyện bí mật này.

Khi đó tôi không tiện hỏi sếp bạn tôi tên gì, nhưng sau này tôi hiểu ra rằng ông ta là Giang Nam Thanh, phó bí thư Đoàn thanh niên Tân Dân chủ, năm 1965 giữ chức Bộ trưởng giáo dục.

Tôi trở về tổ quốc với ước mơ trở thành nhà phẫu thuật, giúp đất nước thông qua lĩnh vực y học, không ngờ rơi vào cơ quan trung ương đảng cộng sản Trung Quốc. Bắc Kinh vừa mới được giải phóng, nội chiến vẫn tiếp diễn, nước Cộng hoà nhân dân Trung Hoa vẫn chưa chính thức ra đời. Trước khi lập chính phủ và chuyển giao quyền lực, các lãnh tụ cộng sản quyết định nằm lại ở Đồi Hương. Tại đấy có Ban chấp hành trung ương đảng cộng sản Trung Quốc, các cơ quan trực thuộc, cả Mao Trạch Đông, Lưu Thiếu Kỳ, Chu Đức – ba trong số những lãnh tụ cao cấp đảng cũng sống ở đó, chỉ có Chu Ân Lai và Nhậm Bích Thế ở chỗ khác.

1947, Mao Trạch Đông và Nhiệm Bích Thế (Ren Bishi) tại Thiểm Tây (Trung Quốc)

Phòng điều trị nơi tôi làm việc không liên quan gì đến trường Đại học, nó trực thuộc dưới quyền của một cơ quan đại diện, sau khi thành lập nước Cộng hoà nhân dân Trung Hoa, thuộc Văn phòng Trung ương, Ban chấp hành trung ương đảng cộng sản do Dương Thượng Côn phụ trách, 40 năm sau, năm 1988, ông trở thành Chủ tịch nước Cộng hoà nhân dân Trung Hoa. Ban tổ chức thuộc Ban chấp hành trung ương lo việc an ninh, sinh hoạt của tổ chức, hoạt động rất hiệu quả của các nhà lãnh đạo đảng cộng sản Trung Quốc – Mao và 4 bí thư cao cấp. Ban tổ chức là cơ quan bí mật nhất, thậm

chí ngay cả nhân viên cũng không biết gì về cơ cấu và chức năng của nó. Chỉ có giới chức chóp bu trong đảng biết mà thôi.
Đầu thập niên 1950 Văn phòng Trung ương gồm 8 ban, quyền lực ngang nhau.

- Vũ Trần Phổ và La Đạo Nhương phụ trách Ban Hành chính-quản trị. Chịu trách nhiệm cung cấp phương tiện làm việc cho các lãnh tụ đảng, cung cấp đồ ăn, mọi thứ cần thiết, sửa chữa, xây dựng nhà cửa cho công việc cũng như cho cá nhân, lo xe cộ, phương tiện giao thông và liên lạc và các tiền nong.

- Uông Đông Hưng phụ trách Ban Bảo vệ trung ương, sau này ông kiêm chức thứ trưởng bộ công an do La Thuỵ Sinh làm bộ trưởng, đảm bảo anh ninh và sức khoẻ cho giới lãnh đạo đảng. Ngoài phần lo bảo vệ tất cả lãnh tụ đảng, Uông Đông Hưng cũng lo luôn an ninh cho chính Mao, vì thế Uông luôn luôn nằm ngoài tầm kiểm soát. Hệ thống an ninh, thậm chí trong thời ấy, được thanh lọc kỹ càng. Giúp Uông chăm lo sức khoẻ lãnh đạo còn Bộ y tế, đứng đầu là Phó Liêm Chương. Điều làm tôi hết sức ngạc nhiên, ngay việc phục vụ chụp ảnh lãnh tụ thậm chí cũng nằm dưới sự kiểm soát của Uông Đông Hưng.

- Diệp Tử Long phụ trách Ban thư ký riêng lo tổ chức, tiến hành các buổi hội thảo của đảng và tuyên truyền, ghi văn bản các bài phát biểu, gửi, nhận bưu kiện, văn thư. Bản thân Diệp Tử Long còn là thư ký tin cẩn của Mao. Với tư cách này, Diệp phải theo sát để cung cấp cho lãnh tụ tất cả các thứ cần thiết bao gồm thức ăn, tiền nong, vào sổ và bảo quản tất cả quà biếu gửi tới Mao. Theo nguyên tắc cơ bản, công việc thư ký thường là người phục vụ riêng cho lãnh đạo. Ban thư ký riêng có trách nhiệm cung cấp cho lãnh đạo tất cả các thông tin cần thiết, cũng như các văn bản báo cáo và tài liệu. Năm 1949 phụ trách bộ phận này là Trần Bá Đạt, trưởng ban thư ký riêng của Mao. Ngoài ra chủ tịch còn có một số thư ký khác trong đó có Giang Thanh vợ ông, Hồ Kiều Mục và Điền Gia Anh. Những nhà lãnh đạo khác cũng có ban thư ký như thế số lượng khác nhau và các bà vợ của chính giới lãnh đạo cũng tham gia ban này.

- Ban Bảo vệ nội bộ do Lý Chí Dương và Ban Thông tin cơ mật do Vương Khải đứng đầu là cơ quan bí mật nhất của Văn phòng Trung ương. Đa số nhân viên trẻ tuổi, tài năng làm việc ở đó. Họ phải có trí nhớ tuyệt vời, nhiệm vụ của họ hoá mã và giải mã các thông tin khác nhau chủ yếu các bức điện đặc biệt. Bộ mã ấy khác hẳn với bộ mã điện báo chính thức của Trung Quốc, thường xuyên thay đổi để bảo toàn bí mật. Nó dùng để truyền tin bí mật trong nội bộ lãnh đạo trung ương xuống địa phương, tới giới quân sự cao cấp. Nhân viên được đào tạo trong một trường đặc biệt ở Trương Dương Kiều, tỉnh Hà Bắc, mỗi nhân viên cơ yếu đều mang một bí số riêng. Họ phải nhớ bộ khoá và giải mã, cấm ghi chép, không có sổ tay tra cứu. Khi lớn tuổi, trí nhớ giảm, họ chuyển sang việc khác.

Ban Thông tin cơ mật đảm bảo an toàn bí mật tuyệt đối khi truyền và nhận thông tin giữa các nhà lãnh đạo đảng với quân đội trong nước. Phần đông cán bộ của cơ quan này xuất thân từ thành phần cơ bản, thường ít được học hành, thậm chí mù chữ. Họ làm công việc giao liên, đưa chỉ thị xuống các tỉnh xa xôi hẻo lánh khắp Trung Hoa. Người ta không đòi hỏi họ trí tuệ mà cần lòng trung thành tuyệt đối về mặt chính trị.

- Ban Văn Khố do Tăng Sơn phụ trách có nhiệm vụ ghi chép các số liệu lưu trữ.

- Ban Hậu cần vận tải do Đặng Đình Tường phụ trách đảm nhận cung ứng vận tải để cung cấp tất cả các thứ cần thiết cho cơ quan đảng.

Bệnh viện Đồi Hương trực thuộc dưới quyền La Đạo Nhương và Phó Liêm Chương, có nhiệm vụ bảo vệ sức khoẻ của tất cả những người làm việc trong tổ chức. Tất cả biên chế của Văn phòng Trung ương, từ những nhà lãnh đạo cao cấp đến nhân viên quèn và gia đình họ, đều là bệnh nhân của tôi. Một nhóm toàn người trẻ tuổi, khỏe mạnh hiếm khi đến khám, nếu có đến đa số bệnh nhẹ, tôi không hứng thú vì tôi là bác sĩ phẫu thuật. Tôi rất thất vọng vì ước mơ của tôi thành bác sĩ phẫu thuật não bị tan thành mây khói, ở Đồi Hương tôi là bác sĩ duy nhất có bằng cấp Tây phương được quen biết nhiều gương mặt những người lãnh đạo. Còn trẻ, có lý tưởng, khi trở về Bắc Kinh tôi lấy làm tự hào được làm việc bên cạnh lãnh đạo quyền lực của đảng. Tôi đều kính trọng, ngưỡng mộ tất cả các bệnh nhân. Những con người này thực hiện cuộc cách mạng, sẵn sàng hy sinh cho tổ quốc của chúng ta. Họ rời gia đình từ thời thanh niên trai trẻ tham gia Vạn Lý Trường Chinh, chịu đựng nhiều gian khổ và mất mát. Họ làm nên chiến thắng chói loà đối với chính phủ tham nhũng, vô dụng Tưởng Giới Thạch. Họ cống hiến toàn bộ sinh lực của mình cho sự nghiệp xây dựng một nước Trung Hoa mới, coi thường lợi ích và quyền lợi cá nhân. Trước đó, tôi chưa hề gặp những người như thế, tôi thành tâm kính phục lòng dũng cảm và tin vào tương lai đất nước.

Là một thành viên mới ở giữa trung tâm của cuộc cách mạng Trung Quốc, sung sướng không những đã trở thành người chứng kiến việc thành lập chính thức nước Cộng hoà nhân dân Trung Hoa, mà còn được vinh dự ngồi trên hàng ghế đầu bên cạnh những lập nên nó.

Đó là ngày 1-10-1949. Tất cả mọi người ở Đồi Hương thức dậy lúc 5 giờ sáng, một buổi sáng tinh sương không khí tươi mát đến ngạc nhiên, để lên đường vào Bắc Kinh được trang hoàng đẹp đẽ trong buổi sáng ngày ấy. Xe tải chở chúng tôi đến quảng trường Thiên An Môn, chưa tới 7 giờ. Chúng tôi tập hợp đội ngũ ở chiếc cầu đá gần cổng Thiên Bình, cổng này thời cổ là lối vào Cấm Thành. Hồi ấy quảng trường nhỏ hơn bây giờ, ở đó nhiều nhà nghỉ trong những năm trước đây dùng cho quan lại triều kiến hoàng đế. Toà nhà Hội nghị đại biểu toàn quốc và bảo tàng cách mạng được xây trên quảng trường vào năm 1959, nhân dịp 10 năm thành lập nước Cộng hoà nhân dân Trung Hoa.

Khi chúng tôi đến, trên quảng trường đã có nhiều đám đông – đại diện nông dân, công nhân, trí thức và dân chúng trên khắp đất nước rộng lớn. Tôi thấy rõ lễ đài, trước khi khai mạc đã có nhiều nhà lãnh đạo đất nước. Trước biển người hàng nghìn lá cờ đỏ vẫy tung, Bắc Kinh điêu tàn đổ nát dường như được tiếp máu và hồi sinh. Đám đông người hô lớn: "Nước Cộng hoà nhân dân Trung Hoa muôn năm! Đảng cộng sản Trung Quốc muôn năm!". Vang lên bài hát cách mạng. Đám đông người lạc quan cầm biểu ngữ vừa đi vừa hát vang tiến vào quảng trường tăng dần.

Đúng 10 giờ, Mao Trạch Đông và các nhà lãnh đạo cao cấp khác xuất hiện trên lễ đài. Trời đất như nổ tung. Mao là thần tượng của tôi, anh tôi giải thích, đây là vị lãnh tụ vĩ đại, cứu tinh của Trung Quốc. Hôm ấy, tôi lần đầu tiên thấy Mao. Thậm chí làm việc ở Đồi Hương tôi không thấy ông, dù rằng tôi sống cách không xa dinh thự ông là mấy.

Mao cao lớn khoẻ mạnh, tròn 56 tuổi trước đây chưa lâu, nhưng trông ông khá trẻ. Khuôn mặt đôn hậu, dưới mái tóc đen và dầy là vầng trán cao. Giọng ông vang lên, âm vang, phong thái toát lên vẻ tự tin, mạnh mẽ. Ông mặc bộ quân phục như trong ảnh mà mọi người thấy trên sách báo. Chính phủ mới đã được thành lập, Mao phát biểu với tư thế của Chủ tịch nước Cộng hoà nhân dân Trung Hoa, đại diện không phải cho đảng, mà cho chính quyền nhà nước. Ông mặc bộ quần áo xám xẫm giống hệt bộ quần áo Tôn Trung Sơn đã mặc (những năm sau trang phục này mang tên Mao Trạch Đông), đầu ông đội chiếc mũ công nhân thường đội trong các ngày lễ. Trên lễ đài đứng cạnh ông là những nhân vật đại diện cho những người không đảng phái và tổ chức như để xác nhận sự tồn tại của một mặt trận thống nhất. Bà Tống Khánh Linh đẹp đẽ, vợ goá của Tôn Trung Sơn, người đánh đổ triều đại phong kiến cuối cùng, mở cho Trung Quốc con đường chính trị mới phát triển.

Mao Trạch Đông trở thành trung tâm của sự chú ý, nhưng phong cách trang nghiêm, không khí hoà hợp, không tỏ vẻ của sự cao ngạo. Tôi đã nhiều lần thấy Tưởng Giới Thạch, khi hắn còn nắm quyền lực. Tưởng luôn luôn tỏ ra cách biệt với người khác, thích được thuộc hạ tâng bốc. Mao tỏ ra khác hẳn.

Mao có sức thu hút như nam châm. Dù rằng ông không phát biểu theo giọng Bắc Kinh chính gốc, pha giọng Hồ Nam nhưng cũng được đón nhận một cách đáng yêu. Với giọng mượt mà, sang sảng ông thôi miên đám công chúng. "Nhân dân Trung Quốc đã vùng dậy" – Mao tuyên bố, đám đông cuồng nhiệt đáp lại lời ông bằng tiếng vỗ tay như sấm dậy, những tiếng hô vang dội không ngừng: "Nước Cộng hoà nhân dân Trung Hoa muôn năm!" "Đảng cộng sản Trung Quốc muôn năm!" Tim tôi rung lên vì sung sướng, mắt tôi tràn lệ vì hạnh phúc. Tôi rất tự hào về nước mình tin vào tương lai thịnh vượng của nó. Những năm bị đè đầu cưỡi cổ, ách nô lệ và tủi nhục vĩnh viễn trôi qua. Tôi tin rằng Mao là lãnh tụ vĩ đại của nhân dân Trung Hoa, người khai sinh ra lịch sử nước Trung Hoa mới. Tôi đứng cách ông chỉ vài bước chân, nhưng tôi cảm thấy sao mà xa thế. Tôi là một bác sĩ quèn, còn ông là lãnh tụ cách mạng vĩ đại. Ngày hôm ấy tôi thậm chí không thể hình dung rằng chỉ một thời gian sau tôi thành bác sĩ riêng của ông, theo sát ông 22 năm liền và chứng kiến cái chết của ông.

Tháng 12-1949, sau ngày lễ không lâu, Mao Trạch Đông đến Moskova, ông ở đấy vài tháng hội thảo, điều đình, ký với Stalin Hiệp định hữu nghị và hợp tác giữa Trung Quốc và Liên Xô. Tháng 2-1950 ông quay về Trung Quốc, ngay sau đó chuyển từ Đồi Hương về Trung Nam Hải. Tư dinh của ông là cung điện nằm trên vườn thượng uyển trong Cấm Thành. Các nhà lãnh đạo đảng cộng sản lần lượt chuyển về đây chiếm các ngôi nhà sang trọng của vua trước đây. Ở Đồi Hương chỉ còn lại Ban hành chính quản trị và Ban bảo mật tài liệu. Bệnh viện chúng tôi chia làm đôi. Một phần ở Bắc Kinh để chữa các nhà lãnh đạo và phần còn lại nằm lại Đồi Hương do tôi phụ trách.

Nếu không gặp chuyện ngẫu nhiên, đời tôi có thể đã khác.

CHƯƠNG 4

Một quan chức bị ốm và chết do viêm não Nhật Bản, tôi cấp tốc được triệu về Trung Nam Hải. Dịch viêm não Nhật Bản truyền qua muỗi đốt, muỗi lại rất nhiều ở Bắc Kinh đặc biệt vào mùa hè và mùa thu. Vì thế trường hợp sốt do viêm não ở đây không phải hiếm. Các nhà chuyên môn thời kỳ đó khuyên nên theo dõi hội chứng căn bệnh nguy hiểm này, nó phá huỷ não. Giai đoạn đầu của bệnh có thể bị ngăn chặn bằng thuốc đông y cổ truyền, triệu chứng giống như cúm. Tuy nhiên nếu điều trị không kịp thời, bệnh tiến triển nhanh người bệnh rối loạn hệ thần kinh, cái chết khó tránh được.

Mùa hè 1950 có mưa nhiều, Bắc Kinh ẩm ướt, muỗi nhiều như trấu. Một nhân viên ở Trung Nam Hải bị sốt do viêm não Nhật Bản, bác sĩ trẻ ít kinh nghiệm chẩn đoán cúm. Do điều trị không đúng, bệnh nhân tử vong. Người nhân viên này sống gần biệt thự của Mao chủ tịch, vì thế Dương Thượng Côn và Chu Ân Lai lo lắng sự nguy hiểm bệnh dịch đe doạ lãnh tụ.
Bác sĩ giám đốc trẻ tuổi ở bệnh viện Trung Nam Hải bị thải hồi tức khắc. Bệnh viện được cải tổ, trong thành phố người ta tổ chức diệt muỗi quyết liệt. Lãnh đạo quyết định chuyển bộ phận y tế ở Đồi Hương vào Trung Nam Hải, đây là một phần trong kế hoạch tái tổ chức bệnh viện. Quyết định này thực tế làm thay đổi tận gốc cuộc đời tôi.
Bệnh viện ở Trung Nam Hải vốn trang bị tồi tàn nay được cấp tốc nâng cấp, hiện đại hoá để trở thành trung tâm chữa bệnh cho các lãnh tụ đảng và nhà nước. Đồng thời người ta cũng cải tạo lại các ngôi nhà ở Trung Nam Hải. Tại đó có hai hồ lớn chiếm một diện tích rộng: hồ Trung và hồ Nam, phong cảnh tuyệt vời, xung quanh bao bọc bức tường màu đỏ son sát Cấm Thành. Khu này rất bí mật vì thế bức tường ngăn người lạ nhìn vào. Sau khi các nhà lãnh đạo cộng sản đến đây ở, các sách viết về Cấm thành, kèm theo bản đồ biến mất trong quán sách. Bộ đội vũ trang thuộc trung đoàn Cận vệ canh gác khắp nơi và cổng ra vào, ngay cán bộ nhân viên trong khu vực cũng bị kiểm soát nghiêm ngặt. Ra vào Trung Nam Hải chỉ cho phép những ai làm việc và sống ở đấy, hoặc khách mời chính thức của nhà nước. Trụ sở Quốc vụ viện Cộng hoà nhân dân Trung Hoa, do Chu Ân Lai lãnh đạo nằm ở phía bắc, cạnh hồ Trung. Cùng sống và làm việc với Mao còn có những người bạn chiến đấu của ông –

Chu Đức, Lưu Thiếu Kỳ, Chu Ân Lai, Bành Đức Hoài, Đặng Tiểu Bình, Lý Tiên Niệm, Đồng Bích Vũ, Lý Phú Xuân và Trần Nghị. Họ là quan chức cao cấp nhất của đảng, tư dinh của họ là những biệt thự trong cung điện Cấm Thành. Tất cả cán bộ, công nhân viên chức làm việc cũng được sống ở đây. Tôi được chia một căn nhà nhỏ trong khu, sau tôi chuyển sang căn nhà lớn hơn, đưa Lý Liên và thằng con trai John mới chập chững về sống cùng.

Thậm chí ngay trên vùng đất được bảo vệ cẩn mật thế này mà lực lượng an ninh vẫn luôn luôn cảnh giác cao độ. Đi từ khu này sang khu kia đều qua sự kiểm soát rất nghiêm ngặt. Đi đến đâu cũng bị hỏi thẻ ra vào. Tôi làm việc ở bệnh viện cách tư dinh Mao không xa. Tuy tôi có thẻ ra vào "B", nhưng tôi chỉ có thể đi quanh khu bệnh viện, về nhà, loanh quanh sân nhà mình mà thôi. Lý Liên cũng có thẻ B, nhưng không được đi lại nhiều như tôi.

Là giám đốc Bệnh viện Trung Nam Hải chịu trách nhiệm điều trị không những cán bộ cao cấp sống trong Trung Nam Hải, còn cả các gia đình, những nhân vật quan trọng sống ở Bắc Kinh. Nhiều chiến sĩ cách mạng tám năm chiến đấu với Nhật và bốn năm với quân đội Quốc dân đảng, giờ đây họ mới lập gia đình, vì thế tôi còn phải chữa bệnh cho đám con nhỏ của họ. Gánh nặng công việc đè nặng lên vai, tôi không còn thời gian nghỉ ngơi nữa.

Tôi viết đơn xin vào đảng, nhưng nguồn gốc xuất thân của tôi lại thành trở ngại. Lý lịch của tôi thuộc thành phần bất hảo đối với tiêu chí của đảng cộng sản đề ra. Bố tôi từng giữ chức vụ quan trọng trong chính phủ Quốc dân đảng. Dù Chu Ân Lai mời ông trở về Bắc Kinh, hứa sẽ bảo vệ ông, nhưng người ta vẫn coi bố tôi thuộc diện "phản động". Bố vợ tôi, đại điền chủ tỉnh An Huy trong khi đó cuộc cải cách ruộng đất vẫn tiến hành, ông bị quy tội "kẻ thù nhân dân", bị tước không chỉ quyền công dân, còn tịch thu tất cả tài sản. Bây giờ cuộc sống của ông phụ thuộc vào sự chu cấp của tôi. Họ nghi ngờ cả vợ tôi. Trước giải phóng, vợ tôi làm việc cho không lực Hoa Kỳ và toà lãnh sự Anh, người ta đồn rằng vợ tôi là điệp viên bí mật của cả hai đế quốc tư bản.

Những hoạt động thời thanh niên của tôi cũng bị nghi ngờ. Trong bản khai lý lịch, kèm đơn xin vào đảng tôi có khai, sau khi học xong lớp 10 trung học ở Quý Châu, tôi bị Quốc dân đảng gọi đi huấn luyện quân sự ba tháng. Người ta nói, sau lớp huấn luyện tôi sẽ gia nhập Hội Phục hưng Quốc gia của Quốc dân đảng. Tuy nhiên, khi mãn khoá huấn luyện, tôi chẳng bao giờ nghe đến cái tổ chức này, cũng không quan hệ bất cứ hoạt động nào của nó kể cả gián tiếp.

Sau mới hay, Hội Phục hưng Quốc gia là tiền thân Tam Đầu Chế của Đoàn thanh niên nhân dân, một tổ chức chính trị có liên quan tới Hội Áo bồ câu – một trong số tổ chức đặc nhiệm của Quốc dân đảng. Các đảng viên cộng sản có nhiệm vụ điều tra lý lịch tôi, không tin tôi không dính líu vào hoạt động của Hội Phục hưng.

Lại phát sinh thêm sự nghi ngờ mối quan hệ trong thời kỳ tập sự sau khi tôi tốt nghiệp y khoa. Đợt thực hành y khoa đầu tiên của tôi bắt đầu với tư cách bác sĩ quân y của Quốc dân đảng.

Quan chức của đảng tiếp tục đào bới quá khứ, dĩ nhiên họ tin tôi đã hoạt động trong Hội Phục Hưng, tôi chính là tên gián điệp. Việc kết nạp tôi vào đảng bị hoãn vô thời hạn.

Thật vô lý, tôi chỉ muốn đóng góp sức lực vào sự nghiệp cách mạng. Để làm điều này, tôi tình nguyện tham gia đội cải cách ruộng đất trực tiếp xuống nông thôn, lấy đất đai và tài sản tịch thu của bọn đại điền chủ chia cho bần cố nông. Thậm chí cuộc cải cách ruộng đất đã tước đi tất cả mọi thứ của nhạc phụ, nhưng tôi vẫn ủng hộ cách mạng. Cải cách ruộng đất kết thúc sự bóc lột hàng trăm năm đối với nông dân, cải thiện đáng kể đời sống nghèo khó ở thôn quê. Chỉ sau vài năm, một số người bạn kể lại, tôi mới biết thực chất cuộc cải cách man rợ, mất hết nhân tính mà những "ông đội, bà đội" tham gia lúc đó gây ra. Ít lâu sau người ta không cho tôi tham gia cải cách ruộng đất, lý do Trung Nam Hải rất cần nghề bác sĩ của tôi.

Hè năm 1950 chiến tranh Triều Tiên bùng nổ. Tôi lập tức làm đơn tình nguyện ra mặt trận. Tôi chưa được tham gia kháng Nhật và nội chiến Quốc-Cộng, vì thế tôi quyết định, giờ đây là cơ hội phục vụ tổ quốc. Tuy vậy, tôi tin Trung Quốc khó thắng nổi cuộc chiến này, vì Hoa Kỳ hiện đại về mọi mặt, hơn hẳn Trung Quốc, một nước hùng mạnh bậc nhất thế giới.

Tôi theo dõi chặt chẽ tin chiến sự, thật ngạc nhiên, vui mừng thấy quân đội Trung Quốc không bị đẩy lùi, còn giáng cho kẻ địch những đòn sấm sét hết mặt trận này sang mặt trận khác. Lần đầu tiên sau một thế kỷ, Trung Quốc tỏ rõ sức mạnh đủ khả năng chống lại lực lượng xâm lược ngoại quốc hùng mạnh. Tôi kinh hoàng khi biết Hoa Kỳ đã sử dụng vũ khí vi trùng ở Triều Tiên. Dù rằng cuộc chiến ở Triều Tiên vẫn tiếp diễn chưa có dấu hiệu kết thúc, tôi vẫn tự hào vô hạn là người Trung Hoa, nhưng cấp trên không cho tôi tham gia chiến sự, họ bảo công việc tôi ở Trung Nam Hải còn quan trọng và cần thiết hơn ra chiến trường.

Tôi buồn, chán nản vì họ không cho phép tôi đóng góp cho cách mạng, càng thất vọng vì không có cơ hội thành bác sĩ phẫu thuật.

Tôi cảm thấy cô đơn, bị người cách mạng xa lánh, tuy họ là bệnh nhân của tôi, càng buồn hơn khi việc vào đảng vẫn giậm chân tại chỗ.

Đang trong lúc buồn nản, mùa xuân 1952 lần đầu tiên tôi gặp gia đình Mao chủ tịch. Mao Ngạn Thanh, người con trai 30 tuổi của lãnh tụ được đưa vào bệnh viện. Anh ta mắc bệnh tâm thần, thường xuyên mất ngủ, suốt đêm đi lại quanh nhà, lẩm bẩm một mình. Mao có hai con trai – Mao Ngạn Anh và Mao Ngạn Thanh. Hai người này là con của bà Đường Khai Tuệ, người vợ đầu tiên do ông lựa chọn, bị Quốc dân đảng xử tử năm 1930 vì không chịu bỏ người chồng mình, mặc dù lúc đó Mao sống cách đấy vài trăm dặm ở Giang Tây, vùng căn cứ địa xô viết và cũng đã lấy bà Hạ Tử Trân. Sau khi mẹ chết, hai người con nhỏ được chuyển về Thượng Hải, ở đó sống như kẻ du thủ du thực, kiếm ăn từng bữa qua ngày. Những ai từng biết Mao Ngạn Thanh đều cho rằng bệnh tâm thần do bị đòn dã man của cảnh sát Thượng Hải. Họ mới tìm thấy hai người con trai Mao cách đây vài năm. Khi Diên An trở thành căn cứ địa của đảng. Mao đã gửi con sang Liên Xô du học.

Mao Ngạn Anh

Khi bắt đầu chiến tranh Triều Tiên, người con lớn, Mao Ngạn Anh, ra chiến trường, hy sinh trong cuộc ném bom của Mỹ. Người con út Mao Ngạn Thanh làm phiên dịch ở Ban Tuyên huấn trực thuộc Ban chấp hành trung ương đảng cộng sản Trung Quốc.

Năm 1953 trong khi cả nước rầm rộ chiến dịch "Ba Chống", chống tham nhũng, chống lãng phí và chống tệ quan liêu trong hàng ngũ cán bộ viên đảng cộng sản. Mao Ngạn Thanh phát hiện một đồng sự đã biển thủ tiền nhuận bút bài báo của anh bằng cách giả mạo chữ ký. Mao Ngạn Thanh điên tiết đánh người đồng sự. Biết tin, Mao nổi giận, quở trách người con thậm tệ. Có thể, đây là một trong những nguyên nhân gây nên bệnh tâm thần của Mao Ngạn Thanh. Tôi không phải chuyên gia trong lĩnh vực tâm-thần kinh, hơn nữa cơ sở chúng tôi chỉ điều trị tạm thời. Tôi cho Mao Ngạn Thanh uống thuốc an thần, chờ thời cơ thuận tiện báo cho gia đình, chuyển sang bệnh viện tâm thần điều trị lâu dài.

Một chiều, khi tôi đang kiểm tra bệnh án, cô y tá chạy hớt hơ hớt hải tới báo tin Giang Thanh đang có mặt trong bệnh viện và muốn nói chuyện với tôi về sức khoẻ của Ngạn Thanh.

Giang Thanh đi cùng người nữ y tá trang phục chỉnh tề, chờ tôi trong phòng khách, cạnh buồng Ngạn Thanh. Tôi thấy vợ Mao một vài lần, nhưng chỉ thoáng qua. Bà ta vào đảng ở Diên An, trước đó là diễn viên ở Thượng Hải. Tất nhiên, tôi cho rằng quần áo của bà khác hẳn bộ đồ một màu xám của lãnh tụ, kiểu quần áo cho tất cả mọi người thời đó. Nhưng điều tôi nhìn thấy lại rất gây ấn tượng. Giang Thanh mặc bộ âu phục dạ thanh lịch. Dưới áo gi-lê là chiếc váy bằng nhung lụa mềm mại. Chân bà đi tất mỏng – thời ấy được xem là xa xỉ – đôi giầy da màu đen gót thấp. Mái tóc đen dày, uốn từng nếp cuộn tròn chải chuốt. Bà có đôi mắt to tròn, đen xẫm quyến rũ, nước da trắng màu ngà voi. Giang Thanh cao khoảng mét sáu mươi, mảnh mai, phần lưng dài hơn phần dưới. Hồi ấy bà 38 tuổi, tôi 32.

- Chắc đồng chí là bác sĩ Lý?

Giang Thanh chào hỏi tôi rất lịch sự, giọng Bắc Kinh, khi tôi ngồi đối diện. Không chờ tôi trả lời, Giang Thanh hỏi luôn:

- Sức khỏe Ngạn Thanh thế nào?

Mặc dù giọng nói rất thanh lịch nhưng rất lạnh lùng. Người ta kể rằng thời trẻ Giang Thanh là cô gái đẹp, duyên dáng. Theo tôi Giang Thanh, một phụ nữ đáng yêu nhưng không đẹp. Bà ta có vẻ vừa đoan trang, vừa ngạo mạn.

Tôi báo cáo tỷ mỉ tình trạng sức khoẻ của Ngạn Thanh và khuyên nên chuyển anh ta đến bệnh viện tâm thần hoặc trại an dưỡng, bởi vì bệnh viện chúng tôi không đủ phương tiện chữa bệnh tâm thần.

Giang Thanh nghĩ một lúc, cuối cùng bảo:

- Tôi sẽ nói lại điều này với Chủ tịch, để chủ tịch quyết định.

Khi chia tay chúng tôi bắt tay nhau. Ngón tay bà nhỏ nhắn, mềm mại, móng tay được thợ sửa cầu kỳ. Cám ơn tôi xong, bà đi ra sân, có ba vệ sĩ đứng chờ. Bà ta dường như không tin tôi, đôi mắt nhìn soi mói, ngữ điệu dò hỏi đã toát lên vẻ nghi ngờ của bà đối với những lời chân thật của tôi.

Sau một thời gian ngắn, bác sĩ tâm thần xác nhận Mao Ngạn Thanh bị điên, chuyển anh về thị xã sát bờ biển thuộc tỉnh Đại Liên, đông bắc Trung Quốc điều trị. Anh ta sống trong một căn nhà riêng và có cô y tá phục vụ. Hai người yêu nhau, nhưng gia đình Mao lại chọn cho anh ta một cô vợ khác, em gái út vợ goá Mao Ngạn Anh. Cô y tá đau khổ đã phải trở về Bắc Kinh.

Mùa thu năm 1953, một năm sau cuộc gặp ở bệnh viện, tôi lại chạm trán với Giang Thanh, nhưng ở nhà Hồ Kiều Mục, một trong các thư ký của Mao, trưởng Ban Tuyên huấn. Hồ Kiều Mục vị nể công việc y khoa của tôi, chúng tôi trở thành bạn của nhau.

Tôi đến nhà Hồ Kiều Mục trong khu Trung Nam Hải để chữa cho ông chứng dị ứng và bệnh loét dạ dày. Lúc đang khám, bỗng nhiên vợ ông, Hồ Hữu, làm việc ở Viện hàn lâm khoa học, chạy vào thông báo Giang Thanh đang tới. Bà giục chồng:

- Mặc quần áo nhanh lên.

Ông xin lỗi tôi vì phải bỏ dở cuộc khám.

Tôi chạm trán Giang Thanh ngay lối vào.

- Có phải bác sĩ Lý không?

Vừa hỏi vừa bắt tay tôi trong khi Hồ Kiều Mục giải thích lý do cuộc viếng thăm của tôi. Tuy đã lâu rồi nhưng tôi không quên được giọng lạnh lùng khi bà nói chuyện với tôi lần thứ hai này.

Phụ trách bệnh viện Trung Nam Hải, tôi coi tất cả bệnh nhân như nhau, không phân biệt địa vị, chức vụ của họ. Danh tiếng của tôi tăng lên từng ngày. Nhiều người đã hài lòng khi tôi chữa bệnh cho họ, một số người thậm chí tin tôi, kể cho tôi nghe đời tư, chuyện gia đình để tìm lời khuyên trong tình huống phức tạp. Họ tin tưởng vì tôi chưa khi nào làm lộ bí mật những điều tâm sự.

Cuối năm 1952 tôi được cấp chứng minh thư "A" dành cho nhân viên gương mẫu của Văn phòng Trung ương. Đó là một vinh hạnh lớn.

Cuối cùng người ta kết nạp tôi vào đảng viên dự bị đảng cộng sản. Toàn đảng bộ nhất trí, không ai phản đối tôi cả. Trong quá trình thẩm tra lý lịch, họ phát hiện một người cùng quê, Tô Biên, lãnh đạo trong thời kỳ tôi tham gia lớp huấn luyện năm 1936, đang lao động khổ sai trong trại cải tạo ở Quý Châu, nhưng anh ta không nhớ gì về tôi. Họ lại đi tìm những bạn học cùng trường, cùng lớp cũ, nhưng tất cả đều nhất trí xác nhận tôi chẳng hứng thú tham gia chuyện chính trị. Việc thẩm tra lý lịch vào đảng của tôi kéo dài tròn hai năm.

Thành phần xuất thân của tôi và những hoạt động không thích chính trị đã gây nhiều bất lợi cho tôi khi đất nước Trung Hoa tiến hành làn sóng thanh lọc mới, nhưng tháng 11-1952, đứng dưới lá cờ đảng tôi đã thề trung thành, cống hiến trọn đời, sẵn sàng hy sinh cho đảng cộng sản Trung Quốc. Về chủ nghĩa Mác, tôi chỉ đọc qua "Tuyên ngôn đảng cộng sản" của Marx, hai bài chính luận của Mao. Ngoài ra, tôi chỉ nhớ một vài lần anh tôi giảng giải, một số khẩu hiệu Mác-xít, đại loại như "Làm theo năng lực, hưởng theo nhu cầu".

Thật ra, tôi chưa bao giờ trở thành người đảng viên như họ. Phần đông đảng viên làm việc ở Trung Nam Hải thuộc hạng đặc quyền đặc lợi. Họ tham gia cách mạng đã lâu, vào đảng khi còn trẻ, thường ở lứa tuổi đôi mươi, tham gia cuộc Vạn Lý Trường Chinh. Hầu hết xuất thân từ dân nghèo, ít học vẫn mang nặng thành kiến thủ cựu của nông dân. Nhiều người trong số họ ngưỡng mộ sự hiểu biết của tôi. Còn tôi đánh giá cao sự nhiệt tình cách mạng, sự sẵn sàng hy sinh cho lý tưởng cách mạng của họ. Nhưng giữa chúng tôi vẫn có hố ngăn cách quá lớn. Họ coi tôi là trí thức, một bác sĩ, thuộc về tầng lớp bóc lột, đáng ngờ, tôi trở thành mục tiêu để "lôi kéo, sử dụng và cải tạo". Giá trị duy nhất của tôi đối với đảng là kinh nghiệm tay nghề của một bác sĩ y khoa.

Sự đánh giá khả năng tay nghề của tôi sau khi Uông Đông Hưng gọi điện mời tôi đến nhà ông vào buổi tối ngày 2 tháng 10 năm 1954 tôi mới biết.

Uông phụ trách Ban bảo vệ trung ương, lo toan an ninh cho giới lãnh đạo, đồng thời ông còn chỉ huy đội vệ sĩ của Mao chủ tịch. Tôi quen ông trong bệnh viện, khi vợ ông và con nhỏ vài lần tới khám chữa bệnh, lần nào cũng hỏi tôi cặn kẽ về bệnh tình vợ con ông. Chúng tôi thành bạn với nhau. Uông là công thần của đảng, sống sót sau cuộc Vạn Lý Trường Chinh. Ngay từ nhỏ, mới 10 tuổi đã theo cách mạng, ông là con nông dân nghèo ngoại ô, không được học hành, lang thang đường phố, một lần bị cảnh sát bắt vì tội đái bậy trên đường phố, may nhờ khoản tiền hối lộ khổng lồ của bố, ông mới thoát cảnh tù tội. Căm ghét chế độ tham nhũng của Quốc Dân đảng, ông theo đảng cộng sản, gặp Mao, tham gia hoạt động với Mao từ hồi ở Hồ Nam. Sau năm 1949, bất ngờ ông được tiến cử vào hàng ngũ lãnh đạo cao cấp uy tín, nhưng ông luôn luôn tôn trọng tầng lớp trí thức, nhất là tôi, một bác sĩ được đào tạo ở Tây phương.

Trên điện thoại, ông không cho biết lý do, chỉ nói có chuyện gấp cần trao đổi riêng. Điều này làm tôi bối rối, bởi vì giữa tôi và Uông Đông Hưng luôn cởi mở với nhau.

Tôi gặp ông trong một phòng rộng lớn ở Trung Nam Hải, ông sống với vợ ở đó. Căn buồng vừa là phòng làm việc, phòng khách, phòng ăn thậm chí còn là phòng ngủ. Con cái ông và người trông trẻ sống trong khu nhà đối diện bên kia chiếc sân rộng. Uông Đông Hưng rót trà, đưa một chén cho tôi, nói:

- Đây là trà Long Thanh mới hái năm nay đấy. Thử đi đồng chí! Trà này trồng ở Hàng Châu, ngon nhất Trung Quốc. Rượu vang chất lượng phụ thuộc vào độ tuổi, còn trà ngon và đắt nhất lại là trà vừa thu hoạch trong năm.

Uông Đông Hưng đúng là dân sành điệu uống trà. Tôi nhấp một ngụm, thấy rất thơm ngon. Cuối cùng tôi phải hỏi vì sao Uông mời tôi đến.

- Tôi có thể giúp gì đồng chí?

Uông Đông Hưng giọng trở lên quan trọng, hỏi tôi:

- Đồng chí biết vì sao trong thời gian dài tôi không điều đồng chí đi chỗ khác?

Tôi bối rối về câu hỏi của ông ta, đáp:

- Tôi không biết.

- Tôi theo dõi đồng chí vài năm nay, mọi người ở Trung Nam Hải quý trọng đồng chí. Đồng chí được bệnh nhân đánh giá cao vì không phân biệt địa vị, chức vụ và không khi nào tỏ vẻ ngạo mạn. Kinh nghiệm, kiến thức y học, tinh thần, thái độ phục vụ trong công việc của đồng chí đã làm chúng tôi kính phục, kể cả lãnh đạo cao cấp. Thậm chí chính Mao chủ tịch đã nghe thấy lời ca ngợi về đồng chí. Lâu nay chúng tôi chọn tìm một bác sĩ riêng Mao chủ tịch, nhưng chuyện này thật không đơn giản.

Uông nói tiếp:

- Tôi đã thảo luận với Bộ trưởng công an La Thuỵ Khanh và Dương Thượng Côn trưởng ban Ban tổ chức, xếp đồng chí vào công việc này. Tôi cũng thông báo cho thủ tướng Chu Ân Lai, mọi người đều thống nhất chấp thuận sự lựa chọn của tôi. Hôm qua, tôi đã đệ trình lên Mao chủ tịch, sơ bộ chủ tịch đã đồng ý, nhưng trước khi có quyết định chính thức, chủ tịch muốn nói chuyện trực tiếp với đồng chí. Đồng chí cần chuẩn bị chu đáo. Tôi nghĩ rằng Chủ tịch sẽ nhanh chóng gọi đồng chí đến gặp đấy.

Tôi rất bất ngờ tin này. Tôi biết sau cái chết bất ngờ của Nhậm Bích Thế năm 1950, tất cả các nhà lãnh đạo bắt đầu sử dụng bác sĩ riêng, nhưng tôi chưa bao giờ nghĩ rằng mình sẽ trở thành bác sĩ riêng. Từ bệnh viện tôi thường nhìn sang khu nhà Mao ở. Tôi cho rằng ngôi nhà này là trái tim của Trung Quốc, nhịp đập Mao, cũng là nhịp đập của người dân Trung Hoa. Thậm chí không dám hình dung một ngày nào đó tôi được đặt chân đến nơi ấy. Mao đối với tôi là người vĩ đại, xa xăm như ngôi sao trên trời. Đầu óc tôi đột nhiên ngổn ngang bao ý nghĩ. "Công việc này không thể dành cho mình". Tôi hoàn toàn không xứng đáng đảm nhận công việc đó. Thành phần xuất thân của tôi thế nào đây? Tôi đã từng bị nghi ngờ có liên quan với Quốc dân đảng, bố tôi đã làm cho chính phủ Quốc dân đảng. Còn vợ tôi? Người ta từng đồn thổi là gián điệp. Lý Liên chưa là đảng viên và chẳng khi nào có thể vào đảng được. Không, công việc như thế thường trao cho con cái công nhân và nông dân. Quá khứ của tôi luôn luôn bám sát tôi, không thể thay đổi được". Ngoài ra, Mao cũng đã có bác sĩ riêng.

Tôi nhớ lại trường hợp đau buồn trong quá khứ của cụ tôi, từng là thầy thuốc trong hoàng cung Từ Hy Thái Hậu, sau khi phát hiện bệnh giang mai ở con trai bà – hoàng đế Đồng Trị. Họ tước phẩm hàm cụ tôi khỏi chức vụ ngự y thái sử, đã ảnh hưởng tới thế hệ sau, không ai trong họ chúng tôi có quyền chữa bệnh trong hoàng cung.

Tôi từ chối, không xứng đáng làm công việc này, nhưng Uông cười phá lên, bảo:

- Đừng lo! Trước khi cho đồng chí vào đảng, chúng tôi điều tra cẩn thận quá khứ và những người thân của đồng chí. Mọi nghi vấn đã được tháo gỡ. La Thuỵ Khanh, Dương Thượng Côn và thủ tướng Chu Ân Lai không nghi ngờ lòng trung thành và an tâm về quá khứ của đồng chí. Nếu không thế làm sao đồng chí được tiến cử làm bác sĩ riêng cho Mao chủ tịch. Quá khứ cụ tổ đồng chí, thuộc về thời phong kiến. Thời nay khác xưa rồi, đồng chí nên xoá bỏ tất cả những mặc cảm đó đi.

Tôi hỏi:

- Nhưng đồng chí Phó Liêm Chương có biết việc này không chứ?

Chính Phó Liêm Chương kêu gọi tôi hồi hương, bố trí công việc cho tôi, giờ đây là thứ trưởng Bộ y tế, trực thuộc Quốc vụ viện Cộng hoà nhân dân Trung Hoa. Trước đây đồng chí ấy lãnh đạo Cục bảo vệ sức khoẻ, lo về công tác bảo vệ sức khoẻ các lãnh tụ cao cấp đất nước. Phó Liêm Chương tự cho mình là bạn thân, là chiến hữu của Mao chủ tịch, đương nhiên, luôn luôn phải quan tâm sức khoẻ của Mao chủ tịch nhiều hơn. Vì thế tôi cho rằng giao việc cho tôi nên thảo luận cả với Phó.

Uông đáp:

- Các đồng chí lãnh đạo cao nhất sẽ quyết định. Dù rằng đồng chí Phó Liêm Chương là thủ trưởng trực tiếp của đồng chí, tôi không nghĩ chúng tôi nhất thiết phải hỏi đồng chí ấy.

Nhưng tôi linh cảm điều này có gì không ổn nếu như Phó Liêm Chương không được hỏi ý kiến.

Tôi nói với Uông:

- Tôi cũng cần có thời gian suy nghĩ đề nghị của đồng chí.

Lý do chưa thuyết phục tôi. Tôi không cảm thấy mình vẫn đang ở bên ngoài Trung Nam Hải, dù rằng về hình thức tôi đã đứng trong hàng ngũ đảng. Thành phần xuất thân của tôi không khi nào xoá được. Nếu tôi thành bác sĩ riêng của Mao chủ tịch, tôi sẽ luôn luôn nằm dưới sự theo dõi chặt chẽ. Chỉ cần phạm lỗi nhỏ người ta sẽ ghi vào lý lịch, có thể đổ tội về thành phần gia đình. Bất cứ sai phạm nào người ta có thể buộc tội tôi âm mưu chống đảng. Tôi sẽ tức khắc bị coi là kẻ thù giai cấp, trở thành kẻ tội đồ khủng khiếp.

Uông nói:

- Không còn thời gian để đồng chí nghĩ lung tung nữa. Chúng tôi đã quyết định rồi.

Lúc này tôi hiểu rằng mình hết lựa chọn. Tôi nói với ông:

- Nếu tôi đảm nhận trách nhiệm này, tất nhiên tôi sẽ làm hết sức mình. Nhưng nói trước, tôi chưa đạt được trình độ hoàn thiện, nếu mắc lỗi xin cứ kỷ luật tôi chứ đừng đổ xuống đầu đồng chí.

Thực tế, Uông Đông Hưng rất liều khi đề bạt tôi vào nhiệm vụ này. Nếu tôi mắc lỗi gì đó, Uông cũng phải gánh chịu. Chúng tôi đã buộc chung dây với nhau, thả trong cùng một rọ cho đến khi Mao chủ tịch qua đời.

Uông động viên tôi:

- Đừng lo. Dĩ nhiên, đồng chí phải hết sức chú ý và thận trọng, phải thường xuyên trao đổi với thủ trưởng, nhưng đồng chí cũng phải tự quyết định nếu thấy việc làm ấy là đúng. Đồng chí sẽ phải chịu hoàn toàn trách nhiệm công việc mình làm. Tất cả chỉ có thế. Tôi nghĩ, đồng chí sẽ thành công, hoàn thành xuất sắc nhiệm vụ được giao, hy vọng tôi không sai lầm khi chọn đồng chí. Bây giờ, đồng chí về, chuẩn bị cho cuộc nói chuyện với Mao chủ tịch. Chủ tịch là người quyết định cuối cùng. Khi nào chủ tịch gọi, tôi sẽ điện thoại để đồng chí rõ.

Uông Đông Hưng đưa tôi hồ sơ sức khoẻ Mao, yêu cầu tôi xem trước. Uông cũng nói rằng Mao sớm rời khỏi Bắc Kinh đi nghỉ ở phương nam. Tôi vẫn tiếp tục làm việc ở bệnh viện, chờ quyết định cuối cùng.

Trong khi chờ đợi, tôi nghe không ít những lời cảnh cáo. Trần Dương Anh, vợ goá Nhậm Bích Thế, một trong 5 bí thư hàng đầu của đảng cộng sản, nhắc tôi công việc sắp tới sẽ chẳng đơn giản chút nào đâu. Sau khi chồng chết 1950, bà sống trong sự thất vọng. Tôi cố an ủi và động viên bà. Bà là người phụ nữ khả kính, một người vợ chung thuỷ, một người mẹ đáng kính. Sau cuộc gặp này chúng tôi trở thành bạn tốt của nhau.

Cùng với Trần Dương Anh, tôi có mặt trong các cuộc hội nghị đảng, đi Thượng Hải và Hàng Châu. Bà kể cho tôi về sự lập dị và quái đản của Mao cảnh báo tôi rằng phải thận trọng khi nói chuyện với Mao chủ tịch. Bà bảo:

- Mao có thói nổi xung bất thường, chỉ một sai sót nhỏ có thể làm ông phát khùng. Vợ ông, Giang Thanh, một người độc ác, thô bạo với người xung quanh, ngoài ra còn có tật quyến rũ đàn ông. Đừng bị mê hoặc bởi vẻ ngoài của bà ta. Nếu không, đồng chí rơi vào thảm hoạ, không một ai trong số những người gần Mao giúp được đồng chí đâu. Hơn thế nữa, bất kỳ lúc nào đồng chí cũng có thể chui đầu vào tù đấy.

Những lời cảnh báo của Trần Dương Anh làm tôi giật mình. Tôi tôn thờ Mao, cho rằng chủ tịch không bao giờ làm điều sai quấy. Dĩ nhiên, ông không phải là vua, nhưng ông uy quyền tuyệt đối, điều không cần phải bàn cãi. Không ai có đủ dũng cảm phê bình ông. Thêm nữa, chính trong những năm này rộ lên chiến dịch đấu tranh chống bọn phản cách mạng, nếu ai đó nghe được lời cảnh báo của Trần Dương Anh, người ta có thể buộc tội bà âm mưu tạo phản, phần tử phản cách mạng.

Tôi không bao giờ quên những lời cảnh báo của bà, đã bao nhiêu năm nhưng lời của bà vẫn ám ảnh tôi. Thậm chí bây giờ tôi vẫn còn biết ơn sâu sắc người phụ nữ khả kính này, vì lòng chân thành, thiện chí, cởi mở.

Cuộc đấu tranh với phản cách mạng ở Trung Nam Hải làm tôi lo sợ thật sự. Cầm đầu chiến dịch chính là Uông Đông Hưng, giám đốc Ban bảo vệ nội bộ, người tiến cử tôi làm bác sĩ riêng cho Mao. Người ta thường quy tội những bác sĩ riêng của các lãnh tụ cao cấp nhất, coi họ liên quan trong nhóm chống đảng.

Tôi lo lắng, sợ hãi vì trong vài tuần lễ ngày nào cũng có bác sĩ bị bắt. Hàng ngày tất cả mọi người ở Trung Nam Hải họp kéo dài 4-5 giờ liền, từ trưa đến tối để lên án, phê phán các bác sĩ, tôi buộc phải tham dự ngồi nghe những lời chỉ trích bịa đặt, lăng mạ trút xuống đầu những bác sĩ vô tội. Các bác sĩ đâu có sung sướng gì. Mỗi người chịu trách nhiệm coi sóc sức khoẻ cho một vị lãnh tụ, chỉ có Nhậm Bích Thế bị chết bất ngờ, còn những người lãnh đạo vẫn còn khoẻ mạnh cơ mà. Bác sĩ làm việc ở đây bị hạn chế quyền làm việc, những cuộc gặp gỡ bạn bè trao đổi kinh nghiệm y học đều bị ngăn cấm. Họ đều trẻ hơn tôi, mới tốt nghiệp, kinh nghiệm còn ít ỏi. Họ cảm thấy rằng khả năng, kiến thức của họ không được sử dụng đúng chỗ, nghề nghiệp sẽ mai một, phí công học hành. Họ thường phàn nàn không được làm việc theo khả năng, chính vì phàn nàn họ bị khép tội không toàn tâm toàn ý, hy sinh phục vụ cho lãnh tụ. Chính vì lý do ấy họ bị buộc tội tham gia nhóm chống đảng.

Cuộc tấn công vào các bác sĩ vẫn chưa ngừng lại, những lời buộc tội mới hoàn toàn vô lý đã được cộng thêm vào tội của họ. Hứa Đào, bác sĩ của Giang Thanh, từng là bác sĩ riêng của Mao một thời gian ngắn, trở thành nạn nhân. Người ta buộc tội Hứa Đào không những chống đảng, mà còn dám chế nhạo Giang Thanh. Dù những lời buộc tội hoàn toàn lố bịch, vô căn cứ, nhưng Hứa Đào bị đe doạ sẽ bị trừng phạt nặng nề. Các vệ sĩ vợ Mao kể, khi Giang Thanh yêu cầu kéo rèm che cửa sổ, bác sĩ Hứa Đào làm quá chậm. Do đó ánh sáng mặt trời thường xuyên chiếu vào mắt Giang Thanh, gây giảm thị lực của bà. Ngoài ra, Hứa Đào còn bị buộc tội chủ ý giảm nhiệt độ phòng của vợ Chủ tịch, khi Giang Thanh nổi giận, ông ta chỉ cho bà cái nhiệt kế hỏng đang chỉ mức 25 độ, đó là nhiệt độ mà Giang Thanh yêu cầu. Vì tất cả "những lỗi" ấy, ông bị buộc tội chống đảng.

Cuối cùng tất cả các bác sĩ trả về bệnh viện nhân dân, trừ một người bị thải hồi. Những người bị tống ra thật may mắn, họ chuyển về Bệnh viện Bắc Kinh nơi họ mong ước nhất để tiếp tục nghề y của mình. Trớ trêu thay, Hứa Đào, bị buộc tội nhiều nhất, lại vẫn ở lại làm bác sĩ riêng của Giang Thanh.

Tôi rất thông cảm các đồng nghiệp, tin rằng họ vô tội. Tất nhiên họ cũng không tham gia trong nhóm chống đảng, nhưng tôi không thể lên tiếng bảo vệ họ được. Nếu ai đó dám công khai đứng ra lên tiếng bênh vực họ, chắc chắn sẽ bị kết tội kẻ chống đảng.

Ngày ấy tôi chưa có nhiều kinh nghiệm, còn quá ngây thơ. Điều này bắt đầu ngay sau khi tôi trở về Bắc Kinh, khi Lý Liên không thể tìm thấy việc làm. Tôi khi đó hiểu rằng, giá như tôi tặng Dương chiếc đồng hồ Rolex, mọi việc sẽ khác đi, Lý Liên chắc chắn có việc làm phù hợp.

Năm 1953, bắt đầu chiến dịch "Ba chống", chống tham nhũng, lãng phí và quan liêu, đụng chạm tới gia đình tôi. Anh và chị họ tôi bị buộc tội. Họ từng khuyến khích tôi vào đảng, tôi biết họ vô tội. Nhưng tôi lại phải ngậm miệng, nếu đứng ra bảo vệ cũng bị buộc tội kẻ thù của đảng.

Trong khi chưa trở thành bác sĩ riêng của Mao, tôi cũng đã mâu thuẫn với chính lương tâm của mình. Tôi đã không dám nói thật những điều suy nghĩ trong tận đáy lòng. Thông thường, đối mặt với những chuyện trái với lương tâm, tôi thường giữ im lặng, không phát biểu, nhưng trong thời gian đấu tố bác sĩ tôi buộc phải đứng ở phía những người buộc tội, bởi vì số phận những người thân cũng như bản thân gia đình tôi phụ thuộc vào điều đó. Tôi phải lừa dối, nhưng đó là cơ hội duy nhất để giữ được việc làm và lên chức. Tôi cần phải làm điều này, vì tất cả để tồn tại.

Nhưng tôi không buộc tội các bác sĩ chống đảng, tôi không thể làm điều đó. Tôi chỉ xác nhận họ thắc mắc, phàn nàn là sai, cũng như chưa hoàn thành tốt công việc, tay nghề còn yếu cần phải trau dồi nghiệp vụ để làm việc tốt hơn trong tương lai.

Bốn mươi năm đã trôi qua, tôi cũng vẫn còn sợ hãi mặc dù tôi đang sống ở Hoa Kỳ, một đất nước tự do và dân chủ. Nghĩ lại chặng đường đã qua, tôi nghĩ, tôi buộc phải lặp lại những gì đã làm, bởi tôi không có sự lựa chọn. Sự sống còn của họ hàng thân thích tuỳ thuộc vào tôi, tôi không thể trốn tránh rũ bỏ trách nhiệm. Nếu bây giờ tôi còn ở lại Trung Quốc, làm nhân chứng cho cuộc đàn áp đẫm máu của quân đội với những người biểu tình trên quảng trường Thiên An Môn ngày 4 tháng Sáu năm 1989, người ta yêu cầu tôi ủng hộ, tôi chắc sẽ phải ủng hộ, kể cả việc đảng cộng sản vẫn tiếp tục theo dõi, đàn áp những người vô tội chỉ vì họ phản đối đường lối, chính sách sai lầm của chính phủ. Như những năm trước đây kể cả hôm nay, để mà sống được ở Trung Quốc, cần phải phản bội lương tâm và từ bỏ lòng tự trọng.

Năm 1954, trong "vụ án bác sĩ", tôi không biết đồng nghiệp của tôi chỉ là những con tốt đen trong ván cờ tranh chấp quyền lực giữa Uông Đông Hưng và Phó Liêm Chương.

Phó Liêm Chương, thứ trưởng Bộ y tế, đảm nhiệm bảo vệ sức khoẻ cho các lãnh tụ cao cấp. Các bác sĩ riêng cho họ đều được bổ nhiệm theo lời đề nghị của ông ta. Nhưng Phó Liêm Chương rất khó có cơ hội gặp gỡ Mao chủ tịch và các lãnh tụ khác, vì thế ông ta sử dụng các bác sĩ được tiến cử vào mục đích của mình. Họ không những chỉ thông báo cho Phó về tình trạng sức khoẻ của lãnh đạo đảng mà còn phải kể tất cả cái gì thấy và nghe được. Điều này giúp Phó trong cơn bão táp chính trị giữ được vị trí của mình, tránh khỏi chỉ trích và bị buộc tội. Tất nhiên ông quan tâm hơn cả là quan điểm của Mao và nhiều lãnh tụ tối cao khác.

Uông Đông Hưng, phụ trách an ninh quốc gia, đảm bảo an toàn lãnh tụ, kể cả việc bảo vệ sức khoẻ cũng là nhiệm vụ của ông. Quyền lực của Uông thực tế lớn hơn quyền lực của Phó Liêm Chương. Uông là người có hoài bão chính trị, lại gần gũi Mao. Tin tức về hoạt động, các bài phát biểu của các nhà lãnh tụ cao cấp, Uông Đông Hưng đều nhận được không những từ đám vệ sĩ, mà còn từ các bác sĩ mà Phó Liêm Chương bổ nhiệm. Miếng mồi giành độc quyền nguồn thông tin dẫn cuộc cắn xé giữa hai con hổ.

Cuộc xung đột tới đỉnh điểm sau khi Uông, không trao đổi với Phó Liêm Chương khi tiến cử tôi vào chức vụ bác sĩ riêng của Mao. Mâu thuẫn ngầm ngầm ban đầu đã biến thành thù địch công khai. Phó Liêm Chương bắn tin để Mao chủ tịch chống sự bổ nhiệm tôi, bằng cách lôi thành phần gia đình, quá khứ của tôi ra. Trả miếng Phó Liêm Chương, Uông Đông Hưng kích động "vụ án bác sĩ", được tiến hành dưới ngọn cờ đấu tranh với bọn phản cách mạng là hoàn toàn tự nhiên. Kết quả, tất cả các bác sĩ do Phó bổ nhiệm bị thải hồi,

Uông Đông Hưng ăn mừng chiến thắng. Chia rẽ trong mối quan hệ giữa Phó Liêm Chương và Uông tăng lên, họ trở thành kẻ thù không đội trời chung.

Chiến dịch chống bác sĩ gây tổn thương giới trí thức. Mọi người đều hiểu, ở Trung Quốc không có nhân quyền. Mọi người buộc phải nhắm mắt tuân theo mệnh lệnh của cấp trên. Một sự không bằng lòng nho nhỏ hoặc một lời nói bừa bãi có thể làm cho anh trở thành kẻ thù của đảng, của nhân dân. Trên khắp đất nước, chiến dịch chống bọn phản cách mạng được phát động, chỉ cần vô tình sơ sẩy có thể bị khối quần chúng nhân dân phẫn nộ lên án là bọn kẻ thù của cách mạng.

Mỗi người chỉ là một chiếc đinh ốc nhỏ trong cỗ máy quyền lực khổng lồ phức tạp. Một bất đồng nho nhỏ, không hài lòng nhau bộ máy sẽ không hoạt động đồng đều, lệch khỏi các tiêu chuẩn định sẵn đều có thể bị quy tội, bị tống đi cải tạo.

Tuy nhiên trở lại việc bổ nhiệm tôi, càng tôn thờ Mao bao nhiêu thì công việc tương lai lại đe doạ tôi bấy nhiêu. Lý Liên cảnh cáo tôi:

- Người ta sẽ không khi nào tha thứ sai lầm của anh dù sai lầm ấy nhỏ nhất.

Vợ tôi rất hiểu công việc khó khăn của chồng, chúng tôi hồi hương đã được 5 năm, nàng đã trưởng thành rất nhiều, đã gột bỏ ảo tưởng khi chứng kiến những gì xảy ra trong nước. Vợ tôi lúc nào cũng bị nghi ngờ, vì nàng là con đại địa chủ, ngoài ra tội gián điệp luôn lơ lửng trên đầu vẫn chưa buông tha. Nhưng chính vợ tôi cũng hiểu tôi không thể từ chối công việc được giao, luôn luôn lo sợ cho tính mạng của tôi.

Vài tháng trôi qua kể từ hôm gặp Uông. Tôi sống trong tình trạng căng thẳng chờ đợi, nhưng vẫn chưa thấy lãnh tụ gọi.

CHƯƠNG 5

Chỉ vài ngày sau khi tôi được tiếp kiến Mao lần đầu, gần nửa đêm ngày lễ 1-5, một vệ sĩ của Mao đã triệu tôi đến ngay để gặp Chủ tịch.
Tôi vội đến tư dinh của Mao, được biết ông bị ốm. Nhưng tại sao người ta lại gọi tôi muộn như vậy?
Cho tới lúc đó, tôi chưa bao giờ bước chân vào cái tư dinh thâm nghiêm, có vẻ đầy bí ẩn của Mao. Đi qua cổng, bước vào trong sân, tôi cảm giác như chính tôi đã vượt qua cuộc Vạn Lý Trường Chinh, từ một bác sĩ quèn trở thành một nhân viên trong trung tâm của cuộc cách mạng. Tôi nghĩ, từ nay trở đi, cuộc đời tôi sẽ gắn chặt với cái miền đất thâm cung bí sử này. Tôi thật sự xúc động.

Người ta thường kể, hàng ngày Mao sống rất đơn giản, khổ hạnh, một tấm gương sáng về sự tiết kiệm. Sau khi ông qua đời, cánh cửa tư dinh của ông được mở, những bộ quần áo cũ kỹ sờn rách, chiếc áo choàng buổi sáng, đôi dép lê… mới xuất hiện trước công chúng là những bằng chứng cho thấy ông đã cự tuyệt sự xa hoa một cách có ý thức. Mao vốn là một nông dân, có sở thích đơn giản. Mao chỉ mặc quần áo khi chẳng đừng, còn hầu như lúc nào ông cũng khoác một chiếc áo choàng và nằm trên giường, chân đất. Khi cần ông mặc những bộ quần áo cũ, đi đôi giày vải đã mòn đế, chỉ khi xuất hiện trước đám đông mới mặc quần áo chỉnh tề, đó là bộ đồng phục "kiểu Mao", chân đi giày da. Thông thường, một trong những vệ sĩ của Mao là người chăm lo tìm mua quần áo và thừa giày mới cho ông. Những bức ảnh ông ăn mặc tươm tất làm việc trong văn phòng đều là ảnh đã được bố trí sẵn. Hầu hết công việc, ông đều giải quyết trong phòng ngủ hoặc bên bể bơi.
Mặc dù vậy, ông sống cũng như một vị hoàng đế. Tư dinh của ông nằm ở chính giữa khu Trung Nam Hải, chính điện của triều đình trước đây, hướng về phía Nam, giữa hồ Trung và hồ Nam. Tư dinh này được canh gác cẩn mật nhất thế giới. Khách nước ngoài viếng thăm có cảm giác không có lính canh gác, nhưng thực ra, lính được bố trí gác khắp nơi khu Trung Nam Hải, nhưng họ kín đáo đến nỗi người ta không nhận điều đó. Tất cả xoay quanh như một vòng tròn lớn mà ông là tâm điểm. Vệ sĩ của Mao đồng thời cũng là người phục vụ ông ta. Họ đều mang súng ngắn, nhưng thực ra họ không

cần phải mang vũ khí, vì bên ngoài khu vực trọng yếu đó người ta đã thực hiện những biện pháp an ninh nghiêm ngặt đến nỗi tư dinh của ông kín như nằm trong cái kén. Ngoài những vệ sĩ của Mao ở bên ngoài cũng như bên trong tư dinh, còn những "trạm gác ngoại vi" của những nhân viên Ban An ninh trung ương. Họ cũng được vũ trang đầy đủ.

Những người lính vũ trang của Quân đoàn Thủ đô, danh nghĩa dưới quyền của Bộ tổng tham mưu, nhưng thực ra lại thuộc quyền quản lý trực tiếp của Uông Đông Hưng với tư cách thứ trưởng Bộ Nội Vụ, canh gác những khu vực lân cận của Trung Nam Hải, đó là lớp bảo vệ vòng ngoài. Những lớp vỏ canh gác này chính là cơ sở bảo vệ lãnh tụ mỗi khi Mao đi ra ngoài.

Nơi ở của Mao được giữ tuyệt mật, chỉ những cán bộ lãnh đạo cao cấp của đảng mới biết. Mỗi khi ông rời Trung Nam Hải đi thăm viếng, xe chở ông được đỗ cách xa khu dân cư để người ta khỏi nhận ra số xe, không những thế, biển số xe thường xuyên thay đổi. Hệ thống an ninh tiếp thu kinh nghiệm của Liên Xô và sự bảo mật các Hoàng đế thời xưa ngay sau khi những người cộng sản cướp chính quyền.

Dinh thự của Mao, vốn được xây dựng từ thời Càn Long (1735-1796), vừa là thư viện vừa là nơi ẩn náu của vua nếu có binh biến. Ngôi nhà này hàng thập kỷ không được trùng tu, có nguy cơ bị hỏng. Nó vẫn chưa lấy lại được cái vẻ hào nhoáng ngày xưa, vì công việc sửa chữa đang dở dang. Lần đầu bước vào khu nhà đó, tôi có ấn tượng rằng nét hào hoa chính là ở sự giản dị có chủ ý bày trong nội thất. Nhưng Càn Long vốn lại là người ưa hiện đại.

Cổng chính tư dinh của Mao ở phía Nam toà nhà, theo phong tục cổ truyền được sơn loè loẹt. Tấm bảng gỗ treo trên cổng mang chữ "Vườn thượng uyển" do chính vua Càn Long viết. Tất cả những bảng chữ treo trên những lối vào toà nhà đều là bút tự của Càn Long. Những viên ngói trên mái đều có màu xám, chứ không phải thiếp vàng như trong Cấm Thành, nhưng toà nhà lại được xây dựng theo cùng một phong cách cung diện của vua.

Bên trong cổng chính, hai bên lối đi là hai căn phòng nhỏ thường có vệ sĩ. Chỉ có những người có thẻ đặc biệt loại "A" mới được phép ra vào, có tường bao bọc xung quanh. Đi qua sân rộng là một khu nhà đồ sộ thiết kế theo lối Giao Hoà Đường hoặc Trường Sinh Đại Sảnh hội họp, đón tiếp khách nước ngoài trình quốc thư, tổ chức lễ tiệc chiêu đãi trước khi xây Nhân Dân Đại Lễ Đường năm 1959. Ngay phía sau Trường Sinh Đại Sảnh là Giao Hoà Đường, đó thư viện phong phú rất nhiều sách của Mao chọn lọc, nhưng thường đóng cửa im ỉm.

Khu tư dinh của Mao, biệt danh Phòng Đọc Hương Cúc, ngay trong sân thứ hai, nối liền với sân thứ nhất bằng dãy hành lang có mái che. Khu vườn tuyệt đẹp, dưới bóng những cây thông, dẫy trắc bá cổ thụ đẹp đẽ là những chiếc bàn, những chiếc ghế bằng mây, nơi mùa hè Mao thường tổ chức cuộc họp ngoài trời. Dinh thự của ông gồm hai toà nhà chính với nhiều công trình phụ. Phòng lớn của ông vừa là phòng ngủ, vừa là phòng làm việc ở toà nhà thứ nhất, cách biệt với phòng ngủ của Giang Thanh bằng một phòng ăn rộng. Trong toà nhà thứ hai, đi qua một hành lang nối với phòng ngủ của Giang Thanh là phòng khách của bà. Bên cạnh đó, phòng của Diệp Tử Long, chánh thư ký riêng, đồng thời cũng là quản trị cao cấp của Mao, chuyên lo đáp ứng những nhu cầu cá nhân cho hai vợ chồng Chủ tịch.

Trong một toà nhà khác ở phía Tây nơi ở của Diệp Tử Long, thông với Giao Hoà Đường là nhà bếp. Diệp cũng lo việc ăn uống cho Mao. Việc chế biến thực phẩm tuy theo khuôn mẫu của Liên Xô, nhưng lại phỏng theo phương cách cổ điển thời vua chúa, được Ban an ninh của Uông Đông Hưng canh chừng. Ngay sau khi Mao từ Moscow trở về vào đầu năm 1950, Ban an ninh đã được hai chuyên gia Liên Xô truyền cho những phương pháp chế biến, cách kiểm tra thực phẩm dành cho giới lãnh đạo ở Trung Nam Hải. Một nông trang – công xã Tụ Sơn – chuyên cung cấp đặc sản rau, thịt, gà, trứng cho Mao và những lãnh tụ cao cấp khác. Đầu bếp của Mao chỉ cần gửi thực đơn đến phòng cung ứng của Ban an ninh ở phía bắc Trung Nam Hải, gần công viên Bắc Hải. Phòng cung ứng chuyển tiếp thực đơn đến công xã Tụ Sơn. Từ đó, thực phẩm được chuyển về phòng cung ứng ở công viên Bắc Hải, để người ta khám nghiệm thực phẩm đó trong hai phòng kiểm nghiệm xem chúng tươi đến mức nào, độ dinh dưỡng ra sao và có độc tố không. Sau đó, thức ăn được nếm thử trước khi mang cho Mao thưởng thức. Đối với tất cả các quan chức cao cấp, kể cả ở các tỉnh, người ta đều áp dụng phương pháp tốn kém đó, ngốn không biết bao tiền của dân. Phòng ngủ của Mao nối với một toà nhà khác, ông thường dùng làm văn phòng bằng một hành lang. Tuy nhiên, văn phòng này quanh năm khoá trái, chỉ mở cửa khi cần để chụp ảnh. Mao chẳng bao giờ dùng đến nó.

Một toà nhà khác chắn ngang toà nhà Mao và Giang Thanh sống trong đó là nơi Lí Minh, con gái riêng của Mao với Hạ Tử Trân, Lí

Nạp, con gái của ông với Giang Thanh và chị của Giang Thanh, Lý Vân Lục đang cư ngụ.

Mao Trạch Đông và Lí Minh (con chung với bà vợ thứ hai Hạ Tử Trân)

Mao và hai con gái: Lý Nạp (với Giang Thanh) và Lí Minh (với bà vợ thứ hai Hạ Tử Trân) khoảng 1950

Mao Trạch Đông, Giang Thanh và Lí Nạp (con chung của hai người) tại chiến khu Diên An

Lý Vân Lục hơn Giang Thanh vài tuổi, chân bó từ bé. Sau khi mẹ qua đời, bà nuôi dưỡng Giang Thanh. Về sau bà trở thành vợ bé của một thương gia. Khi giới lãnh đạo chuyển về Trung Nam Hải, Giang Thanh yêu cầu bà cùng với con trai về ở, chăm sóc dạy dỗ Lí Nạp và Lí Minh, vì cả Mao và Giang Thanh không có thời gian chăm sóc và ít có điều kiện gặp con. Bọn trẻ học trong trường nội trú, thậm chí, trong những kỳ nghỉ, thỉnh thoảng chúng mới gặp hai người trong bữa ăn, mỗi năm không quá vài lần.

Toà nhà thứ tư, văn phòng của các nhân viên y tế và thư ký của Mao cũng như là nơi ở của đứa cháu trai Mao Viên Tân, lúc đó còn đang học trung học. Ngoài ra, ở đó còn có một phòng chơi bóng bàn, một phòng lưu giữ quà tặng, quần áo của Mao, nhiều đồ lặt vặt của Giang Thanh. Trong một phòng khác, treo những bức tranh của các hoạ sĩ nổi tiếng như Tề Bạch Thạch và Từ Bắc Hồng tặng Mao. Tuy nhiên, hầu hết những tặng phẩm đều của nước ngoài. Về sau tôi phát hiện ra một hộp xì gà Cuba lớn, bằng gỗ chạm, rất nghệ thuật, do Fidel Castro tặng và một két rượu Brandy lâu năm do Chủ tịch nước Rumania, Ceausescu tặng. Vua Iran tặng Mao một hộp đựng thuốc lá chạm vàng và bạc. Diệp Tử Long vừa là quản gia, vừa là thủ kho khu nhà đó.

Tư dinh có một cái sân bên trong lớn nhất, nơi có những khóm tre và cây cối luôn luôn xanh tươi, một vòi phun nước, một dàn nho. Mùa hè, không khí ở đây thật dễ chịu, mát mẻ hơn bất cứ nơi đâu Trong sân còn có một vườn rau xanh trông rất bắt mắt, cuối thập niên 1960, người ta đã xây một hầm phòng không dưới khu vườn này.

Toà nhà thứ 5, có cổng ra vào riêng, đơn giản hơn nhiều so với lối cổng phía Nam, một lối vào ở phía sau thuộc Ban Quản lý Quảng

Trường kiểm soát. Trước khi Đại lễ đường xây dựng, các đại sứ thường đến khu nhà này trình quốc thư. Toà nhà còn có phòng ngủ các vệ sĩ của Mao, các y tá của Giang Thanh. Ngoài ra, ở đó còn cất chứa thực phẩm dành cho Mao, có 3 tủ lạnh sản xuất từ những năm 1940 nhãn hiệu General Electric cũng như dự trữ những vật dụng hàng ngày và thuốc men.

Phòng ở vệ sĩ của Mao, trong đó lịch trình làm việc của Mao cũng được ghi chép dán ngay sau cánh cửa, toà nhà thứ tư. Bất kỳ ai, kể cả những nhân vật thân cận muốn gặp gỡ với Mao, trước hết đều phải trình phòng bảo vệ. Tôi hộc tốc tới khu vườn lúc nửa đêm, 30 tháng 4 năm 1955, vì Mao ốm, một vệ sĩ niềm nở ra đón. Tôi hỏi:

- Có chuyện gì thế.

Người vệ sĩ trả lời:

- Chủ tịch đã uống thuốc ngủ hai lần, nhưng không tài nào chợp mắt được. Chủ tịch muốn nói chuyện với đồng chí.

Tôi được đưa vào phòng ngủ của Mao. Đó là căn phòng quá rộng, gần rộng bằng phòng khiêu vũ. Đồ đạc trang trí toàn đồ Tây phương, hiện đại, tiện lợi, bốn cửa sổ có treo những tấm rèm nhung dày. Sau này tôi mới biết những tấm rèm không bao giờ mở, ở trong buồng Mao người ta không biết bên ngoài ban ngày hay ban đêm.

Mao nằm trong một chiếc giường gỗ rộng, gấp rưỡi chiếc giường đôi bình thường, do một thợ mộc ở Trung Nam Hải thửa riêng cho ông. Trên giường sách vở chất đống, tôi nhận thấy một bên giường cao hơn bên kia, nơi Mao đang nằm, khoảng mười xăng-ti-mét. Sau này, Lý Ấm Kiều nói rằng giường nghiêng là để đảm bảo an toàn cho Mao không bị lăn khỏi giường. Mấy năm sau tôi mới biết, chiếc giường kê nghiêng để những cuộc làm tình của Mao có nhiều khoái cảm, hơn là để Mao khỏi lăn xuống đất.

Cạnh giường, một chiếc bàn lớn, vừa làm bàn ăn, vừa là bàn làm việc. Mao thường ăn một mình trong phòng ngủ, ông đã sống ly thân với Giang Thanh, hiếm khi họ ăn chung với nhau.

Thấy tôi, Mao bảo:

- Tôi chưa ăn bữa tối đâu đấy! – rồi ông nói tiếp – Tôi muốn nói chuyện phiếm với đồng chí.

Ông khoác một cái áo choàng, lộ khoảng ngực trần. Tay ông cầm một cuốn cổ sử Trung Quốc cũ bọc vải gai. Mao đặt cuốn sách sang một bên, tôi kéo ghế ngồi xuống bên cạnh, nhấm nháp tách trà mà người vệ sĩ mang đến.

- Có tin tức gì không? – Mao hỏi.

Tôi bối rối. Các bản tin tôi biết chẳng qua đọc từ tờ Nhân Dân Nhật Báo, như vậy, tôi tin Mao cũng rất quan tâm đến báo chí. Tôi chẳng biết tin tức gì hơn ông.

- Chẳng hạn mấy ngày qua đồng chí đã gặp những ai? – Mao nói thêm khi nhận thấy sự lúng túng của tôi – trao đổi về những vấn đề gì?

"Có tin tức gì không?", từ giờ trở đi thành câu cửa miệng mỗi khi gặp, ông cũng nêu câu hỏi đó đối với các cộng sự khác. Bằng cách đó, Mao đã thu lượm được thông tin cũng như thường xuyên kiểm tra chúng tôi, ông mong muốn chúng tôi kể cho ông nghe mọi chuyện kể cả công việc, tạo điều kiện cho chúng tôi tranh luận lẫn nhau. Ông thoả mãn khi khích được một cộng sự này phản biện với những cộng sự khác. Ông cho phép tự do tranh luận.

Tôi kể cho ông nghe cuộc nói chuyện của tôi với Phó Liêm Chương. Ông chăm chú lắng nghe, rồi ông kể về Phó Liêm Chương đã đi theo những người cộng sản trong cuộc Vạn Lý Trường Chinh từ tỉnh Giang Tây đến sở chỉ huy mới ở tỉnh Thiểm Tây như thế nào.

- Trong cuộc tranh đấu của chúng ta chống lại Quốc dân đảng, năm người của gia đình Phó Liêm Chương đã bị hành hình theo lệnh của đảng cộng sản, trong đó có con gái và con rể của đồng chí ấy. Dù là đảng viên cộng sản, nhưng họ vẫn bị buộc tội là thành viên bí mật của một sư đoàn Quốc dân đảng.

Phó Liêm Chương, từng kể, lúc đó ông chăm sóc Mao đang mắc bệnh sốt rét.

Mao nói tiếp:

- Dù Phó không còn là đảng viên cộng sản nữa, nhưng tôi đã hỏi đồng chí ấy có muốn tham gia cuộc Vạn Lý Trường Chinh hay không. Đồng chí ấy đồng ý đi theo. Chúng tôi cho mang ngựa đến, nhưng đồng chí ấy không biết cưỡi, đã ngã xuống sông, suýt chết đuối. Tuy thế đồng chí ấy vẫn tiếp tục lên đường đến Thiểm Tây cùng chúng tôi. Phó Liêm Chương là người tốt, nhưng không cần phải làm theo tất cả những gì đồng chí ấy yêu cầu, cũng không nên báo cho đồng chí ấy biết về tình hình sức khỏe của tôi. Nếu tôi cảm thấy khó ở, hãy nói với tôi biết về cách chữa bệnh, nhưng đừng nói với đồng chí đó. Nếu tôi đồng ý với cách điều trị đó, tôi sẽ không phê bình, thậm chí cả khi đồng chí làm sai. Nếu đồng chí không trao đổi với tôi về phương pháp điều trị, tôi sẽ không thừa nhận đồng chí đã chữa khỏi bệnh, dù tôi khỏi bệnh thật.

Một mặt tôi vui mừng vì không phải thảo luận với Phó Liêm Chương, mặt khác tôi cảm thấy lo lắng, vì Mao muốn tôi cho ông biết phương pháp điều trị. Có đúng là Mao yêu cầu tôi trình bày với ông những thay đổi về tâm-sinh lý của cơ thể trong thời kỳ mắc bệnh hay không? Tôi cần phải thuyết phục ông theo cách điều trị của tôi hay không? Tôi làm sao tìm được những thuật ngữ đơn giản để lý giải cho ông hiểu.

Mao là người bệnh khó tính.

Bữa ăn được dọn ra. Các món ăn lại được đảo qua dầu. Mao đã 62 tuổi, nặng hơn 80 cân, quá béo so với khổ người cao 1 mét 75 của ông. Sau này, tôi thường góp ý với ông nên ăn uống điều độ, không nên ăn quá nhiều chất béo, nhưng ông không nghe. Thời còn trẻ, ông đã thích ăn thịt lợn mỡ và ông vẫn giữ thói quen này cho đến khi chết. Ông còn mời tôi ăn món mướp đắng xào ớt cay, rồi hỏi:

- Ngon không?

Cả đời tôi chưa bao giờ nếm món này, tôi bảo:

- Cay và đắng lắm.

Mao cười rung cả cổ:

- Ai cũng nên nếm một ít vị đắng trong đời, nhất là người như đồng chí. Đồng chí học y khoa, thành bác sĩ, có lẽ chưa bao thử món "Chi ku" cay đắng như thế này.

"Chi ku", có nghĩa ăn món có vị đắng, hoặc có nghĩa là cuộc đời phải chịu nhiều trầm luân, khổ ải. Tôi không chắc Mao chỉ nói về món ăn thôi, hay ông chơi chữ, ám chỉ rằng, ông coi tôi như loại công tử bột, sản phẩm của tầng lớp thượng lưu. Tôi lặp lại:

- Tôi chưa bao giờ nếm món mướp đắng, nhưng nó có vị lạ.

- Tốt lắm – ông trả lời – Đồng chí còn được thưởng thức nhiều món cay đắng hơn nhiều.

Câu trả lời của Mao rõ ràng khẳng định tôi chưa từng trải cuộc sống gian truân, khốn khổ, ông muốn tôi hãy chia ngọt xẻ bùi đồng cam cộng khổ với mọi người. Thông qua nhiều người, tôi khám phá ra, kể cả con gái Lý Nạp và Lý Minh của Mao, vị lãnh tụ tối cao, cũng từng phải "Chi ku" như mọi người khác. Hầu hết cán bộ lãnh đạo cao cấp của đảng xuất thân từ nông dân, họ đã chiến đấu hàng chục năm ròng để làm nên thắng lợi lịch sử của cách mạng, họ cũng đã nếm trải đủ mùi đắng cay. Mao cho rằng, quyền chức và cuộc sống xa hoa ở chốn đô hội sẽ làm cho họ tha hoá. Theo Mao, nếu không thường xuyên rèn luyện khổ ải, đến ngay các vị lãnh tụ cao cấp cũng sẵn sàng quên béng nước Trung Hoa rồi. Những năm tiếp theo, ông cố gắng tạo điều kiện bắt buộc những người sống quanh ông, kể cả tôi và các lãnh tụ cao cấp khác ăn những món cay đắng nhiều hơn.

Mao chuyển đề tài. Ông nói, Trung Hoa đóng góp cho nhân loại với ba sự việc quan trọng: Nền y học cổ truyền Trung Hoa, tiểu thuyết Hồng Lâu Mộng của Tào Huyết Cần và trò chơi Mạt chược. Ông hỏi tôi có biết chơi Mạt chược không.

Mạt chược, một trò chơi giải trí phổ biến trong dân gian, gồm 136 quân bài, thường dành cho bốn người chơi. Nhiều người Trung Hoa đã nghiện nó. Nhưng gia đình tôi không thích trò chơi may rủi đỏ đen này. Từ hồi còn học trung học, tôi coi nghiện cờ bạc, nghiện thuốc phiện là hai thứ ung thư gặm nát xã hội Trung Hoa từ trong ra ngoài. Vì vậy tôi không học chơi cái trò đỏ đen đó. Mao trách tôi:

- Không nên coi thường trò chơi Mạt chược. Mỗi người chơi không những phải chú ý đến quân chơi của mình, mà còn phải quan tâm đến tất cả 136 quân bài khác, để tính toán sao cho có thể thắng được. Nếu đồng chí đã làm chủ được trò chơi, đồng chí sẽ hiểu được mối quan hệ giữa thuyết Tương đối và thuyết Tuyệt đối.

Trong thực tế, Mạt chược là một trò chơi có tính chiến lược. Mao không chỉ là một nhà chiến lược vĩ đại, mà còn là một tay chơi Mạt chược cừ khôi của Trung Quốc. Tôi nghĩ, tài thao lược của ông bắt nguồn từ những bài học trong cuốn Binh pháp Tôn Tử rất có giá trị thời cổ đại, từ lịch sử của nước Trung Hoa và từ lịch sử tiểu thuyết Tam quốc Diễn nghĩa. Nhưng Mao không chỉ chơi Mạt chược một cách đơn thuần, mà còn để trau dồi trí tuệ của mình. Như sau này tôi kể, lệ chơi của ông, bạn chơi phải là những cô gái trẻ đẹp. Khi chơi, tay ông vừa cầm quân, ông vừa buông lời ong bướm ve vãn các em. Dưới gầm bàn, ông dùng chân cọ cọ vào chân hoặc sờ tay vào đùi các cô gái.

Mao nói tiếp:

- Hồng Lâu Mộng đã mô tả sự thịnh suy của chế độ xã hội phong kiến. Cuốn tiểu thuyết đã tóm tắt lịch sử của Trung Hoa trong hai nghìn năm qua. Tôi ít đọc tiểu thuyết, nhưng tôi lại thích đọc Hồng Lâu Mộng.

Tôi mới xem lướt qua cuốn tiểu thuyết này, nhưng không thể nào đọc từ đầu cho đến cuối được, mặc dù đó là cuốn tiểu thuyết vĩ đại của Trung Hoa. Câu chuyện quá rắc rối, nhân vật lại quá nhiều, mỗi lần đọc chỉ được vài ba trang, tôi đã thấy chán rồi gập nó lại. Cuốn tiểu thuyết kể về sự suy đồi của gia đình thượng lưu Gia Bảo Ngọc và nạn tham nhũng, hối lộ trong xã hội phong kiến đã ăn sâu vào gia đình này. Đối với Mao, cuốn tiểu thuyết này là một tài liệu nghiên cứu về nạn tham nhũng, hối lộ và sự suy tàn của chủ nghĩa phong kiến Trung Hoa. Nhưng đối với nhiều người Trung Hoa, nó lại là

một tấn bi kịch tình yêu của Gia Bảo Ngọc. Gia đình của Gia đã phản đối tình yêu và cấm anh không được kết hôn với cô. Rút cuộc, Gia Bảo Ngọc đã bỏ nhà, quay lưng lại với xã hội, tìm nơi cửa Phật. Nhưng phản ứng ban đầu của anh là lao vào những cuộc ăn chơi trác táng thâu đêm với gái đẹp. Sau này khi quá quen Mao, tôi quan niệm, Mao gần như là hiện thân của nhân vật Gia Bảo Ngọc. Chính tư dinh của ông, "mảnh vườn của lòng từ bi bác ái" lại là phiên bản khá chính xác của biệt thự gia đình Gia Bảo Ngọc. Mao cũng là một tên phiến loạn, thích lôi kéo, quyến rũ những người đàn bà trẻ, ông có vô số phụ nữ quanh ông. Tuy nhiên, ông khác với nhân vật Gia Bảo Ngọc, ông không quy y, nương mình nơi cửa Phật. Mao đã nhắc tôi ngay khi chúng tôi mới quen nhau:
- Đồng chí đừng suy tôn tôi, tôi không phải ông thánh, cũng chẳng nhà sư. Tôi không bao giờ muốn như thế.
Mao quy cho sự gia tăng dân số ở Trung Quốc là do tác dụng của nền y học Trung Hoa. Ông bảo, mặc dù trong suốt bốn nghìn năm qua, chiến tranh và thiên tai thường xuyên xảy ra ở Trung Quốc, nhưng dân số vẫn tăng tới năm trăm triệu người. Hay tại y học Tây phương? Nền y học Tây phương du nhập vào Trung Quốc mới khoảng một trăm năm nay. Nhưng trước đó hàng nghìn năm con người đã quen dùng dược liệu của Trung Quốc vậy tại sao vẫn có người phủ nhận nền y học đó? Chỉ có sách y học Trung Quốc và sách Phật giáo Mao chưa nghiên cứu, ông hỏi tôi biết những gì về y học Trung Hoa không.
Mặc dù, ông cha tôi là những người từng làm nghề thuốc đông dược Trung Hoa, nhưng tôi lại được đào tạo nghề y theo khuôn mẫu của phương Tây nên tôi không quan tâm đến y học cổ truyền. Tuy nhiên, tôi cũng không nghĩ, Trung Hoa đông dân do nền y học cổ truyền gây ra.
Tôi trả lời ông, tôi đã đọc một vài cuốn sách cổ y học Trung Hoa, nhưng không hiểu, nhất là bàn đến thuyết ngũ hành Kim, Mộc, Thuỷ, Hoả, Thổ. Tôi không lĩnh hội được lý thuyết này.
Mao cười, bảo:
- Đúng, thuyết âm dương, thuyết ngũ hành rối rắm, rất khó hiểu. Các thầy lang dùng những lý luận y học cổ truyền của Trung Hoa để giải trình tình trạng sinh lý và bệnh lý của người bệnh. Quan điểm của tôi, ta nên kết hợp y học cổ truyền Trung Hoa với Tây y. Bác sĩ Tây phương giàu kinh nghiệm cần phải tham khảo đông y, ngược lại lương y Trung Hoa lành nghề cũng cần phải nghiên cứu sinh lý học, bệnh lý học, khoa học giải phẫu, dịch tễ học và những lĩnh vực

tương tự. Đồng chí nên tìm cách giải thích những nguyên tắc y học Trung Hoa dưới ánh sáng của khoa học hiện đại. Những cuốn sách y cổ truyền của Trung Quốc cần được dịch sang ngôn ngữ hiện đại, được chú giải và cắt nghĩa cho sáng tạo. Như vậy, bằng sự liên hệ giữa y học Trung Hoa và y học phương Tây, có thể tạo ra một nền y học tổng hợp mới. Điều đó sẽ là một đóng góp to lớn cho y học thế giới.

Mao dừng một chút rồi nói:

- Mặc dù tôi ủng hộ, khuyến khích nền y học Trung Hoa, nhưng bản thân tôi lại không tin tưởng nên y học đó lắm. Tôi không dùng thuốc đông y. Đồng chí có thấy kỳ quặc không?

Tôi đồng ý, đó là điều kỳ lạ. Trước công chúng, ông công khai ủng hộ nền y học cổ truyền, nhưng chính ông lại từ chối dùng thuốc đông y. Kết thúc cuộc trao đổi, Mao nói:

- Mai là ngày lễ 1-5. Đồng chí cùng đi với tôi đến quảng trường Thiên An Môn, đứng trên lễ đài, chứng kiến buổi lễ tiến hành ra sao. Đó là một sự kiện quan trọng, đồng chí sẽ học hỏi được nhiều điều.

Ông ta hỏi về đứa con trai cả của tôi.

Tôi đáp:

- Cháu đã 5 tuổi.

Mao đề nghị:

- Đồng chí đưa cháu đi cho nó xem quang cảnh nhé.

Tôi đáp:

- Tôi nghĩ không nên. Tất cả các chính trị gia cao cấp đều ở đấy mà chẳng ai đưa con đi cả, tôi lại có nhiều việc cần làm, nếu cháu mải xem quá, cháu sẽ lạc.

Mao cười.

- Thôi được. Đồng chí không cần mang cháu theo. Bây giờ đồng chí về nhà ngủ một chút đi.

Tôi về nhà đã ba rưỡi sáng. Thường thường tôi đi ngủ lúc mười giờ. Lý Liên đang đợi tôi. Tôi kể cho nhà tôi về cuộc chuyện trò giữa tôi và Mao.

- Ông ta khỏe, thực sự chưa cần bác sĩ chăm sóc thường ngày. Anh có cảm tưởng, ông cần anh như người bạn để tâm sự hơn cần bác sĩ.

Lý Liên khuyên tôi hãy kiên nhẫn chiều theo ý muốn của Chủ tịch, bảo:

- Anh vừa mới bắt đầu làm việc cho Chủ tịch, đã gây được ấn tượng tốt đối. Vậy anh phải cẩn thận, không được hấp tấp.

Đó mới chỉ buổi đầu tiên trong vô số buổi nói chuyện với Mao vào ban đêm. Ông sống rất cô độc. Hiếm khi ông gặp Giang Thanh, ông không có bạn. Tinh thần Diên An, tình đồng chí của những người sống sót sau cuộc Vạn Lý Trường Chinh chỉ còn là một huyền thoại. Thỉnh thoảng Lưu Thiếu Kỳ hoặc Chu Ân Lai gặp Mao vì công việc, nhưng cuộc gặp gỡ cũng chỉ giới hạn trong phạm vi những điều cần bàn đến trong những tài liệu trao đổi hoặc trong những cuộc họp của Ban thường vụ Bộ chính trị. Mao triệu tập những cuộc họp này rất thất thường. Lúc thì ở trong phòng khách khu Trường Sinh, lúc thì ở ngay những nơi mà ông vừa tới. Ban ngày ông gặp gỡ đám vệ sĩ thân cận gần gũi nhất. Họ là những trai làng thất học. Nói chuyện với họ Mao chỉ hạn chế trong một số chuyện, thường chỉ tán gẫu về các cô người yêu của họ, thậm chí ông còn làm cố vấn tình yêu cho họ, thỉnh thoảng giúp họ viết những lá thư tình. Những đề tài ông thường quan tâm là lịch sử Trung Hoa và về triết học, ông không thể trao đổi với họ được.

Vì thế, Mao coi tôi là người trò chuyện duy nhất của ông, khuyến khích tôi đọc những bài ông viết về lịch sử và triết học, mỗi tuần ông trao đổi với tôi hàng giờ liền. Khi khó ngủ, có lúc ông đọc sách, có lúc triệu tập một cuộc họp bất thường, bất kể vào lúc nào, thuận tiện hay bất tiện với người khác. Nhưng thường thường, ông cho gọi một người nào đó đến để trò chuyện, người đó thường là tôi. Chẳng có gì lạ khi ba giờ sáng lại bị Mao lôi ra khỏi giường. Trước những ngày quốc khánh và mồng 1 tháng Năm, Mao mất ngủ nặng nếu ông phải tham gia duyệt binh và chào mừng quần chúng ở quảng trường Thiên An Môn.

Lý Liên có lý khi yêu cầu tôi nên nhẫn nại, nhưng lại sai khi khuyên tôi chỉ nên vờ vĩnh chiều ý Chủ tịch. Mao, một nhà độc tài, chúng tôi phải chiều theo mọi sở thích của ông. Chống lại ông, thực hiện ý nguyện cá nhân đều có thể thành thảm hoạ.

CHƯƠNG 6

Sau đêm đầu tiên nói chuyện với Mao, sáng hôm sau ngày lễ 1-5, hơn 9 giờ tôi phải có mặt ở đội bảo vệ tư dinh Mao và mang theo túi thuốc cấp cứu. Uông Đông Hưng đã có mặt ở đó, sau đó Mao chủ tịch xuất hiện. Ông mặc bộ quần áo dạ kiểu Tôn Trung Sơn, chân đi giày da nâu. Ông vui mừng phấn chấn vì buổi lễ sắp khai mạc, nồng nhiệt đón chào chúng tôi. Lát sau Bộ trưởng công an La Thuỵ Khanh đến giơ tay chào Mao theo lối quân đội. Mao ra hiệu chúng tôi ngồi vào xe limousine và tiến về quảng trường Thiên An Môn.

Từ năm 1949, sau khi trở về Trung Quốc những ngày lễ 1-5 và quốc khánh 1-10 tôi thường xuyên đi dự ở quảng trường Thiên An Môn, đó là những ngày đầy tự hào, sung sướng. Dưới lễ đài, quần chúng hân hoan với rừng cờ, biểu ngữ, từng đoàn diễu hành, đoàn quân nhạc đi qua lễ đài. Ngắm nhìn các nhà lãnh đạo đảng, nhà nước đứng trên lễ đài vẫy tay chào đón nhân dân, những ngày lễ khơi dậy trong tôi lòng tự hào dân tộc. Nhưng hôm nay không còn đứng dưới quảng trường, tôi được đứng trên lễ đài cùng với những nhà lãnh đạo cao cấp của đảng và nhà nước chào đón, ngắm nhìn quần chúng hân hoan dưới quảng trường Thiên An Môn.

Tôi ngồi xe đầu tiên cùng La Thuỵ Khanh. Khi xe đến phía sau cổng Thiên An Môn, La Thuỵ Khanh xuống khỏi xe, chạy lại chiếc xe Mao ngồi, kính cẩn mở cửa, nâng tay lãnh tụ. Mao nhìn La với vẻ không hài lòng, tự xuống xe, cáu kỉnh nói:
- Đừng vô ý như thế, tôi không cần giúp, người cần giúp là phó chủ tịch Tống Khánh Linh.

Ngày lễ quốc tế Lao động 1-5, chính phủ cộng sản bề ngoài vẫn duy trì Mặt trận thống nhất liên hiệp giữa những người cộng sản với phong trào dân chủ và các đảng phái không cộng sản. Người đại diện và phát ngôn viên của chính sách đại đoàn kết thống nhất dân tộc là bà Tống Khánh Linh, phu nhân của cố tổng thống Tôn Trung Sơn. La Thuỵ Khanh chạy sang, nhưng bà đã ra khỏi xe.

Tống Khánh Linh khoảng sáu mươi tuổi, trông còn trẻ đẹp và duyên dáng, đây là lần đầu tiên tôi thấy bà trên lễ đài. Bà toát lên vẻ đôn hậu, dịu dàng, thân mật bắt tay từng người.

Một số người khác được mệnh danh nhân sĩ dân chủ lại hoàn toàn trái ngược, tất cả tỏ vẻ cao ngạo, lạnh nhạt chào mọi người, uể oải, bước từng bước chậm chạp như đã già cả, yếu sức. Mao chân thành chào họ, sau đó quay về phía Tống Khánh Linh, lịch thiệp nhường bà dẫn đầu lên phòng khách trên cổng Thiên Bình, giúp Tống Khánh Linh bước lên các bậc thềm đá thô nhám.

Khi chúng tôi lên đến trên, một tràng vỗ tay vang lên đón khách của nhiều người đã có mặt. Tôi không ngờ phía tiền sảnh và phòng tiếp khách rộng lớn đến thế, có nhiều ghế bành êm ái xếp theo hình giẻ quạt và bày rất nhiều thức ăn, đồ uống, hoa quả. Vì thế các nhà lãnh tụ tối cao có thể ngồi ở đây 5 đến 6 giờ liền để xem đoàn diễu hành nhưng không thấy thể hiện mệt mỏi.

Mao bắt tay tất cả khách mời, sau đó tiến về ban công của lễ đài nhìn xuống quảng trường. Ban công được trang hoàng bằng biểu ngữ, cờ đỏ rực rỡ, được ngăn với tiền sảnh phòng đón tiếp bằng một tấm rèm lớn, người ngoài không thể nhìn thấy bên trong. Tôi theo Mao lên lễ đài, nhìn mọi người ngưỡng mộ chào mừng, ông giơ tay vẫy chào, chậm rãi, nghiêm trang, đi dọc lễ đài, gửi lời chào tới tất cả mọi người có mặt ở dưới quảng trường Thiên An Môn rộng lớn. Vẻ mặt của lãnh tụ bình thản, nhưng tôi biết ông rất tự hào, tràn trề niềm vui. Tôi cũng cảm thấy hoàn toàn như thế. Quảng trường giống như một biển người dập rờn, nhấp nhô nhiều màu sắc. Trong đó có thể phân biệt được, áo trắng của hàng ngàn sinh viên, khăn quàng đỏ của thiếu nhi tiền phong, biểu ngữ đỏ của đại diện giai cấp công nhân và trí thức. Khi Mao xuất hiện trên lễ đài, đám đông ồn ào chuyển động, cờ hoa vẫy liên tục, khẩu hiệu hô vang ca ngợi đảng cộng sản, Trung Hoa mới và Mao chủ tịch.

Thị trưởng Bắc Kinh Bành Chân khai khai mạc buổi lễ. Sát dưới lễ đài, quân nhạc cử quốc ca. Đại bác bắn 21 phát chào mừng. Tiếp theo quân nhạc tiếp tục hoà tấu bản "Đông phương hồng", "Quốc tế ca", cuối cùng, bài "Hành quân ca".

Buổi lễ bắt đầu.

Đầu tiên diễu binh. Các đại diện cho hải, lục, không quân trang phục chỉnh tề diễu qua quảng trường, rồi xe tăng và pháo binh. Quân nhạc vang những khúc quân hành, Mao chủ tịch và các vị lãnh đạo đứng trên lễ đài xem đoàn quân diễu binh. Sau đó, cuộc tuần hành trên Thiên An Môn. Dường như làn sóng người khổng lồ phủ lên là đội ngũ những người lao động, công nhân và sinh viên. Hàng đoàn người cờ hoa, biểu ngữ sặc sỡ. Quần chúng lao động chào mừng những người lãnh đạo đất nước đứng đầu với Mao.

Diễu binh và tuần hành kéo dài vài giờ, nhưng Mao rất xúc động gần như không rời lễ đài, chỉ thỉnh thoảng vào phòng uống nước cho đỡ khát.

Lúc gần kết thúc, hàng nghìn thiếu nhi sơ mi trắng, khăn quàng đỏ lên lễ đài. Chẳng có gì ngạc nhiên khi những người tuần hành tỏ lòng ngưỡng mộ Mao. Hình như người ta đã kiểm tra cẩn thận từng người.

Mao nói:

- Tham dự buổi lễ, đồng chí nhận thêm bài học tuyệt vời chủ nghĩa yêu nước, càng yêu tổ quốc mình hơn.

Ông nói đúng quá đi rồi. Trong ngày 1-5-1955 lần đầu tiên tôi đứng trên lễ đài cạnh lãnh tụ, nhìn xuống biển người mà lòng cảm thấy niềm tự hào lớn lao về tổ quốc vĩ đại, sẵn sàng cống hiến hết sức mình.

Cuộc tuần hành kết thúc khoảng 4 giờ rưỡi chiều, chúng tôi về Trung Nam Hải. Mao nghỉ ở phòng đọc Hương Cúc, La Thuỵ Khanh gặp Mao báo cáo, 7 giờ tối mọi người trở lại quảng trường Thiên An Môn dự lễ bắn pháo hoa.

La Thuỵ Khanh nói với tôi:

- Đồng chí rất mệt phải không, nhưng tôi sẽ chờ tất cả các đồng chí tại đây lúc 6h30. Đừng chậm đấy!

Tôi quay về nhà khu phía Nam của Trung Nam Hải. Vợ và con trong lúc chờ, chơi cờ tướng. Hôm ấy tôi đã hứa với gia đình đi công viên, sau đó rẽ vào thăm mẹ dự bữa cơm liên hoan, nhưng tất cả kế hoạch phải bỏ.

- Em biết nói với mẹ gì đây? – Lý Liên than thở.

Tôi bảo nhà tôi và cháu đến chỗ mẹ trước, hứa rằng xong việc, sẽ đến đó luôn, nhưng nếu không có mặt trước lúc 9 giờ tối, hai mẹ con cứ về nhà. Sau đó tôi quay về phòng làm việc với Nhóm Một, tranh thủ ăn bát mỳ.

Mọi người đã tới. Các thư ký và bảo vệ than phiền chưa kịp ăn tối nữa. Uông Đông Hưng an ủi họ:

- Đừng lo, ở Thiên An Môn thừa đồ ăn cho tất cả mọi người. Chỉ đừng có tụ tập cả đống quanh bàn, để người ta khỏi xì xào, nhân viên của Mao được đối xử đặc biệt, ăn món ăn dành cho các lãnh tụ.

Đến 7 giờ, nhưng Mao vẫn chưa thấy đâu. Cuối cùng Uông Đông Hưng giải thích:

- Vương Gấu Lớn đang cắt tóc cho Chủ tịch.

Đến 7 rưỡi, La Thuy Khanh nhắc Uông Đông Hưng nói cho Mao biết đã đến giờ lên đường. Uông Đông Hưng biến vào phòng Mao. Tôi theo gót ông tới đó xem sao.

Mao ngồi ghế mây trong nhà ăn, khăn trắng quấn từ cổ trở xuống, tay cầm cuốn sách cũ mỏng, được đóng gáy bằng dây, đang mải mê đọc, lúc xoay bên người bên này, lúc bên kia chẳng hề để ý đến Vương Gấu Lớn, người phó cạo cao lớn đang xoay người theo Mao để cắt tóc. Người Vương đầm đìa mồ hôi.

Vương Gấu Lớn – cắt tóc cho Mao từ cuối những năm 30. Tên ông Vương Hoá, ông ngoài 60 tuổi. Khi đảng năm 1942 tiến hành chiến dịch thanh lọc hàng ngũ, Vương bị buộc tội thiếu lòng tin vào đảng. Vụ việc này được đem ra mổ xẻ, người ta tuyên bố, thợ cạo Vương Hoá tự thú nằm trong số những người mưu giết Mao bằng dao cạo. Sau này Mao kể, bảo tôi:

- Tôi không tin về lời tự thú của Vương Gấu Lớn, chả lẽ tay phó cạo này cắt tóc, cạo râu cho mình từng ấy năm thậm chí chẳng có lần nào làm xước mặt bao giờ, nếu như muốn, anh ta giết tôi từ lâu. Tôi cho gọi Vương Gấu Lớn đến. Anh ta quỳ xuống, nước mắt đầm đìa thú tội, có ý định giết lãnh tụ.

Mao hỏi:
- Vì sao anh vẫn chưa giết tôi?

Vương trả lời rằng còn chờ quân Quốc dân đảng kéo tới. Mao nói:
- Nhưng nếu họ tới được thì họ giết tôi, cần gì đến anh!

Mao bắt Vương phải kể hết sự thật và ông phó cạo nói, trong khi hỏi cung người cán bộ điều tra không cho ông ta ngủ mấy hôm liền, bắt ông nhận tội chống Mao mới cho phép ngủ. Mao nói:
- Khi phát động chiến dịch, tôi đã nhấn mạnh, cần làm tìm rõ sự thật, chứ không được gán hay ép tội cho người lương thiện.

Vương Gấu Lớn, người thợ cạo to lớn trở thành người trung thành tuyệt đối của Chủ tịch. Thật kỳ lạ, phần đông những người phục vụ họ rất tin cẩn, tận tuỵ, trung thành tuyệt đối với Mao thời ấy, chính họ đã được Chủ tịch cứu sống khỏi sự trừng phạt.

La Thuy Khanh đi đến thì thào với Vương Gấu Lớn:
- Nhanh tay lên một tí được không?

Uông Đông Hưng cũng thì thào:
- Không được, nhỡ vội, vô tình gây tai nạn, có phải rách việc ra không.

Tóc cắt xong, Vương Gấu Lớn bắt đầu cạo râu. Công việc này té ra lại phức tạp hơn. Mao vẫn mải đọc, cằm của ông hạ thấp, má sát tập sách Vương buộc phải quỳ xuống để đưa dao cạo vào đúng chỗ, thời gian cứ trôi dần.

Cuối cùng mọi việc kết thúc, bầu đoàn kéo tới quảng trường. Tôi ngồi cùng xe với Uông Đông Hưng và La Thuỵ Khanh. Họ thảo luận vấn đề cắt tóc và cạo râu của Chủ tịch. La Thuỵ Khanh đề nghị mang một chiếc ghế cắt tóc từ khách sạn Bắc Kinh đặt vào phòng riêng cho Mao. Uông Đông Hưng nói, đã gợi ý từ lâu, nhưng Mao từ chối. Uông nói thêm:

- Chủ tịch thích ngồi như thế.

La Thuỵ Khanh tiếp tục:

- Nhưng Vương Gấu Lớn già quá rồi, tay thì run run, cái gì xảy ra nếu ông ta làm xước mặt Mao. Lúc ấy hơi ghê đấy!

Uông nói:

- Nhưng tìm được người thay Vương cũng chẳng đơn giản. Chủ tịch không muốn thay. Ông sợ, không thể tin một người ở đâu lạ hoặc, cứ quanh quẩn bên cạnh với con dao sắc trong tay.

La Thuỵ Khanh im. Tôi nghĩ đáng lẽ ông ta phải hiểu chuyện này hơn ai hết, phải hiểu tính đa nghi của Chủ tịch. La Thuỵ Khanh rất trung thành nhưng không thể và mãi mãi không hiểu Chủ tịch. Nghe hai người trao đổi, đột nhiên sợ rằng một ngày nào đó, khi tôi đến chữa bệnh đem theo bơm tiêm và tiêm vào người Mao. Chủ tịch cho phép tôi làm điều này chỉ khi nào ông tin tôi tuyệt đối. Tôi cần phải chiếm được niềm tin, nếu không chiếm được lòng tin, tôi không thể làm bác sĩ riêng của lãnh tụ trong tương lai. Tôi cần phải gần gũi Chủ tịch hơn nữa, để ông hiểu, phải cố gắng trở thành người bạn của ông.

Ngay lúc Mao lên ban công, pháo hoa bắt đầu bắn lên. Tất cả các toà nhà lớn bừng sáng bởi hàng nghìn bóng đèn nối liền đường dây điện các toà nhà với nhau. Phía dưới là quảng trường Thiên An Môn rộng lớn, hàng trăm nghìn người vui sướng, hạnh phúc, hớn hở quây quần nhảy múa.

Trong khi xem pháo hoa, Chu Ân Lai đến chỗ Mao đề nghị lãnh tụ chụp ảnh kỷ niệm với khách nước ngoài được mời đến dự lễ. Trong số khách có cả Hồ Chí Minh, lãnh tụ của nhân dân Việt nam.

Ông Hồ năm ấy 65 tuổi, tuy gầy gò nhưng đầy sinh lực. Ông nổi bật ở bộ râu hoa râm, thưa và dài, ăn vận như một nông dân, chân đi đôi săng-đan. Một vệ sĩ nói với tôi, ông từng sống ở Trung Quốc nhiều năm và rất thích các đồ Trung Quốc từ thức ăn, quần áo đến nhà cửa, phương tiện đi lại. Ông nói tiếng Trung rất thạo, do nhiều năm sống ở Vân Nam và Quảng Đông, hai tỉnh giáp giới Việt nam.

Người ta giới thiệu tôi với ông, tôi rất mến mộ ông. Mao, vị tư lệnh đầy uy quyền, còn Hồ Chí Minh tính tình chan hoà, cởi mở, dễ gần không làm người khác khiếp sợ.

Pháo hoa kết thúc lúc 10 giờ đêm. Tôi không biết phải chi phí hết bao nhiêu tiền cho vui chơi và phục vụ khách khứa, nhưng người ta kể, chỉ riêng tiền pháo hoa cũng hết nửa triệu nhân dân tệ. Năm ấy lương công nhân trung bình khoảng 30 nhân dân tệ một tháng. Về sau tôi coi tất cả những buổi lễ được tổ chức đều quá lãng phí và tội lỗi. Đặc biệt, những ngày lễ tổ chức trong thời kỳ "ba năm đói kém, mất mùa" hàng triệu người chết đói. Từ đó trở đi ngày lễ với tôi cũng mất ý nghĩa.

Đối với Mao cũng vậy, ông thấy không cần thiết tổ chức lễ hội. Một năm hai ngày, Quốc khánh và Quốc tế lao động đã làm ông kiệt sức. Vì thế Mao chỉ đến đúng giờ khai mạc, hơn nữa ông thường mất ngủ vào đêm trước buổi lễ vì quá lo lắng, càng làm bệnh mất ngủ của ông thêm tồi tệ. Trước sự quá hân hoan, hăng hái của quần chúng nhân dân làm ông vui vẻ đã tiếp sức mạnh giúp ông dự hết buổi. Nhưng thường sau những ngày ấy ông bị cảm, đôi khi chuyển sang viêm phế quản, ốm đến tuần lễ. Khi ông có tuổi, bệnh viêm phế quản thường xuyên bội nhiễm biến thành viêm phổi.

Mao rất ghét phải đóng bộ để dự lễ. Một trong những lý do ông từ chức chủ tịch nước Cộng hoà nhân dân Trung Hoa vì ông không muốn có mặt trên lễ đài những ngày lễ 1-5 và ngày Quốc khánh. Ông muốn bỏ bớt những buổi lễ mệt nhọc và các cuộc gặp gỡ ngoại giao. Giữa thập niên 1960, ông yêu cầu ngày 1-5 cứ 5 năm mới tổ chức một lần để giảm bớt lãng phí thời gian và tiền bạc của nhân dân. Trong những năm cuối Cách mạng văn hoá, lúc cao trào đấu tranh giành quyền lực tăng cao, Mao xuất hiện trên quảng trường Thiên An Môn tám lần cả thảy. Ông chào mừng Hồng vệ binh từ khắp các ngõ ngách Trung Quốc, thổi vào họ những luồng khí lực kích thích mới. Đương nhiên, phí tổn cho cuộc biểu dương lực lượng vượt quá tiền chi cho buổi lễ do nhà nước tổ chức. Nhưng để giải quyết vấn đề quyền lực, Mao không ngần ngại chi phí. Sau âm mưu bất thành, Lâm Bưu bay sang Liên Xô tháng 9-1971, Mao cũng thôi tham dự các buổi lễ.

Tuy nhiên ngày 1-5-1955 Mao vẫn còn đang vui mừng thích thú, còn tôi hoan hỉ bên cạnh ông, chẳng quan tâm chuyện tốn kém tiền bạc.

Tôi đợi đến cuối buổi lễ để được quay về xum họp gia đình. Nhưng lại có vấn đề nảy sinh. Tôi ngạc nhiên khi biết Mao rất thích khiêu vũ một cách cuồng nhiệt. Sau cách mạng hơn chục năm, khiêu vũ bị cấm, các vũ trường bị đóng cửa, coi như đó là lối sống tư sản. Tuy nhiên đằng sau bức tường Trung Nam Hải, Mao hàng tuần đều bố trí khiêu vũ. Buổi khiêu vũ thường tổ chức ở phòng Liên Xuân, phía bắc tư dinh Mao. Ngay tối hôm ấy, sau khi bắn pháo hoa, Mao quyết định khiêu vũ và tôi, bác sĩ riêng phải ở lại với ông.

Tôi theo Mao vào đại sảnh. Tức khắc vây quanh Mao là những cô gái trẻ của nhóm khiêu vũ trong bộ phận bảo vệ Mao. Họ tán tỉnh ông và mời ông nhảy. Ban kèn hơi chơi những bài nhạc nhảy điệu foxtrots, van-xơ (waltzes) và tango, còn Mao nhảy với hết cô này đến cô khác. Ông nhảy chưa đẹp, nhưng đúng nhịp, khá tao nhã. Sau mỗi lần nhảy, ông thường nói chuyện với bạn nhảy đôi lời khoảng 5 phút sau đó đổi bạn nhảy. Những người còn lại cũng theo gương Mao vào nhảy. Giang Thanh đêm ấy vắng mặt. Đêm hôm trước bà bay đi Hàng Châu, tuy nhiên Chu Đức và Lưu Thiếu Kỳ có tham dự. Sàn nhảy có một chiếc bàn, Mao và hai lãnh đạo ngồi xung quanh. Hàng trăm người phục vụ và ca sĩ của ban nhạc ngồi ở ghế đặt quanh tường phòng nhảy. Đàn ông ít hơn phụ nữ, vì thế các cô gái xinh đẹp mời tôi nhảy.

Dần dần người ta thay các điệu nhạc phương tây bằng nhạc kinh kịch Trung Quốc. Kinh kịch, môn nghệ thuật cổ điển truyền thống, thường là một chuyện tình sướt mướt, mưu mô, xảo quyệt, thậm chí đôi khi thiếu đứng đắn. Bản thân nhạc Trung Quốc người phương tây không thể hiểu được, chỉ toàn những tiếng kèn nghe chói tai, khác hẳn tiết tấu nhạc khiêu vũ Tây phương. Tôi ngạc nhiên đêm đó lại vang lên bản kinh kịch của Thục Sơn Khải Kiệt, kể về tình yêu của một cô gái điếm với chàng sinh viên trẻ. Tôi còn ngạc nhiên hơn nữa mọi người chiều theo ý Chủ tịch ra sàn nhảy, nhạc kinh kịch nhưng khiêu vũ lối phương tây.

Khuya rồi, tưởng nhiệm vụ đã xong, tôi gặp Lý Ẩm Kiều báo cáo về nhà, nhưng anh ta nói:

- Đồng chí cần ở lại. Chủ tịch đang vui nhảy, nhưng vẫn quan sát tất cả chúng ta đấy. Nếu bây giờ đồng chí về, Chủ tịch đánh giá giữa chúng ta có cái gì trục trặc, tôi sẽ bị khiển trách.

Tôi ngạc nhiên:

- Thế là thế nào? Giữa chúng ta có mâu thuẫn gì đâu.

Lý trả lời:

- Đúng thế, nhưng đồng chí chưa hiểu Chủ tịch. Hãy nghe tôi, sau này sẽ hiểu.

Lý hoàn toàn đúng. Thậm chí khi Mao nghỉ ngơi, ông ta cũng biết người của ông ở đâu, bắt tất cả mọi người phải ở bên cạnh ông. Một năm sau, ở Hàng Châu, tôi mệt đến mức quyết định không đến khiêu vũ. Tôi quay về vào buồng mình, nghỉ một lát, nhưng tôi nghe thấy tiếng gõ cửa. Tôi mở cửa, tay vệ sĩ của Mao đứng ngay ngưỡng cửa:

- Có thật là người ta không báo cho đồng chí về buổi dạ hội không?

Anh ta nói thêm:

- Đồng chí nên đi ngay!

Sau này vào năm 1958 ở Hồ Nam, tôi quyết định phớt lờ cuộc vui ban đêm do trời mưa to. Tuy nhiên sau một giờ, tay phụ trách công an tỉnh Hồ Nam xuất hiện, nói, Mao chủ tịch trao cho anh nhiệm vụ đón tôi. Sau đấy, tôi hiểu, mình phải luôn có mặt bên Mao.

Phải vài năm sau tôi mới hiểu, Mao thu xếp các buổi khiêu vũ ban tối để làm gì. Các nhóm khiêu vũ thuộc bộ phận bảo vệ do Uông Đông Hưng xây dựng. Té ra, đội ngũ các cô gái nhảy ấy không chỉ tiêu khiển các tay vệ sĩ và lính tráng, còn cho cả lãnh tụ. Trong nhóm có nhiều cô gái nhảy duyên dáng, thành thạo được trải qua thử thách lòng trung thành về mặt chính trị.

Năm 1961, người ta mang một trong những chiếc giường của lãnh tụ sang buồng bên cạnh phòng nhảy. Trong thời gian khiêu vũ, Mao không ít lần vào đó thư giãn cùng với các bạn nhảy xinh đẹp của mình.

Phó Chủ tịch Uỷ ban quân sự Bành Đức Hoài hai lần phê bình Mao về chuyện phiêu lưu tình ái với gái nhảy trong các cuộc họp Bộ chính trị. Bành, một Uỷ viên Bộ chính trị trung thực, thẳng thắn và người duy nhất thường phê bình Mao. Bành cũng tuyên bố, Mao sống như vua và chứa chấp khoảng ba nghìn tì thiếp. Ngoài ra, Bành buộc tội La Thuỵ Khanh và Uông Đông Hưng đã thoả mãn mọi ý thích của lãnh tụ. Kết quả nhóm gái nhảy bị giải tán, nhưng Mao chẳng thay đổi gì, tiếp tục kéo các cô gái trẻ vào giường mình. Ông tìm những cô gái này chủ yếu ở các đoàn văn công thuộc Giải phóng quân Trung Quốc, trong quân khu Bắc Kinh, trong các đơn vị không quân, đường sắt, pháo binh, cuối cùng là ở các tỉnh Triết Giang, Giang Tây và Hà Bắc. Nhưng lãnh tụ cũng chẳng từ cả các nữ nhân viên làm việc phục vụ Ban chấp hành trung ương.

Nhưng buổi khiêu vũ lần đầu đêm 1-5-1955 tôi vẫn còn chưa biết điều đó. Tôi rất muốn về nhà, nhưng phải chờ đến cuối buổi. Tôi khước từ buổi dạ tiệc của Uông Đông Hưng, ấy thế mãi đến gần hai giờ sáng tôi mới được về với vợ con.

Lý Liên đưa tôi bát cơm rang, rất thất vọng vì ngày vui của gia đình vắng tôi. Mẹ tôi chuẩn bị bữa cỗ ngon lành. Cả nhà chờ tôi đến 10 giờ tối mới ngồi vào bàn. Thằng con trai nhỏ của tôi mệt đến nỗi ngủ lại nhà bà nội.

Sau vài tuần kể từ buổi gặp Mao hôm đầu, cuộc sống của tôi đã ra khỏi tầm tay. Chế độ sinh hoạt hàng ngày đảo lộn, Lý Liên nhận xét:

- Anh đã nhiễm thói quen của Mao chủ tịch!

Từ lúc nhận việc bác sĩ riêng của lãnh tụ, cuộc sống của tôi và gia đình tôi trong suốt hai chục năm liền luôn luôn trong tình trạng bất ổn, khác trước hoàn toàn. Tôi rất yêu Lý Liên, nhưng hiếm khi có mặt ở nhà. Các buổi giỗ chạp ở nhà mẹ thường vắng mặt tôi. Trong 22 năm làm việc với Mao tôi chỉ có một tuần nghỉ phép.

Theo lịch công tác, Mao thường yêu cầu tôi phải có mặt vào sáng sớm, về nhà quá nửa đêm, Lý Liên vẫn thức chờ tôi và rất lo lắng.

Mao thường xuyên đi, tôi phải tháp tùng ông, đôi khi vắng nhà vài tháng, có một lần gia đình không nhìn thấy tôi cả năm. Lý Liên luôn trong tình trạng lo lắng cho tôi nên ăn ngủ kém. Thằng con thứ hai của tôi, Erchong sinh năm 1956, ngày sinh nó tôi cũng không có mặt ở nhà.

Không chỉ giữa tôi và Lý Liên thường xuyên xa cách, tôi còn bị cuốn vào vòng xoáy của Bắc Kinh, nhưng Lý Liên vẫn không được vào đảng. Người ta không thể tin về chính trị vợ tôi do thành phần xuất thân, do đã từng ở làm sở của Mỹ và Anh. Chỉ có chức vụ của tôi mới bảo vệ được Lý Liên trong những cuộc bão táp chính trị, gây ra bao cái chết của những người vô tội.

Trong những năm ấy, vợ tôi hy sinh tất cả cho gia đình, nuôi dạy con cái, chăm sóc mẹ già. Lý Liên cố gắng xây dựng trong nhà bầu không khí ấm cúng hạnh phúc để trong những giờ hiếm hoi khi tôi ở nhà, giúp tôi cảm thấy sung sướng và yên tâm làm việc. Lý Liên trở về Trung Quốc khi còn trẻ, hiền lành và đầy nghị lực. Trong máu vợ tôi sôi lên nhiệt huyết, hăng hái. Nhưng năm tháng đã làm vợ tôi thay đổi đến mức tôi cảm thấy đau lòng và thất vọng. Sự sợ hãi vì tôi, không công việc ổn định trong cuộc sống mới ở Trung Quốc, khiến vợ tôi trầm cảm.

- Chúng ta sống như chiếc bè phiêu dạt. Có gia đình cũng như không.

Vợ tôi than thở trước khi nhắm mắt.

CHƯƠNG 7

Giữa tháng 7-1955, khoảng sáu tuần sau khi được đứng với Mao Chủ tịch trên lễ đài Thiên An Môn, bất ngờ người ta gọi tôi vào Bắc Đới Hà, khu điều dưỡng ở vịnh Bắc Hải Văn. Lãnh đạo cao cấp đảng thường đến an dưỡng tránh cơn nóng ở Bắc Kinh. Mao cùng đoàn tuỳ tùng vừa rời đây vài ngày trước. Đi cùng ông có bác sĩ Chu Thế Đào, người trước khi tôi thay. Khi ấy tôi vẫn còn là giám đốc bệnh viện Trung Nam Hải và chưa có dịp nào đi cùng với Mao. Cuộc gọi bất ngờ này nghĩa là có một cái gì đó thật nghiêm trọng.

Tôi ngồi trên đoàn tàu chuyên dụng chở tài liệu cơ quan đi và về hàng ngày giữa Bắc Kinh và Bắc Đới Hà, ngay trong hôm ấy tôi đã đến nơi.
Tôi được biết, Mao đêm qua ngủ không ngon giấc, nhưng lại dạy sớm để ra biển bơi. Các vệ sĩ can ông đừng làm cuộc phiêu lưu dại dột này. Đêm qua Bắc Đới Hà có giông, sáng nay gió vẫn mạnh, biển động. Các vệ sĩ sợ Mao chết đuối vì sóng lớn. Nhưng Mao cố tình ra bãi bể, các vệ sĩ trẻ theo sát ông.
Vệ sĩ cấp báo Uông Đông Hưng, đích thân Uông Đông Hưng ra biển để can Mao. Nhưng Chủ tịch phớt lờ tất cả, nhảy xuống giữa đợt sóng lớn quyết tâm bơi ra biển, phía sau, một đoàn vệ sĩ trai tráng bơi theo.
Uông Đông Hưng lo lắng, nếu xảy ra chuyện không may với Mao, ông phải chịu trách nhiệm hoàn toàn. Ông gọi La Thuỵ Khanh và Chu Ân Lai để trút trách nhiệm tính mạng Mao lên đầu họ. Mao bơi đã khá xa khi hai ông đến. Chu không biết làm thế nào, lập tức thông báo ngay cho cấp trên, Lưu Thiếu Kỳ, nhân vật thứ hai sau Mao và tin rằng Lưu Thiếu Kỳ có thể khuyên Mao không liều mạng nữa. Lưu từ chối can thiệp. Ông là người khôn ngoan, kín đáo và quyết định để Mao muốn làm gì thì làm.
Trên bờ có Giang Thanh và bác sĩ Chu. Sự bình tĩnh của bác sĩ Chu làm bà vợ Mao nổi khùng. Bác sĩ Chu, một người nhút nhát, tuổi chừng 50, hơn tôi đến 20 tuổi.
Giang Thanh to tiếng:
- Chủ tịch đang vật lộn với sóng biển, và nếu cái gì đó xảy ra, đồng chí sẽ làm gì? Đứng nhìn thôi à?
Nhưng bác sĩ Chu thậm chí còn không biết bơi nữa.

Hai người lính giúp bác sĩ Chu xuống chiếc xuồng cứu trợ nhỏ để ông có thể lại gần Mao. Nhưng sóng quá lớn, họ không thể điều khiển được xuồng, không những thế bác sĩ Chu lại say sóng. Khi Mao bắt đầu bơi về bờ, chiếc xuồng của bác sĩ vẫn còn vật lộn, rập rờn trên sóng. Cuối cùng xuồng cũng cập bờ, bác sĩ Chu toàn thân run rẩy, lảo đảo rời xuồng, ngã rụi xuống bãi cát, nôn thốc nôn tháo. Giang Thanh nổi điên lên. Chính vì lẽ đó bà ta cho gọi tôi.

Mao nổi cáu với Uông Đông Hưng, thét lên:

- Đồ vô tích sự. Anh biết tôi có thể bơi trên biển trong thời tiết như thế này chứ, không những cản tôi, còn gọi các đồng chí lãnh đạo khác đến đây can thiệp!

Uông Đông Hưng và La Thuỵ Khanh luôn luôn được Mao che chở. Họ phục vụ Mao một cách tin cẩn và trung thành, nhưng lại nằm trong hoàn cảnh rất phức tạp. Họ chịu trách nhiệm sinh mạng của Chủ tịch. Nếu bất cứ chuyện gì xảy ra, người ta không còn nhớ đến sự trung thành hoặc đã hết sức cố gắng ngăn cản lãnh tụ, nhưng không được. Họ không những mất chức, còn mất đầu như chơi.

Những việc làm của họ, Mao nhìn nhận như là chuyện xâm phạm vào quyền tự do của ông cũng như các Uỷ viên Bộ chính trị khác muốn kiềm chế ông. Không ai được ngăn cản ý thích và ông sẽ phê phán kịch liệt những ai có ý định này. Vụ Bắc Đới Hà ảnh hưởng mạnh tới mối quan hệ của Mao đối với Uông Đông Hưng và La Thuỵ Khanh. Sự khó chịu ấy Mao vẫn không quên, sau này ông thẳng tay trừng trị.

Sự việc trên liên quan đến tôi. Cuối vụ hè năm ấy, bác sĩ Chu lặng lẽ ra khỏi Trung Nam Hải sang phụ trách Bệnh viện Bắc Kinh, còn tôi chính thức trở thành bác sĩ riêng của Mao. Công việc của tôi không chỉ đơn thuần phòng và điều trị bệnh, còn phải nâng cao trạng thái sức khoẻ của Mao. Trong bất kỳ sự yếu đau nào của Chủ tịch hoặc chỉ cần mũi tiêm đau thậm chí cảm thấy trong người khó ở tôi là người có lỗi. Kể từ đây không những ngoài công việc, tính mạng của tôi còn phụ thuộc vào điều chăm lo sức khoẻ Mao. Để làm được điều này, tôi cần luôn luôn ở bên cạnh theo dõi cặn kẽ sự thay đổi về sức khoẻ của Chủ tịch. Sau khi Chủ tịch từ Bắc Đới Hà về, hàng ngày tôi phải gặp ông, lấy lý do kèm ông học Anh ngữ. Tôi thường xuyên tháp tùng Chủ tịch trong các chuyến công vụ ở Bắc Kinh và cả các tỉnh.

Tôi cần nắm vững tổng thể về sức khỏe hiện tại và những thay đổi trong tương lai khi tuổi ông tăng lên. Trong hồ sơ sức khỏe, tôi thấy số lượng bạch cầu của ông cao, trên 10 ngàn, so với con số bình thường từ 6 đến 8 ngàn. Như vậy Chủ tịch bị viêm nhiễm nhẹ cần phải tìm ra nguyên nhân vì sao.

Tôi miễn cưỡng phải kể cho Mao điều này. Ông tự hào về sức khoẻ và thể lực, ghét ốm đau bệnh tật, tôi biết ông không ưa các bác sĩ. Năm 1951 một đội bác sĩ giỏi Liên Xô đến khám ông. Do bị thăm khám, xét nghiệm quá nhiều, Mao mất hết kiên nhẫn, nổi khùng và bỏ dở việc khám.

Tăng cường khả năng tiếng Anh, tôi và Chủ tịch đọc tác phẩm "Chủ nghĩa xã hội không tưởng và khoa học" của Engels, lợi dụng bàn tới chủ đề này, tôi giải thích Mao rằng bạch cầu của ông tăng cao, có nghĩa bị viêm nhiễm nhẹ nào đấy trong cơ thể.

- Nhưng tại sao mới được cơ chứ?

Mao muốn biết nguyên nhân, nhưng ông lại coi thường y học hiện đại.

Tôi bảo:

- Chẳng có gì nghiêm trọng đâu. Tôi chỉ muốn xác định ổ viêm nhiễm.

Sau đó tôi nói rằng tôi sẽ kiểm tra toàn diện kể cả tai mũi họng, răng hàm mặt, làm các xét nghiệm sinh hoá nhanh gọn và hứa không quá nửa giờ. Ông đồng ý.

Mũi và các xoang mũi bình thường. Tôi xem qua miệng. Mao chưa bao giờ đánh răng. Theo thói quen của nông dân miền nam Trung Quốc, ông chỉ làm sạch răng bằng chè, mỗi buổi sáng nhai một nắm lá chè và xúc miệng bằng nước. Mao khăng khăng từ chối đi khám chuyên khoa răng hàm mặt. Tướng Bành Đức Hoài, người hay nói thẳng nói thật, có lần ông khuyên tôi nên chú ý đến vấn đề vệ sinh răng miệng của Mao chủ tịch. Ông nói, "Răng của Chủ tịch dường như được sơn xanh". Khám miệng cho Chủ tịch, ngà răng ông phủ một lớp cao màu xanh lá cây, răng hàm rụng vài cái, chạm nhẹ vào lợi, nước màu vàng rỉ ra, ông bị nha chu viêm. Thật lạ, Mao chưa bao giờ kêu đau răng, dù rằng bệnh nha chu viêm gây rất khó chịu và đau đớn. Tôi cảm thấy hình như ông vui lòng chịu đựng đau đớn hơn gọi thày thuốc mà ông vốn chẳng ưa gì.

- Đồng chí có thể chữa cho tôi được chứ?

Mao muốn biết rõ hơn nên yêu cầu tôi nói rõ. Tôi giải thích, nha khoa không thuộc lĩnh vực của tôi, tôi khuyên ông nên khám răng hàm mặt.

Mao mỉm cười:

- Khổng Tử nói: "Biết cái mình biết, biết cái mà mình chưa biết – nghĩa là biết". Như vậy xem ra đồng chí không muốn biết cái mình không biết có phải không?

Sau đó tôi khám bộ sinh dục. Bao quy đầu hơi bị hẹp, tụt ra khó co lại, tôi nghi ngờ bị viêm nhiễm. Từ khi chuyển vào Trung Nam Hải, Mao không tắm nữa, cho rằng mất thời gian. Các vệ sĩ thường dùng khăn bông tẩm nước nóng kỳ cọ thân thể cho ông, còn chính Mao lúc ấy đọc tài liệu hoặc kể chuyện vui.

Tôi phát hiện kích thước tinh hoàn bên trái nhỏ hơn bình thường, còn tinh hoàn bên phải không nằm ở bìu dái mà nằm trong thể hang. Sự khiếm khuyết tinh hoàn như vậy thường do dị tật bẩm sinh, không ảnh hưởng tới chức năng sinh dục, tuy nhiên dần dần có thể dẫn đến ung thư tinh hoàn. Tôi phải tiếp tục theo dõi tới sự bất bình thường này.

Để xác định vùng viêm nhiễm, cần phải xét nghiệm tinh dịch. Bộ phận sinh dục của Mao nhỏ và mềm. Để làm điều này tôi phải kích thích xoa nắn lấy tinh dịch đem về phòng xét nghiệm.

Vài ngày sau, Mao cho phép đưa nha sĩ Trương Quang Hán, của Trường Đại học y khoa Bắc Kinh tới. Tôi biết Trương từ hồi còn học ở Đại học Liên hợp miền Tây Trung Quốc. Ông hơn tôi hai tuổi và học về nha khoa.

Việc khám và chữa răng cho Mao cũng tiến hành ở buồng ăn, nơi Mao cắt tóc, cạo râu trong khu Hương Cúc. Chiếc ghế tựa nhanh chóng được biến thành chiếc ghế chữa răng. Trương chuẩn bị đồ nghề, tinh thần khá căng thẳng, hỏi tôi khám thấy gì, cũng như thái độ tính khí của chính Mao ra sao. Tôi phụ trách công việc này chỉ mới được vài tháng nên chưa biết nhiều về tính khí chủ tịch. Tôi bảo: "Chỉ chắc một điều, Mao chủ tịch thích khám xét nhanh gọn và không chuyện trò dài dòng, lề mề mất thì giờ". Tôi cũng cho Trương biết, Mao đồng ý cho Trương đến, nghĩa là chủ tịch muốn thực hiện tất cả những gì tôi đề nghị.

Khi chúng tôi vào, Chủ tịch đang đọc sách lịch sử Trung Quốc. Ông thích gặp khách với quyển sách này trong tay. Dù rằng ông đầy quyền lực nhưng đôi khi bị bất an khi gặp người lạ. Nhưng ông biết, những người gặp ông đều bị xúc động khi được nhìn thấy vị thánh sống. Sách làm ông thoải mái, giúp ông chuyện trò vui vẻ, và để bớt vẻ ngăn cách với khách ông thường pha trò giúp họ tự tin, cởi mở hơn. Trong cuộc gặp lần đầu tiên ông thường chú ý lắng nghe, vui vẻ giúp người đối thoại trở nên thoải mái, thân thiện. Cách này Mao đã giúp khách nói thẳng, nói thật và nhờ thế ông đã khéo léo thu thập nhiều thông tin từ họ.

Thấy chúng tôi, Mao bảo:

- Các đồng chí đến rồi.

Mao đặt sách sang một bên, bảo:

- Đọc sách là một thú vui kỳ diệu.

Ông đứng dậy chìa tay cho bác sĩ Trương bắt. Sau đó mời chúng tôi ngồi. Người ta mang bình trà đến. Một vệ sĩ mang cho Mao một khăn bông tẩm nước nóng, lau mặt và ông lau đi lau lại tay nhiều lần cẩn thận.

Mao hỏi tên của nha sĩ. Trương giải thích rằng tên của ông Trương Quang Hán, "Quang" nghĩa là "Vinh quang", "Hán" – "dân tộc Hán". Trung Quốc – một quốc gia đa sắc tộc, nhưng dân tộc Hán đông hơn, khoảng 93% dân số. Khi nói về Trung Quốc, người ta nói đến dân tộc Hán.

- Đồng chí cũng biết làm vinh quang cho dân tộc Hán – Mao nhận xét – Tên của đồng chí rất nổi tiếng trong thời gian chống với Mãn châu, trong những năm tháng cuối cùng của triều đại Nhà Thanh. Nhà Thanh sụp đổ năm 1911, do dân tộc Mãn Châu, bắc Vạn Lý Trường Thành cai trị. Vì thế ở Trung Quốc luôn luôn có tâm lý chống nhà Thanh rất mạnh, coi đó là triều đại của người thiểu số "ngoại bang phương Bắc".

Khi Mao hỏi Trương về quê quán, Trương nói, quê ông ở tỉnh Hà Bắc, nghĩa là "phía bắc con sông", nhưng từ lâu ông sống ở tỉnh Tứ Xuyên, nghĩa là "bốn con sông".

- Đồng chí biết con sông nào gọi là Hà Bắc? – Mao hỏi.

- Vâng, con sông Vàng, tức Hoàng hà – nha sĩ trả lời.

Trong lịch sử Trung Quốc, con sông Hoàng Hà đổi dòng chảy nhiều lần, người ta đặt tên tỉnh Hà Bắc vì con sông nằm phía nam của tỉnh. Bây giờ Hoàng Hà lại còn đổi dòng, xuống tận phía nam xa xôi, thậm chí chảy qua tỉnh Sơn Đông.

Mao rít hơi thuốc, hỏi:

- Thế còn bốn con sông ở tỉnh Tứ Xuyên là những sông gì?

Trương chẳng cần nghĩ ngợi nói luôn:

- Sông Minh, sông Tô, sông Giang và sông Thanh Hà.

Mao cười và chữa lại:

- Không phải sông Thanh Hà mà là Ô Giang, rộng hơn sông Thanh Hà.

Trương cũng cười và nói:

- Tôi nhớ một bài thơ của Chủ tịch nói về Tứ Xuyên. Trong đó có câu: "Nước sông Thanh bồi đắp đôi bờ trong sương". Vì thế tôi nghĩ là sông Thanh.
Mao mỉm cười và nói:
- Đấy là thơ.
Sau đó Mao chuyển sang nói chuyện về trường y khoa thuộc Đại học Liên hợp Tây-Trung Quốc, do Hoa Kỳ sáng lập, Mao nói rằng ông rất mừng, có người Trung Quốc học ở trường Mỹ. Mao nói:
- Trong thời gian kháng Nhật, Mỹ đã gửi cố vấn đến Diên An, họ giúp chúng ta rất nhiều. Bác sĩ Mỹ, George Haitem giúp đỡ và đóng góp to lớn vào chiến dịch bài trừ bệnh hoa liễu. Ông cũng là đồng nghiệp của các đồng chí đấy.
Bác sĩ Haitem (1910-1988) cùng với trợ lý của mình là Edgar Snow có mặt ở chiến khu Sa An Tây của đảng cộng sản năm 1936 và sau đó ở lại để chữa cho các chiến sĩ giải phóng quân Trung Quốc.
Mao tiếp tục:
- Mỹ đã đào tạo cho chúng ta không ít chuyên gia.
Nếu người dân thường Trung Quốc nói câu này, người ta cho rằng thiếu suy nghĩ và buộc tội phản cách mạng, bởi vì thời ấy ở Trung Quốc, Mỹ được gọi công khai "kẻ thù số một", bất kỳ sự tán dương nào về Mỹ đều được xem như phản cách mạng.
- Như thế, tất cả các đồng chí tốt nghiệp Đại học Mỹ – Mao nhận xét – Tôi kính trọng các chuyên gia do Mỹ và Anh đào tạo.
Ông cũng khoe với Trương, tôi đã giúp ông học tiếng Anh và ông bắt đầu đọc nguyên bản tác phẩm của Engels "Chủ nghĩa xã hội từ ảo tưởng đến khoa học. Từ "Shehuizhuyi" trong Anh ngữ là "socialism" có phải thế không?
- Dạ phải – Bác sĩ Trương đáp lời.
Tính hay chuyện và cởi mở của Mao đã làm yên lòng Trương, tôi gợi ý chúng tôi bắt đầu khám bệnh, Mao gật đầu.
Trương cậy hết cao răng, lấy các thức ăn dính trong kẽ răng, sau đó nói:
- Thưa Chủ tịch, xin ngươi cần đánh răng hàng ngày. Răng chủ tịch tồi lắm.
Mao phản đối:
- Tôi thường làm sạch răng bằng chè và chẳng bao giờ dùng bàn chải đánh răng cả. Anh xem con hổ đấy, có bao giờ nó đánh răng đâu. Sao răng nó cứng và sắc thế.

Logic của Mao thật không ai bắt bẻ được, dù khá lạ lùng. Tôi và Trương im lặng. Mao cảm thấy rằng giành được chiến thắng, nháy mắt, nhận xét:
- Thấy chưa, thậm chí các đồng chí là bác sĩ có bằng cấp Mỹ hẳn hoi cũng chẳng thể giải thích được.
Trương khiêm tốn:
- Xin chịu Chủ tịch!
Sau đó Trương nói cho Mao, cần phải nhổ vài chiếc răng hàm trên.
- Nó bị sâu rồi, vùng lợi xung quanh viêm nhiễm, răng cũng lung lay, những răng này là nguồn viêm nhiễm. Nếu không nhổ đi, nó lại làm hỏng tiếp các răng bên cạnh.
- Có thật nặng thế không? – Mao ngạc nhiên.
- Tôi xin thề với Chủ tịch đúng như thế – Trương trả lời.
- Thôi được, nhưng hãy làm cho khéo nhé, tôi sợ đau lắm. Tiêm thuốc tê đi.
Trương quay về phía tôi thì thào:
- Chủ tịch có bị dị ứng novocain không?
- Không – Tôi trả lời – đôi lần tôi đã tiêm penecilin và novocain không thấy dị ứng thuốc.
- Có cần phải dùng tới anestesine không? – Trương lại hỏi nhỏ – Tôi nhổ nó chỉ trong tích tắc thôi.
- Đồng chí cứ làm như Chủ tịch yêu cầu – Tôi trả lời – Để ông ấy yên tâm.
Trương tiêm novocain, mấy phút sau khi bệnh nhân bị tê, ông nhổ chiếc răng sâu dễ dàng.
Mao vui lắm, cười to:
- Trường học Anh Mỹ đã giành chiến thắng vĩ đại!
Sau vài ngày, lượng bạch cầu trong máu trở lại mức bình thường. Mao vui như trẻ con, nói:
- Đồng chí đã giải quyết được vấn đề làm tôi suy nghĩ nhiều năm qua. Đó là thành công lớn của các đồng chí. Hoan hô trường Đại học Anh Mỹ!
Sáng hôm sau ông bảo tôi mang cho ông bàn chải và thuốc đánh răng và ông bắt đầu cọ răng. Nhưng ông chỉ đánh răng được vài ngày. Thói quen nông dân thâm căn cố đế đánh răng bằng chè vượt hẳn lên. Hơn nữa Mao không muốn mất thời gian vào việc tắm rửa và đánh răng.
Răng Mao dần dần tồi đi, cũng như trước đây ông không khoái gì nha sĩ đến khám và chữa bệnh. Răng của Chủ tịch bị xỉn đen và lần lượt rụng dần. Đến đầu những năm 1970 hàm trên chẳng còn chiếc

răng hàm nào cả. May mắn thay, khi ông cười, chỉ thấy những chiếc răng tốt còn giữ được, còn những răng đen và bị nhổ rồi nằm ở phía trong không nhìn thấy rõ.

Xét nghiệm tuyến sinh dục cho thấy Mao mất khả năng có con. Tinh dịch của ông không có tinh trùng khoẻ. Mao từng là ông bố của một số con từ ba bà vợ. Đứa sau cùng là con gái, con của Giang Thanh, Lí Nạp, khi ấy khoảng 15 tuổi. Bệnh vô sinh cũng thường xảy ra ở tuổi trung niên, tôi không đủ khả năng giải thích được nguyên nhân vì sao tinh trùng ông lại chết, và tôi cũng chịu không thể chữa được cho ông.

- Nghĩa là tôi trở thành hoạn quan phải không?

Mao đau buồn hỏi thế, khi tôi nói cho ông về sự không thể có con. Ông lo ngại thực sự.

- Hoàn toàn không phải thế – Tôi trả lời – Phần đông quan thái giám trong cung vua, bị cắt hoàn toàn cơ quan sinh dục. Vài người may mắn còn giữ được tinh hoàn.

Tôi hiểu ra rằng Mao thậm chí không có khái niệm hiểu biết cơ bản về các cơ quan trong cơ thể và chức năng của chúng. Từ cuộc khám xét, tôi biết rằng tinh hoàn bên phải của ông bị teo nhỏ. Tuy nhiên sự bất lực không biến ông thành hoạn quan.

Tôi bắt đầu nói để ông hiểu.

- Tinh dịch của Chủ tịch không có tinh trùng, vì thế không thể có con được nữa. Tuy nhiên điều này lại không ảnh hưởng đến nhu cầu và khả năng tình dục.

Tôi hiểu rằng Mao hoàn toàn không vui về sự bất lực của ông. Ông hoảng sợ nếu bị liệt dương. Cả một thời gian dài ông tin rằng hoạt động tình dục bắt đầu từ tuổi 12 và chấm dứt ở tuổi 60. Sau này ông kể, ông bắt đầu cuộc sống tình dục ở tuổi vị thành niên khi còn ở làng Sào Sơn, quê ông. Ông vui vẻ nhớ đầu tiên quan hệ tình dục thời trẻ, bạn tình của ông, cô bé 12 tuổi trong làng.

Tháng 12-1953, Mao tròn 60 tuổi. Tôi là bác sĩ riêng của ông từ năm 1955, khi đó ông chờ đợi trong lo sợ về hết khả năng tình dục. Các bác sĩ trước tôi thường tiêm cho ông nhung hươu. Trong y học dân tộc Trung Hoa, đây là một trong thứ thuốc kích thích tình dục mạnh. Tuy nhiên dấu hiệu suy yếu tình dục không thấy mất đi nhưng ông vẫn lo lắng. Ông muốn sống tới 80 tuổi vẫn giữ được vẻ đẹp, khoẻ mạnh và hoạt động tình dục bình thường. Tôi, bác sĩ riêng của ông, cần phải giúp ông thực hiện ham muốn đó.

Ông mất bình tĩnh, khi tôi tỏ ra nghi ngờ hiệu quả của nhung hươu. Ngoài ra, tôi không tin vào hiệu dụng của chất này đối với cơ quan sinh dục.

Mao buồn rầu, nói:

- Các ông bác sĩ, người khuyên thế này, người khuyên thế kia. Tôi chỉ tin các ông 70% thôi.

Mao không đòi dùng nhung hươu nữa, nhưng đòi tôi kiếm thần dược để kéo dài tuổi thọ và chống liệt dương. Trong hoàn cảnh ấy ông lại thích đưa ra các ví dụ từ các vua Trung Quốc. Ông vua thọ nhất Trung Hoa là Vua Hoàng, tổ tiên dân tộc Hán, người đã tạo ra tất cả người Trung Quốc. Truyền thuyết kể, ông đạt được bất tử, vì ngủ với hàng ngàn gái đồng trinh. Thậm chí các vua đời sau còn cho rằng càng ngủ nhiều với gái, tuổi thọ càng tăng lên. Từ đó truyền thống các vua đều có tới hàng nghìn nữ tỳ. Hoàng đế Tần Thuỷ Hoàng, lập nên nhà Tần, theo truyền thuyết, có lần đã cử một đạo sĩ và năm trăm gái đồng trinh ra biển khơi để kiếm thuốc trường sinh. Mao cho Tần Thuỷ Hoàng là thần tượng, cố gắng noi gương ông vua này. Truyền thuyết này còn cho rằng họ chính là thuỷ tổ của người Nhật Bản.

Một thời gian ngắn sau khi tôi làm việc cho Mao, Chủ tịch nghe tin một nữ bác sĩ Rumani, Lepshinskaya, tìm ra công thức thuốc kéo dài tuổi thọ và tăng khả năng tình dục. Thứ thần dược này bề ngoài hồi phục sinh lực và có khả năng làm tăng độ dẻo dai sau khi thường xuyên sử dụng một lượng nhỏ. Mao rất khoái thuốc này, nhưng lại muốn, tôi phải thử trước thần dược. Nếu nó có tác dụng với tôi, Mao nói, ông mới dùng.

Tôi cũng phải bóng gió nói cho ông biết tôi và ông chênh lệch nhau gần 30 tuổi. Tôi hãy còn trẻ mới 35 còn ông đã 62 và lại không có chứng bệnh ông mắc. Bác sĩ Rumani đặt tên thuốc của mình, vitamin H3, nhưng té ra thuốc này thành phần chủ yếu novocain. Không tin vào khả năng thần diệu của nó, nhưng cũng biết Mao không dị ứng với novocain, tôi quyết định tiêm vitamin H3 này vào mông Chủ tịch, sau 3 tháng thì ngừng, vì chẳng đem lại kết quả gì.

Trong tất cả những năm làm việc với Mao, tôi chẳng giúp được ông hiểu biết thêm về lĩnh vực y học. Ý nghĩ không tin vào y học cản trở ông. Tôi ngày càng nghi ngờ, nguyên nhân sự bất lực của ông do tinh thần hơn do thể xác. Sau khi tham khảo các chuyên gia bài tiết và thần kinh, tôi tin tôi chẩn đoán đúng. Tôi quyết định sử dụng phương pháp tác động tinh thần. Tôi cho ông uống viên nhộng, chế phẩm từ nhân sâm và glucose và nói, đây là một loại thuốc mới từ thảo mộc "bồi bổ sức khoẻ".

Trong thời gian đấu đá chính trị hậu trường gay gắt nhất thì bệnh liệt dương của ông đặc biệt xuất hiện mạnh. Nhưng đầu những năm 60, khi quyền lực của ông còn bền vững, không thấy ông phàn nàn về vấn đề yếu tình dục. Tại thời gian cao điểm Cách mạng văn hoá, cuối thập niên 60, khi giữa Mao và Giang Thanh không có quan hệ tình dục nào cả, nhưng Chủ tịch thường xuyên lôi các cô gái trẻ lên giường, đồng thời số lượng các cô ấy tăng lên, nhưng độ tuổi các cô càng nhỏ lại.

Lãnh tụ của chúng ta thực hiện chương trình kéo dài tuổi thọ theo công thức hoàng đế cổ Trung Hoa như thế đấy.

Mao tiếp tục tìm kiếm đan dược trường sinh bất lão, thậm chí cũng chẳng hề nghi ngờ ông có thể thọ như vậy hay không. Lại còn tin những bài thơ thời thanh niên "sẽ sống hai trăm tuổi và bơi qua con sông lớn dài ngàn dặm". Giữa những năm 60 ông tuyên bố với khách nước ngoài, chuẩn bị gặp Chúa trời và cụ Karl Marx, đó là mánh khóe chiến lược của ông. Năm ấy ông còn khoẻ, lạc quan hơn cả thời kỳ bắt đầu cuộc Cách mạng văn hoá và kéo dài đến vài năm sau. Gặp những chuyện rắc rối ông thường giả vờ ốm, lấy sự sa sút về sức khoẻ làm thủ đoạn chính trị. Sức khoẻ của Mao chủ tịch và chính trị Trung Quốc có quan hệ tương hỗ.

Năm 1963, Mao đóng vai một ông già ốm yếu trước đại sứ Liên Xô ở Bắc Kinh. Chủ tịch muốn dò xét phản ứng của Liên Xô trước cái chết giả tưởng của mình. Mối quan hệ Trung Quốc – Liên Xô trong những năm ấy rất xấu, vì thế đối với Mao điều này cực kỳ quan trọng. Trước khi chuẩn bị màn kịch, Mao đã vài lần thử nhập vai một ông già run rẩy sắp chết cho chúng tôi xem, rồi hỏi xem liệu có giống như người sắp chầu trời hay không. Sau đó chui vào giường, cho gọi đại sứ Liên Xô đến. Buổi diễn đạt được thành công mỹ mãn.

Cũng vẫn trò như thế, năm 1965, Mao nói với người bạn cũ, nhà báo Mỹ Edgar Snow rằng ông sắp chầu thượng đế. Mao rất chú ý thái độ phản ứng của người Mỹ về tin tức ông sắp chết. Ông rất muốn cải thiện quan hệ với Mỹ. Mao tin rằng E. Snow, tác giả cuốn sách "Ngôi sao đỏ trên đất nước Trung Hoa", tác phẩm kinh điển xuất bản bằng Hoa ngữ và Anh ngữ, là người của Cục tình báo trung ương Mỹ (CIA), và vì thế thông tin về cái chết gần kề của lãnh tụ sẽ rơi vào tay chính quyền Mỹ. Năm 1965, mánh khóe tương tự Mao cũng sử dụng với Bộ trưởng Văn hoá Pháp André Malraux và sau đó ông chú ý theo dõi phản ứng của phương tây qua báo chí.

Mao thường lên án chuyện âm mưu, mánh khóe của người khác nhưng chính ông lại người nhiều thủ đoạn xảo quyệt và mánh khóe nhất.

CHƯƠNG 8

Trong những năm đầu tiên phục vụ Mao, tôi thấy ông mắc những bệnh thông thường như cảm sốt, viêm phế quản, ngứa, chai chân và ăn không ngon miệng. Do mắc chứng táo bón cứ hai hay ba ngày các vệ sĩ lại phải tháo thụt cho ông, vì thế chuyện đại tiện của Mao là chủ đề các cuộc giao ban hàng ngày của chúng tôi. Ngày nào tiêu hoá của ông bình thường ngày đó thực sự là ngày lễ đối với những người làm việc quanh Mao.

Đối với tôi, chứng mất ngủ của Mao làm tôi lo lắng nhất.

Mao là người có nghị lực phi thường. Bản chất ương ngạnh, ông tỏ ra không chấp nhận những thói quen thông lệ, thậm chí chống lại sự độc quyền khắc nghiệt đồng hồ thời gian của cơ thể. Theo ông, tắm táp và ngủ nghê chỉ làm tiêu tốn thời gian một cách vô ích. Cơ thể của Mao không thừa nhận nhịp sống sinh học ngày đêm, ông có thể thức nhiều hơn người khác, đồng thời mọi hoạt động chính của ông đều diễn về ban đêm. Ví thử nếu ông đi ngủ vào lúc nửa đêm, tối hôm sau ông cũng chẳng hề nhớ và đến ba giờ sáng ông mới lại lên giường, đêm tiếp theo ông cũng không thể nhắm mắt trước 6 giờ sáng. Chứng mất ngủ của ông ngày một nặng, có lúc ông thức liền vài ngày. Khi quá mệt, ông nằm vật xuống giường, ngủ mê mệt 10-12 tiếng liền mặc mọi tiếng ồn ào xung quanh. Tôi không biết chứng mất ngủ, lối sinh hoạt của Mao bắt đầu từ bao giờ. Có thể, nhịp sống sinh học lệch lạc của ông có từ lúc cha sinh mẹ đẻ. Vì rằng Phó Liêm Chương kể cho tôi, ông đã chữa cho Mao chứng mất ngủ từ đầu những năm 30. Tất nhiên, hai thập kỷ kháng chiến trước khi lập lên nước Cộng Hoà Nhân Dân và nhiều năm nội chiến đã làm đảo lộn cuộc sống, ảnh hưởng giấc ngủ của ông.

Trong những giờ mà Mao không thể ngủ được, ông phải sử dụng phương cách hoạt động thân thể: bơi, khiêu vũ, đi dạo. Nhưng cuối cùng ông đành phải dùng thuốc ngủ thường xuyên hơn 20 năm trước khi tôi về phụ trách sức khỏe của chủ tịch. Trong những năm 1930 Phó Liêm Chương cho ông dùng thuốc veronal, nhưng sau 1949 dùng dạng thuốc sodium amytal, một loại thuốc ngủ mạnh thuộc barbiturate, viên nhộng hàm lượng 0,1 gam. Nếu một viên không tác dụng, ông cho Mao dùng 2 hay 3 có khi tới 4 viên, nhưng nhiều khi vẫn không tác dụng. Càng ngày ông càng mệt mỏi vì thiếu ngủ, tăng ảo giác và bắt đầu chân có hiện tượng run rẩy đi không vững. Những người quanh ông rất lo rằng Mao có thể gục ngã, thậm chí có thể đột quỵ.

Trước khi tôi nhận nhiệm vụ, Phó Liêm Chương bắt đầu sợ rằng Mao có thể bị quá liều barbiturate, đã bí mật không cho Mao biết, thay hàm lượng viên từ 0,1 gam xuống 0,05 đến 0,075 gam, nhưng quen thuốc, vẫn phải tăng liều uống.

Tôi rất lo khi biết Mao dùng quá nhiều thuốc ngủ dạng barbiturate. Tôi chưa bao giờ kê đơn cho bệnh nhân cũng như cho bản thân mình liều lượng thuốc ngủ cao như thế, rất lo ông sẽ ngộ độc vì liều cao và kéo dài. Lần đầu tiên biết tất cả việc này, tôi khuyên Mao bỏ thuốc ngủ.

- Nghĩa là đồng chí muốn tước giấc ngủ của tôi phải không?

Ông phản ứng và vẫn yêu cầu thuốc ngủ. Tôi chẳng có cách nào để buộc Mao ngừng thuốc. Tôi là thuộc cấp và ông chẳng thèm đếm xỉa ý kiến của tôi.

Một lần ông gọi tôi vào buồng, hỏi:

- Theo đồng chí một năm có bao nhiêu ngày?

Mao thích đặt các câu hỏi bất thường dường như nó chứa một ẩn ý nào đó. Tôi trả lời:

- Tất nhiên rồi, thưa chủ tịch, ba trăm sáu năm ngày.

Mao bảo:

- Đối với tôi một năm cả thảy chỉ có 200 ngày thôi, vì rằng tôi ngủ ít.

Thoạt đầu tôi không hiểu, nhưng sau đó mới biết rằng ông tính số lần ngủ và thức trong thời gian một năm.

- Nếu tính cả số giờ không ngủ, thức trắng và quy lại thành ngày, một năm của Chủ tịch sẽ là 400 ngày đấy. Từ quan điểm này, thưa chủ tịch, tiến gần đến bất tử rồi đấy, có một bài thơ nói về việc này: "Mặt trời và mặt trăng không hiện ra, núi không thể nhận ra hàng nghìn năm đã qua".

Mao cười phá lên và nhận xét:

- Nghĩa là, theo đồng chí, cơn mất ngủ của tôi – đó là con đường đến bất tử phải không?

Tất nhiên ông nói đùa, tôi hiểu ông muốn tôi giúp ông giảm bớt căng thẳng, chữa cho ông bệnh mất ngủ.

Tôi khuyên ông thay đổi cách chữa. Dù rằng chất amital natri mà Phó Liêm Chương kê đơn vẫn tương đối có hiệu quả, giúp Mao giấc ngủ sâu, nhưng tác dụng chậm.

Vì thế tôi gợi ý Mao trước bữa cuối cùng hai mươi phút, uống hai viên hàm lượng 0,1 gram, nó sẽ có tác dụng nhanh. Ngay sau khi ăn, tôi khuyên Mao uống một viên amital natri để đảm bảo giấc ngủ kéo dài. Tôi không đồng ý cách điều trị của Phó Liêm Chương khi ông giấu Mao hạ liều lượng thuốc. Tôi cho rằng bệnh nhân cần phải biết liều lượng họ uống. Thuốc đưa cho Mao từ tay các nhân viên bảo vệ, họ xuất thân từ nông dân nghèo, ít học, thiếu không hiểu biết về y học, hơn nữa bây giờ tôi chịu trách nhiệm về sức khoẻ Mao, vì thế để tránh bất cứ trường hợp không may nào xảy ra, đích thân Mao phải kiểm tra được lượng thuốc uống và họ không đưa quá liều cho chủ tịch.

Phó Liêm Chương là thủ trưởng, tôi phải báo cho ông ta biết tất cả lý do. Ông không phản đối. Nhưng khi tôi vui mừng thông báo phương pháp điều trị mới có hiệu quả, Phó Liêm Chương tỏ ra hoài nghi nhắc lại một câu châm ngôn Trung Hoa: "Một bác sĩ hay khoe khoang, chẳng qua vì không có thuốc hay", nhưng dù vậy ông vẫn đồng ý cho thử.

Đợt điều trị tỏ ra có hiệu quả, tôi giảm dần lượng thuốc ngủ thay vào đó là glucoza. Kết quả cũng không tồi. Khi tôi kể cho Mao, ông nhận xét:

- Chẳng lâu nữa, đồng chí điều trị cho tôi chỉ bằng glucoza phải không?

Cũng có những ngày, khi Mao quá lo lắng, cách điều trị của tôi cũng không tác dụng. Thực ra cơn mất ngủ của Mao do hai nguyên nhân. Ngoài nhịp điệu sinh học còn có suy nhược thần kinh.

Mặc dù đã từ lâu suy nhược thần kinh không được coi là bệnh ở Hoa Kỳ, bản thân nó chỉ là triệu chứng, với nhiều tên khác nhau, nhưng rất phổ biến ở Trung Quốc, kể cả Mao và Giang Thanh thường xuyên mắc phải. Chứng suy nhược thần kinh thường do tình trạng tâm sinh lý quá căng thẳng gây nên trầm cảm. Đối với người Trung Hoa nếu chấp nhận mình bị trầm cảm là điều thật nhục nhã và đáng xấu hổ vì bản chất sự trầm cảm biểu lộ bằng thực thể. Chứng mất ngủ là triệu chứng thường thấy và thường xảy ra của chứng suy nhược thần kinh, nhưng ngoài ra nó còn biểu hiện những triệu chứng khác như cơn đau đầu, tức ngực kéo dài, hay lo lắng, tăng áp huyết, phiền muộn, giảm tình dục, bệnh ngoài da, rối loạn tiêu hoá, chán ăn, dễ bực tức và nhiều chứng khác.

Dần dần tôi nhận thấy chứng suy nhược thần kinh phổ biến nhiều nhất từ khi đất nước chuyển sang chế độ cộng sản do sự hạn chế tự do cá nhân và cảm giác tuyệt vọng không tránh khỏi. Tôi nhận ra triệu chứng này từ 1952, khi anh trai tôi mắc chứng suy nhược thần kinh với dấu hiệu tăng huyết áp, cộng thêm những triệu chứng khác xảy ra trong những năm đấu tranh khốc liệt của chiến dịch "ba chống": hối lộ, lãng phí, quan liêu. Sau chiến dịch "chống hữu khuynh trong đảng" năm 1957, hậu quả làm hàng triệu người vô tội bị quy kết sai lầm, hội chứng suy nhược thần kinh tăng lên đột biến. Trong những năm dưới thời chính phủ Quốc Dân Đảng tôi không nhận thấy có dấu hiệu suy nhược thần kinh như vậy. Dưới chế độ đó, xấu dở gì người ta cũng còn có lối thoát, chạy đi nơi khác nhưng dưới thời cộng sản, người ta không còn lựa chọn nào, không thể đi đâu. Số người bị rối loạn tâm thần rất lớn như tâm thần phân lập, trầm cảm do hoang tưởng dưới chế độ cộng sản tăng lên, một số rơi vào tình trạng "khủng hoảng tư tưởng". Đối với người Trung Hoa, người ta định kiến, coi chứng rối loạn tâm thần như là do trắc trở cá nhân và được xem như chuyện đáng xấu hổ và nhục nhã. Vì thế người ta không đi khám và chữa bệnh, thường giải quyết riêng trong nội bộ. Cách giải quyết này tiếp diễn cho đến khi Mao qua đời. Tất cả các bác sĩ đều biết, những người mắc chứng suy nhược thần kinh đều gặp những chuyện bất ổn lớn về tinh thần, nhưng bác sĩ chỉ kê đơn điều trị triệu chứng chứ không tìm hiểu nguyên nhân sâu xa để trị tận gốc bệnh tật đó.

Đàm luận với Mao về cơn mất ngủ của ông và những chứng bệnh lặt vặt khác, tôi thậm chí không dám đả động đến từ "suy nhược thần kinh", bởi vì biết điều này làm Mao nổi cơn thịnh nộ, tôi có thể bị mất việc. Ngay cả Mao cũng không đả động đến từ này. Khi nào đi ngủ bị ức chế, ông nói với tôi, ông cảm thấy bất ổn và nhờ tôi giúp. Tôi cho ông nhân sâm và vitamin B và C. Chứng suy nhược thần kinh của Mao biểu hiện: mất ngủ thường xuyên, choáng váng, ngứa da và liệt dương. Bệnh trở lên nghiêm trọng mỗi khi quá lo lắng vì cuộc đấu đá nội bộ. Một lần trong buổi đi dạo trên cánh đồng, bỗng nhiên đầu óc ông quay cuồng, choáng váng các vệ sĩ đã phải đỡ cho ông khỏi ngã. Những trường hợp như thế sau này xảy ra thường xuyên. Trong buổi giao tiếp với đoàn đại biểu Châu Phi, khi các vị đại biểu xúm quanh Chủ tịch, đột nhiên tôi thấy họ lúng túng, chỉ chỉ chỏ chỏ. Tôi nhận thấy Mao lảo đảo, lập tức chạy lại đỡ ông. Từ đó bất cứ ông ở đâu, đi dạo hay tiếp khách đều có đoàn vệ sĩ đi kèm đề phòng ông mất thăng bằng. Nhưng khi nào ông nghỉ ngơi, vui vẻ những dấu hiệu trên biến mất, tôi đã cho làm tất cả các xét nghiệm cần thiết về tim mạch, não đồ, kiểm tra tai mũi họng nhưng không thấy gì lạ, tất cả đều bình thường.

Nguyên nhân gây ra chứng suy nhược thần kinh của Mao chủ tịch khác hẳn với người dân bình thường. là một vị lãnh tụ đầy quyền lực của quốc gia, chính ông là nguyên nhân gây bất hạnh cho người khác. Chứng suy nhược thần kinh của ông do quá đa nghi, thiếu niềm tin vào sự trung thành của các chiến hữu trong đảng, ông có rất ít bạn đáng tin cậy. Các triệu chứng tăng mỗi khi có cuộc đấu tranh chính trị dữ dội trong nội bộ. Trong thời gian đề ra sách lược tranh giành quyền lực chính trị quyết liệt với phe đối lập, hầu như ông mất ngủ cả tuần, thậm chí cả tháng. Nhưng tôi lại không hiểu khi tôi nhận chức vụ đảm nhiệm chăm sóc sức khoẻ cho Chủ tịch đúng lúc ông đang trong cuộc đấu tranh giải quyết những vấn đề về phát triển nông thôn, tôi phải điều trị chứng mất ngủ trong vô vọng vì ông đang vật lộn trong cuộc đấu đá nội bộ.

Mao rất muốn đẩy mạnh cải cách trong nước, càng nhanh càng sớm càng tốt, không cần đến điều kiện khách quan. Tiến độ chậm chạp của cuộc cải cách ở nông thôn làm ông điên tiết, dù rằng từ đầu những năm 50 ngay sau khi thành lập nước Cộng Hoà Nhân Dân Trung Hoa, đã tịch thu ruộng đất và tài sản của địa chủ chia cho nông dân. Tuy ruộng đất vẫn còn nằm trong tay sở hữu riêng, nhưng Mao muốn tiến thẳng lên chủ nghĩa xã hội không chờ cơ giới hoá nông nghiệp, vì ông cho rằng Trung Quốc quá nghèo, nếu chờ quá trình cơ khí hoá thì quá lâu.

Những hợp tác xã nông nghiệp được chỉ đạo tiến hành rất sớm ở nông thôn từ năm 1953, đẩy nhanh xu hướng xây dựng liên hợp kinh tế nông nghiệp lớn khác thường và việc tước đoạt từ tay nông dân phương tiện sản xuất và gia súc đã gây ra chống đối mạnh mẽ không những từ phía các người lãnh tụ chính trị đối lập mà còn từ phía nông dân. Ở một số vùng kinh tế tập thể bị tan rã nhanh ngay sau khi nó được thành lập. Mao trút tội không những xuống đầu người lãnh đạo Ban nông nghiệp Ban chấp hành trung ương đảng Đặng Tử Huy mà nhiều cả nhiều cán bộ trong đảng. Ông buộc tội họ chậm chạp, thiếu cương quyết, thậm chí cả tội phá hoại ngầm. Đặng Tử Huy bị mất chức, cơ quan do ông lãnh đạo bị giải tán. Thật ra, người ta không gạt Đặng Tử Huy ra khỏi guồng máy, mà thuyên chuyển ông sang cương vị nhỏ hơn. Về sau Mao tâm sự với tôi:

- Đặng Tử Huy đã sát cánh với chúng tôi trong những năm cách mạng. Tuy nhiên sau khi giải phóng, ông ta đã đi chệch đường.

Sự chia rẽ của Mao với chiến hữu trở nên gay gắt từ mùa hè 1955, khi những người lãnh đạo đảng cộng sản họp hội nghị ở Bắc Đới Hà. Tại đây, Mao đã phớt lờ sự khuyên can, ngăn cản ông bơi ra biển, dù biết thất bại nhưng họ vẫn làm.

Trong những năm đầu tiên cạnh Mao, tôi cố gắng tránh mọi chuyện liên quan đến chính trị mà chỉ quan tâm về lượng bạch cầu tăng, giảm tình dục, chứng mất ngủ của Chủ tịch. Lúc ấy tôi không biết gì về cuộc đấu tranh mạnh mẽ mà Mao tiến hành chống những phe bảo thủ trong đảng. Mặc dù thất bại, nhưng thời gian từ mùa đông 1955 đến mùa xuân 1956, Mao tổ chức một loạt các cuộc họp, ông trình bày chương trình cải cách chủ nghĩa xã hội trong nước. Cuối mùa thu 1955, ông bắt đầu viết cuốn: "Sự đi lên chủ nghĩa xã hội của nông thôn Trung Quốc", chọn lọc những bài diễn văn, phát biểu của mình về vấn đề tập thể hoá, sửa chữa và bổ xung, viết lời mở đầu và kêu gọi đẩy mạnh cuộc cải cách nông thôn. Ông chỉ trích nặng nề Ban chấp hành Trung ương đảng, đưa ra đường lối cho đảng đẩy mạnh tiến lên chủ nghĩa xã hội ở nông thôn. Trong thời kỳ căng thẳng và kích động này ông thường xuyên mất ngủ.

Một ngày vào cuối năm 1955, trong thời kỳ ông đang viết sách, có lần 3 ngày liền ông ngủ thất thường, có khi thức trắng hơn 36 giờ đồng hồ. Những viên thuốc ngủ tôi đưa, ông uống nhưng hầu như chẳng tác dụng gì. Để bớt căng thẳng và mệt mỏi ông thường đi bơi và gọi tôi.

Khi tôi đến bể bơi, Mao nằm trên ghế bố. Trên khuôn mặt đỏ ửng của ông lộ vẻ kích động mạnh, trông rất mệt mỏi. Ông bảo tôi cùng bơi, nhưng tôi lịch sự từ chối, nói, chưa kịp ăn sáng, thời gian ấy tôi vẫn còn kiêm nhiệm công việc trong bệnh viện Trung Nam Hải. Mao cười và nói:

- Tôi cũng chưa ăn và chưa ngủ, nhưng cũng đã kịp nhảy xuống nước bơi được một giờ rồi. Tôi uống toa thuốc của đồng chí ba lần, nhưng không thể ngủ được. Đồng chí, có lẽ, lại giảm đô phải không?

- Đâu có thưa chủ tịch, đô thuốc vẫn như trước đây thôi – Tôi trả lời.

- Thế thì đồng chí làm cái gì đó rồi để tôi ngủ được chứ.

Tôi kê đơn cho Mao dung dịch chloralhydrade, Phó Liêm Chương đã nói với tôi rằng Mao không thích uống thuốc dạng nước. Vì thế tôi báo trước cho Mao thuốc sẽ đắng và hơi cay.

Mao trả lời:

- Không sao đâu, tôi thích tất cả các thứ cay đắng.

Tôi đến kho dược do Phó Liêm Phương phụ trách, chuyên chứa thuốc dành cho Mao và các lãnh tụ cao cấp khác. Thuốc mua từ một hãng nào đấy ở Hong Kong, nhập từ Anh, Mỹ và Nhật. Tất cả thuốc được kiểm tra, bảo quản cẩn thận. Để tăng cường biện pháp an toàn, tất cả toa thuốc kê cho Mao đều mang tên Lý Đăng Sơn. Tên "Lý" năm 1947 là bí danh của Mao, do sự đối mặt sự tấn công của quân Quốc dân đảng, những người cộng sản buộc phải rút khỏi Diên An. Trong khi dược sĩ đang pha chế, Phó Liêm Chương đến lưu ý tôi rằng Mao không thích thuốc nước, và cũng nhận xét rằng chloralhydrade làm cho Mao rất khó chịu về mùi, Chủ tịch có thể cáu. Tôi nói, Chủ tịch đã được báo trước và đồng ý, yêu cầu nhanh lên, ông đang đợi tôi.

- Sau này tôi sẽ thông báo cho đồng chí kết quả.

Tôi trả lời và đi ra cổng.

- Đồng chí đã tự ý hành động chẳng hỏi ý kiến tôi gì cả!

Phó Liêm Chương bỏ đi, vẻ khó chịu.

Phó Liêm Chương cho rằng tôi là thuộc cấp của ông và bắt tôi phải cung cấp tin tức tất cả những gì liên quan tới sức khoẻ của lãnh tụ. Phó Liêm Chương rất tự hào, có nhiều năm quan hệ tốt với Mao, tin rằng Chủ tịch sẽ nghe lời khuyên của ông ta. Nhưng thời thế đã đổi thay, giờ đây Mao lại tin tôi hơn.

Chủ tịch chờ tôi ở bể bơi, mời tôi ăn trưa với ông. Tôi bảo:

- Thuốc nên uống trước khi ăn.

Sau đó tôi rót 15 phân khối dung dịch 10% chloralhydrade vào chén đưa cho Mao. Ông uống một hơi, nói, cũng không khó uống, thậm chí còn giống rượu vang mà Mao hiếm khi dùng. Ông nói thêm:

- Bây giờ xem nó tác dụng ra sao!

Chúng tôi còn chưa kịp ăn xong bữa, thuốc đã bắt đầu ngấm. Mắt Mao đờ đẫn, ông bắt đầu thẫn thờ. Cuối bữa ông gần như không còn biết gì nữa. Tôi dìu ông vào phòng ngủ bên cạnh bể bơi, hai giờ chiều ông đã chìm trong giấc ngủ và ngủ một mạch hơn 10 tiếng đồng hồ.

Đến nửa đêm một vệ sĩ gặp tôi và với giọng ngưỡng mộ gọi tôi là phù thuỷ.

Khi tôi đến, ông vẫn còn nằm trên giường, mắt nhắm nghiền. Khi mở mắt, lấy thuốc lá và hỏi:

- Đồng chí cho tôi thuốc gì hay thế?

- Đây là một loại thuốc ngủ. Người ta biết nó từ thế kỷ thứ 12, tác dụng của nó đối với cơ thể đã được biết cặn kẽ. Không có chống chỉ định nào cả.

- Vì sao đồng chí không đưa thuốc này cho tôi từ trước?

Tôi giải thích:

- Người ta nói cho tôi rằng Chủ tịch không thích thuốc nước, ngoài ra, vị của nó khá đắng, khó uống, và gần đây trong kho chưa có thuốc này.

Thực ra giữa sodium amytal và chloralhydrade chẳng có gì khác nhau đáng kể. Đơn giản, Mao bị kích thích bởi những cơn mất ngủ đến nỗi trò quảng cáo thuốc của tôi, có thể, gây nên hiệu quả tâm lý thuần tuý.

Tôi cảm thấy Mao biết rõ chứng suy nhược thần kinh của ông do nguyên nhân tâm lý, ông tin vào hiệu quả của tác dụng thuần tuý tâm lý. Khi Mao còn nhỏ bị ốm nặng, mẹ ông đưa lên chùa, thắp hương quỳ lạy, cầu Trời Phật phù hộ độ trì cứu giúp đứa con bệnh tật của bà. Chẳng bao lâu sau, Mao hồi sức và khỏi bệnh.

Mao nói với tôi:

- Tôi luôn luôn chống lại việc phá đền phá chùa.

Trong khi đó những lãnh tụ cộng sản khác ra lệnh triệt phá chùa chiền trong cả nước. Chủ tịch nói tiếp:

- Những người nghèo khi đau ốm cần tìm sự giúp của trời phật mà họ tin tưởng. Họ cầu cứu Phật để chữa khỏi bệnh, nhưng thay vì thuốc men, họ chỉ cần được một nhúm tàn nhang làm thuốc thánh. Tuy thế thậm chí chỗ tàn hương đó cũng làm giảm bớt đau đớn, buồn phiền bởi họ đặt tất cả niềm tin vào nhúm tàn nhang đó, giúp họ vượt qua bệnh tật của chính mình, trả lại sức khoẻ cho họ. Chẳng lẽ thuốc ngủ lại không giống tàn nhang hay sao? Chẳng lẽ nó không làm tôi khỏi bệnh? Tôi cảm thấy rằng trong tủ thuốc của đồng chí hãy còn không ít thuốc thần diệu.

Sau cuộc độc thoại lạ lùng này, Mao tuyên bố:

- Bây giờ đồng chí có thể về nhà và ngủ một lúc đi. Tôi lại bắt tay vào công việc.

Từ đó Mao chỉ chấp nhận chloralhydrade và thường uống nó với seconal natri. Đến lúc này ông đã bắt đầu quen thuốc. Chúng không những giúp ông ngủ được, còn kích thích khẩu vị, thậm chí nó có tác dụng như ma tuý. Ông chuộng trạng thái lâng lâng gây ra bởi thuốc, ông thường dùng nó khi cần tiếp khách hay họp hành. Ông cũng không quên chúng cả trong các buổi dạ hội khiêu vũ.

CHƯƠNG 9

Tôi vốn giữ quan điểm tránh xa chính trị cho nên không quan tâm sự căng thẳng ngày càng tăng giữa Mao và lãnh tụ trong trung ương. Nhưng vào đầu năm 1956, tôi cảm thấy Chủ tịch bất an, day dứt, phiền muộn nào đó về chính trị. Sau này tôi mới biết, năm 1956, thời điểm xảy ra nhiều biến cố, chính năm ấy mầm mống của cuộc Cách mạng văn hoá đã hình thành, gieo mầm sự xáo trộn chính trị to lớn, mà sau này nó đã làm chao đảo cả đất nước suốt một thập kỷ liền.

Bản báo cáo chính trị bí mật của Khrushchev chống Stalin tại Đại hội lần thứ XX của đảng cộng sản Liên Xô vào tháng hai năm 1956 đã đưa đến sự chia rẽ lớn trong nội bộ quốc tế cộng sản.
Mao không tham dự Đại hội đảng ở Moskova. Đoàn đại biểu Trung Quốc do Chu Đức dẫn đầu, người đồng sáng lập Hồng Quân với Mao, vị chỉ huy tối cao đội quân du kích trong chiến tranh. Khi đó, Chu Đức khoảng 70 tuổi, đẹp lão với mái tóc đen dày, có nụ cười hiền hậu. Ông không hề có tham vọng chính trị. Sau giải phóng, ông hầu như đã về hưu, từng giữ những vụ quan trọng: Phó chủ tịch Quốc Vụ Viện, (từ năm 1949 đến năm 1954), Phó chủ tịch nước và phó chủ tịch Hội đồng Quốc phòng nước Cộng hoà nhân dân Trung Hoa (từ năm 1954 đến năm 1959). Những ngày không đi thị sát, không làm việc dưới cơ sở, ông dành thời gian chăm sóc những giò phong lan trong nhà vườn của ông ở Trung Nam Hải, nơi ông trồng tới hơn một nghìn giò lan các loại. Tuy giữ chức phó chủ tịch nước ngồi chơi xơi nước, nhưng chúng tôi thường gọi ông là "Tổng tư lệnh" và ông được nhân dân Trung Quốc kính trọng, vì ông đã góp phần đưa đảng cộng sản lên nắm chính quyền.
Chu Đức không được chuẩn bị trong cuộc công kích Stalin của Khrushchev. Ông điện hỏi Mao về việc đó và xin chỉ thị nên phản ứng như thế nào. Là cựu phó tổng tư lệnh quân đội, ông đề nghị Trung Quốc nên ủng hộ việc chỉ trích của Khrushchev. Mao phẫn nộ:
- Chu Đức đúng là dốt! – giận dữ, Mao thốt lên – Khrushchev và Chu Đức cả hai thật không thể chấp nhận được.
Thêm vào đó, Mao lại có niềm tin huyền bí vào vai trò của người lãnh đạo. Ông không hề băn khoăn khi cho rằng, chỉ có sự lãnh đạo duy nhất của ông mới cứu vãn và thay đổi được đất nước Trung

Hoa. Ông chính là Stalin của Trung Quốc, ai cũng biết điều đó. Mao hình dung, ông là đấng Cứu thế của đất nước. Việc Khrushchev chỉ trích Stalin đã buộc Mao phải đề phòng, rồi có lúc quyền lực của ông bị xói mòn và địa vị lãnh đạo của ông gặp trắc trở. Đối với Mao việc tán thành chỉ trích phê phán Stalin chính là phê phán và đe doạ quyền lực cá nhân ông. Sau khi Stalin chết và Khrushchev lên thay vào năm 1953, Mao đã chúc mừng việc bổ nhiệm này. Nhưng khi Stalin bị chỉ trích, Mao trở thành đối thủ không đội trời chung đối với Khrushchev. Dưới con mắt của ông, người lãnh đạo mới của Liên Xô đã phạm một nguyên tắc cơ bản của cách mạng. Đó là nguyên tắc trung quân bất di bất dịch. Mặc dù Khrushchev chịu ơn Stalin về tất cả mọi việc, nhưng ông ta lại chống Stalin.

Hơn nữa, theo Mao, ngoài việc chỉ trích của mình, Khrushchev đã bắt tay với Mỹ, tức là bắt tay với tên đế quốc đầu sỏ. Ông tố cáo:

- Ông ta đã trao gươm cho người khác để bầy cọp có thể nuốt chửng chúng ta. Nếu họ không muốn giữ thanh gươm đó, chúng ta sẽ giữ nó. Chúng ta có thể sử dụng nó một cách hữu hiệu. Liên Xô muốn chỉ trích Stalin, nhưng chúng ta sẽ không làm điều đó. Nhưng không chỉ có vậy, chúng ta sẽ kiên định ủng hộ Stalin.

Tôi đã từng ngưỡng mộ Stalin, coi ông là vị lãnh tụ vĩ đại, một vị cứu tinh của Liên Xô cũng giống như Mao của người Trung Hoa. Ấy thế Mao lại không chấp nhận đường lối, chủ trương và không hề ngưỡng mộ Stalin. Sự thật Mao coi thường Stalin. Khi Mao kể cho tôi về thái độ của ông đối với vị lãnh tụ Xô viết quá cố, tôi mới sửng sốt nhận ra rằng, Stalin và ông không bao giờ có thể đồng hành với nhau được. Qua lời kể, tôi thấy rõ sự tức giận của Mao đối với Stalin một cách đầy đủ vào đầu năm 1956. Qua đây tôi mới rõ, Mao thường dối trá cho phù hợp trong ván bài chính trị của ông.

Sự cừu địch của Mao đối với vị lãnh tụ Liên Xô này thật ghê gớm, từ thời kỳ Xô viết Giang Tây, đầu những năm 1930.

Năm 1924, khi đảng cộng sản Trung Quốc mới gần ba tuổi, Quốc tế cộng sản đã chỉ thị cho tổ chức đảng còn non trẻ này hợp tác với Quốc dân đảng thành lập một liên minh chính trị. Vì ở Trung Quốc đang gặp khủng hoảng, phái Quốc gia vừa lật đổ các thế lực phong kiến địa phương cát cứ, cần đoàn kết thống nhất dưới một chính phủ để lãnh đạo đất nước. Một mặt trận thống nhất đã được hình thành. Tuy nhiên, năm 1927, Tưởng Giới Thạch đã dồn hết sức chống lại những người cộng sản vùng ngoại ô, cơ sở chính của đảng làm cho số đảng viên giảm đi mau chóng trong các thành phố. Khi đó, Mao đã trở về quê ông ở Hồ Nam, nơi ông đã chứng kiến những cuộc nổi dậy của nông dân. Theo kinh nghiệm, những cuộc nổi dậy ở Trung Quốc thường xuất phát từ nông thôn. Bởi vậy Mao hiểu rằng, nếu có một cuộc cách mạng xảy ra ở đất nước này trong thế kỷ 20, khởi điểm của nó chính từ nông thôn, nông dân sẽ là lực lượng nòng cốt trong cuộc cách mạng đó. Ông đã đưa ra một chiến lược táo bạo, mặc dù nó không tuân theo học thuyết Marx-Lenin chính thống. Nhưng những điều kiện lịch sử ở Trung Quốc lại diễn ra hoàn toàn ngược lại. Theo diễn giải của Mao, đảng cộng sản sẽ là người lãnh đạo nông dân nổi dậy. Tại những vùng núi hẻo lánh thuộc tỉnh Giang Tây, ông đã xây dựng một căn cứ địa, thực hiện cải cách ruộng đất với sự hỗ trợ của nông dân. Ngoài ra, ông thường đưa du kích tiến hành những cuộc tập kích vào quân Tưởng Giới Thạch, hy vọng sẽ tiêu hao được sinh lực của những người quốc gia, tạo điều kiện cho nông dân chiếm được các đô thị. Dưới sự chỉ huy của Mao, khu Xô viết tỉnh Giang Tây ngày càng được mở rộng.

Năm 1930, Stalin bổ nhiệm Vương Minh, người vừa tốt nghiệp khoá học vài năm ở Liên Xô, mới 25 tuổi, làm đại diện của Quốc tế cộng sản ở Trung Quốc. Theo Mao, mặc dù Vương Minh không muốn giành quyền lãnh đạo đảng cộng sản Trung Quốc, nhưng những việc làm và hành động của Vương Minh chuyển hoạt động cách mạng từ nông thôn vào thành thị, do đó đã đẩy những người cộng sản còn non kém vào những cuộc chiến đấu vô vọng. Ở khu Xô viết, Mao bị coi là bảo thủ và ông bị dồn đến chân tường. Mao kể:

- Stalin gọi tôi là người cộng sản hai mang – đỏ vỏ trắng lòng.

Khu Xô viết Giang Tây thành lập. Tưởng Giới Thạch đem quân bao vây khu căn cứ ở vùng núi, bắt đầu hàng loạt các cuộc tấn công mãnh liệt mà Tưởng gọi là "chiến dịch tảo thanh" và gần như thành công. Chiến dịch tảo thanh thứ năm mang ý nghĩa tiêu diệt đảng cộng sản Trung Quốc đến cùng. Nhưng đảng cộng sản quyết định phá vòng vây, thực hiện một cuộc rút lui nổi tiếng, cuộc Vạn Lý Trường Chinh. Ngay sau cuộc Vạn Lý Trường Chinh này, Mao đã đoạt lại vị trí lãnh đạo của ông.

Mao đã buộc Stalin và Quốc tế cộng sản phải chịu trách nhiệm đối với những khủng hoảng trước đây của đảng. Theo ông, Quốc tế cộng sản đã biến những lối thoát có lợi thành ngõ cụt. Ông nói:

- Khi đó trong những vùng do Quốc dân đảng kiểm soát ở đô thị chúng ta đã bị tiêu diệt 100%, và 90% ở khu Xô viết. Lẽ ra chúng ta phải buộc Stalin hoặc Liên Xô chịu trách nhiệm về thảm hoạ đó, chúng ta lại khiển trách một số đồng chí của mình, vì thứ chủ nghĩa giáo điều mang tính duy ý chí sai lầm của họ.

Không phải Stalin, chính Vương Minh, tín đồ của chính sách Stalin, phải chịu trách nhiệm về tai hoạ này. Thậm chí, Mao cũng đã kết tội ông ta là người "cánh tả phiêu lưu".

Ngoài ra, Mao còn chỉ trích Stalin, sau chiến tranh thế giới thứ hai ông ta đã quy phục trước sức mạnh của Mỹ và khuyên đảng cộng sản Trung Quốc noi gương các đảng cộng sản Pháp, Ý và Hy Lạp, buông súng đầu hàng chính phủ, tức là đầu hàng Quốc dân đảng. Nhưng Mao đã cự tuyệt. Trong cuộc nội chiến giữa những người Quốc gia và những người cộng sản, Stalin không hề giúp những người cộng sản một khẩu súng hay một viên đạn nào, kể cả "đến cái rắm cũng không". Chẳng những thế, ông ta lại ép những người cộng sản phải ngừng cuộc hành quân của họ ở phía Bắc sông Dương Tử, để cho Quốc dân đảng kiểm soát toàn bộ miền Nam. Mao nói: "Chúng tôi không thèm để ý đến lời ông ta".

Tôi thường nghe, phần lớn vũ khí mà những người cộng sản dùng trong cuộc nội chiến là từ Liên Xô và được để lại khi người Xô Viết rời Mãn Châu sau khi chiến tranh thế giới thứ hai kết thúc. Nhưng Mao lại không muốn xác nhận Liên Xô đã giúp và tôi khó cãi lại ông được.

Khi những người cộng sản chiếm thành phố Nam Kinh – thủ phủ của Quốc dân đảng, Tưởng Giới Thạch phải chạy trốn về Quảng Châu. Mao nói, đại sứ Anh và Hoa Kỳ đã ở lại Nam Kinh để hợp tác với chính phủ mới. Ngược lại, Liên Xô đã ủng hộ Quốc dân đảng và chuyển sứ quán của họ về Quảng Châu. Theo Mao, Stalin không muốn những người cộng sản chiến thắng. Mao nói tiếp:

- Mùa đông năm 1949, chỉ vài tháng sau giải phóng, tôi đi hội đàm ở Liên Xô. Nhưng Stalin không tin tôi. Hai tháng trôi qua vẫn không thấy động tĩnh gì. Cuối cùng, tôi bực quá và nói: "Nếu đồng chí không muốn hội đàm, chúng ta cứ gác việc đó lại và tôi về".

Nhưng rồi, cuối cùng Hiệp ước hữu nghị, hợp tác và giúp đỡ song phương giữa Liên Xô và Trung Quốc cũng đã được ký.

Stalin tiếp Mao Trạch Đông trong chuyến đi đầu tiên tới Liên Xô từ 11-1949 đến 16-02-1950

21-12-1949, Mao Trạch Đông thăm Liên Xô và dự lễ sinh nhật Stalin 70 tuổi (29-12-1879)

15-2-1950, Moscow, Molotov ký hiệp ước liên minh Xô-Trung. Chứng kiến lễ ký: Stalin, Lozovsky, T.V. Soong đại sứ Vương Gia Tường, Foo Ping-Sheung, A.A. Petrov, đại sứ Liên Xô tại TQ và những người khác

Cuộc chiến ở Triều Tiên cũng gây ra căng thẳng giữa Mao và Stalin. Tôi thường nghĩ, Liên Xô và Trung Quốc đã hợp tác với nhau trong chiến tranh, thế nhưng Mao lại phủ nhận. Ông nói:

- Khi quân đội Mỹ tiến đến biên giới Trung – Triều tại sông Áp Lục, tôi đã nói với Stalin, chúng tôi sẽ điều quân đến đó. Nhưng Stalin không đồng ý, vì ông ta sợ xảy ra Thế chiến thứ ba.

Mao báo cho Stalin, nếu ông ta không muốn tham chiến nhưng nếu người Mỹ chiếm được Triều Tiên, họ sẽ không chỉ đe doạ Trung Quốc, còn là mối nguy hiểm đối với cả Liên Xô nữa. Môi hở răng lạnh! Cứ muốn đánh nhau, Mao lại phải cần đến vũ khí của Liên Xô. Một khi Liên Xô sợ Mỹ và Anh kết tội ủng hộ Trung Quốc, Trung Quốc buộc phải mua vũ khí của Liên Xô. Trung Quốc sẽ đơn phương chiến đấu và Liên Xô không dính dáng gì đến việc này. Mao quy cho Stalin muốn chia cắt Trung Quốc. Để làm điều đó, Stalin đã cố đưa Cao Cương lên làm một thứ hoàng đế Mãn Châu và thành lập ở đây một đảng cộng sản riêng.

Sự khẳng định của Mao làm tôi ngạc nhiên. Trong công luận tất cả mọi người cho rằng Liên Xô là anh cả của Trung Quốc, là tấm gương cho sự phát triển xã hội chủ nghĩa, quan hệ giữa Liên Xô và Trung Quốc là đồng minh thân thiết. Nhưng theo Mao, thực ra sự tương quan này gần như là mối quan hệ Hoàng Đế và chư hầu. Mao nói: "Họ muốn nuốt chửng chúng ta". Không bao giờ ông muốn bị thất thế. Lịch sử đã dạy ông, nên ủng hộ những đất nước xa xôi, nên thận trọng đối với những nước láng giềng, đừng có đặt niềm tin vào chủ nghĩa bành trướng Xô viết.

Tuy nhiên, Mao không bao giờ để lộ sự chỉ trích, với tư cách một người lãnh đạo cách mạng, Mao vẫn liên hệ mật thiết với Stalin.

Bản tường trình của Khrushchev cũng làm cho chính sách đối nội của Trung Quốc thay đổi. Việc Chu Đức đề nghị Trung Quốc nên ủng hộ việc chỉ trích Stalin là một sự xúc phạm ghê gớm đối với Mao. Không bao giờ tôi tin Chu Đức lại là mối nguy hiểm đối với Mao và sự bực tức của Mao là vô lý. Nhưng trước đây, Mao và Chu Đức đã từng tranh cãi với nhau khi còn ở Giang Tây và Mao đã quả quyết, nhận định ban đầu của Chu Đức về bản tường trình của Khrushchev đã "phản ánh tư tưởng của ông ta". Vì vậy ông nghi ngờ sự trung thành của Chu Đức.

Ngày 1-5-1956, hai tháng sau khi bản tường trình của Khrushchev được công bố và cơn giận lôi đình của Mao, Chu Đức lâm bệnh. Thực ra, tình trạng sức khỏe đã không cho phép ông có mặt trên khán đài ở quảng trường Thiên An Môn, nhưng đó lại là một sự kiện chính trị quan trọng, vì các vị lãnh đạo cao cấp của Trung Quốc đều phải có mặt vào ngày hôm đó để chụp một bức ảnh chính thức. Bởi thế, Chu Đức ngại rằng người ta sẽ có ấn tượng nào đấy khi ông vắng mặt trước công chúng. Ông đã nói với Trần Dương Anh, vợ goá của Nhậm Bích Thế:

- Nếu tôi không đến, mọi người sẽ nghĩ tôi đã phạm một sai lầm tồi tệ về chính trị và vì thế buộc phải vắng mặt.

Cuối cùng, khi chụp ảnh, Chu Đức mệt mỏi, mặt tái mét đứng vào chỗ của ông cách không xa Mao chủ tịch.

Mao không bao giờ tha thứ cho Khrushchev vì đã chỉ trích Stalin. Tuy nhiên, vào năm 1956 tôi để ý thấy Mao cũng thường bất bình với ban lãnh đạo đảng của ông như thế nào. Trước hết, lớp người hèn hạ, cứng nhắc, dập khuôn theo mô hình Xô viết đã làm ông không hài lòng.

Ngay năm 1956, Trung Quốc đã dập khuôn theo mô hình của Liên Xô. Một bộ máy quan liêu, cồng kềnh đã được triển khai từ trung ương đến những vùng nông thôn đã ra đời dưới sự điều hành trực tiếp của đảng cộng sản. Công cuộc tập thể hoá nông nghiệp đã hoàn thành, những nhà máy và doanh nghiệp lớn ở các thành phố đều do nhà nước quản lý. Các xí nghiệp tiểu thủ công nghiệp có quy mô nhỏ hơn và các cửa hiệu đã bị quốc hữu hoá hoặc được giao cho chính quyền địa phương quản lý. Sự chuyển biến mang tính xã hội chủ nghĩa gần như đã hoàn chỉnh về kinh tế và hệ thống hành chính quan liêu.

Nhưng sự chuyển biến về tư tưởng, sự hồi sinh sống động của Trung Quốc Mao ao ước thật khó đạt được. Với số lượng cơ quan hành chính dầy đặc, những chiến sĩ cách mạng kỳ cựu đã trở thành những kẻ quan liêu, đối với họ, đặc quyền đặc lợi và địa vị xã hội quan trọng hơn cả tư tưởng cách mạng của Mao. Mao tỏ ra nóng lòng. Ông muốn đẩy mạnh cuộc cách mạng. Nhưng những kẻ quan liêu trong đảng, trong đó có cả những cán bộ lãnh đạo cao cấp, vẫn còn dè dặt và bám lỳ hình mẫu phát triển của Liên Xô. Người ta đã thiết lập những thể chế, cơ cấu tổ chức theo khuôn mẫu của Liên Xô, không lưu tâm đến hoàn cảnh đặc biệt ở Trung Quốc. Do vậy, Mao đã nổi giận với các đồng chí của ông.

Cuộc cách mạng do Mao tiến hành đòi hỏi lòng dũng cảm, sự hăng hái, tinh thần sẵn sàng chiến đấu và Mao cho rằng, những người lãnh đạo của Trung Quốc vẫn còn thiếu những đặc điểm đó. Bởi vì, thậm chí một số người tán thành việc Khrushchev chỉ trích Stalin, nên ông phải dè chừng những thách thức vị trí lãnh đạo của mình. Mao không muốn một thuộc hạ nào của ông noi gương trở thành Khrushchev Trung Hoa lên án ông mãnh liệt sau khi ông qua đời. Cho nên, ông cũng tính đến việc đề phòng có kẻ nào đó âm mưu lật đổ ông khi ông còn sống.

Sự bất bình của ông đối với đảng ngày càng tăng theo năm tháng, nó đã đưa đến cuộc Cách mạng văn hoá đầy thảm hoạ.

CHƯƠNG 10

Mao nói về bản thân như một người hoàn hảo nhất. Năm 1970, ông nói với Edgar Snow: *"Tôi là hoà thượng đạt san"*, dịch theo nghĩa văn chương là *"hoà thượng cầm ô"*. Nhưng *"heshang dasan"* chỉ là vế đầu của một câu thơ. Vế thứ hai vô phan vô thiên mới là vế quan trọng, nhưng lại thường không được nhắc đến. Vô phan vô thiên, có nghĩa là không tóc, không Trời, tức là "đội Trời đạp Đất", để nói về một người bất phục. Vì người nữ phiên dịch của Mao không được học văn học cổ điển, nên đã dịch câu nói của Mao thành "một nhà sư cô đơn lang bạt với chiếc ô thủng". Edgar Snow và những học giả khác suy ra rằng, Mao tự ví mình như một người độc hành đáng thương. Nhưng thực ra, Mao muốn nói rằng, chính ông là thiên, là Trời tạo lập ra vũ trụ: vô phan vô thiên.

Mao thường nói với tôi:
- Tôi tốt nghiệp Đại học Thảo khấu.
Mao chính là một phiến quân tài giỏi, nổi dậy chống lại chính quyền, kiểm soát tất cả, đoạt được mọi thứ. Điều này không chỉ có giá trị nắm quyền bính cao nhất trong chính trị mà còn ảnh hưởng lớn lao tới những hoạt động thường ngày. Tại Trung Nam Hải sẽ không có gì xảy ra nếu không được ông chuẩn y. Thậm chí ông còn quyết định cả việc vợ ông nên mặc y phục nào.
Đó là sự thật, Mao ít bạn, sống đơn độc, cách biệt với cuộc sống đời thường. Ông dành rất ít thời gian cho vợ và không quan tâm lắm đến con cái. Cho đến tận bây giờ, tôi có thể nói, tôi có ấn tượng không mấy cảm tình ngay buổi gặp gỡ đầu tiên, cảm nhận Mao ít tình người, thiếu nhân hậu và thiếu sự thân thiện một cách trung thực. Một lần, tôi ngồi kế bên Mao trong buổi xem biểu diễn nghệ thuật ở Thượng Hải, trong mục đi trên dây, cháu bé biểu diễn trượt chân ngã xuống sàn, bị thương rất nặng. Tất cả khán giả lặng người nghẹt thở, mẹ cháu bé than khóc thảm thiết. Nhưng Mao vẫn thản nhiên tán chuyện và cười vang coi như không có chuyện gì xảy ra. Tôi biết ông không hề hỏi han số phận cháu bé bất hạnh đó.
Tôi không thể hiểu nổi sự nhẫn tâm của Mao. Có lẽ vì đã chứng kiến quá nhiều cảnh tang tóc, nên ông chai sạn với nỗi đau khổ của người khác. Người vợ đầu của ông, Dương Khai Tuệ và cả hai người em ruột của ông đều bị Quốc dân đảng sát hại. Con trai cả của ông cũng đã hy sinh trong cuộc chiến ở Triều Tiên. Ông cũng đã

mất những người con trong cuộc Vạn Lý Trường Chinh vào giữa những năm 30. Nhưng không bao giờ tôi thấy ông để lộ bất cứ sự xúc động nào vì những mất mát này. Việc ông sống sót trong khi nhiều người khác đã hy sinh càng làm cho ông tin ông sẽ rất thọ. Ông nói, chính những người chết "đã phù hộ cho ông, cho cách mạng".

Ấy thế Mao không bao giờ thờ ơ với những thông tin. Mặc dù suốt ngày nằm trên giường, không mặc quần áo, đọc sách nhưng thường xuyên được các cộng sự của ông báo cáo bằng văn bản hoặc bằng miệng về những sự kiện xảy ra ở Trung Quốc và thế giới, từ mưu mô lặt vặt ngay xung quanh ông, diễn biến tại những nơi hẻo lánh, vùng sâu vùng xa ở Trung Quốc cho đến những sự việc xảy ra ở những đất nước xa xôi khác.

Mao không ưa hình thức và nghi lễ. Sau khi Mao được bầu làm Chủ tịch nước năm 1949, vụ trưởng Vụ lễ tân Dư Tín Thanh đề nghị ông nên tuân theo lễ nghi quốc tế khi đón tiếp các đại sứ nước ngoài, như mặc âu phục màu sẫm, đi giày da đen. Mao đã nổi giận. Ông nói:

- Chúng ta là người Trung Quốc, có tập quán riêng. Tại sao lại phải theo phong tục tập quán người khác?

Từ đó ông thường mặc bộ đồng phục kiểu Tôn Trung Sơn, đi giày vải. Khi các chính trị gia hàng đầu khác noi gương vị Chủ tịch của họ, tên của bộ đồng phục đã thay đổi và bộ đồng phục màu xám "kiểu Mao" đã trở thành "mốt". Vụ trưởng Vụ lễ tân, người dám cả gan khuyên Mao tuân theo nghi thức quốc tế đã bị cách chức. Ông ta đã tự vẫn trong thời kỳ Cách mạng văn hoá.

Mao coi lịch trình công việc hàng ngày, nghi thức và lễ nghi như là phương tiện để kiểm tra chính mình, ông từ chối những quy định của cấp dưới. Ông thường vui chơi quá độ, không ai có thể đoán trước những gì ông sẽ làm tiếp theo. Khi đi dạo, ông thường về nhà bằng đường khác. Ông hay tìm tòi những cái mới, những điều chưa được thử nghiệm không những trong cuộc sống riêng tư, còn cả trong lĩnh vực chính trị.

Ông mê nhất lịch sử Trung Hoa. Ông thường nói:

- Chúng ta phải nghiên cứu về quá khứ để phục vụ hiện tại.

Ông đã đọc đi đọc lại không biết bao nhiêu lần cuốn lịch sử 24 triều đại – một bộ biên niên sử chính thống, từ cổ xưa đến các triều đại gần đây, trong khoảng thời gian từ năm 221 trước công nguyên đến năm 1644 sau công nguyên.

Tuy nhiên, quan điểm lịch sử của Mao khác cơ bản với những người bình thường khác ở Trung Quốc. Lĩnh vực đạo đức không có chỗ trong chính sách của Mao. Tôi hoảng sợ khi được biết, Mao không những tự ví mình với những vị hoàng đế Trung Hoa, còn tỏ ra khâm phục những tên bạo chúa bất nhân nhất trong lịch sử.

Mao đặc biệt khâm phục vua Trụ, một bạo vương trị vì triều đại nhà Thương thế kỷ thứ XI trước công nguyên. Dân tộc Trung Hoa ghê tởm và khiếp sợ trước sự tàn bạo của vị bạo chúa này. Đối với nhà vua, sinh mạng của bầy tôi chỉ là cỏ rác, nhà vua thích bêu xác những nạn nhân bị hành quyết, để cảnh cáo những người nổi loạn chống lại nhà vua. Bể tắm của nhà vua thường đổ đầy rượu thay cho nước lã.

Tuy vậy, Mao cho rằng, sự quá thái của vua Trụ không có nghĩa lý gì so với những việc làm của nhà vua. Vua Trụ đã mở rộng lãnh thổ Trung Hoa, kiểm soát cả một vùng duyên hải từ Bắc tới Nam, đã thống nhất được các bộ tộc quy về một mối, tuy nhà vua đã ra lệnh giết một số vị quan có tài và trung thành. Ví dụ điển hình là quan thượng thư Tỷ Can đã lập được nhiều công trạng, nhưng chỉ vì can ngăn hành động ngang ngược mà bị Trụ Vương xử trảm. Vua Trụ sống rất xa hoa, có hàng nghìn cung tần mỹ nữ, nhưng vua nào mà chẳng thế.

Tần Thuỷ Hoàng, 221-206 trước công nguyên, người lập nên triều đại nhà Tần, vương quốc Trung Hoa thống nhất cách đây gần hai nghìn năm, cũng là người được Mao hâm mộ. Ông thường ví mình với vị hoàng đế này. Giống như Trụ vương, Tần Thuỷ Hoàng cũng bành trướng mở rộng lãnh thổ, đã thống nhất các tiểu vương quốc khác thành một nước Trung Quốc rộng lớn. Ông đã đặt ra đơn vị đo lường và trọng lượng thống nhất, xây dựng hệ thống đường bộ. Nhưng người Trung Hoa khinh bỉ và căm ghét, vì ông đã tàn sát những người theo đạo Khổng và đốt sách. Mặc dù vậy, Mao biện hộ, cho rằng Tần Thuỷ Hoàng làm điều này chỉ để cố gắng thống nhất đất nước và xây dựng đế quốc Trung Hoa không bị ai ngăn cản. Ngoài ra, ông ta chỉ giết 260 người Khổng giáo thì có gì quá thảm khốc? Khi nhận xét về Tần Thuỷ Hoàng, người ta không được cường điệu những điều không quan trọng để rồi quên đi những điểm nổi bật.

Mao cũng rất khâm phục Hoàng hậu Võ Tắc Thiên (627-705), một trong số ít phụ nữ nắm giữ quyền lực ở Trung Quốc cái đích mà sau này Giang Thanh đã cố vươn tới. Khi Mao hỏi tôi nghĩ gì về Võ Tắc

Thiên, tôi đã nói thẳng: "Bà ta là người đa nghi, gian giảo và đã giết quá nhiều người". Mao nói:

- Đúng vậy, nhưng Võ Tắc Thiên cũng là một người cải cách xã hội. Bà ta đã bênh vực quyền lợi của địa chủ nhỏ và trung bình trong việc nộp tô cho giới quý tộc và những dòng họ lớn. Nếu bà ta không đa nghi, không tin vào những tay do thám, làm sao bà phát hiện được những âm mưu của giới thượng lưu và của những gia tộc lớn chống lại bà? Tại sao bà không ra tay hạ thủ những kẻ âm mưu chống lại mới được cơ chứ?

Đối với vua Tuỳ Dạng Đế (604- 618) cũng vậy. Dưới con mắt của người Trung Quốc, vị hoàng đế này là tên bạo chúa xấu xa nhất. Ông mê gái và nghiện rượu, sống rất xa hoa, đồi truy, bắt những cô gái trẻ đẹp phải kéo con thuyền du ngoạn của ông ngược dòng bằng những sợi dây lụa. Biết bao người đã chết trong khi đào và xây tất cả kênh trong nước theo lệnh của nhà vua. Nhưng Mao lại liệt ông vào hàng những kẻ cai trị giỏi nhất. Tất cả các con sông ở Trung Quốc đều chảy từ Tây sang Đông, nhưng nhờ những dòng kênh đào của nhà vua đã nối miền Bắc với miền Nam. Vì vậy, theo Mao vua Tuỳ Dạng Đế cũng là người vĩ đại hiếm có.

Mao quan tâm đến lịch sử Trung Quốc hơn cả. Nhưng ông cũng đã đọc nhiều sách nói về một số nhân vật lịch sử phương Tây. Trước hết, ông đánh giá cao Napoleon. Theo Mao, sử dụng lực lượng pháo binh mạnh, Napoleon đã làm một cuộc cách mạng về chiến lược quân sự. Ngoài ra, vị tướng Pháp này đã ứng dụng khoa học vào chính sách mở mang đất nước. Ông không chỉ đưa quân đến Ai Cập, còn đưa cả các học giả, nhà khoa học đến đó để nghiên cứu nguồn gốc của nền văn minh phương Tây. Mao cũng muốn tổ chức một chuyến đi nghiên cứu như vậy trên đất nước Trung Hoa. Năm 1964 ông đã dự định thực hiện chuyến thám hiểm khoa học tìm hiểu về cội nguồn sông Hoàng Hà thuộc tỉnh Thanh Hải xa xôi. Sông Hoàng Hà đã từ lâu gắn chặt với cái nôi của nền văn hoá Trung Hoa khiến Mao có ý định lần về quá khứ của nền văn hoá này và cả nguồn gốc của nó nữa.

Uông Đông Hưng được giao nhiệm vụ tập hợp và điều hành một nhóm những nhà sử học, trắc địa, địa chất và những chuyên viên thuỷ học và năng lượng học. Uông đã kiếm được những con ngựa vùng Nội Mông cũng như quân trang, quân dụng. Tôi và Mao cùng nhau tập cưỡi ngựa. Ngày 10-8-1964 chuyến đi bị hoãn lại, năm ngày trước Mao nhận được tin Mỹ định đổ thêm quân vào Việt Nam hòng làm chủ tình thế chiến trường. Ông quyết định bí mật đưa ra chiến trường những người lính Trung Quốc được cải trang bằng những bộ quân phục Việt Nam, để hỗ trợ cho đồng minh của ông đánh Mỹ.

Về chính bản thân ông, quan điểm lịch sử của Mao cũng có nhiều điểm không đúng. Những tài liệu về quá khứ của đất nước Trung Hoa đã giúp ông nắm được, điều hành được hiện tại và ông kết hợp điều đó với chính sách đối ngoại. Tôi biết, những mưu mô trong các triều đại vua chúa tác động đến tư tưởng của ông mạnh hơn cả chủ nghĩa Marx-Lenin. Dĩ nhiên, Mao vẫn là một người cách mạng. Mục đích của ông là thành lập nước Trung Quốc, mang lại sức mạnh và cuộc sống tốt đẹp cho nhân dân. Thế nhưng ông lại học từ quá khứ để lãnh đạo, dùng những con bài đầy thâm hiểm để đạt được quyền lực tối cao.

Nhưng lịch sử cổ đại Trung Hoa không đóng góp được gì to lớn trong tư tưởng chuyển giao của Mao. Mao cho rằng nền văn minh Trung Hoa đã lụi tàn, trì trệ, mục tiêu của ông là thúc đẩy, đổi mới nền văn hoá đó bằng cách học hỏi tiếp thu tư tưởng mới lạ của nước ngoài vận dụng với điều kiện và tình hình thực tế của Trung Quốc. Ông thường nói, kết quả sẽ "không mang tính chất của Trung Quốc, cũng không mang tính ngoại lai, chẳng phải là lừa, cũng chẳng phải là ngựa, mà là con la".

Mao cho rằng chủ nghĩa xã hội giúp ông khơi dậy tiềm năng sáng tạo của dân tộc Trung Hoa, đưa đất nước Trung Quốc trở lại thời hoàng kim trước đây. Ông cần sự ủng hộ cần thiết của Liên Xô, vì đó là một mẫu nhà nước xã hội chủ nghĩa hết sức quan trọng đối với Trung Quốc. Ngay từ khi thành lập nước Cộng hoà nhân dân Trung Hoa, Mao đã tâm niệm, Trung Quốc phải đi theo một hướng riêng. Liên Xô là một tấm gương đối với ban lãnh đạo mới của Trung Quốc. Nhưng khi Mao nói về chủ nghĩa xã hội, ông thường đề cập đến một chủ nghĩa xã hội mang tính chất đặc thù của Trung Quốc, một chủ nghĩa xã hội làm cho đất nước Trung Quốc hạnh phúc và phồn quang. Ông thường nói, việc nhập cảng ồ ạt tư tưởng và hàng hoá của nước ngoài mà không có sáng tạo của mình thật đáng lên án. Ông không bao giờ có ý định tiếp thu mô hình xô viết mà không có phê phán và bổ xung.

Ngay hôm đầu chúng tôi quen nhau, ông đã tỏ ra rất khâm phục công nghệ, sự năng động và nền khoa học kỹ thuật của Mỹ và phương Tây. Với quan điểm phát triển theo một hướng riêng, nhờ có kiến thức và không cường điệu, ông không coi Liên Xô, một tấm gương sáng duy nhất đối với việc xây dựng lại đất nước Trung Quốc.

Mao có một cách nhìn đặc biệt về vai trò của riêng ông trong lịch sử. Ông không nghi ngờ vai trò của mình, người lãnh đạo vĩ đại nhất, kẻ trị vì vĩ đại nhất trong tất cả những kẻ trị vì, người đã thống nhất đất nước Trung Quốc và muốn đưa đất nước này trở lại thành cường quốc như trước đây. Với tôi, Mao không bao giờ dùng chữ "hiện đại hoá". Ông không phải là người hiện đại. Thay vì điều này, ông nói về việc làm cho đất nước phồn vinh và lấy lại được tầm vóc trước đây của nó. Là một kẻ nổi loạn, một kẻ bài trừ sùng bái cá nhân, ông mong muốn đưa Trung Hoa trở thành nước vĩ đại, nhưng ông lại muốn dựng lên Vạn lý trường thành của riêng ông. Sự vĩ đại của bản thân ông và nhân dân Trung Quốc đan xen vào với nhau. Cả đất nước Trung Quốc là của Mao và ông có thể thử nghiệm tuỳ thích. Mao là Trung Quốc và ông nghi ngờ bất cứ ai tỏ ý muốn bàn về vị trí của ông hoặc không chia xẻ quan điểm với ông. Ông đã loại những đối thủ của ông một cách không thương xót. Đối với ông, sinh mạng của những người dưới quyền hoàn toàn vô nghĩa.

Lúc đầu, tôi khó tin, Mao lại sẵn sàng hy sinh những công dân của nước ta để đạt được mục đích riêng. Từ khi Mao gặp thủ tướng Ấn Độ, Jawaharlan Nehru, vào tháng 10-1954, tôi mới biết rằng Mao đã so sánh những quả bom nguyên tử chỉ là "con hổ giấy" và không ngần ngại sẵn sàng hy sinh hàng triệu người Trung Quốc để chiến thắng chống "cái gọi là chủ nghĩa đế quốc". Ông quả quyết với Nehru: "Đừng có sợ bom nguyên tử. Trung Quốc rất đông dân, chúng không thể thả bom nguyên tử xoá sổ tất cả chúng tôi được. Kẻ nào dám ném bom nguyên tử, thì tôi cũng có thể làm được điều đó. Dù phải hy sinh 10 hay 20 triệu nhân dân, tôi đâu có sợ". Nghe đến đó, ông Nehru phát hoảng.

Trong bài diễn văn đọc ở Moscow năm 1957, Mao tuyên bố, ông sẵn sàng hy sinh 300 triệu dân Trung Quốc, một nửa dân số Trung Quốc. Ngay khi Trung Quốc có mất đi nửa số dân, đó cũng chưa phải là tổn thất lớn lao, vì đất nước này vẫn có thể sản sinh ra nhiều người nữa.

Riêng trong thời kỳ Đại nhảy vọt, đã có hàng triệu người Trung Quốc chết đói, làm cho tôi thấy, Mao hệt như những tên bạo chúa mà ông vốn khâm phục. Ông thừa biết nhiều người đã chết ra sao, nhưng ông không hề mảy may động lòng.

Từ cuộc nói chuyện đầu tiên giữa chúng tôi về lịch sử Trung Quốc, tôi đã có thể rút ra những bài học cho bản thân. Quan điểm lịch sử của Mao rất bổ ích đối với tôi. Ông là trung tâm để vạn vật quay quanh. Mao phải nắm quyền lực tối cao.

Sự trung thành là yêu cầu cao nhất hơn cả về nguyên tắc. Ông đòi hỏi ở những người dưới quyền ông, vợ ông, bạn gái của ông, các cộng sự và những người phục vụ ông, cũng như những người lãnh đạo chính trị ông đã chia xẻ quyền lực với họ là sự trung thành tuyệt đối và trọn vẹn dành cho ông.

Sự trung thành này dựa vào sự tin cậy ít hơn vào sự lệ thuộc. Vì Mao không có khả năng mang lại những tình cảm khác, nên ông cũng không thể trông chờ người ta dành cho ông mối thiện cảm. Trong tất cả những năm làm bác sĩ riêng của Mao, tôi thường chứng kiến việc Mao củng cố lòng trung thành của người khác cũng như của tôi đối với ông như thế nào.

Với vẻ dễ mến, ông đã chiếm được lòng tin của người khác, làm cho họ thú nhận những khuyết điểm, như Vương Gấu Lớn đã tự thú âm mưu giết Mao và Hứa Thế Hữu đã từng trung thành với Tưởng Giới Thạch và tôi cũng đã kể lại quá khứ của gia đình tôi. Mao đã bỏ qua lỗi lầm, cứu giúp và làm cho họ yên tâm. Bằng cách này, ông đã thâu nạp được những cộng sự trung thành nhờ sự bao dung bên ngoài của ông.

Bất cứ những ai trung thành với Mao, đều bị lệ thuộc vào ông, càng lệ thuộc, họ càng khó thoát khỏi sự khống chế. Không một ai ở Trung Quốc dám ủng hộ một người nào đó đã không trung thành với Chủ tịch. Chỉ một số ít không thật sự trung thành mới muốn thoát ra khỏi sự khống chế, nhưng ai không trung thành đều bị loại trừ. Không một ai ở Trung Quốc này dám bao che, ủng hộ kẻ chống lại Mao chủ tịch.

Một số người trung thành tuyệt đối, vì Mao đã cứu hoặc làm cho họ yên tâm, hoặc họ coi ông là vị cứu tinh của đất nước Trung Hoa. Bên cạnh đó nhiều người là kẻ xu nịnh. Mao cũng thích được xu nịnh, ngay cả khi ông thừa biết họ giả dối, vì ông hiểu, thời gian sẽ phân loại được những kẻ nịnh thần với những người thực sự trung thành. Rút cuộc, những kẻ nịnh bợ sẽ bị phế truất, nếu họ không còn tác dụng nữa.

Phương châm của Mao: "Phục vụ nhân dân" và khắp đất nước Trung Quốc, đâu đâu lời hiệu triệu này cũng được quảng cáo bằng chữ trắng viết trên nền đỏ với bút tích của Mao. Đằng sau cánh cổng Tân Hoa (nước Trung Hoa mới) lối vào khu vực Trung Nam Hải ở phía Nam, có một tấm biển mang dòng chữ vàng cấm thường dân Trung Quốc ngó nghiêng vào bên trong khu Cấm Thành hiện đại, nơi những ngươi lãnh đạo cao cấp nhất của Trung Quốc sống và làm việc. Trong những buổi họp nghiên cứu chính trị định kỳ ở Trung Nam Hải, chúng tôi thường được nhắc nhở, phải phục vụ nhân dân và đảng thay vì phục vụ cá nhân mình. Lời hiệu triệu này luôn cổ vũ tôi, một trong những lý do khiến tôi cần phải gia nhập đảng cộng sản.

Nhưng sau khi bắt tay vào công việc ít lâu, tôi nhận thấy, Mao là trung tâm để vạn vật quay quanh, là một cái mỏ kim loại quí hiếm và cần được bảo vệ, được bợ đỡ và được nịnh hót. Mọi việc đều được làm vì Mao. Ông không bao giờ phải nhúng tay, không bao giờ tự xỏ tất đi giày, tự mặc quần áo hay tự chải đầu. Khi tôi lưu ý với Uông Đông Hưng, mọi việc hoạt động của Nhóm Một nhằm vào việc phục vụ Mao, chứ không phải "phục vụ nhân dân", ông ta nói "phục vụ nhân dân" chỉ là một khái niệm trừu tượng. Uông giải thích:

- Chúng ta phải phục vụ một cá nhân cụ thể. Phục vụ Mao chủ tịch có nghĩa là chúng ta phục vụ nhân dân, không đúng sao? Đảng đã tin tưởng giao công việc cho đồng chí chủ tịch, tức là đồng chí ấy đã làm việc cho đảng hay không phải như vậy?

Thật non dại và thơ ngây làm sao khi tôi đã tin vào lời nói của Uông Đông Hưng là đúng.

Thế rồi sau này tôi đã hiểu rằng, ông hệt như các vị hoàng đế thời xưa đã ruồng bỏ không thương tiếc những thuộc hạ của mình, khi những người này không hoàn toàn đồng ý với sự nghĩ của các vị hoàng đế, Mao cũng có thể phế truất tất cả những cố vấn và cộng sự, nếu họ không hoàn toàn nhất trí với ông. Lúc đầu, người ta đã không trừng phạt các quan chức cao cấp vì đôi khi họ có những ý kiến khác với Mao. Nhưng Mao vẫn để bụng và một khi ông biết được ai đó dưới quyền không trung thành, đến khi thời gian chín muồi, ông có thể đánh gục cả những chiến sĩ cách mạng lão thành không hề đắn đo. Những người như Chu Ân Lai có vẻ biết được điều đó và hoàn toàn tuân phục Mao. Một số khác như Lưu Thiếu Kỳ, Lâm Bưu không thế, nên họ phải rút lui. Khi một người lãnh đạo cao cấp có tư duy độc lập, ông ta sẽ bị loại.

Một khi Mao nghi ngờ những ai trong ban tham mưu có quan hệ mật thiết với những quan chức cao cấp quan trọng khác, như Chu Ân Lai, Lâm Bưu hoặc Lưu Thiếu Kỳ, ông sẽ phế truất ngay. Mao cảnh cáo tôi: "Mọi tai hoạ đều do cái miệng". Tôi biết số phận của tôi phụ thuộc vào sự nín lặng của chính mình. Trong khi xảy ra những trào lưu chính trị làm xáo trộn cả đất nước Trung Hoa trong hai thập kỷ liền, tôi đã ghi lòng tạc dạ lời giáo huấn của Mao chủ tịch và chỉ giới hạn mình trong việc chăm sóc sức khỏe cho ông, vì tôi là bác sĩ riêng của Mao. Ngay cả khi biết được tính tàn nhẫn của ông, tôi đã nín lặng, để khỏi mang vạ vào thân và chỉ nói khi Mao muốn. Mặc dù vậy tôi vẫn kính trọng ông. Ông là ngôi sao chỉ đường, vị cứu tinh, đỉnh núi cao nhất, là vị lãnh tụ tối cao của đất nước Trung Hoa. Với tôi, Trung Quốc là một đại gia đình duy nhất và gia đình này cần có người đứng đầu, đó là Mao chủ tịch, vị tộc trưởng. Tôi nguyện phục vụ ông, thông qua ông cũng là phục vụ cho nhân dân Trung Hoa.

CHƯƠNG 11

Chỉ khi cùng vi hành với Mao, tôi mới biết người ta đã sửa soạn cho những chuyến đi của ông như thế nào. Sự an toàn và sức khỏe được đặt lên hàng đầu, đồng thời ông phải cảm thấy thoải mái và hứng thú cũng là điều rất quan trọng không kém. Tôi biết Mao được bảo vệ rất cẩn mật bằng các biện pháp an ninh đa dạng, nhưng những biện pháp đó ở Trung Nam Hải dần dần trở nên quá nhàm, đến nỗi hầu như tôi không để ý đến nữa. Chỉ trong các chuyến đi công du, các biện pháp bảo vệ đặc biệt đó mới lại bộc lộ.

Mao thường hay đi đây đó, ít khi sống một thời gian dài ở Bắc Kinh. Tại "thủ phủ ở phía Bắc này", ông cảm thấy như không phải nơi ở của mình. Ông thích về miền nam hơn, nơi chôn nhau cắt rốn, thích lưu lại những thành phố như Quảng Châu, Hàng Châu, Thượng Hải và Vũ Hán. Ông thường ở lại những nơi đó hàng tháng trời và miễn cưỡng trở về Bắc Kinh vào các ngày lễ 1-5 hay ngày Quốc khánh, hoặc để tiếp khách nước ngoài. Khi đi công lý, Mao cũng có những sở thích riêng. Nếu ông quyết định đi Hàng Châu vào buổi sáng, thường thường chúng tôi phải lên đường vào chiều hôm trước. Ngay những người tháp tùng cũng không được thông báo chính xác nơi đến của cuộc hành trình, dù kế hoạch đã định từ lâu nhưng người ta chỉ báo cho chúng tôi từ chiều hôm trước, vì lực lượng an ninh sợ chuyến đi có thể bị tiết lộ. Bởi vậy, rất ít khi chúng tôi có quá một hay hai ngày để chuẩn bị.

Mao thường công du bằng một đoàn tàu hoả của riêng, có mười một toa khang trang, lịch sự. Đoàn tàu để trong một khu nhà đặc biệt, cách xa ga chính của thành phố Bắc Kinh. Mao và Giang Thanh có toa riêng, mặc dù Giang Thanh chỉ một lần duy nhất cùng đi với chúng tôi. Toa thứ ba của đoàn tàu được dùng làm phòng ăn và nhà bếp. Trong toa sang trọng của Mao có một chiếc giường gỗ đồ sộ, một giá sách lớn chiếm mất khá nhiều chỗ.

Bốn toa ngủ có giường tầng được dành cho đám vệ sĩ, vốn là nhân viên an ninh của cơ quan trung ương, cho nhân viên trên tàu và ban tham mưu của Mao gồm thợ chụp ảnh, phục vụ và đầu bếp. Tất cả họ dùng một toa ăn riêng. Một toa khác chứa dụng cụ y tế dành cho trường hợp cấp cứu và có thêm một toa dự phòng nữa.

Thứ duy nhất mà đoàn tàu còn thiếu là máy điều hoà nhiệt độ, đến nỗi vào mùa hè trong tàu nóng như thiêu như đốt. Tuy nhiên, vào đầu những năm 60 Mao đã nhận được một đoàn tàu mới của Đông Đức tặng. Đoàn tàu được trang bị đầy đủ tiện nghi với hệ thống chiếu sáng gián tiếp, với những máy móc hiện đại nhất và tất nhiên còn có cả hệ thống điều hoà nhiệt độ. Uông Đông Hưng, Lâm Khắc, thư ký riêng của Mao và tôi có một toa riêng có buồng ở. Trong những căn buồng rộng, rất tiện lợi được kèm thêm một chiếc bàn và một chiếc giường, trong buồng tắm có hệ thống nước nóng.

Những biện pháp an ninh trên đường cũng rất khác thường. Khi đoàn tàu chạy, tất cả các hoạt động giao thông trên tuyến đường sắt đó đều bị đình trệ, làm đảo lộn cả các lịch trình giao thông trong suốt một tuần lễ cho đến khi mọi việc trở lại bình thường. Những nhà ga thường đông hành khách và người bán hàng rong bị nhân viên an ninh trấn dẹp. Thật rờn rợn khi vào những sân ga vắng ngắt, trên những thềm xe lửa đậu chỉ thấy lính canh. Khi một cộng sự khác và tôi cho Uông Đông Hưng biết thiếu người bán hàng rong, ông ta liền cho một vài nhân viên an ninh đóng giả người bán hàng rong, làm cho quang cảnh có vẻ tự nhiên hơn.

Tỉnh nào đoàn tàu của Mao đi qua, tỉnh đó phải chịu trách nhiệm bảo vệ an ninh, phải chuẩn bị sẵn một người lái tầu và một đầu tàu. Ngoài ra, cùng với những nhân viên an ninh của Bắc Kinh ngồi trong tàu và có mặt ở những điểm dừng, còn có một vài trăm lính do các Ban an ninh của các tỉnh bố trí trên suốt chặng đường, cứ năm chục mét có một người gác. Có lần tôi nói chuyện với trưởng Ban an ninh của địa phương nằm trên tuyến đường sắt giữa Bắc Kinh và Mãn Châu Lý, một thành phố ở biên giới giữa vùng Mãn Châu và Liên Xô, người có nhiệm vụ canh gác khi Mao từ Moscow trở về vào năm 1950. Giữa mùa đông tháng giá, trong suốt hai tuần lễ, những người lính đã bảo vệ tuyến đường sắt dài hàng trăm cây số này phải có mặt thường trực từng giờ từng phút. Cũng trong suốt hai tuần lễ, người nói chuyện với tôi đã phải chui rúc trong một đường hào trên tuyến đường sắt đó để đợi tàu. Mọi người đều biết, trong đoàn tàu có một số quan chức cao cấp, nhưng mãi về sau người ta mới biết chính là Mao.

Mao đi chẳng theo lịch trình nào, bởi vì tàu chỉ chuyển bánh khi Chủ tịch thức, chừng nào ông còn ngủ đoàn tàu còn đứng yên. Bởi vậy, chẳng thể biết khi nào tàu chạy, hệt như giấc ngủ của Mao vậy. Khi ông ngủ, đoàn tàu dừng lại tại ga phụ của một sân bay quân sự, hay một ga để dồn toa hoặc tại ga phụ của một nhà máy đã được dọn dẹp trước khi ông đến. Như thế cũng là để dễ bảo vệ Mao hơn.

Đôi khi Mao lại đi máy bay. Tôi đi bằng máy bay cùng với ông lần đầu vào mùa hè năm 1956. Sau đó ông giành mùa đông để viết cuốn sách "Chủ nghĩa xã hội nở rộ trên đồng quê Trung Hoa". Ông đã đến thăm Hàng Châu và Thượng Hải, tìm cách đẩy mạnh kế hoạch tập thể hoá nông nghiệp cấp tốc của ông. Vì thế ông muốn đi đến đó bằng máy bay, chủ yếu để thu thập kinh nghiệm như ông đã nói. Trước đó Mao mới đi máy bay một lần. Tháng 8-1945, một chiếc máy bay của Mỹ đã chở ông cùng với đại sứ Mỹ, Patrick Hurley, từ Diên An đến Trùng Khánh, nơi ông tham dự cuộc đàm phán gian nan giữa những người cộng sản và những người quốc gia, nhằm ngăn ngừa cuộc nội chiến bùng nổ.

28-8-1945, đại sứ Mỹ Patrick Hurley đến Diên An đón Mao về Trùng Khánh hội đàm với Tưởng Giới Thạch. Ảnh: Frayne

27-9-1945, Trùng Khánh, đại sứ Mỹ tướng Patrick Hurley, Tưởng Giới Thạch trong thời gian hội đàm Quốc-Cộng. Ảnh: Jack Wilkes

27-8-1945, Diên An, một ngày trước khi Mao bay đến Trùng Khánh. Từ phải sang: Chu Ân Lai, một tướng của Tưởng Giới Thạch, đại sứ Mỹ Patrick Hurley, đại úy Yaeton và Mao. Ảnh: Frayne

Tất cả những người có trách nhiệm đều lưu tâm đến việc bảo vệ an ninh cho Mao trong chuyến bay. Những biện pháp an ninh đặc biệt tỉ mỉ được thực hiện. La Thuỵ Khanh, bộ trưởng công an đã làm việc trực tiếp với tư lệnh không quân, tướng Lưu Nha Lâu để bay thử và trang bị thêm cho chiếc máy bay kiểu Li-2 của Liên Xô, trở thành chiếc máy bay an toàn nhất.

Buổi sáng, tướng Lưu Mao và cấp phó của ông cùng đi với chúng tôi đến sân bay quân sự Tây Uyển nằm rìa phía tây thành phố, cách không xa Cung điện Mùa hè. Trong khi có chuyến bay, giao thông đường không trên toàn đất nước Trung Quốc bị đình chỉ và những tốp máy bay chiến đấu kiểm soát toàn bộ không phận. La Thuỵ Khanh, Dương Thượng Côn, Uông Đông Hưng và một loạt bí thư, thư ký, nhân viên an ninh và cần vụ đã bay trước trên một chiếc máy bay khác của Liên Xô, Il-14. Cả hai người lái xe, người đầu bếp, thợ chụp ảnh, hai "chuyên gia về thực phẩm" và những nhân viên an ninh bay trên hai máy bay khác. Những thành viên khác của ban tham mưu tổng cộng 200 người, đi cùng với xe của Mao – một loại xe limousine ZiC sang trọng của Liên Xô, vỏ bọc thép chống đạn được sản xuất riêng cho ông, đã được một đoàn tàu đặc biệt đưa đến trước. Chiếc xe này chở Mao từ sân bay về biệt thự ở Quảng Châu. Đoàn tàu được để trong một gian phòng lớn tại sân bay Bạch Vân để phòng trong trường hợp Mao muốn tiếp tục cuộc hành trình bằng tàu hoả.

Máy bay của Mao nhỏ, chỉ có một cánh quạt. 24 ghế ngồi đã được gỡ bỏ và toàn bộ bên trong khoang được bố trí lại. Trong phần phía trước của máy bay, người ta lắp một chiếc giường, một chiếc bàn nhỏ và hai chiếc ghế cho Chủ tịch. Còn phía sau có bốn chiếc ghế dành cho những người tháp tùng, gồm hai vệ sĩ, một thư ký riêng và tôi.

Phi công chính là viên tư lệnh không quân, đại tá Hồ Bình. Khi chúng tôi lên máy bay, Mao chào tư lệnh Hồ:

- Trong chuyến bay này tôi đã làm phiền đồng chí – Ông tỏ ra ôn tồn để đại tá Hồ yên tâm.

- Thật là một vinh dự lớn lao, thật hạnh phúc đối với tôi khi được phép bay cùng với Chủ tịch – Hồ Bình trả lời.

Tôi nhận thấy ngay, giữa những lời nịnh hót được Mao chấp nhận và sự thăng quan tiến chức mau chóng của kẻ xu nịnh có một sự liên quan trực tiếp. Trong khi diễn ra cuộc Cách mạng văn hoá, Hồ Bình đã được thăng cấp tướng và làm Tổng tham mưu trưởng không quân. Tuy vậy, năm 1971, ông bị tống giam vì đã dính líu vào âm mưu tạo phản của Lâm Bưu. Thế là tất cả những công trạng phục vụ Chủ tịch của ông đều bị xoá sạch.

Chuyến bay được chia thành hai chặng. Trong khi bay, chúng tôi học tiếng Anh. Đến gần trưa đáp xuống Vũ Hán, được các quan chức địa phương đón tiếp, trong đó có bí thư thứ nhất tỉnh uỷ Vương Nhậm Trọng và cán bộ lãnh đạo đảng của tỉnh Vũ Hán là Lưu Khắc Nông, người đã tổ chức bữa đại tiệc đón chúng tôi trong một nhà khách tráng lệ, trước kia là biệt thự của Tưởng Giới Thạch. Toà biệt thự này nằm trong vùng nghỉ mát đẹp như tranh bao quanh một cái hồ ở phía Đông, đối diện với trường Đại học Vũ Hán. Những người phục vụ vui vẻ và ân cần. Họ được đào tạo trong các khách sạn của Anh và Pháp, mà trước năm 1949 chúng là một nét đặc sắc của Vũ Hán. Giống cá chép bạc của Ô Giang, một món ăn tuyệt ngon mà Mao rất ưa thích.

Trong chuyến đi, đâu đâu tôi cũng có dịp chứng kiến việc Mao được xu nịnh thế nào. Trong việc này, Vương Nhậm Trọng tỏ ra khá xuất sắc. Ông ta khẳng định:

- Người ta không thể đơn giản so sánh Stalin với Chủ tịch. Stalin đã giết quá nhiều người. Ngược lại, đảng ta không chỉ khoan hồng kẻ đối lập với đảng như Vương Minh, thậm chí đảng còn cố gắng lôi kéo ông ta vào một khối đoàn kết.

Mao vui vẻ đáp lại:

- Tất nhiên, chúng ta phải phân biệt giữa mâu thuẫn nội bộ và mâu thuẫn đối kháng. Để giải quyết những mâu thuẫn trong dân chúng, chúng ta không được phép bắt hoặc thủ tiêu một cách tuỳ tiện như thế được.

Vương nói:

- Nhưng điều đó chỉ có thể thực hiện được dưới sự lãnh đạo của Chủ tịch.

Và tôi có cảm tưởng, lời tâng bốc của ông đã được tính toán kỹ. Cho đến khi nổ ra cuộc Cách mạng văn hoá, ngôi sao chính trị của Vương không ngừng lên cao. Khi cuộc Cách mạng bắt đầu, ông trở thành một trong những phó chỉ huy của Cách mạng và ông bị thất sủng sau khi ông xúc phạm đến Giang Thanh, sau khi ông xúc phạm Giang Thanh và công khai diễn thuyết mà chưa được sự đồng ý.

Gần 6 giờ tối, chúng tôi hạ cánh xuống sân bay Bạch Vân ở thành phố Quảng Châu. Tại đây đã diễn ra cuộc đón tiếp không kém phần xúc động. Bí thư thứ nhất tỉnh uỷ tỉnh Quảng Đông, Đào Chú, đã đến và người lãnh đạo chính quyền của tỉnh Trần Dư cũng có mặt. Trong khi xe chạy, tôi nhìn lướt qua cửa kính xe limousine, lần đầu tiên xem quanh cảnh thành phố Quảng Châu. Tôi sửng sốt về sự bẩn thỉu và sự ồn ào ở đó. Rác rưởi tràn ngập khắp nơi, nước cống chảy lênh láng trên đường phố. Sự ồn ào xô bồ hỗn tạp bởi những bài hát tiếng Quảng Đông hoà với tiếng guốc gỗ gõ lọc cọc trên vỉa hè.

Chuyến vi hành của Mao tại Quảng Châu được giữ tuyệt mật. Các thành viên tham mưu thuộc Nhóm Một hoàn toàn bị cắt đứt liên lạc với thế giới bên ngoài. Chúng tôi không những không được phép rời khỏi vị trí, còn không được gọi điện thoại, không được tiếp khách hay nhận thư từ. Thư của chúng tôi viết về nhà được một người đưa thư đặc biệt chuyển đi. Mấy ngày trước khi lên đường, Uông Đông Hưng phái chúng tôi đi thị sát. Chuyến đi này do những nhân viên Ban an ninh tỉnh Quảng Đông chỉ đạo.

Vấn đề đảm bảo an toàn cho Mao được đặt lên hàng đầu, sau đó mới là làm sao để ông thật thoải mái.

Sau khi giải phóng Bắc Kinh ít lâu, đã trở thành lệ, người ta tịch thu những biệt thự trước đây hoặc xây mới những biệt thự khác cho giới lãnh đạo cao cấp nhất của đảng. Lúc đó, Dương Thượng Côn và Văn phòng trung ương đã cho xây trên đồi Ngọc Thạch Xuân gần Đồi Hương năm biệt thự cho năm nhân vật lãnh đạo cao nhất gồm Mao, Lưu Thiếu Kỳ, Chu Ân Lai, Chu Đức và Nhậm Bích Thế. Theo lời của cả hai vệ sĩ không biết bơi của Mao là La Thuỵ Khanh và Uông Đông Hưng, người ta đã xây một bể bơi cho Mao. Bởi vì đối với họ, sự an toàn của Mao trên hết, nên họ đã quyết định chiều dài của bể bơi chỉ bằng hai lần chiều dài của bồn tắm và nước chỉ sâu đến đầu gối.

Mao nổi giận lôi đình về cái bể bơi vô tích sự, như thứ đồ chơi trẻ con. Cơn thịnh nộ của ông càng bùng lên dữ dội khi đúng dịp phiên họp Bộ chính trị, ông Bành Đức Hoài vốn cứng rắn, đã phản đối Mao xài tiền của nhà nước để hưởng thụ cá nhân. Mao đã bồi hoàn cho nhà nước những chi phí xây bể bơi, nhưng ông không bao giờ đến biệt thự này.

Những biệt thự và bể bơi ở Bắc Đới Hà cũng được xung công hoặc được xây mới. Vào năm 1950, Dương Thượng Côn đã tịch thu những ngôi nhà ở đó, phân cho tất cả các chính trị gia cao cấp mỗi người một biệt thự. Người ta đã xây cho Mao một nhà mới đặc biệt, được gọi khu nhà 8.

Sau đó, biệt thự bắt đầu được xây ở các tỉnh và các vị lãnh đạo tỉnh đua nhau xây biệt thự theo kiểu nhà Mao.

Người ta đã sai lầm. Ai cũng cho rằng, hiện đại là tốt nhất, nên nhiều vị lãnh đạo đảng đã cho bày trong nội thất những chiếc đệm mút và xây hố xí bệt theo kiểu phương Tây. Nhưng đi đâu Mao cũng thường đưa theo chiếc giường bằng gỗ cứng và ông dùng bô. Thậm chí, khi sang Moscow vào năm 1949, ông cũng đưa theo giường riêng và trong chuyến viếng thăm Moscow năm 1957 ông đã sử dụng bô vệ sinh bởi vì trong điện Kreml chỉ có hố xí bệt.

Đào Chú, người đầu tiên đã cho xây một ngôi biệt thự mới và sang trọng cho Mao và Giang Thanh. Trong việc này ông đã phạm ít sai lầm hơn người khác. Vì thế Mao rất thích lưu lại ở Quảng Châu.

Nhà khách Tiểu Đảo, nơi chúng tôi lưu lại là một biệt thự tổng hợp, nằm trên một hòn đảo nhỏ, bao quanh đảo là hai nhánh của dòng Châu Giang. Trong vườn đầy hoa thơm chuối ngọt và những giống cây nhiệt đới.

Ba ngôi nhà ở trên hòn đảo đó được dành cho Mao. Một trong ba ngôi nhà trước đây là nhà nghỉ của bác sĩ Tôn Trung Sơn, nhưng vì Đào Chú chê nó quá nhỏ nên ông đã cho xây thêm một ngôi nhà khác mang số 1. Giữa phòng ngủ của Mao và Giang Thanh riêng biệt có một phòng họp lớn, trong đó người ta có thể xem phim. Trong ngôi nhà thứ ba, sau này người ta đã xây một bể bơi với kích thước của thế vận hội, ở đó người ta có thể giải trí, đọc sách và ăn uống. Những biệt thự số 4, 5 và 6 bình thường dành cho Lưu Thiếu Kỳ, Chu Ân Lai và Chu Đức, nhưng tháng 6-1956, La Thuỵ Khanh, Dương Thượng Côn, Uông Đông Hưng và tôi đã được thu xếp đến ở.

Tại thành phố Quảng Châu, những biện pháp an ninh cần nghiêm ngặt hơn, vì Đào Chú, La Thuỵ Khanh và lực lượng an ninh lo ngại kẻ địch từ Hong Kong có thể thâm nhập vào. Họ biết, trong lãnh thổ thuộc địa của Anh cách đó khoảng 150 cây số có vô số đặc vụ của Quốc dân đảng và những phần tử phản động lăm le muốn ám sát Chủ tịch. Trên khắp hòn đảo đều có những người lính có vũ trang của đơn vị bảo vệ trung ương canh gác. Các phương tiện giao thông đường sông đều bị đình chỉ và những chiếc tàu tuần tiễu luôn rẽ sóng canh chừng những khả năng đột nhập. Trên đảo cực kỳ tĩnh mịch, chỉ còn nghe thấy tiếng hót của những con chim vùng nhiệt đới.

Bộ phận bảo vệ trung ương của Uông Đông Hưng đã phái toàn bộ một đơn vị đến Quảng Châu, chỉ riêng đoàn tuỳ tùng của Mao từ Bắc Kinh đến đã có tới 200 người. Thông thường, cứ từ 8 đến 10 người ở trong một căn phòng của toà nhà của Ban an ninh tỉnh Quảng Đông nằm ở đầu cầu nối hòn đảo với đất liền. Các nhân viên của Ban an ninh tỉnh Quảng Đông, của nhà khách trên đảo đã không thu xếp nổi nơi ăn chốn ở cho chừng đó con người. Ngược lại, nhà bếp dành riêng cho Mao lại được trang bị rất tốt, hợp vệ sinh không chê vào đâu được, sao cho không xảy ra những vấn đề về sức khỏe và tổ chức. Thực phẩm của Chủ tịch hàng ngày được chở đến bằng máy bay từ công xã Tụ Sơn ở Bắc Kinh, được đầu bếp của ông chế biến. Mao thường thưởng thức các loại trái cây hảo hạng, dùng rau và cá vùng Quảng Đông, nhưng ông thường rưới thêm dầu ăn cùng với nhiều gia vị cay của tỉnh Hồ Nam.

Việc cung cấp thực phẩm cho lực lượng an ninh, cả một vấn đề. Vì không có tủ lạnh và thực phẩm dành cho 200 con người phải để ngoài trời nóng, nên rất dễ có nguy cơ ngộ độc thực phẩm. Việc xử lý rác thải cũng khó khăn không kém, đã thu hút lũ chuột cống và chuột nhắt kéo đến.

Uông Đông Hưng đã điều nhân viên nhà bếp ở Quảng Châu một số cộng sự từ Bắc Kinh đến để giúp việc, chăm lo việc vệ sinh cũng như việc cung ứng, bảo quản thực phẩm. Còn tôi chịu trách nhiệm bao quát chung những vấn đề y tế.

Mặc dù Uông Đông Hưng và La Thuỵ Khanh đã cố gắng hết sức để che đậy những khó khăn do ban tham mưu của lực lượng an ninh gây ra, nhưng Chủ tịch vẫn thấy. Ông vạch ra cho Uông Đông Hưng:

- Các anh canh gác khắp nơi cứ như các anh sẵn sàng đương đầu với đơn vị kẻ địch mạnh. Các anh tự làm khó cho mình vì không tin vào lãnh đạo địa phương và quần chúng.

Chính Mao lại không cảm thấy có nguy cơ bị ám hại như ban bảo vệ. Ông biết quần chúng ngưỡng mộ ông. Tại sao họ lại muốn làm cái gì đó đối với ông?

Sau khi chúng tôi đến ít lâu, Lưu Thiếu Kỳ, Chu Ân Lai, Chu Đức và Trần Vân cũng đến Quảng Châu, kéo theo cả các vị lãnh đạo đảng của tỉnh và các quan chức địa phương. Mao đã triệu tập một cuộc họp. Trong khi các quan chức chóp bu của đảng ở trong nhà khách trên đảo, tôi dọn sang ngôi nhà của Ban an ninh ở bên kia cầu. Các vị trong tỉnh uỷ và lãnh đạo địa phương được thu xếp ở trong các nhà khách khác, do thành đội Quảng Châu và Uỷ ban tỉnh Quảng Đông quản lý.

Đào Chú tổ chức một bữa tiệc chào mừng các vị khách mới đến, mời Mao làm khách danh dự. Đào Chú nói, đầu bếp Quảng Đông đã chuẩn bị những món đặc sản, hy vọng Mao sẽ thưởng thức các món ăn đặc sản. Song Mao đã không nhận những lời lẽ văn hoa lịch sự, ông từ chối. Uông Đông Hưng, Diệp Tử Long và tôi phải thay ông đến dự tiệc, rồi sau đó tôi phải báo cáo lại.

Trước khi khai tiệc một tiếng rưỡi, Điền Chu, trưởng phòng nhân sự của Cơ quan an ninh đến, đi về phía tôi. Các nhân viên hoá thực phẩm đã phát hiện ra trong thức ăn có thạch tín, ông ta tỏ ra đặc biệt lo ngại. Người ta đã phong toả nhà bếp, không một nhân viên nào được phép ra ngoài. Uông Đông Hưng yêu cầu tôi lập tức theo ông vào nhà bếp.

Bảy bàn dài các món ăn thịnh soạn chuẩn bị được dọn ra, chỉ đợi thực khách đến. Tôi đi vào phòng xét nghiệm cạnh nhà bếp, nơi có hai nhân viên hoá thực phẩm vừa từ Bắc Kinh đến đang kiểm nghiệm các loại đồ ăn cao cấp, cơm và thức uống. Sự căng thẳng làm cho họ toát cả mồ hôi, nhưng khi thấy tôi họ bớt lo và muốn nghe lời khuyên của tôi.

Một người tên Tô, Phó Ban công an tỉnh Quảng Đông, nói các nhân viên nhà bếp đã được kiểm tra lý lịch kỹ càng, không có vấn đề chính trị. Mặc dù vậy ông vẫn lo ngại. Ở Hong Kong có hàng nghìn gián điệp mà lại rất gần. Có lẽ một "phần tử xấu" nào đó đã đột nhập vào bỏ thuốc độc vào món ăn.

Điều hết sức kỳ lạ, chỉ có món nấu măng mới có chất thạch tín. Những đồ ăn khác đều không sao cả. Măng này lấy từ vườn của nhà khách. Tôi cho đào một ngọn măng tươi và mang đi kiểm nghiệm. Lại tìm thấy chất cyanide. Tôi theo xe đến ngay thư viện của Học viện y học Tôn Dật Tiên, ở cách nhà khách chỉ vài phút. Tại đó tôi mới biết, măng trong thiên nhiên có chứa một lượng rất nhỏ chất thạch tín, nhưng không gây nguy hiểm cho sức khỏe.

Đào Chú rất đỗi vui mừng. Ông ta mỉm cười bắt tay tôi, cám ơn luôn miệng và đề nghị nâng ly chúc sức khỏe tôi trong bữa tiệc.

Phó ban công an cũng cảm ơn tôi. Ông ta nói:

- Đồng chí làm chúng tôi rất vui. Cách đây vài phút, bí thư Đào còn bối rối, đe trừng phạt tôi và nhân viên của tôi. Nhưng bây giờ mọi việc đã rõ, bữa tiệc có thể bắt đầu đúng giờ. Không có đồng chí, có lẽ chúng tôi phải bó tay trước vấn đề hóc búa này mất.

Trong bữa tiệc, khi tôi đứng lên để cám ơn Đào Chú về lời chúc của ông, ông ta đến cạnh Uông Đông Hưng, nói một câu ngạn ngữ cổ của Trung Quốc: "Tướng nào, quân nấy". Uông khoái chí với lời khen đó. Ông ta tự hào rằng, quyết định của ông tiến cử tôi làm bác sĩ riêng của Mao đã được công khai thừa nhận.

Ngay sau bữa tiệc, tôi đến gặp Mao. Ông đang nằm trên giường, đọc một cuốn sách về triều đại nhà Minh. Tôi kể về chất cyanide, ông đã đổ lỗi cho Liên Xô trong vụ lộn xộn này.

Ông lưu ý:

- Tôi không chấp nhận việc tiếp thu mọi thứ của nước ngoài mà không có phê phán.

Ý ông muốn nói, việc kiểm tra thực phẩm cũng như những biện pháp an ninh nhiều mặt đều xuất phát từ người anh cả của Trung Quốc. Ông nói tiếp:

- Bây giờ thức ăn không những được kiểm tra ở Bắc Kinh, còn được kiểm tra ở cả những nơi khác của đất nước. Việc này tạo ra những rắc rối vô lý. Đồng chí hãy bảo Uông Đông Hưng nên chấm dứt việc đó đi.

Uông Đông Hưng bực tức vì tôi đã nói với Mao, nhưng ông ta biết tôi có lý và phải thay đổi cách kiểm tra thực phẩm.

Nếu tôi không báo cáo, sẽ có người khác báo cáo, tôi bảo, mỗi lần gặp Chủ tịch, bao giờ ông cũng hỏi, "Có tin tức gì mới không?", ông muốn biết những gì xảy ra với những người quanh ông. Nếu tin có thạch tín trong bữa tiệc, tôi không báo cáo, ông sẽ nổi giận, trút mọi lỗi lên tôi vì đã không báo cáo sớm.

Sau đó ít lâu, người ta thôi không dùng hai phòng xét nghiệm thực phẩm nữa, việc kiểm tra được thực hiện ở Bắc Kinh và cơ quan an ninh đã chuyển cho thành phố Bắc Kinh quản lý công xã Tụ Sơn. Tuy nhiên, việc thay đổi đó chỉ là hình thức. Phần lớn thực phẩm dành cho Mao vẫn tiếp tục được cung ứng từ công xã Tụ Sơn, mặc dù việc cung ứng đã được chỉ thị không chỉ lấy thực phẩm từ nơi đó, còn lấy từ những vùng khác.

Khi tôi báo cáo với Mao biết đã có sự thay đổi, ông cười:

- Tôi đã nói "học tập Liên Xô", không phải chúng ta học ở Liên Xô kể cả cách người ta ỉa đái như thế nào, đúng không? Tôi không muốn chỉ học Liên Xô, tôi còn muốn học cả Mỹ nữa.

CHƯƠNG 12

Giang Thanh cũng lưu lại Quảng Châu, tôi thường xuyên gặp. Sau khi đến được hai ngày, vệ sĩ riêng của Mao, Lý Ấm Kiều nói với tôi:
- Đồng chí nên báo cáo tình hình sức khỏe của Chủ tịch cho Giang Thanh biết.
Tôi hỏi:
- Sao vậy? Hôm đầu chúng tôi đến có thấy mặt bà ta đâu.
Lý hạ giọng:
- Nếu đồng chí không báo cáo, bà sẽ cho đồng chí coi thường.

Tôi làm theo lời khuyên của Lý. Khoảng 9 giờ sáng, người ta tôi được đưa đến phòng làm việc của bà ở khu biệt thự cũ của Tôn Dật Tiên, khu nhà số 2. Giang Thanh mặc bộ y phục màu xanh sẫm, đi giày da trắng, đế bằng, tóc búi tó. Bà đang ngồi trên ghế và đọc tờ Bản tin Nội bộ, hàng ngày được chuyển cho những nhà lãnh đạo cao cấp. Trong đó có nhiều tin quan trọng trong và ngoài nước, nguyên văn không cắt xén, phần lớn đều lấy từ báo chí nước ngoài. Giang Thanh cũng bắt chước thói quen của Mao, khi tiếp khách tay thường cầm sách. Tuy nhiên, ở bà việc này không gây ấn tượng. Bà chỉ vờ đọc, thường khi được thông báo khách có mặt mới cầm sách lên.
Nhớ lại lời nhắc nhở nhiều lần của Lý Ấm Kiều và y tá, phải đặc biệt lễ phép đối với phu nhân của Chủ tịch, tôi đã ngoan ngoãn chào Giang Thanh. Bà ra hiệu cho tôi ngồi. Tôi nói:
- Thưa, Chủ tịch vẫn khỏe ạ. Mặc dù Chủ tịch sinh hoạt không theo giờ giấc, không có lợi cho sức khỏe, nhưng Chủ tịch vẫn rất thọ. Nếu ngay bây giờ chúng ta buộc Chủ tịch thay đổi, có thể sẽ có hại nhiều hơn là có lợi ạ.
Bà xẵng giọng hỏi lại:
- Đồng chí cho rằng việc Chủ tịch sinh hoạt điều độ không quan trọng sao?
- Thưa, Chủ tịch đã mắc chứng mất ngủ từ nhiều năm nay. Chỉ có thuốc ngủ mới làm cho Chủ tịch chợp mắt được.
Bà cau có vặn lại:
- Rõ ràng đồng chí không muốn thay đổi gì.
- Dạ, đúng thế ạ, nếu không chứng mất ngủ của Chủ tịch thêm trầm trọng.

- Chẳng có thày thuốc nào có lời khuyên hay đến nỗi người ta phải dùng thuốc ngủ. Quan điểm chữa bệnh của các bác sĩ có phải không?

Giọng bà đầy mỉa mai, giễu cợt, cuộc gặp gỡ này đang trở lên tệ hại.

- Dạ, đúng thế.

Lông mày bà nhướn lên, nhìn tôi chằm chằm:

- Đồng chí đã báo cáo điều này với Chủ tịch chưa?

- Dạ, đã.

Giang Thanh ngả người lại, ngón tay gõ gõ vào mép bàn, hỏi:

- Ý Chủ tịch thế nào?

Tôi giải thích:

- Chủ tịch nhất trí và bảo mỗi ngày một có tuổi rất khó bỏ được thói quen.

Bà ta hơi cúi đầu, ngửng lên rồi lấy tay vuốt mớ tóc xoã. Tôi biết thói quen của Mao làm Giang Thanh rất khó chịu, bà ta muốn thông qua tôi thay đổi thói quen của chồng, nhưng không dám nói thẳng với Mao, bà là người thiếu bản lĩnh, trung thành một cách hèn hạ và chẳng ngượng ngùng nhận những lời xiểm nịnh của những người xung quanh. Không có Mao, bà chả là cái thá gì với mọi người.

- Tôi đồng ý với ý kiến của đồng chí, ngày xưa nhiều cán bộ cao cấp cũng đã khuyên nhủ Chủ tịch thay đổi thói quen đó, tôi đâu có tán thành.

Bà mỉm cười, hỏi:

- Đồng chí không tăng liều thuốc đấy chứ?

- Dạ, không.

- Nhưng đồng chí biết rõ thuốc ngủ có hại cho sức khỏe chứ?

- Đã nhiều năm Chủ tịch mắc chứng mất ngủ, thuốc giúp Chủ tịch ngủ là lấy lại sức.

- Xem ra đồng chí không muốn thay đổi cách điều trị.

- Dạ, đúng thế, chỉ trừ khi nào Chủ tịch cần tăng liều lượng thôi ạ.

- Không, bác sĩ, dùng thuốc ngủ đâu có tốt gì.

Bà ta bắt đầu gài bẫy tôi:

- Thế đồng chí có dùng thuốc ngủ không đấy?

- Thưa, tôi không.

Bà ngạo mạn, hỏi:

- Đồng chí không uống, đồng chí biết thuốc ngủ có hại cho sức khỏe, có đúng thế không?

- Thưa, tốt hơn là không nên dùng thuốc ngủ ạ. Nhưng từ nhiều năm nay Chủ tịch đã quen...

Bà thô lỗ ngắt lời tôi:

- Đồng chí đã nói gì đó với Chủ tịch, để ông tiếp tục dùng thuốc ngủ chứ!
- Thưa vâng. Tôi đã từng hiểu cặn kẽ thói quen giấc ngủ của Chủ tịch. Hàng ngày ông ngủ muộn hơn hai hoặc ba tiếng so với ngày hôm trước. Thỉnh thoảng ông thức liền 24 tiếng hoặc 36 tiếng. Nhưng sau đó ông ngủ liền từ 10 đến 12 tiếng. Tính trung bình mỗi ngày ông ngủ từ 5 đến 6 tiếng. Thoạt nhìn, điều này có vẻ không theo quy luật, nhưng thực ra thói quen này cũng có sự đều đặn riêng.

Giang Thanh lại hỏi:
- Tại sao đồng chí không thông báo sớm tất cả điều này cho tôi biết?

Tôi mất dần kiên nhẫn:
- Thưa, tôi chưa có điều kiện. Chủ tịch chỉ mới vừa nói điều này với tôi.

Giang Thanh lạnh lùng nói:
- Thôi được, chúng ta tạm thế đã. Lần sau đồng chí hãy nói cho tôi biết trước khi đồng chí báo cáo với Chủ tịch.

Tôi không có ý định phải thưa bẩm với Giang Thanh trước. Bà ta không thể trực tiếp kiểm soát được chồng, định qua tôi để tác động đến Mao. Nếu tôi bẩm báo mọi việc về Mao, tôi sẽ phải làm theo chỉ thị của bà. Tôi tự nhiên chui đầu vào bẫy. Tôi lễ độ cáo từ, nhưng phớt lờ chỉ thị.

Một trận mưa rào xối xả đổ xuống khi tôi rời phòng nên đành phải đứng trú mưa ngoài hành lang. Bà ta đi ra nhìn thấy tôi, hỏi:
- Bác sĩ vẫn còn ở đây à?

Sau khi tôi giải thích lý do, giọng bà trở lên thân thiện, bảo:
- Vào trong này đã, ta nói chuyện phiếm với nhau.

Bà hỏi tôi về quá trình học tập, bà kể cho tôi nghe chuyện khám bác sĩ ở Thượng Hải lần ấy bà ốm nặng. Viên bác sĩ khám qua loa lấy lệ rồi ghi đơn thuốc chẳng thèm hỏi han đau ốm ra sao. Giang Thanh thắc mắc, nhưng bác sĩ lờ tít, an ủi mấy câu, bảo về. Giang Thanh nổi đoá, quát ầm ầm:
- Ông ta khám tôi như khám chó không bằng. Cách khám bệnh và hành xử của ông với bệnh nhân thật khốn nạn.

Rồi hầm hầm bước ra khỏi cửa, không thèm lấy đơn thuốc.

Dừng một lát sau khi kể xong chuyện, hỏi tiếp:
- Các bác sĩ được đào tạo ở Tây phương theo lối hành xử như vậy sao? Không một ai trong những bác sĩ quan tâm đến bệnh nhân có thật thế không?

Tôi khiêm tốn phản đối:

- Không phải bác sĩ nào cũng tắc trách như vậy.
Tôi cố giải thích và dẫn chứng rất nhiều bác sĩ đã hết lòng cứu chữa người bệnh.
Bà phản pháo:
- Chuyện ấy chẳng có gì ngoài chuyện ban phát chút xíu chủ nghĩa nhân đạo của tầng lớp trung lưu bố thí mà thôi.
- Có nhiều câu chuyện rất cảm động...
Tôi cố gắng nói để bà hiểu, nhưng vô ích. Trong Giang Thanh, phục vụ nhân nhân mà không có lập trường giai cấp là không thể chấp nhận. Bà ta cho rằng chỉ có "chủ nghĩa nhân đạo cách mạng" do chính công nhân và nông dân làm chủ mới thực sự phục vụ cho giai cấp mình. Giai cấp đối kháng, kể cả tầng lớp trung lưu cũng không đáng được làm công việc trị bệnh.
Tôi tin việc điều trị có liên quan đến chuyện quan hệ giai cấp, bạn bè hoặc kẻ địch, Giang Thanh thì không, chỉ tin chủ nghĩa nhân đạo cách mạng còn coi chủ nghĩa nhân đạo tư sản, tư bản là tồi tệ và xấu xa.
Bà ta trả lời tôi:
- Đồng chí là bác sĩ, tôi là bệnh nhân. Tôi không muốn ai tranh luận với tôi.
Tôi không cố ý gây bất hoà với phu nhân của Chủ tịch và tôi đã từng bị khiển trách.
Sau khi tôi đi khỏi, Giang Thanh nói với một cô y tá của bà:
- Bác sĩ Lý thật ương ngạnh và kiêu căng, cứ khăng khăng giữ ý kiến bảo thủ. Chúng ta phải dạy cho hắn một bài học.
Tôi kể cho Mao cuộc nói chuyện của tôi với Giang Thanh. Mao mỉm cười, bảo:
- Chúng ta không hoàn toàn phản đối chủ nghĩa nhân đạo thuần tuý, nhưng phản đối cách hành xử chủ nghĩa nhân đạo của kẻ thù.
Sự khó chịu của Giang Thanh làm Mao phải suy nghĩ, ông có ý định làm người trung gian giải hoà giữa tôi và vợ ông. Ông nói:
- Xem ra Giang Thanh đã công khai đối đầu với đồng chí. Đồng chí nên có lời nịnh nọt một chút chắc làm bà ta hài lòng.
Uông Đông Hưng cũng vậy. Ông ta muốn tôi kính trọng Giang Thanh hơn nữa và lo ngại hậu quả sẽ xảy ra khi tôi không làm theo lời. Có lẽ ông ta cũng đã từng xung đột với Giang Thanh.
Lời khuyên của cả hai người làm tôi ngạc nhiên, bởi vì tôi từng được huấn thị nên trung thực, tránh xa những chuyện bỡ đỡ nịnh nọt.

Mặc dù tôi không muốn nịnh Giang Thanh và thấy khó gây được thiện cảm, nhưng tôi vẫn tìm cách để hiểu bà.

Bà sống một cuộc sống xa hoa, muốn gì được nấy, chẳng phải làm gì, thật nhàm chán và vô nghĩa. Giang Thanh bị bỏ rơi. Mao không quan tâm đến và bà cũng chẳng có vai trò gì trong cuộc đời ông. Ông hơn vợ tới 20 tuổi và hai người có những xu hướng rất khác nhau. Giang Thanh coi trọng giờ giấc và lập trình định sẵn, ngược lại Mao chối bỏ tất cả mọi sự điều độ. Mao thích đọc, còn Giang Thanh lại thiếu tính kiên nhẫn đọc sách. Mao tự hào về sức khỏe, trái lại Giang Thanh luôn cảm thấy đau yếu, bệnh tật. Chưa bao giờ họ cùng ăn với nhau. Trong khi Mao ưa thích những món ăn cay của vùng Hồ Nam, Giang Thanh lại mê món cá nấu với rau nhạt nhẽo, hoặc làm ra vẻ sành các món ăn "phương Tây" từng nếm thử ở Liên Xô và còn đòi hỏi cả món thịt hầm và trứng cá caviar.

Người ta đã từng hết sức cố gắng tìm cho bà một công việc phù hợp. Năm 1949 bà được bổ nhiệm làm Phó phòng kiểm duyệt phim thuộc bộ Văn hoá, nhưng bà tỏ ra ngạo mạn, hễ động chuyện gì bà đe sẽ báo cáo với Mao chủ tịch, đến nỗi chẳng ai có thể chịu nổi. Sau đó đổi bà sang làm phó phòng Thư ký chính trị của Văn phòng tổn hợp của Dương Thượng Côn ở Trung Nam Hải, nhưng bà lại nói, Mao ra lệnh bảo bà miễn nhiệm.

Mao đành phái cử bà làm bí thư riêng của ông. Với chức vụ này, bà phải tổng hợp tin tức từ các bản tin mà phần lớn trong tờ Tin Nội Bộ. Vì không có thời gian đọc, Mao giao cho bí thư đọc và tổng hợp tóm tắt những tin quan trong. Các nhà lãnh đạo đảng và nhà nước đều giao cho vợ làm công việc tương tự như vậy.

Mặc dù Giang Thanh thường nhận đầy đủ bản Tin Nội Bộ nhưng ít khi đọc. Đọc xong, không thể phân biệt được tin nào quan trọng, tin nào không, đến nỗi công việc của bà chẳng giúp gì được cho Mao. Vì vậy, Lâm Khắc phải đảm nhiệm công việc của Giang Thanh là thu thập tin tức và báo cáo.

Giang Thanh, thuộc loại người Trung Quốc thường ví "xiao congming", kẻ khôn vặt. Giỏi những chuyện vặt vãnh, mánh khóe ranh ma nhưng lại dốt đặc về chuyện đại sự, kém khả năng phân tích tổng hợp. Bà biết một chút về lịch sử Trung Hoa, còn những chuyện bên ngoài biên giới bà mù tịt. Bà có biết một số nước lớn, tên tuổi một vài lãnh tụ quốc gia đó, nhưng chỉ biết qua loa đại khái. Về Tây Ban Nha, bà không hiểu về thể chế chính trị thời xưa, chẳng biết ai là người đang lãnh đạo quốc gia. Bà thường chậm hiểu cái mà bà vừa đọc. Có lần bà nói với tôi, nước Anh không phong kiến như Trung Quốc, vì có nữ hoàng trị vì. Theo bà, chế độ gia trưởng của Trung Quốc mang tính chất phong kiến, cho nên sự lãnh đạo của phụ nữ biểu hiện của thời đại mới, tân tiến hơn. Bà nghe được giọng nói đặc thù Bắc Kinh, nhưng hiểu biết của bà về ngôn ngữ Trung Hoa lại rất hạn chế. Nhưng bà biết cách giấu dốt khi bà thường hỏi thêm những từ đó được phát âm như thế nào trong tiếng địa phương ở Bắc Kinh. Việc tra từ điển đối với bà thật khó khăn.

Mặc dù kiến thức kém cỏi như thế, nhưng bà lại hay giễu cợt, chê bai người khác. Một lần Mao nói đùa rằng tôi thu lượm được kiến thức về lịch sử Trung Quốc nhờ xem kinh kịch Bắc Kinh. Thật là một sự lăng nhục, tôi đã học tập và nghiên cứu lịch sử Trung Quốc hệ thống và nghiêm túc. Nhưng Giang Thanh vẫn tiếp tục lấy lời nhận xét của Mao để châm chọc, tuy câu chuyện tiếu lâm đó đã quá lỗi thời.

Mao không yên tâm về sự thờ ơ của vợ đối với những sự kiện lịch sử và thời sự. Bởi vậy, ông thường gửi sách, tài liệu và những tập sưu tầm tin tức mới nhất để bà nắm được những thông tin như ông. Nhưng Giang Thanh luôn luôn thoái thác. Thay vì đọc, tối ngày bà xem những cuốn phim nhập từ Hong Kong. Bà lấy lý do ốm. Giang Thanh luôn đau ốm, nhưng xem phim chữa được bệnh suy nhược thần kinh của bà.

Năm 1953, Bộ y tế và Văn phòng của lực lượng an ninh đã ra tay với những bệnh tật mơ hồ của bà. Họ cử bác sĩ Hứa Đào đến làm bác sĩ riêng. Ông nguyên là bác sĩ riêng của Mao trước đây, nhưng vì Giang Thanh luôn đau ốm, Mao chuyển bác sĩ Hứa Đào chăm sóc vợ ông.

Giang Thanh đã đẩy cuộc đời của bác sĩ Hứa xuống địa ngục. Trong chiến dịch chống bọn phản cách mạng năm 1954, bà đã công kích ông và sau này vẫn tiếp tục cái trò đê tiện đó. Tại Quảng Châu, ông đã trở thành nạn nhân của những lời vu khống cay độc. Lần này ông bị kiểm điểm vì đã giở trò sàm sỡ với một cô y tá của Giang Thanh. Cô y tá vốn mắc chứng thiếu máu, luôn cảm thấy mệt mỏi và chóng mặt. Vì vậy, ngay sau khi đến Quảng Châu ít lâu, cô đã yêu cầu bác sĩ Hứa khám cho cô. Bác sĩ Hứa khám cô trong tiền sảnh của nhà khách, nơi cô ở. Bỗng nhiên, một vệ sĩ – một gã nông dân ít học, vô đạo đức, xộc vào phòng trong lúc đang khám. Gã vốn mù tịt về y tế, gã đã vu cho bác sĩ Hứa tội quấy rối tình dục.

Là chỉ huy toán vệ sĩ, Uông Đông Hưng buộc phải lưu tâm đến vụ này. Ông đã chứng minh được Hứa Đào vô tội, biết rõ đạo đức và tư cách của bác sĩ, hiểu rõ sự thất học và tư cách thô lỗ của tên vệ sĩ.

Tôi cũng rất bất bình về sự kiểm điểm này. Đơn giản, không đời nào bác sĩ Hứa lại hành động như vậy. Ông là người rất thận trọng, có thể bướng bỉnh một chút, nhưng ông sống có nguyên tắc và rất đạo đức. Ngoài ra, người ta đã gán cho ông tội có liên hệ với nhóm chống đảng, tôi tin chắc chắn ông không khờ khạo đến nỗi đánh mất tương lai của mình. Trong khi kiểm điểm, tôi đã biện hộ cho bác sĩ Hứa bằng cách đưa ra bằng chứng, sự liêm khiết, sự thành công trong nghề của ông là một tấm gương mẫu mực. Chúng ta không có quyền buộc tội ông với lời tố cáo hoàn toàn vô lý.

Cuối cùng, Mao cũng can thiệp bảo vệ danh dự cho bác sĩ. Bác sĩ Hứa được giải toả khỏi những nghi ngờ và gã vệ sĩ kia bị sa thải. Có lẽ, đây là lần đầu tiên người ta đã cư xử trung thực đối với một thày thuốc trong một vụ xung đột với lực lượng an ninh.

Nhưng Giang Thanh vẫn tiếp tục gây sự với vị bác sĩ của bà. Bác sĩ Hứa phải làm người chiếu phim và chỉ được phép chọn những cuốn phim làm cho bà sảng khoái, vui vẻ để đêm không làm bà mất ngủ. Nếu ông chọn không đúng phim bà thích – điều này thường xảy ra – lập tức bà nhiếc mắng ông thậm tệ. Hứa từ chối, bác sĩ không làm công việc người chiếu phim, nhưng Giang Thanh không chịu. Xem phim là điều trị chứng suy nhược thần kinh cho bà. Vì vậy trách nhiệm của ông phải chiếu phim để chữa bệnh. Tuy vậy, hầu hết các cuốn phim đều không làm cho bà vừa lòng, thường chì chiết ông. Khi xem bộ phim "Cuốn theo chiều gió", bà quả quyết, đây là phim tuyên truyền cho chế độ nông nô ở miền Nam Hoa Kỳ, bà chửi rủa những người thích bộ phim đó là "bọn phản cách mạng thối tha". Giữa những năm 1950, câu nói đó của bà cũng chẳng có mấy trọng lượng. Thế nhưng vài năm sau, trong khi diễn ra cuộc Cách mạng văn hoá, với lòng thù hận, bà đã huỷ hoại sự nghiệp và cuộc đời của biết bao con người với câu nói đó.

Nếu bác sĩ Hứa có chọn đúng cuốn phim, bà cũng chẳng hài lòng. Thỉnh thoảng cảnh phim trên màn ảnh quá sáng, kêu làm đau mắt, nếu điều chỉnh tối đi, lại ca cẩm không nhìn thấy gì.

Người ta xây cho bà hai buồng, một để xem phim, một để đọc sách và nghỉ ngơi. Ánh đèn quá sáng sau khi được điều chỉnh, bà lại kêu nhiệt độ trong phòng không được ổn, hoặc quá nóng, hoặc quá lạnh, hoặc quá ngột ngạt, gió lùa quá mạnh, bà tức thời bỏ sang phòng khác. Người ta chẳng bao giờ có thể chiều nổi ý bà, vì thế họ luôn luôn là người có lỗi và phải chịu những lời đay nghiến tưởng như không bao giờ dứt.

Có lần Quảng Châu có đợt không khí lạnh đột ngột tràn về, nhân viên phải chạy kiếm lò và than sưởi, nhưng không dám phá rối sự yên tĩnh của Giang Thanh, họ phải bò nhanh bằng hai tay và hai chân qua cửa sổ phòng khách. Một lần nhân viên bảo vệ tranh luận với bà điệu nhảy tango có 4 hay 5 bước, bực mình bà phạt đứng nghiêm ngoài sân 2 giờ đồng hồ. Khi quay trở về Bắc Kinh, bà ra lệnh máy bay hạ cánh xuống sân bay Tế Nam để đuổi bác sĩ vì người vệ sĩ đã làm bà phật ý trong chuyến bay. Thường xuyên bắt 5 hoặc 6 người phục vụ phải nhanh tay nhanh chân làm theo theo tính khí thất thường. Bà tự cho rằng được phục vụ cho phu nhân của Mao chủ tịch là niềm vinh hạnh, nhưng nỗi khốn khổ của họ cũng phải giá không kém với niềm vinh dự đó.

Khá lâu sau tôi mới biết, vô số câu chuyện dính dáng đến phụ nữ của Mao là nguyên nhân chính gây lên tính khí thất thường của Giang Thanh. Vì hầu hết các nữ y tá dưới quyền tôi đều là những thiếu nữ trẻ, đẹp, quyến rũ dễ làm Mao siêu lòng, nên thỉnh thoảng bà đề nghị tôi hãy lưu tâm, đừng để các cô y tá đó léng phéng với chồng bà. Một lần, tình cờ tôi bắt gặp Giang Thanh ngồi khóc trên một chiếc ghế dài trong công viên ở Trung Nam Hải, trước dinh thự của Mao. Bà khẩn khoản yêu cầu tôi đừng tiết lộ sự việc này, coi như không biết. Stalin chiến thắng trên các mặt trận, nhưng cũng từng thất bại trong tình yêu đó sao. Bà rất lo, chồng bà càng công khai săn đuổi các cô gái trẻ đẹp bao nhiêu, nỗi lo sợ của bà sẽ bị ông bỏ rơi ngày càng lớn bấy nhiêu.

Mao cố gắng không làm bẽ mặt Giang Thanh khi các cô gái quay quanh ông, nhưng đôi khi ông cũng thiếu cẩn trọng. Đã nhiều lần Giang Thanh bắt gặp Mao quấn quýt, ve vãn các cô gái kể cả y tá phục vụ bà. Giang Thanh thường tự hào về sắc đẹp và quyền lực vì thế cách cư xử của Mao đã làm tổn thương lòng tự ái, nhưng chẳng bao giờ dám thể hiện công khai sự khó chịu với Mao. Bà hoàn toàn bất lực việc chế ngự tính trai lơ của chồng.

Mao biết điều đó, có lần ông nói với tôi sau khi tôi phát hiện tính háu gái của ông:

- Giang Thanh thường lo sợ tôi không còn thiết gì đến bà ấy nữa. Tôi đã an ủi, động viên nhiều lần, không có chuyện đó, nhưng vẫn lo phiền. Thế có lạ không?

Mao chẳng hiểu gì phụ nữ, bởi không có người vợ nào muốn chồng mình đi ve vãn, tán tỉnh các cô gái trẻ, ông cũng chẳng hiểu vì sao Giang Thanh vẫn không an lòng.

Cô đơn, thất vọng và đau khổ, Giang Thanh lấy trút đau khổ đó lên đầu tất cả những người phục vụ xung quanh. Tôi không rõ bà đau khổ đến đâu, nhưng bao giờ cũng thấy bà ta tán thành, ủng hộ mọi quyết định của Mao và chẳng dám làm bất cứ điều gì nếu ông không cho phép.

Vì không thể chế ngự được Mao nên bà cố tận dụng cương vị là vợ ông để chỉ huy người khác. Sự chông chênh đó làm cho bà trở nên tầm thường và nanh ác. Đặc biệt bà thường nổi giận với đám vệ sĩ, vì bà biết họ đã giúp Mao trong những vụ bê bối. Nhưng bởi vì những người vệ sĩ lại trực tiếp làm việc cho Mao và ở dưới quyền Uông Đông Hưng, nên khó có cơ hội sinh sự với họ. Do đó, bà chỉ còn biết trút cơn thịnh nộ lên những người phục vụ riêng của bà, trước tiên là các nhân viên y tế.

Giang Thanh liên tiếp chỉ trích những người khác đã làm khổ bà, song thực ra bà lại đày đoạ tinh thần của những nhân viên của bà hơn thế nữa. Bà công khai cho rằng, nếu bà gặp chuyện không hay, mọi người khác cũng phải chịu đau khổ. Chỉ có một số ít người làm việc lâu được với bà, còn hầu hết đều xin thuyên chuyển đi nơi khác để khỏi bị hành hạ.

Mùa thu năm 1956 bác sĩ Hứa Đào xin từ chức. Sau chiến dịch chống bọn phản cách mạng và vụ vu khống quấy rối tình dục, ông đề nghị được đi học bồi dưỡng chuyên môn, xin chuyển về làm việc ở bệnh viện, để ông có điều kiện thể sử dụng khả năng và nâng cao kiến thức. Cuối cùng, ông đã chuyển về Bệnh viện Công đoàn Bắc Kinh, quỹ Rockefeller của Hoa Kỳ tài trợ. Đây là một trong những bệnh viện tốt nhất của Trung Quốc. Lúc đó, tôi đã ghen tị với Hứa Đào về việc ông chuyển công tác.

CHƯƠNG 13

Trong khi Giang Thanh, thành viên độc lập nhất trong chuỗi cộng tác viên gần gũi của Mao, thì Diệp Tử Long lại là người đắc lực nhất. Người nào xung quanh Mao cũng đều có một chức năng nhất định.

Về mặt tổ chức, Diệp chính thức là người phụ trách Văn phòng thư ký, kiêm Trưởng ban thư ký riêng của Mao. Ông lo thu xếp các cuộc họp, hoàn thành các biên bản với tư cách, người trợ lý cao nhất của Mao, ông còn quan tâm đến sinh hoạt cá nhân của Mao, như ăn, mặc và tiền bạc.

Sau này tôi được biết từ Uông Đông Hưng, chính Diệp Tử Long cũng đã từng kiếm gái cho Mao. Ông không những lấy gái từ Văn phòng thư ký riêng do ông phụ trách, từ Văn phòng bảo mật hoặc từ các đội văn công thuộc Cục bảo vệ trung ương, ngoài ra ông còn để mắt đến tìm những cô gái trẻ, ngây thơ, không có ý thức chính trị và tuyệt đối trung thành với Mao ở các cơ quan khác.

Diệp ở ngay trong tư dinh của Mao để tiện công việc cần vụ và thư ký riêng cho Mao. Nhưng Diệp lại dùng nhà ở của mình để giấu các cô gái trước khi ông dẫn họ đến gặp Chủ tịch. Diệp tìm cách đưa các cô gái trẻ đẹp vào Trung Nam Hải. Khi Giang Thanh vừa chìm vào giấc ngủ và Mao đã sẵn sàng tiếp các tố nữ, Diệp Tử Long dẫn các cô gái rón rén đi qua phòng ăn, rồi lên vào phòng ngủ của Mao. Đến gần sáng, ông mới quay trở lại đưa các cô ra.

Diệp còn là người quản lý tài khoản đáng kể mà Mao dành để chi cho những công việc đặc biệt trong văn phòng.

Vào năm 1966, trước khi có cuộc Cách mạng văn hoá không lâu và ngay trước khi hàng trăm triệu sổ tay bìa đỏ trích những câu nói của Mao được bán ra chưa kể đến, chỉ tính riêng Tuyển tập của mình, Mao đã kiếm được ba triệu nhân dân tệ. Trong những năm 1950, ông là một trong những người giàu nhất Trung Quốc và cũng là người rộng rãi trong chuyện tiền bạc. Ông đã giúp đỡ trợ cấp những thày giáo, bạn bè và những đồng chí cũ của ông, giúp họ một cuộc sống dễ chịu hơn sau khi bị chính quyền cộng sản mới tước mất quyền sở hữu và khả năng hành nghề. Ngoài ra, ông còn dùng tiền để trả ơn những phụ nữ đã ngủ với ông. Mao không đụng đến số tiền ông có, mọi việc do Diệp Tử Long thu xếp một cách kín đáo.

Số tiền đó dao động từ một vài trăm đến một vài nghìn nhân dân tệ tuỳ từng trường hợp.

Tôi được biết Diệp Tử Long là một người bản tính, ít học và hầu như mù chữ. Ông là một trong những người nông dân theo đảng từ khi còn trẻ, tham gia cuộc Vạn Lý Trường Chinh. Sau cuộc Vạn Lý Trường Chinh ít lâu, Diệp bắt đầu làm cần vụ cho Mao từ những năm 1930. Trước khi đến Bắc Kinh vào năm 1949, Diệp chưa hề đặt chân đến một thành phố lớn nào, không biết cách sử dụng điện, chưa một lần nhìn thấy ánh đèn neon. Việc đảng nắm quyền tại Bắc Kinh chính là sự giải phóng thực sự đối với Diệp, chính Diệp đánh giá cao Mao ở chỗ đó. Mao đã đưa Diệp từ bóng đêm nghèo đói ở nông thôn tới nơi thiên đường thịnh vượng. Nhưng Diệp không thuộc loại nông dân ngờ nghệch, dễ bị loá mắt trước ánh đèn rực rỡ ở thành phố. Tôi chắc rằng, trước khi đến Bắc Kinh, từ lâu ông đã có nhiều tham vọng. Có điều trước đây ông chưa có điều kiện thực hiện.

Tôi biết Diệp Tử Long từ hồi ở bệnh viện trong khu Trung Nam Hải, trước khi tôi trở thành bác sĩ riêng của Mao và không có cảm tình đối với ông ta. Tôi còn nhớ, năm 1951 Diệp đã xin tôi năm lọ kháng sinh penicillin để cho người bà con của ông ở Hồ Nam bị bệnh giang mai. Thời ấy, các cơ sở y tế nông thôn chưa có các loại thuốc kháng sinh mới. Trong khi đó Trung Quốc vẫn chưa sản xuất được loại penicillin này, chúng tôi phải nhập ngoại và quản lý chặt những lọ penicillin ở bệnh viện, thứ thuốc thuộc loại quý hiếm. Diệp khá ngạc nhiên, vì tôi đã từ chối lời đề nghị của ông.

Cô y tá trưởng của bệnh viện cũng rất ngạc nhiên. Lúc đó, người ta đều biết, Diệp rất gần gũi và có ảnh hưởng lớn đối với Chủ tịch. Hầu hết mọi người đã phải đáp ứng yêu cầu để lấy lòng ông, nên cô y tá nghĩ, tôi đã xúc phạm Diệp. Tôi không hề nghĩ, đường đi của chúng tôi lại một lần nữa gặp nhau và càng không ngờ hầu như ngày nào chúng tôi cũng phải gặp nhau.

Như tất cả chúng tôi, đầu những năm 1950, Diệp Tử Long cũng được hưởng chế độ trợ cấp. Diệp thèm khát một cuộc sống xa hoa, vậy mà ông không có tiền. Nhưng là thư ký riêng của Mao, Diệp có được tất cả những gì ông muốn. Ai muốn Mao ban cho ân huệ chỉ cần nịnh thư ký riêng của Mao. Trong khi đảng kêu gọi phải sống thanh bạch và tiết kiệm, Diệp lại sống xa hoa và phung phí. Sau khi một câu lạc bộ khang trang được xây dựng dành cho các quan chức cao cấp, Diệp Tử Long đã kết bạn với nhiều người phụ trách nên thường xuyên được mời dự những bữa tiệc lớn, chẳng phải trả một xu nào. Những nhân viên an ninh không cho thường dân Trung Quốc bén mảng đến những nơi mà Diệp mong ước lui tới, như câu lạc bộ dành riêng cho các quan chức cao cấp hoặc khách sạn Bắc Kinh, người ta lại không hề hỏi giấy tờ ông. Ai cũng cho rằng Diệp, một nhân vật quan trọng, một cán bộ cao cấp của đảng. Chỉ khi nào Diệp phát biểu mới lòi cái đuôi nhà quê kém văn hoá của mình. Ấy thế, bề ngoài ít ra trông Diệp cũng có vẻ thanh lịch. Da trắng, sáng sủa, trong khi ở Bắc Kinh mọi người mặc quần áo bằng vải bông bạc màu, vá víu, Diệp lại diện bộ đồ len kiểu Mao được cắt may rất khéo. Bởi vì mỗi khi Mao nhận được một bộ quần áo mới vừa vặn, Diệp có mặt ở đó và người thợ may của Mao cũng vui vẻ mở tủ tặng một bộ quần áo để tạ ơn ông.

Là người cần vụ cao cấp nhất của Mao, Diệp có trách nhiệm quản lý kho riêng của Mao. Trong kho cất giữ nhiều món quà biếu Mao nhận được từ khắp nơi, y giống như một hoạn quan của thời đại phong kiến. Mao thường phân phát các món quà biếu cho nhân viên phục vụ, hầu như ai cũng nhận được quà tặng. Uông Đông Hưng bảo tôi, Diệp có máy ảnh Đông Đức, đồng hồ Thuỵ sĩ, đài thu thanh bán dẫn Nhật từ trong số quà biếu của Mao. Diệp Tử Long mau chóng thành chuyên gia đồ dùng vì thuộc hết tên các hãng sản xuất đồ điện nổi tiếng của nước ngoài, mặc dù không thể đọc nổi tên nước sản xuất trên bản đồ hay tên của các vị nguyên thủ quốc gia.

Diệp thực hiện câu ngạn ngữ cổ "Giàu nhà kho, no nhà bếp". Ông liên hệ được thực phẩm không mất tiền từ trại cải tạo nông trang Duyên Hà. Trại cải tạo Duyên Hà, một nông trang do tù nhân làm sản xuất các loại thực phẩm từ rau xanh, chăn nuôi gia súc, gia cầm, thả ao nuôi cá, trồng lúa, một trong những nguồn thực phẩm cung cấp cho Diệp và được trả bằng những phiếu phân phối. Sau khi đảng cộng sản nắm quyền, chính phủ mới đã dựng lên khắp cả nước nhiều trại cải tạo, dành cho tù hình sự và tù chính trị. Điều kiện sống trong trại rất hà khắc. Phần lớn tù chính trị là những người thuộc tầng lớp thấp như lính trơn hoặc các công chức nhỏ đã từng phục vụ cho Quốc dân đảng, Còn những quan chức cao cấp thường đã đào tẩu hoặc theo cộng sản như cha tôi. Khi quân giải phóng tiến vào Nam Kinh, Chu Ân Lai đã cử người đến khuyên cha tôi đừng chạy theo Quốc dân đảng. Sau này, nhờ sự giúp đỡ của Chu Ân Lai, cha tôi chuyển về Bắc Kinh, có việc làm với đồng lương khá cao, có nhà ở, cuộc sống ổn định.

Trại nông trang Duyên Hà do Sở công an Bắc Kinh quản lý và là trại cải tạo lớn nhất ở thủ đô. Cũng như hầu hết các đồng chí giữ chức vụ cao cấp khác, Diệp đã lợi dụng quan hệ bạn bè với trưởng trại Duyên Hà để lấy một khối lượng lớn thực phẩm cao cấp mà Diệp muốn. Thậm chí ngay trong thời kỳ có nạn đói lớn năm 1960-1962, đã làm hàng triệu người chết đói, Diệp vẫn nhận được số lượng thực phẩm cao cấp khổng lồ.

Mặc dù Diệp đã có vợ, chẳng bao giờ ly dị, nhưng đã yêu cô gái của Phòng bảo mật trong một buổi khiêu vũ của Mao tại Hội trường Xuân Sen. Khi cấp trên của cô gái trẻ biết chuyện, bạn thân của Diệp đã bí mật đưa cô xuống tàu rời Bắc Kinh. Không ai dám hỏi bạn gái của ông đã biến đi đâu.

Vào năm 1958, khi Diệp ở Vũ Hán cùng với Mao, tình cờ gặp lại cô gái đó trong một buổi khiêu vũ khác, hai người đã nối lại duyên xưa. Diệp đã tìm mọi cách giúp cô ly dị, thời ấy rất khó, rồi chuyển cô đến thành phố công nghiệp Thiên Tân, cách thủ đô Bắc Kinh khoảng 100 km về phía Đông. Thời đó chưa có đường cao tốc và đường xá rất trở ngại, khó khăn nên đi từ Bắc Kinh đến đó phải mất tới 6 giờ đồng hồ. Diệp đã tìm cho cô bạn gái chỗ làm việc và một ngôi nhà để ông bí mật thường xuyên lui tới. Đôi khi Diệp sử dụng xe của Giang Thanh, lúc bà rời Bắc Kinh. Trong thời gian nạn đói lớn, ông đã lo chu cấp đầy đủ thực phẩm cho người tình. Đến khi người ta bắt đầu tiến hành xét hỏi ông trong thời kỳ Cách mạng văn hoá, ông mới cắt đứt quan hệ vừa được nối lại giữa hai người. Mãi đến năm 1980, khi Diệp Tử Long được phục hồi, được bầu làm phó thị trưởng thành phố Bắc Kinh, hai người mới quay lại với nhau. Lúc đó ông đã là một ông già hói đầu, còn cô bạn gái của ông đã là một bà già tóc bạc.

Việc tôi được nhận vào Nhóm Một đã làm cho Diệp Tử Long phật ý. Diệp vẫn không quên chuyện tôi đã từ chối không cho người bà con của ông penicillin. Là một cựu chiến binh, một nông dân thuần tuý, từng tham gia Vạn Lý Trường Chinh, Diệp coi tôi là viên trí thức tầng lớp trung lưu thấm đậm ý thức hệ tư sản của xã hội cũ. Đối thủ của ông là Uông Đông Hưng lại chọn tôi càng làm tăng thêm ác cảm của ông. Sau khi Phó Liêm Chương và ông biết tôi được bổ nhiệm làm bác sĩ riêng của Mao, họ đã lập kế hoạch làm sao loại tôi ra một cách nhanh nhất. Giang Thanh đã cho tôi biết, bọn họ đã báo cáo trực tiếp với Mao rằng, cần phải lưu ý đến lý lịch tư sản của tôi, rằng tôi không đảm bảo chắc chắn về mặt chính trị, nhưng Mao đã không đồng ý.

Là thành viên của Nhóm Một, tôi buộc phải làm việc cùng với Diệp Tử Long, khiến mối ác cảm của tôi đối với ông ngày càng tăng.

Ngay cả những vệ sĩ của Mao cũng chẳng có thiện cảm với Diệp. Văn phòng của họ nằm ngay sát phòng của các nhân viên y tế, nên khó thấy được sự khác nhau giữa hai nhóm. Các cô y tá thường tập trung vào công việc và chỉ trao đổi về công việc của họ. Hứa Đào là người rất kín tiếng. Lại bị dán nhãn hiệu trong nhóm chống đảng cộng thêm gần đây ông bị buộc tội hủ hoá, ông hiểu ra rằng chỉ cần lỡ lời có thể gây cho ông những chuyện rắc rối lớn.

Ngược lại, đám vệ sĩ lại lắm lời. Họ thường oang oang, công khai kháo nhau những chuyện mà các cô nhân viên phục vụ rất xấu hổ không dám hé răng. Chuyện tình dục là đề tài mà họ ưa thích.

Tôi rất đỗi ngạc nhiên khi thấy Mao thản nhiên nói chuyện làm tình. Mao không hiểu hệ thống sinh dục của con người, nhưng tôi nhanh chóng phát hiện ra ông rất quan tâm đến vấn đề tình dục. Chẳng hạn, ông thường xuyên nhắc đến cuộc sống tình dục của Cao Cương, một thời là thủ lĩnh vùng Mãn Châu, tự vẫn năm 1954 sau khi bị quy tội âm mưu "liên kết chống đảng". Cao Cương từng nói, y nắm tất cả quyền lực tối cao, đến nỗi bạn thân Stalin đã gọi ông là "ông vua Mãn Châu". Uông Đông Hưng nói với tôi, Cao đồng mưu với Giao Xương Trí tạo phản, cả hai đã bị thanh trừng vì họ ủng hộ Lưu Thiếu Kỳ trong cuộc chống đảng.

Ít khi Mao nói với tôi về sai lầm chính trị của Cao Cương. Thay vì việc đó, ông có ý quả quyết rằng, Cao đã ngủ với trên một trăm phụ nữ và ông băn khoăn tự hỏi, làm sao Cao lại tán tỉnh giỏi đến thế, kể cả các cô gái trong vũ hội mà Cao tổ chức. Mao bảo: "Vợ Cao đã thú nhận, cái đêm Cao tự vẫn, đã hai lần làm tình. Đồng chí có thể tưởng tượng nổi dục vọng lớn như vậy không?" Mao kể tiếp:

- Thói trăng hoa của Cao thực ra lỗi lầm không quá lớn. Giá như Cao không phạm những sai lầm chính trị nghiêm trọng, điều đó cũng chẳng đáng quan tâm. Ngay cả khi đã mắc sai lầm, chỉ cần Cao thành khẩn nhận khuyết điểm trước đảng, đảng vẫn có thể tha thứ, đồng chí ấy vẫn có ích đối với cách mạng.

Giang Thanh cũng công khai đề cập đến tình dục. Sau khi tôi trở thành bác sĩ riêng của Mao ít lâu, tôi ngạc nhiên thấy, nhiều lần bà đã tự hào khoe đêm hôm trước bà đã làm tình với Mao và khen ngợi hết lời khả năng tình dục của Chủ tịch.

Trong bối cảnh như vậy, thật không lấy gì làm ngạc nhiên khi tình dục là đề tài tán gẫu ưa thích nhất đối với đám vệ sĩ của Mao.

Một đề tài khác cũng không kém phần thú vị đối với nhân viên an ninh là Giang Thanh. Cứ khi vắng tai bà, câu chuyện lại xoay quanh và họ chẳng nể nang gì mà không chế nhạo. Đặc biệt cậu vệ sĩ trẻ, Tiểu Chương, có thể bắt chước cực giống điệu bộ của vợ Chủ tịch. Tiểu Chương, một chàng trai thông minh, có tướng phụ nữ, người sắm vai rất giỏi. Vì áo quần của Giang Thanh (cả áo quần lót bằng lụa) để trong phòng của nhân viên an ninh, nơi đám vệ sĩ tắm rửa, giặt giũ và là quần áo, nên Tiểu Chương đã khoác áo mưa, đội mũ rơm của bà, đi vênh váo lắc hông quanh trong phòng, làm mọi người phá lên cười. Ngay cả Mao, một lần tình cờ được chứng kiến cảnh đó, cũng chỉ tủm tỉm cười mà không nói gì.

Tôi cảm thấy không thích thú gì những trò đó và cố lánh xa bộ phận an ninh. Trước mặt họ, tôi thường nín thinh, người ta nghĩ rằng tôi không ủng hộ tư cách của họ. Bởi vậy, Diệp Tử Long khi biết điều đó, đã chỉ trích tôi tự kiêu tự đại và coi thường ông.

Sau lưng tôi, Diệp Tử Long trực tiếp đến gặp Mao nói tôi là kẻ ngạo mạn, vì là bác sĩ, nên coi thường những cán bộ xuất thân từ những gia đình công nhân và nông dân thuần tuý – bằng chứng chứng tỏ sự bấp bênh về quan điểm chính trị của tôi.

Mao khoái những lời tố cáo như vậy. Ông cố tình tạo ra sự hiềm khích giữa những người cộng sự của ông. Ông thường thu thập những tin tức làm cho chúng tôi chống đối nhau, để ngăn cản chúng tôi liên kết chống lại ông. Ông thường làm cho nội bộ Nhóm Một ở trong bầu không khí căng thẳng. Chẳng hạn, Giang Thanh thường xuyên va chạm với Diệp Tử Long và Lý Ấm Kiều. Trước đây, Giang Thanh và Diệp vốn thân nhau, nhưng khi bà phát hiện ra Diệp đóng một vai trò quan trọng đối với chồng bà, mối quan hệ giữa họ trở nên nguội lạnh trông thấy. Bà cũng không chịu thông cảm với Lý Ấm Kiều vì Lý đã một lần xúc phạm bà và trong một cuộc phát động chính trị, bà đã chuyển đến Hàng Châu để thoát ra khỏi sự theo dõi. Uông Đông Hưng và Diệp Tử Long là hai kẻ cừu địch. Diệp Tử Long và Lý Ấm Kiều cũng không hoà hợp, vì cả hai đều ganh tị nhau trước những ân huệ của Mao. Mao lợi dụng những bất hoà đó nhưng khi nào có nguy cơ xô xát, ông lại đứng ra hoà giải và sự hoà hợp cũng chỉ tồn tại trong một thời gian ngắn.

Một hôm ở Hàng Châu, Mao nói với tôi:
- Người làm ngành y thường tự kiêu. Tôi không thích thế.
Tôi đáp:
- Có thể với những người khác, nhưng đối với Chủ tịch thì không dám thế.

Mao phản bác:

- Tôi không tin điều đó. Đồng chí chưa bao giờ tự cao tự đại chứ?

Lúc đó tôi mới biết Diệp Tử Long đã tố cáo tôi.

Thực ra nếu so sánh với đám người phục vụ quanh Mao, tôi cũng có chút tự kiêu. Bởi vì xét cả hai mặt, địa vị xã hội của gia đình lẫn quá trình học hành trở thành bác sĩ, một nghề được trọng vọng và người bác sĩ đáng được mọi người kính trọng. Theo quan điểm cách mạng của Mao, mọi quan điểm đã thay đổi. Địa vị cao quý hiện nay là nông dân và công nhân. Nhưng tôi khó thay đổi quan điểm, tôi luôn tự hào về công việc và cảm thấy khó chịu với những tiếng xì xèo thô thiển trong đám nhân viên của Mao.

Diệp nghĩ tôi nên từ chức, nhưng Mao đóng vai người giải hoà. Ông lệnh cho Diệp không được gây khó dễ đối với tôi và chỉ thị cho tôi hãy xích lại gần Giang Thanh hơn. Bà khuyên tôi nên kính trọng và niềm nở với ông ta một chút. Cuối cùng bà nói, Diệp Tử Long phục vụ Chủ tịch lâu hơn tôi và thậm chí ngay cả bà cũng phải chiều Diệp.

Nhưng tôi không muốn lấy lấy lòng Diệp Tử Long nhưng phải chiều ý Giang Thanh. Tôi nói với Mao những suy nghĩ về Diệp Tử Long và Lý Ẩm Kiều, rồi kết luận rằng những người khác đều không có cảm tình đối với cả hai người. Mao đáp:

- Nhưng họ có ích đối với tôi. Đồng chí hãy cố hoà hợp với họ.

Lúc đó, tôi vẫn chưa hiểu tại sao cả hai lại hữu dụng đối với Mao. Mãi nhiều năm sau tôi mới biết được sự bí mật về lợi ích của họ đối với Chủ tịch.

Lúc nào tôi cũng cảm thấy mình ở trong tình trạng ngột ngạt – không phải vì Mao, người tôi luôn tôn kính, cũng không phải vì Giang Thanh người gây khó mà vì những cộng sự của Nhóm Một. Những kẻ nịnh bợ này làm cho tôi ghê tởm và chán ngấy những lời nhắc nhở nên bợ đỡ ai hoặc tôi phải sốt sắng với ai. Mặc dù tôi là người cộng sự gần gũi nhất của Mao, nhưng những thành viên của Nhóm Một lại coi tôi chẳng ra gì. Diệp Tử Long và Lý Ẩm Kiều – nói chung, cả đám thư ký và vệ sĩ – có thể ví như các hoạn quan trong hoàng cung, suốt ngày tranh nhau lấy lòng vua, chuyển lệnh của vua và lợi dụng ảnh hưởng của họ để doạ nạt và làm nhục người khác. Người ta trông chờ tôi bỏ lòng tự trọng của mình đi và thành kẻ xu nịnh. Mặc dù là bác sĩ riêng của Mao, nhưng tôi vẫn bị Diệp Tử Long và Lý Ẩm Kiều đối xử thô lỗ.

Tôi đã cố gắng để tình hình của tôi sáng sủa hơn. Mao vẫn còn khoẻ và không cần bác sĩ túc trực hàng giờ bên ông. Nếu tôi ở lại tất nhiên tôi không bao giờ trở thành một thầy thuốc tầm cỡ, trong khi ước mơ trở thành bác sĩ giỏi vẫn thôi thúc không ngừng.

Bởi vậy, tôi đã quyết định từ chức.

Trước hết tôi nói với Uông Đông Hưng. Ông ta hoài nghi:

- Đồng chí đã làm được nhiều việc cho Chủ tịch đấy chứ.

Rồi ông động viên tôi:

- Đồng chí đã giải quyết được vấn đề bạch cầu và kê toa thuốc ngủ mới cho Chủ tịch. Đồng chí không được xem xét mọi việc một cách khe khắt như thế, đồng chí phải nghĩ đến đảng. Không mấy ai dễ có được một chức vụ như đồng chí. Ngoài ra, nếu đồng chí không cân nhắc kỹ càng một cách toàn diện, đầy đủ mà xin thôi việc không có lý do chính đáng, sau này có thể đồng chí sẽ không tìm được việc làm đâu.

Câu nói cuối cùng của Uông làm tôi tỉnh ngộ. Những người rời khỏi Nhóm Một không có lý do cụ thể, trong số đó có một người là bác sĩ của Mao trước đây, đã phải cố gắng lắm mới tìm nổi việc làm. Người ta cho rằng nếu ai đó phải thôi việc chắc chắn phải vì lý do chính trị. Vì tại sao người ta lại muốn rời khỏi khu vực Trung Nam Hải danh giá như thế nhỉ? Không ai dám liều lĩnh trở thành một người có nghi vấn về chính trị. Với lý lịch gia đình, sự ra đi của tôi sẽ trở thành nhiều nghi vấn chính trị. Tôi kẹt trong tình thế lưỡng nan. Nhưng tôi cảm thấy rất nguy làm việc trong Nhóm Một. Mặc dù vậy, tôi vẫn luôn luôn nghĩ tới quyết định từ chức, dù chẳng đi đến đâu.

Tôi nghĩ lung lắm về tình trạng của tôi, nhưng câu trả lời vẫn như cũ, tôi vẫn muốn xin thôi việc, càng sớm càng tốt, dù hậu quả xấu như thế nào cũng kệ.

Rồi tôi đến gặp Giang Thanh, báo cáo:

- Tôi đã suy nghĩ kỹ về tình trạng của tôi ở đây. Tôi là một trí thức của xã hội cũ, không hợp với những đòi hỏi về chính trị được đặt ra đối với bác sĩ riêng của Chủ tịch. Tôi thiết nghĩ, chúng ta cần phải tìm ai đó thay tôi và người đó xuất thân từ giai cấp chuyên chính và có lý lịch trong sạch về chính trị.

Giang Thanh hỏi tôi đã báo cáo chuyện này với Mao chưa. Tôi giải thích rằng tôi đã báo cáo đầy đủ thành phần xuất thân, nhưng chưa nói chuyện xin từ nhiệm.

Bà ta trầm ngâm suy nghĩ một lát, khuyên tôi đừng đến gặp Chủ tịch. Bà muốn đích thân đến nói chuyện với ông.

Hôm sau, Giang Thanh cho gọi tôi tới. Bà đã nói chuyện với Mao và đi đến một quyết định, những khó khăn về chính trị của tôi và gia đình tôi đều thuộc về quá khứ. Ngoài ra, Uông Đông Hưng, La Thuỵ Khanh và Dương Thượng Côn đã kiểm tra kỹ lý lịch, tư cách và đã xếp tôi vào loại không có vấn đề. Nếu lấy thành phần gia đình đổ lên đầu đồng chí là hoàn toàn bất công. Chu Ân Lai cũng đã được báo cáo chuyện này. Giang Thanh bảo:

- Như vậy đồng chí có thể hoàn toàn yên tâm và trở lại công việc của đồng chí. Đồng chí hãy quên quá khứ vấn đề chính trị của đồng chí đi.

Uông Đông Hưng khá vui. Ông tự hào nói:

- Ít ra, chúng ta đã biết Chủ tịch nghĩ gì về đồng chí. Chủ tịch quý mến đồng chí, đúng thế không? Tôi đã bảo mà, hễ tôi tiến cử ai, người ấy rất xứng đáng, có phải không? Bây giờ đồng chí phải cố gắng làm việc. Đồng chí không còn gặp khó khăn gì nữa!

Thế là tôi không còn cựa quậy vào đâu được.

Sau sự việc này, Giang Thanh tỏ ra thân mật với tôi hơn trước nhiều. Bà thường gọi tôi đến để chuyện trò và pha trà mời tôi.

Bà bắt chước cách nói chuyện của Mao, thoải mái và không nặng nề. Bà động viên tôi nói thẳng và cố tìm hiểu nhưng suy nghĩ của tôi, mà không đánh giá một suy nghĩ nào. Giang Thanh có thể bắt chước giống hệt chồng, vì bà đã từng là diễn viên, nhưng thực ra lại không phải tác phong của ông. Quan điểm của bà ảnh hưởng trực tiếp từ Mao vì thế tôi thường bất đồng ý kiến, nhưng khi trò chuyện tôi rất cẩn trọng. Tôi không hề nghĩ, một lời nhận xét vô tư nhất về một cuốn tiểu thuyết hay một bài thơ, mười năm sau lại có thể trở thành nguy cơ đe doạ cuộc sống của người đó. Nhưng từ buổi ban đầu tôi không dễ gì cảm nhận thấy nhưng tôi đã có linh cảm như vậy và trước mặt Giang Thanh tôi luôn luôn cảnh giác mỗi lần đến viếng thăm.

Đầu mùa hè năm 1956, chúng tôi vẫn còn ở Quảng Châu, người y tá của Giang Thanh cho tôi hay, vợ của Chủ tịch muốn gặp tôi. Cô ta con nói thêm:

- Có tin mừng cho đồng chí đấy.

Khi tôi bước vào phòng, Giang Thanh đang ngắm nghía những tấm ảnh. Bà là người chụp ảnh nghiệp dư rất cừ. Bà đặt những tấm ảnh sang một bên và lên tiếng:

- Bác sĩ này, tôi nghe thấy người ta nói đồng chí thường ra mồ hôi khá nhiều.

Tôi lúng túng. Tôi thiếu quần áo hợp với khí hậu nhiệt đới ở Quảng Châu. Mặc dù khi làm việc tôi đã phải cởi áo ra, nhưng vì ở đây không có máy điều hoà nhiệt độ và quần của tôi may bằng vải dày, nên suốt ngày tôi vã mồ hôi.

Tôi đáp:

- Tôi không mang theo quần áo mùa hè.

Giang Thanh chỉ vào những xấp vải trên một cái bàn:

- Đồng chí hãy lấy một tấm vải để thợ may cho một bộ quần áo khác. Quần áo của đồng chí dày quá.

- Thưa, tôi có thể chỉ mắc áo sơ mi, không mặc áo vét cũng chẳng sao.

Tôi đang chần chừ thì cô y tá giật tay áo tôi, ra hiệu tôi nên nhận món quà của Giang Thanh. Nhưng tôi lại chối từ:

- Thành thật cám ơn sự quan tâm đặc biệt, nhưng tôi không dám nhận.

Tôi không muốn mang tiếng đã nhận quà của vợ Chủ tịch. Nhưng Giang Thanh vẫn không chịu.

- Đồng chí hãy nhận cho tôi hài lòng.

Bà sẽ cho người đưa tôi đến thợ may.

Món quà của Giang Thanh đã đặt tôi vào một tình thế khó xử. Mặc dù bà có tiếng keo kiệt, nhưng lần này bà lại tỏ ra hào phóng đối với tôi. Nhận món quà của bà sẽ làm nhân viên Nhóm Một thêm đố ky, họ đã từng bép xép nói xấu tôi sau lưng. Nếu tôi từ chối, có nghĩa là tôi dám xúc phạm bà và có thể cũng dám xúc phạm cả Mao nữa.

Tôi đã kể cho Uông Đông Hưng về sự khó xử của tôi. Uông nói:

- Nếu đồng chí không nhận vải, Giang Thanh sẽ quả quyết đồng chí coi thường bà ấy. Nếu đồng chí nhận, những người khác sẽ ghen tị với đồng chí. Tôi sẽ nói cho đồng chí ấy hiểu về vấn đề này và có thể thuyết phục được Giang Thanh.

Nhưng Giang Thanh không thay đổi ý kiến. Uông Đông Hưng thuật lại với tôi:

- Giang Thanh nói "Đồng chí ấy hỏi, tại sao người này không thể quan tâm đến người khác được?". Đồng chí ấy đâu muốn mua chuộc đồng chí. Nếu có ai xì xào sau lưng đồng chí, tôi sẽ giải thích cho họ biết.

Tôi buộc phải nhận món quà của Giang Thanh. Nhưng lời đàm tiếu còn tệ hại hơn những điều tôi tưởng tượng. Lý Ẩm Kiều to nhỏ:

- Giang Thanh lúc nào mà chả keo kiệt. Cử chỉ thân thiện của bà đối với bác sĩ Lý chắc chỉ là một lần đầu tiên.

Rồi Diệp Tử Long và Lý Ẩm Kiều đã phao tin, Giang Thanh và tôi rất "hữu hảo" với nhau, tức là chúng tôi là những người bạn tốt, ý bóng gió rằng, giữa chúng tôi có mối quan hệ tình cảm nào đó. Tin đồn đến tai Mao và có lẽ ông cũng nửa tin nửa ngờ.

Ngay sau khi nghe được tin đồn thổi, tôi trực tiếp đến báo cáo với Mao.

Tôi hỏi ông có biết món quà Giang Thanh cho tôi không. Ông bảo:

- Biết, biết ngay từ đầu. Đồng chí cứ nhận lấy, sao lại từ chối.

Tôi báo cáo với ông về những lời đồn thổi giữa tôi và Giang Thanh, ông bảo ông cũng đã nghe thấy.

Bố bảo Giang Thanh chẳng dám ngoại tình. Ngoại tình, Mao có cớ để ruồng bỏ, điều bà ta rất lo sợ. Nhưng bà rất khéo lấy lòng những nhân viên gần gũi Mao và hài lòng khi được đàn ông ngưỡng mộ.

Tôi báo cáo với Mao về tin đồn nhảm và chứng minh không có chuyện đó. Mao bảo:

- Người quân tử hành xử theo lương tâm.

Lời đồn thổi thế là chấm dứt.

CHƯƠNG 14

Bấy giờ đã là tháng 6. Tiết trời ở Quảng Châu nóng kinh khủng. Mao dọn đến khu nhà số 3 và ở trong một phòng khách rộng. Hàng ngày những người phục vụ mang đến năm thùng đựng đầy nước đá để làm cho Chủ tịch mát mẻ, dễ chịu. Còn chúng tôi dùng quạt máy để xua tan khí nóng.

Tối đến muỗi nhiều vô cùng. Nếu ngủ không mắc màn, muỗi tấn công, nếu mắc màn bầu không hầm hập, ngột ngạt khó thở. Mao cũng không tránh khỏi những phiền phức. Ông ta đã khiển trách đám vệ sĩ đã không gắng hết mình diệt muỗi. Đám vệ sĩ đùn trách nhiệm cho tôi. Họ nói muỗi truyền bệnh sốt rét, nên việc chống muỗi là của bác sĩ.

Nạn muỗi là một vấn đề nan giải. Chúng tôi ở trên một hòn đảo có nước bao bọc xung quanh, đó chính là sào huyệt của muỗi. Ngoài ra, lại còn các xó xỉnh trong các ngôi nhà mà trần nhà chỉ cao khoảng ba, bốn mét, với những tấm rèm cửa dầy kín mít. Ban ngày bọn muỗi đậu trên trần nhà hoặc chui vào giữa các tấm rèm. Khi mặt trời lặn, chúng mới bay ra hàng đàn. Tất cả nhưng nỗ lực để giải toả sự hành hạ con người đều thất bại. Chỉ đến khi chúng tôi đề nghị phải có thuốc DDT mua từ Hong Kong, vấn nạn muỗi mới được giải quyết.

Tiết trời oi bức cũng làm cho những cộng sự của Mao nổi cáu. Họ đề nghị tôi thuyết phục Mao đã đến lúc nên trở về Bắc Kinh. Nhưng Mao nói: "Cái nóng không hành hạ tôi. Hơn nữa, tôi còn phải hoàn tất một vài công việc ở đây, nên chúng ta phải hoãn ngày về một chút". Tôi đồ rằng có chuyện chính trị quan trọng Mao đang nung nấu suy nghĩ. Trong khi Mao đi vắng, nhiều bài xã luận đăng trên tờ Nhân dân Nhật Báo, ban lãnh đạo trung ương ở Bắc Kinh đã công khai chỉ trích "chính sách phiêu lưu" và tuyên bố, sản xuất công nông nghiệp phải được tăng trưởng từng bước vững chắc. Lúc đó, dư luận nhân dân Trung Quốc kể cả tôi cũng chưa hiểu sự chỉ trích "những chính sách phiêu lưu" của trung ương đảng nhằm vào Mao, vì ông chủ trương tập thể hoá và mở rộng sản xuất công nghiệp một cách ồ ạt.

Tôi định thuyết phục Mao trở về, La Thuỵ Khanh và Uông Đông Hưng hỏi tôi, liệu nước dòng Châu Giang có sạch không. Tôi đành bỏ ý định, vì Chủ tịch vừa nói muốn bơi ở ba con sông: Châu Giang ở Quảng Châu, sông Tương ở Trường Sa tỉnh Hồ Nam và sông Dương Tử ở Vũ Hán, tỉnh Hà Bắc. La Thụy Khanh và Uông Đông Hưng cũng như ban lãnh đạo của các tỉnh trên đều cho rằng, dự định của ông rất nguy hiểm. Đào Chú nói Châu Giang ở Quảng Châu bị nhiễm bẩn nặng. Vương Nhiệm Trọng nghĩ sông Dương Tử ở Vũ Hán quá rộng và dòng nước xoáy rất nguy hiểm. Nhưng Mao không nghe, bây giờ La và Uông chờ lời phán quyết chính thức của tôi là nước Châu Giang có bị nhiễm bẩn nặng không.

Có lẽ nước sông không sạch vì các nhà máy công nghiệp của tỉnh Quảng Châu đều làm ở phía thượng lưu của sông. Nhưng vì không xét nghiệm, nên tôi không thể nói được mức độ nhiễm bẩn như thế nào.

Uông và La đề nghị tôi kiểm tra vi khuẩn và chất thải trong nước, rồi nói lại kết quả cho họ biết, càng sớm càng tốt.

Sáng hôm sau, trước khi có kết quả xét nghiệm, một vệ sĩ của Mao đến đón tôi. Anh ta nói: "Chủ tịch có vẻ muốn đi bơi". La Thụy Khanh và Uông Đông Hưng sẽ gặp Mao và muốn tôi đi cùng.

Tôi đi ngay, vào tư dinh của Mao, hai nhân viên an ninh đã có mặt ở đó. Mặt họ đỏ bừng và nhễ nhại mồ hôi. Uông lúng túng cười gượng với tôi. Kết quả xét nghiệm giờ đây chẳng cần thiết, Chủ tịch đang thay quần áo bơi.

Mao từ phòng ngủ bước ra. Ông khoác chiếc áo choàng màu trắng, mặc chiếc quần bơi cũng màu trắng và đi dép da. Ông đi nhanh đến thẳng cầu tàu, tay vung vẩy, bước lên du thuyền đã chờ sẵn. Đào Chú, Vương Nhiệm Trọng và Dương Thượng Côn đi sát ông, tôi rảo bước theo họ. Mao muốn chứng minh với mọi người rằng, không ai có thể ngăn cản được ông.

Thuở thiếu thời, ông đã tập bơi trong ao nhà và bơi rất khá. Tất cả những ai chịu trách nhiệm về an toàn của ông đều cố khuyên can ông đừng bơi. Nhưng đám vệ sĩ của ông càng ra ngăn cản, ông lại càng quyết tâm.

Chiếc du thuyền chạy ngược một đoạn ngắn trên sông, vừa tắt máy dừng lại, lập tức có bốn thuyền tam bản vây quanh. Mao bước xuống dưới theo chiếc thang bên mạn thuyền rồi nhảy tòm xuống nước. Nhảy theo ông có khoảng 20 đến 30 vệ sĩ và các vị lãnh tụ của đảng. Tôi nhảy xuống nước cuối cùng và nhập vào vòng bảo vệ vây xung quanh. Mao quyết định nhảy xuống bơi quá nhanh, đến nỗi chỉ mình ông là người duy nhất mặc quần bơi, còn chúng tôi đều mặc quần lót.

Sông rộng trên 100 mét, lững lờ trôi. Nước sông bẩn đúng như tôi lo ngại. Thỉnh thoảng những đám rác rưởi lềnh bềnh trôi qua. Nhưng Mao chẳng nề hà. Ông nằm ngửa, để cái bụng phệ nổi lên trên mặt nước như quả bóng, hai chân duỗi thẳng như nằm trên ghế xa-lông. Nước đẩy ông trôi theo dòng và ít khi ông sử dụng chân hoặc tay để bơi.

Tôi bơi kém, nên phải dùng hết sức để giữ cho người nổi trên mặt nước. Mao để ý thấy tôi bơi khá vất vả ông nói với sang: "Đồng chí chùng người lại, đừng cử động chân tay nhiều, mới giữ người nổi trên nước lâu mà không mệt. Hãy thử đi".

Tôi thử, nhưng tiếc không có kết quả. Tôi lại phải khua chân khua tay, không thì bị chìm nghỉm. Mao bảo: "Đồng chí sợ chìm chứ gì? Đừng nghĩ vậy, càng sợ càng dễ bị chìm. Không sợ chìm người sẽ nổi".

Dương Thượng Côn và Vương Nhiệm Trọng đã học nhanh hơn. Họ đã nắm được bài dạy tập bơi của Mao và cùng trôi nổi với ông. Vài năm sau tôi cố tập ở biển, sông và bể bơi mới biết bơi theo cách của ông.

Chúng tôi bơi gần hai giờ đồng hồ xuôi theo dòng Châu Giang, độ 6 hay 7 dặm. Sau đó chúng tôi tráng lại người và ăn trưa trên boong thuyền được trang bị đầy đủ tiện nghi. Giang Thanh từ trên buồng lái xem chúng tôi bơi, bước xuống nhập bọn.

Mao cảm thấy rất sảng khoái, hệt như ông vừa thắng trận. Mao hỏi xoáy La Thuỵ Khanh:

- Người của đồng chí bảo bác sĩ Lý nói nước sông quá bẩn phải không?

Tôi chống chế:

- Tôi thấy cả phân trôi qua mà.

Mao cười sảng khoái:

- Nếu lúc nào cũng nghe lời thầy thuốc thì chúng ta chẳng thể tồn tại nữa. Tất cả sinh vật không cần không khí, nước và đất hay sao? Đồng chí nói cho tôi biết, cái gì là sạch sẽ? Tôi không tin có không khí sạch, nước sạch và đất sạch tuyệt đối. Mọi thứ đều không sạch mà đều bẩn. Đồng chí thử thả một con cá vào nước cất xem, đồng chí nghĩ con cá sẽ sống được bao lâu?

Tôi im lặng. Dẫu sao Mao cũng không chấp nhận ý kiến về vệ sinh của tôi.

Buổi tối, khi chúng tôi gặp lại nhau, tôi mới biết giữa ông và nhân viên bảo vệ của ông đã nổ ra một cuộc xung đột mới. Ông nói:

- Tôi muốn bơi ở cả ba con sông. Theo ý kiến của La Thuỵ Khanh và Uông Đông Hưng, tôi chẳng nên bơi ở con sông nào. Viện lý do Dương Tử là con sông có sóng to và nhiều xoáy nước nguy hiểm. Nếu không may tôi bị dòng nước cuốn đi thì không ai có thể cứu tôi được. Còn Đào Chú lại không muốn tôi bơi ở Châu Giang, nhưng đồng chí ấy không phản đối tôi bơi ở sông Tương. Vương Nhiệm Trọng không muốn tôi bơi ở sông Dương Tử, nhưng đồng chí ấy lại không phản đối tôi bơi ở Châu Giang và sông Tương.

Ở đây còn có vấn đề nhiệm vụ của mỗi người. La Thuỵ Khanh và Uông Đông Hưng phải chịu trách nhiệm đảm bảo an toàn cho Mao ở khắp nơi. Vì vậy họ không hề muốn Mao bơi ở bất cứ con sông nào. Là bí thư thứ nhất tỉnh Quảng Đông, Đào Chú lại phản đối việc Mao bơi ở Châu Giang và cho rằng tính mạng Mao sẽ gặp nguy hiểm. Nếu Mao bơi ở Dương Tử, thì Vương Nhiệm Trọng phải chú ý đến vấn đề an toàn cho ông.

Mao nói:

- Tôi không cần các đồng chí bảo vệ tôi. Song, các đồng chí vẫn chưa biết nước sông như thế nào, nên tôi đã cử Yến Thanh Ngọc và Tôn Vĩnh đến bơi thử ở sông Dương Tử và kể lại cảm tưởng của họ cho tôi biết.

Cả hai nhân viên an ninh này đều là những người bơi giỏi và luôn bơi cạnh Mao.

Điều không thể ngờ, Mao có thể bơi ở sông Dương Tử. Đây là con sông lớn, nước chảy xiết, hung dữ và nguy hiểm nhất Trung Quốc. Ngay việc điều khiển tàu bè trong dòng nước xiết có nhiều xoáy nước cũng là việc không dễ. Chưa có ai trong số cư dân hai bên bờ sông bơi được một quãng sông dài. Mặc dù vậy, Mao vẫn liều. Sau khi kiểm tra trở về, Yến Thanh Ngọc và Tôn Vĩnh đều đồng thanh báo cáo lại rằng, sông Dương Tử nguy hiểm hơn nhiều so với Châu Giang. Ai đã bị cuốn vào xoáy nước có thể mất mạng như chơi. Ngoài ra, trong nước còn có vô số sò ốc mang sán lá dễ gây bệnh.

La Thuỵ Khanh đề nghị Vương Nhiệm Trọng nên thông báo kết quả đó cho Mao, nhưng Vương lại cử ngay hai người bơi thử đến báo cáo vì Vương biết Mao không nghe ông.

La Thuỵ Khanh dặn đi dặn lại hai viên vệ sĩ phải nói thật cho Mao rõ. Họ đồng ý. Tất cả chúng tôi cùng đến chỗ Mao. Khi đứng trước mặt lãnh tụ, Yến Thanh Ngọc vì quá xúc động, nên lắp bắp nói không nên lời. Không có cách nào khác, Mao đành ngắt lời anh ta. Ông nói:

- Thôi được, đồng chí đừng nói nữa. Bây giờ tôi sẽ hỏi và đồng chí hãy trả lời lần lượt từng câu một.

Yến vẫn chưa hết run. Mao bắt đầu hỏi:

- Sông rộng lắm không?

Yến gật đầu:

- Thưa, rất rộng ạ.
- Có nhiều xoáy nước phải không?
- Thưa, có nhiều xoáy nước ạ.
- Người ta có thể tự thoát ra được nếu rơi vào một xoáy nước không?

Yến lắc mạnh đầu:

- Thưa không, không thể ạ.
- Như vậy, không thể bơi được ở sông đó phải không?
- Thưa, đúng thế ạ.

Đột nhiên, Mao đấm xuống bàn và gầm lên giận dữ:

- Tôi cuộc rằng, bản thân đồng chí chưa hề xuống nước. Từ đâu đồng chí biết được những điều đó? Làm thế nào đồng chí lại có thể là chỉ huy cảnh vệ của tôi được?

Mao quát:

- Gun dan!

Đó là thành ngữ cổ, dịch theo đúng nghĩa "cút mẹ mày đi!" Một thứ ngôn ngữ chắc chắn nhân dân Trung Quốc không thể ngờ phát ra từ vị lãnh tụ tối cao.

Yến tái mặt, kinh hãi đứng như trời trồng.

- Gun dan! – Mao lại quát.

Yến rời khỏi căn phòng. Những người khác không hề nhúc nhích. Mao quay sang Tôn Vĩnh.

- Bây giờ đồng chí hãy nói cho tôi biết, sông Dương Tử như thế nào?

Tôn biết rõ điều anh sẽ phải trả lời. Anh nói không do dự:

- Dạ thưa, Chủ tịch có thể bơi ở sông Dương Tử được ạ.

Mao cười. Tôn muốn nói thêm, nhưng Mao đã biết trước:

- Đủ rồi. Đừng nói nữa. Đồng chí hãy chuẩn bị đi.

Uông Đông Hưng bực tức với Tôn Vinh. Ông vặn:

- Tại sao đồng chí lại nói dối? Đồng chí đã hứa nói thật với Chủ tịch cơ mà!

Tôn đỏ mặt:

- Thưa thứ trưởng Uông, đồng chí không thấy điều gì đã xảy ra với đồng chí Yến sao? Nếu tôi cũng nói với Chủ tịch như vậy, đồng chí ấy cũng lại tống cổ tôi ra ngoài. Tôi không thể làm khác được.

Yến cũng tức và trách đồng nghiệp đã phản bội anh.

Uông Đông Hưng cố gắng trấn an Yến và hứa sẽ bảo vệ anh ta trước cơn giận của Mao. Nhưng ông không làm được điều đó.

Sau khi chúng tôi trở về Bắc Kinh, Yến bị loại khỏi Nhóm Một. Còn Tôn Vĩnh, kẻ vừa nói dối vừa phản bội đồng nghiệp vẫn tiếp tục làm vệ sĩ cho Mao, thậm chí anh ta còn được đề nghị thăng cấp.

Rốt cuộc, cuối tháng 6-1956 Mao đã lên đường. Cái đích của chuyến du hành sắp tới là Trường Sa, thủ phủ tỉnh Hồ Nam, quê của ông. Tại đó, ông muốn bơi ở con sông Tương như thuở thiếu thời. Chúng tôi đáp trên con tàu đặc biệt của Mao.

Tiết trời ở Trường Sa nóng khủng khiếp, nhiệt độ tới 40 độ C. Ngay sau hôm chúng tôi tới nơi, Mao đã bơi lần thứ nhất.

Sông Tương đang mùa lũ, có nơi rộng tới gần 200 mét. Nhóm của Mao, cả thảy có khoảng 50 chục người, bơi gần đến dãy phố chạy song song hai bên bờ. Bỗng nhiên ở đâu đó có tiếng kêu thất thanh. Một vài người nói: "Đưa đồng chí ấy vào bệnh viện". Lý Tương, trưởng phòng an công an Hồ Nam bị rắn cắn.

Mao vẫn bình thản như không có chuyện gì xảy ra, nhưng vòng người khoảng từ 25 đến 30 nhân viên an ninh bơi quanh ông khép lại La Thuy Khanh hoảng hốt hỏi tôi: "Đồng chí có thuốc chống rắn cắn không?" Tôi gật, đã chuẩn bị đầy đủ. Tôi biết ông lo ngại cho Lý Tương, còn tôi không thể giúp đỡ quan chức bị thương. Tôi chỉ chịu trách nhiệm chăm lo sức khỏe của Mao.

La Thuy Khanh không hiểu sao lại có rắn và tại sao bên an ninh không kiểm tra kỹ khu vực này.

Nhưng Mao cũng thay đổi dự định vào phút chót, nhân viên an ninh đã chuẩn bị địa điểm khác để Chủ tịch bơi, nhưng họ cũng không có cơ hội thực hiện theo kế hoạch.

Sự việc xảy ra ngoài dự kiến đã dồn thêm gánh nặng cho các vệ sĩ của Mao. Uông Đông Hưng quyết định từ nay về sau, nhân viên an ninh phải kiểm tra thật kỹ thêm khoảng cách trên 500 mét cả hai chiều nơi mà Mao sẽ xuống tắm.

Mặc dù nước sông Tương chảy mạnh hơn Châu Giang, nhưng Mao vẫn để cho người trôi xuôi dòng như ở Quảng Châu. Ông trôi đến một hòn đảo nhỏ nằm giữa sông mà hồi còn trẻ ông thường đến. Đảo đó gọi là đảo Cam.

Ngay khi ông vừa đặt chân lên đảo, một chiếc ca-nô tuần tiễu cũng đã thả neo xong. Những người cần vụ mang đến cho Mao một chiếc choàng, một đôi dép và một hộp thuốc lá. Còn chúng tôi đi chân đất và chỉ mặc độc có chiếc quần bơi. Bỗng nhiên một lũ trẻ con trên đảo nhận ra Chủ tịch đã chạy ùa tới, hô vang khẩu hiệu: Mao Chủ tịch muôn năm! Nhân viên an ninh định xua chúng đi chỗ khác, nhưng Mao cho phép chúng ở lại, ông rất muốn gặp gỡ quần chúng. Có một vài gia đình sống trên đảo. Những ngôi nhà của họ đã đổ sập tới một nửa. Những cây cam mà người ta lấy tên loài cây này đặt cho hòn đảo, chưa từng thấy ở bất cứ đâu. Mao châm một điếu thuốc, đi lại phía một bà già ăn mặc rách rưới.

Mao hỏi: "Bà sống ở đây ra sao?" Rõ ràng bà ta không hề biết trước mặt bà là vị Chủ tịch đảng cộng sản Trung Quốc. Bà vẫn lúi húi làm việc, không trả lời. Mao nhắc lại câu hỏi.

Cuối cùng bà cũng hững hờ đáp lại, không thèm ngước lên nhìn:

- *Màn màn hầu hầu lớ*!

Câu này có nghĩa "Vẫn vậy vậy thế thôi!"

Ngay lúc đó, một toán cư dân trên đảo tập trung xung quanh Mao và Mao kể thời còn trẻ ông thường bơi đến hòn đảo này. Khi đó hòn đảo vẫn còn hoang vắng.

Nhiều năm sau, vào tháng 6-1959 khi chúng tôi trở lại hòn đảo, bà già đã không còn sống ở đó nữa. Việc Mao ở lại trên đảo ngoài kế hoạch, nên lực lượng an ninh được một phen hú vía. Ngay sau đó, nhân viên phòng an ninh tỉnh và một đơn vị quân đội đóng ở gần đảo đã phải lùng tìm "những phần tử tình nghi" và đuổi tất cả dân trên đảo đi. Người ta đã biến hòn đảo thành một công viên lộng lẫy trồng cam. Vào mùa thu, hoa cam nở rộ, trông rất đẹp. Tôi hỏi Lý Tương, trưởng phòng an ninh tỉnh Hồ Nam, cái gì đã xảy ra với bà già, nhưng Lý nói không biết. Tất nhiên Lý biết, nhưng không muốn nói ra.

Vào ngày thứ ba chúng tôi lưu lại Hồ Nam, Mao lại đi bơi. Lần này tất cả chúng tôi đều bắt chước ông, thử để cho người nổi trôi theo dòng nước. Bỗng nhiên, Yến Thanh Ngọc, người đã khuyên Mao không nên bơi ở sông Dương Tử, không may sa vào hố phân. Bình thường hố phân nằm trên bờ sông, nhưng hố phân này lại ngập nước do nước đã dâng lên. Khắp người Yến toàn phân là phân. Trông anh ta thật đáng thương khiến tôi cũng phải bật cười theo những người khác.

Nhưng là bác sĩ riêng, phải quan tâm đến sức khỏe của Mao, nên buổi tối tôi đã nói đến việc này. Mao cười và cho rằng, thực phẩm mà chúng ta dùng đều nhờ phân bón. Ông nói tiếp:

- Sông Tương quá nhỏ. Tôi muốn bơi ở sông Dương Tử. Nào hãy đến sông Dương Tử!

Chúng tôi mất mấy tiếng đi tàu đến Vũ Hán.

Vương Nhiệm Trọng đã chuẩn bị tất cả mọi thứ. Chúng tôi ở nhà khách Đông Hồ. Vương tìm được một chiếc tàu thuỷ hiện đại, "Đệ nhất Đông phương hồng", có khoảng từ hai đến ba trăm chỗ và trong khoang tàu có nhiều buồng ngủ nhỏ, một phòng tắm đầy đủ tiện nghi và có nhiều nhà vệ sinh. Mao, các vị lãnh đạo đảng cũng như ban tham mưu cồng kềnh của đám vệ sĩ lên tàu ở gần một nhà máy đã định sẵn và được lực lượng an ninh canh gác. Tám thuyền chở đầy nhân viên an ninh đi theo bảo vệ chiếc tàu thuỷ của Mao và thêm bốn xuồng tuần tiểu nữa canh chừng ở khu vực xung quanh.

Khi chiếc tàu thuỷ của Mao xuôi ra giữa dòng đến chiếc một chiếc cầu lớn đang xây, Mao tụt thang xuống nước và các vị lãnh đạo khác làm theo ông. Lập tức, khoảng 40 nhân viên an ninh bơi thành một vòng quây quanh Chủ tịch. Tôi thử bắt chước bơi theo kiểu của Mao.

Tôi để cho người nổi, trôi theo nước và cử động tay chân càng ít càng tốt. Sông Dương Tử đang mùa lũ và từ giữa sông khó có thể nhìn thấy được bờ sông. Đây là con sông đẹp, đáng để thưởng ngoạn.

Bỗng tôi nghe thấy tiếng kêu từ con tầu Đông Phương Hồng và nhìn thấy những ca nô nhỏ lao nhanh hướng về phía chiếc tàu thuỷ. Mấy người thuỷ thủ nhảy xuống nước. Tôi bơi sát phía Mao, hỏi chuyện gì đã xảy ra nhưng chẳng ai biết.

Khi lên trên tàu mới hay, tướng ba sao Trần Tái Đạo, tư lệnh vùng Vũ Hán, đã xuống nước một mình sau chúng tôi không lâu. Dòng nước chảy rất xiết đã làm ông phát hoảng. Ông cố bơi trở lại tàu, nhưng dòng nước cuốn phăng, được một phen uống no nước. Các thuỷ thủ đã kịp vớt trước khi ông chìm nghỉm.

Chúng tôi đã để cho người trôi được khoảng hai giờ đồng hồ, La Thuỵ Khanh và Uông Đông Hưng yêu cầu tôi khuyên Mao nên thôi. Nhưng Mao muốn bơi tiếp, ông hỏi tôi:

- Thấy chưa, bơi trên sông Dương Tử đâu có quá nguy hiểm có phải không?

- Dạ, lo là lo chuyện khác, thưa Chủ tịch.

Mao vẫn tiếp tục:

- Đối với tôi, tất cả những chuyện khó mấy, nguy hiểm mấy tôi cũng không ngại khi đã chuẩn bị kỹ và đầy đủ. Nếu không chuẩn bị tốt, dù việc thật dễ cũng trở lên khó.

Tôi rất tán thành ý kiến của Chủ tịch, nhưng tôi nghĩ không phải ông đề cập đến chuyện bơi lội mà là những chuyện khác.

Chúng tôi cứ bồng bềnh trôi theo dòng nước hơn một giờ nữa, La Thuỵ Khanh và Uông Đông Hưng lại nhắc tôi yêu cầu Mao lên tầu Đông Phương Hồng nghỉ vì đã tới đoạn sông có nhiều ốc sò có chứa sán lá gây bệnh.

Tôi nhắc Mao nên chú ý, nhưng ông bảo:
- Chuyện vặt. Đồng chí muốn tôi trở lại tàu chứ gì!

Tôi đáp:
- Chúng ta bơi hai giờ đồng hồ là đủ rồi. Trước khi bơi, nhiều người chưa ăn uống gì cả. Bây giờ chắc họ đói lắm.
- Thôi được. Ta trở lên tàu ăn cái gì đã.

Mao Trạch Đông trong một lần bơi trên sông Dương Tử ở Vũ Hán, 1956

Một thuỷ thủ cùng bơi với chúng tôi ước đoán chúng tôi đã bơi được chừng 15 dặm. Nhưng tôi chắc quãng đường còn xa hơn nữa. Nước sông chảy xiết, nên chúng tôi không tốn sức lắm. Dương Thượng Côn cũng đồng ý, bảo: "Đây không phải là bơi, mà thả người trôi theo dòng nước".

Đến khi Mao trở lên tàu, những người chịu trách nhiệm an toàn cho ông mới thở phào nhẹ nhõm. Uông Đông Hưng rất lo, vì nếu Mao rơi vào trường hợp Trần Tái Đạo, chắc ông cũng chìm. Uông bảo:

- Chủ tịch có mệnh hệ gì chắc tôi không thoát khỏi tội thiếu trách nhiệm.

Tôn Vĩnh người đã dám nói Mao nên bơi ở sông Dương Tử cũng như trút được gánh nặng. Vì anh ta biết, đời anh ta sẽ chấm hết, nếu Mao có mệnh hệ gì. Mao mời chúng tôi dùng bữa trưa. Ông rất hoan hỉ về kết quả ông đã đạt được. Và những kẻ xu nịnh đã không bỏ lỡ thời cơ. Vương Nhiệm Trọng rót một ly rượu vang mời Mao. Ông nói:

- Thưa Chủ tịch, xin Chủ tịch dùng một ly rượu để tránh bị cảm lạnh ạ.

Mao cười lớn:

- Ai lại cảm lạnh giữa trời nóng nực như thế này? Nhưng đồng chí hãy cho chúng tôi uống cái gì đi đã. Tất cả cụng ly với tôi nào!

Ông nhấp ly rượu và nói với tướng Trần khi đó vẫn chưa hoàn hồn:

- Đồng chí Trần Tái Đạo này, tôi nghĩ đồng chí nên uống thêm chút vang nữa. Bình thường mọi người đều bơi được cả, tại sao đồng chí lại không?

Trần chẳng biết nói thế nào, đành im lặng.

Vương bắt đầu nịnh rất lộ liễu:

- Thưa Chủ tịch, chúng tôi biết Chủ tịch từ nhiều năm nay, nhưng đến giờ, mới biết Chủ tịch là một người bơi rất giỏi và có nghị lực rất cao. Khi còn trẻ, Chủ tịch đã từng nói: "Chiến đấu chống lại trời, chống lại đất, chống lại con người – hạnh phúc là vô tận". Điều này đã được thể hiện trong hành động. Hôm nay chúng tôi được bơi cùng Chủ tịch, đó là hạnh phúc vô tận cho chúng tôi. Chúng tôi đã học hỏi được rất nhiều ở Chủ tịch. Tôi hy vọng rằng, trong tương lai Chủ tịch sẽ còn dìu dắt, chỉ bảo và giáo dục chúng tôi nhiều hơn nữa.

La Thuỵ Khanh, người đã cứng đầu cứng cổ ngăn cản ý định của Mao bơi ở cả ba con sông, cũng hùa theo ca ngợi:

- Từ lâu chúng tôi là những môn đồ của Chủ tịch, nhưng vẫn chưa thấu hiểu được tất cả những gì đã học được ở Chủ tịch. Tôi không phải là người lỳ lợm, cứng đầu như Chủ tịch thường nhắc nhở. Tôi có thể sửa đổi được mình.

Dương Thượng Côn không tỏ ra chống lại các dự định của Mao, thường giữ im lặng. Dương gọi cuộc bơi của chúng tôi là "thả nổi người theo dòng nước", tôi biết, ông cũng không ấn tượng gì thành tích mà Mao đã đạt được. Mặc dù vậy, cũng bắt đầu hoà giọng ông vừa cười vừa nói:

- Không ai có sức mạnh bằng Chủ tịch. Không có vị lãnh tụ nào trên trái đất này cổ thể coi thường núi cao, sông dữ như Chủ tịch. Không có một nhân vật lịch sử nào có thể sánh được với Người.
Ngay cả Uông Đông Hưng, dù đã cố gắng làm tất cả mọi việc để can Mao đừng bơi, cũng quên hết mọi sự. Uông nói:
- Thưa Chủ tịch, chúng tôi cần rút ra bài học kinh nghiệm này. Chúng tôi không nên chỉ nhìn vào vấn đề an ninh mà cần phải noi gương Chủ tịch, làm theo những hành động vì đất nước của Chủ tịch. Nhân dân ta phải noi theo gương Chủ tịch…
Mao chìm đắm trong những lời ca tụng.
- Thôi đừng nịnh tôi nữa. Không có việc gì là không thể làm được, nếu người ta thực sự muốn làm việc đó. Các đồng chí nghĩ xem, nếu các đồng chí gặp điều gì đó bất thường nhưng không chế ngự được ngay và nếu các đồng chí buộc phải làm điều gì đó thì đừng có do dự, mà phải nghiêm túc chuẩn bị mà làm – như Vương Nhiệm Trọng vậy. Đồng chí ấy lúc đầu cũng can ngăn tôi, nhưng nhanh chóng hiểu ra và đã chuẩn bị kỹ trước khi bơi và đã làm được. Đó mới là quan điểm đúng.
Giang Thanh lại ca tụng Mao khi mọi người đã tạm ngưng. Bà đã từng là người phản đối Mao bơi ở sông Dương Tử, nhưng thái độ kiên quyết của Mao đã làm cho bà đổi ý. Với giọng khinh khỉnh, bà hỏi:
- Đi bơi có gì nguy hiểm đâu nhỉ?
Rồi bà hợm hĩnh nhìn mọi người xung quanh:
- Khi ở Quảng Châu, các đồng chí đã phản đối việc Chủ tịch bơi. Các đồng chí đã hoảng hốt ra mặt. Nhưng tôi lại nghĩ khác.
Mao thường quả quyết: "Chỉ có Giang Thanh là luôn luôn ủng hộ tôi". Ông có lý. Giang Thanh đã ủng hộ tất cả các việc làm của Mao vì bà không có sự lựa chọn nào khác.
Tất cả mọi người ở đây đều là những người lãnh đạo cao cấp của đảng cộng sản, và tôi đã liên tưởng tới những lời Mao thường nói về đồng chí của ông: "Họ thường ghen tị nhau về những ân huệ tôi ban cho". Mao nói tiếp: "Họ là những người tốt mà tôi có thể lợi dụng". Nhưng họ đều là cán bộ lãnh đạo của Đảng nhưng cũng là những kẻ thích nịnh bợ. Vậy làm sao Mao có thể lợi dụng sự nịnh bợ này?
Cuộc nói chuyện trong bữa ăn và những lời tán tụng của mọi người thật là nhàm chán và vô nghĩa. Câu chuyện chỉ xoay quanh việc Mao bơi 3 con sông. Nhưng những lời bốc thơm Mao cũng có tác dụng về chính trị. Kế hoạch cải tổ Trung Quốc của Mao thật đồ sộ, nguy hiểm và đầy mạo hiểm. Ông có tham vọng mau chóng đẩy

Trung Quốc trở thành một nhà nước xã hội chủ nghĩa. Ông phản đối sự dè dặt của ban lãnh đạo trung ương đảng, phê phán tất cả những ai cưỡng lại những dị biệt mà thiếu cân nhắc, kể cả những nhân vật bảo thủ ở Bắc Kinh. Theo quan điểm của Mao, những vấn đề xuất hiện trong quá trình tập thể hoá nông nghiệp và trong công cuộc xây dựng xã hội chủ nghĩa là do thiếu chuẩn bị đầy đủ, chứ không phải do chính sách, đường lối. Nếu bản thân Mao đã có thể bơi ở những con sông nguy hiểm mà không mệnh hệ gì, thì đất nước Trung Quốc cũng có thể dám cải tổ toàn bộ nền kinh tế và cơ cấu xã hội để tiến tới thời kỳ hoàng kim và được thế giới vì nể. Nếu các nhà lãnh đạo cao cấp Trung Quốc không ủng hộ kế hoạch của ông, thì ít ra cũng có giới lãnh đạo ở các tỉnh như Đào Chú và Vương Nhiệm Trọng đứng về phía ông. Mao chỉ có thể thực hiện được kế hoạch của ông nếu các quan chức cao cấp của các tỉnh và địa phương hợp tác. Do đó, ông thường đi vi hành các nơi. Chính ở các tỉnh, ông đã tìm kiếm sự ủng hộ mà ở Bắc Kinh ông không có và chuyến đi điền dã vào mùa hè năm 1956 của ông đã thu được kết quả to lớn.

Mao lãnh đạo Trung Quốc tương tự như ông đi bơi. Ông theo đuổi những chính sách mà chẳng ai hiểu nổi và thực hiện những ý tưởng chính trị kỳ quặc như "Đại nhảy vọt", Công xã nhân dân và Cách mạng văn hoá. Vào tháng 6-1956, những dự định chính trị mạo hiểm nhất như "Đại nhảy vọt" và Cách mạng văn hoá vẫn chưa được nói đến. Và mười công trình lớn dưới thời cai trị của ông được dự định dựng lên nhân kỷ niệm thập niên "giải phóng" đầu tiên do đảng cộng sản tiến hành, trong đó có Đại lễ đường Nhân dân và Viện bảo tàng cách mạng, phải được phác thảo trên bản vẽ từ bấy giờ. Sau lần bơi đầu tiên ở sông Dương Tử, tỉnh Vũ Hán, dần dần tôi hình dung thấy Mao có những suy nghĩ rất đặc biệt.

Ở Vũ Hán, tôi đã đi cùng Mao đến gặp Lâm Nghị Sơn – trưởng phòng kế hoạch của khu vực thung lũng sông Dương Tử. Lúc đó tôi mới biết Mao có dự định cho xây một đập nước khổng lồ chắn ngang sông Dương Tử. Khi được nghe ông Lâm trình bày, xem kế hoạch xây đập, điều làm cho tôi thật sự lo ngại là Lâm Nghị Sơn chỉ là một nhà cách mạng lão thành, chứ không phải là một nhà khoa học hay một kỹ sư, trong khi đề án lại đề cập đến một công trình kỹ thuật là thay đổi toàn bộ khu vực thung lũng sông Dương Tử. Muốn làm được điều này, cần những kiến thức khoa học chuyên sâu, nhưng kết quả như thế nào khó mà mường tượng được. Tuy thế, Mao rất phấn chấn. Ông nói với tôi:

- Trong tương lai, ba thung lũng sẽ biến mất và ở đó sẽ là một hồ chứa nước mênh mông.

Ông muốn nói tới đoạn sông Dương Tử nổi tiếng nhất với những tảng đá dựng đứng, nước chảy rất xiết, tạo nên một quang cảnh đầy thu hút vốn đã được ngợi ca trong những bức tranh, trong những bài thơ từ hàng thế kỷ nay. Buổi tối sau khi chúng tôi đến gặp Lâm, Mao đã sáng tác một bài từ để ca ngợi cuộc đi bơi, ca ngợi những con sông và sự can đảm của những người đã quyết định thay đổi cả thế giới.

Mấy khi uống nước Trường xa
Mấy khi chén cá la đà Ô Giang
Mấy khi bơi dọc sông Dương
Ngắm nhìn đất Thục mờ sương đôi bờ
Sóng to, gió rít, sương mờ
Kinh ngư vẫn vượt mới là kình ngư
Giữa trời lồng lộng bao la,
Vẳng nghe tiếng vọng người xưa phán truyền:
"Quá khứ, vị lai tại hà tất biến".
Gió nổi, buồm căng
Rắn rết sợ nằm im
Anh tài vững tay lái
Xây dựng cho tương lai
Quê hương và đất nước
Sự thật hơn mơ ước
Cầu nối giữa đất trời
Vắt ngang lưng chừng trời
Khai thông đường Bắc-Nam
Xẻ núi, ngăn mây Vũ Hán
Nước hồ kia sẽ lặng như tờ
Hồn ma quỷ dữ vật vờ trốn mau.
Thế giới đã đổi thay.
Trung Hoa đổi thay!

Không có một thế lực nào ngăn cản được Mao, kể cả sóng to bão lớn của Ban chấp hành trung ương ở Bắc Kinh phản đối. Giống như Tần Thuỷ Hoàng, người sáng lập đế chế Trung Hoa, xây dựng Vạn Lý Trường Thành, Mao cũng muốn xây những công trình vĩ đại lưu lại trăm năm cho hậu thế. Đập thuỷ điện xây trên con sông lớn nhất, quan trọng nhất chỉ là một trong những đề án ông đưa ra.

Sau này, các nhà khoa học và các kỹ sư cũng đã được đưa đến làm thuỷ điện trên sông Dương Tử. Họ biết ước mơ của Mao xây dựng đập thuỷ điện mới điều họ thực hiện. Các nhà khoa học tin ước mơ của Mao sẽ thực hiện được. Mặc dù sau này các nhà khoa học và các kỹ sư chân thật đã bày tỏ sự nghi ngờ trước Hội đồng nhà nước và trong Hội nghị tư vấn chính trị những trăn trở của họ, mãi hơn 15 năm sau khi Mao chết, công trình này mới được chuẩn y vào tháng 4-1992.

Cả hai ngày sau, Mao cũng bơi ở sông Dương Tử và cứ mỗi lần bơi xong, ông đều tỏ ra khoái trá. Sau lần bơi thứ ba, bỗng nhiên ông nói, tất cả trở về Bắc Kinh ngay gấp. Bây giờ đã tháng 7. Vì dồn tất cả tinh thần vào việc chăm lo sức khỏe cho Chủ tịch và sự tranh cãi giữa những người cộng sự gần gũi của ông, nên tôi không hề biết đến những cuộc tranh chấp chính trị mà chính Mao đã dàn xếp được khi ông vắng mặt ở Bắc Kinh. Nếu tôi muốn sống, bằng mọi giá tôi không được để lộ quan điểm chính trị của mình. Chỉ qua Mao, tôi mới biết được những thay đổi lớn lao của đất nước, từ những tài liệu trong nội bộ đảng, tôi đã nhận được tận tay và từ những báo cáo mà người bạn của tôi, Điền Gia Anh, thư ký riêng về chính trị của Mao, đã cho tôi hay. Sau khi chúng tôi trở về Bắc Kinh, việc tôi giữ khoảng cách với lĩnh vực chính trị không còn đơn giản nữa.

CHƯƠNG 15

Ở Bắc Kinh, Mao tìm cách lôi kéo tôi nhiều hơn. Càng ngày ông càng tin và muốn tôi tham gia vào chính trị chứ không chỉ đơn thuần làm bác sĩ còn làm thư ký riêng. Ông nói:
- Tôi vẫn khỏe, công việc của đồng chí không quá bận. Tôi nghĩ, đồng chí là người trung thực.
Ông muốn giao cho tôi công việc tương tự như đã giao cho Lâm Khắc. Ngoài đọc Bản tin nội bộ, một tài liệu tối mật thu gộp tin tức quan trong trong và nước, tôi còn phải tự tìm hiểu về chính trị, viết báo cáo và làm cố vấn cho Mao.

Đề nghị trên chẳng lấy gì làm hấp dẫn đối với tôi. Nếu tôi đảm nhiệm công việc của một thư ký tôi sẽ bị cuốn vào một cơn xoáy lốc chính trị, hiểm nguy khôn lường.
Hơn nữa tôi chẳng biết gì về chính trị, cũng không muốn dính dáng đến chính trị. Uông Đông Hưng khuyên tôi nên chấp nhận đề nghị của Mao. Nếu tôi trở thành một trong thư ký của Mao như vậy quan hệ của Uông đối với Chủ tịch cũng sẽ được thắt chặt. Nhưng tôi cũng thừa hiểu, những thành viên khác trong Nhóm Một sẽ ganh tị và họ sẽ châm chọc, gièm pha thêm. Chỉ cần vướng một sai lầm nhỏ, cũng đủ làm những kẻ đố kỵ nhảy bổ vào công kích. Tôi thấy rõ sự nguy hiểm. Là bác sĩ của Mao tính mạng tôi chưa hẳn đã an toàn, huống hồ khi làm thư ký cho Mao, tôi sẽ luôn phải đối mặt với những nguy nan. Tôi đã từ chối đề nghị.
Lấy cớ tôi không đủ trình độ làm những công việc hành chính, càng không thể là một thư ký đắc lực như Lâm Khắc được. Vì vậy tôi chỉ muốn được tiếp tục làm bác sĩ riêng của Mao.
Tuy vậy, Mao vẫn không chịu. Ông ve vãn ban đặc ân cho gia đình tôi. Mùa hè năm 1956, khi kỳ nghỉ hè hàng năm của chúng tôi ở Bắc Đới Hà sắp tới ông bảo đưa cả hai đứa con trai tôi cùng đi nghỉ.
Tôi viện cớ con trai út còn quá nhỏ, còn John đứa lớn lại là đứa hiếu động, hơn nữa khu an dưỡng Bắc Đới Hà gồm toàn lãnh tụ cao cấp, thật vô lễ khi tôi đem theo con.
Mao phê bình:
- Đồng chí kỹ tính quá. Chẳng có gì ngạc nhiên khi Giang Thanh nói đồng chí là người thận trọng. Nếu Lí Nạp, Lý Minh và Viên Tân có thể đi thì tại sao con đồng chí lại không đi được.

Những đặc ân Mao dành cho đã đẩy tôi vào tình trạng khó xử đối với Nhóm Một. Diệp Tử Long và Lý Ẩm Kiều có vẻ không hài lòng. Diệp gắt gỏng khi tôi kể cho ông ta nghe đề nghị của Mao:
- Nếu thế cứ cho bọn trẻ đi theo.
Tình huống này cảm thấy khó xử.

Uông Đông Hưng cứ ngỡ tôi đã ưng thuận đề nghị của Mao. Đồng thời ông cũng lo ngại về thái độ không vui của những nhân viên an ninh khi các con tôi được đi mà con những người khác lại không được đi. Ông ta khuyên tôi nên để cho bộ phận y tế ở Trung Nam Hải lo việc chuẩn bị. Như vậy, những nhân viên bảo vệ sẽ đỡ gây khó khăn.

Từ trước tới nay, tôi vẫn làm việc cho hai nơi – văn phòng An ninh dưới trưởng Uông Đông Hưng và bộ phận y tế ở Trung Nam Hải, nơi tôi chính thức là bệnh viện trưởng. Vì hầu hết những lãnh tụ của đảng cộng sản Trung Quốc đều nghỉ hè ở Bắc Đới Hà, nên nhân viên của bộ phận y tế cũng đi theo. Các cô y tá sẵn sàng chăm sóc các con tôi trên đường đến Bắc Đới Hà.

Cuối cùng tôi chỉ cho thằng lớn, John, hồi đó mới 6 tuổi, đi cùng. Erchong, Lý Liên và mẹ tôi ở lại Bắc Kinh.

Trước khi đi, trong khi nói chuyện với Uông Đông Hưng, Giang Thanh đã gợi ý tôi làm gia sư kèm cặp Lý Minh, cô con gái riêng 19 tuổi của Mao với Hạ Tử Trân, khi chúng tôi ở Bắc Đới Hà. Lý Minh là cô gái ngay thật, giản dị, gia giáo và lễ phép, nhưng không thông minh lắm. Trong chiến tranh thế giới thứ hai, cô sống ở Liên Xô, cũng không được học hành đến nơi đến chốn. Năm 1956 Lý Minh học trung học và phải học thêm các môn toán, lý và hoá. Uông Đông Hưng đã biến tôi thành gia sư của cô mà chẳng thèm hỏi ý kiến tôi.

Tôi đồng ý dạy riêng cho Lý Minh. Nhưng Giang Thanh còn có một đề nghị. Bà nghe nói vợ tôi rất giỏi tiếng Anh, muốn Lý Liên dạy tiếng Anh cho Lí Nạp. Uông cũng đồng ý như vậy.

Tôi phát bực, với tôi việc kèm cặp Lí Minh không có gì đáng ngại, nhưng vợ tôi kèm Lí Nạp lại là chuyện rất khó. Bởi vì tuy mới 16 tuổi, nhưng Lí Nạp, con gái của Giang Thanh thiếu lễ độ, rất hỗn xược, đáng ghét. Ngược lại, Lý Liên, một phụ nữ cởi mở, hiền lành, nhu mì làm sao có thể chịu đựng được Lí Nạp.

Uông nói:
- Tôi đã hứa với đồng chí Giang Thanh rồi. Đồng chí đừng làm tôi khó xử.
Nhưng tôi vẫn kiên quyết nói:

- Không! Lý Liên rất bận.
Vợ tôi làm ở ngoại giao đoàn, thường đưa các phái đoàn nước ngoài đi đây đó khắp Trung Quốc. Tôi nói tiếp.
- Cô ấy không phải là đảng viên. Nếu cô ấy cứ ra vào nhà Mao chủ tịch sẽ không tiện lắm. Vả lại, cha mẹ cô đã từng là địa chủ và anh chị cô ấy hiện đang sống ở Đài Loan. Cô ấy có nhiều vấn đề về chính trị khiến chúng ta lưu tâm.
Uông cứ nhất định bảo La Thuỵ Khanh và ban an ninh đã kiểm tra kỹ lí lịch Lý Liên.
Tôi buộc phải cương quyết, đành nói:
- Đồng chí đã thấy tôi gặp bao nhiêu khó khăn là gì, tôi không thể để Lý Liên làm việc ở đây, bởi chỉ gây thêm phiền hà cho tôi mà thôi.
Uông nổi giận:
- Đồng chí không tin vào sự lãnh đạo của đảng à? Thứ trưởng La và tôi đã đồng ý, nhưng đồng chí lại khước từ. Chính đồng chí cũng gây phiền hà không kém cho chúng tôi.
Tôi phản ứng:
- Không phải tôi gây khó khăn, nhưng đồng chí biết Giang Thanh, người phụ nữ khó tính như thế nào rồi, Lí Nạp lại là cô gái khó bảo, hỗn xược. Đến ngay Diệp Tử Long và Lí Thanh Đạo còn tung tin nhảm về tôi. Nhà tôi, người phụ nữ bình thường, mềm yếu, chẳng thể nào phù hợp với nhân viên Nhóm Một.
Nhưng ông vẫn không nhượng bộ:
- Thôi được. Đồng chí không cần phân vân. Tôi sẽ đích thân nói chuyện với vợ đồng chí. Đồng chí bảo cô ấy đến gặp tôi.
Tôi tức tốc về nhà và khẩn khoản yêu cầu Lý Liên đừng lùi bước. Cô ấy hứa, đi ngay đến chỗ Uông. Tôi bồn chồn đợi cô ấy trở về.
Một tiếng sau, Lý Liên trở về. Cô có vẻ bình tĩnh. Vẻ mặt cô đã phá tan mọi sự lo ngại của tôi. Cô kể:
- Em và Uông nói chuyện với nhau rất thoải mái. Em kể cho thứ trưởng Uông về công việc của em, về những vị khách nước ngoài em đưa họ đi du lịch khắp đất nước. Bởi vậy, em không thể thu xếp thời gian để dạy Lí Nạp.
Tôi nhẹ hẳn người và khen:
- Em khá lắm. Thế đồng chí ấy nói gì?
- Đồng chí ấy chăm chú lắng nghe. Sau đó đồng chí ấy cũng thừa nhận công việc này cũng chẳng nhẹ nhàng chút nào và cuối cùng đồng chí ấy nói, sẽ bàn lại việc này sau. Thế thôi.
Hôm sau, khi gặp tôi Giang Thanh nói:

- Vợ đồng chí bận lắm à?
- Vâng, cô ấy phải lo cho rất nhiều khách nước ngoài và thường về muộn.

Giang Thanh gặt đầu:
- Chuyện Lí Nạp chúng ta nói sau vậy. Đồng chí có thể bắt đầu dạy Lý Minh chứ?
- Vâng, mỗi ngày hai tiếng.

Cuối tháng 7-1956, tôi cùng với Mao đáp một chuyến tàu đặc biệt đi Bắc Đới Hà. Mao và Giang Thanh lại ở trong ngôi nhà số 8. Chị của Giang Thanh, cả hai cô con gái của Mao và Viễn Tân, cháu trai của Mao, sống trong căn biệt thự cũ của Trương Học Lương, người đã từng bắt cóc Tưởng Giới Thạch 1936 và rồi bị giam lỏng tại Đài Loan. Còn tôi và thư ký Lâm Khắc ở ngôi nhà số 10.

Bắc Đới Hà đẹp một cách huyền diệu, tiềm ẩn. Năm 1954, Lý Liên và tôi đã ở đây, hoá ra đó là kỳ nghỉ hè cuối cùng trong hơn hai thập niên chúng tôi đã yêu nhau tại nơi này. Lúc đầu Bắc Đới Hà chỉ là một làng chài nhỏ ven biển ở trong vịnh Bắc Hải, phía Bắc tỉnh Hà Bắc. Sau chiến tranh Nha phiến (giữa Anh và Trung Quốc 1839-1843, chú thích của người dịch), người Anh đã biến làng này trở thành một nơi nghỉ mát tuyệt vời, xây dựng một tuyến đường sắt đến tận Bắc Kinh. Ngay cả khi người Anh rút đi, ở đây vẫn tiếp tục phát triển. Những người có chức quyền, những thương gia giàu có người Trung Quốc đã cho xây các biệt thự ở đây và bây giờ ở đó đã mọc lên vô số các cửa hiệu, nhà hàng. Những ngôi biệt thự được xây bằng gạch nung màu đỏ theo kiểu Anh nổi bật trên nền trời xanh, mây trắng, trông như tranh vẽ. Còn mặt biển sắc màu sặc sỡ biến hoá, hệt như ống kính vạn hoa. Màu xanh của biển, theo lời dân chài, mặt biển thay đổi theo màu sắc của những đàn cá nổi lên sát mặt nước. Chúng tôi thích nhất loài cá làm cho mặt biển có một vệt sáng, trông như được giát bạc.

Năm 1954, khi tôi với Lý Liên ở Bắc Đới Hà, chúng tôi thường dậy vào khoảng hai, ba giờ sáng và đi nhặt sò trên bãi cát trong khi thuỷ triều xuống. Đến khoảng bốn giờ, khi những ngư dân bày bán những hải sản họ vừa đánh được, chúng tôi đi mua đồ ăn cho cả ngày. Tôm ở đây rất ngon, nhưng chúng tôi thích một loại cá tên Trung Quốc bimuyu (thờn bơn). Hai mắt cá thờn bơn cùng nằm một bên, khiến chúng tôi nhớ tới một bài thơ tình của Trung Quốc về đôi cá bimuyu cũng nhau bơi ra khơi.

Trong khi nghỉ mát cùng với Mao, tiết trời thật tuyệt, như để cho chúng tôi trốn cái nóng ở Bắc Kinh. Cứ buổi sáng và chiều, một làn gió nhẹ, mằn mặn từ biển thổi vào, thật dễ chịu và mát mẻ. Ngay trước cửa khu biệt thự có một bãi cát phẳng lì, chạy dài 11 km từ đông sang tây. Và ở chân trời xa xa, những chiếc thuyền buồm trông vui mắt đang bồng bềnh trên mặt nước. Mặt tiền khu biệt thư có bốn cây mận trĩu cành những quả mận tím ngọt, to bằng quả trứng gà, chỉ chờ người hái. Mỗi khi trời đổ mưa, chúng tôi đi thành từng nhóm nhỏ vào rừng hái những cây nấm to, thơm mùi thông, trồi lên khỏi mặt đất khi gặp hơi ấm và cùng với tôm khô, đầu bếp của chúng tôi đã nấu món súp cực ngon. Mao không thích súp nấm, nhưng Giang Thanh lại rất khoái món ăn này.

Một bầu không khí đầy quyến rũ bao trùm Bắc Đới Hà. Tối nào người ta cũng chiếu phim, trong đó có những cuốn phim nước ngoài mới nhất. Vào thứ tư và thứ bảy hàng tuần, Mao tổ chức dạ vũ trong hội trường lớn có ban công lộ thiên. Đôi khi, Lưu Thiếu Kỳ và Chu Đức cũng tham gia. Buổi sáng tôi dạy Lý Minh học hai tiếng, còn buổi chiều tôi đi bơi với Mao, được một tiểu đội vệ binh hộ tống và vô số nhân viên của văn phòng chính, cả thảy đến ba, bốn chục người. Lính gác đã neo một cái bè cách bãi cát khoảng hai nghìn mét để Mao có thể nghỉ ngơi và tắm nắng ở trên bè trước khi bơi trở lại bãi cát.

Về mùa hè, ở Bắc Đới Hà thường có giông tố dữ dội. Những đợt sóng cả ào qua chiếc bè. Tuy vậy, ngày nào Mao cũng quyết bơi ra đó. Uông Đông Hưng và La Thụy Khanh tìm cách cản Mao. Tôi và Mao đã vật lộn với những cơn sóng dữ – ngoài cảm giác kích thích, đôi khi còn hãi hùng nữa. Sóng biển nâng chúng tôi lên cao, ném chúng tôi vào không trung rồi dìm chúng tôi xuống biển sâu. Vì ngạt thở, tôi cố vẫy vùng để nhô lên mặt nước. Tôi thường phải dốc hết sức bơi về phía chiếc bè, để sau đó lại được một con sóng lớn lôi trở lại bải cát.

Sau chuyến mạo hiểm, Mao hỏi tôi:

- Đồng chí có thấy rỡn với sóng to gió lớn thích không?
- Dạ, tôi chưa bao giờ được mạo hiểm như thế này.

Thực lòng tôi cũng không biết mình thích hay không.

Mao khẳng định:

- Giống như chúng ta vừa cưỡi mây đạp sóng 10 ngàn dặm!

Ở vùng biển đó có rất nhiều cá mập. Đám lính gác của Mao đã giăng lưới phía trước bè, không cho cá mập vào gần. Lần nào lính gác bắt được cá mập, họ đều cho Mao xem – một lời cảnh cáo ngầm: đừng bơi quá xa.

Mao thường ở lại bên bãi cát đến tận chiều. Ông đọc tài liệu hoặc tán chuyện với những vị lãnh đạo khác của đảng. Một căn lều vừa là phòng khách vừa che nắng cho ông.

John, cậu con trai của tôi mau chóng quen với cuộc sống ở Bắc Đới Hà. Đây là kỳ nghỉ hè đẹp nhất của thằng bé. Cháu trở về Bắc Kinh với nước da rám nắng, trông thật khỏe khoắn. Nhân viên an ninh yêu mến cháu, chiều chiều đưa nó đi bơi, tối dắt đến xem phim. Lý Minh cũng có thiện cảm với cháu. Hai đứa trẻ thường cùng chơi với nhau. John ở với tôi, sáng nào cháu cũng gấp chăn màn cho bố, lo quần áo của hai bố con lúc nào cũng sạch sẽ. Tôi rất tự hào về tư cách của cháu.

Những lãnh tụ khác của đảng cũng hay lui tới Bắc Đới Hà, nhưng tôi thường xuyên gặp là Lưu Thiếu Kỳ và Chu Đức. Những vị lãnh đạo khác ngại Mao, bởi vậy họ thường sống khá dè dặt. Họ tắm ở bãi tắm riêng, tổ chức những tối khiêu vũ trong những khu nhà chính phủ dành cho họ ở khu Đồi Đông. Hiếm khi họ dám tới gần khu nhà Mao. Tôi chưa lần nào đến khu vực đó, vì Mao mong đợi ở chúng tôi lòng trung thành tuyệt đối, sợ chúng tôi có thể tiết lộ những bí mật của ông.

Tuy nhiên Chu Đức có vẻ không biết Mao vẫn còn giận. Ông thường ra bãi cát mỗi khi Mao ở đó, thậm chí đôi khi còn tán chuyện với Mao ở trong lều. Vị cựu tổng tư lệnh này không biết bơi, nên ông thường mặc áo phao khi xuống nước. Ông rất mê chơi cờ tướng. Những lúc không có bạn chơi, ông thường rủ con trai tôi làm một ván. Chu Đức luôn cư xử lịch lãm, ân cần đối với tôi và cũng rất lưu tâm đến sức khỏe của Chủ tịch về bữa ăn, giấc ngủ.

Ngoài Chu Đức ra, còn có Lưu Thiếu Kỳ, dáng cao, gầy, tóc hoa râm, hơi gù, là lãnh tụ đảng duy nhất thường tới thăm Mao trên bãi cát. Ông thường xuất hiện vào khoảng từ ba đến bốn giờ chiều. Lưu Thiếu Kỳ vốn dè dặt, đeo kính và hồi đó được coi là mẫu người kế nhiệm Mao, nhân vật số hai trong đảng, phụ trách những việc chính trị nội bộ. Mặc dù Mao và Lưu cộng tác chặt chẽ với nhau, nhưng họ có vẻ là đồng chí, chứ không phải là bạn của nhau. Ở Bắc Kinh họ rất ít gặp nhau và gần như chỉ liên lạc với nhau qua thư từ. Nếu trung ương đảng soạn thảo một tài liệu cần sự chuẩn y của Mao, trước tiên người ta phải gửi cho Lưu. Ông xem xét, ghi lời góp ý bên lề, rồi chuyển qua phòng bảo mật chuyển cho Mao. Sau đó, Mao lại gửi tài liệu trở lại cho Lưu, kèm theo những phê chuẩn của mình.

Người vợ sau cùng của Lưu Thiếu Kỳ là Vương Quang Mỹ thường theo chồng đi nghỉ mát ở Bắc Đới Hà. Như nhiều phu nhân của các vị lãnh đạo đảng khác, bà trẻ hơn chồng một chút. Hồi đó, Vương khoảng ba mươi, tóc đen, dày, khuôn mặt dài và răng hơi hô. Bà không đẹp nhưng có vẻ quyến rũ, dễ mến và là một phụ nữ ưa ánh đèn sân khấu.

Hễ gặp Mao bà chào đón xởi lởi, thậm chí có lần bà còn bơi với Mao ra tận bè. Giang Thanh không hề giấu giếm mối ác cảm đối với vợ Lưu và tôi nhận thấy cả sự ghen tuông của bà. Vương trẻ hơn Giang Thanh nhiều, dễ mến và dễ gần. Giang Thanh thường lấy cớ mệt nên chẳng ra bãi cát. Không bao giờ bà chịu tập bơi và bà thấy khó chịu với bàn chân phải có sáu ngón. Vì thế, mỗi khi xuống nước, bao giờ bà cũng giấu đôi bàn chân trong ủng cao su.

Lưu để lại vô số con cái sau nhiều cuộc hôn nhân và trong mùa hè này, một số người trong cuộc cũng có mặt ở Bác Đại Hà. Lưu Đạo, cô con gái 16 hay 17 tuổi gì đó của Lưu với Vương Tiền, người vợ cũ, hoạt bát, vui vẻ và cởi mở, thỉnh thoảng bơi với Mao ra bè. Và trong các buổi dạ vũ được tổ chức mỗi tuần hai lần, cô thường mời Mao nhảy với tất cả sự trong trắng. Đối với cô, không bao giờ Mao tự cho mình thoải mái như đối với nhiều thiếu nữ khác. Mặc dù vậy, Giang Thanh bực tức ra mặt, vô lý với Lưu Đạo chỉ vì sự hồn nhiên và cởi mở của tuổi trẻ.

Giang Thanh thường xuyên nổi nóng, tôi gắng quen với thói xấu của bà ta. Nhưng ở Bắc Đới Hà thơ mộng, tôi không thể ngờ những vụ ghen tuông lặt vặt và những hồ nghi của bà, mười năm sau lại có thể biến thành sự thù hận, đến nỗi bà đã tìm cách xoá sổ cả gia đình Lưu Thiếu Kỳ.

Vào mùa hè năm 1956 ấy, không ai có linh cảm, sau này chính Mao chống lại người mà tất cả chúng ta đều cho là người tin cậy nhất của Mao.

Nhưng sự đổ vỡ này đã được định trước vì giữa Mao và Lưu có sự bất đồng về vai trò của Lưu trong bối cảnh chính trị trong nước. Mao tự cho mình là lãnh tụ tối cao, lời nói của ông là mệnh lệnh cao nhất. Ông coi Lưu Thiếu Kỳ như một người phụ tá trong việc giải quyết công việc hàng ngày của đảng. Nhưng theo cách nhìn của mình, Lưu Thiếu Kỳ coi mình ngang bằng, hay ít ra cũng gần như thế và đất nước không thể thiếu ông. Lưu càng tỏ ra muốn ngang hàng với Mao bao nhiêu, Chủ tịch càng không vừa lòng bấy nhiêu.

Mùa hè năm 1956 đã đánh dấu bước ngoặt trong mối quan hệ của Mao đối với Lưu. Mãi tới khi chính mối quan hệ của tôi đối với Mao đột ngột xấu đi thì tôi mới phát hiện ra điều này.

CHƯƠNG 16

Tưởng mùa hè này gây khó chịu nhất đối với tôi là những cơn giông bão ở Bắc Đới Hà, nhưng hoá ra không phải thế. Lần đầu tiên tôi được nếm cơn giận dữ của Mao mà lỗi do Phó Liêm Chương gây ra. Ngay sau khi về Bắc Kinh vào tháng 6-1956, Phó Liêm Chương đề nghị tôi báo cáo sức khoẻ của Mao cho ông. Phó vẫn chịu trách nhiệm chung về sức khoẻ của Mao. Phó viết cho Chủ tịch một bức thư, yêu cầu tôi đưa tận tay. Trong thư ông giới thiệu một thứ thuốc ngủ mới, biệt dược Phanodorm của Tây Đức và thông báo thuốc đã được kiểm tra cẩn thận, yêu cầu nhóm bảo vệ sức khoẻ chúng tôi dùng cho Chủ tịch.

Tôi thấy không cần thiết phải dùng thuốc mới. Từ khi tôi thay đổi cách điều trị, Mao ngủ tương đối tốt hơn, trung bình từ 6 đến 12 giờ trong một ngày đêm, chẳng có lý do gì phải dùng biệt dược mới. Phó phải biết rõ hơn ai hết Chủ tịch chẳng ưa bác sĩ khám xét. Chính Phó đã từng kể chuyện đoàn bác sĩ Liên Xô khám cho Mao năm 1951 bị bỏ dở, để cảnh báo tôi Mao rất ghét khám bệnh.
Tôi trình bày sự không đồng tình của mình với Phó.
Ông đồng ý gác lại việc dùng thuốc ngủ mới, nhưng khăng khăng yêu cầu tôi khuyến khích Mao đi kiểm tra sức khoẻ. Phó lại nhắc đi nhắc lại, ông theo Mao từ những năm 30 và luôn luôn được tin tưởng, bảo: "Đồng chí cứ chuyển cho lãnh tụ thư của tôi" – Phó gọi hai chuyên viên Nội khoa từ Trường Đại học Tổng Hợp Y khoa Bắc Kinh chuẩn bị đến để kiểm tra. Tôi lại phản đối, nhưng Phó đột ngột cắt lời, nhìn tôi với ánh mắt lạnh lùng, phán:
- Đồng chí đừng có nhiều lời, mọi việc đã quyết.
Tôi trong tình thế rất khó xử. Về hình thức, Phó Liêm Chương là thủ trưởng, tôi không thể không tuân lệnh. Tôi biết Mao sẽ bác đề nghị của Phó, và tất cả các bực tức của Mao có thể đổ xuống đầu tôi nếu chuyển bức thư này. Tôi tính kế hoãn binh.
Hai ngày sau. Phó bực mình vì sự chậm trễ và yêu cầu tôi đưa thư tận tay Mao ngay.
Tôi chẳng còn cách nào khác, chuẩn bị tinh thần gặp chủ tịch.
Mao vừa mới bơi xong, đang tắm nắng, trông thấy tôi, ông hỏi:
- Sao đồng chí đến muộn thế? – Mao muốn biết lý do vì sao. – Bác sĩ cũng cần phải chăm sóc sức khoẻ của mình chứ.
Tôi thay quần bơi, nhảy ùm xuống bể.

- Đừng để ý đến tốc độ vội, cứ luyện sức dẻo dai đã – Mao hướng dẫn tôi, trong khi vẫn phơi nắng.
- Tôi vẫn chưa thuộc cách bơi của Chủ tịch – Tôi trả lời – vẫn cần tập nhiều.

Mao lội xuống, bơi sát bên để tôi biết rõ cách bơi của ông. Mao khen:
- Đồng chí có thể lực tốt đấy.

"Bắt đầu được rồi", tôi nghĩ thầm, nói:
- Khi chúng ta ở Vũ Hán, Chủ tịch bơi ở sông Dương Tử mỗi lần vài giờ liền thế mà nhịp tim và hệ tuần hoàn vẫn bình thường.
- Đồng chí lại nịnh tôi rồi – Mao cười.
- Không đâu, tôi nói thật đấy. Nhiều thanh niên không thể bơi lâu như vậy được. Có thể lấy ví dụ – thậm chí ngay cả một thuỷ thủ không đủ sức bơi cùng với chúng ta.
- Sao tôi không biết điều này nhỉ?
- Khi bơi có đông người, đồng chí Uông Đông Hưng giấu chuyện anh thuỷ thủ sợ phiền lòng người khác.
- Trong trường hợp như thế có gì mà phải phiền lòng. – Mao nhận xét – Thể trạng mỗi người khác nhau, không ai giống ai.
- Không có gì bằng, nếu bây giờ Chủ tịch đi kiểm tra sức khoẻ tổng thể trong khi đang rất khoẻ mạnh hay biết bao – Tôi thận trọng thăm dò – Kết quả khám sẽ dùng làm bảng tiêu chuẩn cho những kỳ kiểm tra trong tương lai.

Tôi không nói chính Phó Liêm Chương yêu cầu, e Chủ tịch buộc tội tôi thụ động nghe lời của Phó mà không có trách nhiệm cá nhân.

Mao liếc nhìn tôi, lắc đầu:
- Đấy chỉ là ý kiến riêng của bác sĩ. Khi nông dân đau ốm, họ cũng chẳng để ý. Mọi thứ sẽ tự qua đi. Thậm chí nếu ốm nặng, không phải ai cũng tới bác sĩ. Thuốc chỉ chữa được bệnh tật thông thường, không chữa được bệnh nan y. Có thật thuốc có thể chữa được các loại bệnh không? Thí dụ, ung thư chả hạn. Chẳng lẽ bác sĩ có thể chữa được nó à? Tôi nghĩ là không!

Tôi cố giải thích, giai đoạn đầu của ung thư người ta có thể chữa được nếu khối u đó chưa thành ác tính, bằng phẫu thuật hiện đại có thể loại bỏ được.
- Tuy nhiên nếu không có sự khám xét tổng thể, không thể phát hiện ung thư ngay từ giai đoạn đầu.

Mao ngắt lời tôi:
- Đồng chí hãy cho ví dụ.

Phần đông những người lãnh đạo đảng cộng sản Trung Quốc là những người tương đối trẻ và khỏe mạnh. Đương nhiên, tôi không thể lấy họ ra làm ví dụ được đành nói về một số trường hợp chữa thành công về ung thư vú.

Mao cười, vì tôi đã công nhận ông lập luận đúng.

- Ung thư vú – ông nhận xét – có thể nhận biết bằng mắt thường. Nó phát sinh ra trên bề mặt cơ thể, vì thế có thể phát hiện kịp thời và chữa chạy bằng mổ xẻ. Tuy nhiên có nhiều thể ung thư, không phải loại nào cũng chữa được. Hiện nay y học còn bó tay.

Mao ngừng một lát, sau đó hỏi:

- Có phải đồng chí muốn nói với tôi nên kiểm tra sức khoẻ phải không?

- Đây là thư của thứ trưởng Phó Liêm Chương – tôi lấy từ trong túi ra – Chủ tịch hãy đọc qua.

Đọc sơ qua bức thư, Mao giận dữ quát:

- Lại Phó Liêm Chương, biết ngay mà, ông ta chẳng có việc gì làm. Bây giờ tôi không có thời gian để theo ý ông ta vẽ ra. Hãy chờ khi tôi đến Bắc Đới Hà.

Thế là chúng tôi quyết định cử các bác sĩ của Phó đến Bắc Đới Hà, kiểm tra sức khỏe tại đó.

Phó không giấu vẻ vui mừng.

- Thấy chưa – ông nói – khi Chủ tịch biết của tôi, ông đồng ý ngay lập tức.

Phó vẫn còn ngây thơ cho rằng lãnh tụ đối xử tốt với ông giống như cách đây 30 năm.

Bộ y tế lập kế hoạch tỉ mỉ khám tổng thể cho Chủ tịch và Giang Thanh. Khám cho Mao là giáo sư Trương Tiểu Giang và Đặng Kiếm Đông, thuộc Trường Đại học Tổng Hợp Y Khoa Bắc Kinh. Kiểm tra sức khoẻ cho Giang Thanh được giao cho bác sĩ Vũ Ánh Phương và Lâm Giảo Trí. Họ không cần chờ lâu. Giang Thanh đến đúng ngày và việc khám được tiến hành. Chủ tịch đã ở Bắc Đới Hà, nhưng không đến bệnh viện. Các giáo sư chờ gần hai tuần lễ, nhưng tôi không dám nhắc Chủ tịch đến hay không, ông rất bận. Cuối cùng Phó gọi điện phê bình tôi, bảo, hai bác sĩ có việc cần trở về Bắc Kinh gấp, yêu cầu tôi nhắc Chủ tịch đến kiểm tra sức khỏe.

Tôi cho rằng chuyện này đơn giản, vì Mao đã đồng ý kiểm tra sức khỏe chỉ chờ thời gian thuận tiện. Hôm sau, tôi gợi chuyện trong lúc học tiếng Anh. Tôi nói với Mao rằng các chuyên gia từ Bắc Kinh đã đợi 2 tuần, muốn biết khi nào ông kiểm tra sức khỏe.

Mao trả lời:

- Để cho họ nghỉ ngơi một chút tránh cái nóng Bắc Kinh đã – Mao trả lời.
- Thế tôi sẽ nói với họ thế nào? – tôi lo lắng hỏi.
- Nói cái gì cơ?
Tôi ngạc nhiên hỏi lại:
- Chẳng lẽ chúng ta chưa nói chuyện về việc khám bệnh đấy sao.
Mao tự nhiên cáu kỉnh:
- Ai nói rằng tôi đi kiểm tra sức khỏe?
Tôi nhắc khéo:
- Chính Chủ tịch đề nghị khám ở Bắc Đới Hà?
Bỗng nhiên Mao khùng lên:
- Tôi không thể đổi ý được hay sao?
Ông to tiếng:
- Tôi thậm chí có thể bác bỏ quyết định của Bộ chính trị. Thằng Uông Đông Hưng chắc lại nghĩ ra cái trò này. Không khám xét gì hết! Bảo nó cút khỏi đây.
Tôi hoàn toàn không hiểu tại sao lãnh tụ lại giận dữ đến như thế, cũng không thể hiểu ông ra lệnh đuổi ai.
Tôi lúng túng đáp:
- Thưa, đây là ý kiến đề nghị của Thứ trưởng Phó Liêm Chương, chứ không phải Uông Đông Hưng đâu ạ.
Mao thét lên:
- Đuổi mẹ cả thằng Phó bố láo đi!
- Nhưng ông ta không có đây – tôi nói lí nhí – Tuy vậy tôi tin Mao cho rằng tôi có thể huỷ chuyện kiểm tra sức khỏe của ông.
Cơn giận dữ của Mao thật bất ngờ và bất thường đến nỗi tôi hoàn toàn lúng túng. Kiểm tra sức khỏe định kỳ cho lãnh tụ là chuyện bình thường của người bác sĩ, không có chuyện gì sai cả. Nếu không muốn, ông có thể lịch sự khước từ, cớ sao lại cáu giận.
Khi tôi ra ngoài phòng, Lý Ấm Kiều chạy theo giải thích:
- Chủ tịch không cáu giận đồng chí đâu.
Hoá ra Lý Ấm Kiều và vệ sĩ Tiểu Chương đứng ngoài cửa nghe được. Lý nói tiếp:
- Mấy hôm nay Bộ chính trị họp. Ngoài ra, còn có một số cuộc họp với các bộ trưởng của Quốc vụ viện, với các bí thư tỉnh uỷ. Thảo luận nhiều vấn đề. Chủ tịch còn phát cáu vì có quá nhiều bảo vệ trong đoàn tầu của ông và đám đông nhân viên an ninh trong thời gian Chủ tịch bơi trên sông Dương Tử. Tôi cũng không rõ chuyện đó ra sao nữa.

Nghe xong, tôi nghĩ, có thể, Mao không hoàn toàn cáu tôi, mà cáu ai đó trong hàng ngũ lãnh đạo cao cấp, nhân chuyện tôi, ông tuôn ra sự bực dọc đó.

- Nếu ngày mai Chủ tịch không giải thích cho đồng chí vì sao, chắc đồng chí Giang Thanh cũng nói thôi – Lý an ủi – Đừng lo lắng, quẳng cái ấy ra khỏi đầu đi.

Nhưng tôi không cách nào thể an tâm được. Tôi thường thấy, Mao cư xử thô lỗ với người khác như thế nào, nhưng ông chưa lần nào giận giữ và thô lỗ, văng lời khiếm nhã như thế này với tôi. Tôi rất buồn và thất vọng. Tôi sẽ phải làm việc như thế nào với con người nóng nảy, tính khí bất thường này đây? Bỗng nhiên tôi hiểu việc phục vụ lãnh tụ hoá ra cũng đầy khó khăn và nguy hiểm. Tôi muốn thoát khỏi Trung Nam Hải, về làm việc ở bệnh viện nào đó.

Trở về phòng riêng, tôi tự kiểm lại bản thân để tìm nguyên nhân, và hiểu ngay rằng mình cũng có lỗi trong vụ này. Biết Mao không thích kiểm tra sức khỏe mà cứ nài nỉ. Hình như ông ừ ào qua quýt chỉ để tôi đừng đả động đến việc này nữa. Từ trước tôi không quan tâm đến chính trị, vì thế tôi không hiểu Mao có những chuyện gì xảy ra ở Bắc Đới Hà. Có thể, ông đang gặp những vấn đề hóc búa, còn tôi đưa ra ý kiến chẳng đúng lúc. Tôi đúng là kẻ vô tâm.

Chiều hôm sau Mao gọi tôi đến. Khi tôi có mặt ở văn phòng ông, Mao cười và nói:

- Làm việc với tôi không dễ chịu chút nào, đúng không?

Tôi cũng cười, thay cho việc đáp lại.

Mao nói:

- Nổi cáu là một trong những vũ khí của tôi. Khi người ta muốn tôi phải làm cái tôi không muốn tôi nổi khùng, thế là họ thôi. Vừa qua tôi nổi khùng không phải với các bác sĩ, đừng chấp tôi làm gì. Tôi luôn luôn cho rằng không những cần phải phê bình, còn phải tự phê bình nữa. Vì thế, nếu mai kia đồng chí cho rằng tôi có cái gì không đúng, nói thẳng với tôi, đừng nói sau lưng tôi. Kiểu ấy tôi rất ghét.

- Thưa Chủ tịch – Tôi trả lời – Tôi đã hành động thiếu suy nghĩ, đem chuyện khám bệnh ra bàn không đúng lúc.

- Ở Bắc Đới Hà tôi có nhiều chuyện quan trọng phải làm.

Mao giải thích. Ông nói, vài tuần nữa sẽ khai mạc Đại hội lần thứ VIII Đảng cộng sản Trung Quốc, phải chuẩn bị nội dung, không có thời gian kiểm tra sức khỏe.

- Hãy chuyển lời cho các bác sĩ rằng tôi rất bận – ông yêu cầu – Tôi sẽ đi kiểm tra sức khỏe sau – Ông nghĩ một lát, rồi tiếp tục, giọng bình tĩnh hơn:

- Hãy quan tâm đến các bác sĩ ấy. Nếu họ muốn, họ có thể ở lại Bắc Đới Hà lâu hơn. Bác sĩ Trương Tiểu Giang người cùng quê Hồ Nam với tôi. Có thể, tôi cố thu xếp thời gian để chuyện trò với ông.

Tôi vẫn chưa biết về tình hình chính trị trong nước, nhưng cũng cảm thấy rằng Mao giận dữ ai đó. Sau khi làm lành, cũng như trước đây, Mao tin và tôn trọng tôi. Chúng tôi hàng ngày học tiếng Anh, mỗi khi mất ngủ ông gọi tôi đến tâm sự. Chủ tịch thường phẫn nộ bởi chính sách của Liên Xô trong quan hệ với Trung Quốc, ông thường nhắc, ta cần học hỏi phương Tây. Ông cho rằng tư duy phương Tây giúp đỡ việc hồi phục văn hoá của đất nước lạc hậu chúng ta. Mao chống lại sự bắt chước mù quáng, muốn trên cơ sở kết hợp văn hoá phương đông và phương tây tạo ra một nguyên tắc mới để phát triển nhưng không được lai căng. Khi tôi lưu ý Mao về sự khác nhau giữa hai nền văn hoá Đông và Tây, Mao nhận xét rằng tôi thiếu sáng tạo, chưa đủ trí lãng mạn và khát vọng. Theo tôi, chính vì điều này ông thường mâu thuẫn với các vị lãnh đạo trong đảng.

Gần thời kỳ ấy, cuối hè năm 1956, Mao lần đầu tiên nói với tôi ý định từ chức chủ tịch nước. Thoạt đầu tôi không tin. Khi ấy tôi chưa biết rằng Chủ tịch không bao giờ nói suông. Tuy nhiên mấy tháng hoặc gần năm sau tôi mới hiểu Mao đã suy nghĩ kỹ và đã quyết trong khi trao đổi với tôi. Việc từ chức chủ tịch nước của Mao vẫn chưa lan ra, nhưng dư luận đã bóng gió nói đến trong những cuộc thảo luận của các vị lãnh tụ tối cao. Chỉ sau ba năm sau, 1959, chính thức Mao mới bỏ chức vụ này. Ông lấy lí do sức khoẻ, đồng thời muốn giành thời gian giải quyết các vấn đề trong nước và chính sách đối ngoại. Thực ra Mao cũng có cả những kiểu chơi ngầm.

Thật vậy, sức khỏe của Mao cũng có vấn đề, mỗi buổi lễ trọng đại trên quảng trường Thiên An Môn làm ông mất ngủ vài hôm, có khi thức trắng và mọi việc xong xuôi thường bị cảm hoặc viêm phế quản. Mao rất bực mình vì chuyện ốm đau làm mất thời gian vô ích. Chủ tịch không thích các buổi tiếp khách theo nghi lễ cũng là một trong nguyên nhân từ chức. Với cương vị lãnh tụ đứng đầu nhà nước, ông phải mặc quần áo đúng nghi thức mà ông rất ghét. Ông cho rằng tiếp đại sứ nước ngoài trình quốc thư và các thủ tục nghi lễ chỉ làm mất thời gian. Từ năm 1956 cuộc biểu tình tuần hành trong ngày lễ trên quảng trường Thiên An Môn thưa dần.

Mãi sau một vài năm tôi mới hiểu, việc Chủ tịch từ chức là một phép thử lòng trung thành của các chiến hữu, đặc biệt với Lưu Thiếu Kỳ và Đặng Tiểu Bình, những người ông bắt đầu nghi ngờ. Việc

Khrushchev cáo buộc Stalin tội sùng bái cá nhân đẩy Mao vào vị trí phòng thủ, trong khi các lãnh đạo đảng Trung Quốc ngấm ngầm ủng hộ Khrushchev, muốn tập thể lãnh đạo nhà nước, họ phê bình chủ nghĩa phiêu lưu của Mao. Khi thông báo cho các cán bộ lãnh đạo cao cấp của đảng ý định từ chức chủ tịch nước, Mao muốn kiểm tra lòng trung thành các chiến hữu bằng cách xem họ có cố thuyết phục ông ở lại hay không. Nếu không ai nài nỉ, Mao sẽ dùng các biện pháp quyết liệt để giành lại quyền lực của mình.

Rút khỏi lò đấu tranh chính trị, Chủ tịch rời Bắc Kinh đi một chuyến vi hành phía nam đầu mùa hè, nhưng ông vẫn tiếp tục theo dõi sự chuyển biến tình hình chính trị từ xa. Mao không có ý định rời bỏ quyền lực, mà ngược lại, ông muốn nắm hết quyền lực tối cao, tóm lấy tất cả sợi dây điều khiển đất nước vào tay mình. Mao không cần cái vỏ quyền lực, cần quyền lực tối cao thật sự để thúc đẩy, chuyển đổi những vấn đề cốt lõi của Trung Quốc.

Phép thử lòng trung thành của Mao không cần chờ lâu. Đại hội VIII của đảng cộng sản Trung Quốc, khai mạc tháng 9-1956, xác nhận tất cả sự nghi ngờ tồi tệ của ông trong mối quan hệ của Lưu Thiếu Kỳ và Đặng Tiểu Bình là có thật.

CHƯƠNG 17

Đại hội Đảng cộng sản Trung Quốc dự kiến khai mạc ngày 15-9-1956. Các vị lãnh đạo đảng cao cấp có mặt ở Bắc Kinh sớm hơn, trong khi chính Mao vẫn còn nằm lại ở Bắc Đới Hà. Thời tiết bắt đầu chớm lạnh, nhưng Mao ưa thời tiết lạnh, vì vậy vẫn như trước đây, sau bữa cơm chiều lại ra biển. Cứ vậy tiếp tục bơi như thế đến chừng nào nước quá lạnh. Chúng tôi trở lại Bắc Kinh trước khi đại hội khai mạc.

Đại hội VIII, diễn đàn đầu tiên của đảng cộng sản Trung Quốc sau năm 1945, khi ấy căn cứ cách mạng còn ở Hồ Nam, trước khi nước Cộng hoà Nhân dân thành lập. Tại đại hội kỳ này vừa có kế hoạch bầu Ban chấp hành mới vừa đề ra những nguyên tắc cơ bản phát triển chủ nghĩa xã hội ở Trung Quốc. Mao tin đại hội sẽ chấp nhận hướng đi cải cách tận gốc của ông và chính thức đề cử ông là người lãnh đạo cao nhất của đảng và nhà nước. Nhưng ông lại để Lưu Thiếu Kỳ và Đặng Tiểu Bình điều khiển đại hội. Theo cái nhìn của tôi, sự quá tự tin của hai người đã lấn át những nhạy cảm chính trị. Họ không thấy được thủ đoạn từ chức của Mao, họ điều khiển đại hội theo chiều hướng của họ, điều đó đã giáng một đòn mạnh trực tiếp vào Chủ tịch. Mao buộc tội Lưu và Đặng không những âm mưu gạt ông khỏi chính trường mà còn định cướp chính quyền trong tay ông.

Lưu Thiếu Kỳ trình bày bản báo cáo chính trị – sự kiện trung tâm của đại hội. Trước đó, Lưu Thiếu Kỳ luôn luôn đưa cho Mao xem văn bản bài phát biểu của ông nhân danh đảng mà Mao thường sửa chữa và bổ xung. Nhưng lần này, như Mao nói với tôi, Lưu Thiếu Kỳ không làm như vậy. Điều này, Lưu Thiếu Kỳ đã ký vào bản án tử hình cho chính mình trong những năm Cách mạng văn hoá.

- Dù tôi từ bỏ chức vị Chủ tịch nước, nhưng tôi vẫn là Chủ tịch đảng cộng sản Trung Quốc – Mao tâm sự với tôi – Vì sao họ không trình tôi các thông tin về các vấn đề cần thảo luận trong báo cáo? Họ biện bạch không kịp thời gian, nhưng tôi có đi khỏi nước đâu. Tại sao họ lại bảo không kịp cơ chứ?

Tôi không biết trước kia Mao có đọc các dự thảo báo cáo chính trị của Lưu hay không, nhưng các mục chính của bài phát biểu này rõ ràng không hợp ý Mao. Đường lối chung của đảng được vạch ra trong đại hội VIII khác hẳn với ý tưởng của Mao. Tất cả các sự kiện chính trị sau này của Mao – thanh lọc hàng ngũ đảng viên, Đại nhảy vọt, chiến dịch "phục hồi chủ nghĩa xã hội" của quần chúng, cuối cùng, Cách mạng văn hoá – là sự xác nhận rõ nhất sự khác nhau này. Mao chỉ có thể tính sổ hoàn toàn các đối thủ chính trị của mình vào năm 1969, ở hội nghị đại biểu lần thứ 12 Ban chấp hành trung ương đảng cộng sản Trung Quốc, khai trừ Lưu Thiếu Kỳ, Đặng Tiểu Bình ra khỏi đảng và phần đông những người tham gia đại hội VIII và thông báo ý tưởng của Mao là người lãnh đạo đảng và nhà nước.

Đặng Tiểu Bình và Lưu Thiếu Kỳ cùng một quan điểm, cho rằng mọi quyết định của đảng phải được tập thể thông qua. Theo tôi đây là sự bất đồng cơ bản, khác biệt ý tưởng của Mao. Họ coi ban lãnh đạo đảng là nòng cốt, sự chỉ trích và phê phán của Khrushchsev vào Stalin là xác nhận sự lãnh đạo của tập thể, họ cho Mao tuy là người đứng đầu, những các lãnh đạo chủ chốt cũng phải có quyền ngang Mao, điều này rõ ràng chống lại hoài bão làm vua của Chủ tịch.

Tôi có mặt tại đại hội từ ngày khai mạc đến hôm bế mạc với tư cách bác sĩ riêng. Ngày đầu tiên Mao thu hút các đại biểu đại hội bằng bài phát biểu chào mừng. Sau đó Lưu Thiếu Kỳ đọc báo cáo chính trị. Nghe bản báo cáo chính trị của Lưu Thiếu Kỳ và Đặng Tiểu Bình, tôi biết ngay Mao đã nổi xung. Tôi kinh hãi khi được nghe họ chỉ trích đích danh Mao. Trong báo cáo Lưu và Đặng đưa ra ý tưởng lãnh đạo tập thể của đảng và nhà nước, lên án tệ sùng bái cá nhân. Trong đề án xây dựng hiến pháp mới Cộng hoà nhân dân Trung Hoa, do Đặng trình bày, không có điểm nào về vai trò lãnh đạo của tư tưởng Mao Trạch Đông, đặt Mao vào cương vị mới, vai trò chủ tịch danh dự. Người ta cho rằng cứ theo bài phát biểu này, chức vụ chủ tịch đảng không thể vĩnh viễn và hy vọng Mao cũng phải rời bỏ cả chức vụ Chủ tịch đảng cộng sản trong tương lai.

Đối với Mao, nguyên tắc lãnh đạo tập thể theo đường lối Khrushchev không thể chấp nhận. Bởi nếu đảng quán triệt đường lối lãnh đạo tập thể, như vậy đã tước bỏ quyền lực tuyệt đối của ông, đặt lãnh tụ ngang hàng với những người lãnh đạo khác. Nhưng ông vẫn muốn là vị lãnh tụ tối cao. Ông luôn thèm khát sự sùng bái cá nhân.

Tôi hoàn toàn đồng ý điều này. Chẳng phải Lưu Thiếu Kỳ, chẳng phải tổ chức tập thể nào cả, chỉ có Mao mới là người lãnh đạo cao nhất của đất nước.

Tuy từ chức nhưng ông vẫn muốn tham gia, làm cố vấn tất cả những cuộc họp thảo luận các sự kiện trọng đại. Theo Mao, vấn đề ở chỗ Lưu và Đặng tự coi mình là người quan trọng, coi ông còn là nhân vật quan trọng ngang hàng, chính vì lẽ đó đã gây cho Mao để ý Lưu và Đặng.

Đại hội VIII, phơi bày sự chia rẽ giữa Mao và người thừa kế của ông – Lưu Thiếu Kỳ. Sự kiện này coi như điểm đảo ngược trong mối quan hệ của Mao với Lưu Thiếu Kỳ và Đặng Tiểu Bình, đang cố gắng làm giảm quyền lực của Chủ tịch.

Tuy nhiên Mao quyết định tạm thời chưa xông vào cuộc chiến công khai với Lưu Thiếu Kỳ và Đặng Tiểu Bình, đầu tiên ông trút xuống những thuộc hạ trực tiếp của họ – La Thuỵ Khanh và Uông Đông Hưng. Ông từng làm như thế từ trước đây, Mao giận dữ Stalin, nhưng trút xuống đầu nhân vật thân Kremlin là Vương Minh. Hành động quyết liệt của Mao trong mối quan hệ cả với La Thuỵ Khanh và Uông Đông Hưng trong thời gian ngắn đã đụng chạm trực tiếp đến cả tôi.

Cơn lôi đình nổ ra ngay trong một buổi chiều đại hội. Ngày Quốc khánh 1-10-1956 vừa mới được tổ chức, đa số quan chức Trung Nam Hải đến xem buổi trình diễn vở kinh kịch trong hội trường Hoài Nhân. Giờ ấy, Mao đang ở buồng ngủ, còn tôi đang ngồi kiểm tra hồ sơ bệnh án trong buồng nhỏ bên cạnh. Bỗng nhiên Lý Ẩm Kiều giận dữ vào phòng tôi, gọi điện vào hội trường Hoài Nhân gọi La Thuỵ Khanh và Uông Đông Hưng cả hai đang xem kinh kịch, cấp tốc về gặp Chủ tịch.

Cả hai đến ngay sau vài phút, chưa hiểu lý do gì Chủ tịch cần gặp khẩn cấp. Lý Ẩm Kiều vội báo:

- Chủ tịch cần gặp hai đồng chí.

Họ chưa kịp bước qua ngưỡng cửa phòng, Mao đã nổi cơn lôi đình. Tôi được giải thích việc này sau đó mấy giờ do Lý Ẩm Kiều và một vệ sĩ của lãnh tụ đứng ngoài cửa nghe lỏm được kể lại.

Mao từ trước đã không ưa La Thuỵ Khanh và Uông Đông Hưng. Ông bực mình về các biện pháp an ninh đắt tiền và phức tạp, bởi lẽ họ hoàn toàn áp dụng nguyên xi hệ thống an ninh của Liên Xô. Mao cũng nhắc là Uông đã phát biểu chống lại việc bơi của lãnh tụ trên sông Dương Tử. Nhưng tất cả cơn giận Chủ tịch ở chỗ cả hai người này luôn luôn thông báo mọi hoạt động của ông cho Ban chấp hành trung ương, thông qua hai cố vấn cao cấp của Lưu Thiếu Kỳ và Đặng Tiểu Bình.

Đứng đầu Ban bí thư Trung ương đảng là Mao, vì thế La và Uông đã qua mặt ông. Tuy nhiên các báo cáo của họ không có ác ý gì cả, đơn thuần cho rằng mối quan hệ Mao với Ban chấp hành trung ương là thân thiết và đoàn kết. Ngoài ra trước Ban chấp hành trung ương,

La và Uông được giao lãnh đạo bộ phận an ninh cho các lãnh tụ cao cấp khác của đảng, trước hết Lưu Thiếu Kỳ và Đặng Tiểu Bình. Họ báo cáo với Ban chấp hành chuyện Mao không tán thành biện pháp an ninh nghiêm ngặt đề phòng tai nạn rủi ro. Họ chỉ muốn báo cáo với các lãnh tụ cao cấp nếu có chuyện gì sơ xảy với Mao, xin ra đừng trút toàn bộ trách nhiệm lên đầu họ.

Chuyện hai cán bộ thường xuyên báo cáo với Ban chấp hành đã làm ông phật ý, cộng thêm thái độ cư xử của Lưu Thiếu Kỳ trong Đại hội VIII Mao vẫn chưa nguôi, bây giờ Lý Ẩm Kiều lại đổ thêm dầu vào lửa, báo cho Mao rằng La Thuỵ Khanh và Uông Đông Hưng, dù đã bị phê bình nghiêm khắc ở Bắc Đới Hà, vẫn tiếp tục tăng cường các biện pháp an ninh tối đa quanh Chủ tịch.

Lý Ẩm Kiều chắc chắn biết Mao coi những hoạt động phục vụ an ninh như thế khác nào sự hạn chế tự do của ông. Mao rõ ràng không muốn đời tư của ông nằm dưới sự kiểm soát hàng ngày, mọi việc ông làm đều bị lãnh đạo đảng cộng sản Trung Quốc nắm vững. Mao muốn được tự do, không muốn các lãnh tụ khác kiểm soát hoạt động của mình. Tất cả các sĩ quan phục vụ an ninh chịu sự chỉ huy của La và Uông, Mao muốn rằng đội bảo vệ chỉ trung thành đối với mình ông, chứ không phải cho tất cả giới chóp bu của đảng, tuy nhiên ông không thể nói điều này một cách công khai, bởi nó sẽ làm xấu đi mối quan hệ với chiến hữu của mình.

Mao quát La Thuỵ Khanh và Uông Đông Hưng:

- Tôi không tin thành ngữ Hồ Nam, "anh hàng thịt chết khách hàng không phải ăn bì lợn".

Câu cổ ngữ ấy có nghĩa là, "Tôi chẳng cần đến các anh nữa!" Các anh bị thải hồi.

Mao chuyển Bộ trưởng công an La Thuỵ Khanh về làm tỉnh trưởng Hồ Nam, một chức vụ thấp hơn. Uông Đông Hưng được cử đi học trường Đảng cao cấp Bắc Kinh, học xong, sẽ chuyển về Giang Tây, quê ông, phụ trách công tác đảng.

Khi đi ra, mặt họ tái mét, người run run đầy xúc động, đặc biệt là La rất buồn, đau khổ. La Thuỵ Khanh chẳng thể nào hiểu được vì sao Mao lột chức khi ông làm tốt công tác an ninh cho Chủ tịch.

- Thế này là thế nào?

La hỏi mà mồm run lập cập khi bước vào phòng làm việc, ông muốn gọi điện, trình bày tất cả sự việc với Ban chấp hành trung ương và triệu tập cuộc họp bộ công an. La không đoán được nguyên nhân thật sự lý do cách chức.

Uông Đông Hưng biết Mao khá rõ và hiểu ngay lập tức. Uông hiểu, nếu La triệu tập cuộc họp hoặc đến Ban chấp hành trung ương báo cáo, chỉ đưa đến sự đổ vỡ hoàn toàn và có những hậu quả không thể lường được với cả hai người.

Uông khuyên La đừng hành động vội vàng hấp tấp, đừng triệu tập cuộc họp, hãy chờ đợi, sau khi tìm hiểu rõ lý do vì sao bị miễn nhiệm. La chấp nhận lời khuyên.

Về sau La viết một bức thư cho Mao, trong đó ông nhận lỗi của mình và đề nghị lãnh tụ tha thứ. Trong phiên họp của Bộ công an La công khai xám hối, tự phê bình những thiếu sót của mình.

Mao mềm lòng, vẫn để La giữ chức bộ trưởng Bộ công an, không phải chuyển công tác về Hồ Nam.

Chủ tịch cũng nhận được bức thư tương tự của Uông Đông Hưng, tuy nhiên điều này không cứu nổi Uông, ông vẫn bị thải hồi.

Uông ra đi, tôi ở lại cô đơn, thiếu sự giúp đỡ và bảo vệ. Uông là người bạn, người bảo vệ, người duy nhất ủng hộ tôi ở Nhóm Một. Uông tin tôi và đã tiến cử tôi làm bác sĩ riêng của Mao. Những lời khuyên và sự giúp đỡ của Uông giúp tôi hiểu đúng nhiều vấn đề và định hướng được các sự kiện đang xảy ra ở Trung Nam Hải, cũng như ở trong nước. Thiếu Uông Đông Hưng tôi trở thành cái bị bông cho Diệp Tử Long và Lý Ẩm Kiều, những người không ưa tôi, từ lâu họ đã chờ sẵn cơ hội như thế này. Tôi hiểu, mình không có cơ hội sống sót. Tôi đang chết dần chết mòn. Tôi cũng phải rời khỏi Nhóm Một và bắt đầu lên kế hoạch đào tẩu khỏi Trung Nam Hải càng sớm càng tốt.

CHƯƠNG 18

Giang Thanh đã làm hỏng hết kế hoạch của tôi. Lần này bà ốm thật. Trong lần kiểm tra thường kỳ ở Bắc Đới Hà mẫu xét nghiệm bệnh phẩm tế bào âm đạo Giang Thanh có dấu hiệu dương tính. Để xác định kết quả xét nghiệm, các bác sĩ riêng của Giang Thanh, Lâm Kiều Trí và Dư Ái Phong đã gửi lam kính chứa bệnh phẩm tới hai nhà bệnh lý học giỏi nhất trong nước, Lương Bá Cường ở Học viện Y học Tôn Dật Tiên tại Quảng Châu và Hồ Trịnh Tường ở trường Đại học Tổng hợp Y khoa Bắc Kinh. Cả hai đều đi đến kết luận giống nhau: bệnh phẩm dương tính. Xét nghiệm cho thấy bệnh ung thư cổ tử cung đang ở thời kỳ đầu, chưa có di căn và người ta cho rằng có nhiều khả năng chữa được.

Nhưng Giang Thanh lại là vợ của Mao, để thật chắc chắn, bác sĩ Dư Ái Phong đem tiêu bản bệnh phẩm khác bay sang Liên Xô để kiểm tra lại. Ở đó người ta cũng xác nhận kết quả xét nghiệm đúng như vậy. Phó Liêm Chương, người liên hệ với các bác sĩ, đã viết một bản báo cáo cho Mao.

Mao triệu tập một cuộc họp với các bác sĩ. Nữ bác sĩ chuyên khoa sản phụ Lâm Kiều Trí, người đã lấy bệnh phẩm, đề nghị đưa Giang Thanh sang Liên Xô chữa bằng phương pháp trị xạ Cobalt 60. Các bệnh viện ở Trung Quốc vẫn thường trị xạ bằng tia Radium, nhưng chưa có máy điều trị bằng tia Cobalt 60. Các bác sĩ Nga tin rằng trị xạ bằng Cobalt 60 có kết quả khả quan hơn tia Radium. Lời đề nghị của bác sĩ Lâm không chỉ căn cứ vào sự thận trọng nghề nghiệp, bà còn muốn bảo vệ mình và những đồng nghiệp. Chẳng có bác sĩ Trung Quốc nào muốn nhận trách nhiệm về mình nếu dự đoán điều trị lạc quan bị thất bại.

Mao nói: "Các đồng chí là người quyết định. Khi ốm, người ta phải nghe theo lời khuyên của bác sĩ". Vậy là đề nghị của bác sĩ Lâm đã được chấp thuận. Giang Thanh sẽ phải sang Liên Xô với sự tháp tùng của bác sĩ Dư Ái Phong.

Giang Thanh lờ mờ nhận ra có điều gì không ổn, thế nhưng bà vẫn không hay biết tí gì về bệnh tình của mình. Mao muốn các bác sĩ nói chuyện thẳng thắn với bà. Ông mời tất cả chúng tôi tới dùng cơm.

Khi biết được sự thật. Giang Thanh rất bồn chồn, cho tới khi các bác sĩ nhiều lần khẳng định, việc chữa bệnh bằng phương pháp chiếu xạ này sẽ làm bà khỏi hẳn, lúc đó mới yên tâm. Vài ngày sau, Giang Thanh bay sang Liên Xô.

Lúc đó, đầu tháng 11. Bây giờ tôi phải tích cực hơn chuyện xin thuyên chuyển.

Có hai khoá học bổ túc mà tôi quan tâm: Các thể bệnh vùng nhiệt đới và cách điều trị, khoá học tại Anh. Khoá phẫu thuật thần kinh tại Bệnh viện Bắc Kinh. Tại đó, tôi sẽ học một khoá do nhà phẫu thuật thần kinh nổi tiếng nhất Liên Xô, Ruschinski hướng dẫn. Lúc đó ông đang làm việc tại Trung Quốc. Những bác sĩ trưởng khoa thần kinh có tiếng nhất ở trong nước đều tham dự khoá học này. Sau khoá học, bệnh viện Bắc Kinh muốn thành lập một viện nghiên cứu về tâm-thần kinh.

Tôi báo cho Mao biết cả hai khoá học bổ túc. Mao hỏi:

- Thế có nghĩa là đồng chí muốn đi chứ gì?

Tôi đáp:

- Vâng, nếu Chủ tịch cho phép.

Ông hỏi với vẻ tư lự:

- Y học nhiệt đới à? Cái đó chẳng liên quan gì tới tôi.

Qua những lời nói này của Mao, tôi cảm nhận, Mao cho việc tôi đi chỉ là tạm thời. Ông muốn tôi sẽ quay lại.

- Nếu thực sự muốn đi, đồng chí hãy học ngay ở Bắc Kinh. Sau này còn có thể giúp tôi được tốt hơn nữa.

Bởi vì Mao ca cẩm nhiều nhất về chứng suy nhược thần kinh, nên việc học bổ túc thần kinh học sẽ thực sự giúp tôi điều trị cho ông nhiều hơn.

- Nếu Chủ tịch đồng ý, tôi sẽ thu xếp việc này với Bộ y tế.

Tôi vẫn nuôi ý định từ bỏ Nhóm Một vĩnh viễn, tuy nhiên phải làm từng bước. Bộ y tế có trách nhiệm phân công công tác cho các bác sĩ.

Mao hỏi:

- Ai sẽ thay thế khi đồng chí vắng mặt.

Tôi cũng đã nghĩ tới điều này. Tôi muốn bàn giao việc này cho bác sĩ Biện Thế Cường. Ông là bác sĩ nội khoa ở bệnh viện Bắc Kinh, trẻ hơn tôi khoảng 5 tuổi, tốt nghiệp một trường Đại học danh tiếng ở Nam Kinh.

Mao nói:

- Tôi không biết đồng chí ấy. Đồng chí muốn đi hẳn, nếu đồng chí ấy nhận việc này à?

Tôi cam đoan với Mao, tôi sẽ trở lại nếu Mao muốn.

- Đồng chí hãy nói lại với đồng chí Phó Liêm Chương tạm thời tôi không cần người thay thế. Chúng ta sẽ quyết định vấn đề này sau.
Phó Liêm Chương vui mừng trước sự ra đi của tôi. Ông ta chẳng bao giờ muốn tôi làm bác sĩ riêng cho Mao. Bất chấp sự phản đối của Mao, ông ta vẫn cử bác sĩ Biện làm người kế nhiệm tôi. Biện chuyển ngay về Trung Nam Hải. Còn tôi, từ giữa tháng 11, bắt đầu đi học.
Thế là tôi lại được tự do! Tôi rất thích khoá học, thời khoá biểu lúc nào cũng kín mít, như bị hút chặt vào lớp học mới này. Được làm việc chung với các bác sĩ khác, tôi cảm thấy thật hào hứng. Tôi thường làm việc đến hai, ba giờ sáng, mặc dù vậy tôi vẫn cảm thấy sung sức và thoải mái hơn ở Trung Nam Hải, nơi tôi phải cộng tác với những "đồng nghiệp" như Diệp Tử Long và Lý Ấm Kiều. Phó giám đốc bệnh viện Bắc Kinh đề nghị tôi ở lại làm việc sau khoá học, hứa sẽ dành cho tôi một chỗ trong khoa thần kinh.
Công việc mới của tôi làm cho Lý Liên mừng rỡ và trở lại vẻ tươi tắn bấy lâu nay không thấy. Công việc mới vẫn không dành cho chúng tôi nhiều thời gian để gần gũi nhau, nhưng ít ra, cuộc sống cũng trở lại bình thường. Cha mẹ Lý Liên rời Nam Kinh đến Bắc Kinh ở với mẹ tôi, Lý Liên và hai con sống trong khu nhà cũ của gia đình tôi. Cha mẹ nàng rất vui khi được sống chung với chúng tôi. Trước đây ít lâu, người ta đã trả lại quyền công dân cho ông bà, khi các nhà chức trách ở Nam Kinh được biết, tôi là bác sĩ của một cán bộ cao cấp ở Bắc Kinh. Ông bà lại được liệt vào tầng lớp dân nghèo thành thị. Cả hai bây giờ cũng cảm thấy được tự do, rất quan tâm chăm sóc hai đứa cháu ngoại.
Tôi vẫn giữ căn hộ ở Trung Nam Hải, mặc dù chúng tôi rất ít khi ở đó. La Đạo Nhương, người tạm thời giữ chức chỉ huy lực lượng an ninh sau khi Uông Đông Hưng bị cách chức, đã cho phép tôi chuyển đồ văn phòng về bệnh viện, tuy nhiên ông không muốn tôi xa hẳn Mao để sau này tôi có thể dễ dàng trở lại. Trước tôi đã có ba người làm bác sĩ riêng cho Mao bị cách chức. Nếu để tôi đi hẳn, La sợ sẽ gặp khó khăn, nhờ ra sau này Mao muốn tôi quay về.
Tôi lao vào học đến nỗi chẳng hay biết gì những biến cố chính trị đang xảy ra ở Trung Quốc. Mãi lâu sau tôi mới hay, Mao đã bắt đầu phát động phong trào "Trăm hoa đua nở, trăm nhà đua tiếng".
Tôi cũng được biết, trong một bài phát biểu ngày 27-2-1957, Mao đã kêu gọi trí thức và đảng viên của "các đảng dân chủ" hãy vạch những sai lầm của đảng. Trong khoá học, chúng tôi cũng được phép phê bình những sai sót của đảng bộ của chúng tôi. Các cuộc họp đã

được triệu tập trong bệnh viện để làm việc này. Tôi đang phải bù đầu vào việc học hành, nên chẳng có thời gian tham dự các cuộc họp. Những biến cố chính trị có vẻ xa lạ như một cuộc chiến tranh ở nơi nào đó xa xôi, chẳng có ai ép chúng tôi phải tham gia các cuộc họp.

Mùa xuân 1957, tôi vẫn tập trung học và cảm thấy hạnh phúc khi lại được trở về môi trường cũ của mình.

Sau đó, ngày 4-5-1957, Lý Ẩm Kiều tới bệnh viện gặp tôi.

- Chủ tịch bị cảm lạnh và muốn gặp đồng chí.

Thế là tôi bị gọi về, nhưng tôi không muốn.

Tôi bảo với Lý, bây giờ bác sĩ Biện Thế Cường có nhiệm vụ chăm sóc Chủ tịch cơ mà.

Lý kể lại rằng, sau khi tôi đi, Mao đã gặp bác sĩ Biện khoảng hai lần, nhưng Mao không thể hoà hợp với ông ta. Để làm quen, Mao đã mời người bác sĩ trẻ này tham dự một buổi khiêu vũ, ông cho rằng bầu không khí đông vui sẽ làm Biện tự nhiên hơn.

Mặc dù vậy, ông ta vẫn phát run lên trước sự có mặt của Mao. Mao không thể chịu được ông ta hơn. Sau khi từ Quảng Châu trở về Mao không có bác sĩ nữa. Giang Thanh cũng từ Liên Xô trở về. Lý Ẩm Kiều bảo cả hai người đều muốn tôi coi sóc sức khỏe.

- Nếu Chủ tịch đã gọi, đồng chí không được từ chối.

Tôi đang làm việc trong bệnh viện. Theo nội quy, nếu muốn đi đâu, tôi phải xin phép, chỉ có bí thư đảng uỷ bệnh viện biết tôi là bác sĩ riêng Chủ tịch. Vì lý do an ninh, chức vụ của tôi được giữ kín. Người ta sợ rằng những kẻ mưu sát có thể đầu độc Mao và thông qua tôi để làm việc này. Nếu đi không xin phép mà tự ý đi, tôi sẽ bị khiển trách vì vi phạm nội quy, mang tiếng xấu.

Lý nói:

- Cấp trên của đồng chí đã biết chuyện này rồi!

Sau khi Uông Đông Hưng bị cách chức, một ông Vương Kính Tiên nào đó phụ trách việc bảo đảm an ninh cho Mao. Ông này cũng đã thu xếp để tôi trở về và uỷ nhiệm cho Lý Ẩm Kiều đi đón. Một chiếc xe đang chờ bên ngoài.

Tôi định đi báo cáo lãnh đạo. Lý Ẩm Kiều không chịu, bảo:

- Muộn rồi. Chúng ta đừng để Chủ tịch phải chờ. Đồng chí cứ đến gặp Chủ tịch trước rồi báo cho bệnh viện sau cũng được.

Vậy là tôi chưa bao giờ thực sự thoát khỏi Nhóm Một, chẳng qua Bộ y tế mượn tôi một thời gian. Cuộc sống của tôi vẫn bị phòng an ninh hoàn toàn kiểm soát. Tôi chẳng còn sự lựa chọn nào khác. Với chiếc ca-táp đựng thuốc và dụng cụ cấp cứu trong tay, tôi trở về Trung Nam Hải.

Mao nằm trên giường trông xanh xao, mệt mỏi. Ông bảo tôi ngồi cạnh ông. Một vệ sĩ mang trà lại. Tôi hỏi ông cảm thấy trong người thế nào, ông đáp:

- Không được khỏe. Tôi bị cảm.

Suốt hơn hai tháng nay, ngay sau khi đọc báo cáo chính trị ngày 27-2 ông bị cảm và ho, ăn không ngon miệng.

Mao để tôi khám bệnh. Bệnh tình của ông không trầm trọng, chỉ bị cảm nặng. Tôi muốn dùng xirô trị ho và thuốc chống táo bón để điều trị cho ông.

- Được rồi, tôi sẽ dùng những thuốc này.

Mao nói tiếp:

- Đồng chí ghi đơn thuốc, cách sử dụng cho nhân viên an ninh sẽ đi lĩnh, không cần phải đến, tôi tự uống được.

Tôi đồng ý với ông và muốn cáo từ.

Mao bảo tôi: "Hãy cứ ngồi đây một lúc nữa đã". Tôi ngồi lại.

Ông cười và hỏi còn nhớ lại sự việc ở Bắc Đới Hà, khi ông mất bình tĩnh:

- Làm việc cho tôi chẳng dễ chịu chút nào phải không? Đồng chí muốn bỏ hẳn chỗ này à? Nhưng tôi vẫn chưa có bác sĩ mới. Tôi đề nghị với đồng chí một thoả thuận quân tử hai bên cùng có lợi. Đồng chí trở lại làm việc, tôi biết, ở đây đồng chí cũng chẳng có gì nhiều để làm. Chúng tôi sẽ kiếm thêm việc gì khác cho đồng chí. Tôi nhớ tới bộ trưởng y tế dưới chế độ Quốc dân đảng – ông Chu Nghị Xuân gì đó. Tôi không nhớ rõ nữa, ông ta đã đạt học vị tiến sĩ của Đức bằng công trình nghiên cứu buồng trứng của thỏ. Đồng chí cũng có thể nghiên cứu trong thời gian rỗi. Có thể, đồng chí kiếm vài con vật, mua trang thiết bị và mở một phòng nghiên cứu thí nghiệm. Tôi sẽ bỏ tiền túi ra đài thọ tất cả, chứ không phải tiền của chính phủ đâu. Đồng chí nghĩ thế nào?

Theo tôi, việc mở một phòng thí nghiệm súc vật ở Trung Nam Hải không tiện lắm. Tôi sẽ bị phê phán gay gắt, bởi vì trong phạm vi Trung Nam Hải không được phép chứa súc vật, kể cả chó hoặc mèo. Lực lượng an ninh và y tế sợ thú vật có thể mang bệnh và truyền cho Mao hoặc những nhà lãnh đạo đảng khác. Sau này Giang Thanh cũng có lần gây ra một vụ náo động, khi bà mua một con khỉ con để nuôi.

Tôi nói:

- Nếu tôi không có gì làm, có lẽ tôi có thể đọc nhiều sách hơn.

Ông suy nghĩ về đề nghị này một lát, rồi nói:

- Được đấy. Nhưng chỉ như vậy cũng chưa đủ. Học phải đi đôi với hành. Vậy thì chúng ta thống nhất thế này: đồng chí đảm nhiệm việc chăm sóc sức khỏe cho tôi còn việc đồng chí muốn sử dụng thời gian rảnh rỗi còn lại như thế nào ta sẽ thảo luận sau.

Đó chẳng phải một thoả thuận hai bên cùng có lợi, chỉ là một mệnh lệnh được đưa ra một cách lịch sự của vị Chủ tịch đảng.

Chẳng ai dám cả gan cưỡng lại Mao. Lời nói của ông là pháp lệnh. Nếu tôi từ chối, tôi sẽ chẳng bao giờ tìm được một công việc nào khác. Cả vợ tôi chắc chắn cũng sẽ bị sa thải. Thậm chí tôi có thể bị bắt giam, bị tra tấn.

Một lúc sau, Mao nhắc lại với tôi:

- Đã có lần tôi hỏi đồng chí có muốn làm thư ký cho tôi hay không, nhưng đồng chí đã từ chối. Trong thời cận đại ở Trung Quốc, có rất nhiều chính trị gia nổi tiếng, họ bắt đầu cũng làm nghề bác sĩ sau đó chuyển sang nghiệp chính trị, ví dụ như Tôn Trung Sơn, Lỗ Tấn và Quách Mạc Nhược. Nghề bác sĩ tuy danh giá, nhưng người ta không nhất thiết phải đóng khung trong đó. Tham dự vào cả các ngành khoa học xã hội cũng chẳng sao.

Mao có thể ép tôi làm bác sĩ cho ông, nhưng ông không thể thuyết phục tôi làm thư ký. Tôi là một bác sĩ y khoa, chứ không phải là một chính trị gia, không bao giờ muốn dính líu vào việc tranh giành quyền lực chính trị.

Mao hỏi:

- Đồng chí vẫn không muốn làm thư ký riêng cho tôi phải không? Thôi được. Thế thì đồng chí chỉ làm bác sĩ cho tôi vậy. Nhưng chúng ta phải thông cảm với nhau, học hỏi lẫn nhau. Không cần là thư ký của tôi, đồng chí vẫn có thể đọc những Bản tin Nội bộ. Như vậy chúng ta dễ trao đổi và hoà thuận với nhau hơn.

Tôi vô cùng thất vọng. Khi làm việc ở Bắc Kinh tôi tưởng cuối cùng đã yên thân và muốn bằng mọi giá phải ở lại đó. Khi làm việc với Mao, tôi sẽ chẳng bao giờ được gặp các bạn đồng nghiệp. Lòng trung thành đối với Mao, có nghĩa chỉ làm việc trong phạm vi những người thân tín. Ý nghĩ sẽ lại phải làm việc với Diệp Tử Long và những người khác trong Nhóm Một khiến tôi rùng mình. Thế nhưng tôi vẫn phải lệ thuộc vào Mao, chẳng còn cách nào khác.

Mao nói:

- Tôi sẽ thực sự rời chức Chủ tịch nước Cộng hoà nhân dân.

Ý định từ chức chủ tịch tuy vẫn còn giữ kín, nhưng bây giờ mới được quyết định dứt khoát. Ông nói tiếp:

- Ban trị sự Trung ương đã đệ trình các cán bộ cao cấp của đảng và chính phủ một bản tham khảo ý kiến. Diệp Tử Long, Lý Ẩm Kiều và một vài người khác trong Nhóm Một hoàn toàn không tán thành. Theo tôi, từ chức có lợi cho sức khỏe. Nhưng họ không hiểu vấn đề, họ sợ sẽ bị mất quyền lợi khi tôi không còn là Chủ tịch nước nữa. Họ nghĩ, làm việc cho Chủ tịch danh giá hơn.

Đến giờ tôi mới biết. Mao không chỉ phải chịu đựng bệnh cảm lạnh. Trong sáu tháng tôi vắng mặt, biết bao biến cố chính trị lớn lao đã xảy ra. Tôi mải mê với công việc của bệnh viện, đến nỗi không nhận ra điều đó. Bây giờ tôi lại bị chìm ngập trong bầu không khí chính trị.

Tôi chẳng bao giờ quay trở lại bệnh viện Bắc Kinh được nữa, cũng không thể tự đến để lấy những đồ đạc lặt vặt, cũng chẳng giải thích được với đồng nghiệp tại sao tôi bỏ học giữa chừng. Tôi gọi điện báo cho bí thư đảng bệnh viện thông báo việc Mao ra lệnh cho tôi quay trở lại. Một nhân viên an ninh Trung Nam Hải đã đến lấy đồ hộ tôi. Ngay trong đêm hôm đó. tôi đã lại ở Trung Nam Hải, không thể thoát khỏi Nhóm Một. Lần này hết lối thoát.

PHẦN BA
1957 - 1965

CHƯƠNG 19

Lâm Khắc thuật lại cho tôi những sự kiện xảy ra trong khi tôi vắng mặt đi học.

Mao giận dữ về những đề nghị cho là xúc phạm ông trong Đại hội đảng lần thứ VIII: kêu gọi một sự lãnh đạo tập thể, tuyên bố Trung Quốc sẽ xoá bỏ tệ sùng bái cá nhân, gạch bỏ một điều trong hiến pháp, trong đó những lời nói của Chủ tịch dẫn lối chỉ đường cho nhà nước nhân dân, và chỉ trích "sự phiêu lưu" của Mao. Ông cho rằng, nhiều cán bộ cao cấp của đảng quá bảo thủ và nhút nhát trong việc áp dụng những thay đổi có tính cách mạng. Trong kỳ họp thứ hai của Ban chấp hành trung ương khoá VIII giữa tháng 11, ông vẫn chưa nguôi. Trong bài phát biểu, ông nhấn mạnh ý nghĩa của cuộc đấu tranh giai cấp và công bố ý định của ông sẽ phát động một chiến dịch làm trong sạch đảng, nhằm loại bỏ "chủ nghĩa chủ quan, chủ nghĩa bè phái và chủ nghĩa quan liêu" ra khỏi đảng.

Ngay sau cuộc họp tháng 11, Lâm Khắc kể, trong ba tháng liền Mao suốt ngày nằm trên giường, một hiện tượng thường thấy ở Mao mỗi khi gặp một xung đột chính trị hóc búa. Ông chỉ rời khỏi giường khi đi tắm hoặc đi đọc diễn văn ở đâu đó. Mao lợi dụng trạng thái mệt mỏi này để sắp đặt kế hoạch cho những bước đi chính trị tiếp theo.
Bài phát biểu của Mao trong ngày 27-2-1957 một phần nằm trong chiến lược. Ông rời khỏi giường đến nói chuyện ở Hội nghị Tối cao của quốc hội ông làm chủ toạ với tư cách Chủ tịch nước. Thành phần tham gia hội nghị không chỉ có các thành viên của Bộ chính trị, các quan chức cao cấp trong quân đội, những đại diện cao cấp của chính phủ, còn có những người đứng đầu cái gọi là "các đảng phái dân chủ". Trong bài phát biểu, ông lên án gay gắt thói quan liêu trong đảng, kêu gọi đảng viên của "các đảng phái dân chủ" hãy vạch những sai lầm của đảng cộng sản và đưa ra những đề nghị cải cách. Ông coi cuộc cách mạng đã thắng lợi, chủ nghĩa xã hội đã thành công và tuyên bố thời kỳ đấu tranh giai cấp đã qua. Mặc dù vẫn còn bọn phản cách mạng, nhưng chỉ là thiểu số – như những đám cỏ dại trong cánh đồng lúa – nên chúng không thể làm gì được. Những mâu thuẫn trong xã hội hiện nay "không mang bản chất đối kháng", chủ yếu là những mâu thuẫn nội bộ có thể giải quyết bằng những biện pháp thích hợp.

Bài phát biểu đóng vai trò tối quan trọng trong chiến lược làm trong sạch đảng của Mao sắp tới. Phong trào làm trong sạch đảng chẳng có gì mới đối với đảng cộng sản. Năm 1942, Mao đã phát động phong trào này lần đầu ở Diên An. Nhưng lần này nó sẽ không chỉ giới hạn trong nội bộ đảng. Mao chẳng còn tin vào việc đảng tự làm trong sạch. Ông muốn tất cả quần chúng, nhất là giới trí thức trong những đảng gọi là dân chủ cũng tham gia vào việc góp ý phê bình đảng. Một cách làm rất khác thường, bởi vì đảng cộng sản, một tổ chức chặt chẽ về nội bộ, bí mật và đầy quyền lực mà những thành phần ngoài đảng chưa bao giờ dám hé răng phê bình. Ai dám cả gan phê bình, người đó sẽ phải tính đến việc bị chụp mũ phản cách mạng như hàng trăm nghìn tấm gương khác.

Hơn thế nữa, Mao chẳng tin giới trí thức Trung Hoa một chút nào. Tuy nhiên, vẫn công khai nói ông muốn hợp tác và tận dụng kiến thức của họ, song vẫn nghi ngờ lòng trung thành. Những trí thức phải nghiên cứu đường lối của đảng. Việc cải tạo trí thức Trung Quốc đã được bắt đầu ngay sau khi giải phóng. Những trí thức cứng đầu hoặc những người đã học khoa lý luận không chịu học tập cải tạo sẽ bị công kích.

Nạn nhân gần đây nhất của những vụ công kích đó là nhà văn Hồ Phong. Hồ Phong, đã thẳng thắn phê bình việc kiểm duyệt, cả gan trình bày với Bộ văn hoá những đề nghị có tính chất xây dựng. Dĩ nhiên, ông chỉ thổ lộ những chỉ trích gay gắt nhất qua thư từ trong phạm vi bạn bè thân thiết. Trong số đó, có người trung thành với đảng đã nộp những bức thư của ông cho chính quyền. Do những điều tâm sự Hồ đại dột viết ra chỉ có tính chất riêng tư này, năm 1955 ông bị tống tù với danh nghĩa thủ lĩnh của một "tổ chức bí mật chống đảng'. Hồ Phong bị bắt không làm cho giới trí thức im lặng, họ càng lên tiếng phê phán công khai trên diễn đàn, chứ không chỉ trong những bức thư bày tỏ trong phạm vi bạn bè.

Chiến thuật của Mao khởi xướng tranh luận trong giới trí thức, cho phép "trăm hoa đua nở và trăm nhà đua tiếng", chấp nhận sự mạo hiểm, bởi vì chỉ có ít người thực sự "phản cách mạng" và những người gan dạ như Hồ Phong sẽ chẳng bao giờ lên tiếng được nữa. Những trí thức khác sẽ chỉ phê phán những cá nhân mà Mao chủ tâm cải tạo.

Mao có lý do tin tưởng "chiến thuật mạo hiểm" của ông sẽ thành công. Bởi vì, ngay cả trong những cuộc họp với các đại diện của "các đảng dân chủ", ông luôn luôn ngập trong những lời xu nịnh thấp hèn – tôi đã chứng kiến trong chuyến du lịch hè năm 1956, khi ông gặp giới lãnh đạo đảng các tỉnh. Sau khi Hồ Phong bị bịt miệng, người ta phỏng đoán, những trí thức trung thành còn lại sẽ đi theo đường lối của Mao.

Trong Hội nghị Tối cao, Mao đã tự phê bình sự yếu kém về lãnh đạo của chính mình, liên quan tới sự xuống dốc của nền kinh tế nước nhà. Trương Thế Trung liền đỡ lời, bênh vực vị Chủ tịch. Trước đây, Trương Thế Trung, tướng của Quốc dân đảng, người đứng đầu trong cuộc đàm phán giữa những người cộng sản và những người quốc gia năm 1945. Năm 1949, do Chu Ân Lai lôi kéo, Trương đã chạy sang hàng ngũ cộng sản, từ đó trở đi, trở thành một đối thủ lừng lẫy của kẻ thù cũ.

Trương nói trong hội nghị: "Tôi thường so sánh Chủ tịch với Tưởng Giới Thạch". Tưởng Giới Thạch lúc nào cũng đổ lỗi cho người khác, mỗi khi việc gì bị thất bại. Không bao giờ ông ta nhận trách nhiệm về mình. Ngược lại không bao giờ Mao Chủ tịch đổ lỗi cho người khác. "Thật là một trời một vực! Thật đáng kính phục!"

Phong trào phê và tự phê bình do Mao khởi xướng cứ ì ra. Hầu hết các trí thức không dám mở miệng. Tính cách cai trị của Mao cũng như vầng hào quang huyền bí của quyền lực, sự bất khả xâm phạm bao quanh, đã khiến cho ngay cả những kẻ to gan nhất và những người trung thực nhất cũng phải kính cẩn trước ông. Những thú nhận mà Mao cố gợi được ở người đối thoại trong những cuộc nói chuyện riêng tư chỉ là những lời xin lỗi đáng thương vì trước đây họ đã ngờ vực ông. Trước công luận cũng như trong phạm vi cá nhân, chẳng bao giờ Mao khuyến khích những người bất đồng chính kiến nói lên sự thật, tại sao ông lại tin được nhân dân ủng hộ hết lòng.

Khi các trí thức vẫn giữ thái độ im lặng, một lần nữa, Mao lại rời khỏi giường, bước lên bục diễn thuyết. Trong Hội nghị Tuyên huấn toàn quốc của đảng cộng sản về công tác tuyên truyền diễn ra từ ngày 6 đến 13-3-1957, với sự tham dự của các cán bộ lãnh đạo đảng, những "nhân tố dân chủ" ngoài đảng, Mao nhắc lại những câu quan trọng của bài phát biểu tháng hai của ông và cổ động cho phong trào "Trăm hoa đua nở". Ông kêu gọi "các lực lượng dân chủ" đừng ngần ngại phê bình. Các báo chí tường thuật lại những luận điểm của ông, những người lãnh đạo đảng bộ địa phương trong toàn quốc đã hưởng ứng trào lưu, càng yêu đảng bao nhiêu, càng phải thẳng thắn phê bình đảng bấy nhiêu.

Nhưng khi phê bình chỉ được nêu ra một cách chung chung, rất hời hợt và nhẹ nhàng. Trong một cuộc mít tinh tại quảng trường Thiên

An Môn cuối tháng 4, Mao lại khuyến khích mọi người hãy phê bình đảng.

Cuối cùng những người dân chủ đã hưởng ứng đề nghị của ông, những tiếng nói phê bình ngày tăng lên.

Lúc đó, đầu tháng 5, thời điểm tôi trở lại với Mao. Dần dần, "những sai lầm" của đảng bị lên án càng ngày càng gay gắt, thậm chí người ta còn đặt vấn đề về quyền lãnh đạo của đảng. Không chỉ từng cá nhân đảng viên, mà toàn đảng bị công kích. Bỗng nhiên có tiếng nói, đảng cộng sản không thể độc quyền lãnh đạo, quyền lực phải được chia sẻ. Một số người đòi chế độ đa đảng hoặc nguyên tắc lãnh đạo luân chuyển, mỗi đảng đều có cơ hội lãnh đạo, thậm chí một vài kẻ lộn xộn còn đòi "các đảng dân chủ" phải có quân đội riêng.

Cuối cùng, ngay cả sự lãnh đạo của Mao cũng bị lên án cực lực. Người ta so sánh đảng cộng sản với một ngôi chùa đạo Phật, sư tổ (tức là Mao) "đọc kinh", còn các sư sãi (các cán bộ đảng) tụng theo. Thậm chí một vài người còn phàn nàn, họ chỉ được phép phê bình các sư sãi chứ không được phê bình thượng toạ.

Dĩ nhiên, Mao bị "sốc", ông không hề có chủ ý đem mình ra để người ta phê phán, hoặc để cho toàn thể bộ máy đảng bị công kích. Từ trước tới nay ông chỉ quen với những lời xu nịnh, chẳng hề biết các nhà trí thức bất mãn đến mức độ nào.

Giữa tháng 5, cuộc phê bình đạt tới tột đỉnh. Tư tưởng chống đảng của quần chúng ở Trung Quốc đã biến thành một cơn sóng lớn dữ dội. Ngay cả những thành viên của chính phủ, những người được coi là thủ lĩnh của "những đảng dân chủ" mà ý kiến của họ thường xuyên được chính phủ tham khảo, cũng lên tiếng phê bình. Tờ Nhân dân, cơ quan ngôn luận của đảng do Đặng Tước làm tổng biên tập được Hồ Kiều Mục, bạn tôi, cục phó Cục Tuyên truyền, kiểm duyệt cũng bị phê bình.

Về cơ bản. Mao đã tính sai. Ông chán ngán nằm lì trên giường và dưỡng bệnh cảm của ông, vì nó tôi lại bị triệu tới.

Bực tức trước những công kích ngày càng tăng, Mao soát lại chiến lược và lập kế hoạch trả đũa.

Ngày 15 tháng 5, vài ngày sau khi tôi trở lại, Mao viết một bài với tiêu đề "Sự biến hoá của vạn vật". Bài này được lưu hành bí mật trong phạm vi các cán bộ cao cấp của đảng. Sau đó chiến dịch làm trong sạch đảng được chuyển hướng. Mao lập kế hoạch giáng trả những kẻ đã lớn tiếng phê bình ông. Các báo chỉ vẫn tiếp tục đăng những ý kiến phê bình, nhưng đồng thời đăng cả những bài cảm tình với đảng và những bài công kích "những phần tử khuynh hữu".

Mao nói: "Trước hết, chúng ta phải nhử rắn rết bò ra khỏi hang sau đó mới đánh chúng. Chiến lược của tôi, trước tiên chúng ta hãy để cỏ dại mọc lên, rồi bứng từng cụm một làm phân bón".

Trí thức vẫn tiếp tục được khuyến khích phê bình, nhưng các cán bộ cao cấp của đảng được đánh động và hiểu rằng, đòn phản công nhằm vào trí thức sắp được tung ra.

Mao nói: "Tôi muốn dựa vào các đảng dân chủ để đưa đảng cộng sản đi theo con đường đúng đắn. Nhưng tôi không ngờ họ lại có thể thay đổi đến như vậy". Mao bực nhất với các thành viên của Liên minh Dân chủ, một liên minh được một nhóm trí thức thành lập trong những năm 40. Liên minh này đã vận động những người cộng sản và người quốc gia thoả hiệp. Mao chì chiết: "Chúng nó, một lũ cướp và đĩ điếm". Theo nhận định của Mao việc Khrushchev chống lại Stalin vào tháng 2-1956 và cuộc nổi dậy ở Hungary cuối năm ấy đã gây nên một làn sóng chống cộng lan rộng khắp thế giới. Nhiều người Trung Quốc, kể cả các cán bộ đảng cũng như thường dân, dưới con mắt của Mao họ là những kẻ đầu đất đã chịu ảnh hưởng của làn sóng này.

Ông nổi đoá với Hồ Kiều Mục, vì ông ta hình như chẳng chịu làm gì để chấm dứt việc phê bình đảng trên báo Nhân dân. "Nếu đồng chí không nắm được tờ báo này, đồng chí hãy từ chức để cho người khác làm". Ông quát tháo, ra lệnh cho Hồ chuẩn bị công kích lại bọn hữu khuynh.

Ngày 8-6-1957, trên Nhân dân Nhật báo đã xuất hiện dấu hiệu đầu tiên cho thấy sự chuyển hướng của chiến dịch làm trong sạch đảng. Bài xã luận do Mao viết với tiêu đề "Để làm gì?" đã quả quyết rằng có một nhóm nhỏ đang âm mưu lật đổ chính phủ xã hội chủ nghĩa. Bài này kêu gọi quần chúng hãy giáng trả nhóm người đó.

Ngày 19-6-1957, Nhân dân Nhật báo đăng lời phát biểu của Mao "Về phương pháp giải quyết đúng đắn những mâu thuẫn trong nhân dân". Đó là bản sao bài phát biểu phê bình đảng của Mao trong Hội nghị cấp cao nhà nước hồi tháng hai và được sửa đổi đôi chút. Thực ra, bài viết này có khác cơ bản với nguyên bản trong đó việc phê bình không bị hạn chế. Mao ra sức kêu gọi đề cao tự do ngôn luận và để cho trăm hoa đua nở.

Ngược lại, trong bài phát biểu được đăng báo ngày 19-6-1957, Mao đã đề ra 6 tiêu chuẩn phê bình được coi là hợp lệ: phải góp phần đoàn kết, không được gây chia rẽ, khuyến khích công cuộc xây dựng chủ nghĩa xã hội, củng cố nền chuyên chính dân chủ của nhân dân, bảo đảm sự lãnh đạo của đảng cộng sản và khuyến khích sự đoàn kết của hệ thống xã hội chủ nghĩa trên thế giới.

Nếu Mao đã cảm thấy bị phản bội khi giới trí thức lớn tiếng phê bình, bây giờ giới trí thức lại cảm thấy cay đắng khi bị ông ruồng bỏ. Mao luôn khuyến khích họ phê bình. Thông điệp của ông được đăng trên tất cả các báo ở Trung Quốc và phân phát tới từng cơ sở sản xuất kêu gọi họ phê và tự phê bình. Thế mà giờ đây lại trở mặt.

Mao biết giới trí thức đã nhận ra họ bị mắc lừa. Sau khi bản sao bài phát biểu của ông được đăng báo ngày 19-6-1957, ông nói với tôi:

- Bây giờ một số người hữu khuynh quả quyết, tôi đã hối thúc họ tham gia phong trào Trăm hoa đua nở, khuyến khích họ phê bình đảng vô điều kiện và bây giờ lại trả thù họ. Nhưng ngay từ đầu tôi đã cảnh cáo họ, đừng có trêu ngươi. Tôi đã khuyên họ đóng góp và ủng hộ đảng cộng sản. Một số người đã nghe lời tôi, nhưng chỉ rất ít thôi.

Cho tới nay, tôi mới biết khi đó Mao đã giả dối. Chiến lược của ông, lợi dụng những phê bình của tầng lớp trí thức để chọi lại những đối thủ của ông trong đảng. Nhưng không ngờ mũi dùi phê bình đó lại chĩa vào chính ông.

Khoảng cuối tháng 6, vài tuần sau khi tôi trở lại, Vương Kính Tiên, người chỉ huy mới của Ban an ninh, yêu cầu tôi thu xếp đồ đạc. Mao sẽ rời Bắc Kinh đi đến một nơi nào chưa rõ. Thời kỳ Trăm hoa đua nở đã qua. Chiến dịch chống bọn hữu khuynh của Mao bắt đầu.

CHƯƠNG 20

Chúng tôi đi chuyến tàu đặc biệt và sang trọng như thông lệ, lịch trình điều chỉnh theo giấc ngủ bất thường của Mao. Tuy nhiên, những biện pháp an toàn từ thời Uông Đông Hưng đã được thay đổi hoàn toàn. Đoàn hộ tống rút dần xuống đến một phần mười cơ số. Trưởng ban an ninh Vương Kính Tiên, một người nhút nhát, miễn cưỡng lãnh nhiệm vụ khó khăn này. Ông răm rắp tuân theo mọi yêu cầu của Mao từng chi tiết, giảm bớt lực lượng bảo vệ ở Trung Nam Hải xuống mức tối thiểu và chủ yếu sử dụng các đơn vị an ninh ở cơ sở vào việc bảo vệ.

Sau khi Mao quyết định trả đũa, ông đã nhanh chóng bình phục. Bệnh cảm đã khỏi hẳn, tinh thần và thể lực trở lại bình thường. Trên đường, Mao và Lâm Khắc đã dành nhiều thời gian trò chuyện với nhau. Những cuộc trò chuyện của hai người đã giúp tôi lấp những lỗ hổng thông tin của mình. Những cuộc nói chuyện ban đêm giữa tôi với Mao thường được Mao đúc kết lại một hoặc hai ngày sau đó. Một lần ông nói với tôi:
- Tôi để cho đối thủ tấn công trước sau đó mới đánh trả. Tôi thực hiện ba nguyên tắc. Thứ nhất, làm theo vị hiền triết Lão Tử, tôi án binh bất động. Nếu bị tấn công, sẽ thoái lui, cố thủ và yên lặng. Kẻ thù tưởng đã chiếm ưu thế.
Mao bảo, nếu phản ứng ngay kẻ thù sẽ không dám lộ bộ mặt thật của chúng. Vì vậy chúng ta phải chờ cho tới lúc chúng lộ mặt.
- Chỉ khi nào kẻ thù xuất đầu lộ diện, lúc đó chúng ta mới báo thù. Chúng ta sẽ ăn miếng trả miếng. Đó là triết lý của Khổng Tử.
Thật ra, việc này chẳng liên quan gì tới giáo lý của Khổng Tử, chỉ là một chiến thuật riêng của Mao. Mao không chỉ sử dụng nó để chống những người hữu khuynh, ông còn dùng nó để đối phó với cả những đối thủ trong đảng.
- Lúc đầu, mọi người chẳng biết bọn hữu khuynh là ai, diện mạo của chúng như thế nào, vì thế khó giải thích cho mọi người hiểu. Nhưng bây giờ chúng ta đã có thể mô tả chúng chính xác. Đó là những tên phản cách mạng! Không, chúng ta hãy gọi chúng đơn giản, những "phần tử hữu khuynh".
Nguyên tắc thứ hai của Mao, chỉ bỏ tù những đối thủ của ông một khi họ phạm những tội nghiêm trọng và chống lại nhân dân. Tại sao ta lại giam giữ để lãng phí sức sản xuất của họ? Nếu không thích

hợp với công việc lãnh đạo, họ cũng có thể làm cái gì đó có ích cho xã hội chứ? Cách xử thế như vậy theo truyền thống lâu đời của Trung Quốc.

Nguyên tắc thứ ba: đối thủ phải được cải tạo ngay tại nơi làm việc của họ. Đồng nghiệp phải theo dõi những hành vi, phải nghe ngóng xem họ nói những gì. Mao nói: "Với những chuyện bọn hữu khuynh hành động sẽ cho chúng ta hiểu thế nào là xấu xa, sai trái".

Theo Mao, ai cũng có thể cải tạo được, ai cũng có cơ hội để trở thành người tốt. Một con bò không tự đi cày hoặc cung cấp sữa cho người. Một con ngựa chưa thuần, người ta không thể cưỡi nó. Một tên phản cách mạng, hay tên gián điệp chẳng hạn, chắc chắn chúng phải có một biệt tài nào đó. Phải tự hỏi vì sao chúng lại trở thành một tên phản cách mạng, tên gián điệp hay kẻ hữu khuynh cơ chứ? Tại sao chúng ta lại không cải tạo, tận dụng những khả năng của chúng.

Mao tỏ ra nổi giận với Nhóm Dân chủ, nói: "Bọn chúng chẳng có đứa nào tử tế cả. Tuy giải tán nhưng chúng ta muốn lôi kéo, đoàn kết với họ, nhưng đảng cộng sản lại muốn cải tạo Nhóm Dân chủ và các đảng phái dân chủ khác. Mặc dầu đã bắt hàng trăm ngàn tên thiên hữu nhưng không tử hình một ai, vì nếu chỉ cần tử hình một tên thôi ta phải tử hình tất cả. Đó là điều luật trong đã từng làm trong thời kỳ thanh lọc đảng đầu thập niên 1940 ở Hồ Nam khi Vương Thực Vị mở chiến dịch tấn công đảng, xuất bản cuốn "Bông Huệ Dại". Sau khi mở cuộc điều tra, chúng ta phát hiện Vương là phần tử Trotskist, một tên đặc vụ, nhưng tôi yêu cầu không tử hình hắn. Khi quân Quốc Dân đảng tấn công, chúng ta phải rút lui khỏi Hồ Nam, lực lượng an ninh đã xử tử, vì sợ Vương trốn, tôi đã phê bình khiển trách việc này".

Nhà văn Vương Thực Vị trong cuốn sách của mình, đã chỉ trích cuộc sống xa hoa vương giả của các nhà lãnh đạo của đảng trong khi họ lại cứ giao giảng thuyết khổ hạnh và quân bình. Khi các lãnh tụ vui thú trong những đêm khiêu vũ thì người dân đang phải vật lộn chiến đấu chống quân Nhật xâm lăng. Họ quy tội Vương, một phần tử Trotskist, nhưng hoàn toàn không đúng. Tôi đọc Bông Huệ Dại sau khi nghe Mao kể, tôi thấy sự chỉ trích, phê phán của Vương hoàn toàn đúng sự thật. Không những thế, Vương còn vạch ra sự tham nhũng mà sau này làm việc ở Trung Nam Hải tôi đã thấy. Tôi được biết sự thoái hoá của các đảng viên rất sớm, từ những ngày ở Hồ Nam.

Đầu tiên chúng tôi tạm nghỉ ở Thái An, tỉnh Sơn Đông, sau đó tiếp tục đi Thượng Hải, đến thăm Thị trưởng Kha Thanh Thế, một đồ đệ trung thành hăng hái nhất của Mao. Kha Thanh Thế, cán bộ đảng duy nhất đã từng gặp Lenin. Trong thời gian học tập ở Trường Đại học Đông phương, Liên Xô, và làm việc ở một nhà máy, nơi Lenin có lần đến nói chuyện. Mao kể rằng, không bao giờ Kha quên được cảnh tượng ấy chính vì thế Kha trở thành một nhà cách mạng lớn.

- Qua đấy mới thấy ảnh hưởng của một lãnh tụ vĩ đại đối với nhân dân lớn đến mức độ nào.

Mao kết luận như vậy sau khi kể chuyện với tôi.

Kha thu xếp cho Mao nghỉ trong một ngôi nhà lát đá cẩm thạch tráng lệ có mái bằng đồng. Nhà của một thương gia Do Thái, Silas Hardoon, người mà trong những năm 1910 đã bỏ một khoản tiền rất lớn xây ở Thượng Hải. Ngôi nhà ở ngay trung tâm thành phố, bao quanh là những bức tường cao bằng gạch nung. Khu vườn tạo ra một khung cảnh tuyệt vời, có đầm sen, hoa huệ, đầy ếch nhái và những cây cổ thụ mọc rải rác trên thảm cỏ thoai thoải. Trong sự sang trọng kiểu phương Tây này, Mao vẫn chẳng thấy thoải mái, bất chấp sự phản đối của Kha, ông muốn trở lại đoàn tàu.

Khác hẳn với những chuyến đi bí mật trước đây, chuyến viếng thăm Thượng Hải lần này là một sự kiện công khai đối với dư luận. Mao muốn cả nước biết rằng ông đang chỉ huy chiến dịch chống bọn hữu khuynh.

Chiến dịch chống thiên hữu ở Thượng Hải tiến triển rất tốt. Chúng tôi tới thăm một nhà máy, nơi công nhân đã dán những khẩu hiệu viết bằng chữ lớn kêu gọi chống bọn hữu khuynh. Mao đánh giá những khẩu hiệu dán trên tường là sự ủng hộ to lớn, ông phát biểu trước các cán bộ đảng ở địa phương, cán bộ quân đội, gặp gỡ những nghệ sĩ tả khuynh nổi tiếng nhất của thành phố, như nhà văn Ba Kim, tài tử Triệu Đan cùng vợ Hoàng Tông Anh và tài tử Thanh Nghị.

Khi đấu tranh, lúc nào Mao cũng năng nổ. Chúng tôi rời thành phố Thượng Hải náo nhiệt, tới Hàng Châu yên tĩnh thành phố đẹp nhất ở Trung Quốc, với Tây Hồ một địa danh nổi tiếng trên thế giới. Chưa bao giờ tôi thấy một ngôi nhà nào tráng lệ như Liễu Chương, nơi chúng tôi đã lưu lại. Trước đây. ngôi nhà thuộc về một đại gia buôn trà, bây giờ nó được tân trang lại cho Mao ở. Liễu Chương nằm trên một bán đảo hẻo lánh đầy hoa cỏ, trải dài đến bờ biển phía tây, nhỏ hơn và hấp dẫn hơn so với cung Mùa hạ ở Bắc Kinh. Ngược lại, khu vườn của nó to hơn và đẹp hơn so với khu vườn tuyệt diệu của Tô Châu. Khu nhà xây theo lối cổ truyền, mái ngói nhiều tầng, chính giữa một chiếc hồ có dòng suối chảy róc rách nối liền bằng những chiếc cầu cong bằng đá cẩm bạch. Cá và hoa đầy hồ, thực đơn bữa nào cũng có món cá ngon tuyệt do nhà bếp đánh bắt chiêu đãi.

Phó thủ tướng Liên Xô Anastas Mikoyan có mặt ở Hàng Châu để thi hành một nhiệm vụ bí mật. Ông ta muốn trấn an Mao sau vụ Malenkov và Molotov bị phế truất. Ngoài ra còn có các cuộc đàm phán gay go về mục tiêu phát triển vũ khí nguyên tử ở Trung Quốc. Mao cho gọi tôi lên.

Mikoyan, một người mập mạp, dáng đi lom khom, trạc độ 60 tuổi. Ông mắc bệnh viêm khớp mạn ở lưng và chân. Ông hy vọng sẽ được chữa khỏi bằng châm cứu. Tôi liên hệ để ông gặp một chuyên gia châm cứu nổi tiếng nhất ở Bắc Kinh. Trong khi chúng tôi đang nói chuyện về sức khoẻ, ông mời tôi một ly vodka và chuyển sang nói về những nguy cơ của một cuộc chiến tranh hạt nhân. Ông có vẻ bực bội về cuộc gặp gỡ với Mao, muốn thổ lộ điều đó với tôi. Ông lo ngại khi Mao chẳng hề bận tâm tới việc chết người hàng loạt. Mao phân tích cho Mikoyan luận thuyết "hổ giấy", quả quyết rằng Trung Quốc có thể chiến thắng trong một cuộc chiến tranh nguyên tử dù có phải hy sinh hàng triệu người. Mikoyan cố gắng mô tả cho tôi về sức tàn phá ghê gớm của một quả bom nguyên tử. Ông hy vọng Trung Quốc sẽ học kinh nghiệm của Liên Xô, không nên chế tạo bom này, một quả bom tốn kém triệu triệu rúp (ruble), tốn kém chỉ là một mặt thôi. Ông cũng kể cho tôi nghe một cán bộ cấp cao của Liên Xô đã phải chịu hậu quả tệ hại như thế nào, sau khi điều hành việc thử bom nguyên tử, đã chết vì bệnh máu trắng – căn bệnh mà tuỷ không còn khả năng sản xuất ra hồng cầu nữa.

Tôi đáp:

- Tôi là thầy thuốc, tôi không biết gì nhiều về bom nguyên tử. Theo quan điểm đạo đức của mình, tôi không chấp nhận nó, bởi vì nó cũng giết người như tất cả những loại vũ khí khác.

Tôi không có quyền trao đổi với một chính khách cao cấp nước ngoài về một đề tài quan trọng như vậy, tôi nghĩ, tốt hơn hết, phải báo cáo lại cho Mao về cuộc nói chuyện này. Đối với ông việc tàng trữ bom nguyên tử chỉ là vấn đề quyền lực chứ không phải là vấn đề sinh mạng con người. Mao rùng mình nói:

- Mikoyan đảm bảo với tôi, vũ khí nguyên tử của Liên có đủ cho cả hai nước dùng. Hệ thống phòng thủ hạt nhân của Liên Xô trùm lên tất cả chúng ta. Liên Xô muốn kiểm soát chúng ta, vì vậy họ ngăn cản việc Trung Quốc có bom nguyên tử. Họ sợ chúng ta có thể không nghe lời họ, chúng ta có thể khiêu khích Mỹ. Nhưng chúng ta không sợ xung đột với các nước khác. Bằng giá nào tôi cũng cho chế tạo bom nguyên tử. Đồng chí cứ yên tâm. Chúng ta sẽ không để cho kẻ nào cười cổ chúng ta được.

Một khi Mao đã sẵn sàng hy sinh chừng ấy người Trung Quốc trong một cuộc chiến tranh nguyên tử, tại sao ông lại không dám để mặc cho hàng chục nghìn người thiên hữu bị giết hại. Tuy ông không trực tiếp hành hình họ nhưng ông cũng chẳng ngăn cản việc đó.

Ở Hàng Châu, Mao phát biểu trước công chúng thêm một lần nữa trước khi ông nghỉ ngơi mấy hôm. Lưu lại đó ít lâu, chúng tôi lên đường đi Nam Kinh, trú trong một ngôi biệt thự trước đây của một chính trị gia Quốc dân đảng. Ở Nam Kinh, tiết trời tháng 7 vô cùng nóng nực, nhiệt kế thường chỉ trên 40 độ C. Mao ít bị cái nóng quấy rầy hơn tôi. Hàng ngày, những người phục vụ của Mao mang vào phòng ông những thùng đựng đầy nước đá.

Trong khi ông phổ biến về chiến dịch chống hữu khuynh, nước đá tan chảy, còn tôi toát mồ hôi.

Chiến dịch này lan ra khắp đất nước như một cơn lốc. Mao khoan khoái đọc Bản tin Nội bộ kín mít những bài chỉ trích phái hữu khuynh. Vào thời gian này, chúng tôi thường hay chuyện trò ban đêm nhiều hơn. Sự thiếu ngủ hình như có tác dụng kích thích ông.

Lâm Khắc – trong thời gian tôi ở bệnh viện Bắc Kinh, vẫn liên lạc chặt chẽ với Mao – đã kể cho tôi những nhận định của ông ta về quan điểm chính trị hiện nay của Mao. Theo Lâm, Chủ tịch phải tạm thời thoả hiệp với những đối thủ trong đảng một cách miễn cưỡng để cùng nhau tìm cách chống lại phái hữu khuynh đang to mồm phê bình đảng. Đặng Tiểu Bình chịu trách nhiệm tổ chức chiến dịch chống hữu khuynh. Tuy Đặng đã làm Mao bực, nhưng không phải kẻ ngáng chân gợi ý Mao từ chức trong Đại hội đảng lần thứ VIII, Đặng thuộc vào hàng những cán bộ Mao rất tin tưởng trong việc chống thiên hữu. Mãi sau này tôi mới biết Đặng đã điều khiển chiến dịch kháng hữu một cách cuồng nhiệt, đã tấn công tàn bạo như thế nào đối với những kẻ đòi xét lại địa vị của đảng.

Trong bối cảnh hiện nay, tôi cho rằng những chiến dịch trong năm 1956 và 1957 của Mao giống như một cuộc Cách mạng văn hoá đầy sai lầm. Ngày nay chúng ta liên tưởng lại năm 1957 chủ yếu với chiến dịch chống hữu khuynh khủng khiếp, mặc dù đối thủ của Mao ban đầu không phải những người thiên hữu ngoài đảng, mà là các cán bộ lãnh đạo của đảng cộng sản, những người đã xúc phạm Mao, đòi bớt xén quyền lực, cảnh cáo trước những giấc mơ viễn tưởng của ông về chủ nghĩa xã hội. Mao muốn trả đũa đối thủ, nhưng không muốn người ta động chạm đến chế độ xã hội chủ nghĩa và quyền lãnh đạo của đảng cộng sản. Nhất là không muốn vị trí lãnh đạo của bản thân ông bị lung lay. Vì vậy, ông miễn cưỡng tạm thời liên minh với các đối thủ trong đảng. Những người đã này theo ông hết lòng, vì địa vị lãnh đạo của chính họ cũng bị đe doạ.

Tuy nhiên, Mao cũng đã cho những nhà lãnh đạo đảng thấy, nếu cần, ông có thể dùng thế lực bên ngoài để tấn công, lời đe doạ này như một lưỡi gươm lơ lửng trên đầu tất cả những ai muốn lay chuyển địa vị của ông. Lúc đầu, đa số cán bộ đảng đứng về phía Mao. Lo sợ Mao tấn công, tầng lớp trí thức cũng như lòng tin vào những suy nghĩ ảo tưởng của Mao đã khiến họ ủng hộ phong trào Đại nhảy vọt sau này.

Chủ tịch có ý muốn triệu tập một hội nghị đảng để nhận định tình hình. Ở Nam Kinh quá nóng nên Giang Vệ Thanh, bí thư thứ nhất tỉnh Giang Tô, Nam Kinh trực thuộc tỉnh này, đã triệu tập các tỉnh uỷ viên tới để cùng tìm một nơi dễ chịu cho hội nghị của đảng.

Họ quyết định chọn Thanh Đảo. Một khu nghỉ mát bờ biển tỉnh Sơn Đông, trước đây do người Đức kiểm soát, khí hậu ở đó mát mẻ, rất thích hợp cho việc tắm biển. Nếu đi tàu hoả chủ tịch sẽ không chịu được nóng. Vì vậy chúng tôi đi bằng hai chiếc máy bay Il-14 do Liên Xô chế tạo và nghỉ giữa chặng bay tại Thái An. Tại đây, Mao đã sôi nổi phát biểu trước một nhóm cán bộ đảng, quân đội của tỉnh Sơn Đông về việc chống bọn hữu khuynh, nội dung tóm tắt của cuộc chuyện trò ban đêm của chúng tôi.

Với khí hậu, gió biển mát mẻ, Thanh Đảo, một nơi nghỉ lý tưởng sau khi chúng tôi rời lò lửa Nam Kinh. Thành phố có những quả đồi khiến người ta liên tưởng đến San Francisco xây dựng theo phong cách Đức. Giữa những hàng cây cao, những lùm cây um tùm, hai bên những dãy nhà gạch lợp ngói rất đẹp, được bao quanh bởi những bức tường. Mao ở cùng với vệ sĩ của ông nghỉ trong một lâu đài tráng lệ nằm trên một quả đồi, nơi ở của viên thống đốc người Đức trước đây. Từ trên đó nhìn xuống thành phố và biển hiện ra thật là đẹp.

Mao đi thăm những kỳ quan quan nổi tiếng nhất của thành phố được coi là đẹp nhất Trung Quốc, trường Đại học Sơn Đông, nơi Giang Thanh đã được nghe Lương Thế Kỳ – nhà nghiên cứu Shakespear nổi tiếng – giảng bài và một nhà máy sản xuất đầu máy xe lửa. Tại đó, sự có mặt của Mao làm tất cả mọi người trở nên phấn khích, mặc dù Mao chẳng phải phát biểu gì, chỉ đứng lẫn trong đám đông. Những biện pháp bảo vệ ở Thanh Đảo thật nghiêm ngặt. Trong thành phố, người ta đã phong toả nhiều con đường dành cho người và cho xe chạy.

Hội nghị các bí thư tỉnh uỷ và đảng uỷ các cấp bắt đầu vào ngày 17-7-1957, ngay sau khi chúng tôi đến, kéo dài nhiều ngày. Các cuộc thảo luận tập trung chủ yếu vào chiến dịch chống hữu khuynh và vấn đề cải tạo xã hội theo chủ nghĩa xã hội. Tờ Nhân dân Nhật báo đăng báo cáo của Mao trong hội nghị dưới nhan đề "Bối cảnh chính trị mùa hè 1957". Trong đó, ông lại công kích những người hữu khuynh, bộc lộ rõ hơn viễn tưởng về xã hội chủ nghĩa, bức tranh một nhà nước công nông hiện đại được thiết lập bởi một đội ngũ đông đảo những nhà khoa học kỹ thuật xã hội chủ nghĩa. Mao nói về cặp mâu thuẫn, sự tập trung quyền lực và dân chủ; kỷ luật và tự do; Sự thống nhất tư tưởng và nguyện vọng của mỗi cá nhân. Nhiệm vụ đề ra là trong vòng 40-50 năm kể từ năm 1953 trở đi, phải vượt Mỹ về kinh tế và từ chủ nghĩa xã hội chuyển sang chủ nghĩa cộng sản. Đó là những ý tưởng trong mơ của Mao, thực tế chẳng có gì rõ nét.

Bị những vệ sĩ của Mao quây kín, lại ở nơi cách biệt với thế giới nghèo nàn bằng sự xa xỉ khôn tả, tôi không thể hiểu được nội dung thực của chiến dịch chống hữu khuynh, cách xử lý, cách giải quyết như thế nào và ra sao. Ngay cả trong những cuộc chuyện trò của tôi với Mao cũng có những điều không thực tế.

Ngoài ra ở Thanh Đảo, tôi rất bận, phải đối phó một vài vấn đề không liên quan gì tới chính trị.

CHƯƠNG 21

Giang Thanh đã thành cả một vấn đề rắc rối cho tôi. Tháng Tư trước khi Mao gọi tôi về không lâu, Giang Thanh từ Liên Xô trở về, ở lại Thanh Đảo với chúng tôi. Việc trị xạ bằng tia Cobalt 60 đã thành công, nhưng từ khi bị căn bệnh ung thư này, càng ngày càng bẳn tính. Chưa đầy hai ngày sau, đã đuổi hết đám tuỳ tùng của Mao ra khỏi lâu đài, vì bà không chịu nổi sự ồn ào do chúng tôi gây ra. Ngay cả tiếng giật nước trong cầu tiêu cũng khó chịu, bà chất vấn: "Ở đây ai cần nghỉ ngơi, các đồng chí hay tôi?"

Bà vẫn có hai bác sĩ phụ khoa chăm sóc. Tuy nhiên, từ cuối năm 1956 khi Hứa Đạo ra đi, không còn bác sĩ nội khoa nào chăm sóc bà, vì thế yêu cầu tôi. Tôi rất ngại, lấy cớ, nhiệm vụ của tôi chăm lo sức khỏe cho Chủ tịch, lại thường phải đi tháp tùng trong khi bà ít khi đi theo. Giang Thanh hiểu, nhưng vẫn yêu cầu tôi chăm sóc sức khỏe nếu cả hai gần nhau, nói:
- Thỉnh thoảng tôi mới cần đến đồng chí. Khi nào đồng chí không có ở đây, y tá của tôi có thể gọi điện cho đồng chí để xin đơn thuốc và chỉ dẫn cách dùng.
Tôi đành phải chấp nhận đề nghị của bà.
Chẳng bao lâu sau sự thoả thuận này đã gây ra bao phiền toái. sau khi chúng tôi bị đuổi ra khỏi lâu đài vài ngày, cô y tá của Giang Thanh gọi điện cho tôi. Lúc đó vào khoảng 11 giờ đêm. Trời mưa như trút. nhưng Giang Thanh vẫn muốn gặp tôi ngay. Giang bị ngạt mũi, khó thở. Qua điện thoại của y tá, tôi được biết mạch của bà vẫn bình thường, không sốt. Tôi bảo y tá khuyên bà nên dùng thuốc chống dị ứng chữa ngạt mũi, hứa sáng hôm sau tôi sẽ đến ngay lập tức. Tôi không có ô tô và cũng chẳng muốn đội mưa chỉ vì cái mũi ngạt của Giang Thanh.
Vài phút sau chuông điện thoại lại reo. Giang Thanh tức tối, bảo cô y tá nói lại với tôi, một bác sĩ chưa hề thăm khám bệnh nhân đã kê đơn, đúng là vô trách nhiệm.
Tôi cũng bực mình. Lúc này đã khuya và Giang Thanh cũng biết rằng trời mưa rất to. "Bệnh" của bà chẳng có gì hơn là ngạt mũi sơ sơ, còn cách cư xử của bà chứng tỏ chẳng coi tôi ra gì. Tôi bảo cô y tá:
- Nếu đồng chí ấy không muốn, chẳng cần dùng loại thuốc nào cũng được. Ngày mai tôi sẽ đến.

Hôm sau Giang Thanh công khai trách tôi. Hai bác sĩ phụ khoa phải trở về Bắc Kinh, bà tổ chức một bữa tiệc để chia tay. Theo thông lệ, bữa tiệc phải có mặt tôi, nhưng bà cố tình lờ không mời và nói qua các nhân viên, đó là sự trừng phạt đối với lối cư xử tệ bạc của tôi. Còn tôi rất mừng. Phải dùng bữa với Giang Thanh là điều bất đắc dĩ. Bà ta thường uống thuốc trong bữa ăn. Khách mời buộc phải ngồi nghe giải thích từng loại thuốc, nào là thuốc chống tiêu hoá kém, thuốc bổ máu, viên bồi bổ thần kinh, các loại sinh tố. Người ta đến dự tiệc hy vọng được chiêu đãi của ngon vật lạ, nghe những câu chuyện phiếm vui vẻ hài hước, đằng này chỉ một mình Giang Thanh tuôn ra tràng giang đại hải những chứng bệnh bắt mọi người nghe, làm mất cả hứng.

Rồi đến lượt Mao bị cảm. Ở Thanh Đảo tháng 7 tiết trời vẫn lạnh và mưa. Mặc dù vậy, sáng nào Chủ tịch cũng đi bơi ở bãi tắm riêng ở Sơn Đông. Sau cuộc họp đảng, ông bị ho, ăn kém ngon, hay bị mệt. Những loại thuốc Tây của tôi cũng vô hiệu, nên mấy ngày sau tôi không cho dùng nữa. Bí thư thứ nhất tỉnh Sơn Đông – Trụ Đông, đã thuyết phục Mao để cho bác sĩ Lưu Huệ Mẫn, một bác sĩ chuyên khoa nổi tiếng về đông y cổ truyền Trung Quốc ở Vân Nam điều trị. Lần đầu tiên Mao sẵn sàng chịu điều trị theo phương pháp y học cổ truyền. Ông chẳng tin vào y học Trung Quốc lắm, mặc dù bề ngoài vẫn cổ vũ, khuyến khích, nhưng ông lại ghét thứ nước sắc từ thảo dược vừa nóng vừa đắng, vốn là phương thuốc nổi tiếng của phương pháp điều trị truyền thống này. Vì bệnh cảm nặng làm ông khó chịu, nên quyết định thử dùng một lần xem sao. Mao bảo tôi:

- Đồng chí không muốn tôi uống thêm thuốc Tây, thôi được, tôi uống thuốc đông y thử xem sao.

Tôi chưa nắm được công dụng thuốc Đông dược Trung Hoa, nhưng những phương pháp điều trị bằng cây cỏ cũng có vẻ mang lại hiệu quả. Cũng có lần, bố tôi được một bác sĩ nổi tiếng của Trung Quốc chữa khỏi bệnh bằng phương pháp này sau khi cách điều trị bằng y học phương Tây bất lực. Tôi nghĩ Mao cũng nên thử chữa bệnh bằng phương pháp này. Mao bảo:

- Thôi được, cử mời bác sĩ đến điều trị, nhưng dưới sự kiểm tra của đồng chí đấy.

Bác sĩ Lưu Huệ Mẫn, 60 tuổi, một người cao lớn, gầy gò, giản dị và trung thực. Mao đón tiếp ông rất ưu ái, như mỗi khi ông đón tiếp những người mới gặp gỡ lần đầu. Ông giải thích ý nghĩa của tên của người bác sĩ:

- "Huệ Mẫn" có nghĩa người mang lại hạnh phúc cho mọi người. Xin bác sĩ hãy mang lại hạnh phúc cho tôi bằng sự điều trị của bác sĩ.

Bác sĩ bắt mạch và khám lưỡi Mao. Ông nói với vẻ quan trọng. "Chủ tịch bị cảm nhập tâm. Chúng ta phải cho Chủ tịch uống thuốc giải cảm".

Mao biết rằng ông bị cảm lạnh, chẳng cần phải nói, ông chỉ muốn được chữa khỏi bệnh, nói: "Tôi chẳng hiểu gì về y học Trung Quốc. Đồng chí hãy bàn với bác sĩ Lý về cách điều trị", rồi bỏ đi.

Bác sĩ Lưu tỏ ra cung kính cúi đầu vái Mao theo truyền thống cổ xưa, sau đó tôi đưa ông và Trụ Đông vào phòng bàn cách chữa bệnh cho Mao.

Bác sĩ Lưu muốn sắc hai hỗn hợp thảo dược để Mao uống trước khi đi ngủ. Sau đó Mao phải chùm kín bằng chăn dày để ra mồ hôi. Tôi biết Chủ tịch sẽ chẳng ưa gì cách chữa bệnh theo kiểu này. Ông không thích thuốc đắng, chỉ thích ở những nơi mát mẻ và thích đắp chăn mỏng.

Mao đành chấp nhận đề nghị của tôi:
- Được, tôi sẽ thử một lần xem sao.

Vợ ông Trụ Đông chuẩn bị thuốc. Tôi kiểm tra thành phần của thuốc và khẳng định thuốc là vô hại. Vì thứ thuốc này không thể mang đi kiểm tra mức độ an toàn kỹ lưỡng ở Phòng Kiểm tra thuốc của Phó Liêm Phương, tôi phải đảm bảo thuốc an toàn với Ban y tế trung ương ở Bắc Kinh trước khi sử dụng. Mao có hệ thống điện thoại đặc biệt, khoảng 6 hay 8 đường dây, trực tiếp nối với Ban an ninh Trung Nam Hải, tôi sử dụng một đường dây trong hệ thống này để báo cáo. Ban chấp hành trung ương bảo, đồng chí Trụ Đông là uỷ viên trung ương, kiêm bí thư thứ nhất của tỉnh Sơn Đông, người bác sĩ do Trụ Đông tiến cử là người đáng tin cậy. Nhưng Ban chấp hành trung ương băn khoăn làm sao có thể đảm bảo thuốc không độc.

Cuối cùng, bốn thang của thứ thuốc này đã sắc ra được một loại nước đắng mầu nâu sẫm. Một thang được niêm phong và cất giữ cho Ban y tế trung ương. Sau đó tôi và Trụ Đông lấy mình làm những con thỏ thí nghiệm để nếm thử loại thuốc này. Khi không thấy có triệu chứng ngộ độc nào, mới đưa Mao uống thứ thuốc đó.

Mao đã trải qua một đêm khổ sở, mồ hôi vã ra dưới lớp chăn dày và hôm sau ông vẫn không hề thấy đỡ. Bác sĩ Lưu thuyết phục Mao tiếp tục dùng thuốc.

Vào buổi sáng ngày thứ ba, Mao vẫn không thấy đỡ. Bác sĩ Lưu bắt mạch và khám lưỡi Mao. Ông nghĩ Chủ tịch đã khỏi bệnh.

Nhưng Mao lại nghĩ khác. Ông vẫn ho và sổ mũi. Những triệu chứng vẫn như cũ và ba ngày tiếp theo vẫn không có một dấu hiệu bình phục nào.

Bác sĩ Lưu kinh ngạc, khám lại cho Chủ tịch lần nữa. Lần này ông kết luận nguyên nhân bệnh tật của Mao không phải do cảm, mà do suy nhược nói chung. Ông kê một toa thuốc gồm hỗn hợp nhân sâm và những thảo dược truyền thống của Trung Quốc để tạo ra cho Mao sự cân bằng về dữ trữ dinh dưỡng. Đó là những loại thảo dược thông thường theo cách điều trị của Trung Quốc, tôi thấy toa thuốc vô hại nên chẳng có ý kiến ngăn cản việc kê đơn. Ngay cả Ban y tế trung ương cũng đồng ý, bốn thang lại được sắc. Tôi và Trụ Đông lại tiếp tục làm những con thỏ thí nghiệm.

Tình trạng sức khỏe của Mao vẫn chẳng khá hơn chút nào trước sự kinh ngạc của vị bác sĩ kia. Tôi cho rằng, một nơi có khí hậu ấm áp hơn sẽ giúp Mao và tôi cũng chẳng tin vào phỏng đoán của Trụ Đông là khí hậu ẩm ướt, lạnh sẽ thay đổi hàng ngày. Cuối cùng tôi đề nghị Mao trở lại Bắc Kinh. Ông đồng ý. Đầu tháng Tám, khi chúng tôi chưa tới Trung Nam Hải, sức khỏe của ông đã khá hơn nhiều.

CHƯƠNG 22

Mao muốn tôi là người đầu tiên chứng kiến chiến dịch chống những người hữu khuynh. Ông nói với tôi ngay sau khi trở về Bắc Kinh:
- Đồng chí cứ như vị đạo sĩ, ẩn dật nơi rừng sâu núi thẳm, chẳng biết gì sự đời.

Vì vậy, ông đề nghị tôi ghé thăm Bệnh viện Hiệp hội Đa khoa Bắc Kinh và báo cáo tình hình ở đó cho ông hay.

Trước đây, Hiệp hội y khoa Bắc Kinh do quỹ Rockefeller tài trợ, một bệnh viện có nhiều khoa nhất ở Trung Quốc, có đội ngũ bác sĩ giỏi nhất và được trang bị hiện đại nhất. Tuy nhiên, từ năm 1949, bệnh viện này được tái tổ chức hoàn toàn đổi mới theo kiểu Liên Xô. Người ta đã thay thế một số bác sĩ nổi tiếng và sự điều hành được đặt dưới sự kiểm soát của đảng. Bí thư thứ nhất Trương Trí Thường nắm toàn quyền lãnh đạo bệnh viện. Đảng coi ông như một bác sĩ, vì trong chiến tranh ông đã được những bác sĩ quân y cộng sản đào tạo. Nhưng những bác sĩ được đào tạo ở các nước phương Tây làm việc trong bệnh viện tất nhiên không công nhận ông. Trương, một người thô lỗ, vô học, một nhà cách mạng lão thành hồi đó được xem là có đủ trình độ.

Những bác sĩ thực sự, trong đó có cả những bạn bè và thầy dạy cũ của tôi, lo ngại trước những thay đổi về tổ chức. Họ phàn nàn, ông bộ trưởng Bộ y tế, cơ quan có trách nhiệm quản lý chung các bệnh viện, đã can thiệp vào công việc nội bộ của họ. Một số bác sĩ khi được khuyến khích phê bình trước công luận trong thời gian phong trào Trăm hoa đua nở đã bày tỏ suy nghĩ của họ.

Tôi đã viết báo cáo về những ưu tư của họ, Mao bác bỏ sự trình bày của tôi, khiển trách tôi đã nhận xét quá hấp tấp và lại cử tôi đi tìm hiểu tiếp.

Tôi đã tham dự một cuộc họp phê phán các "thành phần thân hữu" trong bệnh viện. Mục tiêu phê phán chủ yếu trước hết là hiệu trưởng trường Đại học y khoa Lý Tống Ân và giám đốc bệnh viện Lý Khắc Hồng.

Những người phê phán hầu hết là các kỹ thuật viên trẻ ở phòng xét nghiệm và y tá, những người không có khái niệm gì về việc điều hành một bệnh viện hiện đại. Vì tôn trọng những đồng nghiệp già, nên những bác sĩ trẻ không tham gia chiến dịch này. Cả hai bác sĩ họ Lý đều bị buộc tội đã âm mưu khước từ sự lãnh đạo của đảng, lạm dụng quyền hành can thiệp vào những công việc nhân sự, tài chính và hành chính. Ngay trong cuộc họp, mọi người sửng sốt và tức giận.

Tuy tôi có cảm tình với hai vị bác sĩ này, nhưng tôi cho việc phê bình đảng một cách công khai của họ là sự xuẩn ngốc. Không một ai dám phê bình chỉ trích đảng. Làm việc cho Mao đã ba năm nay, tôi phụ thuộc vào ông, không có quan điểm riêng, suy nghĩ độc lập. Tôi chẳng cần phải kiềm chế hoặc nuôi ý nghĩ chống lại ông, vì quan điểm của Mao cũng là của tôi. Tôi chưa bao giờ có quan điểm ngược lại Mao.

Sau cuộc họp, tôi tới thăm bác sĩ Trương Tiểu Kiều, một trong nhưng bác sĩ giàu kinh nghiệm mà đáng lẽ đã khám bệnh cho Mao ở Bắc Đới Hà. Ông cũng là người tỉnh Hồ Nam đồng hương với Mao. Trước giải phóng, ông là hiệu trưởng trường Đại học y khoa Yale-Trung Hoa ở Hồ Nam, được coi là một trong những bác sĩ giỏi nhất Trung Quốc. Hồi đầu năm, bác sĩ Trương cũng đã lên tiếng công khai công kích và phê bình bí thư đảng uỷ nhà trường vì đã tự tiện điều động các bác sĩ trong khoa của ông sang bệnh viện khác. Vì vậy chiến dịch chống những người hữu khuynh đã làm cho bác sĩ Trương vô cùng lo lắng. Ông nói: "Tôi đã nói quá nhiều, một sai lầm nghiêm trọng. Lẽ ra, tôi nên im lặng. Tôi không hề có ý tranh chức tranh quyền. Ý của tôi chỉ muốn, trưởng bộ môn khi nhân viên dưới quyền bị điều động, ban lãnh đạo nhà trường nên tham khảo và hỏi ý kiến trước khi điều động". Ông khẩn khoản xin tôi "phản ảnh ý kiến của ông đến nơi có thẩm quyền", ý ông muốn ám chỉ Mao.

Mao cười khi tôi báo cáo với ông về chuyến viếng thăm bệnh viện lần thứ hai, vì ông nghĩ rốt cuộc tôi đã hiểu được tình hình. Quyền lực của đảng đều được thể hiện trong những vấn đề nhân sự, tài chính và hành chính. "Sau hàng năm ròng nội chiến với vô số người hy sinh, chúng ta mới giành được chính quyền. Vậy mà giờ đây bọn cánh hữu lại muốn đoạt lấy chính quyền của chúng ta". Nhưng ông đã tha thứ cho Trương Tiểu Kiều: "Bác sĩ Trương không phải là người hữu khuynh. Đồng chí ấy chỉ dại dột và để cho người khác lợi dụng". Trương Tiểu Kiều không bị truy bức vì hành động của ông.

Các bác sĩ Lý Tống Ân và Lý Khắc Hồng ít gặp may hơn. Vài tuần sau chuyến viếng thăm của tôi, họ đã bị quy kết hữu khuynh, bị đày đi cải tạo ở nông thôn. Lý Khắc Hồng, một trong những bác sĩ giỏi nhất Trung Quốc, phải làm người thủ thư trong một Trường Trung cấp y tế nhỏ ở Vân Nam, nơi tận cùng miền Tây Nam Trung Quốc. Bác sĩ Lý Tống Ân, một bác sĩ chuyên môn nổi tiếng, bị đày đi Quí

Châu xa xôi, chẳng bao giờ được trở lại Bắc Kinh. Cả hai đã chết yểu sau khi bị đi đày một thời gian ngắn.

Ngay cả khi chiến dịch chống phái hữu khuynh mỗi ngày một lan rộng, tôi vẫn chưa lường được mức độ của sự kiện này rõ ràng. Tôi không biết bao nhiêu người đã bị kết án đi cải tạo lao động, hoặc phải chịu đựng cực hình như thế nào trong cuộc cải tạo. Theo Mao nói, thậm chí tôi có cảm tưởng rằng Chủ tịch rất độ lượng đối với kẻ thù của ông và muốn dành cho họ một cơ hội để cải huấn. Khi Mao cho tôi biết, không nghĩ đến việc hành quyết những đối thủ, tôi tin ông ngay. Tôi đã ủng hộ Mao và chiến dịch chống những người thiên hữu. Mao tốt, đảng Cộng sản tốt và cả hai đã cứu Trung Quốc.

Mãi tới năm 1960, nghĩa là ba năm sau, bộ trưởng ngoại giao Trung Quốc Trần Nghị kể cho tôi, người ta đã quy kết hơn nửa triệu người là hữu khuynh, tôi mới vỡ ra rằng con số quá lớn, trong số đó có đã biến bao người vô tội trở thành nạn nhân. Tôi ái ngại nhất là ở các cơ sở sản xuất người ta phải hoàn thành một chỉ tiêu nhất định. Mỗi đơn vị phải quy kết được 5% thành viên của mình thuộc thành phần cánh hữu, bất kể đúng hay sai.

Đến bây giờ tôi mới rõ, biết bao nhiêu người đã bị chụp mũ, bị mất việc, bị tống vào những trại cải tạo lao động và chết một cách đau khổ, tức tưởi. Thực tế, Mao không ra lệnh tử hình những đối thủ, nhưng sự hành hạ về thể xác lẫn tinh thần của những biện pháp cải tạo thường dẫn đến chết dần, chết mòn và đầy đau đớn.

Cho đến khi có lần bản thân tôi phải lao động cật lực suốt hai tuần liền, tôi mới hiểu được cuộc sống trong trại cải tạo. Chẳng hạn, đàn ông chỉ vác được tối đa là 20 Jin (đơn vị đo trọng lượng của Trung Quốc) đá đã buộc phải khuân tới 40 Jin. Nếu họ gục xuống không thể bước nổi vì kiệt sức thì người ta bảo, nó là người phái hữu. Khi anh ta nằm lăn quay, vô vọng họ ép phải nhận tội và khai ra những người khác. Số người chết trong các trại cải tạo nhiều hơn cả thời kỳ cải cách ruộng đất.

Đáng lẽ tôi phải biết điều đó rõ hơn mới đúng. Chính Mao đã nhiều lần tiết lộ với tôi. Một lần ông nói:

- Nếu chúng ta tính gộp tất cả những tên địa chủ, phú nông, những tên phản cách mạng, những thành phần không trong sạch và thành phần cánh hữu, ít nhất là 30 triệu người. Nếu chúng ta gom tất cả bọn chúng vào một chỗ duy nhất, chúng sẽ lập ra được cả một quốc gia mà mọi vấn đề rắc rối đều có thể từ đó mà ra. Ở các cấp uỷ đảng và các cơ quan chính quyền riêng lẻ, chúng sẽ chỉ là một thiểu số ít ỏi. Với dân tộc 600 triệu dân, chúng chỉ là một phần hai mươi. Vậy chúng ta chẳng cần phải sợ. Tuy nhiên, một số cán bộ đảng không nhận ra điều này. Tôi đã khuyên họ, trong trường hợp họ bị tấn công, hãy đứng vững, để cho vấn đề tự nó được giải quyết. Một số người hầu như không chịu được khi bị tấn công và thậm chí một số còn muốn bỏ đảng và chạy sang hàng ngũ bọn cánh hữu. Bây giờ chúng ta đã lột mặt nạ của tất cả bọn chúng và chính chúng ta lại tấn công chúng.

Khi đó, lần đầu tiên tôi được nghe con số 30 triệu kẻ thù nhân dân, một con số lớn không thể tưởng tượng được. Nhưng đồng thời, tôi cũng biết rằng Mao ít khi nói bừa. Con số của ông hẳn là từ các nguồn tin đáng tin cậy. Sau này tôi phỏng đoán sự thật con số đó còn nhiều hơn thế.

Có cả bằng chứng về việc Mao coi sinh mạng của đồng bào chẳng có nghĩa lý gì ông thường nói: "Chúng ta đã quá đông dân. Chúng ta có thể loại bớt một số. Điều đó có sao đâu?"

Tôi vui mừng vì hồi đó tôi chẳng hiểu Mao. Mừng vì tôi chẳng thấy hết được những gì chất chứa trong chiến dịch thanh trừng, mừng vì tôi chẳng biết gì về sự khủng khiếp mà những người trí thức khác phải chịu đựng và biết bao người đã phải bỏ mạng. Tôi đã bao lần tìm cách thoát khỏi Mao, còn ông lại muốn kéo tôi trở lại. Bây giờ tôi tuyệt vọng ngồi trong cái bẫy. Tôi có thể làm gì được, nếu tôi biết những gì đang xảy ra bên ngoài cái kén bảo vệ của tôi? Tôi có thể làm gì được nếu tôi biết sâu sắc và cặn kẽ chuyện thanh trừng? Tôi không bao giờ chấp nhận nhưng cũng chẳng giúp gì được vì không quyền lực. Tôi cũng không thể thoát ra ngoài và cũng khó sống sót.

Theo lối nói của người Trung Quốc là nande hum, có nghĩa là muốn ra vẻ ngớ ngẩn cũng không hề đơn giản chút nào, bởi vì ngu si có khi lại hưởng thái bình. Ngày nay xem xét lại chuyện cũ, hồi đó tôi đúng là đầu đất và cần phải đầu đất. Đó là cơ hội để sống còn duy nhất của tôi.

CHƯƠNG 23

Tháng 11-1957 Liên Xô kỷ niệm 40 năm ngày lập nước. Nhân dịp này Khrushchev mời các vị lãnh đạo các đảng cộng sản từ khắp thế giới sang Liên Xô dự lễ Quốc khánh. Hồi đó, Mao chủ tịch đã 63 tuổi, một lần duy nhất rời Trung Quốc là cuối năm 1949, ngay sau khi thành lập nước Cộng hoà nhân dân Trung Hoa, ông và Stalin đàm phán về Hiệp định Xô-Trung ở Moskova.

3-11-1957, Khrushchev đón Mao Trạch Đông sang dự lễ kỷ niệm 40 năm cách mạng tháng Mười

Mao muốn trở lại Moskova. Chiến dịch chống hữu khuynh vẫn diễn biến tốt đẹp, Chủ tịch rất phấn khởi. Toàn dân tỏ ra đoàn kết một lòng, lạc quan chưa từng thấy. Chủ nghĩa xã hội đang được triển khai cả nông thôn lẫn thành thị, cuộc cách mạng tiến triển thuận lợi. Mao có thể tới Moskova với danh nghĩa một người thắng cuộc, một người nước ngoài với tư cách một nhà lãnh đạo lâu năm nhất của thành trì cộng sản, người dẫn đầu một đoàn đại biểu khổng lồ, một đối thủ và là một người tuyên chiến đối đầu với Khrushchev.

Theo kế hoạch, chúng tôi lên đường vào ngày 2-11-1957.
Tôi lo chuẩn bị mọi mặt về y tế cho chuyến đi. Phó ban y tế trung ương đảm nhận việc chăm lo sức khoẻ thành viên trong đoàn đại

biểu, trong khi đó tôi đến Moscow với tư cách bác sĩ riêng của Chủ tịch.

Giang Thanh đề nghị cho cả Lưu Huệ Mẫn đi theo, người đã điều trị cho Mao ở Thanh Đảo. Như thế đây là dịp đền đáp sự phục vụ trước đây của ông, ngoài ra sự có mặt của ông ở Moscow cũng chứng tỏ Chủ tịch, một người khuyến khích nền y học cổ truyền Trung Quốc. Sự cảm kích lúc đầu của bác sĩ Lưu nhanh chóng chuyển thành lo ngại. Ông rất sợ cái lạnh của Moscow, trong khi tôi không dám cam đoan khu nhà ở có đủ ấm hay không. Tuy bác sĩ Lưu ít hơn Mao vài tuổi nhưng sức khỏe kém, giống như các ông già khác, ông sẽ bị mất mặt nếu bị cảm lạnh ở Moscow. Thật là nhục nếu Chủ tịch ốm và ngay cả bác sĩ điều trị cho Chủ tịch cũng ốm luôn. Bác sĩ Lưu cũng sợ những chiếc áo bành-tô đồng phục nhồi bông phát cho mọi thành viên trong đoàn đại biểu sẽ không đủ ấm, ông muốn có một áo bành-tô lông, một cái mũ lông. Lưu đã cảm thấy nhẹ nhõm ra mặt khi Diệp Tử Long, người phụ trách hậu cần đã đáp ứng yêu cầu của ông.

Thế rồi, ông Lưu bắt đầu nghĩ đến cách chăm sóc sức khỏe cho Mao. Ông yêu cầu phải được trang bị đầy đủ dụng cụ và thuốc đề phòng tất cả những trường hợp có thể xảy ra, vì ở Liên Xô không có những loại thảo dược Lưu cần khi Chủ tịch ốm. Thảo dược của ông chất đầy ba cái thùng lớn, nhiều đến mức tuy đã được niêm phong ấy thế mùi hăng hắc của thảo dược vẫn bốc ra. Không những thế, bác sĩ Lưu lại nhất quyết yêu cầu đòi mang những thùng đó lên máy bay.

Chúng tôi phải điều đình và thoả thuận với nhau, bác sĩ Lưu chỉ mang theo lên máy bay một lượng thảo dược đủ dùng cho một tuần, còn ba chiếc thùng cũng như chiếc nồi đất để sắc thuốc sẽ được gửi sang Moscow trước trong một chuyến tàu hoả chở đầy tặng phẩm.

Chúng tôi cần một y tá để chăm sóc Mao trong trường hợp khẩn cấp. Tôi chọn Ngô Tự Tuấn – vợ Hứa Đạo – y tá trưởng giàu kinh nghiệm nhất mà tôi biết. Tuy nhiên Diệp Tử Long muốn cử một trong những y tá mà năm ngoái đã đưa Giang Thanh sang Moscow. Như vậy sẽ tiết kiệm được, vì đảng phải cung cấp quần áo mùa đông cho các thành viên trong đoàn, còn người y tá hộ tống Giang Thanh trước đây đã có sẵn quần áo. Nhưng ngược lại, cô ta không được đào tạo về y khoa. Lần này Giang Thanh ủng hộ tôi một cách bất thường, nói: "Một y tá giỏi cho Mao chủ tịch quan trọng hơn nhiều so với việc tiết kiệm một chút tiền bạc". Thế là Ngô Tự Tuấn được bổ nhiệm vào nhiệm vụ này.

Liên Xô cũng cử một bác sĩ để chăm sóc sức khoẻ Chủ tịch trên đường tới Moskova. Tôi phải tiếp đãi ông khách này trong thời gian ngắn ngủi ông lưu lại ở Bắc Kinh. Y tá trưởng, tôi và Lại Chu Liệt, phụ trách tài khoản đặc biệt của Trung Nam Hải đã dẫn ông ta tới Tư Đắc Quán, nhà hàng nổi tiếng món vịt Bắc Kinh quen thuộc. Vị bác sĩ này tỏ ra rất thích những món ăn Trung Hoa cùng rượu mạnh Mao Đài. Lúc đưa ông về sứ quán Liên Xô, tuy đã chếnh choáng, nhưng cũng rất mừng rỡ khi tôi tặng thêm cho ông một chai Mao Đài nữa.

Liên Xô dành cho chuyến bay chúng tôi hai chiếc máy bay Tu-104. Mao, Tống Khánh Linh, ông bác sĩ người Nga và tôi đi trên một chiếc, những người còn lại trong phái đoàn đại biểu khổng lồ của Trung Quốc đi chiếc thứ hai. Các chiêu đãi viên hàng không mang tới cho chúng tôi món trứng cá muối caviar, cá, khoai tây rán và sandwiches trong các chặng nghỉ để tiếp nhiên liệu giữa đường có quầy buffets nhiều món ăn cho đoàn. Mao chẳng giấu giếm mối ác cảm đối với những món ăn của người Nga, ông bảo: "Tôi chẳng thích món nào cả". Ngay lúc mới khởi hành, ông bác sĩ Nga đã uống rất nhiều vodka, ông nói về tác hại của hút thuốc và lợi ích của uống rượu. Chặng đường còn lại của chuyến bay ông dành cho giấc ngủ để tỉnh rượu.

Nikita Khrushchev đón chúng tôi ở sân bay. Cùng đi với ông có Nikolai Bulganin, một người có bộ râu xồm đáng kính, có vẻ mặt u sầu và người bạn cũ của tôi, Anastas Mikoyan. Mikoyan chào đón tôi rất nồng nhiệt bằng tiếng Nga, vì không có phiên dịch nên tôi chẳng hiểu gì cả. Hình như ông ta nói gì đó về phương pháp điều trị bằng châm cứu mà tôi đã giới thiệu cho ông trước đây. Người phụ nữ duy nhất của Ban tiếp tân, bà Bộ trưởng Bộ văn hoá Yekaterina Furtseva, một phụ nữ trông rất khả ái, trạc 50 tuổi. Tôi không hiểu vì sao bà đi đi lại lại có vẻ tất bật như vậy.

Phái đoàn Trung Quốc, phái đoàn quan trọng nhất trong 64 đoàn đại biểu. Khrushchev tiếp Mao rất thân mật, đầy vẻ kính trọng. Ông đích thân đưa Mao vào nơi làm việc của mình trong điện Kremlin, mời Mao sau hội nghị có thể đi nghỉ lại ở một nhà nghỉ tại Moscow, hoặc đến bãi tắm Sochi bên bờ Biển Đen. Mao từ chối và ngay từ đầu đã tỏ ra thận trọng và lạnh lùng đối với Khrushchev. Ông vẫn còn tức việc Khrushchev đã phê phán Stalin. Gần như ngay sau khi chúng tôi đặt chân đến Moscow, Mao đã bắt đầu châm chọc người lãnh đạo đảng cộng sản Nga này. Khi chúng tôi đi từ sân bay vào thành phố, cũng giống như tôi, Mao nhận thấy dân chúng trên

đường phố có vẻ chán chường, thiếu thiện cảm. Ngược hẳn với ở Trung Quốc, nơi mà lòng nhiệt tình cách mạng vẫn hừng hực dâng cao. Mao nói:
- Với chiến dịch chống Stalin, Khrushchev đã đánh mất đi sự ủng hộ của dân chúng. Chẳng có gì lạ khi người dân ở đây đã mất hết nhiệt tình.

Người ta chuẩn bị cho Mao và những người tuỳ tùng của ông cực kỳ kỹ lưỡng. Đó là một lâu đài, nơi ở của hoàng hậu Katharina trước đây với những hành lang tạo thành những mê cung rộng lớn và những căn phòng gọn gàng, được trang trí bằng những đồ cổ cực quí. Dưới sàn là những tấm thảm nhung dày, trên trần cao có treo những chùm đèn sáng lấp lánh, còn những bức tường được trang trí bằng những bức tranh chân dung. Mao ở trong căn phòng lộng lẫy nhất là phòng ngủ của hoàng hậu Yekaterina. Căn phòng đó khá rộng và được bày biện tuyệt đẹp. Lần này, tuy không mang theo chiếc giường gỗ riêng của ông, nhưng vẫn khăng khăng dùng chiếc bô riêng, mặc dù đã có cầu tiêu xả nước ngay bên cạnh phòng tắm.

Diệp Tử Long, Vương Kính Tiên, Lâm Khắc, Lý Ấm Kiều, vệ sĩ Tiểu Trương, hai người đầu bếp và tôi cùng ở với Mao trong lâu đài. Những thành viên còn lại trong đoàn đại biểu, trong đó có nhiều vị lãnh đạo đảng và chính phủ như Tống Khánh Linh, Đặng Tiểu Bình. Bành Chân, Bành Đức Hoài, Lỗ Đình Nghị, Dương Thượng Côn, Trần Bá Đạt, Hồ Kiều Mục cũng như những người hộ tống khác ở các khách sạn hoặc chia nhau ở trong sứ quán Trung Quốc. Tôi hầu như chẳng gặp họ. Lâm Khắc và tôi cùng ở trong một căn phòng thuộc một phần lâu đài. Tuy căn phòng này không lộng lẫy như phòng của Mao, nhưng cũng rất sang trọng. Người ta luôn luôn mang tới cho chúng tôi nào táo, cam, sô-cô-la, nước cam, nước khoáng và thuốc lá. Rất nhiều rượu, đủ các loại, còn món ăn thật tuyệt vời.

Mao rất phấn khích, sôi nổi, vui vẻ. Tuy chẳng thèm để ý đến sự xa hoa bao quanh, nhưng lại rất lưu tâm đến thái độ ân cần người ta dành cho ông và các đại biểu Trung Quốc. Ông so sánh rất sắc xảo với những gì đã chứng kiến vào năm 1949, khi ông sang hội đàm với Stalin. Ông châm biếm với nụ cười khinh bỉ:
- Các đồng chí thấy, bây giờ người ta tiếp đãi mình như thế đấy. Ngay tại đất nước cộng sản này, người ta cũng phân biệt rõ, ai là người có thế lực và ai là người yếu hèn. Đúng là bọn trưởng giả học làm sang!

Một lời nhận xét thật chua cay, tôi không thể tin được Mao có thể nặng lời như vậy.

Chúng tôi viếng lăng Lenin, đặt vòng hoa trước quan tài kính của Lenin và Stalin, một cảm giác bâng khuâng ập đến tôi. Thi hài của hai nhà lãnh đạo Liên Xô trông nhăn nhúm và khô khốc. Sau này tôi được biết chân tay của họ đã bị thối rữa, thay thế bằng sáp. Hồi đó tôi không thể ngờ rằng 20 năm sau tôi phải điều hành một nhóm bác sĩ bảo quản thi hài Mao.

Mao tỏ ra ít để tâm đến phong tục tập quán văn hoá Nga. Ông ngồi ăn một mình, thậm chí còn tách ra khỏi các thành viên trong đoàn đại biểu Trung Quốc. Trong mỗi bữa ăn. Ông có thể thoải mái chọn các món ăn từ vô số các món ăn Nga và Trung Quốc. Người ta đã điều cho ông hai đầu bếp Nga và một trong hai đầu bếp riêng của ông cũng rất thành thạo nghệ thuật nấu ăn phương Tây. Tuy vậy, Mao vẫn chỉ ăn những món ăn của Hồ Nam quê hương, do người đầu bếp mà ông ưa thích nấu. Tôi cũng hiểu được sự ưu ái ông dành cho các món ăn Trung Quốc, bởi vì chúng tôi cũng không thấy ngon miệng khi phải ăn những món ăn nặng nề của Nga. Bởi vậy, khi ông mời tôi đến ăn cơm vào buổi tối, tôi đã ăn rất thích thú, mặc dù tôi mới vừa ăn các món ăn Nga. Mao trêu tôi: "Tôi không nghĩ đồng chí vừa mới ăn xong".

Một lần Mao đã vô tình động chạm vào đời sống văn hoá Nga một cách đáng xấu hổ trong chuyến viếng thăm này. Khrushchev đưa ông đi xem buổi trình diễn vũ ba-lê vở Hồ thiên nga. Tôi cũng đi theo và ngồi với hai chính trị gia này ở lô riêng của Khrushchev. Chúng tôi đến muộn, khi hồi thứ hai bắt đầu mở màn, Mao đã tỏ ra chán ngán. Từ trước tới nay Mao chưa bao giờ xem múa ba-lê của phương Tây và chưa ai chuẩn bị trước cho Mao, cho nên ngay từ đầu buổi diễn ông đã ngán ngẩm. Ông nói với Khrushchev:

- Tôi chịu không nhảy được như vậy? Toàn bằng đầu ngón chân. Thế còn đồng chí?

Nhà lãnh đạo Liên Xô cũng quả quyết là ông không thể nào nhảy bằng đầu các ngón chân như thế được. Hết hồi thứ hai Mao nói ông muốn về.

Mao quay sang hỏi tôi:

- Tại sao trong khi nhảy họ lại nhún trên các đầu ngón chân nhỉ? Thật là nực cười. Sao họ không nhảy như những người bình thường?

Tôi đoán rằng, Mao cố tình không đánh giá cao nền văn hoá Nga. Ông khoái chí khi chê được Khrushchev và những khiếm khuyết của Liên Xô. Tới khi chúng tôi đến thăm lưu học sinh Trung Quốc đang học tại trường Đại học tổng hợp quốc gia Moskova mang tên Lomonosov, mới thấy Mao có vẻ quan tâm đôi chút. Bữa ăn trong các nhà ăn sinh viên ở đây khá hơn nhiều so với cơm rau đạm bạc bình thường của sinh viên ở trong nước. Các cư xá sinh viên ở Moscow cũng đầy đủ tiện nghi hơn hẳn ở Trung Quốc. Ở đây cứ hai sinh viên ở trong một phòng. Còn ở Trung Quốc, căn phòng này đủ cho tám người ở. Mao nói: "Chúng ta không thể so bì được".
Thường thường, ban ngày ông tham gia các cuộc gặp mặt. Tối đến ông ở trong phòng một mình. Vì vậy, các thành viên trong ban tham mưu của ông có rất nhiều thời gian rảnh rỗi. Có lần, tôi và Lâm Khắc đi xem chương trình ca nhạc dành cho các đoàn đại biểu nước ngoài chúng tôi rất ưa thích. Những buổi tối, chúng tôi thường vào rạp chiếu phim trong lâu đài xem phim của Mỹ nói về cuộc chiến tranh thế giới thứ hai. Bộ phim chúng tôi thích là The Great Waltz. Hán Tự, nhân viên bộ ngoại giao, sau này làm đại sứ ở Hoa Kỳ, sợ việc chúng tôi chỉ thích xem phim Mỹ sẽ xúc phạm nước chủ nhà. Do đó, chúng tôi không xem phim Mỹ nữa, xem phim Liên Xô. Tôi xem bộ phim mới công chiếu dựa theo tiểu thuyết Sông Đông Êm Đềm của Sholokhov nói về thời kỳ đầu của cuộc chiến tranh Thế giới thứ nhất và cuộc Cách mạng tháng Mười. Bộ phim chẳng có phụ đề chữ Trung cũng như chữ Anh, tôi lại chẳng hiểu tiếng Nga, nên nản chí không đủ kiên nhẫn xem tiếp.
Toàn đoàn được chủ nhà đặc biệt quí trọng. Chúng tôi mang theo rất nhiều tặng phẩm: một chiếc tàu chạm bằng ngà voi quí hiếm, những bình hoa bằng gốm, những lá cờ của quốc tế cộng sản làm bằng vàng lá dành cho các cán bộ cao cấp và một số lượng lớn thuốc lá Trung Quốc và rượu Mao Đài dành cho các nhân viên. Ngay sau khi đến nơi, chúng tôi bắt đầu phân phát tặng phẩm. Rồi người ta gõ cửa phòng chúng tôi vào ban đêm để xin thêm quà. Những tặng phẩm quí đã làm cho người ta ngộ nhận rằng, các bác sĩ Trung Quốc rất có uy tín và thu nhập rất cao. Có lẽ đó cũng là nguyên nhân khiến một cô hầu phòng đã có tình ý với tôi. Lâm Khắc thấy người cô gái này đặc biệt cẩn thận khi dọn giường cho tôi. Sau đó thông qua anh phiên dịch Nhan Minh Phục, cô biết muốn cặp bồ với tôi và thậm chí còn sẵn sàng theo tôi về Trung Quốc. Nhan Minh Phục thay mặt tôi đã từ chối và đoàn chúng tôi được một trận cười vui vẻ.

Khi thời gian ở Moskova sắp hết, Lại Chu Liệt, trưởng phòng chi tiêu đặc biệt đề nghị tôi cùng với một phiên dịch của sứ quán Trung Quốc đến cảm tạ ông bác sĩ đã tháp tùng Mao đến Moskova. Ông bác sĩ này có một căn hộ trải thảm rộng rãi, bày biện đồ gỗ khá đẹp. Ông mừng rỡ khi chúng tôi tới thăm và tiếp đãi rất ân cần. Khi chúng tôi trao quà tặng cho ông gồm hai chai Mao Đài và một số thứ lặt vặt, ông có vẻ bối rối, đi tới đi lui. Cuối cùng, ông rút ra ba tờ một trăm rúp đưa cho chúng tôi mỗi người một tờ. Tôi ngượng quá, không muốn nhận, nhưng Lại giật tiền từ tay tôi và nhét vào túi. Trên đường về Lại giải thích, tất cả những tặng phẩm dành cho phái đoàn Trung Quốc là sở hữu của nhà nước.

Ngày 7-11-1957 có cuộc diễu hành nhân dịp 40 năm ngày Cách mạng tháng Mười. Tất cả chúng tôi đều tham dự. Mao đứng với Khrushchev trên lễ đài cao của lăng Lenin. Tôi đứng ngay cạnh lăng, cạnh tôi là Tổng bí thư đảng cộng sản Estonia. Ông đã ở Anh vài năm, nói tiếng Anh tuyệt vời. Ông nói rằng, hy vọng sẽ có ngày ông được đến Trung Quốc, một đất nước xa xôi, huyền bí.

Các cuộc diễu hành của chúng tôi vào ngày 1 tháng 5 và ngày 1 tháng 10 cũng dập khuôn Liên Xô. Trong khi đó, tôi đã thấm mệt không thể nán lại xem các cuộc duyệt binh tốn kém, lãng phí. Ngay Quảng trường Đỏ có con đường lát đá, với những tháp đường và các cung điện cũng chẳng khuyến rũ tôi. Hai năm sau, quảng trường Thiên An Môn được mở rộng nhân dịp kỷ niệm 10 năm Cách mạng Trung Quốc. Tôi nghĩ rằng Trung Quốc đang chạy đua với Liên Xô xây dựng một quảng trường lớn nhất thế giới.

Mặc dù bất đồng với Khrushchev, sự kiện Hội nghị Moskova và Bản tuyên bố chung cũng tác động tới Mao. Mao nói:

- Năm 1848 Marx và Engels ra bản Tuyên ngôn Cộng sản và phát động phong trào cộng sản toàn cầu. Bây giờ, hơn 100 năm sau, bản Tuyên bố chung ở Moskova đã đúc kết những kinh nghiệm của phong trào, vạch ra những triển vọng cho tương lai.

Mao lạc quan nhìn về tương lai và cũng tự cảm thấy phấn khởi qua những tiên đoán trong bài phát biểu của mình. Trước đông đảo các đại biểu. Mao tiên đoán rằng, trong vòng 15 năm tới, Liên Xô sẽ vượt Mỹ về công nghiệp luyện kim và những ngành công nghiệp quan trọng khác. Cũng trong thời gian đó, Trung Quốc sẽ vượt Anh. Mao quả quyết trong vòng 15 năm tới, hệ thống kinh tế cộng sản sẽ vượt hết các nước tư bản và tình hình thế giới sẽ chín muồi cho một cuộc cách mạng cộng sản.

Mao coi ngành luyện kim là chủ đạo, quyết định việc phát triển kinh tế và cho rằng Trung Quốc cần phải tăng sản lượng thép. Ông chấp nhận cuộc chiến tranh lạnh, chính sách hiếu chiến của bộ trưởng ngoại giao Mỹ Dulles và những căng thẳng quốc tế: "Những căng thẳng quốc tế chỉ có lợi cho chúng ta, đất nước chúng ta càng chóng thống nhất. Chừng nào những kẻ khác còn mài kiếm, chừng ấy tôi chưa thể yên tâm".

Sau này, qua hồi ký của Khrushchev tôi biết rằng, ông ta rất lo ngại trước bài phát biểu vô trách nhiệm của Mao vào tháng 11-1957 ở Moscow. Mao nhìn thế giới như ếch ngồi đáy giếng. Việc ông quả quyết trong vòng 15 năm tới các nước cộng sản sẽ vượt các nước tư bản là hoàn toàn thiếu cơ sở. Và việc tán thành tiếp tục duy trì tình hình căng thẳng trên thế giới trong thời đại nguyên tử là một sự mạo hiểm. Bài phát biểu của Mao cũng chẳng hơn gì những câu chuyện phiếm rỗng tuếch trong các cuộc tán gẫu ban đêm của chúng tôi. Ông đang ôm ấp một chiến lược mới. Sáng kiến "Đại nhảy vọt" – một chiến dịch mang tính chất chính trị bất hạnh nhất của Mao đã ra đời.

CHƯƠNG 24

Hội nghị Moscow đã tạo đà cho Mao. Ngày 20-11-1957, khi chúng tôi rời Liên Xô, ông đã soạn thảo một chương trình hành động nhằm nâng cao sản xuất. Vì ban lãnh đạo đảng là chướng ngại vật chính cho kế hoạch này, nên trước hết ông phải tìm sự ủng hộ của ban lãnh đạo đảng.
Sau khi trở về, Mao và Giang Thanh ở Hàng Châu hai tuần. Sau đó chúng tôi cùng bay đi Nam Ninh dự hội nghị đảng ở khu tự trị Quảng Tây. Ngay trong chuyến đi, Mao đã tìm cách thu phục các cán bộ đảng để họ ủng hộ kế hoạch của ông.

Chu Tiểu Châu bí thư thứ nhất tỉnh uỷ Hồ Nam đã đón tiếp Mao trong lúc nghỉ giữa chừng để tiếp nhiên liệu ở Trường Sa. Nhân dịp này Mao chọc tức người lãnh đạo đảng ở quê ông bằng câu hỏi:
- Tại sao sản lượng nông nghiệp ở Hồ Nam không tăng? Tại sao nông dân ở Hồ Nam chỉ thu hoạch được một vụ trong năm?
Chu Tiểu Châu trả lời, điều kiện khí hậu ở Hồ Nam chỉ cho phép thu hoạch một vụ duy nhất. Mao phản đối, nêu tỉnh Triết Giang, trong đó có Hàng Châu, điều kiện khí hậu ở đó cũng tương tự nhưng vẫn thu hoạch được hai vụ một năm.
- Tại sao ở Hồ Nam lại không như vậy – Mao hỏi tiếp.
Cuộc đối thoại làm Chu Tiểu Châu xấu hổ, không biết phải trả lời thế nào.
Mao nói:
- Đồng chí không chịu học kinh nghiệm của những tỉnh khác. Vấn đề là ở chỗ đó.
Chu Tiểu Châu ngoan ngoãn trả lời:
- Từ giờ chúng tôi sẽ học hỏi.
- Học hỏi ở đây nghĩa là thế nào? Như vậy đến bao giờ đồng chí học hỏi được nào? Thôi, đồng chí có thể đi.
Mao cầm một quyển sách lên đọc. Chu Tiểu Châu nhã nhặn cáo từ mọi người, rồi quay lại Mao, hứa:
- Chúng tôi sẽ cố gắng làm hai vụ ngay lập tức.
Khi Chu Tiểu Châu đi khỏi, Mao bực tức ném quyển sách sang một bên, nói gay gắt:
- Đồng chí ấy muốn thử làm hai vụ mà chẳng chịu học hỏi kinh nghiệm của người khác thì chẳng đi tới đâu cả.

Trong những tháng tiếp theo cũng đã có những cuộc trao đổi giữa Mao với những lãnh đạo chủ chốt địa phương cũng như hội nghị đảng bộ những lời cảnh cáo tương tự. Dần dần, Chủ tịch đã thành công, thu hút cả những người nhút nhát cũng hứa sẽ ủng hộ con đường ảo tưởng của ông.

Tại hội nghị đảng ở Nam Ninh sau đó, ông đã làm một cuộc thử nghiệm vĩ đại đưa toàn đảng đi theo đường lối của ông.

Nam Ninh, một thành phố cổ kính, nhà cửa nhiều màu sắc đẹp mắt và sạch sẽ. Phố xá ở đây hẹp, ban công ở các tầng trên chìa ra che cho các cửa hiệu nhỏ và khách bộ hành trước những cơn mưa bất thường ập tới. Vùng này ấm, ẩm ướt, cây cỏ xanh tươi quanh năm. Ngay cả trong tháng giêng, khi chúng tôi tới đây, thời tiết rất dễ chịu, nhiệt độ 26 độ C. Những cây cam và bưởi trổ hoa, làm cho không khí thoảng hương thơm. Con người ở đây ăn mặc cũng sặc sỡ. Ở vùng này có người Choang, một dân tộc thiểu số. Phụ nữ mặc váy ngắn duyên dáng, đầu quấn những chiếc khăn nhiều màu sặc sỡ. Người dân Nam Ninh giản dị, ngay thẳng. Đây là vùng không giàu, cũng không phải vùng kinh tế phát triển cao. Các quan chức của thành phố lấy làm hãnh diện mời được Mao tới thăm và ra sức thực hiện bổn phận chủ nhà. Người ta tuyên truyền Mao và vợ ông là những người giản dị. Cũng chính từ miệng các quan chức tuyên truyền mọi người tin chắc rằng, Mao sẽ đánh giá cao những gì người ta dành cho ông. Khi chúng tôi đến vào đầu tháng Giêng, vài ngày trước khi hội nghị khai mạc. Người ta đã bố trí cho Chủ tịch và vợ ông ở trong hai toà nhà riêng biệt. Thực ra, đó là nhà khách của Uỷ ban hành chính tỉnh. Hai toà nhà này nằm trên một đồi cây yên tĩnh, phong cảnh xung quanh rất đẹp. Mao chẳng phàn nàn gì, nhưng Giang Thanh lại không chịu được nơi ở này.

Vài ngày sau khi chúng tôi tới đây, bà vẫn để tôi nghỉ ngơi. Các y tá của bà đã làm khổ bà. Bà nói vậy, yêu cầu tôi phải khiển trách những cô y tá này. Trong nhiệm vụ của tôi có cả việc quản lý nhân viên chăm sóc cho Giang Thanh, nếu bà không hài lòng với các cô y tá, tôi phải can thiệp.

Giang Thanh quả quyết, các nhân viên đã làm bà bị cảm lạnh. Nhà khách chẳng có hệ thống sưởi trong các phòng, ban đêm trời trở lạnh, các nhân viên phục vụ Giang Thanh đã đặt một lò sưởi điện. Lò sưởi này không có bộ phận điều chỉnh, khi cảm thấy quá nóng, tắt sưởi bà lại kêu quá lạnh. Cán bộ cơ sở ráo riết tìm cách giải quyết, cuối cùng họ cử một tổ sang Hong Kong mua được một lò sưởi xách tay hiện đại, được làm nóng bằng một hệ thống ống chứa nước nóng tuần hoàn, nhiệt độ căn phòng đã được ổn định.

Giang Thanh có thói quen tắm trước khi đi ngủ, nhưng nhà khách không có vòi tắm hoa sen và hệ thống nước nóng. Các y tá đổ nước ấm vào trong những cái chậu, thay nhau dội nước lên người Giang Thanh, khi nước trong chậu nguội đi, Giang Thanh đổ tội cho các cô y tá cố tình dội nước lạnh làm bà bị cảm.

Bởi vậy, cán bộ cơ sở lại phải cử người đi Hong Kong mua một hệ thống vòi tắm hoa sen nóng lạnh. Trong khi lắp hệ thống hoa sen, người ta yêu cầu Giang Thanh tạm thời rời khỏi nhà khách. Bà từ chối không chịu đi và vẫn tiếp tục trách móc các y tá. Khi tôi tới để tìm cách hoà giải, bà lại trút cơn giận lên đầu tôi, quả quyết rằng tôi cũng muốn ép bà chuyển ra khách sạn.

Nói chuyện nghiêm túc với Giang quả là không thể được. Tôi tức tối trình bày việc đó với Mao.

Mao nói:

- Giang Thanh là một con hổ giấy. Nhiều việc cứ phải lờ đi, đồng chí đừng chấp. Các cô y tá cũng chẳng phải gì mà sợ. Đồng chí hãy nói với họ, tôi biết và đánh giá cao công việc của họ làm.

Giang Thanh cũng tức giận và chất vấn chồng về chuyện này. Một vệ sĩ nghe được Mao nói với vợ:

- Bà cũng biết câu nói: Nếu mẹ ốm quá 100 ngày, đến con đẻ cũng bỏ đạo làm con. Người ta làm việc chỉ để kiếm tiền, chứ không nghĩ đến việc phục vụ chu đáo đâu.

Lúc có mặt tôi, Mao trách vợ và khen các cô y tá. Nhưng trước mặt vợ, ông lại chỉ trích họ. Nhưng Mao có vẻ muốn thuyết phục vợ hoà giải với tôi.

Một lần Giang Thanh hỏi tôi khi những chuyện cãi vã giữa chúng tôi vẫn còn chưa chấm dứt:

- Đồng chí có biết tôi thường nhường đồng chí không?

Tôi trả lời không biết.

Bà tiếp lời:

- Đồng chí có những điểm mạnh và điểm yếu đáng chú ý. Đồng chí rất sáng suốt khi giải quyết các vấn đề và có hành động cương quyết. Cả Chủ tịch cũng đánh giá cao sự sáng suốt của đồng chí. Nhưng đồng chí là người trí thức kiêu căng. Nếu đã có ý định chẳng có gì ngăn cản nổi đồng chí. Thế nhưng Chủ tịch không cho phép tôi được khiển trách đồng chí. Đồng chí biết không?

- Không, tôi không hiểu đồng chí đang nói gì.

- Có lúc tôi không chịu được đồng chí. Nhưng Chủ tịch muốn giữ đồng chí lại, vì ông hợp đồng chí. Tôi và đồng chí là đồng minh, cả hai chúng ta đều làm việc cho Chủ tịch. Tôi đã nói những suy nghĩ của tôi. Thế đồng chí nghĩ gì về tôi?

Tôi đáp:

- Tôi chẳng có ý kiến gì. Nhưng tôi tin, với trình độ học vấn và lý lịch gia đình, tôi không thích hợp với công việc ở đây. Tôi vẫn hy vọng có ai đó có thể thay thế được tôi.

Giang Thanh càng bị kích động và mất kiên nhẫn:

- Chủ tịch sẽ quyết định về tư cách của đồng chí.

Một vệ sĩ nghe được cuộc đối thoại của chúng tôi. Anh ta nói với tôi sau khi tôi rời khu ở của Giang Thanh:

- Đồng chí bác sĩ Lý này, đồng chí Giang Thanh có vẻ muốn đối xử tử tế với đồng chí đấy. Cả Chủ tịch cũng giận đồng chí Giang Thanh. Mới đây tôi nghe được khi đồng chí ấy vừa ra khỏi phòng, Chủ tịch ca cẩm: "Tôi đang bận, bà cứ làm rối tung rối mù ở đây. Không thể cứ thế này mãi".

Nhưng Giang Thanh vẫn tiếp tục gây rối. Phòng tắm vẫn chưa được giải quyết, bà vẫn tiếp tục chửi mắng các cô y tá, khiến họ nước mắt giàn giụa chạy lại giãi bày với tôi. Tôi chẳng biết phải làm gì nữa. Trưởng ban an ninh Vương Kính Tiên, một người có năng lực, đã thông báo cho tôi biết, công việc của ông ta chỉ được giới hạn trong vấn đề bảo vệ an toàn cho các vị lãnh đạo cao cấp. Và Diệp Tử Long cũng cho vấn đề phòng tắm của Giang Thanh không phải bổn phận của ông. Thế là tôi buộc phải sử dụng toàn bộ ngón võ miệng của mình để thuyết phục bà vợ của Chủ tịch ngủ tạm một đêm ở khách sạn. Cuối cùng bà đồng ý. Hệ thống nóng lạnh và vòi hoa sen lắp rất nhanh.

Giang Thanh vẫn chưa hài lòng. Bây giờ lại ca cẩm xung quanh khu nhà ở quá ồn ào. Tất cả cán bộ cơ sở, nhân viên an ninh cùng với bộ phận nhà bếp phải chuyển xuống khu nhà dưới chân đồi, đường xá quanh khu đồi cấm xe cộ qua lại, chỉ để làm vừa lòng bà ta.

Trong hội nghị đảng ở Nam Ninh có các cán bộ đảng toàn quốc và các tỉnh tham gia. Hội nghị khai mạc vào ngày 11-1-1958 và ngay từ ngày đầu tiên một bầu không khí căng thẳng đã bao trùm hội nghị. Những người dự hội nghị như bị kích động, đa số người soạn thảo kế hoạch kinh tế của đảng đều cho dự định đuổi kịp Anh trong 15 năm của Mao là ảo tưởng. Còn Mao trong 11 ngày này đã phải mất rất nhiều thời gian để chống lại những cán bộ kế hoạch, phát triển và tài chính. Chỉ có rất ít người không bị Mao đụng tới, ngay cả Chu Ân Lai và Trần Vân cũng không thoát khỏi sự chỉ trích của ông.

Bốn ngày sau buổi khai mạc, uỷ viên dự khuyết bộ chính trị Trần Bá Đạt gọi tôi vào phòng ông ở khách sạn. Trần bị cảm muốn nhờ tôi điều trị. Thực ra ông muốn trở lại Bắc Kinh, nhưng đang bị Mao chỉ trích, sợ rời cuộc họp sẽ bị quy kết tự ý bỏ hội nghị. Trần cũng bị mất ngủ. Phòng trên buồng ông ở có một ai đó làm ồn cả đêm, ông muốn nhờ tôi xem ai ở trên đó mà cứ đi đi lại lại bình bịch trên sàn như vậy. Nhưng người đi đi lại lại cả đêm cũng có thể một lãnh đạo cao cấp, tôi chẳng có quyền hạn gì ngăn cấm bất cứ ai trong khách sạn này cả. Tôi hỏi ra, người ở trên phòng đó là Bạc Nhất Ba, Chủ tịch Uỷ ban Kinh tế nhà nước, cũng đang bị Mao chĩa mũi súng, căng thẳng thần kinh cả đêm không ngủ được nên cứ đi đi lại lại trên đầu Trần Bá Đạt.

Hoàng Kính, chồng cũ của Giang Thanh, chủ tịch Uỷ ban Kinh tế và Kỹ thuật, chịu trách nhiệm về vấn đề phát triển công nghệ phải chịu khuất phục trước áp lực của Mao. Gần đến khi kết thúc hội nghị, Kha Thanh Thế, thị trưởng thành phố Thượng Hải đã yêu cầu tôi khám cho Hoàng Kính. Sau nhiều lần bị Mao công kích gay gắt, ông ta đã có những biểu hiện không bình thường.

Hoàng Kính nằm trên giường, nhìn trừng trừng lên trần nhà và lầm nhẩm những câu khó hiểu. Ông ta van xin tôi: "Cứu tôi với! Cứu tôi với!"

Dương Thượng Côn thu xếp cho ông ta đi điều trị ở thành phố Quảng Châu gần đó. Lý Phú Xuân, phó thủ tướng và chủ tịch Uỷ ban Kế hoạch Nhà nước và Tập Trọng Huân, Tổng thư ký Hội đồng Nhà nước đưa Hoàng Kính đi. Trên máy bay ông ta cũng có những cử chỉ kỳ lạ. Ông quì xuống và đập đầu xuống sàn trước mặt Lý Phú Xuân, van xin Lý hãy thả ông ra, tha mạng cho ông. Ông được đưa vào một bệnh viện quân y ở Quảng Châu, bị gẫy một chân trong một lần ông định trốn viện. Sau đó tôi không nghe được tin tức gì về ông nữa. Mãi sau này tôi mới biết ông chết vào khoảng tháng 11-1958.

Thái độ của Mao rất trái ngược đối với những người ông đã làm cho họ căng thẳng. Sau vài lần nổi giận, ông bắt đầu tỏ ra nhũn nhặn, tử tế, thậm chí lúc bế mạc hội nghị, còn tự bỏ sự phân biệt cấp trên cấp dưới thường ngày. Ông dự liên hoan bữa trưa tổng kết hội nghị, tỏ vẻ khoái khẩu món đặc sản "Long Đả Hổ" được nấu từ thịt rắn độc (tượng trưng cho rồng) và thịt mèo rừng (tượng trưng cho hổ). Món "đặc sản" này rất béo, khó nuốt, vậy mà Mao cứ khen ngon.

Hôm sau, Mao đi bơi ở sông Vĩnh Giang, chảy qua phía trước thành phố. Nhiệt độ của nước khoảng 20 độ C nghĩa là rất lạnh đối với việc bơi lội. Mao cứ nhất quyết đòi bơi, tôi phải đi tháp tùng. Như thường lệ, ông ngâm mình một tiếng liền dưới nước và đến ngày hôm sau bị ho và sổ mũi.

Lại một lần nữa, ông chỉ nghe theo lời khuyên của bác sĩ khi ông cảm thấy bệnh trở lên nghiêm trọng. Thế nhưng sau khi uống thuốc ông bình phục rất nhanh.

Tiếp theo hội nghị ở Nam Ninh là hàng loạt những cuộc họp đảng do Mao triệu tập trong những tháng tiếp theo. Với những lời châm chọc, động viên, phỉnh phờ, kể cả giận dữ, Mao tìm cách đưa đảng đi theo đường lối của ông. Đầu tiên ông buộc tội những cán bộ tỉnh, sau đó ông buộc tội những người soạn thảo kế hoạch kinh tế đã làm cho nền kinh tế trì trệ, chậm phát triển. Tuy nhiên cứ sau mỗi cuộc họp, những chỉ tiêu kế hoạch lại được nâng lên một chút và đến khoá họp thứ hai của Đại hội đảng lần thứ VIII vào tháng 5 năm 1958. Mao đã chuẩn bị xong kế hoạch Đại nhảy vọt của ông.

CHƯƠNG 25

Đầu năm 1958, lần đầu nên tôi thấy ở Mao có sự thay đổi. Tính đa nghi vô lý chưa hề thấy ở ông đã xuất hiện, càng ngày càng tăng trong những năm trước khi xảy ra cuộc Cách mạng văn hoá. Sau khi rời Nam Ninh, chúng tôi nghỉ lại ở Quảng Châu dăm tuần, rồi mới bay về Bắc Kinh. Mao tiếp tục gây sức ép với đảng. Sau khi ngừng chiến dịch chống hữu khuynh, để tránh thất bại, lần này những gì còn vướng mắc trong nội bộ đảng cần phải được giải quyết, các đảng viên lần lượt đấu tố lẫn nhau.

Đầu tháng ba, chúng tôi bay tới Thành Đô, thủ phủ tỉnh Tứ Xuyên, được coi là vựa thóc của Trung Quốc. Tại đây, Mao đã triệu tập hội nghị đảng.
Chúng tôi nghỉ lại một khu có tên "Đập Bò Vàng" cách thành phố khoảng 7 dặm về phía tây. Cảnh vật ở đây làm người ta liên tưởng đến một vườn bách thảo với những đồng cỏ xanh mướt, những cánh rừng tre bương, những cây thông xanh ngát và những cây trắc bá. Ngoài những cây cọ, những bụi chuối và những cây bưởi mọc hai bên đường, còn có sơn trà và đỗ quyên đầy hoa đỏ rực. Trong thời gian chúng tôi ở đó, trời thường đổ mưa. Sau cơn mưa, những cánh rừng nhiệt đới được một lớp sương mù bao phủ, trông huyền bí giống như một bức trướng phong cảnh của Trung Quốc. Mao kể rằng, một số bài thơ và từ của ông về những khu vườn phủ sương và những triền núi xanh tươi đã được ngẫu hứng sáng tác từ những cảnh vật như thế này.
Tôi rất thích được trở lại Thành Đô. Kể từ kỳ thi tốt nghiệp y khoa cách đó mười bốn năm, tôi chưa bao giờ đặt chân tới thành phố này, quê hương thứ hai của tôi. Tôi mong ước sớm được đến thăm trường Đại học cũ.
Khu đất của trường Đại học Tổng hợp Y khoa Tây-Trung, hồi đó là một thảm thực vật xanh tốt, khi tôi còn là sinh viên. Khu vườn này được coi là lớn nhất, đẹp nhất Trung Quốc lúc bấy giờ. Còn đối với tôi, nó là thiên đường trên trái đất. Giờ đây tất cả đã đổi thay. Một phố lớn chạy qua khu đất trước đây. Nhiều toà nhà bị phá bỏ, những toà nhà còn lại đã đổ nát, các khu vườn không được chăm sóc.
Trường Đại học bây giờ mang tên trường Đại học Y khoa Tứ Xuyên. Khoa xã hội nhân văn chuyển sang trường Đại học tổng hợp Tứ xuyên. Chuyến viếng thăm các bạn học cũ và Tôn Ngọc Hoa,

hiện làm hiệu trưởng trường Đại học, đã làm trỗi dậy trong tôi những kỷ niệm xa xưa. Nhưng sẽ rất nguy hiểm cho tôi, nếu tôi tiếp tục thăm viếng những người bạn khác, vì công việc của tôi làm cho Mao rất nhạy cảm, có thể sẽ ảnh hưởng đến việc giữ bí mật đối với hội nghị đảng sắp tới.

Mao tỏ ra thông cảm với sự đa cảm của tôi và ông ngâm một bài thơ nổi tiếng từ thời triều đại Đông Tấn (năm 317- 420 sau công nguyên):

Thăm thiết ôm sông rặng liễu già
Lượn lờ sông Hán vẫn xuôi xa
Liễu buồn rụng lá sông thêm tủi
Đất trời còn vậy huống chi ta.

Mao khuyên tôi nên đến thăm các bạn cũ. Nhưng tôi từ chối.

Sau khi chúng tôi tới chưa được bao lâu. Lý Tinh Toàn, bí thư thứ nhất tỉnh Tứ Xuyên mời Mao tới xem kinh kịch ở một nhà hát trong khu nhà khách. Lúc đầu, Mao còn ngờ vực, ông vốn chỉ thích kinh kịch Bắc Kinh – nhưng ông đã bị buổi biểu diễn thu hút, đến nỗi điếu thuốc trên miệng cháy hết từ lúc nào. Sau hôm đó, tối nào chúng tôi cũng đi xem kinh kịch Tứ Xuyên. Chỉ một thời gian ngắn, tin Mao thích kinh kịch đã đến tai các nhà lãnh đạo đảng ở các tỉnh – họ quan tâm đến thị hiếu của Mao, vì họ muốn được Mao đến thăm, chuẩn bị thật chu đáo cho cuộc viếng thăm của ông. Sau năm 1958, tại các nhà khách của tất cả các tỉnh đều có nhà hát kinh kịch.

Thái độ của Mao đối với bể bơi trong nhà ở Đập Bò Vàng, đã cho tôi thấy sự sợ hãi vô cớ lần đầu tiên của ông. Chiếc bể bơi đặc biệt dành riêng cho Mao được xây dưới sự chỉ đạo của Lý Tinh Toàn, phỏng theo mẫu bể bơi có mái che ở Trung Nam Hải. Mao bảo tôi và đám vệ sĩ của ông xuống trước, nhưng chính ông lại cảm thấy không yên tâm. Nhiều lần ông hỏi tôi, liệu bể bơi này có thực sự giống bể bơi ở Bắc Kinh không và có vẻ lo ngại người ta pha thuốc độc vào trong nước. Vậy mà khi bơi chúng tôi chẳng ai bị làm sao. Thái độ của Mao làm tôi thấy tò mò hơn là lo ngại. Mãi đến khi tình trạng bệnh tật của ông xấu đi, hồi tưởng lại, tôi mới tìm ra sự đa nghi quá đáng của ông là nguyên nhân của chứng bệnh hoang tưởng.

Mao không an tâm, vẫn chưa hài lòng với các lãnh đạo đảng bộ địa phương. Ý định làm họ thức tỉnh khỏi trạng thái mê muội và đi theo đường lối của ông chỉ thu được kết quả giới hạn. Mao kêu gọi hội nghị có nhiệm vụ tiếp tục thuyết phục giới lãnh đạo đảng.

Trong phiên họp từ ngày 8 đến 26-3-1958, những cuộc tranh luận ở Hội nghị Nam Ninh lại tiếp tục diễn ra. Các cán bộ đảng phụ trách phát triển kinh tế bị Mao hối thúc. Ông muốn thuyết phục họ rằng, theo kế hoạch, trong vòng 15 năm nữa Trung Quốc phải đuổi kịp nước Anh về kinh tế. Ông cho những chỉ tiêu sản xuất vẫn còn quá thấp, những người lập kế hoạch kinh tế quá thận trọng. Việc quần chúng phê bình đảng đã bị chiến dịch chống hữu khuynh chấm dứt một cách đột ngột vào mùa hè năm 1957, trong khi lòng tin trong đảng đối với của Mao vẫn chưa hồi phục. Ông phàn nàn về sự lãnh đạo chưa toàn diện, đánh giá hàng ngũ lãnh đạo cao cấp của đảng như "một lũ tôi đòi đần độn". Ông đòi hỏi mọi người phải có lòng dũng cảm và tính cương quyết.

Việc gần như cuồng tín rập khuôn theo Liên Xô, không cân nhắc khi trích dẫn những tác phẩm của Marx làm Mao vô cùng khó chịu. Ông nói: "Chủ nghĩa Marx đâu phải từ trên trời rơi xuống. Không phải lúc nào cũng phải học những lời răn dạy đó một cách giáo điều rồi nhai lại như những kẻ tôi đòi". Mao liên hệ phong cách làm việc hiện nay của đảng với đạo Khổng trước đây ở Trung Quốc. Người dân Trung Quốc sùng kính Khổng Tử đến nỗi không ai dám gọi tên ông mà gọi "thánh nhân". Đảng cũng coi Marx như vị thánh, không dám làm khác lời Marx, đảng đã biến lời của Marx thành thứ kinh thánh. Kết quả hiện nay cũng tương tự như Khổng Giáo trước đây. Chủ nghĩa Marx đã làm tê liệt tinh thần sáng tạo. Marx chính là một Khổng Tử hiện đại, làm cho Trung Quốc què quặt và kìm hãm sự phát triển của đất nước này. Mao rất ghét Stalin, nhưng việc Stalin chỉ trích Marx ông cho là đúng. Stalin biết không phải bất cứ điều gì Marx đưa ra cũng đúng, ông đã dũng cảm biết kết hợp giữa lý thuyết và thực tế xây dựng chủ nghĩa xã hội.

Mao cho rằng, đảng đã để cho giới trí thức hù doạ và đã bộc lộ cho chúng thấy sự yếu kém của đảng. Ông nghi ngờ, liệu đảng cộng sản Trung Quốc có thể đảm nhiệm được vai trò lãnh đạo trong công cuộc cải tổ xã hội hay không. Mao bảo:

- Các cán bộ đảng của chúng ta hiểu biết rất hạn chế. Họ hiện sống trong sung túc và chỉ biết nhích cho đầy bụng. Năng lực của họ đã chuyển từ trí óc xuống dạ dày.

Tuy nhiên, ông vẫn hy vọng vào lớp trẻ:

- Thông thường lớp trẻ tuy không được học hành vẫn có thể nảy sinh ra những sáng kiến, đưa ra những thuyết mới và lập ra những tôn giáo mới. Khi Khổng Tử mở trường dạy học, thu nhận học trò lúc đó ông mới có 23 tuổi. Trình độ học vấn của Chúa Giê-Su

(Jesus) đến đâu không ai rõ, nhưng tôn giáo do ông lập ra đến nay vẫn tồn tại. Shakyamuni đã phát triển những giáo lý của đạo phật khi ông ở tuổi 19. Ngay Tôn Trung Sơn đâu có phải sinh ra đã là nhà thông thái. Ông tham gia cách mạng khi mới chỉ là học sinh cấp 3. Chính Marx đã đề ra lý thuyết chủ nghĩa duy vật biện chứng khi ông còn rất trẻ. Mãi sau này ông mới trở thành học giả. Năm ông 29 tuổi, ông đã xuất bản những cuốn sách công khai tranh luận với những học thuyết nổi tiếng của các học giả lừng danh như Ricardo, Adam Smith và Hegel. Và khi mới 30 tuổi, ông đã viết bản Tuyên ngôn Cộng sản sáng lập ra một học thuyết mới.

Mao nói tiếp:

- Các học giả trẻ tuổi nổi tiếng, nhưng chưa qua trường lớp, thường bị ngờ vực. Tuổi tác cũng như sự non nớt của họ không quan trọng. Điều quan trọng là nhận biết được sự thật và can đảm tiến lên.

Những lời nói của Mao không hề có ẩn ý nào cả. Ông chẳng bao giờ nhận ra rằng, người ta không gọi ông bằng tên mà gọi "Chủ tịch" khác nào người ta gọi Khổng Tử là "Thánh nhân". Chẳng bao lâu những lời nói của ông cũng sẽ được biến thành những tín điều. Mao thường bóp méo các sự kiện lịch sử nếu chúng có lợi cho mục đích của ông. Chẳng hạn, khi Tôn Trung Sơn bắt đầu hoạt động cách mạng vào năm 1911, ông đã là bác sĩ, một trong những nhà cách mạng cự phách chứ không phải là một học sinh.

Nhiều năm sau, năm 1966, khi Mao phát động cuộc Cách mạng văn hoá và kêu gọi thanh thiếu niên chống lại thày cô giáo của họ và phê bình đảng cộng sản, tôi lại nhớ đến buổi nói chuyện này và những buổi nói chuyện tương tự. Thì ra, Mao đã ấp ủ chiến lược này từ nhiều năm nay.

Ở Thành Đô, Mao vẫn phụ thuộc vào hoạt động của đảng đối với kế hoạch của ông. Ông lại dùng phương pháp đối chất và chỉ trích tất cả những ai phát biểu một cách dè đặt. Ông tìm cách thuyết phục để họ nhận thấy rằng, bác bỏ sáng kiến "tiến vọt" của ông là chống lại chủ nghĩa Marx, như vậy có nghĩa là "hữu khuynh". Mao thúc đẩy kế hoạch phát triển kinh tế giống như quất roi, thúc đinh vào ngựa bắt nó phi nhanh hơn. Tôi nhớ, lần đầu tiên khi còn ở Thành Đô đã được nghe khẩu hiệu: "Tiến nhanh, tiến mạnh, tiến vững chắc để xây dựng Chủ nghĩa xã hội với hiệu quả kinh tế cao".

Những ngày ở Thành Đô, tôi cũng nhận thấy sự thay đổi trong nhận thức về chủ nghĩa xã hội của Mao. Mặc dù áp dụng hệ thống kinh tế xã hội chủ nghĩa, nhưng các giai cấp vẫn tồn tại. Công nhân và nông dân là giai cấp lao động, vì vậy họ là những "người tốt". Nhưng xã hội vẫn còn tồn tại những tàn dư của chủ nghĩa đế quốc, tàn dư của chủ nghĩa phong kiến và còn tồn tại ý thức tư bản quan liêu cũng như tầng lớp tư sản hữu khuynh. Ngay cả tầng lớp tư sản dân tộc đã từng ủng hộ những người cộng sản trong cuộc chiến đấu chống Quốc dân đảng trước đây vẫn còn và họ có thể chống lại những cải cách xã hội chủ nghĩa. Mao coi giới trí thức là giới tư sản. Mao nói với tôi:

- Người trí thức hay dao động, gió chiều nào theo chiều nấy. Họ đọc lắm sách nhưng chẳng biết gì về đời thực.

Rồi Mao chuyển sang nói về đấu tranh giai cấp.

Theo đánh giá của Mao, hội nghị ở Thành Đô đã thành công. Những chỉ tiêu kế hoạch đã được đặt ra cao hơn và 37 văn kiện mới được ban hành, với việc nâng cao những chỉ tiêu kinh tế thực dụng và bảo thủ trước đây.

Đảng đang đứng trước một cuộc đổi mới, có ảnh hưởng to lớn đến đất nước Trung Hoa. Lời của Mao quả có trọng lượng, ý kiến của ông đầy sức mạnh, đến nỗi ngay cả những người ôn hoà cũng không thể cưỡng lại được. Ai tỏ ra hoài nghi về những chỉ tiêu kế hoạch cao một cách không thực tế, sẽ có nguy cơ bị chụp mũ hữu khuynh. Tham vọng mạnh mẽ của Mao đã buộc những người có những ý kiến khác lần lượt phải câm nín. Những kẻ xu nịnh bắt đầu khoác lác, chấp nhận cả những chỉ tiêu kế hoạch cao hơn, mặc dù chính họ biết không thể nào đạt được. Sự dối trá tràn lan trong đảng và những kẻ nói dối trơ trẽn nhất đã chiếm được vị trí tốt nhất bên cạnh Mao. Nỗi sợ hãi bắt đầu lan rộng.

CHƯƠNG 26

Trong lúc chúng tôi lưu lại Thành Đô chiến dịch làm trong sạch đảng được tăng cường. Ông bạn Lâm Khắc của tôi, người có nhiệm vụ báo cáo nội dung Bản tin Nội bộ ra hàng ngày và kèm thêm Mao học tiếng Anh, một trong những người đầu tiên nằm trong tầm ngắm. Khi vừa biết bị tố cáo, Lâm Khắc liền rời Thành Đô. Ông phải có mặt ở Bắc Kinh để đích thân bào chữa.

Trong thời kỳ này, người ta biết vụ "Những lá cờ đen", một sự kiện đáng lưu ý nhất, rối rắm nhất tôi được chứng kiến từ trong nội bộ. Sự kiện này đã làm hại thanh danh, sinh mạng của nhiều người nhưng nó đã giúp tôi rút ra bài học xương máu.

Một trong những nguyên nhân gây ra việc kéo bè kết cánh trong đảng đã làm Mao tức giận là cách thức bổ nhiệm những chức vụ về chính trị. Đó cũng là lý do dẫn đến những mưu đồ chính trị phức tạp, sinh ra vụ Lá cờ đen. Vấn đề là trách nhiệm của từng cán bộ. Nếu một cán bộ đảng ở Trung Quốc, đề cử một người nào đó giữ một chức vụ, mặc nhiên người đó phải chịu trách nhiệm về những việc làm của người đã đề cử. Thể thức này chỉ có tác dụng khi người được bổ nhiệm tuyệt đối trung thành với cấp trên, phải chấp hành mệnh lệnh ngay cả khi họ là người hiểu biết hơn. Đối với đảng viên, điều lệ quan trọng nhất là kỷ luật, tuyệt đối phục tùng cấp trên, chấp hành sự lãnh đạo của đảng và chỉ thị của cán bộ cấp cao hơn. Đảng và cấp trên luôn luôn đúng. Phê bình cấp trên là vi phạm toàn bộ các điều lệ, đảng viên nào cũng phải nhớ. Công kích cấp trên của mình cũng tệ hại như công kích đảng. Trung thành là đức tính tối cần thiết.

Sự phục tùng sẽ được trả giá bằng sự bao che. Vì cấp dưới phải thi hành mệnh lệnh của cấp trên, nên cấp trên phải bảo vệ cấp dưới trước sự công kích. Hậu quả, tất cả những phản ứng hướng vào các quan chức cao cấp trong đảng lại nhắm vào cấp dưới. Nếu một cán bộ đảng cấp dưới bị chỉ trích về những sai lầm, dĩ nhiên cấp trên của người đó cũng bị liên lụy. Những cuộc đấu đá chính trị triền miên tôi được chứng kiến nhiều năm ròng luôn luôn bắt đầu từ lớp cán bộ trung cấp – theo hệ thống phân cấp trong đảng. Nếu muốn đả kích những cán bộ đảng cao cấp, trước tiên người ta tấn công cấp dưới của họ.

Mao kịch liệt bác bỏ cách thức này, nguyên nhân dẫn đến việc thiếu cảnh giác, thiếu dũng cảm đấu tranh trong đảng. Ai cũng tìm cách đẩy trách nhiệm cho cấp cao hơn và vì sai lầm nào cũng đều bị xử lý nghiêm khắc, nên tinh thần sáng tạo, tính độc lập và lòng quả cảm bị hạn chế. Ai bị hạ bệ, sẽ kéo theo cả thủ trưởng, cấp dưới của người đó và nhiều người khác. Một cán bộ đảng để cho một cấp dưới phạm sai lầm thì những cấp dưới khác của người đó cũng phạm sai lầm như vậy.

Mùa thu năm 1957, Mao phục hồi chiến dịch làm trong sạch đảng để đập tan lối kết bè kéo cánh này. Ông khuyến khích những cán bộ đảng cấp dưới hãy vạch ra những sai lầm của cấp trên, đặc biệt sự bảo thủ vốn được coi là "hữu khuynh".

Lời hiệu triệu khác thường đã làm những đảng viên cấp thấp lo ngại. Điều gì sẽ xảy ra nếu việc phê bình của họ không được ủng hộ, nếu vị lãnh đạo đảng bị phê bình kia vẫn được tại chức? Ông ta có thể sẽ trả thù với chức vụ, quyền hạn trong tay. Ông ta sẽ đẩy những người phê bình ông xuống địa ngục. Người ta đã rút ra được bài học từ chiến dịch "chống hữu khuynh", vì thế đa số các đảng viên không dám lên tiếng.

Dĩ nhiên, tôi cũng im lặng. Tuy tôi có vấn đề với Diệp Tử Long và Lý Ẩm Kiều nhưng cũng chẳng bao giờ phản ứng lại họ.

Một số nhân viên ở Trung Nam Hải đã lên tiếng phê bình. Tám thư ký chính trị làm việc trong Văn phòng trung ương của Dương Thượng Côn đã liên kết với nhau chỉ trích Hà Tài, phó phòng của họ. Họ đã lên án Hà Tài thường vơ hết công trạng và đổ mọi tội lỗi cho cấp dưới khi thất bại. Ngoài ra, còn buộc tội ông ta nịnh trên nạt dưới. Nhưng Hà Tài đã đổ trách nhiệm cho cấp trên, quả quyết người quyết định mọi việc không phải ông, mà là Dương Thượng Côn, thủ trưởng, người có chức vụ cao hơn ông rất nhiều theo cấp bậc trong đảng.

Lâm Khắc, nhân vật chủ chốt trong nhóm 8 người phê bình cấp trên. Khi quy cho Hà Tài có tư tưởng hữu khuynh, theo lối lý luận như đã nói ở trên, chẳng khác nào buộc tội Dương Thượng Côn. Và như vậy rất nguy hại về chính trị. Hà Tài cũng quả quyết, phê bình cá nhân ông cũng đồng nghĩa với việc lên án đảng và chính tám người phê bình kia mới thực là những kẻ hữu khuynh. Ông kêu gọi những nhân viên khác của Văn phòng thư ký chính trị lên tiếng chống lại tám người đối nghịch đó và tung tin đồn, Điền Gia Anh, bạn tôi, một trong những thư ký của Mao và phó Văn phòng của Hà Tài đã xúi giục những người này lên tiếng phê bình. Tháng ba, trong lúc chúng tôi đang ở Thành Đô, Hà Tài đã tập hợp quanh mình nhiều người ở Văn phòng trung ương, đến nỗi tám người phê bình kia công khai bị coi là Nhóm hữu khuynh đối nghịch với đảng và chủ nghĩa xã hội.

Mãi tới khi hội nghị ở Thành Đô kết thúc, Lâm Khắc trở về Bắc Kinh, tôi mới biết được mức độ nghiêm trọng của những lời buộc tội. Tôi và Mao rời Thành Đô đến Trùng Khánh, sau đó đi tàu thuỷ dọc theo sông Dương Tử, nghỉ lại ở Vũ Hán, nơi đã có lần người ta nói về dự án đập thuỷ điện. Đầu tháng tư chúng tôi đi tiếp đến Quảng Châu. Diệp Tử Long và Điền Gia Anh đã chờ chúng tôi ở đó. Tôi biết, Dương Thượng Côn đã quyết định đình chỉ công tác của tám vị thư ký, ra lệnh cho họ phải viết bản "tự kiểm điểm", trong đó có Lâm Khắc. Người ta tiếp tục điều tra những hoạt động chống đảng của họ.

Điền Gia Anh lo lắng. Biết những lời buộc tội chắc chắn sai, nhưng ông lâm vào tình trạng khó xử. Là một trong những phó Văn phòng thư ký chính trị, chức vụ của ông ta ngang với Hà Tài. Như vậy tám nhân viên kia cũng là cấp dưới. Người ta xì xầm ông đứng đằng sau 8 người, ông lo có thể sẽ trở thành mục tiêu của các cuộc điều tra. Tuy muốn trình bày vấn đề này với Mao, nhưng sợ rằng như vậy sẽ còn gặp nhiều phiền phức hơn. Cũng như tất cả các nhân viên của Nhóm Một, Điền Gia Anh phục vụ hai chủ. Một, ông làm việc trực tiếp với Mao, nhưng đồng thời cũng phải phục tùng chỉ thị chung của Văn phòng trung ương đảng. Nếu trực tiếp nói những tâm tư riêng cho Mao biết, sẽ bị kết tội dám qua mặt Dương Thượng Côn và Văn phòng trung ương.

Tôi lo ngại cho Lâm Khắc. Tôi cũng quen biết tám người bị buộc tội, nhưng đặc biệt gần gũi với Lâm Khắc hơn. Trong những năm qua, chúng tôi đã cộng tác chặt chẽ với nhau và trong các chuyến đi chúng tôi thường ở chung một phòng. Là thư ký của Mao, Lâm Khắc đang giữ chức vụ mà đã có lần Mao đề nghị tôi làm. Tôi hoàn toàn có thể đảm nhận được nhiệm vụ của ông, nếu tôi nhận lời. Tính cương trực của Lâm Khắc đôi khi cũng dễ làm mếch lòng người khác, nhưng chưa bao giờ tôi nghe thấy ông hé một lời chống đảng. Buộc tội ông có những hoạt động "chống đảng" thật phi lý.

Ở Quảng Châu, những câu chuyện của các thành viên Nhóm Một lúc nào cũng xoay quanh vụ này. Cuối cùng tôi ra sức bênh vực Lâm Khắc, tuyên bố, tôi không thể hình dung nổi ông ta lại làm cái gì đó chống đảng. Có phải những người buộc tội ông chỉ muốn thanh toán những mâu thuẫn cá nhân? Thế là tôi bị Diệp Tử Long công kích:

- Đồng chí không có mặt ở Bắc Kinh làm sao đồng chí lại khẳng định như vậy được?

Tôi đáp:

- Nếu đồng chí Lâm Khắc là kẻ thù của đảng, chắc chắn đồng chí ấy đã phản bội rồi. Theo tôi biết, đồng chí ấy luôn luôn trung thành. Tại sao bỗng nhiên đồng chí ấy lại có thể trở thành kẻ thù của đảng được?

Tôi vốn giữ im lặng, không ngờ lại buột miệng phản ứng.

Vương Kính Tiên ra hiệu, tôi theo ông vào phòng bên cạnh, Vương cảnh cáo tôi nói mà không cân nhắc. Quyết định đã có rồi, ý kiến của tôi cũng chẳng có trọng lượng chính trị. "Nếu đồng chí còn tiếp tục nói như vậy, có nghĩa là đồng chí muốn bao che cho hắn. Người ta sẽ buộc tội đồng chí chống lại quyết định của đảng, lúc đó sẽ đến lượt đồng chí".

Diệp Tử Long, rất khoái trá về việc Lâm Khắc bị thất sủng, đã báo báo cho Mao về quyết định này. Nếu tôi còn tiếp tục bênh vực Lâm Khắc có lẽ Diệp Tử Long sẽ hại cả tôi.

Vương nói có lý. Tôi không thể làm gì được.

Mặc dù vậy tôi cảm thấy rất khó chịu. Những lời buộc tội thật sai, chẳng cao thượng chút nào khi không ai dám đứng ra bảo vệ Lâm Khắc.

Tôi tin Mao biết rõ mọi chuyện, sẽ bảo vệ Lâm Khắc. Khi Diệp Tử Long báo cáo, Mao không nói gì, chỉ thở dài như thể không tán thành. Nhưng Diệp hiểu nhầm, tưởng Mao im lặng là đồng ý. Nhưng nếu tôi nhảy vào bảo vệ Lâm Khắc, Diệp Tử Long sẽ lên án tôi ngăn cản quyết định của đảng. Tôi chỉ còn hy vọng vào Mao giải quyết mà thôi.

Đến chiều tối hôm đó, Mao cho gọi tôi tới, ông đang nghỉ ngơi trên boong của chiếc tàu thả neo gần nhà khách, trên người chỉ mặc quần bơi và khoác áo choàng tắm. Ông đề nghị tôi dạy tiếng Anh. Chúng tôi vừa bắt đầu, Diệp Tử Long đi tới. Ông ta muốn báo cáo những tin tức mới nhất về "Nhóm chống đảng" ở Trung Nam Hải. Tôi đứng dậy định cáo lui vì việc này không phải phận sự, nhưng Mao yêu cầu tôi ở lại.

- Không có gì bí mật cả. Chúng ta sẽ tiếp tục học tiếng Anh ngay.

Mao hỏi tại sao người báo cáo về những kẻ thù của đảng lại là Diệp. Việc điều tra là nhiệm vụ của Dương Thượng Côn và cấp phó của ông ta. Lẽ ra họ phải báo cáo cho Mao nhưng người phó của Dương Thượng Côn lại cử Diệp đi.

Mao im lặng nghe báo cáo, sau đó Diệp Tử Long cáo lui.

Tôi thấy Mao có vẻ khó chịu với chuyện vừa rồi, nên tôi cũng không dám gợi chuyện đó. Tôi thuộc Ban y tế trung ương của Bộ y tế, còn vụ xung đột này lại xẩy ra trong Văn phòng thư ký chính trị. Vì vậy, theo kỷ luật đảng không cho phép tôi dính vào. Nếu không, người ta có thể vu cho tôi cùng một giuộc với Lâm Khắc. Tôi không thể nói chuyện bí mật riêng với Mao, vì đám vệ sĩ luôn luôn ra vào. Họ mang trà tới, lau mặt cho Mao bằng khăn ấm, ghi lại từng lời hoặc đứng nghe lỏm ngoài cửa mỗi khi họ ra khỏi phòng. Nếu tôi gợi chuyện sẽ đến tai Diệp Tử Long và các đối thủ của Lâm Khắc ở Nhóm Một sẽ quay sang tấn công tôi. Vì vậy tôi không được phép gợi chuyện, phải đợi đến lúc Mao chuyển sang đề tài này.

Tôi quay sang bài học Anh ngữ. Chúng tôi đọc bản tiếng Anh báo cáo chính trị mà Lưu Thiếu Kỳ phải đọc ở phiên họp lần thứ hai của Đại hội đảng VIII dự định tổ chức vào tháng 5. Bài diễn văn dành cho Mao nhiều chỗ để bình luận và được viết hoàn toàn theo ý ông "tiến nhanh, tiếng mạnh, tiến vững chắc, đạt năng xuất cao…". Mao ngắt lời tôi, im lặng, đăm chiêu suy nghĩ, hỏi:

- Đồng chí có biết chuyện ở Văn phòng thư ký chính trị không?

- Tôi cũng có nghe chuyện này, nhưng không biết chi tiết. Tôi rất ngạc nhiên khi đồng chí Diệp cho biết, Lâm Khắc đang gặp rất rắc rối vì dính dáng vào chuyện này.

- Đồng chí quen cả tám người đó chứ?

- Dạ, tôi chỉ biết sơ thôi. Lâm Khắc là người mà tôi biết rõ nhất.

- Đồng chí nghĩ Lâm Khắc là người như thế nào?

Cơ hội đã đến với tôi. Tôi phải thận trọng. Trong khi những kẻ khác đang vểnh tai lên nghe ngóng, tôi phải trình bày những điểm yếu, điểm mạnh của Lâm Khắc.

- Trong ba, bốn năm qua, chúng tôi đã có nhiều thời gian sống cùng, thường tâm sự với nhau. Tôi không tin đồng chí Lâm Khắc có thể chống đảng. Đồng chí ấy hơi ích kỷ, thế thôi, chẳng có ý gì khác.

- Bây giờ không phải lúc nói chuyện này. Tôi hỏi, theo đồng chí, Lâm Khắc có phải là kẻ chống đảng hay không?

Tôi trả lời theo những gì tôi biết, Lâm Khắc chưa bao giờ nói điều gì chống lại đảng cả. Có lẽ ông ta chỉ phê bình cá nhân hoặc cán bộ đảng nào đó, nhưng chưa bao giờ tôi nghe thấy ông ta nói một lời chống đảng hay chống Chủ tịch. Tôi bảo đảm với Mao, thậm chí Lâm Khắc còn đặc biệt trung thành.

- Thôi được. Trong thời kỳ chiến dịch chống hữu khuynh năm ngoái, thậm chí Lâm Khắc và bảy nhân viên kia rất tích cực. Sao bây giờ bỗng nhiên họ trở thành kẻ thù của đảng?

Tôi đáp:

- Tôi không nắm được chi tiết cụ thể, nhưng đồng chí Điền Gia Anh mới tới đây, đồng chí ấy biết rõ hơn tôi về chuyện này.

Mao muốn nói chuyện với Điền Gia Anh.

Điền Gia Anh và Vương Kính Tiên như rơi từ trên mây xuống khi tôi kể cho họ nghe về cuộc đối thoại giữa tôi và Mao. Vương khen tôi can đảm, nhưng Điền Gia Anh vẫn lo ngại. Dương Thượng Côn cũng là cấp trên của Điền, ông không muốn tỏ ra chống lại hay qua mặt Dương.

Nhưng Mao muốn biết rõ chuyện, Điền quyết định sẽ kể hết cho Mao. Cuộc đối thoại cũng đã diễn ra trong buổi tối hôm đó.

Vào lúc 4 giờ sáng khi tôi đang ngủ say, một vệ sĩ của Mao đánh thức. Chủ tịch muốn học thêm tiếng Anh nữa. Tôi xoa nước lạnh lên mặt rồi vội vã vào phòng ngủ của Mao:

- Tôi muốn đánh thức đồng chí cách đây hai tiếng, nhưng thấy quá sớm.

Một vệ sĩ mang tới cho tôi một cốc trà đặc.

Tôi biết Mao muốn nói chuyện về Lâm Khắc, nhưng đầu tiên chúng tôi đọc vài đoạn văn tiếng Anh. Sau đó Mao nói:

- Tôi nghĩ bây giờ tôi đã nắm được tình hình. Tám nhân viên đã buộc tội cán bộ lãnh đạo của Văn phòng thư ký chính trị là hữu khuynh. Rồi Hà Tài và Dương Thượng Côn tìm cách cứu nhau, cùng phản công tám người này, thành ra vụ này đã xoay ngược lại hoàn toàn. Tôi nghĩ tám người này đúng, một số cán bộ lãnh đạo có vẻ hữu khuynh, điều này thấy được qua cách thức họ dùng để chống lại tám người. Họ đã lạm dụng kỷ luật đảng để uy hiếp cấp dưới một cách tàn nhẫn. Tám người kia không còn cơ hội nào chống lại.

Mao so sánh vụ này với một vụ tương tự trong đời nhà Đường. Hồi đó có tám người cải cách trẻ tuổi đã can đảm đề nghị cải tổ bộ máy hành chính và như vậy đụng chạm đến các lãnh chúa và quan lại. Bọn này đã phản ứng đưa những người này đi đày.

- Tôi đã lệnh cho Điền Gia Anh trở về Bắc Kinh. Chúng ta cũng sắp lên đường.

Ba ngày trước lễ kỷ niệm ngày 1 tháng 5, chúng tôi trở về Bắc Kinh. Mao nói chuyện ba tiếng liền với Lâm Khắc và dò hỏi nhận xét của ông ta về vụ này. Việc Mao trở về đã làm thay đổi hẳn bầu không khí ở Trung Nam Hải. Dương Thượng Côn đã chuẩn bị một hiệp đấu dữ dội chống lại tám người khi Điền Gia Anh xuất hiện, thông báo vụ án này chỉ kết thúc sau khi đích thân Chủ tịch điều tra – Mao không đồng ý với quyết định của Văn phòng Trung ương. Bây giờ Hà Tài và Dương Thượng Côn lại trở nên bối rối, khó xử.

Ngay sau ngày 1 tháng 5, Mao mời Điền Gia Anh, Lâm Khắc, Hà Tài và hai đảng viên nữa của Văn phòng trung ương là Hoa Phong và Tiểu Lan đến gặp riêng. Tôi cũng phải đến làm người dự thính.

Mao nằm trên giường, chỉ khoác áo choàng. Bằng giọng nói ôn tồn, hoà giải, ông tìm ra một thoả hiệp. Văn phòng thư ký chính trị đã thực hiện chiến dịch không đúng quy định, tám nhân viên này đã từng ủng hộ chiến dịch chống hữu khuynh, họ không phải những người thiên hữu. Không được phép giải quyết những vấn đề của giai cấp vô sản bằng phương thức của giai cấp tư sản – ai đụng đến ta, ta sẽ thủ tiêu người đó.

Nếu tất cả những người có mặt đều nhất trí với Mao, chắc chắn vụ án xét xử tám kẻ chỉ trích này sẽ bị huỷ bỏ ngay lập tức. Nhưng Tiểu Lan, một nữ nhân viên chạc 40 tuổi của Văn phòng trung ương đã phản đối. Bà dẫn ra rằng, tám người này đã phê phán chánh Văn phòng trung ương và Văn phòng trung ương đã quyết định coi thái độ của họ là chống đảng. Họ đã bị đình chỉ công tác, buộc phải viết bản tự kiểm điểm.

Tiểu Lan đã khiêu khích Mao. Mặc dù tôi không đồng ý với quan điểm, nhưng tôi phục lòng can đảm của bà. Nhưng bà thật ngây thơ, dại dột không hiểu được lý do Mao phát động chiến dịch làm trong sạch đảng. Mao không hài lòng với thái độ bảo thủ của các nhà lãnh đạo đảng, ông muốn họ bị phê phán. Theo suy nghĩ của ông, lẽ phải thuộc về tám người kia.

Tiểu Lan quá ngây thơ cho rằng đảng là tối cao, đảng đã ra quyết định coi như mọi chuyện kết thúc. Bà không hiểu trên đảng còn có vị hoàng đế, Tiểu Lan đã dám chống lại hoàng đế.

Mao đột ngột thay đổi thái độ. Ông nhỏm dậy, quăng chiếc khăn tắm sang một bên, nhìn quanh. Ông đang ở tư thế sẵn sàng chiến đấu. Lạnh lùng, ông bảo:

- Được rồi, cả hai bên đều giữ lập trường của mình. Tôi không thể hoà giải được. Chúng ta sẽ triệu tập một cuộc họp để giải quyết vụ này. Tất cả đều phải có mặt. Chúng ta sẽ thảo luận kỹ lưỡng, chấm dứt hẳn vụ này. Ngày mai sẽ bắt đầu. Tất cả nhân viên của Trung Nam Hải đều phải tới. Bây giờ các đồng chí có thể về.

Mao đã châm ngòi nổ quả bom, không thể dập tắt được nữa. Ông ủng hộ những cán bộ đã phê bình thủ trưởng của mình, hy vọng những nhân viên khác sẽ đứng về phía họ.

Dương Thượng Côn, Chủ nhiệm kiêm bí thư đảng của Văn phòng trung ương và đồng thời cũng là bí thư đảng của đại bản doanh của Uỷ ban trung ương là một kẻ xảo quyệt. Hà Tài là thuộc hạ tuyệt đối chấp hành mệnh lệnh của ông. Vì Dương Thượng Côn biết Mao chống Hà Tài, nên ông đã viết một bản "tự kiểm điểm" trong đó cho biết ông không dính dáng gì đến những việc làm của Hà Tài và nhận lỗi không quan tâm chu đáo đến những hoạt động của Hà, của phong trào làm trong sạch đảng trong Văn phòng thư ký chính trị. Trong cuộc họp lần thứ nhất, ông tuyên bố: "Tôi yêu cầu tất cả những đồng chí có mặt hãy kể tên những người muốn hạ bệ những người tả khuynh của chúng ta. Và nếu ai cho rằng, cả tôi cũng phạm sai lầm thì hãy nói ra". Đó là một nước cờ cao.

Tiểu Lan vẫn buộc tội tám người kia, mặc dù đã biết quan điểm của Mao. Trong cuộc họp lần này và tất cả các cuộc họp tiếp theo, bà đều nhắc đi nhắc lại lời buộc tội nhóm Lâm Khắc không treo cờ đỏ của đảng cộng sản, mà lại treo lá cờ đen của phe đối lập.

Họp hành kéo dài tới hơn một tháng trời. Thần kinh của tôi không thể chịu được những cuộc họp đó. Không ngoài sự mong đợi, nhờ sự can thiệp của Mao, cuối cùng tám người kia đã được giải thoát.

Nhưng mãi sau này trong cuộc Cách mạng văn hoá, tôi mới hiểu rõ chiến thuật của Mao trong vụ "Những lá cờ đen". Dương Thượng Côn đảng viên cao cấp nhất đã dính vụ này, Đặng Tiểu Bình đứng phía sau, thủ trưởng của Dương là những người bị Mao nghi ngờ nhiều nhất. Vụ này đối với Mao chỉ là một trong nhiều kế hoạch Mao thử thách lòng trung thành của Dương – một sự thử thách mà cuối cùng Dương Thượng Côn đã không qua được. Năm 1958 ông ta vẫn giữ chức Chủ nhiệm Văn phòng trung ương. Nhưng đại bản doanh của Uỷ ban trung ương mà ông làm bí thư đảng đã bị giải tán – một tổn thất lớn lao về uy tín, nhưng ông vẫn giữ được thể diện. Trong Cách mạng văn hoá, vụ Lá Cờ Đen được lôi ra, một trong hai tội bị lên án, ông bị phế truất.

Những cán bộ trung cấp, thuộc hạ trực tiếp của Dương cũng bị vạ lây. Lý Đông Diệp, Lưu Hoa Phong người đã làm theo chỉ thị của Dương Thượng Côn và Tăng San thành những con tốt thí, bị đưa đi cải tạo, số phận khắc nghiệt đang chờ đến họ. Cho tới năm 1980, sau khi Mao chết. Đặng Tiểu Bình và Dương Thượng Côn quay lại nắm quyền, họ mới được phục hồi.

Hà Tài người bị các nhân viên phê bình đầu tiên còn thê thảm hơn. Ông bị đuổi ra khỏi đảng, đi cải tạo, làm những công việc thấp kém. Việc phục hồi danh dự cho ông cũng phải đến năm 1980 mới được thực hiện.

Tiểu Lan người phụ nữ ngây thơ, dại dột khiêu khích Mao, làm sai lệch đường lối chính thống của đảng, bị diệt hoàn toàn. Bà mất chức, bị khai trừ ra khỏi đảng, tống vào trại cải tạo lao động khổ sai. Bà không được phục hồi danh dự, chết vì lao động quá sức.

Dường như không có chuyện gì xảy ra không có căn cứ. Những lời đồn đại Điền Gia Anh đứng đằng sau tám nhân viên của mình để chống lại Hà Tài ngày xưa đúng sự thật. Hà Tài và Dương Thượng Côn là mục tiêu công kích chính của Điền Gia Anh. Nhưng trong quá trình xét xử, Điền Gia Anh lại bảo vệ cho Dương Thượng Côn khỏi mất chức bằng cách ông quả quyết Dương Thượng Côn không biết gì về những việc làm của Hà Tài. Sau khi Hà Tài bị cách chức, Dương Thượng Côn đã thăng chức cho Điền Gia Anh để thưởng công.

Vụ Lá cờ đen đã cho tôi thấy những cuộc đấu đá chính trị ở Trung Nam Hải thật phức tạp, nguy hiểm tới mức nào. Mao yêu cầu những cán bộ cấp dưới hãy phê bình thủ trưởng của họ để đập tan khối bảo thủ trong hàng ngũ lãnh đạo. Vì những người lãnh đạo này có phương tiện, có quyền lực trong tay chống trả, nên những người phê bình có nguy cơ bị chụp mũ hữu khuynh hoặc phản cách mạng. Chỉ có sự can thiệp của cá nhân Mao mới có thể cứu một người cấp dưới khỏi cảnh tù tội. Nhưng Mao vẫn chưa sẵn sàng đích thân tấn công và phế truất những nhà lãnh đạo đảng không làm vừa lòng ông. Những cuộc thanh toán chính trị luôn có một lối thoát vô định và một số người luôn đứng về bên những người thua cuộc, chẳng hạn như những cán bộ trung cấp, những người như tôi hoặc Lâm Khắc. Chúng tôi rơi vào một tình thế khó xử. Lòng trung thành đối với đảng đòi hỏi sự phục tùng và tuân lệnh. Ai hưởng ứng lời kêu gọi của Mao và phê bình cấp trên, người đó có nguy cơ bị quy là hữu khuynh. Một lần nữa tôi lại vui mừng vì không giữ chức vụ của Lâm Khắc. Tôi tự răn mình, phải im lặng, đừng dính dáng vào những chuyện tranh giành quyền lực chính trị.

CHƯƠNG 27

Mùa hè năm 1958, toàn thể nhân dân Trung Quốc được kêu gọi thực hiện các công trình thuỷ lợi, huy động một lực lượng lao động đông đảo để tham gia. Mao đích thân phát động phong trào này. Dự án không chỉ có mục đích đơn thuần về kinh tế, còn sử dụng các hồ dự trữ nước nhằm cải thiện hệ thống thuỷ lợi của Trung Quốc và tăng sản lượng nông nghiệp. Bằng cách này, Mao còn muốn nhấn mạnh đến lao động chân tay, đề cao giá trị của người lao động. Những dự án xây dựng cũng nhằm để tỏ mối ác cảm lâu đời của Mao đối với sự ngạo mạn của lớp trí thức ăn bám và nhằm ca ngợi giai cấp công nông chịu khó, hay lam, hay làm.

Theo cơ quan tuyên truyền của đảng, ở Bắc Kinh đã có hàng trăm nghìn người "xung phong tình nguyện" – theo báo cáo của cơ quan tuyên truyền của đảng – đi xây dựng một hồ chứa nước mới gần khu mộ nổi tiếng đời nhà Minh. Những tấm bia mộ đổ nát của 13 trong số 16 vị vua nhà Minh nằm trên một vùng đồi thấp nhỏ, cách thành phố chừng 50 km. Bộ đội, đảng viên, công nhân viên chức từ các trường học, xí nghiệp, doanh nghiệp, thậm chí cả nhân viên sứ quán cũng thu xếp thời gian tham gia lao động. Hầu như tất cả cư dân Bắc Kinh đều được kêu gọi, buộc phải đóng góp tham gia dự án. Sau đó đến cả các nhà lãnh đạo đảng của Trung Quốc cũng tham gia. Họ xắn đất trong khi máy ảnh nháy liên tục, ghi lại sự kiện này cho hậu thế.

Vào chiều ngày 5-5-1958, sáu chiếc xe buýt chở đầy cán bộ cao cấp của đảng và chính phủ ở Trung Nam Hải lên đường. Mao ngồi ngay trước mặt tôi, ở hàng ghế gần cuối, trong chiếc xe đi đầu, tán chuyện. Ông nói:

- Thông thường, người lao động chân tay phục vụ chúng ta. Giờ đến lượt chính chúng ta bắt tay vào công việc lao động chân tay. Mọi người đều khẳng định lao động chân tay là tốt, nhưng đến khi thực sự phải làm, họ sẽ mau chóng thay đổi ý kiến. Những người đến đây xây dựng đập với nhiều lý do khác nhau. Một số người thực sự muốn lao động, một số khác cho đây là nghĩa vụ, còn một số nữa coi lao động chân tay cũng thật cao quý. Nhưng lúc nào cũng vậy, lao động chân tay bao giờ cũng tốt hơn ăn không ngồi rồi chẳng làm gì cả.

Người đông như kiến trên công trường. Đa số bộ đội, công nhân chuyên ngành xây dựng được điều động đến, nông dân từ các vùng ngoại ô và cả những người "tình nguyện" từ các thành phố đổ tới công trường. Việc Mao có mặt làm tất cả mọi người vô cùng sửng sốt. Khi ông từ trên xe buýt bước xuống, cả đám người khổng lồ đồng loạt vỗ tay, rầm rộ hô những khẩu hiệu chào mừng trong khi tướng Dương Thành Vũ tư lệnh quân khu Bắc Kinh đồng thời là tổng chỉ huy công trình, nhiệt liệt đón chào Mao.

Cả một đại đội lính được huy động để mở một con đường xuyên qua đám đông cuồng nhiệt đến một chiếc lều làm đại bản doanh của tướng Dương. Từ chỗ chiếc lều, chúng tôi có thể nhìn bao quát toàn bộ khu vực, tướng Dương báo cáo Mao tình hình công việc.

Con đập đang xây ở tít phía xa, phía trước mặt chúng tôi, trong một cái hố khổng lồ, hàng ngàn người dùng cuốc xẻng đào khoét những tảng đá lớn. Họ xúc đá và cát cho vào sọt, rồi gánh bằng đòn gánh tới chất lên những chiếc xe goòng chạy trên đoạn đường ray đến một xưởng nghiền đá thành đá răm. Sau đó đá vụn lại được đổ vào sọt và được gánh thẳng đến con đập. Công việc thật nặng nhọc.

Mao cùng với tướng Dương, các cán bộ cao cấp của đảng và tôi trong đoàn hộ tổng đi đến chân đập. Ông xắn tay áo, nhặt một cái xẻng, bắt đầu xúc đá vụn. Chúng tôi làm theo Mao. Mao mặc áo sơ mi trắng, chiếc quần màu xám đi đôi giày vải đen. Trời nóng như thiêu như đốt. Mặt Mao đỏ lên mau chóng và chẳng bao lâu, cả người ông đã bao phủ một lớp bụi màu vàng. Ông bắt đầu vã mồ hôi, những dòng mồ hôi ngang dọc chảy trên mặt ông. Gần đến giữa trưa, tức là sau hơn nửa giờ làm việc, tướng Dương Thành Vũ ép Chủ tịch phải nghỉ tay một chút. Mao nói:

- Đã lâu tôi chưa làm việc như thế này. Mới có làm một lúc đã toát mồ hôi!

Mao chui vào lều của tướng Dương nghỉ uống trà.

Trong khi ông ngồi nghỉ, Mao hỏi tôi:

- Tại sao những người ở Nhóm Một các đồng chí không đến đây lao động một tháng nhỉ? Các đồng chí phải biết lao động nặng nhọc như thế nào chứ. Nhiều người ở Bắc Kinh đã đến đây. Những nhân viên Nhóm Một không được phép vắng mặt.

Chiến dịch làm trong sạch đảng của Mao tiếp diễn, không chỉ liên quan đến những "người đã phạm sai lầm", còn dính dáng đến cả những đảng viên thường như tôi. Chúng tôi phạm sai lầm vì đã "xa rời quần chúng" như cách nói hồi đó. Nhân viên Nhóm Một sống sung sướng, quá sướng theo cách đánh giá của Mao. Chúng tôi ăn ngon, mặc đẹp, luôn luôn được người khác phục vụ. Vậy chúng tôi phải làm quen với cuộc sống thiếu thốn, khó khăn của giai cấp công nông. Qua đó, chúng tôi sẽ rút ra được nhiều điều bổ ích. Mao tin lao động nặng nhọc sẽ có tác dụng tích cực, muốn tất cả chúng tôi, nhất là tôi, thành viên của tầng lớp trung lưu, hưởng đặc quyền đặc lợi, cuộc sống lúc nào cũng dễ dàng, cần phải trải qua một chút cay cực. Bây giờ tôi được nếm mùi cải tạo lao động.

Đề nghị của Mao không dành cho tôi một sự lựa chọn nào khác. Tôi chẳng hứng gì với cái việc vất vả này, nhưng phải chấp nhận. Tôi đáp:

- Dạ được ạ, thưa Chủ tịch. Nhưng chúng ta phải trở về thành phố để lấy đồ đạc.

Mao đồng ý.

Ngày hôm sau, ảnh Mao được đăng trên trang nhất của tất cả các báo trong nước. Với chiếc xẻng trong tay, xung quanh là các cán bộ đảng tươi cười và thường dân, Chủ tịch tuyên bố, ông rất tôn trọng lao động chân tay, hoà mình với quần chúng, mặc dù với cương vị lãnh đạo, ông sẵn sàng lao động như bất kỳ một người nào. Bức ảnh này được in đi in lại nhiều trên các báo và tạp chí, dĩ nhiên cả trong sách báo tuyên truyền về Mao. Đó là lần duy nhất Mao làm việc nặng trong suốt 22 năm tôi làm việc cho ông. Ông cầm xẻng chưa đầy một tiếng đồng hồ. Chưa bao giờ trong lịch sử, chỉ một hành động đơn giản như vậy lại làm cho dân chúng khoái lao động chân tay đến thế.

Buổi tối, sau khi việc làm qua quít, tôi đi gặp Mao ở bể bơi để lập kế hoạch cho việc tham gia của Nhóm Một vào dự án xây đập. Mao mới bơi xong, đang uống trà với Giang Thanh ở trên bờ.

- Đập chắn nước cạnh khu mộ đời nhà Minh là một công trình vĩ đại. Hàng trăm nghìn người đã tự nguyện cống hiến thời gian và sức lao động. Thậm chí cả những người nước ngoài cũng tham gia. Chúng ta không được phép làm cho họ thất vọng. Từ ngày mai nhân viên Nhóm Một – đồng chí, các thư ký và các vệ sĩ sẽ đến đó làm việc từ 10 đến 20 ngày. Nhiệm vụ rất đơn giản, đồng chí dùng xẻng xúc đất đá, vận chuyển đá, bất kể trời mưa hay nắng, làm mệt thì nghỉ. Khi nào thực sự không chịu đựng được nữa, hãy báo cho tôi biết, tôi sẽ đón đồng chí về.

Mao không trở lại công trường, vì ông rất bận. Một thư ký và một vệ sĩ ở lại với ông. Tất cả những nhân viên khác của Nhóm Một đều phải đi. Ông nói:

- Các đồng chí hãy làm thay tôi, hãy đại diện cho tôi.

Ông quay sang Giang Thanh:

- Sức khỏe bà không được tốt. Bà không cần phải đi. Nhưng bà đừng cản trở người khác. Bà hãy để cho các nhân viên của bà đi.

Vợ Mao trả lời:

- Tôi chỉ cần hai cô y tá, những người khác có thể đi.

Giảm bớt nhân sự đối với Giang Thanh là một sự hy sinh lớn lao.

Ngày hôm sau chúng tôi khởi hành. Diệp Tử Long và Vương Kính Tiên, mới thay Uông Đông Hưng điều hành Ban an ninh, dẫn đầu. Các cán bộ từ tất cả các cơ quan trung ương của đảng, chính phủ và Uỷ ban nhân dân thành phố Bắc Kinh có nghĩa vụ phải lao động 20 ngày ở công trường. Nhóm Một đến muộn hơn một chút, phần lớn những cơ quan khác đã lao động trước đó 5 ngày. Ngay ở đây, Nhóm Một cũng là nhóm được ưu đãi. Những người khác phải ngủ trong những túp lều cót đan ngoài trời. Ngược lại, tướng Dương Thành Vũ thu xếp cho chúng tôi ở trong phòng học của một trường trung học ở khu Phương Sơn gần đó. Căn phòng trống không, rộng chừng 12 mét vuông. Chúng tôi ngủ dưới đất, dùng chăn làm nệm – chín người chúng tôi nằm ngủ kiểu xếp cả hộp. Nếu một người muốn giở mình, tất cả những người khác đều phải thay đổi tư thế theo. Với tiếng ồn ào triền miên, lại nóng nực, nằm thẳng đơ không được cựa quậy, nên chẳng ai ngủ được. Tuy vậy chúng tôi vẫn biết ơn về điều kiện cư trú hạng nhất ưu đãi này.

Tướng Dương cũng ưu tiên cho chúng tôi làm việc theo ca thoải mái nhất. Đó là ca đêm, từ nửa đêm đến 8 giờ sang. Lại một dấu hiệu nữa về việc người ta ưu đãi chúng tôi. Lúc đó vào cuối tháng 5 ban ngày trời nóng kinh khủng. Ca đêm giúp chúng tôi tránh được cái nóng dữ dội nhất. Chúng tôi ăn điểm tâm lúc tan ca với một chiếc bánh bột ngô được gọi là "nắm đấm", cháo, củ cải muối. Bữa trưa khá hơn một chút. Có rau luộc, cơm và bát canh, nhưng nhạt thếch, ăn chẳng thấy ngon, nuốt không trôi. Ăn xong đi ngủ đến khoảng 21 giờ dậy, sửa soạn đi làm.

Công trường cách trường học một tiếng đi đường. Chúng tôi khởi hành lúc gần 23 giờ. Mao đã có lý khi ông nói công việc rất đơn giản. Tôi đào đất, đá từ lòng sông và xúc từng xẻng đất đổ vào chiếc sọt lớn. Khi hai sọt đã đầy, tôi treo chúng lên đòn gánh, đưa lên vai, gánh tới những toa goòng chuyển đá vụn đến nơi xây đập. Tôi vẫn còn trẻ, mới 38 tuổi và rất khỏe mạnh. Thời thanh niên tôi tập thể thao, chơi bóng rổ. Nhưng đây là công việc khổ cực nhất, nặng nhọc nhất trong đời tôi. Cơ bắp mà tôi phải sử dụng ở đây hoàn toàn khác với khi tập thể thao.

Ban đêm mát mẻ, vậy mà sau một, hai tiếng lao động mồ hôi vã ra như tắm, người tôi chỗ nào cũng đau ê ẩm. Đối với nhiều người ở Nhóm Một, xuất thân từ nông thôn, công việc cầm xẻng đối với họ hoàn toàn bình thường như tôi cầm dao kéo vậy. Họ gánh liền 6 sọt chẳng có vẻ mệt nhọc gì, bước chân của họ uyển chuyển như nhảy múa.

Tôi cố gắng làm bằng các đồng chí xuất thân từ nông thôn, nhưng không được. Một đêm kiệt sức đến nỗi khi trút đá từ những chiếc sọt của mình xuống xe goòng, tôi đã mất thăng bằng, ngã lăn vào đó, làm cho những người quanh được một trận cười khoái chí. Họ đùa: "Việc này hơi khác với việc dùng ống nghe và dao mổ phải không?" Lần đầu tiên trong đời, một cảm giác thua kém thoáng hiện lên trong tôi. Nhưng tôi tự an ủi, những công nhân và nông dân kia trông cũng rất nực cười khi cầm ống nghe hoặc dao mổ trên tay. Làm việc ở đây tôi có thể hình dung được cuộc sống trong trại cải tạo lao động của những người hữu khuynh nặng nhọc và khắc nghiệt đến mức nào. Bao nhiêu người trong số họ sống sót?

Có người đề nghị chuyển tôi làm y tế công trường, điều trị cho công nhân bị tai nạn. Nhưng công việc lao động chỉ tạm thời, Mao muốn tôi chịu đựng gian khổ một thời gian, tôi đã đồng ý. Nếu bây giờ chuyển sang làm bác sĩ công trường, ông sẽ phê phán tôi lẩn tránh trách nhiệm được giao.

Người khác tìm cách giúp tôi, họ giải thích cách phân chia lực như thế nào, gánh như thế nào để không cảm thấy nặng. Nhưng vô ích. Một đêm mưa rất to, Vương Kính Tiên nhìn thấy tôi ướt như chuột lột, run lên vì lạnh. Ông ta đề nghị tôi nghỉ và quay về trường học. Nhưng tất cả mọi người vẫn đang làm, tôi không được phép bỏ cuộc. Tôi vẫn cố sức, chẳng bao lâu, mặc dù trời mưa và lạnh, mồ hôi tôi vẫn túa ra.

Đến ngày thứ 15 tôi gần như quy. Không ăn không ngủ được, tất cả năng lượng dự trữ hầu như đã cạn kiệt. Tất cả cơ đều đau, mỏi dừ, mỗi bước đi tôi đều thấy đau đớn. Thời gian 20 ngày lao động đối với các cán bộ đảng và chính phủ đã kết thúc, riêng Nhóm Một đến muộn 5 ngày và phải quyết định có tiếp tục ở lại hay không. Chẳng một ai muốn làm tiếp cả. Nhưng cũng chẳng ai muốn bị chụp mũ "phần tử chậm tiến", nếu người đó đề nghị không làm nữa. Chúng tôi quyết định làm tiếp 5 ngày.

Tướng Dương Thành Vũ đã cứu, ông chúc mừng thành tích lao động của chúng tôi. Ông nói: "Các đồng chí làm 15 hay 20 ngày không quan trọng. Chủ tịch đang rất cần các đồng chí. Một giờ làm việc cho Chủ tịch đáng giá hơn ngày lao động ở đây. Với tư cách là tổng công trình sư, tôi ra lệnh cho các đồng chí phải rời khỏi công trường". Ông cười. Quá vui mừng trước mệnh lệnh của ông, chúng tôi cười phá lên. Chúng tôi được lệnh trở về Trung Nam Hải.

Tuy vậy, cuộc họp vẫn chưa được giải tán, chúng tôi phải chọn ra một người lao động tiên tiến nhất trong nhóm. Tôi đã được đề cử. Một người nào đó phát biểu: "Bác sĩ Lý rất xứng đáng. Đồng chí ấy là trí thức, nhưng vẫn không nề hà, luôn theo sát chúng ta và làm việc đến cùng. Đối với đồng chí ấy, điều đó không phải là đơn giản". Đa số tán thành ý kiến.

Nhưng tôi không thể nhận danh hiệu này. Trao tặng danh hiệu lao động tiên tiến cho tôi quả là vô lý. Tôi đến đây không phải do tự nguyện mà Mao đã ra lệnh. Ngoài ra, phần thưởng này đối với tôi không có giá trị gì lớn lao lắm. Tôi là bác sĩ, kiến thức về y học mới là niềm tự hào. Tôi cũng biết rõ Nhóm Một, nếu được tuyên dương lao động tiên tiến, những thành viên khác trong Nhóm Một, như Diệp Tử Long chẳng hạn sẽ có lý do cho những mưu mô xảo quyệt khác đẩy tôi đi lao động lần nữa.

Từ chối phần thưởng này, tôi giải thích: "Là một trí thức, tôi phải hoàn thiện mình bằng lao động chân tay. Tôi không xứng đáng nhận danh hiệu lao động tiên tiến, nếu không, những ngày lao động này không còn ý nghĩa". Một vài thành viên của nhóm động viên nhưng tôi cương quyết từ chối.

Diệp Tử Long đứng ra giàn xếp. Bản thân Diệp không muốn tôi danh hiệu lao động tiên tiến, nói:

- Bác sĩ Lý đã nhiều lần từ chối, chúng ta nên tôn trọng ý kiến của đồng chí ấy.

Tuy nhiên, nhóm không nhất trí chọn người khác lao động tiên tiến. Lại một lần nữa, tướng Dương Thành Vũ tìm ra một giải pháp. Ông nói: "Tất cả các đồng chí đều làm việc cho Chủ tịch. Tất cả các đồng chí đã làm gương cho những người khác. Vậy tất cả các đồng chí đều xứng đáng lao động tiên tiến. Chúng tôi sẽ gọi nhóm của các đồng chí là nhóm lao động tiên tiến".

Tất cả đều hài lòng với đề nghị này. Chúng tôi có thể trở về Bắc Kinh trong niềm vinh quang.

Khi chiếc xe tải cho chúng tôi xuống Trung Nam Hải tôi không dám về nhà ngay. Từ hơn hai tuần nay chưa tắm, không muốn cho gia đình nhìn thấy tôi trong tình trạng này. Thay vì về nhà, tôi tới Hạnh Hoa Viên, vào một trong những nhà tắm sang trọng kiểu cổ vẫn còn sót lại. Với 5 nhân dân tệ, giá trị tương đương gần 5 ký thịt lợn, tôi được dẫn vào một phòng riêng có chỗ nằm thoải mái và bồn tắm. Một nhân viên xả nước ấm vào bồn. Tôi ngâm mình trong bồn, lần đầu tiên trong hai tuần, tôi mới được thư giãn như thế.

Sau khi tắm xong, tôi lên giường nằm, người nhân viên tẩm quất, xoa bóp những bắp thịt đau nhức. Trong khi đó, quần áo của tôi được giặt sạch sẽ, hong khô, là cẩn thận. Sau hai tiếng nghỉ ngơi ở nhà tắm thư giãn, tôi đã hồi lại, có thể ra mắt gia đình. Tôi đến Lưu Linh Chương, chỗ mẹ tôi.

Diện mạo của tôi làm cho mẹ và vợ tôi bị sốc. Họ kêu lên. "Gày đi nhiều quá!" Lý Liên có thể hiểu được những đau đớn và cực nhọc của chồng. Cô đã lao động một ngày ở đập, bị cháy nắng và kiệt sức. Hai người đều muốn tôi ở nhà nghỉ ngơi cho lại sức. Nhưng tôi không thể, Mao đang chờ, tôi muốn sẽ là người đầu tiên kể cho ông nghe về chuyến đi kém may mắn của mình. Tôi ăn ngấu nghiến những chiếc bánh bao nhân thịt thơm ngon của mẹ, rồi tất tưởi lên đường gặp Chủ tịch.

Ông đang ngồi với Giang Thanh trên bờ bể bơi. Ông trêu tôi:

- Trông kìa, anh chàng trói gà không chặt đã đến! Đồng chí bị ngã vào xe goòng phải không? Cũng may đồng chí nhanh chân nhảy ra được, nếu không đã bị đưa xuống đập xay cùng đá vụn rồi.

Tôi đã đến quá muộn. Một người nào đó đã báo cáo cho ông về công việc của tôi trong hai tuần qua. Y tá của Giang Thanh đã cho biết, bà rất khoái chí nghe kể về chuyện của tôi. Bà hỏi:

- Lúc ấy đồng chí thấy thế nào? Trong xe goòng có thích không? Vì đâu các đồng chí được ăn ngon, được ở những nơi tráng lệ, được tiếp đãi tử tế? Bởi vì các đồng chí là nhân viên của Chủ tịch. Bây giờ các đồng chí mới phải chịu khổ một chút.

Mao bảo:

- Xem ra đồng chí không kham nổi công việc này.

Tôi thú nhận:

- Tôi đã kiệt sức. Công việc thật sự không mấy dễ chịu.

- Trí thức các đồng chí chỉ được cái nói và viết lách là giỏi. Các đồng chí không hình dung được lao động nặng nhọc. Vì thế tôi nói trí thức đôi khi cũng nên tham gia lao động chân tay, không phải là những lời trống rỗng. Bởi vì lao động chân tay giúp cho chúng ta có khả năng gần gũi quần chúng, biết đánh giá sức mạnh tập thể của toàn dân. Đồng chí nên tham gia lao động thường xuyên hơn. Điều đó sẽ tốt cho đồng chí.

Những lời của Mao làm tôi phát hoảng. Chẳng có gì tốt đẹp đối với tôi, khi tôi phải trở lại công trường. Câu chuyện về cuộc vận lộn hai tuần với lao động nặng nhọc đã lan đi khắp Trung Nam Hải. Cú ngã vào xe goòng đáng xấu hổ vẫn được người ta lấy ra làm chuyện bông đùa kéo dài mãi.

CHƯƠNG 28

Sau khi từ Liên Xô trở về Giang Thanh mắc căn bệnh tự kỷ ám thị, tin chắc bệnh tình rất nặng. Bà nghĩ, bệnh ung thư cổ tử cung tái phát, có khối u ở gan, ở dạ dày và trong não, rằng cơ thể bà như đang bị bệnh tật tàn phá. Ngoài ra, còn cảm thấy trong tai như có tiếng chuông, cảm giác toàn thân có dấu hiệu kiến bò. Bà không chịu được cả ánh sáng lẫn tiếng động, gió lùa cũng kêu ca, ăn không ngon, ngủ không yên. Trước khi uống thuốc chữa bệnh, bà dùng thuốc ngủ, lần khác bà uống thuốc chữa bệnh trước, rồi mới dùng thuốc ngủ. Sau lại cho rằng các loại thuốc công phá nhau, thuốc uống sau phản ứng với thuốc uống trước. Bà nghiền thuốc ngủ, nghiện thuốc Tây và nghiện cả các chứng bệnh.

Việc điều trị bằng trị xạ đã làm cho bà hoàn toàn khỏi bệnh ung thư. Khi Giang Thanh sống cùng với Mao, tôi lại phải chịu trách nhiệm về sức khỏe của bà, buộc phải khám, xem xét những lời phàn nàn về bệnh tật.

Qua nhiều lần xét nghiệm máu sau khi bà từ Liên Xô trở về, tôi phát hiện ra số lượng hồng bạch cầu hơi bất thường, tất nhiên không có gì đáng lo ngại, sau khi trị xạ bao giờ số lượng hồng bạch cầu cũng thay đổi. Thế nhưng Giang Thanh lo lắng đến phát cuồng, tôi đành trấn an bằng cách mời một số bác sĩ nổi tiếng nhất ở trong nước đến khám. Ngay sau khi tôi đi lao động, Ban Bảo vệ sức khỏe trung ương, trực thuộc Bộ y tế, chuyên chăm sóc sức khỏe cho những chính trị gia cao cấp nhất, đã phái một số chuyên gia tiến hành một cuộc khám bệnh kỹ lưỡng đối với tất cả các căn bệnh khả nghi của Giang Thanh. Công việc này kéo dài suốt hai tuần liền, vì trong thời gian đó Giang Thanh đã tỏ ra ngang ngược, tự ý thay đổi lịch khám, trịch thượng đối với các bác sĩ, sai khiến họ như những kẻ tôi tớ. Sau khi việc chẩn bệnh kết thúc, tôi họp các bác sĩ, tất cả đều đi đến một kết luận: Giang Thanh không có bệnh, hoàn toàn khỏe mạnh. Bệnh ung thư đã được chữa khỏi hoàn toàn, số lượng hồng bạch cầu giảm không đáng kể. Thực tế, từ mùa Xuân 1957 cho đến 20 năm sau khi bị bắt giam bà vẫn hoàn toàn khỏe mạnh.

Tất cả chúng tôi nhất trí kết luận nguyên nhân gây bệnh do tâm sinh lý của bà. Tôi hiểu, vấn đề này đã phát sinh như thế nào. Giang Thanh quá lo cho sức khỏe, ít hiểu biết về sự hoạt động của cơ thể con người. Thêm vào đó, bản tính đa nghi, hay lo, chẳng tin ai kể cả các bác sĩ riêng. Tôi không làm cách nào để bà xoá bỏ nỗi ám ảnh bệnh hoạn đó được. Cay độc, ích kỷ, tự bà làm khổ bản thân. Bà xua đuổi tất cả những người đáng lẽ có thể là bạn và người ta thấy mối quan hệ của bà với Mao không phải mối quan hệ vợ chồng thông thường. Cuộc sống đơn độc, lẻ loi càng làm bà thêm sợ hãi. Chúng tôi chỉ có thể gọi căn bệnh tâm sinh lý của bà, chứng suy nhược thần kinh, không thể gọi cách nào khác. Bởi vì chúng tôi là bác sĩ, chuyên chữa trị người bệnh thật nên không thể giải quyết nổi vấn đề tâm lý của Giang Thanh.

Chúng tôi viết báo cáo, gửi cho cả Mao lẫn Giang Thanh. Chúng tôi trình bày, đã kiểm tra toàn bộ tình trạng sức khỏe của đồng chí Giang Thanh, việc điều trị bằng cách trị xạ đã thành công và sức khỏe của đồng chí Giang Thanh hồi phục. Chúng tôi khuyên nên tăng thêm lượng vitamin để nâng cao tính đề kháng, khuyến khích bà hãy tham gia các hoạt động văn hoá, văn nghệ và thể thao. Bên cạnh đó, khuyên bà phải quan hệ xã hội nhiều hơn nữa, tham gia lao động cho khuây khoả. Lời khuyên sau cùng hoàn toàn nhã nhặn, vì Giang Thanh chẳng có gì để mà làm. Đó cũng là một nguyên nhân gây nên căn bệnh tâm lý của bà.

Giang Thanh bác bỏ bản báo cáo, vẫn khẳng định đang mắc bệnh nặng. Theo bà, các bác sĩ hoặc là những kẻ ngu dốt, hoặc là những tên lừa đảo. Bà ra lệnh cho chúng tôi phải viết lại bản báo cáo.

Chúng tôi lại họp lần nữa, tuy nhiên lần này không phải để bàn về sức khỏe. Chúng tôi phải viết một bản báo cáo, một mặt có thể cho Giang Thanh biết được những nhận định của chúng tôi, mặt khác bà có thể chấp nhận được. Cuối cùng, chúng tôi quyết định một phương án điều trị dần từng bước căn bệnh suy nhược thần kinh một cách thoải mái hơn. Những dấu hiệu khiến bà khó chịu là kết quả của việc gia tăng một cách tự nhiên căn bệnh suy nhược thần kinh.

Nhưng Giang Thanh cũng chẳng hài lòng bản báo cáo này. Bà yêu cầu: "Các đồng chí có thể đảm bảo trong tương lại tôi cũng không mắc bệnh chứ". Thật phi lý, chẳng ai dám bảo đảm điều đó. Bà còn cho báo cáo này quá trừu tượng. Yêu cầu chúng tôi phải lập tức biến những đề nghị bà tham gia các hoạt động văn hoá, văn nghệ, thể thao thành một thời gian biểu với những quy định cụ thể.

Chúng tôi khuyên bà đi xem phim, đi nghe nhạc, trau dồi nghệ thuật nhiếp ảnh, tham gia các buổi khiêu vũ, hoà nhạc. Bà cũng nên tập Thái cực quyền, một môn võ cổ truyền. Thái cực quyền đòi hỏi sự tập trung cao, điều hoà nhịp thở, hoạt động cơ thể. Chúng tôi nghĩ môn thể thao này sẽ giúp Giang Thanh trầm tĩnh hơn.

Mao có vẻ hoài nghi, nhưng cũng đồng ý để bà thử tập Thái cực quyền xem sao. Ban Bảo vệ sức khỏe đã tìm được một sư phụ là ông Cố, người được Ban thể dục thể thao Thượng Hải giới thiệu. Ông bắt đầu bằng những buổi luyện tập hàng ngày các kỹ thuật cơ bản. Mao và vợ đến nghỉ vài tuần tại một nhà nghỉ ngoại ô phía tây thành phố Bắc Kinh. Khu nhà này dành cho các các bộ cao cấp của đảng, "Lục Tân Lầu". Ở đó tôi cũng giúp Cố trong các buổi tập hàng ngày.

Giang Thanh thực sự tỏ ra cố gắng học Thái cực quyền nhưng là học trò tồi. Cố, một người rất thận trọng, kín đáo. Tuy nhiên, ông coi trọng môn võ của ông, yêu cầu phải tuân thủ nghiêm ngặt kể cả vợ Chủ tịch. Giang Thanh tỏ ra tức giận mỗi khi bị ông sửa tư thế đứng hoặc cách hít thở. Tôi đã phải khuyên can ông nên mềm mỏng hơn, bỏ qua sự chậm tiến của Giang Thanh.

Mùa hè đã đến. Tháng 7, tôi cùng với Mao và Giang Thanh trở về Bắc Đới Hà. Sau hơn một tháng hướng dẫn, Cố đi theo chúng tôi để tiếp tục chương trình luyện tập.

Ở Bắc Đới Hà, căn bệnh tâm lý của Giang Thanh lại đột ngột gia tăng. Bà luôn luôn than vãn. Vì sợ ánh sáng mặt trời, bà ra lệnh cho các cô y tá phải kéo rèm lại. Sau đó bà lại muốn có không khí trong lành nên ra lệnh mở cửa sổ, nhưng lại ghét khói bụi bay vào. Đóng cửa sổ lại kêu ngột ngạt. Chỉ một tiếng động nhẹ, thậm chí cả tiếng quần áo sột soạt của nhân viên phục vụ cũng làm bà khó chịu. Màu sắc cũng ca cẩm, kêu màu hồng, màu nâu làm mắt bà đau. Tất cả đồ đạc trong nhà, các bức tường cũng như đồ gỗ đều phải sơn một màu xanh lam.

Các y tá thường xuyên bị mắng mỏ, đến phàn nàn với tôi, vì chẳng có cách nào làm vừa ý vợ Chủ tịch. Trong vòng một tháng, bà đã đổi y tá tới năm hay sáu lần. Có lần khi đuổi một cô y tá bà đã nói: "Nếu ai không muốn phục vụ tôi, không sao, họ có thể rời khỏi đây. Trung Quốc có 600 triệu dân cơ mà, tha hồ lựa chọn".

Tôi phụ trách nhân viên chăm sóc Giang Thanh, cũng chẳng biết phải làm gì nữa, đành trình bày với Thạch Chu Hàn và Hoàng Thụ Tắc, trưởng và phó Ban bảo vệ sức khỏe trung ương. Hy vọng, kinh nghiệm của họ có thể sẽ giúp được tôi. Nhưng đến họ cũng bất lực. Hoàng Thụ Trạch đưa tôi đến gặp Dương Thượng Côn. Sau khi nghe tôi trình bày, Dương Thượng Côn bảo: "Giang Thanh cũng không nể tôi, vậy biết làm thế nào?"

Cuối cùng Thạch Chu Hàn, Hoàng Thụ Tắc và tôi đã quyết định trình bày vấn đề này với thủ tướng Chu Ân Lai. Tất cả chúng tôi đều rất kính trọng Chu. Thạch Chu Hàn cũng đã từng gặp phải một vấn đề tương tự với Lâm Bưu, vị nguyên soái, phó chủ tịch Hội đồng Quân sự, như tôi với Giang Thanh bây giờ. Hồi đó Lâm Bưu chưa hoàn toàn nghỉ hưu. Lâm Bưu cũng mắc bệnh suy nhược thần kinh và không chịu làm theo chỉ dẫn điều trị của bác sĩ. Chu Ân Lai nói với ông, Mao chủ tịch và đảng hy vọng Lâm Bưu sẽ tuân theo chỉ dẫn của bác sĩ. Ít ra, Lâm Bưu cũng đã nghe lời bác sĩ một thời gian. Chúng tôi nghĩ Chu cũng sẽ tìm ra được một giải pháp tương tự đối với Giang Thanh.

Nhưng chúng tôi đã lầm.

Chúng tôi xin yết kiến thủ tướng, trình bày lý do. Chu từ chối, lý do rất bận. Thay vào đó ông đề nghị chúng tôi đến gặp vợ ông, bà Đặng Dĩnh Siêu, cố vấn và là người tin cẩn nhất của ông. Bà cũng là một Uỷ viên trung ương đảng có uy tín. Từ xưa đến nay, tôi chưa một lần gặp bà, nhưng từ lâu vẫn ngưỡng mộ. Chúng tôi thường gọi bà là "Chị cả Đặng", thật vinh hạnh nếu được làm quen với bà.

Nhiệm vụ của tôi, phải thuật lại vấn đề cho Đặng Dĩnh Siêu nghe. Tôi trình bày tường tận tình trạng của Giang Thanh, giải thích rằng những khó khăn mà Giang Thanh đang gặp chỉ là tâm lý, vì vậy không thể giải quyết được bằng y học. Theo đánh giá của tôi, vấn đề tâm lý của Giang Thanh là hậu quả của sự cách biệt với bên ngoài và chẳng tham gia vào một hoạt động xã hội nào. Có lẽ Giang Thanh sẽ thay đổi được cách sống và khắc phục được vấn đề tâm lý nếu được người hợp tính tình khuyên bảo. Chúng tôi đã bất lực nên phải nhờ đến Đặng Dĩnh Siêu.

Đặng Dĩnh Siêu chăm chú nghe tôi trình bày. Sau đó bà nói: "Chủ tịch đã cống hiến trọn đời cho cách mạng. Tám người trong gia đình Chủ tịch đã hy sinh cho cách mạng. Chúng ta phải hiểu rằng hiện giờ Mao chủ tịch chỉ còn có vợ là đồng chí Giang Thanh thôi. Người vợ cả của Chủ tịch, Dương Khai Huệ đã hy sinh cho cách mạng, người vợ thứ hai, Hạ Tứ Trân mắc bệnh tâm thần. Bây giờ cả Giang Thanh cũng lâm bệnh. Với tất cả khả năng của chúng ta, chúng ta phải giúp đỡ đồng chí Giang Thanh. Bởi vì như thế mới chứng tỏ được lòng biết ơn của chúng ta đối với Chủ tịch. Dù nhiệm vụ có khó khăn đến đâu cũng phải hết lòng chữa chạy cho Giang Thanh."

Bà nói tiếp: "Đồng chí nói rằng ở đồng chí Giang Thanh có vấn đề về tâm lý. Điều đó làm chúng tôi rất buồn. Lẽ ra đồng chí không nên nói ra điều đó, như vậy không công bằng đối với Chủ tịch. Đảng giao cho đồng chí nhiệm vụ điều trị cho đồng chí Giang Thanh với những phương tiện y học tốt nhất, đồng chí không có quyền can thiệp vào những công việc khác".

Tôi như bị dội một gáo nước lạnh. Đặng Dĩnh Siêu đã làm đảo ngược sự việc. Rõ ràng, bà đã trao đổi với Chu Ân Lai và được tán thành, nếu không bà không có thái độ như vậy. Bỗng nhiên, tôi hiểu, Chu Ân Lai là kẻ nô lệ của Mao, chỉ nhất nhất tuân theo từng lời của Chủ tịch. Cả ông lẫn vợ chẳng ai dám có một ý nghĩ độc lập nhỏ nào. Đặng Dĩnh Siêu, người phụ nữ khôn ngoan, tính toán. Tôi tìm đến bà với một vấn đề thực sự, nhưng bà lại muốn lợi dụng việc này để trở thành người tin cẩn của Mao bằng cách tố cáo chúng tôi đã không hoàn thành nhiệm vụ đối với vợ Chủ tịch, không cố gắng làm việc. Nếu Mao biết cuộc đối thoại này, vợ chồng bà sẽ được lòng Mao. Còn mối quan hệ của tôi với Mao chắc chắn sẽ xấu đi.

Tôi cảm thấy mình bị lừa dối. Bà ta thành công trong việc lợi dụng ý tốt của tôi để chống lại tôi, đẩy tôi vào thế thù. Bằng cách biến sự bất lực của tôi trong việc giải quyết vấn đề của Giang Thanh thành sự thử thách lòng trung thành đối với Mao. Đặng Dĩnh Siêu phản bội chúng tôi. Từ đó tôi không còn tin bà nữa. Tôi tức giận và rùng mình khi rời khỏi nhà bà.

Bây giờ tôi chẳng còn cách nào khác, đích thân nói thẳng với Mao nhưng không có mặt Giang Thanh. Cơ hội đã đến trong chuyến viếng thăm bí mật Trung Quốc của Khrushchev. Khrushchev đến Bắc Kinh vào ngày 31-7-1958. Mao đi tàu từ Bắc Đới Hà về Bắc Kinh để tiếp đón. Trên đường đi tôi đã nói chuyện với Mao về tình hình sức khỏe của Giang Thanh. Mao sửng sốt:

- Các đồng chí đã nộp báo cáo cho tôi rồi cơ mà? Lại xuất hiện vấn đề mới hay sao?

Tôi đáp:

- Tuy không có vấn đề mới nào cả, nhưng bản báo cáo không chứa đựng được tất cả những điều các bác sĩ muốn trình bày.

Mao dụi điếu thuốc và đề nghị tôi nói tường tận sự việc với ông.

Tôi bắt đầu:

- Các bác sĩ cho rằng đồng chí Giang Thanh không có vấn đề gì nghiêm trọng về sức khỏe. Vấn đề của đồng chí ấy là tâm lý.

Tôi đưa cho Mao đọc bản hội chẩn khám cho Giang Thanh. Tôi nói tiếp:

- Ngoài ra, các bác sĩ còn cho rằng, đồng chí Giang Thanh thường lầm lẫn giữa cách đánh giá cái riêng với thực tế. Suy nghĩ của đồng chí ấy thường hay thay đổi. Tích cực hoạt động xã hội và tăng cường quan hệ có thể sẽ giúp được đồng chí ấy.

Mao im lặng.

- Tôi biết, nguyên soái Lâm Bưu khi bị mắc bệnh cũng đã cương quyết không nghe theo lời khuyên của bác sĩ. Nhưng khi thủ tướng Chu Ân Lai yêu cầu đồng chí ấy nghe theo chỉ dẫn cũng đã làm theo và đồng chí ấy dần dần bình phục. Vấn đề là ở chỗ đồng chí Giang Thanh chẳng nghe lời một ai trong chúng tôi cả. Chúng tôi không biết làm thế nào.

Mao nhắm mắt lại, châm một điếu thuốc và rít một hơi dài. Ông chậm rãi nói: "Giang Thanh chỉ nghe theo chỉ thị của đảng". Tôi biết ông ám chỉ chính ông khi nói tới "đảng". Ông nói thêm, vợ ông thường nghĩ những chuyện quá vụn vặt, ngược lại chúng tôi chỉ quan tâm đến vấn đề của bà mà chẳng để ý đến những chuyện khác. "Điều thực sự làm cho bà ấy lo nghĩ, một ngày nào đó tôi chán bà ấy. Tôi vẫn thường nói rằng bà không phải lo lắng gì".

- Đồng chí hãy truyền đạt cho các y tá rằng tôi đánh giá cao những cố gắng của họ đối với Giang Thanh. Chắc chắn bà ấy chẳng dễ chịu chút nào đối với các y tá. Bảo họ đôi khi cũng cần phải từ chối những đòi hỏi của Giang Thanh.

Tôi nói:

- Điều đó họ chẳng dám đâu, thưa Chủ tịch. Làm sao họ có thể từ chối những yêu cầu của đồng chí Giang Thanh được? Nếu vậy, họ sẽ bị tố cáo là phản cách mạng. Các y tá cũng không thể làm cho đồng chí ấy hài lòng được, ngay cả khi họ đã cố hết sức.

Mao cười:

- Tôi đã nói với bà, cha mẹ ốm quá 100 ngày đến thằng con trưởng cũng hết tình thương. Bà ấy ốm đau đã quá lâu, bây giờ cũng phải niềm nở vui vẻ một chút chứ.

- Không phải các y tá mong muốn đồng chí ấy ân cần, niềm nở hơn, họ chỉ hy vọng rằng đồng chí Giang Thanh đừng hay mắng mỏ, đưa ra những đòi hỏi vô lý.

Mao nói:

- Tôi nghĩ bà ta đã qua khỏi giai đoạn tồi tệ nhất của căn bệnh hiểm nghèo. Đồng chí hãy nhân danh tôi cám ơn các bác sĩ và y tá.

Tiếp đó, tôi nói với Mao là các bác sĩ mong rằng ông sẽ không cho Giang Thanh biết bản hội chẩn.

Mao đồng ý:

- Không, tôi sẽ không kể chuyện này cho bà ấy đâu. Tôi nghĩ Giang Thanh sẽ nghe theo chỉ thị của đảng. Nếu đồng chí có vấn đề gì với bà ấy đồng chí hãy nói thẳng với bà ấy và cả với tôi nữa. Nhưng đồng chí đừng có nói với những người khác sau lưng chúng tôi. Như vậy không tốt đâu.

Tôi trả lời:

- Tôi chưa bao giờ nói sau lưng Chủ tịch.

Tất nhiên, cuộc gặp gỡ giữa tôi và Đặng Dĩnh Siêu đã diễn ra sau lưng Mao, nhưng tôi không dám thú nhận. Hơn nữa, đã từ lâu tôi lấy làm ân hận về cuộc gặp gỡ với vợ thủ tướng.

Mao lại cười:

- Tất cả hãy làm những việc mà chúng ta cần phải làm.

Tôi gặp Thạch Thụ Hán, Hoàng Thụ Tắc, những người lãnh đạo bộ phận bảo vệ sức khoẻ, báo cáo lại cuộc đối thoại giữa tôi và Mao. Họ có vẻ lo ngại nếu đến lúc nào đó Giang Thanh biết được chuyện này, các bác sĩ và Ban bảo vệ sức khỏe trung ương sẽ phải gánh chịu hậu quả lớn lao. Họ cho tôi một lời khuyên hữu ích: đừng bao giờ nói với Mao về Giang Thanh.

Chắc Mao đã cảnh cáo vợ về thái độ của bà đối với các y tá. Giang Thanh đã cố gắng cư xử tốt hơn. Nhưng mặc dù vậy, trong mùa hè năm đó ở Bắc Đới Hà, cũng có vài y tá bị sa thải. Tôi bắt đầu đoán được, những xung khắc giữa Giang Thanh đối với các y tá không chỉ vì bà không hài lòng với công việc của họ, mà lo ngại về sức quyến rũ của các cô gái trẻ đối với Mao. Giang Thanh có thói quen bắt chuyện với các cô y tá mới từ bệnh viện Bắc Kinh được cử đến chỗ bà trong các buổi khiêu vũ. Theo bà lúc đó thoái mái hơn. Cả Mao cũng có mặt, còn các cô gái trẻ chìm ngập trong sự kính cẩn khi họ nhìn thấy Mao. Có lần bà vô cùng bực tức khi một cô y tá trẻ ngừng lấy thuốc cho bà để bắt tay Mao, chào đón ông rất nồng nhiệt. Tôi cố gắng giải thích, thái độ quá lố đó của các cô y tá trẻ là điều hoàn toàn tự nhiên, vì họ đang đối diện với một vị lãnh tụ vĩ đại.

Nhưng Giang Thanh lại nghĩ khác:

- Bác sĩ không hiểu Chủ tịch đâu. Ông ấy phóng đãng lắm. Lối sống và lao động trí tuệ của ông ấy là hai thái cực hoàn toàn khác nhau. Lúc nào có những người đàn bà đẹp ông ấy chỉ muốn chiếm đoạt. Đồng chí có hiểu ý tôi không? Đồng chí phải bảo các cô bé hãy tỏ ra có đạo đức một chút. Họ phải lễ độ đối với vị lãnh tụ, nhưng cũng phải thận trọng khi tiếp xúc với ông ấy.

Sự nhắc nhở của Giang Thanh làm tôi bối rối. Hồi đó tôi vẫn chưa biết tí gì về sự vô độ trong tình dục của Mao, tôi chỉ nhớ rằng, trong cuộc nói chuyện giữa tôi và Mao, đã nói cho tôi biết nỗi lo sợ của vợ ông và cam đoan sẽ không bao giờ bỏ bà. Tôi vẫn chưa nhận thức được rằng trong một số điểm, Giang Thanh có thể tinh tường hơn tôi. Ham muốn tình dục của Mao thật vô cùng. Đối với ông, tình dục và tình yêu là hai vấn đề khác hẳn nhau.

CHƯƠNG 29

Ngày 31-7-1958, Khrushchev bí mật đến Bắc Kinh. Trong dịp này, Mao đã đáp lại lòng hiếu khách của Liên Xô ở Moscow với một thái độ khinh thường như một cái tát vào mặt Khrushchev. Mao đón tiếp Khrushchev bên bờ bể bơi, chỉ mặc độc một chiếc quần bơi trên người. Mao đề nghị Khrushchev mặc quần bơi và cùng xuống bơi. Khrushchev nhận lời, trước sự ngạc nhiên của tất cả chúng tôi, cùng Mao xuống nước. Khrushchev không biết bơi nên phải mặc áo phao. Một số vệ sĩ, tôi và người thông dịch bơi cạnh ông.

11-8-1958, Mao Trạch Đông tiếp Nikita Khrushchev tại Bắc Kinh

30-9-1959, Mao và Khrushchev tại bữa tiệc kỷ niệm 10 năm thành lập CHND Trung Hoa. Ảnh Dmitri Baltermants

Khrushchev không để ý thái độ lăng nhục của Mao, nhưng cuộc đối thoại giữa hai người không đi đến kết quả nào. Trong hồi ký của mình, Khrushchev tỏ ra khinh bỉ cách đối xử không tôn trọng của Mao. Lúc đầu ông định lưu lại một tuần nhưng ba ngày sau ông đã cáo từ. Chủ tịch cố tình đóng vai một vị hoàng đế, cư xử với Khrushchev như một kẻ chư hầu đến cầu khẩn ông ban ơn. Trên đường trở về Bắc Đới Hà, Mao cho tôi biết, bằng thái độ này, ông muốn "chọc giận" Khrushchev.

Những bất đồng của Mao về Liên Xô ngày càng tăng, chung quy ông lo ngại về mục đích chính của Liên Xô. Mao nói:

- Thực ra mục đích của họ khống chế, tìm cách trói tay trói chân chúng ta. Nhưng đó chỉ là ảo tưởng của thằng ngốc kể chuyện giấc mơ của nó.

Liên Xô đề nghị thành lập một hạm đội chung, xây dựng một đài radar có công suất lớn tại Trung Quốc. Ngoài ra, Mao còn lên án Khrushchev định dùng Trung Quốc làm con bài cải thiện quan hệ với Mỹ. Khrushchev đòi Trung Quốc phải bảo đảm sẽ không tấn công Đài Loan. Khrushchev lại phê phán chương trình hợp nhất các hợp tác xã nông nghiệp thành công xã nhân dân ở Trung Quốc. Mao nói:

- Tôi đã bảo ông ta, chúng tôi có thể hợp tác xây dựng một đài radar tầm xa, nhưng phải cung cấp mọi trang thiết bị và công nghệ cao. Chúng tôi cũng có thể thành lập một hạm đội chung, những chiến hạm của Liên Xô nhưng đô đốc phải là người của ta. Tôi cũng nhấn mạnh với ông ta, chúng tôi có tấn công Đài Loan hay không là việc riêng. Ông ta không nên sốt sắng can thiệp vào công việc nội bộ của nước khác. Còn về chuyện công xã nhân dân, tại sao chúng tôi không nên thử xem sao?" Tôi đã trả lời tất cả để ông ta hiểu. Chúng ta có thể tham gia hạm đội, xây dựng dàn radar tầm xa nhưng với điều kiện của tôi đưa ra. Còn vấn đề Đài Loan và công xã nhân dân chúng ta không phụ thuộc bất cứ điều gì của Liên Xô yêu cầu.

Dư luận thế giới và phương Tây xa xôi không biết xung đột giữa Trung Quốc và Liên Xô đã bắt đầu.

Trên đường đến Bắc Đới Hà, Mao vẫn còn bực tức. Ông phàn nàn:

- Khrushchev không hiểu ông ta đang nói gì, nói với ai. Ông ta muốn cải thiện mối quan hệ với Mỹ à? Được, chúng ta sẽ chúc mừng ông ta bằng vũ khí của chúng ta. Bom đạn của chúng ta cất giữ đã lâu đến nỗi trở thành vô dụng. Tại sao chúng ta không sử dụng chúng vào ngày ăn mừng buổi lễ của họ? Có thể chúng ta sẽ kéo cả Mỹ vào cuộc. Mỹ có thể điên khùng ném một trái bom nguyên tử vào Phúc Kiến, sẽ có mười hay hai mươi triệu người chết. Từ lâu Tưởng Giới Thạch mong Mỹ dùng bom nguyên tử chống chúng ta. Cứ để xem chúng có dám làm không? Hãy chờ xem Khrushchev nói gì. Một số đồng chí của chúng ta không hiểu tình hình. Họ muốn vượt qua eo biển, đánh chiếm Đài Loan. Tôi đã bác bỏ, cứ để yên, đừng đụng đến Đài Loan. Đài Loan đang gây sức ép chúng ta, vì thế nội bộ chúng ta đoàn kết. Hết sức ép bên ngoài, có thể nội bộ ta sẽ mất đoàn kết.

Những điều Mao thổ lộ làm tôi bối rối. Tôi chẳng biết gì về đài phát thanh hay hạm đội chung và biết rất ít về Đài Loan. Khi ông phân tích vấn đề Đài Loan, tôi thầm hy vọng chẳng bao lâu nữa sẽ có những cuộc đàm phán về hoà bình giữa hai bên. Tôi cũng chưa biết tí gì về kế hoạch thành lập công xã nhân dân. Chúng tôi chỉ vừa mới qua thời kỳ chuyển các hợp tác xã nông nghiệp lên một bậc cao hơn. Phải mất vài tuần tôi mới hiểu được ý nghĩa thực tế của thái độ của Mao về vấn đề Đài Loan. Ngược lại, bằng quan sát của mình, tôi đã sớm hiểu được công xã nhân dân.

Ngày 2-8-1958, ngày chúng tôi từ Bắc Đới Hà trở về, vào lúc ba giờ sáng, một vệ sĩ của Mao đánh thức khi tôi đang ngủ say. Chủ tịch muốn học tiếng Anh. Tôi vội tới phòng ông và chúng tôi bắt đầu đọc "Sự phát triển của chủ nghĩa xã hội từ viễn tưởng đến khoa học" của Engels. Bên cạnh Tuyên ngôn cộng sản, đó là một cuốn sách được ưu ái, chúng tôi thường xuyên bận rộn với cả hai cuốn sách này. Mao không bao giờ học tiếng Anh một cách nghiêm túc. Ông chỉ lợi dụng những giờ học này để thư giãn và tán gẫu. Khoảng sáu giờ sáng chúng tôi nghỉ. Mao mời tôi ăn điểm tâm.

Trong bữa ăn Mao cho tôi xem số mới nhất của tờ Bản tin Nội bộ. Nó cung cấp thông tin cho những cán bộ cao cấp nhất về những sự kiện mà đảng muốn giữ bí mật trước công chúng. Việc thông báo thường mang tính phê bình, phân tích những vấn đề thời sự hoặc những mâu thuẫn giữa lý tưởng của đảng và thực tế trong đời sống thường ngày. Trong thời kỳ phong trào Trăm hoa đua nở năm 1957, khi mà ai ai cũng đều được khuyến khích nói lên suy nghĩ của mình, thì Bản tin là chiếc loa truyền thanh những lời phê bình đảng không thương tiếc. Thi thoảng người ta cũng tìm được một số bài đưa những tin giật gân về các vụ cướp của, giết người mà chưa bao giờ thấy trên phương tiện thông tin đại chúng.

Khi chiến dịch chống hữu khuynh vào mùa hè năm 1957 bắt đầu, tờ Bản tin cũng thay đổi tính chất. Một số phóng viên đã phơi bày mảng tối của xã hội Trung Quốc, như Lý Thẩm Tri đã bị quy hữu khuynh, nên bị mất chức, thậm chí có người còn bị đày đi những vùng hẻo lánh xa xôi. Đầu năm 1958, khi chiến dịch làm trong sạch nội bộ đảng và thử nghiệm của Mao đưa đảng đi theo con đường của mình được làm sống dậy, tờ Bản tin Nội bộ đã quay ngoắt 180 độ. Bấy giờ nó lại ca tụng những thay đổi diễn ra ở Trung Quốc đặc biệt trong lĩnh vực nông nghiệp. Bản tin Mao cho tôi xem sáng hôm đó đã tường thuật về buổi thành lập một công xã nhân dân – tổ hợp nhiều hợp tác xã nông nghiệp nhỏ thành một tổ chức khổng lồ duy nhất – ở Chay A Sơn thuộc tỉnh Hồ Nam.

Mao nói: "Đây là một sự kiện đặc biệt quan trọng. Nhiều họp tác xã ở nông thôn đã thống nhất lại để thành lập một công xã nhân dân lớn. Công xã nhân dân sẽ là chiếc cầu nối từ chủ nghĩa xã hội đến chủ nghĩa cộng sản. Thế nhưng có nhiều điều chúng ta vẫn chưa biết, như tổ chức một công xã nhân dân thế nào, công xã nhân dân làm việc, phân chia lợi tức ra sao và làm thế nào để biết được khối lượng công việc của mỗi người? Bằng cách nào thực hiện được gắn sản xuất nông nghiệp với huấn luyện quân sự trở thành thực tế".

Vào khoảng thời gian Xuân-Hè 1958 khi đại công trường xây dựng đập triển khai, đã làm nông thôn thiếu lực lượng lao động trầm trọng, trong khi đó một số nơi bắt đầu hợp nhất lên Công xã nhân dân. Ban đầu công xã có rất nhiều tên gọi khác nhau, Mao chưa có điều kiện đi kiểm tra thực tế, bộ chính trị cũng chưa thông qua kế hoạch, nhưng ông muốn nó phát triển sâu rộng và kêu gọi mang tên Công xã nhân dân.

Mao muốn tôi đi kiểm tra một vài công xã nhân dân mới thành lập. "Đồng chí hãy quan sát tất cả. Hãy ở đó một tháng, thu thập tình hình đầy đủ, chính xác, về báo cáo tôi. Đồng chí đã làm xong những công việc cần thiết ở đây rồi chứ?"

Trong dịp hè yên tĩnh và kéo dài ở Bắc Đới Hà, theo đề nghị của Mao, tôi và ông cùng bắt tay dịch cuốn sách từ tiếng Anh sang tiếng Trung, cuốn sách bàn về quá trình lão hoá. Trong khi dịch, chúng tôi thường trao đổi với nhau, ông rất thú vị với mấy chương đầu, nhưng đến đoạn nói về ảnh hưởng của quá trình lão hoá đến các tế bào và cơ thể, ông bắt đầu chán. Tuy vậy, tôi vẫn tiếp tục dịch để thời gian được tận dụng vào một công việc có ý nghĩa đồng thời giữ mối quan hệ với các tài liệu y học. Nhưng tôi hứa với ông có thể tạm hoãn lại việc dịch sách, dành thời gian cho chuyến công du này.

Mao nói:

- Cuốn sách này chẳng có ý nghĩa thật đặc biệt. Sau này đồng chí cũng vẫn có thể dịch tiếp. Ngược lại, công xã nhân dân là vấn đề quan trọng, ảnh hưởng đến cơ chế chính trị của nước ta. Năm 1949. khi quân đội chúng ta vượt sông Dương Tử, một người Mỹ đã viết một cuốn sách có tựa đề "Trung Quốc làm chấn động thế giới", đại loại như vậy. Giờ đây, mười năm sau, với việc thành lập các công xã nhân dân, một lần nữa Trung Quốc lại làm chấn động thế giới. Vì vậy đồng chí hãy đi thị sát xem sao. Nhưng đừng đi một mình, hãy đề nghị Diệp Tử Long và Hoàng Thụ Tắc đi cùng.

Sự hiểu biết về một nước Trung Quốc nông nghiệp của tôi chỉ đóng khung trong các cuộc dạo chơi vào các xóm làng, mỗi khi con tàu của Mao dừng lại đôi chút ở đâu đó. Và những gì tôi được chứng kiến lại toàn là những cảnh ghê sợ, sự nghèo đói cùng cực và những người nông dân còn sống được nhờ những chiếc bánh bao làm bằng ngũ cốc xay xát qua loa. Họ là những con người thật thà, chất phác. Có lần, tôi mua hai chiếc bánh bao, nhưng họ đã biếu, không lấy tiền. Tôi ăn một chiếc, một chiếc tôi đưa cho Mao. Ông chẳng mấy ngạc nhiên khi tận mắt thấy cảnh cơ cực như tôi tưởng. Thế mà ông khuyến khích tôi, những người khác nên có những cuộc "điều tra xã hội" như vậy, mỗi khi chúng tôi có dịp.

Trong khi đang nói về việc biệt phái tôi đi thanh tra công xã nhân dân, ông thiếp dần trong giấc ngủ, lời nói nhỏ dần và gần như không thể nghe thấy được nữa. Ngay trước bữa ăn, ông đã uống thuốc ngủ. Ông nảy ra ý nghĩ kiểm tra công xã nhân dân khi đã ngấm thuốc, đưa ông vào trạng thái mơ màng. Tôi không rõ, đề nghị của ông nghiêm túc hay đó chỉ trong cơn mộng dưới tác dụng của những viên thuốc ngủ.

Tôi đáp:

- Tôi sẽ bàn với những người khác. Trong vòng từ hai đến ba ngày, chúng tôi có thể lên đường.

Vừa chợp mắt một lát, ông mở mắt nói to:

- Chẳng có gì phải bàn nữa. Đồng chí bảo với họ, hôm nay phải chuẩn bị xong, ngày mai lên đường ngay.

Rồi Chủ tịch lại thiếp đi. Lúc đó là 8 giờ sáng. Lập tức tôi thông báo cho Diệp Tử Long về nhiệm vụ mới nhất Mao vừa giao cho.

Một tháng ở nông thôn – một chuyến công du không có Mao và chỉ đi bằng xe lửa loại thường, phải ngủ trong những nhà trọ bình dân và ăn những thức ăn có chất lượng thấp của nông dân. Tất cả những điều đó khác hẳn với một nhiệm vụ dễ chịu như Diệp Tử Long tưởng bở. Ông chẳng thèm quan tâm đến chính sách quốc gia. Chủ nghĩa cộng sản, chủ nghĩa xã hội hay chủ nghĩa tư bản đối với ông cũng như nhau, nếu như cuộc sống xa hoa của ông không bị ảnh hưởng.

Diệp Tử Long ca cẩm:

- Chủ tịch vẫn ăn ngon, thảnh thơi chả phải làm gì. Chúng ta làm trò trống gì theo phát rắm của ông trong chuyến đi này.

Tôi bảo chúng ta phải đi, đây là lệnh của Chủ tịch. Diệp nói:

- Đồng chí báo cho Hoàng Thụ Tắc biết. Sau đó chúng ta sẽ gặp nhau và bàn về việc này. Nhưng ngày mai chưa thể đi được, tôi phải cần vài ngày thu xếp.

Lời của ông làm tôi rất lo. Chúng tôi không được phép lần chần. Tôi cự lại:

- Chủ tịch ra lệnh ngày mai phải lên đường, chúng ta không được cưỡng lại chỉ thị của Chủ tịch.

Tôi đề nghị Diệp Tử Long trực tiếp lên nói chuyện với Mao trong khi tôi đi báo cho Hoàng Thụ Tắc, phó Ban y tế trung ương.

Hoàng, một môn đồ sùng tín của Mao. Lời của Chủ tịch đối với ông thật thiêng liêng. Tất nhiên, Hoàng cảm thấy tự hào khi được Mao giao nhiệm vụ, sẵn sàng lên đường ngay ngày hôm sau.

Tôi vẫn lo mệnh lệnh của Mao. Mệnh lệnh đưa ra khi ông ngấm thuốc trong tình trạng nửa thức nửa ngủ. Cũng có thể do ông ngẫu hứng. Tôi quyết định đem chuyện này bàn với Giang Thanh.

Vào lúc gần trưa, tôi được dẫn vào phòng của bà. Bà vẫn ở trên giường, đang ăn sáng gồm sữa chua hạnh nhân, bánh mì nướng. Tôi trình bày tình thế khó xử, bà trả lời:

- Tôi không tin Chủ tịch nói rồi để đó đâu, nếu lời nói đó liên quan đến một việc hệ trọng như vậy Nhưng khi nào Chủ tịch dậy tôi sẽ nói chuyện với ông.

Tôi đến gặp Điền Gia Anh, bí thư chính trị của Mao, bạn thân sẵn sàng tiếp tôi bất cứ lúc nào. Ông luôn luôn biết rõ mọi tin tức, không phải chỉ từ tờ Bản tin, mà từ các tài liệu mật do các bạn ông và những thư ký chính trị cấp dưới khắp nơi ở Trung Quốc thông báo. Ông biết hết các công xã nhân dân mới thành lập. Tuy nhiên ông vẫn tỏ ra nghi ngờ sự thành công.

Điền lấy thí dụ, năm 1956, nông dân đã kêu ca quá vội vã trong việc triển khai hoạt động của các hợp tác xã cấp cao. Trong khi việc quản lý hợp tác xã ở các cơ quan cấp thấp vẫn chưa quản lý tốt, người ta đã nâng cấp hợp tác xã. Bây giờ chúng ta lại tìm cách áp dụng một cơ cấu tổ chức cao hơn nữa là công xã nhân dân. Theo ý ông, người ta chưa biết công xã nhân dán sẽ có hiệu quả kinh tế hay không, nhưng những người lãnh đạo đảng ở các tỉnh vẫn lợi dụng công xã để lấy lòng Chủ tịch. Do Mao phát động trong cuộc họp ở Thành Đô, Nam Ninh, các vị lãnh đạo các tỉnh cố tỏ ra họ triệt để thực hiện nghị quyết. Họ nghĩ ra đủ mọi mánh khóe để thu hút được sự chú ý từ Bắc Kinh, phát động một chiến dịch ganh đua cuồng dại nhằm đạt tỉ lệ tăng trưởng sản xuất cao nhất. Ai cũng muốn mình dẫn đầu. Điền Gia Anh khuyên tôi hãy trực tiếp theo dõi việc này.

Sau bữa trưa, tôi gói ghém đồ đạc chuẩn bị cho chuyến công du hôm sau, rồi chợp mắt một chút vì đã dậy từ lúc ba giờ sáng cho đến giờ.

Bẩy giờ tối, anh vệ sĩ Tiểu Lý của Mao đánh thức tôi dậy. Chủ tịch muốn gặp tôi. Cả Diệp Tử Long cũng như Giang Thanh đều đã nói chuyện với Mao. Mao nói:

- Tôi đã quyết định đích thân đi thị sát tình hình. Đây là vấn đề lớn, tại sao tôi không trực tiếp đi kiểm tra. Vài ngày nữa chúng ta sẽ khởi hành. Tôi muốn đi thăm rất nhiều nơi. Đồng chí hãy chuẩn bị và đưa theo một trợ lý, nếu đồng chí cần người giúp đỡ.

Mao bảo, thôi "tha" Hoàng Thụ Tắc, không cần đi. Thay vào đó, Mao cần một nữ y tá. Ông vẫn thường dùng nhân sâm do tôi kê đơn để ông khỏi bị liệt dương. Nhân sâm được các y tá sắc theo phương pháp cổ truyền, tức là nấu với nước thành một loại thuốc uống. Tôi đề nghị đưa theo Ngô Tự Tuấn, người đã từng cùng đi với chúng tôi sang Moskova.

Mao nhắc tôi, chuyến đi này phải được giữ tuyệt đối bí mật. Nhiệm vụ của tôi không phải chỉ là bác sĩ riêng, ông còn cho rằng:

- Đối với những nhân viên y tế, không nên chỉ trói buộc họ trong việc chữa bệnh.

Ông không muốn tôi sống cách biệt với xã hội bên ngoài, nhất là khi trong xã hội đang có một biến cố quan trọng như thế. Phải tìm hiểu xem biến cố này sẽ làm con người thay đổi như thế nào. Chúng tôi sẽ xem xét mỗi công xã nhân dân có những đặc điểm mang tính nguyên tắc xã hội chủ nghĩa như thế nào. Hai ngày sau, chúng tôi rời Bắc Đới Hà trên tàu hoả sang trọng dành riêng cho Mao. Phần vì thách thức Khrushchev, phần do ngẫu hứng bởi tác dụng của thuốc ngủ, nhưng cũng do cả bản tính hiếu kỳ bẩm sinh của Mao, nên "chuyến thanh tra" kỳ thú mà Mao thực hiện bắt đầu như vậy.

Con tàu của chúng tôi xuôi về phía Nam "Cuộc thăm dò xã hội" này từ đầu đã được hiểu như vậy thật đặc biệt. Thế là chiến dịch Đại nhảy vọt bắt đầu.

CHƯƠNG 30

Đã lâu lắm mới lại có một mùa hè tuyệt vời như mùa hè năm nay. Đêm nào trời cũng mưa còn ban ngày lại nắng dịu. Chẳng ai nghi ngờ, vụ thu hoạch mùa thu năm nay sẽ bội thu nhất trong lịch sử Trung Quốc. Cả nước Trung Quốc ngập chìm trong ngất ngây, tràn trề cảm kích và rất đỗi lạc quan.

Đầu tiên, chúng tôi tới thăm vài công xã mới thành lập ở tỉnh Hà Bắc. Tinh thần lạc quan của nông dân được thể hiện bằng cả những cái tên đặt cho tổ chức mới, những cái tên hứa hẹn một tương lai vẻ vang và tương lai của cách mạng, như "Công xã cộng sản", Công xã Bình minh", "Công xã Rạng đông", "Công xã Cờ đỏ".

Sau đó chúng tôi đến Hà Nam, nơi viên bí thư thứ nhất Vũ Chí Phú, một người thấp béo và mau miệng, đưa chúng tôi đi bằng ô tô dọc theo những con đường không trải nhựa, đầy bụi bặm dọc ngang trong khắp tỉnh của ông. Chúng tôi đi trên một đoàn xe với hàng chục người cả thảy, gồm một đơn vị lính có vũ trang dưới sự chỉ huy của Vương Kính Tiên, một đội bảo vệ tỉnh của Vũ Chí Phú, các phóng viên báo Tân Hoa và vài phóng viên của báo đảng tỉnh Hà Nam. Mao đã dặn đi dặn lại phải giữ bí mật, không ngờ cánh báo chí lại rùm beng lên.

Trời tháng Tám nóng toát mồ hôi. Chúng tôi đội những chiếc mũ cói rộng vành để che nắng. Mỗi khi nghỉ chân ở đâu đó, có người đưa đến cho chúng tôi những chiếc khăn ướt để lau cho mát. Hai chiếc xe tải chở đưa hấu tươi và ngọt lúc nào cũng đi theo. Dưa hấu là món giải khát tốt nhất trong cái nóng như thiêu như đốt này. Mao không hề bận tâm đến cái nóng. Ông chẳng đụng đến dưa hấu, trong khi nhiều người khác trong xe ông đã đổ xô vào thứ quả mọng nước này.

Mao phấn khởi vì ông được tận hưởng cái thú trở về nông thôn. Mỗi khi dẫm phải phân bò bẩn giày, nhưng ông không để cho ai lau chùi. Ông nói:

- Đây là phân, rất có ích. Tại sao lại phải lau nó đi?

Chỉ đến tối khi ông cởi giày, vệ sĩ của ông mới đem giày đi rửa. Những cánh đồng được mùa và đông nghịt nông dân đang làm việc ở phía bắc Hoàng hà, phụ nữ rất ít khi tham gia việc đồng áng. Nhưng ở đây chúng tôi thấy phụ nữ mặc quần áo màu đỏ rực và màu xanh đang cùng làm việc với đàn ông. Ở huyện Lan Tào, Mao có ý định muốn bơi ở dòng sông Hoàng có nhiều truyền thuyết. Ông cử vệ sĩ tin cẩn của ông là Tôn Vĩnh, người đã từng cổ vũ ông bơi ở sông Dương Tử, bơi thử. Nhưng sông Hoàng toàn bùn và phù sa. Mực nước lại chỉ cao đến ngực và trông như men rượu màu nâu. Tôn Vĩnh và những nhân viên an ninh khác vừa xuống nước đã bị lún xuống bùn tới đầu gối. Chỗ nào ở con sông cũng vậy cả. Mao đành huỷ bỏ dự định đi bơi của ông.

Ngày 6-8-1958, Vũ Chí Phú dẫn chúng tôi đến làng Thất Lý thuộc huyện Tân Cương. Dọc hai bên con đường dẫn đến làng này là những cánh đồng bông cao ngang ngực với những quả bông tròn, to bằng nắm tay, trắng rực lên dưới ánh nắng mặt trời. Làng Thất Lý chắc sẽ được mùa bông.

Khi ô tô đến sân làng, chúng tôi được đón chào bằng một tấm biểu ngữ lớn, màu đỏ giăng ngang lối vào trụ sở đảng bộ của làng: "Công xã nhân dân làng Thất Lý".

Vừa xuống xe, Mao đã tươi cười. Ông nói:

- Cái tên "Công xã nhân dân" hay lắm! Công nhân Pháp đã thành lập Công xã Paris khi họ giành chính quyền. Còn nông dân ta thành lập được công xã nhân dân như một cơ sở kinh tế và chính trị trên con đường tiến lên chủ nghĩa cộng sản. Công xã nhân dân nghe thật tuyệt vời.

Ba ngày sau, Mao lặp lại lời bình của ông ở Sơn Đông. Một phóng viên Tân Hoa xã đứng gần đó nghe được và lập tức những lời nói của Mao xuất hiện trên các mặt báo toàn quốc. Những lời nói này mau chóng trở thành khẩu hiệu có sức thuyết phục đến nỗi chúng đã được các bí thư đảng ở các cấp răm rắp tuân theo như chiếu chỉ của vua. Bỗng nhiên các hợp tác xã nông nghiệp ở khắp Trung Quốc được tập hợp lại thành những công xã khổng lồ, thành những cơ sở mà hai lĩnh vực hành chính và sản xuất nông nghiệp gắn liền với nhau, đồng thời quyền lực của đảng cộng sản ở nông thôn cũng được củng cố.

Chuyến đi từ công xã này đến công xã khác đã cung cấp cho chúng tôi những hiểu biết lý thú. Có một cái gì đó thật to lớn, mới mẻ, trước đây chưa từng có trong lịch sử đã diễn ra ở nông thôn. Cuối cùng, Trung Quốc đã tìm ra con đường thoát khỏi nghèo đói, tiến tới sung túc. Nông dân Trung Quốc sắp được cứu thoát. Cả tôi cũng ủng hộ công xã nhân dân. Mao chủ tịch thật có lý. Công xã nhân dân thật vĩ đại. Mao rất phấn khởi. Trên đường trở về Bắc Đới Hà ông vẫn còn phấn khích và chưa bao giờ tôi thấy ông có vẻ hạnh phúc như vậy. Ông tin chắc vấn đề cung cấp lương thực ở Trung Quốc đã được giải quyết và bây giờ đất nước sẽ dư thừa lương thực. Bốn ngày sau khi chúng tôi trở về, tức là ngày 17-8-1958, Mao triệu tập một cuộc họp mở rộng của Bộ Chính trị, kéo dài đến ngày 30-8-1958. Trong khi họp, câu trả lời của Mao đối với Khrushchev được công bố vào ngày 23-8-1958. Sau đó, Trung Quốc bắt đầu dùng tới số đạn đại bác mà Mao đã từng đề cập để bắn phá dữ dội hòn đảo Kim Môn ở ngay ngoài khơi bờ biển tỉnh Phúc Kiến đang bị Quốc dân đảng chiếm giữ. Đó là sự đáp lại của Mao đối với ý định làm làm dịu căng thẳng giữa Liên Xô và Mỹ của Khrushchev, cũng là sự khẳng định của Mao với Liên Xô và Mỹ về vai trò quan trọng của Trung Quốc trong bộ ba siêu cường. Mao hiểu những nỗ lực vì hoà bình thế giới của Khrushchev là âm mưu hòng khống chế ông và Trung Quốc. Ông tin chắc, Tưởng Giới Thạch sẽ yêu cầu Mỹ thả một quả bom nguyên tử xuống tỉnh Phúc Kiến và Mao chẳng phản đối việc này. Việc oanh tạc đảo Kim Môn là một thách thức để xem Mỹ có thể đi xa đến đâu. Mao cho bắn phá hòn đảo này hàng tuần liền. Cuối cùng, ngày 6-10, đảng cộng sản đã tuyên bố ngừng bắn một tuần, ngày 13-10, lệnh ngừng bắn được gia hạn thêm hai tuần nữa khi một hạm đội của Mỹ vào vùng bờ biển của Đài Loan để bảo vệ khu vực này trước sự tấn công của Trung Quốc. Mao lại ra lệnh tiếp tục bắn phá. Ngày 25-10, một chiến lược mới được công bố: Nếu các tàu chiến Mỹ không vào gần, thì đại bác của Trung Quốc ngừng bắn vào các ngày chẵn và chỉ pháo kích các đảo Kim Môn và Mã Tổ vào các ngày lẻ.

10-1958, Trung Quốc pháo kích đảo Kim Môn (Đài Loan). Ảnh John Dominis

10-1958, đạn pháo Trung Quốc rơi trúng bệnh viện trên đảo Kim Môn (Đài Loan). Ảnh John Dominis

Mao biết, "những đồng chí" như Khrushchev và một vài đồng chí Trung Quốc ngỡ ông muốn chiếm lại Đài Loan. Nhưng chẳng bao giờ ông có ý định ấy. Các đảo Kim Môn và Mã Tổ ông cũng không muốn lấy lại. Ông nói:

- Kim Môn và Mã Tổ là cầu nối của chúng ta với Đài Loan. Nếu chiếm, chúng ta sẽ mất đi cầu nối này. Con người ai cũng có hai tay phải không? Nếu chúng ta mất cả hai tay, chúng ta sẽ không nắm được Đài Loan nữa. Hai hòn đảo này là hai cái gậy chỉ huy của nhạc trưởng để buộc Khrushchev và Eisenhower phải khiêu vũ. Đồng chí đã thấy tầm quan trọng của hai hòn đảo này rồi chứ.

Đối với Mao, việc oanh tạc các đảo Kim Môn và Mã Tổ chỉ là một mánh khóe để chứng tỏ với Khrushchev và Eisenhower về tinh thần độc lập, khả năng hành động của Mao, sổ toẹt nỗ lực mới vì hoà bình của Khrushchev. Một mánh khóe khủng khiếp. Nó đã gây ra nguy cơ về một cuộc chiến tranh nguyên tử đối với thế giới, đe doạ tính mạng của hàng triệu nhân dân Trung Quốc.

Trong các hội nghị mở rộng của Bộ chính trị, có hai quyết định quan trọng. Một là, cả công xã nhân dân chính thức được coi là hình mẫu mới của cơ cấu kinh tế và chính trị của đất nước. Hai là, trong vòng một năm, bằng việc sử dụng những lò luyện kim gia đình, Trung Quốc phải tăng gấp đôi sản lượng luyện kim. Cả đất nước Trung Hoa như trong cơn say. Mao đánh giá cao về các công xã nhân dân và bỗng nhiên hàng loạt công xã nhân dân được thành lập khắp nơi trong cả nước. Mao mới vừa nửa đùa nửa thật nghĩ ra lò luyện kim gia đình mà mọi người đã vội xây ngay những chiếc lò đó. Mọi việc diễn ra đúng như mong muốn của Mao.

CHƯƠNG 31

Mao vẫn thường đi khắp nơi. Từ ngày 10-9-1958 trở đi, ông đi khắp đất nước bằng máy bay, xe lửa và tàu thuỷ để tận mắt nhìn thấy những sự đổi thay đang diễn ra. Mỗi lần dừng lại ở đâu đó, sự ngưỡng mộ của dân chúng đối với ông lại tăng thêm. Trước tiên chúng tôi bay tới Vũ Hán. Hai người trong số những người sùng bái Mao nhất, Trương Thế Trung – "đại diện phái dân chủ", cũng là kẻ phản bội Quốc dân đảng và bí thư thứ nhất tỉnh An Huy và Tăng Huy Sinh tới thăm Mao. Mao mời Trương Thế Trung cùng tham gia chuyến đi thị sát. Trương sung sướng trả ơn Mao bằng những lời xu nịnh. Ông tấm tắc khen: "Tình hình cả nước thực sự đang ở thời kỳ thuận lợi nhất. Thời tiết tốt, nhân dân hưởng thái bình và mọi người tỏ ra rất yên tâm". Tăng Huy Sinh cũng ra sức lấy lòng Mao. Ông tìm cách thuyết phục Mao tiếp tục đến thăm An Huy. Quê của Trương Thế Trung cũng là An Huy, nên ông đã ủng hộ nguyện vọng đó của Tăng. Cuối cùng Mao đồng ý và chúng tôi đến thành phố Hà Phi, thủ phủ của tỉnh. Lúc đó, chúng tôi đã được chứng kiến một kỳ quan mới, với câu thần chú về "lò luyện kim gia đình".

Chiếc lò đầu tiên là một vật quái dị, được ngẫu hứng xây bằng gạch và vôi vữa, cao khoảng từ 4 đến 5 mét, tôi nhìn thấy ở sân sau của cơ quan đảng bộ của tỉnh An Huy. Trong ánh lửa sáng rực, tất cả những đồ dùng bằng sắt thép của gia đình như nồi, niêu, xoong chảo, tay nắm cửa, cuốc xẻng... được nấu chảy để sản xuất ra thép như Tăng đã quả quyết với Mao. Tăng Huy Sinh nhặt một mảnh sắt nóng dưới đất được cời từ trong lò ra để cho Mao xem kết quả của công việc. Bên cạnh đó là những thành phẩm được xếp thành hàng. Chúng là sản phẩm của lò luyện kim gia đình và làm cho người ta không còn nghi ngờ về hiệu quả của nó. Mao kêu gọi cả nước, bằng những biện pháp kinh tế có hiệu quả, trong vòng 15 năm phải vượt nước Anh về sản lượng sắt thép. Tại sao người ta phải bỏ ra hàng triệu đô la để xây dựng các nhà máy luyện kim hiện đại, trong khi sắt thép có thể luyện được ngay trong những lò để trên sân hay trên những cánh đồng mà hầu như chẳng tốn kém gì?

Tôi ngạc nhiên. Lò luyện kim này biến những dụng cụ gia đình thành sắt vụn, nấu chảy những con dao, rồi làm thành những thanh thép. Sau đó những thỏi thép này lại được rèn thành dao. Tôi chẳng biết những thanh thép đó có đạt chất lượng cao hay không, nhưng thấy thật khôi hài khi người ta nấu thép để sản xuất ra thép, nấu chảy dao để rèn thành dao. Khắp nơi ở An Huy đều có những lò luyện kim gia đình và tất cả những lò này đều sản xuất ra những thỏi thép chẳng theo một tiêu chuẩn nào.

Khi chuyến viếng thăm An Huy của Mao gần kết thúc, Trương Thế Trung đề nghị Mao nên đi qua khắp các phố phường trong một chiếc xe mui trần để dân chúng thành phố có thể chiêm ngưỡng tận mắt vị lãnh đạo vĩ đại. Kể từ khi giải phóng Bắc Kinh vào mùa hè năm 1949, khi Mao đi trên một chiếc xe Jeep mui trần giữa những dãy phố đông nghịt người xếp hàng hai bên đường vẫy chào, đến nay Mao không còn xuất hiện trước công chúng mà không được bảo vệ nữa. Những chuyến đi thị sát ở địa phương của Mao luôn luôn được giữ bí mật và được đảm bảo an ninh tuyệt đối.

Khi đến thăm các nhà máy, các cuộc gặp gỡ của ông với công nhân được kiểm soát chặt chẽ. Thường thường các cuộc gặp gỡ cá nhân chỉ được giới hạn trong phạm vi những vị lãnh đạo cao cấp của đảng và giới lãnh đạo của "các đảng dân chủ". Việc Mao xuất hiện trên khán đài ở Thiên An Môn mỗi năm hai lần xem ra chỉ là trường hợp ngoại lệ. Ngay cả những người có mặt tại quảng trường rộng lớn đó trong hai ngày ấy cũng đã được chọn lọc. Nhưng không phải chỉ có vấn đề an ninh ngăn cản Mao xuất hiện trước công chúng. Chính Chủ tịch cũng không muốn mang tiếng đã cổ vũ cho sự tôn sùng cá nhân.

Tuy vậy, Mao cũng cho rằng quần chúng mong muốn có một nhân vật lãnh đạo vĩ đại và việc để cho họ tận mắt nhìn thấy ông sẽ có một tác dụng động viên họ rất lớn. Ông cần thực hiện một chiến thuật khiến cho quần chúng đòi hỏi sự lãnh đạo của ông một cách hoàn toàn tự nhiên. Nhà dân chủ Trương Thế Trung đã cảm nhận được trạng thái khó xử của Mao và ông đã chuẩn bị chu đáo để kéo Mao ra trước quần chúng. Trương nói: "Chủ tịch có vẻ e ngại về sự tôn sùng cá nhân ngày càng tăng".

Nhưng rồi ông ta lại viện cớ, Mao chủ tịch là Lenin của Trung Quốc chứ không phải là Stalin. Cũng giống như Lenin, Mao chủ tịch đã lãnh đạo đảng cộng sản và nhân dân Trung Quốc làm cách mạng thành công và hiện giờ Mao chủ tịch lại lãnh đạo công cuộc xây dựng chủ nghĩa xã hội. Khác với Lenin, người đã chết sau khi cách mạng thành công tám năm. Mao chủ tịch vẫn là người lãnh đạo và nhân dân Trung Quốc hy vọng trong vòng ba bốn chục năm tới họ sẽ vẫn được ông dìu dắt. Sự khác biệt giữa Mao chủ tịch và Stalin ở chỗ Stalin luôn luôn tìm cách để người ta tôn sùng ông. Ngược lại,

Mao chủ tịch không làm như vậy. Chủ tịch duy trì một tác phong lãnh đạo dân chủ, coi trọng ý kiến của quần chúng, bác bỏ sự chuyên quyền và độc đoán. Trương hỏi: "Như thế thì làm sao ở nước ta có sự tôn sùng cá nhân được? Những tiến bộ to lớn, cuộc sống hàng ngày của nhân dân được cải thiện rõ rệt đến nỗi quần chúng muốn chân thành bày tỏ sự kính trọng đối với Chủ tịch. Nhân dân ta thực sự yêu mến người lãnh đạo vĩ đại của mình". Mao gật gù với những lời tâng bốc của Trương. Thật là kẻ tung người hứng. Mao đồng ý ra trước công chúng Hà Phi.

Ngày 19-9-1958, hơn 300 nghìn người đứng chen chúc hai bên lề đường ở các phố phường Hà Phi để tận mắt nhìn thấy Chủ tịch. Chiếc xe mui trần của Mao chầm chậm đi khắp thành phố. Ông thản nhiên giơ tay vẫy chào và ngập mình trong sự ngưỡng mộ. Tôi ngờ rằng không phải quần chúng ở Hà Phi tự nhiên kéo đến như quần chúng đã tập hợp lại quảng trường Thiên An Môn trước đây. Những người chào đón mặc những bộ quần áo sặc sỡ, vòng hoa đeo trên cổ, tung những dây hoa khi đoàn xe đi qua. Họ hát hò, nhảy múa và hô những khẩu hiệu: "Mao chủ tịch muôn năm!" "Công xã nhân dân muôn năm!" "Đại nhảy vọt muôn năm!" Tất cả những điều đó làm cho người ta nghĩ rằng Tăng Huy Sinh đã không để cho sự việc diễn ra một cách tự nhiên. Mặc dù vậy, đám đông vẫn nhao nhao vì kích động khi nhìn thấy Chủ tịch. Mao có ý định thiết lập một cơ cấu phân phối lương thực miễn phí cho các công xã nhân dân ở nông thôn, để ai cũng có thể ăn những gì người đó muốn mà không cần trả tiền. Ông nói về việc sẽ không trả lương cho cán bộ nữa, thay vào đó là quay lại chế độ bao cấp tương tự như chế độ đã từng tồn tại cho đến năm 1954 – một chế độ đã làm lụn bại dự trữ ngoại tệ của tôi. Các khoản lương sẽ không còn. Những nhu cầu cơ bản sẽ được nhà nước đáp ứng. Thêm vào đó, một khoản trợ cấp ít ỏi cho những chi tiêu bất thường. Theo Mao, chế độ này trước hết sẽ được áp dụng cho cơ quan trung ương ở Trung Nam Hải, bắt đầu từ Nhóm Một của chúng tôi.

Ở điểm này, suy nghĩ của Mao đã chịu tác động mạnh từ một bài báo ra ngày 15-9 do trưởng Ban tuyên huấn thành phố Thượng Hải Trương Xuân Kiều viết. Mao khoái bài viết này đến nỗi, đề nghị vị trưởng Ban tuyên huấn đến gặp ông trên đoàn tàu. Đó là lần đầu tiên tôi gặp người đàn ông này. Ông nổi tiếng rất nhanh trong thời kỳ Cách mạng văn hoá và sau này cũng là người bị nhiều tai tiếng nhất, một nhân vật trong Bè lũ bốn tên. Ông trầm lặng, không cởi mở, ít thân thiện, tuýp người thâm trầm, khó bắt chuyện. Ngay khi gặp ông trên tàu, tôi đã không có thiện cảm, đề xuất áp dụng chế độ bao cấp của ông khiến tôi lạnh cả xương sống. Tất cả số tiền tích được của tôi trong vòng hai năm sau khi tôi về nước đã bị chế độ này làm cho tan tành. Việc cung cấp lương thực và trợ cấp tài chính tối thiểu không đủ để nuôi sống gia đình tôi. Ngoài vợ và mẹ, tôi còn phải nuôi hai đứa con nhỏ, đến nay tôi còn phải giúp đỡ họ hàng như bố mẹ vợ, hai bà cô và một người em họ. Không có lương, tất cả sẽ phải sống nhờ đồng lương rất ít ỏi của vợ tôi. Như vậy, sẽ chẳng đủ để chúng tôi rau cháo qua ngày.

Chẳng ai trong Nhóm Một muốn trở lại hưởng chế độ bao cấp. Cả Diệp Tử Long cũng tỏ ra lo lắng. Ông đang có một khoản thu nhập cao, hài lòng với cuộc sống xa hoa. Khi biết sáng kiến này động chạm đến tôi như thế nào, ông xúi tôi hãy nói cho Mao biết những suy nghĩ của mình. Một cách làm rất láu lỉnh, ma lanh. Vì nếu tôi thuyết phục được Chủ tịch huỷ bỏ kế hoạch, Diệp Tử Long vẫn giữ được lương bổng. Nếu Mao vẫn cứ đem cơ chế ra áp dụng, tôi sẽ bị quy là phần tử chống đối và Diệp tuy không được lĩnh lương nhưng chẳng bị quy tội gì hết, chỗ đứng vẫn an toàn.

Mao vẫn chưa quyết định, ông thực sự muốn nghe ý kiến từ các nhân viên của ông trước khi áp dụng cơ chế này. Nhưng chẳng ai muốn chuốc lấy cho mình nguy cơ bị coi là phần tử chống đối. Còn đối với tôi việc này là sự sống còn của gia đình tôi. Tôi phải nói chuyện với Mao. Lúc tôi vào phòng Mao, ông đang nằm trên giường đọc sách.

- Có gì mới không?
- Chúng tôi đã trao đổi về cơ chế bao cấp.
- Có sáng kiến nào hay không?

Tôi trình bày với Mao những khó khăn mà tôi và gia đình đông đúc đang trông chờ vào trợ cấp của tôi sẽ gặp phải, nếu tôi không được hưởng lương.

Mao cho rằng ở thành phố người ta cũng có thể thành lập công xã nhân dân. Dân thành thị, thậm chí cả thanh niên, cụ già và những người không có việc làm cũng có thể được công xã bao cấp. Trẻ em sẽ được gửi vào các nhà trẻ công cộng. Đó là con đường dẫn tới chủ nghĩa cộng sản. Ông hỏi:

- Như vậy, tất cả những vấn đề của đồng chí đã được giải quyết rồi chứ?

Tôi đáp, thân nhân của tôi toàn những người già cả, sức khỏe hạn chế, không thể đảm đương công việc của công xã, tuy rất muốn được làm việc, cũng chẳng muốn ăn bám vào người khác. Hơn nữa, nếu công xã bao cấp tất cả những người không làm việc và con tôi, chắc chắn những chi phí nhà nước gánh chịu sẽ nhiều hơn lương của tôi.

Mao thừa nhận điều đó:

- Trước khi quyết, chúng ta phải tính kỹ xem lực lượng lao động trong một công xã ở thành thị là bao nhiêu và công xã có thể giúp đỡ những người không có khả năng lao động hay không. Nếu đúng là có nhiều người già và trẻ em, thật khó đối với chúng ta.

Ông sẵn sàng chờ đợi khi thời cơ chín mùi.

Tiểu Chương, một người trong đám vệ sĩ đã nghe lỏm được câu chuyện, khi tôi rời khỏi phòng của Mao, anh ta ra hiệu tỏ vẻ đồng tình. Tôi cũng bằng lòng với cuộc đối thoại. Hồi đó, Mao còn có tinh thần trách nhiệm, chịu lắng nghe những lời góp ý, rồi cân nhắc thiệt hơn của những lời góp ý có tính chất xây dựng. Thậm chí ông còn nghi ngờ ý nghĩa của những lò luyện kim gia đình và hoài nghi rằng liệu những cơ sở sản xuất nhỏ có phải là phương thức để vượt nước Anh về sản xuất thép trong vòng 15 năm hay không. Ông muốn biết: "Nếu thực sự những lò nhỏ này có thể nấu được nhiều thép như vậy, tại sao những nước khác lại xây dựng những nhà máy luyện kim khổng lồ rất tốn kém. Chẳng lẽ các nước khác lại ngu dốt thế sao?".

Điền Gia Anh lên tiếng cảnh báo. Ông rùng mình về lời kêu gọi thiết lập cơ chế bao cấp của Trương Xuân Kiều và lên án ông này vô trách nhiệm, để được lòng Mao. Điền lý luận: "Chúng ta không thể thực hiện khẩu hiệu này mà không suy xét. Chúng ta không thể đơn giản lờ đi tình trạng thấp kém trong sản xuất nông nghiệp và nhu cầu cấp thiết phải cung cấp cơm ăn, áo mặc cho hàng trăm triệu người. Thật vô lý khi chúng ta kéo nhân dân đói rách đi trên con đường tiến lên chủ nghĩa xã hội. Trước đây đảng ta luôn luôn đi tìm hiểu thực tế, nhưng bây giờ không làm như vậy. Nhiều người khoác lác và dối trá, họ đã mất hết liêm sỉ. Họ đã làm tổn hại đến truyền thống quí báu của đảng ta".

Theo Điền, một vài báo cáo của các tỉnh hứa hẹn sản lượng thu hoạch ngũ cốc trung bình là 10 nghìn kg trên một mẫu Trung Quốc (mẫu Trung Quốc tương đương 660 m2, tức là khoảng 60 tấn/héc-ta – người dịch). Ông cho đó là "phi lý", là "đáng xấu hổ".

Điền Gia Anh cho rằng Mao đã tạo ra thủ đoạn lừa đảo này. Ông Điền nói: "Khi vua Trụ muốn kiếm một người vợ có thân hình nhỏ nhắn, xinh đẹp, tất cả tì thiếp của ông cố gắng làm giảm trọng lượng cơ thể và họ đã nhịn ăn đến chết". Điền chỉ trích: "Một khi kẻ trị vì nói ra ý muốn của mình, tôi tớ gắng hết sức để thực hiện cho được ý muốn đó".

Kế hoạch Đại nhảy vọt của Mao thật là viễn tưởng – vượt nước Anh trong vòng 15 năm, cải tạo sản xuất nông nghiệp và dùng công xã nhân dân làm phương tiện để chuyển từ chủ nghĩa xã hội sang chủ nghĩa cộng sản, chuyển từ nghèo đói sang dư thừa. Mao đã quen với những lời tâng bốc và xu nịnh, ông đã đưa giới lãnh đạo cao cấp của đảng chính phủ đến chỗ phải chấp nhận ảo tưởng vĩ đại của ông. Những cán bộ cao cấp nhất của nhà nước phải nịnh bợ Mao, chỉ vì tương lai chính trị của họ. Thế là họ lại gây sức ép đối với những cán bộ cấp dưới. Những người này, một mặt lại hành hạ nông dân không thương tiếc, mặt khác họ báo cáo cấp trên những điều mà cấp trên của họ muốn như thế. Người ta đã tạo ra những báo cáo tưởng tượng không thể tin được. Những số liệu về sản lượng ngũ cốc tăng từ 10 nghìn lên 20 nghìn thậm chí tới 30 nghìn cân một công mẫu.

Có lẽ những chuyên gia về tâm lý quần chúng mới có thể giải thích được những gì đã xảy ra ở Trung Quốc vào cuối mùa hè năm 1958. Căn bệnh lên đồng tập thể đang ngự trị cả nước. Cả Mao, tác giả của chiến dịch cũng trở thành nạn nhân của căn bệnh này.

Chúng tôi trở về Bắc Kinh để kịp dự lễ kỷ niệm ngày 1-10-1958. Nhưng ngay sau đó, chúng tôi lại lên đường về phương Nam. Những quang cảnh chúng tôi thấy được từ trên tàu thật khó tin. Trên cánh đồng, đông nghịt nông dân làm việc. Họ là phụ nữ, các em gái mặc quần áo xanh, đỏ, những ông già tóc bạc và những thiếu niên. Tất cả những người đàn ông khoẻ mạnh đã bị rút khỏi công việc đồng áng để làm việc ở những lò luyện kim gia đình. Những lò này đã làm quang cảnh nông thôn thay đổi. Chúng mọc lên ở khắp nơi và chúng tôi có thể nhìn thấy nông dân luôn vội vàng, chạy đi chạy lại để vận chuyển nguyên liệu và thổi lửa. Ban đêm, những lò luyện kim ở khắp nơi toả ra những ngọn lửa sáng cả bầu trời.

Mỗi công xã tới thăm đều cho thấy kết quả của một vụ mùa bội thu. Những thống kê về sản lượng ngũ cốc cũng như sản lượng thép đều đạt kết quả cao. "Những trạm thông tin phổ biến tin vui" được thành lập ở các nhà ăn của công xã. Cờ đỏ phất lên, chiêng trống khua vang và mỗi trạm thi đua đạt những con số cao nhất với các tổ đội và các công xã láng giềng.

Những nghi ngờ ban đầu của Mao biến mất và nhận thức lành mạnh của ông cũng biến theo luôn. Cứ theo thái độ của ông mà đánh giá, ông thực sự tin vào những con số về sản lượng nông nghiệp đã được phóng đại lên một cách đáng xấu hổ. Lòng phấn khởi của ông được tăng thêm, lây lan cả tôi. Tất nhiên tôi rất ngạc nhiên, làm sao nông nghiệp Trung Quốc lại có thể chuyển mình một cách nhanh chóng đến như vậy. Nhưng tôi vô tình nhìn thấy sự thay đổi này bằng con mắt của chính mình trong chuyến đi và đã thoáng có những ý ngờ vực.

Một buổi tối trên tàu. Lâm Khắc tìm cách giải thích mọi việc cho tôi. Tôi vừa chuyện trò với Lâm Khắc và Vương Kính Tiên, vừa nhìn những ngọn lửa của những chiếc luyện kim kéo dài đến tận chân trời và bày tỏ sự kinh ngạc về việc những lò luyện kim lại có thể mọc lên nhanh chóng đến thế và sản lượng sản xuất bất ngờ tăng lên.

Lâm Khắc đáp lại rằng tất cả những thứ chúng tôi nhìn thấy qua cửa sổ đều là dàn dựng cả – một vở tuồng Trung Quốc vĩ đại có nhiều hồi được trình diễn trên khắp đất nước và chỉ dành riêng cho Mao. Các bí thư đảng đã ra lệnh khắp nơi dọc theo hai bên tuyến đường xe lửa, người ta phải dựng lên hàng chục nghìn những chiếc lò luyện kim gia đình, và phụ nữ phải mặc những bộ quần áo màu sặc sỡ. Ở Hồ Bắc, ông bí thư đảng đã ra chỉ thị mang lúa từ những cánh đồng xa đến trồng dọc theo đường tàu, tạo cho Mao cảm giác được mùa. Những cây lúa được trồng sát nhau đến nỗi người ta phải sử dụng quạt điện để tăng cường lưu thông không khí trên cánh đồng và để cho lúa khỏi úa vàng. Cả đất nước Trung Quốc là một sân khấu và toàn dân trình diễn một vở kịch cho Mao chủ tịch xem.

Lâm Khắc cho biết những con số thống kê sản xuất là giả tạo. Chẳng có loại đất trồng nào có thể thu hoạch được 20 hoặc 30 nghìn cân trên một mẫu cả. Và những thỏi thép do các lò luyện kim gia đình nấu được đều chẳng làm được gì. Thỏi thép bóng láng mà tôi nhìn thấy ở An Huy mà Tăng Huy Sinh quá quyết là sản phẩm của những chiếc lò này, thực ra là sản phẩm của một nhà máy luyện kim đồ sộ và hiện đại.

Tôi phản đối: "Nhưng báo chí đã nói khác".

Lâm Khắc cam đoan rằng cả báo chí cũng chỉ là dối trá và chỉ in ra những gì được người ta chỉ thị. "Báo chí chẳng dám vạch cho công chúng biết những gì đang thực sự xảy ra". Tôi kinh hoàng. Tờ Nhân dân Nhật báo là nguồn thông tin quan trọng nhất đối với chúng tôi, một tờ báo nghiêm chỉnh nhất trong nước. Nếu Nhân dân Nhật báo cũng dối trá, còn báo nào nói thật nữa. Cuộc đối thoại của chúng tôi thật nguy hiểm. Những câu hỏi tò mò và dồn dập của tôi làm cho Vương Kính Tiên lo ngại. Ông cắt ngang: "Chúng ta không nên nói chuyện này nữa. Đến giờ đi ngủ rồi". Khi tôi tranh cãi với Lâm

Khắc. Vương kéo tôi sang một toa bên và cảnh cáo tôi nói năng bừa bãi: "Đồng chí có thể sẽ gặp rắc rối đấy". Tôi không thể tin Lâm Khắc. Tôi bị cuốn hút vào màn kịch của chiến dịch Đại nhảy vọt và đã bị lừa gạt. Tôi vẫn tin đảng, Mao và Nhân dân Nhật báo. Nhưng sự phanh phui này thật đáng lo ngại.

Nếu những lời nói của Lâm Khắc là đúng, tại sao không ai nói thật cho Mao biết? Các cố vấn của ông như Điền Gia Anh, Hồ Kiều Mục, Trần Bá Đạt, Vương Kính Tiên, Lâm Khắc hay Chu Ân Lai để làm gì? Nếu họ biết sự thật, tại sao họ không báo cáo với Mao? Nhưng chẳng ai, kể cả những nhân viên tin cẩn nhất của Mao dám mở miệng. Tôi tự hỏi, liệu Mao, mặc dù trông ông hăng hái ra mặt có hồ nghi gì không?

Tuy nhiên đến tháng 10-1958, mối quan tâm của Mao không phải là các con số thống kê hoặc sự gia tăng kỳ lạ của sản lượng ngũ cốc và thép. Có lẽ, đã có những con số phóng đại. Nhưng điều làm ông lo lắng là sự quả quyết rằng chủ nghĩa cộng sản đang ở trong tầm tay. Vấn đề của Mao, làm sao kiểm tra được độ tin cậy của sự việc này, mà vẫn không làm giảm lòng nhiệt tình gắn liền với nó. Một đêm, ông nói:

- Không ai có thể ngăn cản quyết tâm và nhiệt tình của quần chúng. Nhưng công xã nhân dân là hoàn toàn mới mẻ. Còn rất nhiều công việc khó khăn đến khi nó trở thành một cơ cấu thực sự hoạt động được. Nhiều đồng chí lãnh đạo muốn gấp rút triển khai công việc cũng chỉ với ý tốt. Họ hấp tấp muốn tiến ngay lên chủ nghĩa cộng sản. Một số người khác vẫn nghi ngờ con đường chính trị đã chọn, nghi ngờ Đại nhảy vọt và công xã nhân dân. Thậm chí, một vài kẻ bảo thủ còn ngấm ngầm gây khó khăn, bọn ấy kể cả khi gặp Chúa trời vẫn vác cái đầu bướng bỉnh, bảo thủ ấy đến.

Sự lạc quan vẫn còn khi Ban chấp hành trung ương đảng họp ở Trịnh Châu, tỉnh Hà Nam, từ ngày 2-11 đến 10-11-1958. Mao nhấn mạnh với những người tham dự, ông đã từng nói với tôi, đường lối chính trị chung – kế hoạch Đại nhảy vọt và công xã nhân dân – phải được củng cố vững chắc. Nhưng giai đoạn quá độ tiến lên chủ nghĩa cộng sản đòi hỏi chúng ta phải kiên trì. Trung Quốc không thể vội vã sa vào một tương lai vô định. Ngoài ra nông dân có thể buộc phải làm việc quá sức. Cán bộ ở tất cả các cấp phải quan tâm hơn nữa đến đời sống nhân dân. Vài tháng trước đây Mao đã gây sức ép với các cán bộ và thúc họ triển khai công việc. Bây giờ ông lại tìm cách ghìm họ lại. Ông hạn chế bớt những yêu cầu quá đáng, nhưng chẳng kêu ca về những con số thống kê sản lượng sản xuất và các lò luyện kim gia đình đã bị người ta thổi phồng.

Ở Trịnh Châu, rốt cuộc, bức màn che khiến tôi không nhận rõ Mao, đã được tháo ra. Trong khí thế sôi động của chiến dịch Đại nhảy vọt, Mao đã không giữ kín những hoạt động cá nhân. Ông sống trong con tàu hoả, nhưng tối nào cũng tham dự buổi dạ vũ mà người ta tổ chức để mời ông tại nhà khách ở Trịnh Châu. Tôi được biết rằng đêm nào Mao cũng ngủ với cô y tá Tiểu Lý – một trong những nhân viên của Mao và thường đi cùng với ông.

Mao đã đích thân đón tiếp đoàn văn công của quân đoàn 20 có mặt tại Trịnh Châu và đội chí nguyện quân Trung Quốc cuối cùng vừa từ Triều Tiên trở về. Những cô gái trẻ của đoàn vây quanh Mao. Ông ngập trong sự quan tâm của họ, còn họ thi nhau đoạt lấy vinh hạnh được nhảy cùng Mao. Cho đến nay tôi vẫn còn nhớ một phụ nữ trẻ nhảy với Mao rất đẹp, bạo dạn uốn éo, say mê quay cuồng theo tiếng nhạc. Mao cũng cảm thấy hứng thú đối với cô gái trẻ này và thường lưu lại nơi vui thú từ 9 giờ tối đến hai giờ sáng.

Sau khi họp xong ở Trịnh Châu, chúng tôi đi tàu đến Vũ Hán. Đoàn văn công của quân đoàn 20 cũng đi theo, kể cả cô y tá xinh đẹp Tiểu Lý. Mao rất phấn khởi. Vương Nhiệm Trọng đã bố trí để từ trên tàu Mao chỉ nhìn thấy mùa màng bội thu, những lò "Mác-tanh" làm bằng tay và những phụ nữ áo quần sặc sỡ.

Một tâm trạng vui vẻ như thường trực ở mỗi người. Nhưng với tư cách là một bác sĩ, tôi làm Mao bối rối khi vạch ra rằng, phụ nữ dầm mình trong những ruộng lúa ngập nước đến ngang hông sẽ gây tiềm ẩn nguy cơ bị nhiễm trùng bộ phận sinh dục. Mao không nói gì cả, đi khỏi cửa sổ lấy thuốc ra hút và xếp lại tranh cờ. Mao chẳng hề để ý đến những phụ nữ bất hạnh kia. Trồng lúa dưới nước sâu là một sáng kiến của tư tưởng Đại nhảy vọt.

Ở Vũ Hán, Mao đã triệu tập kỳ họp thứ 6 của Uỷ ban trung ương đảng khoá VIII. Vương Nhiệm Trọng điều động những nhân viên có khả năng nhất phụ trách an ninh, tiếp vận, và như thường lệ, cả việc thu xếp chỗ ở. Những đầu bếp nổi tiếng nhất vùng được mời đến để lo những bữa ăn với các món đặc sản hiếm có và tốn kém. Trong phòng chúng tôi lúc nào cũng có nước giải khát, hoa quả tươi. Mao từng cảnh cáo ý nghĩ cho rằng chủ nghĩa cộng sản đã ở trong tầm tay. Nhưng đối với chúng tôi, những người đang hưởng một chế độ tương tự như ở thiên đường, kiểu cộng sản, thì chủ nghĩa cộng sản đúng là đã bắt đầu.

Tuy cơ quan chịu trách nhiệm về an ninh ở Hồ Bắc cố gắng che giấu những sinh hoạt cá nhân của Mao ở trên tàu, nhưng chính Mao và các tì thiếp của ông ngày càng tỏ ra lộ liễu hơn. Các buổi dạ vũ, những đêm vui thú vẫn tiếp diễn. Mao hoàn toàn công khai đi lại với Tiểu Lý.

Mao cho tôi và tất cả nhân viên thân cận của ông nghỉ mấy ngày phép để về thăm gia đình ở Bắc Kinh. Đó là kỳ nghỉ phép duy nhất của tôi trong suốt 22 năm. Vì vậy tôi không có mặt ở Vũ Hán khi kỳ họp diễn ra từ ngày 28-11 đến 10-12-1958. Nhân dân và cán bộ lại được kêu gọi hãy suy nghĩ một cách thực tế hơn. Trung Quốc chưa đứng trước ngưỡng cửa của chủ nghĩa cộng sản và nhân dân phải tiếp tục hưởng lương theo hiệu quả lao động. Sự nhiệt tình bao trùm cả nước là một điều tốt, nhưng những phân tích chính trị phải hướng tới sự thật.

Mao đã biết những con số thống kê về sản xuất là phóng đại. Bởi vậy, những định mức kế hoạch trong tương lai được hạ thấp. Cuối cùng, việc Mao từ chức Chủ tịch nước đã được chính thức công bố, trung ương đảng đồng ý trong kỳ họp tiếp theo của Quốc hội, Mao sẽ không còn là Chủ tịch nước nữa.

Nhưng việc Mao rời khỏi chức chủ tịch nước là để cuối cùng ông đoạt được độc quyền lãnh đạo. Bên trong ông vẫn luôn nắm quyền lãnh đạo tối cao. Ông đang được xem là người không thể thiếu được, mọi quyền lực đều ở trong tay. Bầu không khí ở Vũ Hán vẫn bình yên. Còn vấn đề hiện tại chỉ là một hình thức Mao ưa thích. Đó là sự lạc quan và nhiệt tình quá thái, những hành động quá táo bạo, quá tích cực. Lòng nhiệt tình của Mao đối với công xã nhân dân vẫn không thay đổi. Ông chỉ trích Liên Xô, vì họ cho rằng muốn tập thể hoá nông nghiệp có hiệu quả trước tiên phải cơ giới hoá nông nghiệp. Theo ông, công xã nhân dân là phương cách đúng đắn để đất nước tới thịnh vượng. Cuối cùng, quần chúng đã là người làm nên lịch sử. Nếu không tránh khỏi sai lầm, thà phạm phải khi tiến nhanh, tiến mạnh, còn hơn cứ khư khư giữ lấy những tư tưởng lỗi thời.

Những người đại diện cho những mang tính "hữu khuynh" đã bị sa thải, bị bắt giam, bị đày đi cải tạo lao động và đã bỏ mình trong đau đớn. Ngược lại những người tả khuynh, những người hấp tấp triển khai công việc chỉ bị khiển trách qua loa. Trước khi cuộc hợp kết thúc, tôi trở lại Vũ Hán, tham dự bữa tiệc bế mạc do Mao tổ chức, chiêu đãi các nhà lãnh đạo cao cấp của đảng. Lưu Thiếu Kỳ, Chu Ân Lai và Đặng Tiểu Bình cũng như tất cả các bí thư tỉnh uỷ cũng đều có mặt. Hầu như mọi những lời chúc tụng đều dồn cho Mao. Vương Nhiệm Trọng, vẫn với vẻ xu nịnh như mọi khi đã cất lời đầu tiên. Ông ta kêu gọi:

- Những thông tri của kỳ họp này là bản Tuyên ngôn cộng sản ngày nay. Chỉ nhờ dưới sự lãnh đạo thiên tài của Chủ tịch, ở phương Đông mới có thể một mặt trời đỏ như vậy mọc lên.

Chu Ân Lai đứng dạy diễn tiếp màn bợ đỡ:

- Đồng chí Trần Bá Đạt nói, một ngày sống trong một xã hội cộng sản thực sự đáng giá bằng hai mươi năm sống trong một xã hội phi cộng sản. Tới hôm nay chúng ta đã có được sức sản xuất của chủ nghĩa cộng sản.

Kha Thanh Thế tiếp lời Chu:

- Người ta nói không thể vượt qua được Marx không đúng. Ngày nay, về lý thuyết và cả trong thực tế, chúng ta đã chẳng vượt ông sao?

Có cả những lời chúc tụng ngụ ý chỉ trích Liên Xô:

- Từ nhiều thập kỷ nay, Liên Xô đã tìm cách xây dựng một cơ chế tiên tiến cho một xã hội phát triển, nhưng không thành. Ngược lại, chưa đến 10 năm chúng ta đã làm được điều đó.

Lưu Thiếu Kỳ và Đặng Tiểu Bình tuy cùng uống với mọi người, nhưng hai ông chẳng chúc tụng gì Mao cả. Thông thường Mao uống rất ít. Nhưng trong lúc các cán bộ cao cấp của Trung Quốc cạn hết ly này đến ly khác để chúc tụng, mặt ông lại đỏ lựng. Sau đó Mao chuyển những lời nịnh bợ sang Chu Ân Lai, thuộc hạ tin cẩn nhất, người phụ tá trung thành nhất của ông:

- Thủ tướng Chu tửu lượng cao lắm, chúng ta hãy cụng ly với thủ tướng.

Tôi là người đầu tiên nâng ly cụng với Chu Ân Lai. Tôi nói:

- Xin chúc sức khỏe thủ tướng!

Khi những người khác đến cụng ly với Chu. Ông nói:

- Ồ! chúng ta phải ăn mừng chứ.

Tửu lượng của Chu thật đáng phục. Ông không hề đỏ mặt. Tuy vậy, trong buổi tối hôm ấy ông đã say và khi nửa đêm ông tỉnh dậy, đã bị chảy máu cam. Sáng hôm sau, La Thuy Khanh đổ lỗi cho tôi. Đáng lẽ tôi không được phép chúc rượu ông đầu tiên, vì tôi là bác sĩ, tôi phải biết rằng ép người khác uống rượu có hại như thế nào.

Vụ thu hoạch mùa thu năm 1958 được mùa nhất trong lịch sử Trung Quốc. Nhưng ngay đến giữa tháng 12 lại xảy ra tình trạng thiếu lương thực trầm trọng. Trong khi cán bộ cấp cao của chính phủ đang ca tụng tài lãnh đạo của Mao chủ tịch, một tai hoạ bất ngờ vốn tích tụ từ hàng tháng nay ập tới.

Ở Vũ Hán, khi được Vương Nhiệm Trọng tiếp đãi linh đình, giới lãnh đạo không thể nhận ra cuộc khủng hoảng này. Nhưng trong khi đang diễn ra kỳ họp, tôi trở về Trung Nam Hải vài ngày, nhận ra ở Trung Nam Hải không có thịt và dầu ăn. Gạo, rau và các loại thực phẩm chủ yếu khác cũng khá khan hiếm. Hẳn có điều gì đó không ổn.

Thật vậy, phần lớn nông sản vẫn nằm ngoài đường và bị hư hỏng, vì những người đàn ông cường tráng đã phải bỏ công việc đồng áng để nấu thép ở những lò luyện kim. Còn lại đàn bà và trẻ em làm sao đủ sức thu hoạch mùa màng. Đây là công việc nặng nhọc, họ không thể cáng đáng nhiều ngày được. Và thế là khá nhiều thóc lúa bị mục nát ở ngoài đồng.

Lúc bấy giờ tôi không hề biết điều đó, nhưng Trung Quốc lại đang ở bên bờ vực thẳm. Các cán bộ lãnh đạo đảng, những bí thư thứ nhất ở các tỉnh chỉ biết nịnh bợ Mao, chẳng thèm quan tâm gì đến đời sống của hàng trăm triệu nông dân. Những lời quá quyết phi lý, sản xuất tăng vọt đã được ban lãnh đạo đảng cho là nghiêm túc. Nhưng làm sao một mẫu (Trung Quốc) đất trồng có thể đem lại 50 nghìn, 100 nghìn hoặc thậm chí 200 nghìn cân thóc được.

Các vùng nông thôn phải nộp cho nhà nước một số phần trăm nhất định những hoa màu thu hoạch được của họ, những người đã nói dối bội thu, bây giờ sẽ phải chịu một khoản nộp tô khổng lồ. Một số vùng đã phải nộp toàn bộ nông phẩm thu hoạch được cho nhà nước. Còn các vùng khác, số lương thực còn lại của họ không đủ để nuôi dân chúng. Nông dân bắt đầu bị đói và rồi sẽ chết đói. Ở đâu sự dối trá càng nhiều ở đó càng lắm nông dân phải trả giá bằng chính tính mạng của mình.

Vậy mà thật là lạ đời, người ta lại xuất khẩu phần lớn những ngũ cốc nộp tô cho nhà nước sang Liên Xô để trả nợ, để khỏi mất mặt. Mao không thể thú nhận với Khrushchev – người đã kịch liệt phản đối việc thành lập công xã nhân dân, về những thất bại của công xã được.

Để giảm bớt khoản đóng góp cho nhà nước và giữ lại số lương thực để dùng, một số công xã đã báo cáo rằng họ gặp thiên tai. Vụ mùa của họ đáng lẽ đạt sản lượng cao, nhưng chỉ vì thời tiết quá xấu. Những công xã này được phép giữ lại số ngũ cốc lẽ ra họ phải nộp cho nhà nước, thậm chí một số nơi còn được nhà nước viện trợ lương thực.

Cả lò luyện kim cũng là tai hoạ. Vì không đủ than để nuôi ngọn lửa trong lò, nông dân đã phải tống vào lò cả những đồ đạc bằng gỗ của mình như bàn ghế, giường tủ. Sản phẩm của những lò luyện kim đó thật vô dụng, chẳng có gì khác ngoài những con dao, những cái nồi, cái chảo bị nấu chảy. Thế nhưng, Mao đã quả quyết rằng Trung Quốc vẫn chưa bước tới ngưỡng cửa của chủ nghĩa cộng sản, nhưng chúng ta đã vội và tiến tới chủ nghĩa cộng sản theo một phương cách không hợp lý. Sở hữu cá nhân về tài sản đã bị loại bỏ, vì những tài sản đó đã bị những chiếc lò luyện kim nuốt chửng. Nhưng Mao vẫn còn phấn khích. Có lẽ cho đến lúc đó, ông vẫn không biết tai hoạ đang đến gần. Tôi cảm thấy tình hình ngày càng trở nên nghiêm trọng, nhưng không dám nói cho ông biết. Trong số những nhân viên thân tín nhất của Mao, Điền Gia Anh, người am hiểu sự việc nhất, người hoài nghi nhất và cũng là người thẳng thắn nhất. Theo tôi, ông nên nói cho Mao. Nhưng Điền lại đang ở Hà Nam giám sát tình hình. Đến lúc ông trở về, mới có thể có những báo cáo trung thực được. Mao tin ông và Mao sẽ tin lời ông nói.

CHƯƠNG 32

Người ta bắt đầu phê phán Mao. Tuy nhiên, lúc đầu chỉ mang tính chất ngấm ngầm.

Chu Tiểu Châu, bí thư thứ nhất tỉnh Hồ Nam, người mà Mao vẫn nghi ngờ, vì đã nhắc nhở cần có sự thận trọng khi tăng sản lượng nông nghiệp, lại là người đầu tiên chỉ trích Chủ tịch. Giữa tháng 12, khi chúng tôi rời Vũ Hán, dừng lại nghỉ ít lâu giữa chặng đường ở Trường Sa. Chu Tiểu Châu đã mời Mao xem một vở kinh kịch Hồ Nam có tựa đề "Sinh Tử Bài". Đó là một câu chuyện rắc rối về một người phụ nữ trẻ bị buộc tội oan giết người. Hải Thuỵ (1513-1587), vị quan ngay thẳng đời nhà Minh (1368-1644), nhân vật chính của vở kịch. Ông làm việc trong triều vua Gia Kính và vào phút cuối cùng đã can ngăn việc xử trảm người phụ nữ đó. Bành Đức Hoài, vị bộ trưởng quốc phòng nổi tiếng của Trung Quốc, người thẳng thắn nhiều lần dám chỉ trích trích Mao, đã xem vở kịch này vào tháng 11 khi đến thăm Trường Sa. Ông đã đánh giá cao vở kịch. Hải Thuỵ, nổi tiếng vì sự công bằng, đức tính liêm khiết, vì những mong muốn đổi mới, thần tượng trong nhiều vở kinh kịch dân gian ở các địa phương. Tất cả những vở kịch đó đều đề cao sự quả cảm, nhân cách cao quí của vị quan đã cống hiến cả cuộc đời cho hạnh phúc của đất nước và nhân dân, chống lại nhà vua ưa nịnh, nghe lời sàm tấu. Chu Tiểu Châu chọn vở kinh kịch này không phải ngẫu nhiên, phải có chủ ý. Chắc rằng ông tự ví mình là một quan chức trung thực, vì hạnh phúc của nhân dân và đất nước, nhưng ông bị một vị hoàng đế điên khùng triệt hại.

Hình như Mao có nhận ra ngụ ý ngầm chỉ trích này, nhưng không thấy ông phản ứng. Ông yêu kinh kịch và bị nhân vật Hải Thuỵ trong vở lôi cuốn. Ngay trong đêm đó ở Trường Sa, ông yêu cầu Lâm Khắc sưu tầm một số chuyện khác đã từng xảy ra trong triều đại nhà Minh nói về lòng dũng cảm và đức tính liêm khiết của Hải Thuỵ. Trong những tháng sau đó, ông thường khuyến khích các nhà lãnh đạo đảng hãy noi gương Hải Thuỵ.

Chúng tôi ở lại Trường Sa không lâu. Giang Thanh đang chờ ở Quảng Châu. Mao vẫn hứng thú nói về những con số thống kê sản lượng vừa qua. Lúc này ông lại quan tâm đến tác phẩm của nhà kinh tế học Liên Xô Leontief và muốn so sánh phương pháp tổ chức về kinh tế ở Liên Xô với cơ chế mới ở Trung Quốc. Thế là ông gọi

Trần Bá Đạt, Điền Gia Anh và Đặng Lý Thuấn tới Quảng Châu gặp để cùng với họ đọc cuốn sách Kinh tế chính trị của Leontief. Tại đây, Điền Gia Anh báo cáo tình hình thị sát thực tế ở Hà Nam. Lúc đó tôi không có cơ hội nói chuyện với Điền, chỉ biết rằng tình hình ở Hà Nam rất nghiêm trọng do có nạn đói. Trong những cuộc nói chuyện ban đêm với Mao, tôi nhận ra vẻ lo lắng hoàn toàn mới có ở ông. Thỉnh thoảng ông tự hỏi có thật là có thể thu hoạch được mỗi mẫu (Trung Quốc) mười nghìn cân thóc không? Ông cũng không tin vào chất lượng thép của những lò luyện kim gia đình nữa. Nhưng cứ khi Mao băn khoăn điều gì đấy thì những băn khoăn đó lại bị chiến dịch Đại nhảy vọt lấn át. Chiến dịch đã làm cho nhân dân Trung Quốc trở nên hăng say, trong khi Mao không muốn làm giảm đi tinh thần hăng say đó. Ông đứng về phía quần chúng, đại diện cho quyền lợi của họ. Điểm mạnh trong phong cách lãnh đạo của ông là khả năng kích động mọi người, thức tỉnh sức sáng tạo của họ. Theo ông, chính sách Đại nhảy vọt đã xoáy mạnh vào khía cạnh này. Sự tự tin vào việc lãnh đạo của mình, vào chiến dịch Đại nhảy vọt, vào quần chúng không có gì lay chuyển nổi.

Ngày 26-12-1958, ngày sinh nhật lần thứ 65 của ông. Chúng tôi nghỉ tại Quảng Châu. Đào Chú bí thư thứ nhất tỉnh Quảng Đông, đã tổ chức một bữa tiệc mừng sinh nhật Mao. Nhưng Mao từ chối:

- Hồi còn trẻ tôi cũng thích làm lễ sinh nhật. Nhưng bây giờ, mỗi lần sinh nhật lại nhắc nhở tôi đã sắp già thêm một tuổi, thời gian còn sống bớt đi một năm.

Đó là một câu nói lịch sự, vì thời gian đó vẫn là những năm tháng huy hoàng của Mao, không nghĩ bữa tiệc của Đào Chú có ý doạ ông sắp chết. Chiến dịch "đại nhảy vọt" không thu được kết quả như mong đợi, ông mất mặt và cố gắng tìm ra nguyên nhân.

Mao sử dụng đêm sinh nhật lần 65 trên giường. Ông cử tôi và các nhân viên khác của Nhóm Một đến dự tiệc của Đào Chú. Như thường lệ, Mao yêu cầu sau đó tôi báo cáo tỉ mỉ với ông về buổi lễ. Bữa tiệc thật xa xỉ, tốn kém, phung phí, nhất là các món ăn. Tất cả nâng cốc chúc sức khỏe Chủ tịch. Tôi say đến nỗi khi trở về, leo ngay lên giường, chứ không đến báo cáo với Mao như mọi khi.

Đến nửa đêm, Lý Ẩm Kiều đến đánh thức tôi dậy. Chúng tôi phải lên đường về Bắc Kinh ngay.

Giang Thanh còn dậy sớm hơn tôi. Cơn mất ngủ hành hạ, bà quyết định uống một cốc nước, uống thêm viên thuốc ngủ. Giang Thanh gọi y tá, nhưng cô này không thấy đâu. Bà tới buồng trực, y tá vẫn không có ở đó. Bà đâm nghi ngờ, lẻn vào phòng ngủ của chồng.

Khuôn mặt yêu kiều của cô y tá "mất tích" đang ngon giấc trên chiếc gối kề bên Mao. Thì ra cô y tá đã để mặc mệnh phụ phu nhân trên giường và quyết định ôm ấp vị lãnh tụ kính yêu nhất.

Lý Ấm Kiều kể cho tôi mọi chuyện xảy ra. Đây là lần đầu tiên tôi chứng kiến Giang Thanh to tiếng với Mao. Cơn giận như giọt nước tràn ly, tất cả sự nghi ngờ về Mao bà tuôn ra hết. Nào là gần đây Mao đến thăm con gái nhân viên cũ, hai người vẫn thường xuyên liên hệ, cho 300 tệ để con gái cô ta nộp lệ phí nhập trường. Người thiếu phụ đã đến thăm Mao tại buồng riêng trong vụ nghỉ đông năm 1958. Không những thế cô ta cũng lại đến thăm Mao vào tháng 11 và tháng 12 khi Mao nghỉ ở Vũ Hán. Giang Thanh kể tuốt, không những Mao chỉ quan hệ các y tá, hầu gái trẻ đẹp của bà, mà còn quan hệ cả những người đã có chồng con như cô nhân viên cũ. Tất cả được phơi bầy rõ ràng sau cái đêm hai người to tiếng.

Mao trả đũa chuyện lôi đình của vợ bằng cách ra lệnh quay về Bắc Kinh ngay lập tức bỏ mặc Giang Thanh chìm trong cơn căm phẫn.

Chúng tôi khởi hành về thủ đô trước rạng đông. Tất cả mọi việc xảy ra bất ngờ đến nỗi tôi chỉ có vài phút chuẩn bị.

Giang Thanh nhanh chóng hối tiếc về sự nông nổi của mình. Bà đã chuyển lời xin lỗi Mao ở Bắc Kinh bằng một cách rất hài hước. Giang Thanh đưa cho chồng đọc quyển "Tây du ký", tác phẩm của Vương Thừa Ân nổi tiếng ở Trung Quốc thế kỷ 14. Truyện này kể về Đường Tăng nhận sứ mệnh đi vào Tây Thiên thỉnh kinh phật, giúp dân chúng tìm ra chân lý và nhẫn nhục chịu đựng. Trên đường đi, Đường Tăng lôi thêm con khỉ Tôn Ngộ Không. Trong cơn giận dữ, nhà sư đã đuổi Tôn Ngô Không về Thuỷ Liêm động. Ngộ Không lâm vào nỗi cô đơn và thất vọng, liền nói với Đường Tăng: "Thân thể con ở trong Thuỷ Liêm động, nhưng tim con theo sư phụ đi khắp nơi". Mao rất mừng khi đọc những dòng thư này của Giang Thanh. Mao là Đường Tăng ngày nay của chúng tôi, ông đang thực hiện một sứ mệnh gian nan nguy hiểm đi tìm chân lý chủ nghĩa cộng sản. Những vụ bê bối của ông tương tự như những hiểm nguy của Đường tăng trên con đường đi đến chủ nghĩa cộng sản.

Giang Thanh đã gián tiếp cho phép Mao tiếp tục những cuộc phiêu lưu tình dục của ông.

CHƯƠNG 33

Đầu năm 1959, một sự hoảng loạn bao trùm cả thành phố Bắc Kinh. Có tin đồn sắp tới các công xã cũng sẽ được thành lập ở các thành phố. Mọi người đều nghĩ tài sản cá nhân của họ sẽ sắp phải sung công, trở thành tài sản của nhà nước. Thế là thành phố Bắc Kinh biến thành một cái chợ trời khổng lồ. Ai cũng tìm cách bán những tài sản quí giá của họ để giữ lấy đồng tiền, sợ một khi những tài sản còn lại bị sung vào công xã.

Cuộc sống của gia đình tôi sa sút trông thấy kể từ khi bắt đầu chiến dịch Đại nhảy vọt và cũng vì phần lớn thời gian trong năm 1958 tôi phải đi với Mao trong các chuyến công du nên chẳng giúp được họ hàng. Tôi vui mừng vì cuối cùng đã trở về.

Mẹ tôi lo ngại bà sẽ bị cưỡng bức đi lao động trong công xã của thành phố, mặc dù già yếu, hàng ngày phải trông nom hai đứa cháu trong khi vợ tôi đi làm. Nếu công xã được thành lập, ai sẽ chăm sóc những đứa trẻ. Mao muốn bọn trẻ đến nhà trẻ của nhà nước. Trong lúc tin đồn còn chưa lắng, người ta đã đề nghị tôi, Lý Liên, cũng như mẹ tôi và các con tôi chuyển đến sống ở Trung Nam Hải. Nhưng tôi không muốn đưa gia đình vào sống trong khu dinh thự đó khi chưa thật cần thiết. Đồng thời, tôi cũng cần có một nơi để tạm lánh, mỗi khi có thể được. Đối với tôi, nơi ở cũ của gia đình luôn là nơi ở lý tưởng nhất, nơi thực sự là một gia đình, giúp chúng tôi có thể quên đi những lo âu để vui cười và tận hưởng hạnh phúc, nơi duy nhất tôi cảm thấy an toàn, vì thế, tôi muốn giữ lại cho mình nơi ẩn náu này.

Mao đã nghe thấy những lời ca thán thê lương của nhân dân thành phố, ông bỏ kế hoạch thành lập công xã ở thành phố. Tuy vậy, phần lớn tài sản của gia đình tôi đã bị tịch thu. Mấy vị cán bộ hay soi mói ở khu phố, phát giác rằng mẹ tôi và hai con trai tôi chỉ ở trong 5 căn phòng ở toà nhà đồ sộ có tới 30 phòng của gia đình. Mẹ tôi để cho mấy người họ hàng ở trong một số phòng. Những phần còn lại được cho thuê với giá tượng trưng. Mùa đông 1957-1958 khi chiến dịch tuyên truyền mang tính chất tả khuynh lên đến đỉnh cao, chính quyền địa phương nơi gia đình tôi ở, Sở nhà cửa thành phố Bắc Kinh, Sở công an đã quyết định sung công cả toà nhà của gia đình, trừ những căn phòng mà mẹ và các con tôi đang ở. Dĩ nhiên. người ta không gọi việc làm này là "sung công". Mẹ tôi được "đền bù" vì đã "tự nguyện" bán toà nhà và bà cũng còn là đồng chủ nhà khi có người dọn đến ở. Mặc dù vậy mẹ tôi và tôi vẫn sững sờ vì toà nhà là di sản, thuộc quyền sở hữu từ nhiều thế hệ. Vợ tôi giục tôi hãy đến trình bày với cấp trên ở Ban An ninh và Ban y tế trung ương. Có thể tôi sẽ đạt được thoả thuận nào chăng. Cả tôi cũng buồn bực, nhưng không thể đòi hỏi cách giải quyết đặc biệt được. Gia đình tôi luôn luôn được ưu đãi trong khi hầu hết những người cùng làm việc với tôi đều xuất thân từ nông dân nghèo khó. So với người khác, gia đình tôi vẫn sống sung túc. Cấp trên của tôi chẳng có lý do gì để cho tôi tiếp tục sở hữu ngôi nhà gia đình – nhất là trong giai đoạn bầu không khí "tả khuynh" đang thắng thế. Có thể những cố gắng của tôi sẽ dẫn đến kết quả, đề nghị chuyển gia đình tôi vào ở Trung Nam Hải. Đó lại là điều tôi muốn tránh. Vì vậy đành phải từ bỏ tài sản của gia đình. Chúng tôi chỉ còn lại những căn phòng mà mẹ và các con tôi đang ở. Người ta đã mua toà nhà với số tiền tượng trưng đến nỗi có thể nói, chúng tôi đã tặng không toà nhà cho nhà nước. Còn mẹ tôi cũng không thể tham gia ý kiến chọn lựa ai đó đến thuê nhà.

Tôi tìm mọi cách an ủi mẹ, cố giải thích cho bà hiểu, có thể vui mừng vì còn 5 căn phòng nữa, trong khi những cán bộ trong thành phố thường ở chật chội, đa số mọi người chỉ có hai bàn tay trắng không có nhà riêng.

Mùa đông năm 1958 – 1959, thực phẩm trở nên khan hiếm, tình hình sức khoẻ của mẹ tôi ngày càng xấu đi. Lý Liên vẫn ăn ở nhà ăn trong Trung Nam Hải mỗi khi tôi tới đó. Tôi cùng ăn với Lý Liên. Bữa ăn không có thịt, món ăn ngày càng tệ hơn, nhưng vẫn đủ. Trung Nam Hải, nơi cuối cùng người ta cảm nhận được sự khủng hoảng về lưu thông phân phối hàng hoá. Mẹ tôi thiếu cả những thực phẩm thiết yếu. Trước các cửa hàng lương thực thực phẩm, người ta đứng xếp hàng rồng rắn chờ mua.

Hồi đó, mẹ tôi đã ngoài 70 tuổi, thường đau ốm nhiều hơn trước. Bà mắc chứng cao huyết áp. Chúng tôi nhờ hàng xóm đi chợ, xếp hàng mua thực phẩm giúp. Nhưng tình trạng kinh tế mỗi ngày một tồi hơn. Vậy mà Điền Gia Anh nói đây mới chỉ là bước đầu. Nông dân đã trở thành nạn nhân của sự thiếu thốn, trước mắt vẫn chưa thấy có gì khá hơn. Vì tình trạng khủng hoảng ngày càng trầm trọng, tôi mong Mao sẽ ở lại Bắc Kinh, nhưng tôi đã lầm.

Một buổi tối cuối tháng giêng năm 1959, tôi đến thăm Hồ Kiều Mục đang nằm trong Bệnh viện Bắc Kinh điều trị loét dạ dày tái phát. Ở đó tôi nhận được lệnh khẩn, phải trở về Nhóm Một ngay lập tức.

Chắc Mao ốm đột ngột. Tôi vọt ra ngoài, thậm chí không kịp mang theo chiếc áo ấm, nhảy lên xe đạp, lao ra cổng bệnh viện đúng lúc vệ sĩ Tiểu Lý đánh xe ô tô rẽ vào. Hoá ra Mao quyết định đi thăm Mãn Châu Lý. Ông muốn khởi hành ngay. Chủ tịch đã lên đường ra sân bay khi tôi vừa về đến Trung Nam Hải. Ông đã mang theo dụng cụ đồ lề của tôi và một chiếc ô tô đang chờ. Tôi chẳng còn thời gian để gói ghém bàn chải đánh răng, chứ chưa nói đến thu xếp quần áo. Chúng tôi đến sân bay đúng lúc máy bay của Mao vừa cất cánh. Một chiếc máy bay khác đang nổ máy chờ chúng tôi. Tôi và Tiểu Lý là hành khách duy nhất của chiếc máy bay này. Khi chúng tôi vừa lên khoang, máy bay cũng rời đường băng. Vài giờ sau tôi rời khỏi máy bay ở Tân Cương, thuộc tỉnh Liêu Ninh nơi lạnh nhất của Trung Quốc vào tháng lạnh nhất của năm mà không có áo khoác, kể cả áo ấm. Thật may, các phòng được sưởi ấm, chẳng bù cho lúc ở ngoài tôi đã bị rét cóng một cách thảm hại. Mao đùa:

- Đồng chí đã bán hết quần áo vì chiến dịch Đại nhảy vọt hay đã quyên góp cho công xã nhân dân rồi?

Thật phúc tổ, chuyến công du này chỉ kéo dài 5 ngày. Chủ tịch đến miền Bắc Trung Quốc vì ở đó có mỏ than lớn nhất và các nhà máy luyện kim. Ông muốn biết người ta luyện thép như thế nào, chất lượng thép của các lò luyện kim gia đình được đánh giá ra sao. Ông định bãi bỏ việc sản xuất thép để giải thoát nông dân khỏi tình trạng kiệt quệ về nhiên liệu và tước quyền bọn quan liêu trong nền kinh tế tập trung đang làm tê liệt các ngành. Nhưng Mao vẫn chưa tìm được câu hỏi ông thường căn vặn tôi. Tại sao các nước công nghiệp tiên tiến phương Tây lại sử dụng các cơ sở sản xuất khổng lồ, trong khi các lò luyện kim gia đình nhỏ xíu cũng có thể sản xuất được thép có chất lượng tốt? Ngoài ra, ông còn quan tâm đến việc người ta đốt nóng các lò này như thế nào. Ở nông thôn, nơi mà nhiên liệu trở nên khan hiếm sau khi cây rừng bị đốn hết, nông dân đã phải đốt cả cửa và những đồ đạc bằng gỗ của họ để nuôi ngọn lửa trong lò. Những nhà máy luyện kim lớn, hiện đại ở vùng Tây Bắc có một khoản dự trữ than khổng lồ nên Mao muốn tận mắt nhìn thấy các cơ sở luyện kim và các mỏ than.

Bài học ông thu được trong chuyến đi này chỉ có những nhà máy luyện kim lớn hiện đại với nhiệt độ nung thích hợp chẳng hạn được đốt nóng bằng than mới có thể sản xuất thép có chất lượng cao. Thế nhưng ông vẫn không ra lệnh đình chỉ việc sản xuất thép của các lò luyện kim gia đình. Sự lãng phí to lớn sức người, sức của không làm ông lo ngại, Mao chỉ lo ngại làm nguội lòng nhiệt tình của quần chúng.

Chúng tôi trở về Bắc Kinh, ít lâu Mao lại tiếp tục đi Thiên Tân, Tế Nam, Nam Kinh, Thượng Hải và Hàng Châu. Ông mời La Thụy Khanh và Dương Thượng Côn cùng đi, vì muốn lợi dụng chuyến đi để "cải tạo" họ.

Cả hai đã không còn được Chủ tịch quí mến như xưa nên họ rất lấy làm vinh dự khi nhận lời mời. La Thụy Khanh, người lúc nào cũng trung thành, vẫn luôn tìm mọi cách lấy lòng Mao bằng cách tránh tham gia hoạt động do cơ quan an ninh sắp xếp, kể cả đi bơi. Thế nhưng vẫn chưa lấy lại được toàn bộ lòng tin của Mao.

Dương Thượng Côn, vẫn còn cay cú do bị cách chức bí thư Ban chấp hành trung ương sau vụ Những lá cờ đen vài tháng trước đây, cũng ra sức lấy lòng Mao – ông tập trung vào những công việc hành chính thay vì những công việc chính trị, cốt tỏ ra là người giúp việc tin cẩn không hề có bất kỳ mối tham vọng chính trị nào. Do bị cô lập và cảm thấy bấp bênh, Dương đã theo Đặng Tiểu Bình người sẽ che chở cho ông trước những biến cố chính trị khó lường – Dương ít có cơ hội gặp Mao, nên có vẻ rất phấn khởi khi được đi cùng với Mao.

Chuyến đi này lại là một "chuyến đi thanh tra". Chúng tôi tới thăm các nhà máy, các trường Đại học các công xã và các trường phổ thông. Các nhà lãnh đạo đảng, quân đội nồng nhiệt bắt tay Chủ tịch với những lời ca tụng, hứa luôn trung thành với Mao. Mặc dù tình hình kinh tế ngày một xấu đi, nhưng sự tôn sùng Mao lại được tăng lên. Khi thực phẩm khan hiếm người ta không quy trách nhiệm cho Mao, lại đổ cho giới lãnh đạo ở địa phương. Ai cũng tin rằng Chủ tịch đến để uốn nắn những sai lầm. Thái độ này của dân chúng đối với Mao bắt nguồn từ truyền thống của Trung Quốc: vua không bao giờ sai, cùng lắm là do đám quan lại trong triều báo cáo láo hoặc cố vấn sai. Ở đâu cũng có những đám đông khổng lồ đón tiếp Mao với những tràng pháo tay như sấm và tiếng hô to: "Mao chủ tịch muôn năm!" Mao cho La và Dương thấy dân chúng tôn sùng đến mức nào, ông đã đạt được mục đích. La Thụy Khanh và Dương Thượng Côn rất xúc động. Với lời mời của mình, Chủ tịch đã tạo được ở Dương và La sự kính trọng sâu sắc đối với ông. Hai ông đã ngập trong ánh hào quang xung quanh Chủ tịch.

Dương Thượng Côn chỉ còn tiếc mỗi một việc, trong chuyến đi, Mao đã nói nhiều đến đề tài như có thể tổ chức các mối quan hệ giữa công nghiệp và nông nghiệp như thế nào, phải xây dựng các công xã nhân dân ra sao, làm thế nào để phân phối và trả lương cho công bằng, nhưng chẳng ai ghi lại những lời giáo huấn của Chủ tịch. Một đêm, khi nói với La Thuỵ Khanh và một sự cộng sự khác. Dương nói, ông luôn tìm cách ghi lại những lời của Chủ tịch trong các chuyến công du qua các tỉnh. Mao thường nói về những dự định chính trị, nhưng Ban bí thư trung ương chẳng nhận được thông tin gì về việc này – nên không thể ghi lại những lời phát biểu của ông, để trình bày những phương hướng chính trị trên giấy. Các cán bộ địa phương cũng gặp phải những vấn đề như vậy. Họ có thể gửi những bài bình luận của Mao tới các cấp cao hơn – đến Lưu Thiếu Kỳ và Đặng Tiểu Bình – nhưng nếu không có những văn bản chính thức, chẳng ai muốn truyền đạt lại chính sách với những thông tin từ các tỉnh gửi về. Dương Thượng Côn nói: "Chúng ta phải nghĩ xem làm thế nào ghi lại được lời Chủ tịch và có thể nộp tất cả các biên bản cho Ban bí thư trung ương để rồi họ đánh giá phân tích". Đó là sáng kiến độc đáo của một cấp dưới vốn không quên ơn Chủ tịch.

Diệp Tử Long kể với tôi. Dương đã đề nghị xin Mao cho ông mang theo một người ghi tốc ký trong các chuyến công du sau này. Như vậy, trung ương sẽ có biên bản đầy đủ về những lời nói của Mao – nhưng Mao không muốn có người ghi tốc ký. Ông coi những ý kiến chỉ là phụ, biết lời nói có sức mạnh. Cả đất nước Trung Hoa vội vã thành lập công xã nhân dân khi Mao vừa mới tuyên bố: "Công xã thật là tuyệt". Ông không muốn một nhận xét tình cờ bỗng nhiên lại trở thành một chính sách cụ thể, như vậy trách nhiệm về ông sẽ quá lớn. Ngay sau đó một toán nhân viên kỹ thuật của cơ quan công an đã lên đoàn tàu của Mao để lắp máy nghe trộm trong toa ngủ của ông, trong phòng khách. Những chiếc microphon nhỏ xíu được gắn trong các chụp đèn, đèn treo tường và trong các lọ hoa để Mao không phát hiện được.

Những chiếc microphon này được nối với một máy ghi âm ở một toa khác nơi có một nhân viên kỹ thuật trẻ tên là Lưu làm việc. Anh ta thu ráp nối các cuộc nói chuyện, bảo quản hệ thống máy móc. Mao không bao giờ biết nhiệm vụ của Lưu làm gì, nhưng chàng trai trẻ này theo chúng tôi đi khắp nơi trong các chuyến công du. Sau này Diệp Tử Long cho tôi biết người ta cũng đã gắn những "con bọ" như vậy trong các nhà khách ở các tỉnh mà Mao thường hay lui tới. Những nhân viên Nhóm Một chúng tôi có nhiệm vụ phải giữ bí mật tuyệt đối. Việc nghe trộm Chủ tịch như Diệp Tử Long cho chúng tôi biết, do thượng cấp quyết định. Nếu bí mật này bị tiết lộ hậu quả sẽ rất khủng khiếp. Tất cả chúng tôi đều phải nín lặng. Đảng đã ra lệnh chúng tôi phải chấp hành. Không một ai trong chúng tôi biết quyết định này sẽ mang lại tai hoạ như thế nào.

CHƯƠNG 34

Tại Hội nghị Trung ương đảng lần thứ 7 khoá VIII diễn ra từ ngày 2-4 đến ngày 5-4-1959 ở Thượng Hải, Mao vẫn luôn tỏ ra lạc quan. Lòng tin của ông vào Đại nhảy vọt, vào công xã nhân dân vẫn không thay đổi. Tuy chiến dịch Đại nhảy vọt đã vấp phải một số vấn đề nhỏ nhưng có thể giải quyết được. Cơ cấu tổ chức của các công xã phải được hoàn thiện, có nghĩa phải định ra chính sách điều tiết sức lao động giữa các lò luyện kim gia đình và sản xuất nông nghiệp. Mao đã kéo quá nhiều đàn ông khỏe mạnh khỏi công việc đồng ruộng. Phương thức trả lương ở các công xã được điều chỉnh, các khoản thuế cũng phải giảm bớt sao cho hợp lý hơn. Sản lượng năm 1958 thổi phồng quá mức, chỉ tiêu đề ra 1959 nhiều triển vọng đạt được.

Lo ngại lớn nhất của Mao không phải vấn đề thiếu lương thực, những chỉ tiêu kế hoạch quá cao hay những lò luyện kim gia đình đã phung phí quá nhiều sức lao động, tạo ra vô số phế phẩm, điều ông lo ngại nhất là tính sáng tạo của quần chúng đã được phong trào Đại nhảy vọt cởi trói sẽ bị kìm lại. Nếu nhận thức được đất nước đang tới gần thảm hoạ, chắc không bao giờ ông để lộ suy nghĩ này. Tôi cũng cho những vấn đề hiện tại chỉ tạm thời. Đó là hậu quả do khó khăn trong việc liên lạc với các cấp cơ sở ở địa phương. Tôi đồng ý với Mao, bỏ ngoài tai mọi dư luận bên ngoài.
Trong thời gian Hội nghị Thượng Hải, Mao ngủ ở trên đoàn tàu. Có thể, một là ông không ưa cách bài trí trưởng giả trong nơi ở cũ của Silas Hardoon; hai là ông vẫn quan hệ với cô Tiểu Lý, y tá đi theo đoàn tàu. Tối nào ông cũng đi với Tiểu Lý đến câu lạc bộ Tân Cương, của người Pháp trước đây, bây giờ trở thành nơi đàng điếm sang trọng dành cho cán bộ cao cấp.
Biết Mao đặc biệt sủng ái giới nữ, cơ quan an ninh địa phương đã bố trí để Mao gặp các nữ diễn viên, nữ danh ca nổi tiếng nhất của Thượng Hải. Thế nhưng Mao chẳng hề để mắt đến những phụ nữ này. Đối với Mao, họ quá già, biết quá nhiều. Mao chỉ thích những cô gái trẻ, thơ ngây vì họ dễ xiêu lòng hơn. Thế là tối tối cơ quan an ninh thành phố Thượng Hải lại phải đưa các thiếu nữ trẻ, đẹp, ngây thơ từ các đoàn văn công đến trình diễn cho Mao xem.
Ngoài những buổi xem phim, Kha Thanh Thế cũng cho trình diễn một vở kinh kịch nữa về Hải Thuỵ. Năm ngoái, khi Mao ở Trường

Sa, câu chuyện về nhân vật này đã từng gây ấn tượng mạnh đối với ông. Trong vở diễn, Hải Thuỵ đã phải ngồi tù vì ông phát hiện ra tên của vua Gia Tĩnh, đồng âm với chữ có nghĩa "vua sẽ đưa nhân dân đến tai hoạ". Lúc đầu vua doạ sẽ xử trảm Hải Thuỵ nhưng sau khi đọc lá sớ giải thích của viên quan này lần thứ hai, rồi lần thứ ba cuối cùng vua nhận ra rằng, Hải Thuỵ, một người trung thực và cương trực, sẵn sàng quên mình vì hạnh phúc của nhân dân. Tuy Hải Thuỵ vẫn bị giam trong ngục, nhưng vua đã bãi bỏ án tử hình. Một hôm, người coi ngục mang đến cho Hải Thuỵ một bữa cơm rất thịnh soạn. Viên quan này tưởng rằng đây là bữa ăn cuối cùng của người tử tù. Nhưng khi vừa ăn xong, người cai ngục liền chúc mừng, báo cho ông biết tin vua đã băng hà. Hải Thuỵ, người thực sự trung thành với vua, buồn đến nỗi đã nôn hết những gì ông vừa ăn.

Một lần nữa Mao lại thán phục Hải Thuỵ, Mao bắt đầu quảng bá tư cách của Hải Thuỵ bằng cách cho in tiểu sử Hải Thuỵ, phân phát cho những người tham dự Hội nghị. Ông hối thúc họ noi gương Hải Thuỵ. Sau này ông đề nghị các nhà sử học phải nghiên cứu kỹ hơn nữa về Hải Thuỵ và các bài viết đã được đăng trên các báo chí cả nước. Ở Thượng Hải và Bắc Kinh người ta đã dàn dựng những vở kịch hiện đại Hải Thuỵ khiến viên quan đời nhà Minh này trở thành người anh hùng dân tộc.

Trong khi đó Mao lại không hài lòng với Ban chấp hành Trung ương, đổ lỗi cho ban lãnh đạo đã làm chệch hướng phong trào Đại nhảy vọt. Báo cáo thống kê các con số đã thổi phồng quá mức xảy ra ở mọi nơi, mọi chỗ. Mao bảo tôi:

- Tất cả đều báo cáo láo, đã lừa trên được tất nhiên họ sẽ dối dưới.

Lòng ngưỡng mộ của Mao đối với Hải Thuỵ cũng tiềm ẩn nỗi trớ trêu. Cũng vì sau này, nhân vật Hải Thuỵ trở thành một biểu tượng chủ yếu của sự bất bình đối với chiến dịch làm trong sạch đảng, chống lại Bành Đức Hoài và đối với việc khởi đầu của Cách mạng văn hoá, tôi thường ngẫm nghĩ ý nghĩa của nhân vật này đối với Mao. Tính khí của Mao thật phức tạp, đầy mâu thuẫn. Cũng như vua, Mao tin, ông không hề làm gì sai trái. Nếu có một quyết định nào sai, lỗi không phải ở ông, mà chỉ vì ông nhận được tin tức sai. Vua không hề nhầm lẫn được, nhưng vẫn có thể bị lừa.

Mao đặc biệt thích Hải Thuỵ vì ba lý do: Hải Thuỵ chỉ nói sự thật, luôn trung thành với vua, mặc dù bị kết án oan, thà chịu chết không một lời phản kháng để giữ tiếng cho vua và giữ hạnh phúc cho nhân dân. Hải Thuỵ không đổ lỗi cho vua mỗi khi có việc gì đó không thành, mà quy tội cho bọn quan lại lừa lọc, đồi bại.

Mao cũng muốn người ta luôn nói sự thật với ông. Mặc dù đến nay tôi đã tỉnh ngộ, nhưng tôi vẫn thường cho rằng, nếu Mao biết được toàn bộ sự thật ngay từ khi chiến dịch bắt đầu, ông đã ngăn chặn ngay sự tiến triển đầy tai hoạ này từ rất sớm. Tuy nhiên, phải có một Hải Thuỵ hiện đại, với những điều kiện riêng, mới có thể nói cho Mao biết được sự thật. Nhưng Mao lại không thể chấp nhận được sự thật, nếu sự thật đó chứa đựng những lời chỉ trích, hoặc bắt nguồn từ những quan chức thâm hiểm, đang thèm khát quyền lực của ông. Cho nên, nói cho ông biết sự thật phải là những người không có tham vọng chính trị.

Nhưng rất ít người không tham vọng leo đến được chức vụ cao trong bộ máy quyền lực. Thực tế, hầu như chẳng có một cán bộ nào không ích kỷ, không vụ lợi lại dám sẵn sàng đứng ra vì hạnh phúc của đất nước. Vì Mao biết quá rõ lịch sử Trung Quốc với tất cả các cuộc phân tranh quyền lực, các thủ đoạn chính trị nên cũng đã tính đến những âm mưu trong triều đình và chính ông cũng tham gia trò chơi này.

Như vậy việc Mao khuyến khích mọi người noi gương Hải Thuỵ cũng như việc kêu gọi trí thức phê phán đảng đều nằm trong chiến lược có chủ định. Ông muốn nghe sự thật từ những người tuyệt đối trung thành, không hề có tham vọng chính trị. Tuy nhiên việc Mao đề cao Hải Thuỵ là một xảo thuật để nhử kẻ thù bò ra khỏi hang. Cũng như vua, Mao tự cho mình được độc quyền phán xét xem ai là thuộc hạ trung thành, ai là người chỉ phê phán vua để củng cố quyền lợi của chính người đó. Nhưng lập luận của Mao vẫn có những kẽ hở. Trong khi Mao đánh giá rất cao những ông vua như Tần Thuỷ Hoàng, vua Trụ, Tuỳ Dạng Đế, những ông vua mà nhân dân căm giận nhất, đa số những người đã đọc truyện về Hải Thuỵ đều coi những ông vua đó và cả vua Gia Tĩnh là những kẻ tàn bạo, bất công. Nhiều thuộc hạ thân tín của Mao tỏ ra sẽ trung thành với Mao như Hải Thuỵ trung với vua. Mao khẳng định, những cán bộ cấp dưới đã nói dối vì họ phải chịu "sức ép từ trên xuống" và do đó họ đã phê bình cả những nhân viên của chính họ. Nhưng sức ép đó lại chính do Mao gây ra. Năm 1958, ông quy cho những người đã phê phán ông là hữu khuynh, trừng phạt không thương tiếc. Sau đó, ông thường lôi kéo đảng vào những chiến dịch mới, khích động cán bộ lãnh đạo phải nâng cao chỉ tiêu sản xuất. Chính ông đã tạo ra bầu không khí khiến các nhà chính trị khác khó có thể nói lên sự thật, các cán bộ cấp cao của đảng vì trung thành hoặc vì sợ phải theo ông. Mao không nhận thấy sai lầm của chính ông, ở những cán bộ lãnh đạo khác của đảng, ở đám quan lại đồi bại trong triều đình Gia Tĩnh. Lòng hâm mộ Hải Thuỵ còn giúp ông đổ lỗi của mình cho người khác. Tuy nhiên, những người như Chu Tiểu Châu lại hiểu lịch sử một cách khác. Họ là những người như Hải Thuỵ, thuộc hạ tin cẩn của Mao, họ đã bị kết tội, bị phạt oan, khiến Mao không còn là một ông vua xứng đáng của họ nữa.

Giữa tháng 4 năm 1959, chúng tôi trở về Bắc Kinh để dự kỳ họp thứ nhất của Đại hội nhân dân toàn quốc khoá Hai, Quốc Vụ Viện ở Trung Quốc. Quốc Vụ Viện theo chỉ thị của Uỷ ban trung ương đảng, chấp thuận việc Mao xin từ chức Chủ tịch nước và bầu Lưu Thiếu Kỳ lên thay. Còn Chu Đức vẫn tiếp tục điều hành Uỷ ban Thường vụ Hội đồng nhân dân. Tống Khánh Linh và Đổng Bích Vũ được bầu làm phó Chủ tịch nước.

Việc Mao từ chức, bầu Lưu Thiếu Kỳ vào chức vụ trên đã được dự định từ lâu và sự thay đổi này cho đến lúc đó vẫn chưa được công bố. Đến lúc này, cả hai chức được gọi là "Chủ tịch" – Chủ tịch đảng cộng sản Trung Quốc và Chủ tịch nước Cộng hoà nhân dân Trung Hoa – đều trong tay Mao và chỉ có một mình Mao có chức danh này. Từ khi bổ nhiệm Lưu Thiếu Kỳ giữ chức Chủ tịch nước, ở Trung Quốc nơi mà chức danh được coi là quan trọng, có hai Chủ tịch. Điều này khiến Mao không chịu được.

Việc Trung Quốc có hai Chủ tịch trong khi Mao vẫn nắm quyền tối thượng đã kéo theo những hậu quả chính trị mà tôi và đa số nhân dân Trung Quốc lúc đó không thể lường hết.

Trước khi Lưu Thiếu Kỳ nhận chức và Mao từ chức năm 1959, tất cả chúng tôi gọi ông là đồng chí Thiếu Kỳ, đột nhiên bây giờ ông có tên mới, Chủ tịch Lưu. Chức vụ đi đôi với quyền lực. Chức vụ Chủ tịch mà Lưu nhận có quyền lực quan trọng, điều hành đất nước hàng ngày, uy thế mỗi ngày một tăng, nhiều vấn đề ông không cần tham khảo ý kiến Mao.

Vì thế, trận đấu của Mao để đoạt lại quyền giữ chức Chủ tịch duy nhất của Trung Quốc đã bắt đầu và sẽ được kết thúc bằng sự sụp đổ của Lưu Thiếu Kỳ với việc ông bị phế truất khỏi chức "Chủ tịch nước Cộng hoà nhân dân Trung Hoa".

Chúng tôi ở lại Bắc Kinh một tháng, cuối tháng 5 lại lên tàu xuôi xuống miền Nam Trung Quốc.

CHƯƠNG 35

Tất cả đều đổi thay. Lửa trong những lò luyện kim trong sân các gia đình đã lụi. Người ta cũng không còn thấy phụ nữ với những bộ quần áo sặc sỡ nữa. Trên các cánh đồng không có một bóng người. Không còn những vụ mùa bội thu. Thành phố Vũ Hán, nơi vẫn do bạn Mao, Vương Nhiệm Trọng lãnh đạo đang lâm vào tình trạng vô vọng.

Như thường lệ, chúng tôi ăn nghỉ ở nhà khách Mỹ Viên, gần Đông Hồ, nhưng lần này chẳng có nhiều món để thưởng thức. Thỉnh thoảng người ta chiêu đãi chúng tôi món cá. Còn rau xanh thật hiếm hoi. Trước kia, trong phòng chúng tôi đầy ắp trà và thuốc lá, bữa nào cũng thịt cá ê hề. Bây giờ hết sạch, gà, trâu bò đang chết đói, còn lợn còm nhom toàn da với xương. Cả tỉnh bói không ra thuốc lá và diêm, các cửa hàng rỗng tuếch, mọi thứ đều đã bán sạch. Mới vài tháng trước đây, Vương Nhiệm Trọng, người luôn luôn nịnh bợ Mao còn khoe, ở Hồ Bắc mỗi mẫu ruộng sẽ thu hoạch được từ 10 đến 20 nghìn cân lúa (1 cân = 0,454 gram). Thế mà bây giờ nạn đói đang hoành hành.

Vương Nhiệm Trọng đổ lỗi mất mùa do thiên tai, nhưng làm gì có thiên tai ở Hồ Bắc. Thời tiết nơi đây năm 1958-1959 mưa thuận gió hoà, vụ mùa bội thu nhưng chỉ vì thiếu lực lượng lao động thu hoạch.

Ở Trường Sa thuộc tỉnh Hồ Nam, quê Mao, tình hình khá hơn, ở đó lương thực tuy không còn nhiều như trước, nhưng không ai bị đói và những quán ăn nhỏ ngoài đường vẫn còn phục vụ được khách hàng. Chúng tôi ở trong nhà khách Vườn Sen tráng lệ, gồm những toà nhà hiện đại, rất đẹp và có đầm sen bao quanh. Nước trà và thuốc lá ở trong phòng chúng tôi mốc xì và hết mùi. Vì quí trọng chúng tôi, nên người ta đã xuất những thứ đó trong kho đã quá lâu ra mời. Xưa kia, các cửa hàng đầy hàng hoá, trà thuốc lá của vùng này nổi tiếng thơm ngon nhất ở Trung Quốc. Ở Hồ Nam chúng tôi còn được ăn món dăm-bông thịt lợn. Món ăn đặc sản đã từng làm tỉnh này nổi danh.

Đối với Chu Tiểu Châu sự trái ngược mỉa mai giữa Hồ Nam và Hồ Bắc chẳng có gì lạ. Viên bí thư tỉnh uỷ Hồ Nam này, người đầu tiên cho Mao biết về nhân vật Hải Thuy, đã bị Mao phê phán kịch liệt hồi năm 1957 vì tỉnh của ông không thu hoạch nổi hai vụ một năm.

Vương Nhiệm Trọng theo Mao đến Trường Sa. Một hôm, khi La Thuỵ Khanh, Vương Nhiệm Trọng, Chu Tiểu Châu và tôi ngồi tán chuyện gẫu. Chu không thể kìm được nữa bắt đầu châm chọc Vương. Ông hỏi cay độc: "Năm ngoái Triết Giang được khen vì đã đóng góp lương thực rất nhiều cho nhà nước phải không? Còn Hồ Nam lại bị khiển trách. Nhưng bây giờ các đồng chí thử nhìn Hồ Bắc xem. Ở đó ngay cả trà và thuốc lá tồn kho cũng chẳng còn. Các đồng chí đã xài hết cả số dự trữ rồi. Tuy chúng tôi nghèo nhưng ít ra chúng tôi vẫn còn dự trữ được".

Vương Nhiệm Trọng lặng lẽ ngoảnh mặt đi, trong khi tất cả chúng tôi lúng túng lặng thinh. Nhưng Chu đã nói đúng, ngay ở ngoài phố người ta đã đủ thấy sự khác biệt. Ở Hồ Nam vẫn còn có cái để mà ăn.

Mao quyết định tới thăm làng cũ Thiều Sơn của ông. Từ năm 1927 tới nay nghĩa là đã 32 năm nay ông chưa về thăm làng.

Việc trở lại Thiều Sơn sẽ giúp Mao hiểu rõ sự thật. Ở Thiều Sơn sẽ chẳng có những màn kịch được dàn dựng khéo léo, chu đáo.

Ông chẳng tin những cán bộ lãnh đạo, ông biết nơi này quá rõ, sẽ phát hiện ra ngay bất cứ mưu đồ nào nhằm qua mặt. Vả lại dân làng sẽ cởi mở chuyện trò, họ vốn là những người chất phác, chân thật. Còn Mao cảm thấy dường như ông không có gì xa lạ đối với họ. Ông tin vào những người nông dân.

CHƯƠNG 36

Ngày 25 tháng 6, một ngày nắng chói chang, nóng như thiêu như đốt, chúng tôi rời Trường Sa. Chúng tôi đi bằng ô tô trên những con đường làng gồ ghề, bụi bặm, không lát gạch. Xe của chúng tôi không có điều hoà nhiệt độ, nên bụi luồn qua các cửa kính xe đang mở. Đã thế, mồ hôi chúng tôi tuôn ra như tắm, hai tiếng sau, chúng tôi tới trụ sở huyện Tương Đàm, nhìn chúng tôi tới, người ta cứ tưởng chúng tôi vừa ở đầm lầy chui lên. Bí thư huyện uỷ Tương Đàm, Hoa Quốc Phong đã nồng nhiệt đón tiếp chúng tôi. Đó là lần đầu tiên Mao cũng như tôi gặp người đàn ông mà 15 năm sau trở thành người kế nhiệm ông. Chúng tôi nghỉ ngơi một lúc ở Tương Đàm, trò chuyện với Hoa. Hoa Quốc Phong không đi tháp tùng, vì Mao sợ rằng dân làng Thiều Sơn sẽ không dám nói hết sự thật khi có người lãnh đạo huyện đi cùng.

Làng Thiều Sơn cách huyện ly Tương Đàm chừng 40 phút ô tô. Mao nghỉ lại ở một nhà trọ cũ nằm trên một quả đồi, trước đây của những người truyền giáo Tin Lành (mỗi một làng vùng sâu vùng xa như Thiều Sơn đều có nhà thờ dòng Tin Lành). Tôi ngủ trong một ngôi trường nằm dưới chân quả đồi. Đêm đến không khí thật ngột ngạt. Nằm trong màn, tôi cảm thấy chiếc giường tôi đang nằm chật chội đến nỗi tôi không tài nào chợp mắt nổi.

Khoảng 5 giờ sang, Lý Ấm Kiều gọi tôi dậy. Cả Mao cũng không ngủ được, muốn tôi đi dạo với ông. Chúng tôi gặp nhau trước cửa nhà khách của ông, đi xuống đồi với La Thuỵ Khanh, Vương Nhiệm Trọng, Chu Tiểu Châu và một đám vệ sĩ. Mao đứng lại trước một nấm mộ nằm giữa rừng thông. Đến khi ông cúi xuống có vẻ kính cẩn, tôi mới biết rằng chúng tôi đang đứng trước ngôi mộ của cha mẹ ông. Thầm Đông, một người trong đám vệ sĩ nhanh nhẹn hái một bó hoa rừng và Mao đặt bó hoa lên trên mộ, rồi vái ba vái. Mọi người vái theo ông. Mao nói: "Ở đây có một tấm bia đá, sau bao nhiêu năm nó đã biến mất rồi". La Thuỵ Khanh đề nghị nên cho sửa sang lại ngôi mộ nhưng Mao không đồng ý.

- Tôi đến tìm thấy chỗ này là đủ rồi. (Trong cuốn phim về Mao khi Mao thăm Thiều Sơn lần thứ hai. Mao thấy một tấm bia đá đã được dựng lên).

Chúng tôi liếp tục đi xuống đồi, đến ngôi nhà của gia đình Mao. Mao lại dừng lại ngạc nhiên nhìn quanh và hình như ông muốn tìm kiếm một cái gì đó. Chỗ này trước kia có bệ thờ Phật mà Mao vẫn thường kể. Trước bệ thờ này, thân mẫu ông thường ra đó đốt hương rồi lấy tro để cho Mao ăn mỗi khi đau ốm vì bà tin rằng con trai bà sẽ khỏi bệnh. Cũng như tấm bia đá, chiếc bệ thờ nhỏ đó đã không còn nữa. Mấy tháng trước đây, khi các công xã được thành lập, người ta đã dỡ bệ thờ, bởi vì người ta cần gạch để xây lò luyện kim gia đình và ván gỗ để đốt lò.

Mao lặng đi. Ông rất buồn vì chiếc bệ thờ đã bị phá. Ông nói:
- Tiếc thật, đáng lẽ người ta đừng nên động đến bệ thờ. Những người nông dân đáng thương không có điều kiện đi khám bệnh sẽ có thể đến đây cầu trời và ăn tàn hương. Bệ thờ sẽ mang lại cho họ niềm hy vọng. Con người cần được giúp đỡ và an ủi.

Tôi cười, nhưng ông coi đó là việc nghiêm túc.
- Đồng chí đừng coi thường tác dụng của tàn hương.

Ông nhắc lại, theo ông thuốc chỉ dùng cho những căn bệnh có thể điều trị được.
- Ngược lại, tàn hương mang đến cho người ta sức mạnh để cưỡng lại bệnh. Đồng chí là bác sĩ, đồng chí phải hiểu tâm lý đóng một vai trò quan trọng như thế nào chứ?

Chúng tôi vào thăm ngôi nhà của gia đình Mao. Bấy giờ ngôi nhà đã trống rỗng. Sự sùng bái Mao mới chỉ manh nha, nên ngôi nhà vẫn không có gì thay đổi. Những dụng cụ làm ruộng cũ kỹ vẫn sạch sẽ, xếp thành hàng dưới hiên nhà. Người ta chỉ có thể đọc được những dòng chữ cho biết đây là ngôi nhà mà Mao đã sống thời thơ ấu trên một thanh gỗ bắc ngang ở cửa ra vào. Ngôi nhà được xây theo kiểu đặc trưng của vùng này, nhà tranh vách đất đơn sơ. Với tám căn phòng quanh một chiếc sân. Chắc hẳn ngôi nhà là của một phú nông.

Thửa ruộng đã từng thuộc của thân phụ Mao được một người làm công cày cấy trước kia, bây giờ thuộc về công xã nhân dân. Ngay sau nhà, một cái ao có cây cối bao quanh. Mao nói:
- Tôi thường bơi ở đây và cũng là nơi để cho những con bò uống nước   Mao kể về thời thơ ấu – Cha tôi rất nghiêm khắc. Ông thường nện chúng tôi. Một lần ông định vụt cho tôi mấy roi, nhưng tôi trốn được. Ông đuổi tôi quanh ao và chửi rủa tôi là thằng con bất hiếu. Tôi cũng cãi lại, cha tàn nhẫn thì con mới bất hiếu.

Mao kể thân mẫu của ông, một phụ nữ xởi lởi, tốt bụng, sẵn sàng giúp đỡ mọi người. Bà cùng với Mao và người em trai của Mao hợp thành một "mặt trận thống nhất" chống lại thân phụ của Mao.

- Cha tôi mất đã lâu. Nếu ông còn sống đến ngày nay hẳn người ta đã quy ông là phú nông và đấu tố ông rồi.

Ông đi thăm họ hàng để tận mắt thấy được kế hoạch Đại nhảy vọt tác động đến họ như thế nào. Chỉ có phụ nữ và trẻ em ở nhà. Còn đàn ông đi làm ở những lò luyện kim xa nhà hoặc ở những đập nước. Thoại nhìn, Mao đã có thể cảm nhận được cuộc sống của các gia đình ở Thiều Sơn khó khăn như thế nào. Tất cả nồi, chảo đều bị ném vào lò luyện kim, trong làng người ta chẳng giữ lại được cái nào. Mọi người phải đến ăn ở nhà ăn công cộng, bởi vì họ lấy đâu ra nồi để nấu. Nhưng giá mà có nồi niêu, họ cũng không thể nấu ăn được, bởi vì những cái bếp bằng đất của họ cũng đã bị phá đi để làm phân bón cho đồng ruộng. Buổi chiều, Mao cùng đi tắm với mọi người tại hồ chứa nước mới xây ở Thiều Sơn, chuyện trò với nhân dân địa phương về công trình thuỷ lợi này. Mọi người đều phê phán công trình trên. Bí thư đảng uỷ công xã đã ép mọi người phải hoàn thành hồ chứa nước này quá gấp nên trong hồ đã xuất hiện một chỗ rò rỉ nước. Ngoài ra sức chứa của hồ quá ít ỏi đến nỗi mỗi khi mưa xuống, người ta phải xả bớt để nước khỏi tràn ra ngoài.

Những người lãnh đạo công xã gọi người của họ từ nơi làm việc về, Mao đã mời họ khoảng 50 người đi ăn tối trong một quán trọ. Họ đều phàn nàn về những nhà ăn công cộng. Các cụ già không thích vào đó vì họ thường bị thanh niên chen lấn. Còn những người trẻ tuổi không thích đến đó vì họ không bao giờ được ăn uống no nê. Những trận đấm đá tranh nhau miếng ăn xảy ra liên miên và trong những cuộc ẩu đả đồ ăn thức uống vung vãi tứ tung.

Mao hỏi dò mọi người về lò luyện kim gia đình. Ông chỉ nghe thấy những lời than phiền. Ở khu vực này chẳng có quặng, mỏ gì. Người ta phải khai thác những loại than kém phẩm chất tại chỗ để đốt lò. Đã vậy vì không có quặng sắt nên chỉ còn cách duy nhất để hoàn thành chỉ thị là sung công tài sản của nông dân. Cho nên thành phẩm ra lò chỉ là những cục sắt vô dụng. Khi Mao ngừng hỏi, căn phòng chìm trong yên lặng. Một bầu không khí ảm đạm trùm lên tất cả chúng tôi. Kế hoạch Đại nhảy vọt Thiều Sơn đã không thành công. Mao nói:

- Nếu ở nhà ăn tập thể các đồng chí không được ăn no, tốt hơn hãy đóng cửa. Nếu không chỉ lãng phí lương thực. Còn đập nước, theo tôi, mỗi làng cũng chẳng cần có hồ dự trữ nước riêng của mình làm gì. Nếu xây những hồ chứa nước không đúng quy cách có ngày gặp hoạ. Và nếu không luyện được thép có chất lượng cao, tốt hơn các đồng chí đừng nên làm nữa.

Những lời nói của Mao đã hợp pháp hoá việc Thiều Sơn là làng đầu tiên ở Trung Quốc giải tán các nhà ăn công cộng, đình chỉ việc xây dựng các hồ chứa nước, dỡ bỏ dần những lò luyện kim. Những lời nói của Mao tuy chưa được công bố, nhưng được mau chóng truyền miệng lan đi khắp nơi. Chẳng bao lâu, nhiều nơi những công trình trên đã bị đình chỉ.

Chuyến viếng thăm làng Thiều Sơn đã đưa Mao trở lại với thực tế. Đến khi chúng tôi trở lại Vũ Hán, niềm cao hứng của Mao đã tiêu tan. Nhưng ông luôn luôn khẳng định, những chương trình chính trị như trên về cơ bản vẫn đúng, có điều người ta phải thực hiện chúng một cách từ từ hơn. Ngay đến lúc này ông cũng không muốn làm nguội đi lòng nhiệt tình của quần chúng. Vấn đề là ở khâu cán bộ. Làm sao người ta có thể đưa những người cán bộ trở lại với thực tế mà không làm tổn hại đến tinh thần của họ, hoặc không tạo ra một bầu không khí nặng nề trong dân chúng? Đó là vấn đề tuyên truyền. Làm sao người ta có thể động viên được cả cán bộ cũng như nông dân mà vẫn làm cho họ đứng vững được. Mao quyết định triệu tập một cuộc họp để bàn về tuyên truyên. Cuộc họp diễn ra ở Vũ Hán.

Ngày 28-6-1959 chúng tôi gặp nhau ở Vũ Hán, nơi có tiết trời nóng như thiêu như đốt. Vương Nhiệm Trọng đề nghị nên họp ở nơi có khí hậu dễ chịu hơn. Ông đề nghị họp ở Thanh Đảo, địa điểm của cuộc họp hồi mùa hè năm 1957, nhưng Mao nhớ đến lần bị cảm nặng ở đó nên đã từ chối.

Kha Thanh Thế, thị trưởng thành phố Thượng Hải đề nghị địa điểm họp ở Lư Sơn, nơi nghỉ mát nổi tiếng ở vùng núi gần sông Dương Tử thuộc tỉnh Giang Tây và cũng là nơi Tưởng Giới Thạch thường triệu tập các cuộc họp của Quốc dân đảng, ở độ cao 1500 mét, tiết trời chắc sẽ mát mẻ, dễ chịu. Ngoài ra, từ Vũ Hán đến Lư Sơn cũng không xa lắm, chỉ cần đi tàu thuỷ dọc sông Dương Tử là tới. Quan trọng là nhiều cán bộ lãnh đạo đảng đã có mặt ở Vũ Hán, nên việc đưa họ đến Lư Sơn không thành vấn đề.

Mao đồng ý đề nghị này. Đảng sẽ họp ở Lư Sơn.

CHƯƠNG 37

Những nơi khác tình hình còn tệ hơn ở Thiều Sơn. Nạn đói khủng khiếp lan ra khắp cả nước. Ở tỉnh An Huy, nơi lần đầu tiên bí thư tỉnh uỷ Tăng Huy Sinh đưa Mao đi xem những lò luyện kim gia đình, lại là nơi bị ảnh hưởng hết sức nặng nề, cũng giống như ở tỉnh Hà Nam nơi chúng tôi đã đến thăm vào tháng 8-1958 để thị sát những công xã nhân dân mới được thành lập. Tại một vài nơi vùng sâu vùng xa, mật độ dân số thưa thớt, như ở Cam Túc đã có người chết đói. Nông dân ở tỉnh Tứ Xuyên cũng bị chết đói. Tứ Xuyên, tỉnh đông dân, rộng hơn nhiều tỉnh khác, được coi là vựa lúa của Trung Quốc. Tại đây tháng ba năm 1958 Mao đã tuyên truyền kế hoạch của ông, trong 15 năm tới Trung Quốc sẽ vượt nước Anh về sản lượng. Như trong lịch sử đã từng xảy ra, vì nạn đói, hàng chục ngàn nông dân đã bỏ làng ra đi.

Tôi chưa từng chứng kiến nạn đói khủng khiếp bao giờ. Nhóm Một vẫn được bảo đảm an toàn không bị ảnh hưởng nạn đói. Trên đường đến Lư Sơn, tôi nghe được tất cả những điều này khi tôi cùng với Mao, những người cộng tác của ông và những cán bộ lãnh đạo các tỉnh xuôi theo dòng Dương Tử hùng vĩ. Điền Gia Anh cũng ở trên tàu, ông còn nhớ như in chuyến thanh tra kéo dài sáu tháng ở Hà Nam và Tứ Xuyên theo lệnh của Mao. Trên boong tàu, tôi đứng bên cạnh ông, Lâm Khắc và Vương Kính Tiên, người giữ chức vụ của Uông Đông Hưng, chịu trách nhiệm bảo vệ Mao. Điền Gia Anh đã mô tả nạn đói khủng khiếp ở Tứ Xuyên. Chỉ tiêu sản lượng thép hết sức lạc quan trong năm 1959 đã giảm từ 20 triệu tấn xuống 13 triệu tấn. Nhưng vẫn còn 60 triệu nông dân và những người khỏe mạnh làm việc ở những lò luyện thép, lẽ ra người ta cần họ làm việc ngoài cánh đồng. Việc phung phí lực lượng lao động này đã gây ra hậu quả thật trầm trọng. Tình hình càng trở nên bi đát hơn.
Điền Gia Anh không chỉ khổ tâm vì nhiều người bị chết đói mà trước hết ông lấy làm buồn về việc nhiều chính quyền địa phương đã tìm cách che đậy tình trạng khủng hoảng. Điền bảo, sự giả dối ngày càng trầm trọng, trắng trợn. Tờ Bản tin Nội bộ ngày càng trở nên vô nghĩa. Những kẻ dối trá vẫn còn dối trá, trong khi người ta lại công kích những người dám nói ra sự thật.
Cuộc trò chuyện lần đầu tiên chuyển hướng, chuyển dần sang đề cập trực tiếp đến Mao. Ông, một triết gia vĩ đại, một người lính vĩ đại,

một nhà chính trị vĩ đại, nhưng lại là một nhà kinh tế tồi, tệ hại. Ông say mê đối với kế hoạch vĩ đại nên đánh mất sự liên hệ với nhân dân cũng như đã quên mất tác phong làm việc mà ông vẫn thường xuyên tuyên truyền. Muốn hiểu sự thật phải tìm hiểu bản chất sự việc, phải khiêm tốn, phải biết chú ý từng sự việc nhỏ nhặt hàng ngày. Đây chính là những nguyên nhân sâu xa đối với những vấn đề kinh tế của đất nước.

Vương Kính Tiên bắt đầu kể cho chúng tôi về những người tình của Mao. Vương nói, rất kinh tởm những việc làm xấu xa, đồi bại trong đời sống hàng ngày của Mao.

Mặc dù tôi biết, tình hình kinh tế rất tồi, nhưng tôi không biết nạn đói đã lan ra cả nước, hàng triệu người đã chết đói. Và tôi cũng rất ngạc nhiên khi người ta dám phê phán Mao. Anh bạn Điền Gia Anh của tôi thường ngày rất cẩn trọng, nhưng bây giờ lại dám nói thẳng, nói thật những điều tối nguy hiểm với như vậy cho nhóm người gần gũi, phe cánh của Mao. Sự phát hiện của Vương Kính Tiên đã làm cho tôi ngạc nhiên. Vương chịu trách nhiệm bảo vệ an ninh của Chủ tịch, trong số bạn bè, ông là người dè dặt. Còn tôi vẫn giữ im lặng như Lâm Khắc. Lâm Khắc vẫn còn chịu ơn Mao đã cứu trong vụ Những lá Cờ đen, biết nhiều hơn những gì mà người ta chỉ trích Mao.

Kha Thanh Thế, Vương Nhiệm Trọng và Lý Tinh Toàn, bí thư thứ nhất tỉnh uỷ tỉnh Tứ Xuyên đến nhập cuộc, tưởng chúng tôi đang tranh cãi sôi nổi về nạn đói.

Điền Gia Anh nói: "Chúng tôi nói đến những khó khăn về lương thực, thực phẩm. Mọi người sẽ bị chết đói mất".

Lý Tinh Toàn đáp: "Trung Quốc, một đất nước rộng lớn. Dưới triều đại nào mà chẳng có người chết đói?" Ông có lý, những trận đói xảy ra thường lặp đi lặp lại là một phần của lịch sử Trung Hoa. Nhưng năm 1959, Trung Quốc đang ở giai đoạn giữa của kế hoạch Đại nhảy vọt. Thậm chí, trong khi nhiều người chết đói thì những lời tuyên truyền chính thức vẫn khẳng định thắng lợi tuyệt vời.

Vương Nhiệm Trọng nhắc lại lời Mao chủ tịch: "Mọi người vẫn tỏ ra hăng say với công việc hơn trước đây". Cả hai vị bí thư tỉnh uỷ này đều hoàn toàn ủng hộ đường lối của Mao.

Kha Thanh Thế cũng ngả theo chính sách của Mao:

- Một số người chỉ chú ý đến những việc nhỏ, không nhìn ra những việc lớn. Họ mới chỉ nhìn sự tiêu cực nổi trên bề mặt, đã ca thán về mọi vấn đề. Chủ tịch cho rằng, những người như vậy dù có đứng trước dãy núi Đại Sơn cũng vẫn chưa nhìn ra nó.

Trước khi đến Lư Sơn trận tuyến đã rõ ràng. Vương Nhiệm Trọng, Lý Tinh Toàn và Kha Thanh Thế đã từng bị Mao ép: hoặc tăng sản lượng hoặc mất chức. Đúng ra, họ đã trở thành vật tế thần của Mao. Vì họ đã tán dương Đại nhảy vọt, không nhìn thấy sự yếu kém tệ hại trong vấn đề kinh tế, lại còn mớm những số liệu thống kê gian lận lên trung ương, vì họ biết ở đó người ta muốn nghe điều gì. Họ được các cán bộ trung ương như La Thuy Khanh, Dương Thượng Côn ủng hộ, mặc dù phạm vi công việc của hai người không phải là kinh tế, nhưng họ bao giờ cũng tán đồng những chính sách Mao ưa thích. Hai người đã từng bị Mao phê bình, họ không dám chọc giận lần nữa ngoài việc ủng hộ Mao. Họ ủng hộ Mao không phải vì niềm tin mà vì quyền lợi lâu dài của bản thân, có thể họ đã tính toán kỹ lưỡng hoặc giả ngây thơ, hoặc ngu dốt không nhìn thấy thực trạng nền kinh tế suy thoái đang phát triển trên toàn quốc.

Những người chỉ trích Mao chủ yếu có hai thái độ. Một là, đại diện của những người lập kế hoạch như Bạc Nhất Ba, chủ nhiệm Uỷ ban Kinh tế nhà nước và Lý Phú Xuân, người được giao chức chủ nhiệm Uỷ ban Kế hoạch nhà nước. Họ có nhiệm vụ phải thực hiện bằng được những chỉ tiêu về sản lượng và lập ra những kế hoạch phù hợp. Khi bắt đầu thực hiện kế hoạch Đại nhảy vọt, Bạc Nhất Ba đã khước từ việc quy định những chỉ tiêu không thực tế về sản lượng. Nhưng sau đó dưới áp lực của Mao ông đã phải nhượng bộ. Khi Bạc nhận ra được hết mức độ của cuộc khủng hoảng, đã ra lệnh cho ban tham mưu của ông chuẩn bị sẵn một bản tường trình tỉ mỉ và trung thực. Nhưng vì cảm thấy Mao rất khó chịu với những lời chỉ trích, nên ông không dám liều trình bày bản báo cáo với Mao. Trong một trao đổi qua điện thoại, ông đã uỷ nhiệm cho những người dưới quyền trong nước phải hoàn thành vượt mức sản lượng kế hoạch. Ông tin những kế hoạch kinh tế táo bạo của Mao sẽ thất bại, nhưng không dám cả gan thách thức Chủ tịch. Chẳng khác gì Lý Phú Xuân, Bạc Nhất Ba chưa bao giờ dám công khai chỉ trích kế hoạch Đại nhảy vọt.

Nhóm người chỉ trích thứ hai là những người phụ trách các cuộc thanh tra ở các tỉnh, họ biết được cuộc thảm hoạ từ những nguồn tin đáng tin cậy. Họ không những là các nhà kinh tế – kế hoạch, mà còn chịu trách nhiệm thi hành kế hoạch đồ sộ của Mao. Nhưng họ biết cuộc khủng khoảng sẽ trầm trọng ra sao. Những bí thư chính trị của Mao – Điền Gia Anh, Hồ Kiều Mục và Trần Bá Đạt – cũng thuộc nhóm này. Nhiệm vụ của họ, thuật lại trung thực những bản báo cáo.

Khi những người chỉ trích thảo luận, như chúng tôi đã làm trên chuyến du thuyền trên sông Dương Tử, đều nhất trí với nhau, những con số vượt chỉ tiêu sản lượng đã được báo cáo là vô lý và mâu thuẫn. Thực tế, những con số đó rất thấp, họ sẵn sàng báo cáo sự thật, nhưng lại không dám. Phần lớn họ là những kẻ xu thời, gió chiều nào theo chiều ấy. Ngay cả những người như Điền Gia Anh đã từng tham gia thanh tra biết rất rõ sự thật, hoặc người đứng đầu một tỉnh như Chu Tiểu Châu, không những thấy được mức độ của cuộc khủng hoảng ở địa phương của mình và đã chỉ trích cuộc Đại nhảy vọt mà còn chỉ trích cả Mao cũng một giuộc vậy. Trên tàu, Điền Gia Anh đã sẵn sàng tranh luận với Lâm Khắc về những vấn đề của đất nước, nhưng khi những người trung thành với Mao, như Kha Thanh Thế và Lý Tinh Toàn, nhập cuộc với chúng tôi bàn luận, ông ta lại lặng im.

Ngày 1-7-1959, chúng tôi ghé vào bến Cửu Giang thuộc tỉnh Giang Tây. Uông Đông Hưng, người đã ở lại Giang Tây để "cải tạo", được đề bạt làm phó tỉnh trưởng, lên tàu chào chúng tôi. Ông phấn khởi báo cáo với Mao rằng, nhờ có mối quan hệ mật thiết với quần chúng và từ kinh nghiệm này ông đã học được nhiều điều quan trọng. Chủ tịch rất vui. Ông nói:

- Chỉ những cán bộ cao cấp thường không chịu liên hệ với quần chúng. Chúng ta phải sửa lại, mỗi người làm việc ở trung ương, thỉnh thoảng cần phải xuống làm việc ở các cơ quan của tỉnh.

Con đường cao tốc từ Cửu Giang đến Lư Sơn được rải nhựa rất tốt. Sau hơn một giờ đồng hồ chúng tôi đã đến vùng nghỉ mát mở rộng ở triền núi núi. Dương Thượng Côn, bí thư thứ nhất Trung ương đảng, Phương Chí Xuân, Chủ tịch Hội nghị đại biểu nhân dân tỉnh Giang Tây và phó tỉnh trưởng Uông Đông Hưng đã lo việc tiếp đón chăm sóc các vị lãnh đạo đảng. Trong khi Uông thi hành những biện pháp an ninh bảo vệ Mao, ông đã va chạm với Vương Kính Tiên. Vương vờ không tuân lệnh Uông, vì đã lâu Uông Đông Hưng không ở cùng Mao, do đó không hiểu Chủ tịch. Uông Đông Hưng không bao giờ tha thứ cho sự xúc phạm này. Sau này Vương Kính Tiên đã phải trả giá.

Mao sống trong một biệt thự hai tầng cũ của Tưởng Giới Thạch. Tôi được thu xếp ở trong một ngôi nhà gần đó. Ở đây lạnh và ẩm. Chúng tôi ở trên cao, nên những đám mây có thể ùa vào phòng nếu mở cửa sổ.

Hôm 2-7-1959, một ngày sau khi chúng tôi đến, Mao triệu tập Bộ chính trị họp mở rộng. Ông đặt tên cho cuộc họp là "Hội nghị Bàn

Tiên". Chúng tôi giống như những ông tiên sống giữa những đám mây, chẳng bận tâm lo lắng gì, muốn gì được nấy. Mao không muốn nội dung cuộc họp cứng nhắc. Những người lãnh đạo đảng có thể nói ra tất cả những gì còn chất chứa trong lòng. Ông đưa ra 19 điểm để tranh luận, khuyến khích những người tham dự được tự do phát biểu thẳng thắn.

Bắt đầu cuộc họp, Chủ tịch biết, sẽ có vấn đề chưa ổn đối với kế hoạch Đại nhảy vọt, nhưng cho rằng mọi người đã sẵn sàng đưa ra những biện pháp để điều chỉnh, giải quyết, không có lý do gì để lo ngại. Trong bài diễn văn ngắn chào mừng, ông đã ca ngợi thành quả của kế hoạch Đại nhảy vọt, ám chỉ đến những khó khăn, hy vọng những người tham dự cuộc họp biết đánh giá sức mạnh và tính sáng tạo của dân tộc Trung Hoa.

Mao tự tin kế hoạch Đại nhảy vọt sẽ không đổ vỡ. Tôi không rõ ông biết tình hình thực tế ra sao mà lại phát biểu như vậy. Chuyến về thăm quê rõ ràng đã làm cho ông hiểu vấn đề. Tất nhiên ông hiểu rõ sự thất bại, thiếu thốn lương thực thực phẩm một cách trầm trọng, biết rất nhiều nơi dân không còn thóc gạo, đã sẵn sàng thảo luận tìm ra biện pháp giải quyết. Nhưng tôi nghĩ trong lời phát biểu ngày 2-7-1959, ông vẫn còn chưa rõ tình hình khủng hoảng đã tới mức độ nào, vẫn nghĩ đảng đã làm tất cả để làm chủ tình thế.

Trong "Hội nghị Bàn Tiên", một mặt, những đề nghị giải quyết vấn đề được tranh luận. Nhưng mặt khác cũng phải tìm ra cách giữ vững sự nhiệt tình của quần chúng. Để giải quyết khó khăn này, Mao kêu gọi quần chúng thắt lưng buộc bụng hơn nữa.

Những điều tôi ghi nhận được là ông đã từng nói:

- Nhiều người hỏi tôi: Nếu sản lượng của chúng ta tăng nhanh như vậy, tại sao việc cung cấp lương thực, thực phẩm lại tồi tệ đến thế? Tại sao nhân dân không có xà phòng và diêm? Tại sao phụ nữ không mua được cái cặp cài tóc. Nếu không thể giải thích được tình hình, không nên cứ cố lý giải. Chúng ta phải kiên trì chịu đựng cuộc khủng hoảng, tiếp tục phát huy quyết tâm, phát huy sức mạnh to lớn của chúng ta. Năm tới việc cung cấp sẽ được cải thiện tốt hơn. Sau đó, chúng ta sẽ làm rõ mọi vấn đề. Tóm lại, cần khẳng định rằng, tình hình nói chung là tốt đẹp. Trong một số lĩnh vực khác còn nhiều vấn đề, nhưng tương lại xán lạn đang ở trước mặt chúng ta.

Tiếp theo bài phát biểu, các chính trị gia chia tổ, nhóm theo địa lý Bắc, Đông Bắc, Tây Bắc, Đông, Nam và Tây Nam – để thảo luận những vấn đề của từng địa phương.

Buổi tối gặp Mao, ông bảo, cuộc họp sẽ kéo dài khoảng hai tuần. Ông tỏ ra dễ chịu, tâm trạng rất sảng khoái. Ông muốn đi thăm quan một vòng, vì Lư Sơn, một vùng núi non hùng vĩ có vẻ đẹp nổi tiếng. Bác sĩ Vương Thọ Tống, giám đốc bệnh viện ở Giang Tây, tốt nghiệp Đại học y khoa tại Nhật, đã bố trí một khu vực trong bệnh viện dành cho đại biểu tham dự cuộc họp, kể cả những người tháp tùng. Vì vậy, ông đã nhận về nhiều cô hộ lý trẻ và khỏe từ các viện điều dưỡng gần đó ở vùng Lư Sơn. Ban lãnh đạo đảng của tỉnh đã tổ chức một buổi tối vui chơi giải trí. Tuân theo lệnh Mao, họ đã bố trí một buổi khiêu vũ say sưa với sự trình diễn của ban nhạc, đội văn nghệ của tỉnh Giang Tây. Những cô y tá trẻ cũng đến dự buổi khiêu vũ, chỉ vài ngày sau, Mao thường đổi đi đổi lại giữa hai y tá, Trọng và Ngọc vào phục vụ, một người trong nhóm khiêu vũ. Chủ tịch đã không cố giấu sự ve vãn, tán tỉnh đó của ông. Xung quanh khu biệt thự, an ninh được thắt chặt, bảo vệ tuyệt mật hoạt động riêng của Mao, nhưng chính ông lại kín kín hở hở chuyện vui vẻ với các cô gái trẻ trong buồng.

Cuộc họp diễn ra thuận lợi, Mao vui vẻ nói đùa, đã gọi điện cho Giang Thanh ở Bắc Đới Hà yêu cầu đừng đến. Có lẽ, ông sẽ gặp bà sau khi cuộc họp kết thúc.

Năm ngày sau khi chúng tôi có mặt ở Lư Sơn, một cuộc tranh cãi gay gắt nổ ra trong Nhóm Một. Lý Ẩm Kiều giận tôi và Lâm Khắc, vì ông ta đã phải phục vụ hai "nhà trí thức". Ngôi nhà tôi và Lâm Khắc được thu xếp ở không có điện thoại, nếu Chủ tịch có gọi buộc Lý Ẩm Kiều phải cử một vệ sĩ đến đón. Những người bảo vệ bực mình vì phải chạy đi chạy lại, nên đã đề nghị chúng tôi dọn đến ở trong văn phòng tại tầng trệt của biệt thự dành cho Mao. Chúng tôi từ chối, vì ở đó chật chội và không muốn chứng kiến cảnh những nữ khách của Mao ra vào thường xuyên. Ngoài ra, chúng tôi còn ngại Mao có thể nghi chúng tôi làm gián điệp. Chúng tôi khước từ, kiên quyết ở lại, điều tốt nhất cho chúng tôi.

Tuy nhiên sự bất đồng ý kiến đã gây ra mối bất hoà sâu sắc trong nội bộ Nhóm Một. Đó là một cuộc chiến của những người nông dân chống lại những người trí thức, trong đó một bên là Lý Ẩm Kiều và những người vệ sĩ, còn bên kia là Lâm Khắc và tôi.

Từ khi đến Lư Sơn. Mao cảm thấy ăn không ngon miệng. Người đầu bếp của ông, Lý Hỉ Vũ đã nấu cho ông những món ăn không ngon. Lý Ẩm Kiều đề nghị tôi giải quyết vấn đề này. Tôi trả lời, việc ăn uống không thuộc thẩm quyền của tôi. Lý đã phê phán tôi kiêu căng, quy trách nhiệm cho tôi. Chúng tôi cãi nhau mấy hôm, hoàn toàn quên chuyện đang có cuộc họp đảng quan trọng. Điền Gia Anh đã kéo tôi trở lại với thực tế chính trị. Một hôm anh ta hỏi tôi:

- Đồng chí có biết trong cuộc họp quan trọng ở Lư Sơn không khí căng thẳng chẳng kém "tiểu đại hội" của đồng chí không?

Lúc đầu, tôi tưởng anh ta nói đùa. Bắt đầu cuộc họp, Mao thoải mái và vui vẻ như thế. Còn tôi bận tranh cãi với "tiểu đại hội" trong nội bộ Nhóm Một, nên không để ý. Tâm trạng của Mao đã thay đổi, không còn hay nói và thường tỏ ra ưu tư. Điền cố tìm hiểu mọi việc, hiểu ra đó là nguyên nhân khiến Mao ăn không ngon. Những cuộc thảo luận của các nhóm cán bộ địa phương kéo dài đã nhiều ngày. Tuy Mao không tham dự những cuộc thảo luận, nhưng được báo cáo và thông tin về kết quả của những cuộc thảo luận đầy đủ. Khi mỗi nhóm thảo luận, mọi người công khai phát biểu ý kiến, họ than phiền về sự khai gian những con số thống kê sản lượng. Họ nói, nạn đói đã lan ra khắp các vùng, trong khi rất ít người tham dự cuộc họp được đọc báo cáo.

Như một khán giả, Mao có thể phân biệt chính xác quan điểm của từng cán bộ cao cấp đối với kế hoạch "đại nhảy vọt". Những người chỉ trích ông đã tính lầm. Họ đã phát biểu công khai, lại quên rằng Mao đã nói tình hình vẫn tốt đẹp, khó khăn chỉ tạm thời, không đáng kể. Bây giờ họ lại hiểu lầm sự im lặng của ông là tán thành, trong khi thực tế Mao đang bực tức đối với với sự chỉ trích. Ông thường nhấn mạnh, luôn hành động công khai, không hề có một âm mưu nào cả. Quan điểm của ông rõ ràng kéo cuộc họp mở đầu vào các cuộc tranh luận.

Nhưng có cái gì đó đã trở nên sai lầm nghiêm trọng. "Hội nghị Bàn Tiên" của Mao đã tan thành mây khói. Những điều chẳng lành sẽ còn xảy ra.

CHƯƠNG 38

Ngày 10-7-1959, ngày họp thứ 8 ở Lư Sơn. Mao triệu tập một cuộc gặp gỡ với những người lãnh đạo địa phương. Ông nhấn mạnh, đảng chỉ có thể giải quyết các vấn đề bằng sự đoàn kết và thống nhất về tư tưởng trong đảng. Đường lối chung – kế hoạch Đại nhảy vọt nhằm mục đích đuổi kịp nước Anh trong vòng 15 năm tới – vẫn luôn luôn đúng đắn. Trong những năm qua, chúng ta đã thu được nhiều thành quả lớn lao. Mặc dù xảy ra một số thất bại, nhưng điều đó không đáng lo ngại. Mao hỏi: "Mỗi người có 10 ngón tay phải không? Chín ngón của chúng ta đã đạt thành quả và còn có mỗi một ngón không hoàn thành".

Ông cảnh cáo tư tưởng cho rằng Trung Quốc đang đứng trước ngưỡng cửa của chủ nghĩa cộng sản. Dựa vào mức độ phát triển hiện nay, người ta chỉ nên coi công xã nhân dân là một loại hình hợp tác xã nông nghiệp thuần tuý, phát triển ở mức độ cao chứ chưa phải một tổ chức theo kiểu chủ nghĩa cộng sản. Tất cả mọi người, từ cán bộ cho đến người dân bình thường, đã có quá nhiều ảo vọng về công xã nhân dân. Trong khi làm cách mạng, chúng ta phải "trả giá" cho những bài học kinh nghiệm. Đất nước đã mất khoảng hai tỉ nhân dân tệ để làm các lò luyện kim. Nhưng bù lại nhân dân cả nước đã học được cách luyện thép. Số tiền tỉ này thực ra được coi như khoản chi phí để học một nghề, nghề luyện kim.

Mao không đợi người ta bình luận về lời phát biểu của mình, rời khỏi phòng họp ngay. Tôi phải đi theo ông. Nhưng sau đó Điền Gia Anh kể với tôi, bài phát biểu của Mao đã làm mọi người lặng đi. Người ta hiểu đó là lời cảnh cáo đối với những ai còn muốn lên tiếng chỉ trích kế hoạch Đại nhảy vọt.

Tuy nhiên, Bành Đức Hoài vẫn tiếp tục cuộc tranh luận một cách kín đáo, tuy không trực tiếp. Với tư cách cá nhân, ngày 14-7-1959 ông gửi cho Mao một lá thư viết tay khá dài. Mặc dù lúc đầu tôi không biết nội dung, nhưng tôi nghĩ, nó đã làm cho Mao rất bực bội. Ông trằn trọc cả đêm.

Sau này tôi được đọc lá thư đó. Đoạn đầu, Bành ca ngợi thành tựu của kế hoạch Đại nhảy vọt, sự tăng trưởng mạnh mẽ của sản xuất nông nghiệp và công nghiệp. Ông đề cập đến công xã nhân dân, bày tỏ những thiếu sót đã được khắc phục bởi những chính sách mới về tổ chức từ tháng 11-1958. Theo đánh giá của ông, những lò luyện kim gia đình có những mặt tích cực và cả tiêu cực. Chúng đã huy động sự tìm kiếm những khoáng sản cần thiết cho việc luyện thép trong cả nước. Nhiều người lĩnh hội được kỹ thuật mới và cán bộ được trau dồi thêm khả năng tổ chức của họ. Đó là mặt tích cực. Mặt khác, một số lượng lớn người được huy động tìm kiếm khoáng sản đã dẫn đến tình trạng phung phí quá nhiều sức lao động. Đó là mặt tiêu cực. Bành Đức Hoài còn cho rằng tiêu cực nhiều hơn tích cực.

Trong phần thứ hai của lá thư, Bành Đức Hoài nhấn mạnh đến việc cần thiết phải rút kinh nghiệm từ kế hoạch Đại nhảy vọt, ông diễn giải rằng, kế hoạch này đã khuyến khích những khuynh hướng cực tả, bóp méo ghê gớm những con số thống kê trong sản xuất và sự lạc quan tếu. Cuối thư, ông kêu gọi trong tương lai, đảng phải phân định rạch ròi đúng sai, nâng nhận thức về tư tưởng lên một mức độ cao hơn. Tuy nhiên, ông không muốn đổ lỗi cho một cá nhân nào, bởi vì điều đó có thể ảnh hưởng xấu đến sự thống nhất và những chính sách sau này của đảng.

Lá thư thật chân thành, sâu sắc và đã được cân nhắc kỹ lưỡng. Bành Đức Hoài không phải một chính trị gia mà là một người chất phác, trung thực, một chiến sĩ can đảm, không có âm mưu chính trị, ông chỉ nói lên sự thật, trong khi những người khác thường nói dối. Khác với đa số cán bộ lãnh đạo của đảng, ông không sợ Mao.

Ngày 16-7-1959, khoác độc chiếc áo choàng ngoài trắng, chân đi dép, không tất. Mao đã họp với Uỷ ban thường vụ Bộ chính trị tại biệt thự của ông. Lưu Thiếu Kỳ, Chu Ân Lai, Chu Đức và Trần Vân, những thành viên duy nhất của thường vụ đang có mặt ở Lư Sơn. Đặng Tiểu Bình đang nằm trong Bệnh viện Bắc Kinh, vì ngày 2-5-1959 ông bị trượt ngã gãy chân trong khi chơi bi-a tại Câu lạc bộ dành cho cán bộ cao cấp ở bắc Trung Nam Hải. Tôi đưa ông đến bệnh viện để người ta bó bột. Đặng nằm bệnh viện vài tuần và lúc nào cũng có một cô y tá trẻ chăm sóc. Thực ra, cô y tá này được cử đến từ Thượng Hải để phục vụ Mao. Theo lời Thạch Thụ Hán, chánh văn phòng y tế trung ương cho tôi biết, cô đã có thai trong thời gian làm việc ở đây. Người ta đã chuyển cô ta trở về Thượng Hải và ép phải phá thai.

Mao Trạch Đông và Lâm Bưu

Lâm Bưu vắng mặt trong cuộc họp. Ông vẫn mắc bệnh suy nhược thần kinh, ốm đau luôn. Sau này, tôi được biết ông rất sợ nước, sợ gió và sợ lạnh. Mây mù, những cơn mưa thường xuyên và gió lộng ở Lư Sơn làm ông rất khó chịu.

Trong cuộc họp của Uỷ ban thường vụ còn có các nhân viên của Mao tham dự. Mao tuyên bố, đã từ lâu bọn hữu khuynh ngoài đảng vẫn chỉ trích kế hoạch Đại nhảy vọt và bây giờ ngay cả trong đảng, những tiếng chỉ trích cũng ngày một nhiều hơn. Một số người cho rằng Đại nhảy vọt lợi bất cập hại. Bức thư của Bành Đức Hoài là một minh chứng.

Mao nói, sẽ đưa thư của Bành cho những người tham dự hội nghị đảng ở Lư Sơn xem, để họ có thể tự đánh giá được nội dung của nó. Ông còn doạ, nếu đảng bị chia bè kéo cánh, sẽ thành lập một đảng mới của nông dân. Nếu quân đội bị phân hoá, cũng sẽ xây dựng một đội quân khác.

Các uỷ viên của Uỷ ban thường vụ Bộ chính trị bắt đầu thảo luận về bức thư của Bành. Mao đã chỉ cho họ thấy hết ý nghĩa quan trọng của sự việc này, nên các đồng chí của ông rất dè đặt nêu ý kiến.

Sau cuộc họp, thư của Bành được sao chép gửi đến đảng bộ địa phương các cấp thảo luận. Rất ít người dám đồng tình với Bành, nhưng cũng có một vài người tỏ ra can đảm. Ngày 19-7-1959, Hoàng Khắc Thành, tổng tham mưu trưởng, bạn thân của Bành, liên kết với Chu Tiểu Châu, bí thư thứ nhất tỉnh Hồ Nam, người đã từ lâu lo ngại về cuộc khủng hoảng kinh tế, lên tiếng ủng hộ Bành Đức Hoài. Cả hai đều ca ngợi ý tốt của lá thư, tuy một số đoạn trong thư lời lẽ còn gay gắt.

Cả Lý Thuỵ, người thư ký chính trị mới của Mao, cũng cho rằng, lá thư của Bành đã vạch rõ những sai lầm chính của kế hoạch Đại nhảy vọt, phá bỏ bầu không khí tù hãm, cản trở những lời phê bình chân thành, thẳng thắn của mọi người, thậm chí ở ngay cả trong hàng ngũ lãnh đạo cao cấp của đảng.

Ngày 21-7-1959, thứ trưởng Bộ ngoại giao Trương Văn Điền, được đào tạo ở Liên Xô, đã công kích quyết liệt phong cách lãnh đạo của Mao và kế hoạch Đại nhảy vọt trong một bài phát biểu dài. Trong thập niên 1930, sau khi học ở Liên Xô về, Trương, thành viên trong phe của Vương Minh, chống lại sự lãnh đạo của Mao. Tuy vậy, về sau lại theo Mao và tỏ ra rất trung thành. Ông làm đại sứ ở Liên Xô trong một thời gian dài. Nhưng sau năm 1949 ông không còn được giữ chức vụ quan trọng nào nữa.

Trương Văn Điền vạch ra, một số người toan biến chủ nghĩa cộng sản thành hiện thực khi họ áp dụng cơ chế bao cấp, thành lập các nhà ăn tập thể ở các công xã. Ông phản đối chính sách này, đồng thời yêu cầu tập thể thảo luận tìm sự thật trong mọi vấn đề. Trương bảo, điều này nói dễ hơn làm, như chính Mao chủ tịch thường dạy. Trương gián tiếp làm mọi người nghĩ rằng, lời nói và việc làm của Mao không khớp nhau. Trương Văn Điền lý giải: "Mao chủ tịch thường dạy, chúng ta phải can đảm có những suy nghĩ khác với suy nghĩ của Chủ tịch. Chủ tịch kêu gọi chúng ta hãy kéo hoàng đế xuống ngựa, mặc dù vì thế chúng ta có thể bị mất đầu như chơi. Lời nói này bao hàm ý tốt, nhưng ai chẳng sợ mất đầu?"

Cuối cùng, Trương lên tiếng ủng hộ tinh thần dân chủ và tự do bày tỏ ý kiến:

- Chúng ta phải tạo ra một bầu không khí sôi nổi, lành mạnh, trong đó mọi người có thể công khai nói ra những suy nghĩ của chính mình. Chỉ có như vậy, mới phát huy được tinh thần đấu tranh. Cán bộ lãnh đạo phải có phong cách làm việc gương mẫu, trong môi trường cởi mở để các cấp có thể tự do phát biểu những điều họ suy nghĩ, phát huy sáng kiến. Bức thư của đồng chí Bành Đức Hoài rất quý giá, tổng hợp kinh nghiệm của chính chúng ta. Chủ đích của bức thư rất tốt đẹp.

Những thành viên khác trong nhóm của Trương Văn Điền, đặc biệt những người như Kha Thanh Thế, thị trưởng thành phố Thượng Hải, Tăng Huy Sinh, bí thư thứ nhất tỉnh An Huy và Trụ Đông, bí thư thứ nhất tỉnh Sơn Đông rất khó chịu với bài phát biểu, họ ngắt lời liên tục, bác bỏ những lập luận và trách cứ ông đã trực tiếp công kích Mao. Trương Văn Điền đáp lại, chẳng thà nói lên sự thật rồi chết còn hơn sống hèn kém, đau khổ.

Ngày 23-7-1959, Mao lại triệu tập một cuộc họp mở rộng toàn thể Bộ chính trị. Ông quả quyết, hiện nay có một số thành phần trong và ngoài đảng đang cấu kết với nhau công kích sự lãnh đạo của đảng. Một số kẻ ngoài đảng là bọn hữu khuynh và bây giờ có cả một số đảng viên cũng đứng về phe chúng. Mao còn nói:

- Tôi có một lời khuyên đối với những đồng chí này: khi phát biểu phải biết mình đang đi về hướng nào. Các đồng chí không được mềm lòng trước cuộc khủng hoảng. Một số đồng chí đã không đứng vững được trong giông tố. Họ không đứng vững, lắc qua lắc lại như nông dân trong một điệu nhảy mô tả cảnh cấy lúa. Họ tỏ ra thiếu tin tưởng và bi quan giống hệt tầng lớp tư sản vậy. Họ chưa phải là bọn hữu khuynh, nhưng họ ngày càng xích gần lại với chúng một cách đáng sợ.

Mao bác bỏ từng điểm trong lá thư của Bành Đức Hoài, nhấn mạnh đến những ý kiến của Bành về tình trạng lạc quan tếu, việc ông ta quả quyết chúng ta đã thất bại nhiều hơn thắng lợi. Bầu không khí cuộc họp ngày càng trở nên căng thẳng. Trong khi Mao phát biểu, Bành Đức Hoài ngồi im ở hàng ghế sau cùng của phòng họp. Ông đã cảm thấy nóng mặt. Trước lúc Mao lên phát biểu. Bành đã chất vấn Chủ tịch tại sao lại phân phát bức thư của Bành cho những người tham dự cuộc họp mà không được sự đồng ý, bởi vì lá thư này được gửi đến địa chỉ của Mao với tư cách cá nhân. Mao quỉ quyệt trả lời, Bành đã không cấm ông làm chuyện đó. Bành tức đến lặng người.

Sau khi Mao phát biểu xong, Bành lên nhanh ra ngoài cửa. Tôi cùng với đoàn tuỳ tùng của Mao rời khỏi phòng họp, chúng tôi chạm trán Bành ngoài cửa. Mao lập tức lên tiếng:

- Đồng chí Bộ trưởng Bành, chúng ta đâu có phải kẻ thù, còn phải nói chuyện với nhau nữa đấy.

Nhưng Bành mặt tái đi, mất bình tĩnh:

- Còn có gì mà nói nữa!

Mặt ông đỏ dần lên, vung cánh tay phải lên khỏi đầu, phẩy tay như chém không khí.

Mao nói:

- Quan điểm giữa chúng ta có quá nhiều khác biệt, tuy vậy vẫn cần phải thảo luận.

- Thảo luận chẳng có tác dụng gì.

Bành trả lời, rảo bước đi thẳng.

Lập tức dàn đồng ca từ những người chống Bành và chiến hữu của ông vang lên buộc tội họ là phái hữu khuynh. Chỉ huy dàn đồng ca dĩ nhiên là Mao chủ tịch. Bản án đưa ra rất nghiêm khắc: Bành Đức Hoài, Hoàng Khắc Thành, Chu Tiểu Châu, Trương Văn Điền bị quy hữu khuynh. Sau đó Mao quyết định triệu tập đại hội toàn thể Ban chấp hành trung ương đảng cộng sản khoá VIII. Cuộc hội thảo lần này cũng tổ chức ở Lư Sơn, lịch sử đảng cộng sản gọi là Hội nghị Lư Sơn. Ban chấp hành Trung ương đảng cộng sản Trung Quốc là cơ quan quyền lực cao nhất, để hợp pháp hành động chống Bành Đức Hoài, Mao xiết chặt sự ủng hộ của ban lãnh đạo đảng cộng sản Trung Quốc.

Hôm sau Giang Thanh xuất hiện ở Lư Sơn. Trước đó gọi cho chồng nói rất lo cho ông. Mao đã đổi ý, ông thực sự muốn gặp Giang Thanh.

Sáng 24-7-1959 Diệp Tử Long, Uông Đông Hưng và tôi ra sân bay đón đệ nhất phu nhân Trung Quốc. Vừa mới gặp mặt, Giang Thanh đã hỏi ngay sức khoẻ Mao. Giọng lạnh lùng, báo hiệu chẳng có điều gì tốt lành. Tôi nói, lãnh tụ ăn không ngon và mấy hôm nay phàn nàn ăn không được những món mà đầu bếp Lý Hỉ Vũ nấu. Tôi nói thêm, vấn đề đã được Uông Đông Hưng giải quyết ngay bằng cách gọi một đầu bếp cừ khôi từ Nam Xương. Mao đã ăn ngon miệng, món súp ba ba, một trong những đặc sản do đầu bếp mới, đã làm cho Chủ tịch hài lòng.

Giang Thanh tới Lư Sơn không chỉ để gần Mao. Người ta đưa bà đến vì mục đích chính trị. Điều này cũng dễ nhận ra do cử chỉ và thái độ của bà thể hiện. Giang Thanh bỗng nhiên hết bệnh tật, không còn uể oải. Thông thường, sau khi đến nơi bao giờ cũng tỏ ra mệt mỏi và đi nghỉ ngay. Nhưng lần này những sự kiện diễn ra ở đây làm bà trở nên sôi nổi khác thường.

Vì Mao vẫn còn ngủ, Giang Thanh đến gặp Lâm Bưu. Lâm Bưu cũng vừa mới tới vài tiếng đồng hồ, ông được đưa xuống khu nhà nghỉ dưới chân núi, nơi đó đỡ lạnh hơn. Giang Thanh nói chuyện với Lâm Bưu chừng hai tiếng, sau đó quay lên núi gặp các nhân vật chóp bu còn lại – vợ chồng Chu Ân Lai – Đặng Dĩnh Siêu, vợ chồng phó thủ tướng Lý Phú Xuân – Thái Sướng cuối cùng tất nhiên với thị trưởng Thượng Hải, Kha Thanh Thế.

Trước đây, Giang Thanh hiếm khi dính dáng vào chính trị. Hồi còn ở Diên An, trong thời gian lấy Mao, Bộ chính trị đã đưa ra một điều kiện khá nghiêm khắc, vợ lãnh tụ không được tham gia chính trị. Vì vậy Giang Thanh nhảy vào sân khấu chính trị phải được sự thuận tình của Mao. Việc bà ta bất ngờ xuất hiện ở Lư Sơn và ngay sau khi rời máy bay đã gặp ngay các nhà lãnh đạo cao cấp đất nước chứng tỏ rằng Mao gặp khó khăn nghiêm trọng về chính trị. Việc Giang Thanh xuất hiện được xem, muốn bảo vệ chồng. Bà kết thúc cuộc "viếng thăm chính thức" vào buổi chiều cũng là lúc Mao vừa dậy.

Sớm hôm sau Giang Thanh mời tôi, nói:

- Tôi đến vội đây vì rất lo sức khoẻ của Chủ tịch. Nhưng hôm qua tôi vui mừng thấy Chủ tịch hoàn toàn sảng khoái đầu óc và không phàn nàn về sức khoẻ. Tôi tin trong việc này có công của đồng chí. Chiều qua Lâm Bưu cho tôi biết, mấy hôm rồi Chủ tịch không ăn được. Đồng chí đừng quên, bác sĩ riêng còn cần phải theo dõi cả thức ăn cho Chủ tịch nữa đấy. Vì thế đồng chí nên thường xuyên để mắt xem nhà bếp có thực hiện tốt nhiệm vụ của mình không.

Tôi hiểu Lý đã kịp qua bà phàn nàn về tôi. Nhưng tôi là bác sĩ điều trị, không phải bác sĩ dinh dưỡng, chẳng dính líu gì đến công việc theo dõi nồi niêu xoong chảo ở nhà bếp. Trong cuộc họp phê bình của Nhóm Một, Lý Ẩm Kiều đã từng chỉ trích tôi thuộc tầng lớp trên, trí thức kiêu căng. Tôi trả lời Giang Thanh, tôi chỉ theo dõi sức khoẻ của Chủ tịch, nếu Chủ tịch ăn không ngon miệng, nếu không do bệnh tật, lỗi đó do nhà bếp nấu không hợp khẩu vị. Trách nhiệm này thuộc về người khác, nói thẳng ra, đầu bếp Lý phải chịu trách nhiệm.

Tất nhiên tôi đã nói hết tất cả cho Mao, bây giờ trả lời sự răn đe của bà vợ ông, tôi bảo các vấn đề về ngon miệng trong ăn uống đã giải quyết tốt đẹp. Bà ấy gật đầu nhưng vẫn cảnh cáo tôi:

- Bác sĩ Lý, đồng chí là một người trí thức, thông minh, hoàn toàn khác Lý Ẩm Kiều. Đồng chí nhậy cảm về chính trị, đừng để kẻ thù lợi dụng trong ván bài chính trị. Hãy cảnh giác, thận trọng và cố gắng ít động chạm với chính trị trong khi nói chuyện với những người khác kể cả bạn thân.

Tôi nghe lời cảnh cáo như là sự nhắc nhở của bà bảo vệ tôi tránh khỏi cơn lốc chính trị đang nung nấu, âm ỉ ở Lư Sơn. Giang Thanh rõ ràng không muốn tôi tiếp xúc với các đối thủ của Mao chẳng hạn như Điền Gia Anh, bạn tôi. Giang hiểu rõ, trong trường hợp chống lại Mao, tôi, người gần gũi Mao nhất sẽ trở thành vũ khí lợi hại trong tay kẻ thù của lãnh tụ.

Ngày 2-8-1959, sau khi khai mạc phiên họp toàn thể lần thứ 8 của đảng cộng sản Trung Quốc khoá VIII, Mao ra đòn với các đối thủ của mình:

- Khi chúng ta đến Lư Sơn, tình hình tỏ ra rất ổn định. Chúng ta đã quyết định trao đổi ý kiến với nhau một cách cởi mở, thẳng thắn, thậm chí không có chương trình nghị sự. Tất cả mọi người đều phát biểu mang tính xây dựng, phiên họp của chúng ta giống như "Tiên ông phó hội". Tuy nhiên dần dà mới dẫn đến căng thẳng, cho rằng không được tự do phát biểu, tự do bày tỏ tư tưởng của mình. Lối phát biểu tự do vô tổ chức mà chúng ta không cho phép mà họ không thích. Họ đã tìm cách bới lông tìm vết những điều đang thảo luận, gây căng thẳng. Họ chỉ trích, chờ cơ hội đánh đổ đường lối chung của đảng. Giờ đây, trong cuộc hội thảo này đã xuất hiện sự chia rẽ, rạn nứt trong đảng. Trong hơn 9 tháng vừa qua, chúng ta đã phải đấu tranh chống phái hữu khuynh. Tình hình biến chuyển đột ngột, chúng ta phải đương đầu với các phần tử tả khuynh, tấn công một cách điên cuồng vào đảng, vào những người lãnh đạo đảng, phủ màn khói lên những thành quả của nhân dân, những thành tích không ai chối cãi được trong việc tái thiết xây dựng chủ nghĩa xã hội.

Lưu ý, trong bài phát biểu khai mạc Hội nghị Ban chấp hành Trung ương đảng cộng sản và những lần phát biểu sau, Mao vẫn giữ giọng căng thẳng. Ông kêu gọi những người tham gia hội nghị lên án "nhóm chống đảng", gọi Bành Đức Hoài là kẻ thù của đảng và nhân dân. Những lời bào chữa, tranh luận của những người đứng về phía Bành Đức Hoài, đã không cứu nổi ông phó thủ tướng kiêm bộ trưởng quốc phòng. Thực ra thư của Bành Đức Hoài không hề chống đảng, chống Mao. Nhưng dưới sự chỉ đạo trực tiếp của Mao, lá thư trở thành âm mưu thâm độc nào đấy. Ban chấp hành Trung ương đảng yêu cầu Bành Đức Hoài, những người ủng hộ ông phải giải thích "bắt đầu từ khi nào, với mục đích gì" họ đã tham gia âm mưu chống đảng.

Về sau, trong cuộc nói chuyện với Mao tôi hiểu Chủ tịch đã dùng thủ đoạn bóp méo sự thật, thổi phồng sự việc để bức hại Bành Đức Hoài. Ông nói với tôi chẳng hề dấu giếm gì:

- Lịch sử và chân lý thường là hai ngả đối lập.

Tôi tình cờ nhớ lại cuộc nói chuyện trên tàu thuỷ mà chúng tôi đi dọc sông Lư Giang hồi nọ. Khi đó, qua lời Điền Gia Anh, lần đầu tiên tôi được biết được nạn đói ở tỉnh Tứ Xuyên, còn Vương Kính Tiên lại cung cấp về các ngón làm tình của lãnh tụ. Tất cả cuộc nói chuyện ngày ấy trên boong tầu thuỷ bây giờ mới có một ý nghĩa sâu sắc. Ba thư ký của Mao, Điền Gia Anh, Trần Bá Đạt và Hồ Kiều Mục đã được đưa xuống Tứ Xuyên, Phúc Kiến và An Huy thị sát tình hình thực tế. Mao mơ ước nghe từ họ về những thành tựu xuất sắc của chính sách thiên tài của ông Đại nhảy vọt. Tuy nhiên, thay cho điều này, cả ba ông thư ký lại đem đến những tin buồn về sự tan rã của đất nước và nạn đói. Bản báo cáo của ba thư ký chứa đựng một cách thẳng thắn chi tiết đau khổ khủng khiếp của dân Trung Quốc. Các bí thư đảng của ba tỉnh, Lý Tinh Toàn, Diệp Phổ và Tăng Huy Sinh vẫn chễm chệ trên ghế quyền lực. Ba ông vua tỉnh này đến Lư Sơn đã lựa chọn phương thức bảo vệ bằng cách tấn công vô liêm sỉ và không thương tiếc vào bản báo cáo của ba thư ký lãnh tụ. Sau lời phát biểu của Mao, người này nối người kia lên bục công kích những người bị buộc tội. Thị trưởng Thượng Hải, Kha Thanh thế, bí thư Hồ Bắc, Vương Nhiệm Trọng, bí thư tỉnh Quảng Đông, Đào Chú, cuối cùng Bộ trưởng công an La Thuỵ Khanh. Họ như những con hổ dữ, chửi bới Bành Đức Hoài, những người ủng hộ ông, trong đó người ta nghe thấy không ít lần nhắc đến tên Điền Gia Anh.

La Thuỵ Khanh chỉ tay vào Điền Gia Anh, phê phán kịch liệt:

- Người như đồng chí làm sao hiểu được chủ nghĩa Marx. Đồng chí chỉ mang đến chuyện bậy bạ. Ai cho phép đồng chí quyền đem những ý kiến ấy đến hội nghị toàn thể Ban chấp hành Trung ương.

Sau chuyến đi về quê Mao, La Thuỵ Khanh trở thành người bảo vệ ông chủ mình.

Lý Thuỵ, viên thư ký mới của Mao cũng phát biểu. Khi Lý Thuỵ nói đôi ba câu phân trần, Chu Ân Lai thô bạo cắt ngang:

- Đây là hội nghị Ban chấp hành Trung ương đảng. Đồng chí không phải là Uỷ viên trung ương vì thế không có quyền phát biểu.

Sự giận dữ được hâm nóng thêm, phê bình, chỉ trích vẫn tiếp tục. Ba vị thư ký Trần Bá Đạt, Hồ Kiều Mục, Điền Gia Anh sự trừng phạt nghiêm khắc đang bị treo lơ lửng trên đầu. Họ bị buộc tội vào việc nhóm "chống đảng" mới.

Cuối cùng như thường lệ, Mao phát biểu, phán quyết của ông vang lên ngày 11 tháng 8, được coi là bản phán quyết tối hậu và khắc nghiệt nhất:

- Bành Đức Hoài và đồng bọn đã không theo tư tưởng xã hội chủ nghĩa của giai cấp vô sản. Bọn họ chỉ là những người dân chủ tư sản chui vào đảng với cái vỏ mác-xít. Riêng Trần Bá Đạt, Hồ Kiều Mục, Điền Gia Anh là những học giả trí thức trong đảng, tôi tin họ sẽ sửa chữa để xứng đáng đứng trong hàng ngũ chúng ta. Đảng cần các đồng chí ấy, tuy nhiên về Lý Thuỵ, thư ký mới, tôi không thể nói điều gì nữa. Đồng chí này vào đảng chưa lâu và thái độ của đồng chí ấy là điều đáng ngạc nhiên.

Sau lời phát biểu của Mao, Trần Bá Đạt, Hồ Kiều Mục, Điền Gia Anh được giải thoát, còn Lý Thuỵ bị liệt vào "nhóm chống đảng".

Đến lượt các nhân viên trong Nhóm Một bị khiển trách. La Thuỵ Khanh chủ toạ phiên họp ngày 12-8, lên giọng, bồi thêm Lý Thuỵ:

- Đồng chí hoàn toàn quên rằng số phận tốt đẹp đang mở ra cho đồng chí. Đảng tin tưởng, tạo điều kiện để đồng chí phục vụ tốt cho lãnh tụ. Nhưng đồng chí không biết tự trọng. Tôi được biết thay vì bảo vệ uy tín, đồng chí a dua theo kẻ khác, vạch áo cho người xem lưng lãnh tụ. Không những thế còn định trút trách nhiệm lên đầu người khác. Cả đồng chí nữa, đồng chí Vương Kính Tiên phát biểu thiếu cẩn trọng, tiếp tay cho các phần tử chống đảng. Chúng tôi sẽ nói tỷ mỉ về điều này sau khi chúng ta trở về Bắc Kinh.

La Thuỵ Khanh đã hợp thức hoá những quy tắc ứng xử như điều luật. Những người phụ vụ lãnh tụ phải biết im lặng, dù là ai chăng nữa, không bao giờ được bàn tán, trao đổi những gì liên quan tới đời tư lãnh tụ hoặc các sự kiện xảy ra trong Nhóm Một. Có nghĩa, chúng tôi không được tâm sự, trò chuyện với nhau về Mao, về Nhóm Một. Tôi cảm thấy rằng sự việc này cũng chưa chấm dứt, một số người có thể bị đuổi, có khi tệ hơn bị buộc tội không trung thành với lãnh tụ.

Trong phiên họp bế mạc ngày 16 tháng 8, những người tham gia được phát các tài liệu trong đó Mao viết rằng hội nghị Lư Sơn đi vào lịch sử như một biểu tượng của sự đấu tranh giai cấp không khoan nhượng với phái hữu. Mao nói:

- Đây không phải là cái gì khác, đây là cuộc đấu tranh giai cấp thực sự, cuộc đấu tranh sống còn giữa hai giai cấp mạnh nhất: vô sản và tư sản. Cuộc đấu tranh này chưa hẳn đã dịu đi sau mười năm cách mạng xây dựng chủ nghĩa xã hội.

Những lời này đã đẩy Bành Đức Hoài và những người theo ông vào vị thế giai cấp tư sản, kẻ thù của đất nước.

Hội nghị Lư Sơn đã thông qua văn bản kết án những hoạt động chống đảng của Bành Đức Hoài, bảo vệ đường lối chung, bảo vệ chính sách Đại nhảy vọt.

Đảng đã phát động trong cả nước chiến dịch chống phái hữu. Bây giờ hàng ngũ phái hữu lại được bổ xung cả những quan chức đảng và nhà nước, những người từng chia xẻ quan điểm với Bành Đức

Hoài về Đại nhảy vọt. Đảng nói, họ bị nhiễm căn bệnh mới, căn bệnh "thân hữu".

Quyết định của lãnh đạo đảng cộng sản làm tôi bối rối, lo lắng không sao hiểu được. Người ta quy tội, xếp Bành Đức Hoài – một người trung thực vào hàng ngũ đối kháng trong cuộc "đấu tranh giai cấp" – coi ông một phần tử "chống đảng", kẻ "cơ hội hữu khuynh", xấu xa chẳng khác gì Quốc dân Đảng. Tôi biết rõ, Bành Đức Hoài chưa bao giờ là kẻ thù của đảng, một người trung thực, nhân cách tốt.

Tôi không dính dáng lôi thôi vụ lộn xộn chính trị này, tuy anh bạn Điền Gia Anh của tôi rơi vào búa rìu báo chí, mặc dù tôi đã được nghe những lời kể trung thực của ông trên tàu thuỷ chạy dọc sông Dương tử. Mao tin tôi và tôi cũng không nghi ngờ về sự chân thật của ông. Vì thế sự phê bình lãnh tụ tôi xem như là không phải đạo. Có thể giải thích sự im lặng của tôi do sự cẩn trọng và cả sự ngây thơ.

Tuy thế những việc xảy ra ở Lư Sơn làm tôi đau lòng. Các cuộc cãi vã đấu đá nhau liên miên của các nhân vật quanh lãnh tụ trong Nhóm Một đã làm tôi mệt mỏi.

Tất cả những điều đó ảnh hưởng đến sức khoẻ của tôi. Cơn bệnh loét dạ dày bắt đầu hành. Tôi bị đau nặng, không thể ăn gì cả trừ hoa quả và nước quả ép. Một thời gian sau bắt đầu chảy máu bên trong. Thuốc thang có trong tay không giúp gì được. Tôi yếu đi nhiều và sút cân nhanh chóng.

Giám đốc bệnh viện địa phương Vương Thâu Tiên khuyên tôi rời Lư Sơn về điều trị bệnh ở Nam Xương. Nhưng tôi lại lo, chuyện tôi bỏ đi người ta có thể đánh giá là tránh tội. Mọi người cho rằng tôi cũng dây dưa vào vụ tai tiếng chính trị ở hội nghị Lư Sơn, vì tôi là bạn của Điền Gia Anh.

Mao luôn để ý những người của ông đang ở đâu trong thời gian hội nghị, xem họ có nghe những lời phát biểu của ông và những người khác trong các buổi thảo luận hay không. Từ đó ông sẽ phán đoán được sự trung thành của chúng tôi đối với ông với đảng. Ông cần sự ủng hộ không nói bằng lời của chúng tôi. Nếu tôi kể cho ông nghe về bệnh của mình, liệu ông có tin hay không – tôi chưa hề kể hoặc phàn nàn với ông về bệnh tật. Tôi bỏ Lư Sơn, Mao sẽ nghi ngờ lòng trung thành, có một cái gì đó liên quan tới Bành Đức Hoài và có uẩn khúc về chính trị. Điều đó rất logic. Vì thế khôn ngoan nhất, tôi không nên kể với Mao về chứng bệnh chảy máu dạ dày, cố gắng tự chữa bằng cách ăn kiêng, uống thuốc.

Tuy nhiên việc chảy máu dạ dày vẫn không hết. Các cuộc họp hàng ngày 12 tiếng liền, ở đó tôi buộc phải chịu đựng cơn đau dạ dày cộng với những cơn mất ngủ, cơn đau về đêm đã dẫn đến tôi yếu hẳn và bị ngất những ngày cuối hội nghị.

Có ai đó đã nói với Hồ Kiều Mục về bệnh tật. Chúng tôi không gặp nhau gần tuần lễ. Khi nhìn thấy thân hình tôi, ông thất kinh. Hồ Kiều Mục khuyên tôi nên đi viện chữa, theo kinh nghiệm của ông, khi chảy máu dạ dày nên chữa ngay, không được chần chừ. Khi biết những băn khoăn của tôi, ông hứa sẽ nói chuyện trực tiếp với Mao để có giải quyết cho tôi rời Lư Sơn.

Hồ Kiều Mục ngay sau đó gặp Mao. Khi biết tôi bị bệnh, Mao đồng ý gửi tôi cấp tốc về Bắc Kinh điều trị. Phó cục trưởng bảo vệ sức khoẻ Diệp Tử Long được giao nhiệm vụ gửi tôi tới chỗ tốt nhất để chữa bệnh.

Từ Xương Giang về Bắc Kinh hàng ngày có máy bay chở tài liệu và người của đảng. Tôi được xếp chỗ trong một chuyến bay và Diệp Tử Long đi kèm theo.

Trước khi khởi hành, tôi đến từ biệt Giang Thanh. Cảnh đẹp ở Lư Sơn tạo cho bà thi thố khả năng chụp ảnh, khi tôi tới, bà đang thích thú với các tấm ảnh. Nhìn thấy tôi, Giang Thanh bảo, bà và Chủ tịch vài tuần nay bận tối mắt tối mũi, không biết tôi bị bệnh nặng thế. Nhưng bà lại rất mong tôi lưu lại đến khi kết thúc kỳ họp, bay về Bắc Kinh cùng vợ chồng bà.

Để củng cố niềm tin và động viên tôi, Giang Thanh không bỏ lỡ cơ hội nhắc lại rằng Mao rất tin tưởng và cả hai vợ chồng bà cư xử với tôi với một tấm lòng thành thật và quan tâm.

Rất tiếc, những lời ca tụng của bà không làm tôi bớt đau. Tôi lịch sự đáp lại:

- Tôi cảm thấy bệnh tật đã gây phiền toái cho bà và Chủ tịch, vì thế tốt nhất tôi nên quay về thủ đô.

Giang Thanh đồng ý. Tôi nói thêm rằng khi tôi vắng mặt, bác sĩ Hoàng Thụ Trạch thay tôi đảm nhiệm.

Tôi đề nghị Giang Thanh thay mặt tôi cám ơn lãnh tụ, nhưng Giang Thanh từ chối nói tôi nên tự làm việc đó.

Mao nằm trên giường và đọc sách sử đời Minh. Dường như ông thích đọc tiểu sử nhân vật Hải Thuy, người dám nói sự thật cho vua.

Tôi giải thích, công việc của tôi bây giờ sẽ do Hoàng Thụ Trạch đảm nhiệm. Mao không phản ứng gì, nói tôi nên chữa ở bệnh viện Bắc Kinh. Bệnh viện này dành cho cán bộ cao cấp. Những người lãnh đạo đảng, nhà nước có tiêu chuẩn được chữa trong đó thấp nhất là cấp thứ trưởng và một số "nhân vật dân chủ" có chức vụ cao, như Quách Mạt Nhược.

Bệnh viện do người Đức xây dựng từ đầu thế kỷ, nơi có đội ngũ thầy thuốc và trang thiết bị tốt nhất Trung Quốc.

Mao bày tỏ hy vọng tôi nhanh chóng bình phục, nhắc tôi không kể cho ai biết về sự kiện hội nghị Lư Sơn.

Khi biết phải thay tôi, Hoàng Thụ Trạch rất lo, nhưng ông ta không còn lối thoát. Tôi giao lại cho ông hồ sơ bệnh án của Mao, tóm tắt sức khoẻ lãnh tụ, khuyên ông nên chú ý những gì, điều cần phải làm trước. Ông cám ơn tôi về sự chân thành, gọi điện cho cục trưởng bảo vệ sức khoẻ Thạch Thụ Hán và giám đốc bệnh viện Bắc Kinh Cơ Túc Hoa đề nghị họ đón tôi ở sân bay thủ đô.

Tôi chia tay La Thuỵ Khanh và Dương Thượng Côn. La Thuỵ Khanh cũng như Mao khuyên tôi nên giữ gìn sức khoẻ, thực hiện mọi yêu cầu của bác sĩ. Ngoài ra, nhắc tôi về tình hình phức tạp trong nước, ông đe:

- Tất cả cái gì đồng chí nghe được ở đây, tạm thời phải giữ bí mật, khi nào cần, đảng sẽ cho nhân dân biết hết sự thật.

Dương Thượng Côn gắn bệnh của tôi với chứng căng thẳng, do tôi thường xuyên va chạm và cãi cọ trong thời gian gần đây với Lý Âm Kiều. Ông nói:

- Nhóm Một giống như một hộp thuốc vẽ lớn. Không ai ở trong đó mà không phải chọn một màu nhất định. Đồng chí đã được nghe rất nhiều ở Lư Sơn. Tôi đề nghị đồng chí, nếu có dịp, tới thăm đồng chí Đặng Tiểu Bình. Đồng chí ấy cũng vừa ra viện. Tôi rất muốn đồng chí kể cho Đặng Tiểu Bình nghe về hội nghị Lư Sơn.

Những lời này thật bất ngờ với tôi. Mao và La Thuỵ Khanh nhắc nhở tôi im lặng, Dương Thượng Côn lại muốn cho sếp của ông biết. Mao và La Thuỵ Khanh đã căn dặn tôi phải giữ bí mật tất cả những gì xảy ra ở Lư Sơn. Nhưng tôi biết, phải im lặng để tránh cho mình những rắc rối. Bệnh viện Bắc Kinh là lá chắn che chở tôi trước cơn lốc chính trị. Các nhà lãnh đạo đảng cũng thường dùng bệnh viện làm nơi điều trị những vết thương chính trị của họ. Tôi dự tính sẽ ở lại đó càng lâu càng tốt, để chuẩn bị cho việc tôi rút khỏi Nhóm Một, trở thành bác sĩ phẫu thuật cứu người.

Uông Đông Hưng và chủ tịch Hội đồng nhân dân Giang Tây, Phương Chí Xuân, tiễn tôi ra sân bay, tặng tôi khá nhiều quà, một chiếc giỏ to đựng đầy hoa quả, những hộp chè Lư Sơn và mười chai rượu vang của tỉnh Giang Tây. Vì bị viêm dạ dày, không được uống rượu, nhưng Uông bảo tôi nên đem về tặng bạn bè.

Khi chiếc ô tô lăn bánh trên con đường núi gập ghềnh, dần dần xa nơi hội nghị họp, tôi lại càng cảm thấy bớt căng thẳng. Tôi đã bỏ lại sau lưng sự phân hoá đang tiềm ẩn trong nội bộ đảng. Giấc mơ về Trung Quốc, về đảng của tôi đã biến mất. Hình ảnh của Mao trong tôi đã tan vỡ. Hy vọng duy nhất của tôi, mong sao có thể tự cứu được mình thoát khỏi tai hoạ này. Càng xa Lư Sơn bao nhiêu, chứng đau dạ dày càng đỡ hành hạ tôi bấy nhiêu. Ở Lư Sơn, tôi không tài nào chợp mắt, từ máy bay cất cánh tôi bắt đầu thiếp đi, khi máy bay hạ cánh ở Bắc Kinh, tôi vẫn còn ngủ li bì. Tôi là hành khách duy nhất trong chuyến bay.

CHƯƠNG 39

Lý Liên, Thạch Thụ Hán và Cơ Túc Hoa ra đón tôi ở sân bay. Trước khi vào bệnh viện trình diện, tôi và Lý Liên về nhà thăm mẹ.

Cuộc khủng hoảng kinh tế đang gia tăng khiến cho hoàn cảnh gia đình tôi thật tồi tệ. Sức khỏe mẹ tôi suy giảm trông thấy. Chứng cao huyết áp vẫn không đỡ, bây giờ cụ lại mắc thêm bệnh tim mạch. Hàng ngày cụ chỉ ăn một bữa, không phải vì thiếu thốn mà cụ chẳng muốn ăn. Đã thế cụ lại phải trông nom hai cháu nội, vợ tôi đi làm từ sáng sớm, về nhà rất muộn còn tôi thường vắng nhà.

Mẹ tôi lo lắng cho bệnh tình của tôi. Là đứa con trai duy nhất nên cụ rất thương, lúc nào cũng lo cho tôi. Thấy tôi ốm đau, gầy yếu chỉ làm cụ thêm lo buồn. Không muốn cụ phải bận lòng, tôi chỉ ngồi lại vài phút rồi vào viện.

Vết loét ở dạ dày của tôi không quá nguy hiểm. Ngô Tiếp, giáo sư cũ của tôi, sau khi khám xét kỹ, khẳng định không cần phẫu thuật, thực hiện đầy đủ phác đồ điều trị, ăn kiêng, uống thuốc đều đặn, bệnh sẽ chóng bình phục. Chỉ sau ba ngày tôi đã cảm thấy những dấu hiệu tốt hơn. Dạ dày đã hết cháy máu, sức khỏe cảm thấy khá hơn. Nhưng một phu nhân ở phòng bên cạnh, vợ thứ trưởng Bộ y tế, làm tôi rất khó chịu. Khi biết tôi là bác sĩ riêng của Mao, tìm đủ mọi cách để moi bằng được những chi tiết về mối quan hệ giữa Mao và Giang Thanh. Người đàn bà này quấy rầy tôi đến nỗi cuối cùng Cơ Túc Hoa, giám đốc bệnh viện, phải chuyển tôi sang phòng khác. Trong khi sức khỏe của tôi đang dần dần phục hồi, mẹ tôi lại phải vào bệnh viện Đồng Nhân gần đó cấp cứu vì cơn đau tim. Cơn đau không nghiêm trọng, tuy đã qua cơn nguy hiểm, nhưng cụ phải nằm hàng tuần trong bệnh viện để dưỡng sức. Một bà cô trông coi hai đứa con trai tôi, còn Lý Liên hết đạp xe đến bệnh viện thăm tôi, lại đạp xe đến thăm mẹ. Tôi cảm thấy đã khỏe, đủ sức thỉnh thoảng ra ngoài bệnh viện cùng Lý Liên đi thăm cụ.

Bệnh viện trở thành nơi an dưỡng của tôi. Chiến dịch chống bọn "cơ hội hữu khuynh" vừa được phát động, tôi chẳng muốn bị cuốn hút vào. Bành Chân, thị trưởng thành phố Bắc Kinh hăng hái hưởng ứng chiến dịch này. Ông cho treo khắp các phố phường những lá cờ đỏ to tướng, những khẩu hiệu chính trị mới: "Mao chủ tịch muôn năm!", "Đường lối chung muôn năm!", "Công xã nhân dân muôn năm!", "Đại nhảy vọt muôn năm!"

Anh trai tôi, con bà cả, làm việc ở Bộ y tế đã trở thành nạn nhân của phong trào. Trong phong trào "ba chống" anh đã bị cách chức từ đầu thập niên 1950, tuy vậy vẫn giữ chức giám đốc Viện kiểm tra An toàn dược phẩm. Anh rất trung thành với đảng, nhưng hễ có chinh dịch nào được phát động, anh vẫn bị nghi ngờ. Đã lâu tôi không liên lạc với anh. Lý Liên muốn tôi dò hỏi tình hình anh ấy trong Bộ y tế xem sao. Nhưng làm thế, chỉ tổ làm người ta để ý đến tôi. Tôi không muốn dính vào chính trị một tí nào.

Tôi muốn rời khỏi Nhóm Một. Ở đó không chỉ có Mao, người làm cho tôi không chịu đựng nổi, còn có Diệp Tử Long và Lý Ẩm Kiều. Họ là những kẻ thô lỗ, hèn hạ. Càng làm lâu trong Nhóm Một, họ càng trở nên đồi bại. Vụ bê bối mới của Diệp Tử Long với một người bạn gái cũ ở tỉnh Vũ Hán năm 1958. Còn Lý Ẩm Kiều cũng bắt đầu lao vào một mối tình chớp nhoáng.

Tôi không ủng hộ cách đối nhân xử thế của họ, khinh bỉ cả hai, coi họ là những kẻ thấp hèn về tư cách. Nhưng họ luôn sai khiến như ông tướng, yêu cầu, bắt ép tôi không chỉ chăm sóc sức khỏe cho Mao, còn phải quan tâm đến cả khẩu vị của Mao. Tôi còn phải làm người hoà giải các cuộc cãi cọ xảy ra liên miên, vô nghĩa giữa Giang Thanh và các cô y tá. Ở tuổi tứ tuần, tôi thấy mình đang lâm vào ngõ cụt của nghề nghiệp. Từ lâu tôi vẫn muốn trở thành phẫu thuật viên.

Cơ Túc Hoa hứa dành cho tôi chỗ làm ở Bệnh viện Bắc Kinh, trưởng phòng Y vụ của bệnh viện, theo dõi hồ sơ sức khỏe các cán bộ cấp cao. Nhưng điều này có nghĩa, thay vì ở Trung Nam Hải tôi sẽ phải đương đầu với những mưu mô chính trị ở bệnh viện, vì tình hình ở bệnh viện cũng chẳng khác gì. Tôi chờ thời cơ, tìm việc ở Thượng Hải hay Nam Kinh.

Đầu tháng 9 Mao về Bắc Kinh, ít lâu sau Lý Ẩm Kiều và La Quảng Lộ, một thư ký riêng của Mao, đến thăm tôi. Họ thuyết phục tôi nên ra viện. Sắp đến lễ quốc khánh Trung Quốc lần thứ mười. Có lẽ ngày lễ lần này sẽ được tổ chức rất lớn. Trong mười tháng qua, hàng triệu người đã bỏ công sức thực hiện nhiệm vụ của Mao giao phó, phải hoàn thành mười công trình lớn đúng vào dịp kỷ niệm ngày đại lễ. Toàn dân Bắc Kinh đã phải làm phu phục dịch cho vị hoàng đế Trung Hoa ở thế kỷ XX. Cũng như Tần Thuỷ Hoàng đã cho xây Vạn lý trường thành, về sau mỗi một ông vua đều cho xây cho riêng mình một công trình vĩ đại, Mao đã buộc phải xây xong mười công trình lớn để chào mừng mười năm lên ngôi. Quảng trường Thiên An Môn với Nhân Dân Đại Lễ Đường khổng lồ và Viện bảo tàng Lịch sử Trung Quốc được mở rộng cả hai bên, đến nỗi hiện nay nó có thể chứa được nửa triệu người. Cuộc diễu binh, bắn pháo hoa sẽ được làm rầm rộ nhất trong lịch sử Trung Quốc cận đại. Lý Ẩm Kiều và La Quảng Lộ không muốn tôi bỏ lỡ sự kiện vĩ đại này, nhưng tôi lại không muốn.

Tôi không theo Mao ra quảng trường Thiên An Môn. Ngày quốc khánh lần thứ mười đã tới và trôi qua khi tôi vẫn còn ở trong viện.

Trong khi mẹ tôi nằm bệnh viện Đồng Nhân, vào một ngày cuối tháng 11 khi bà đang tắm hơi như thường ngày, bỗng nhiên cụ bị bất tỉnh nhân sự. Khi tôi đến khoa Hồi sức cấp cứu của bệnh viện, tình trạng của cụ xấu đi rất nhanh, huyết áp tụt, cực kỳ nguy hiểm. Các bác sĩ đã bó tay. Vài giờ sau cụ tôi ra đi, không kịp gặp mặt hai đứa cháu nội.

Chúng tôi không hung táng cụ. Với sự giúp đỡ của Phòng y tế trung ương sau khi cụ mất ba ngày, chúng tôi đã hoả táng. Đem bình tro về nhà, để trên bàn làm việc của tôi, vì tôi không muốn chôn bình tro ở nghĩa trang Bắc Bảo Sơn. Nếu tôi xin được việc tại một bệnh viện nào đó ở Nam Kinh hoặc ở Thượng Hải, tôi sẽ mang theo bình tro.

Sau khi mẹ tôi mất, việc giữ lại 5 căn phòng trong ngôi nhà ở trong thành phố đối với chúng tôi trở nên khó khăn hơn. Tôi muốn rời Trung Nam Hải, chuyển về ở trong ngôi nhà của mẹ tôi. Nhưng La Đạo Nhương, người phụ trách mới của Ban An ninh không đồng ý, tưởng tôi muốn bỏ Nhóm Một. Là bác sĩ riêng của Mao, tôi phải sống ở Trung Nam Hải. La đề nghị tôi chuyển cả gia đình vào ở trong Trung Nam Hải, hứa sẽ cho thêm một phòng cho hai đứa con trai tôi.

- Đồng chí nghĩ kỹ đi, bác sĩ Lý ạ. Khi đồng chí về Nhóm Một, đồng chí phải đi công tác liên miên. Cho nên nếu vợ con đồng chí ở lại ngôi nhà cũ, đồng chí sẽ chẳng còn cuộc sống gia đình nữa đâu.

La nói đúng. Tôi và Lý Liên chẳng còn cách nào khác, chuyển cả nhà vào Trung Nam Hải. Đứa con lớn có thể đạp xe đi học, đứa bé hồi đó mới ba tuổi hàng ngày sẽ gửi nó nhà trẻ nội trú ở Bắc Hải, cuối tuần đón về. Chúng tôi và đứa lớn ăn ở nhà ăn tập thể Trung Nam Hải.

Theo đề nghị của Lý Liên, tôi ra viện một thời gian ngắn để giúp gia đình chuyển nhà, rồi sau đó lại vào viện. Lý Liên thường đến thăm, đưa theo hai thằng con vào những ngày cuối tuần. Tôi sắp phải quay về Nhóm Một, vợ tôi muốn tôi hoàn toàn bình phục trước khi phải chịu đựng những căng thẳng của công việc.

Sở nhà đất Bắc Kinh phát hiện ra ngay các căn phòng của mẹ tôi bỏ không, đòi chúng tôi nhượng lại toàn bộ ngôi nhà. Không còn cách nào khác. Sau mười năm thành lập nước Cộng hoà nhân dân Trung Hoa và sau hơn một thập kỷ, từ khi tôi còn là một thanh niên có lý tưởng trở về để phục vụ đất nước, sau khi nhà nước sung công toàn bộ tài sản gia đình, tôi đã trở thành gia cấp vô sản, không nhà đất.

Tinh thần tôi dường như bị suy sụp. Đối với một người có lý tưởng, việc phải từ bỏ ngôi nhà thừa kế từ thế hệ này sang thế hệ khác rất đỗi thân thiết của gia đình không phải dễ dàng. Sau khi Nhật xâm lược, tôi và mẹ tôi đã phải chạy đến Tô Châu, xa quê hương suốt 17 năm. Nhưng tôi đã sống thời thơ ấu trong ngôi nhà này, sau khi trở về Trung Quốc ngôi nhà này đã chứng kiến rất nhiều kỷ niệm đẹp đẽ trong đời. Pháo đài cuối cùng của sự ấm cúng, bình yên và hoà thuận, nơi duy nhất chúng tôi được tự do nói cười, đùa nghịch, đã vĩnh viễn không còn nữa.

CHƯƠNG 40

Cuối tháng 12-1959, tôi nhận được lệnh trở về Nhóm Một. Hứa Vân Bích, thứ trưởng Bộ y tế đến thăm, ông nói chuyện với bác sĩ điều trị Ngô Tiếp, về trường hợp của tôi. Khi Lý Ẩm Kiều định lôi tôi ra khỏi viện, Ngô Tiếp nói, tôi cần phải nghỉ thêm một thời gian nữa. Thứ trưởng Bộ y tế can thiệp, Ngô Tiếp buộc phải đồng ý cho tôi xuất viện.

Tôi muốn ở lại bệnh viện, nhưng Hứa không chịu. Mẹ của Hoàng Thụ Trạch, người thay thế tôi, vừa mới mất. Cho nên Hoàng phải về Thiên Tân lo mai táng. Vì thế Nhóm Một đang cần tôi.

Tôi vẫn tiếp tục khước từ.

Nhưng sự bình phục của tôi lại bao hàm một ý nghĩa chính trị. Hứa cảnh cáo:

- Chiến dịch chống bọn cơ hội hữu khuynh đang lan nhanh như cơn lốc. Nếu đồng chí thực sự chẳng bệnh tật gì nghiêm trọng, cứ ở trong bệnh viện thật khó coi.

Rõ ràng một vụ tống tiền chính trị. Trong thời gian bốn tháng tôi nằm viện, tình hình đã thay đổi khá nhiều. Bành Đức Hoài bị cách chức trong quân đội. Cấp phó của ông, Tổng tham mưu trưởng Hoàng Khắc Thành cũng mất chức luôn. La Thuỵ Khanh được bổ nhiệm thay thế Hoàng. Lâm Bưu thay chỗ Bành Đức Hoài, giữ chức Bộ trưởng Bộ Quốc phòng, kiêm Chủ tịch Quân uỷ trung ương, phó Chủ tịch Hội đồng Quốc phòng. Nhiều người tự hỏi, tại sao Mao lại để cho một người già yếu như vậy đảm nhận quá nhiều trọng trách đến thế.

Công việc đầu tiên Lâm Bưu với tư cách Bộ trưởng Quốc phòng, công kích người tiền nhiệm trong cuộc họp của Quân uỷ lên án Bành "kẻ chống đảng" và "hữu khuynh". Sau đó, quay sang tấn công Nguyên soái Chu Đức, ông mỉa mai nói về Chu, người đã từng cùng Mao sáng lập ra Hồng quân: "Với tư cách Tổng tư lệnh đồng chí Chu đã làm được những gì? Đồng chí ấy chưa tham gia một trận đánh lớn nào, cũng chẳng có được một thắng lợi lớn nào. Đồng chí ấy chẳng là gì ngoài chức "tổng tham mưu đen". Bài phát biểu của Lâm đã được Mao cho phép. Chủ tịch đã quay lưng lại với Chu Đức, người bạn chiến đấu cũ của mình.

Nếu tôi cứ ở lại bệnh viện, có thể Hứa Vân Bích sẽ quy cho tôi ủng hộ Bành Đức Hoài. Biết đâu tôi lại là nạn nhân của chiến dịch chống bọn cơ hội hữu khuynh.

Tôi hứa với Hứa Vân Bích sẽ ra viện khi nào làm xong thủ tục giấy tờ. Nhưng Hứa bảo chẳng cần thiết, với tư cách Thứ trưởng bộ Y tế, lời của ông đủ điều kiện để bệnh viện đồng ý cho xuất viện.
Ngay ngày hôm sau tôi trở về Nhóm Một.
***
Mao đang ở Hàng Châu. Vương Kính Tiên đã được báo hai ngày trước khi tôi xuất viện, ông yêu cầu tôi phải tới đó càng sớm càng tốt.

Ngày 22-12-1959, tôi lên máy bay cùng với Lý Ẩm Kiều. Trên đường, chúng tôi gặp phải bão tuyết, máy bay bị rung, buộc phải hạ cánh ở Nam Kinh. Cơn bão di chuyển về hướng Nam, phía Hàng Châu, nếu tiếp tục bay sẽ rất nguy hiểm. Trưởng Ban An ninh tỉnh Giang Tô điều một chiếc ô tô chở chúng tôi đến chỗ Mao. Chúng tôi nghỉ đêm ở Nam Ninh, sáng hôm sau lên đường. Tuyết rơi dày đặc. Xe đi rất chậm về hướng Hàng Châu. Khoảng ba giờ chiều mới đến nơi. Mao vẫn ngủ. Mãi đến tối chúng tôi mới gặp nhau.

Mao nhìn tôi bằng cặp mắt ủ rũ, mệt mỏi. Ông ho liên tục kèm thêm chứng cảm lạnh. Ông hỏi:
- Tôi ốm từ mấy hôm nay. Còn đồng chí sức khỏe ra sao?
- Tôi đã khỏe, thưa Chủ tịch. Hình như Chủ tịch bị cảm lạnh.
- Tôi cũng chẳng biết. Có điều tôi thấy không được khỏe.
- Để tôi khám cho Chủ tịch.

Mao sốt nhẹ, nhưng tim, huyết áp và mạch đập vẫn bình thường. Ông bị cảm và viêm phế quản nặng. Mao muốn bình phục sớm, vì sắp có một cuộc họp đảng. Tôi đề nghị Mao dùng kháng sinh chữa viêm phế quản và vài loại thuốc chống cảm lạnh. Mao đồng ý.

Tối hôm sau bệnh trạng của Mao khá hơn rõ rệt. Nhiệt độ của ông trở lại bình thường, không còn ho nữa. Ông tỏ ra vui vẻ, nói đùa:
- Đúng là ông bác sĩ tài hoa có thần dược.

Ngày sinh nhật lần thứ 66 của Chủ tịch sắp đến. Tôi báo tin cho Mao rằng Giang Hoa, bí thư thứ nhất tỉnh Triết Giang, mời Mao đến dự tiệc. Mao từ chối không muốn dự tiệc sinh nhật, cần nghỉ ngơi lấy lại sức khỏe, ông đề nghị Nhóm Một đi dự tiệc, về báo cáo lại. Đồng thời, cảnh cáo chúng tôi không được lấy cớ mừng sinh nhật mà lãng phí, chỉ nên chuyện trò giải trí với nhau thôi. Vì nạn đói, Mao đang bị mất thể diện, không muốn sống an chơi xa xỉ trong khi nhân dân đang lầm than, khổ cực. Những cán bộ khác của đảng ít thông cảm với hoàn cảnh của nhân dân. Diệp Tử Long, người đặc biệt thích ăn ngon, nghiện rượu nhân dịp này sẽ ăn chơi thoả sức. Diệp định sẽ chuốc rượu cho Vương Phương, trưởng Ban An ninh Triết Giang đến say mèm. Khi tôi đem giấy mời đến, ông nói có vẻ biết ơn: "Bác sĩ à, đồng chí đã quan tâm chu đáo đến tất cả chúng tôi quá".

Hôm sau, 26-12 ngày sinh nhật Mao. Toàn bộ những người giúp việc của ông đã đến chúc mừng. Mao đã hoàn toàn bình phục, tỏ ra rất phấn khởi. Ông cảm ơn tôi vì đã chữa khỏi bệnh. Sau đó chúng tôi chụp ảnh chung.

Bữa tiệc tối hôm đó có cả thảy 8 bàn, mỗi bàn có 10 người. Toàn bộ ban lãnh đạo cao cấp của tỉnh Triết Giang đã đến dự. Giang Hoa, bí thư thứ nhất, Vương Phương, trưởng Ban An ninh tỉnh thay mặt quan khách đến chỗ Mao chúc mừng sinh nhật.

Lời cảnh cáo đừng nên hưởng thụ quá đáng của Mao đã không được đếm xỉa. Bữa tiệc này tốn kém nhất so với những bữa tiệc tôi từng được tham dự. Người ta dọn ra bàn những món đặc sản đắt giá nhất, hiếm nhất, quí nhất mà Trung Quốc có. Chúng tôi được ăn món súp yến chính hiệu nấu với thịt chim bồ câu non, một trong những món ăn quí hiếm nhất, món súp vây cá mập nấu trong nồi đất đặc biệt, món đặc sản đắt tiền. Không có món ăn nào sánh được với hai món đặc sản này. Tuy nhiên, các món khác cũng không kém phần hấp dẫn. Cả rượu vang cũng là thứ tuyệt hảo, Diệp Tử Long chẳng cần cố gắng quá sức chuốc rượu, ấy thế mà Vương Phương say mèm.

Trong bữa tiệc, Vương Kính Tiên thì thầm với tôi: "Thật xấu hổ trong khi rất nhiều người đang chết đói, chúng ta lại tiệc tùng như thế này".

Tôi tán thành ý kiến của ông. Bên ngoài bức tường bao bọc Nhóm Một và giới lãnh đạo cao cấp, có đặc quyền đặc lợi, rất nhiều nông dân Trung Quốc đang chết đói. Vụ mùa năm 1959 còn tệ hơn cả năm trước. Hàng triệu người chết, con số lên đến hàng chục triệu khi nạn đói tràn qua. Trong khi đó, tôi với Lâm Khắc, Vương Kính Tiên, Diệp Tử Long và Lý Ẩm Kiều cùng toàn thể cán bộ lãnh đạo cao cấp của tỉnh Triết Giang lại đang ăn mừng ngày sinh lần thứ 66 của vị hoàng đế Mao vắng mặt tại đây. Những chiếc bàn nặng trĩu cong xuống bởi những món sơn hào, hải vị. Viên trưởng Ban An ninh tỉnh say khướt, ngã lăn quay ra đất. Tôi cảm thấy mình thật đáng trách.

Nhưng tôi chẳng còn sự lựa chọn nào khác. Nếu từ chối không tham dự bữa tiệc, tôi sẽ gặp rắc rối về chính trị. "Kẻ nào đơn thương độc mã, kẻ đó sẽ bị bắn hạ". Lâm Khắc thường trích dẫn câu đó của văn hào Lỗ Tấn. "Nếu muốn bảo toàn tính mạng trong Nhóm Một, chúng ta phải cưỡng lại lương tâm". Nếu muốn được sống theo lương tâm, tôi chỉ có một cách duy nhất, rời khỏi Nhóm Một. Nhưng cứ lần nào định bỏ, lần đó tôi lại không thành.

Tôi sống trong một thế giới cách biệt. Trong Nhóm Một không hề có luật lệ, pháp luật. Đây là thiên đường, không bị một cái gì bó buộc ngoài việc bị phụ thuộc vào tâm trạng của Mao, với những người còn đôi chút lương tâm thường bị dằn vặt bởi cảm giác tội lỗi.

CHƯƠNG 41

Trong khi nạn đói đang lan đi dễ sợ, nạn tham nhũng, truy lạc trong đảng không giảm, thậm chí còn gia tăng hơn nữa. Đầu tháng 1-1960, vài ngày sau sinh nhật Mao, chúng tôi rời Hàng Châu đi Thượng Hải, nơi một hội nghị mở rộng của Bộ chính trị sẽ được tổ chức vào ngày 7-1-1960 Mao ở lại trên tàu hoả, còn những người tham dự hội nghị và đoàn tuỳ tùng ở trong khách sạn Tấn Giang sang trọng do Pháp xây dựng trước đây. Trong các cuộc họp của hội nghị, người ta đã đưa ra hết báo cáo tuyệt vời này đến đề nghị hay khác, Bộ Chính trị càng ngày càng ngả sang tả. Sản lượng thép được nâng lên 18 triệu tấn, người ta muốn thành lập những doanh nghiệp nhỏ trong phạm vi các tỉnh và công xã nhân dân. Hệ thống thuỷ lợi được mở rộng, các xí nghiệp chăn nuôi lợn cỡ lớn được thành lập.

Ban ngày, các nhà lãnh đạo đảng ngồi nghĩ ra những kế hoạch kinh tế không tưởng. Tối đến, họ lại vui chơi giải trí. Các nhóm biểu diễn nhào lộn, các đoàn ca múa nhạc, các đội khiêu vũ từ khắp đất nước cũng như những ngôi sao kinh kịch nổi tiếng của Bắc Kinh và của các nhà hát địa phương được đưa về đây trình diễn.

Người ta đổ xô đi mua sắm. Đến lượt Kha Thanh Thế, thị trưởng thành phố Thượng Hải, biểu diễn một màn kịch tốn kém để mê hoặc Mao và giới lãnh đạo cao cấp. Trong khi toàn dân đang lâm vào tình trạng thiếu thốn lương thực, hàng tiêu dùng khan hiếm trầm trọng thì các quầy hàng của khách sạn Tấn Giang đầy ắp đủ các mặt hàng có chất lượng cao với giá bán rất phải chăng như: xe đạp, giầy da, hàng len dạ, những mặt hàng không bao giờ người dân mua được trong những cửa hàng ở các địa phương khác.

Các nhà lãnh đạo của Trung Quốc, các nhân viên của Trung Nam Hải và chúng tôi, những thành viên của Nhóm Một thi nhau mua sắm như điên loạn. Cả tôi cũng bị hút vào cơn sốt mua hàng.

Một buổi chiều tôi gặp Dương Thượng Côn và Diệp Tử Long ôm một đống đồ ra khỏi cửa hàng. Diệp Tử Long bắt đầu sao nhãng công việc và đây là cơ hội đối với Lý Ẩm Kiều. Do tác động của Giang Thanh. Mao đã không cho Diệp quản lý tiền của ông, giao việc này cho Lý Ẩm Kiều.

Diệp Tử Long bực tức, một hôm phàn nàn với tôi:

- Đồ tồi! Tôi đã dàn xếp những chuyện bẩn thỉu của ông từng ấy năm, thế mà bây giờ tôi được trả công như thế đấy.

Tôi tìm cách an ủi:
- Theo tôi, Chủ tịch đối tốt với đồng chí lắm.
Diệp phản đối:
- Làm gì có chuyện đó. Ông ta tước hết chức quyền, lại còn tuyên bố tôi làm việc chẳng ra gì, chẳng qua muốn kiếm chuyện đuổi tôi, như thế khác gì giết người ta cơ chứ.

Sự thận trọng hàng ngày biến mất, bỗng nhiên ông ta phun ra hết những chi tiết về đời tư của Mao. Chính ông ta đã dẫn các tì thiếp của Mao trong đêm tối đến Mao như thế nào, cất giấu họ cho đến khi Mao sẵn sàng ra sao. Ông ta đã lấy tiền từ tài khoản của Mao để trả cho những người đàn bà này thế nào, đã bí mật đưa họ đi mà Giang Thanh không hề hay biết.

Từ giờ tôi không thể giả ngô giả ngọng được nữa mỗi khi Mao tiếp những vị khách nữ của ông. Diệp Tử Long đã giúp tôi xác nhận điều mà nhiều năm tôi còn nghi ngờ, chưa dám tin.

Sau khi xuất viện tôi trở lại Nhóm Một, Mao không tìm cách che đậy bê bối của ông nữa. Trong thời gian tôi nằm viện, Mao quen một cô nhân viên của Phòng bảo mật. Một thiếu nữ trẻ, trắng trẻo, có cặp mắt đen láy, đôi lông mày cong, đã gây ấn tượng mạnh đối với Mao bằng lời quả quyết, từ hồi còn đi học cấp I, cô đã bênh vực Mao trước những bọn phản động dám phỉ báng dám gọi ông là "tướng cướp", tung tin đồn cộng sản là cộng vợ cộng chồng, vì thế cô đã bị các bạn học đánh.

Sau đó cô ta thường ở bên Mao, ai cũng biết mối quan hệ này. Cô đi Thượng Hải cùng ông, ban ngày cũng như ban đêm đều kè kè bên cạnh, thường nhảy với ông cho đến 1 hay 2 giờ sáng. Mao không biết mệt và chỉ quay về đoàn tàu khi cô đã kiệt sức.

Cô là người tình đầu tiên của Mao mà không cần giấu giếm Giang Thanh. Cô ta tỏ ra hãnh diện vì được làm tì thiếp, cư xử với bà vợ già của Chủ tịch như một người bạn gái. Giang Thanh tỏ vẻ đáp lại tình bạn đó. Theo tôi, hành động này chính là sự cáo lỗi của Giang Thanh đối với Mao – sau khi bắt quả tang ông ngủ với y tá của bà, và rõ ràng là tín hiệu bà đã chấp nhận những vụ bê bối của chồng.

Việc Bành Đức Hoài bị đi đày làm cho lòng tin của tôi đối với Mao giảm sút. Khi đã biết tường tận về đời tư của Mao, sự sùng kính của tôi đối với ông đã hết.

Việc Mao giao cho Lý Ẩm Kiều trách nhiệm quản lý những vấn đề riêng của ông cũng không làm cho tệ tham nhũng trong Nhóm Một giảm đi. Lý Ẩm Kiều cũng đồi bại như Diệp Tử Long.

Năm 1958, Lý Ẩm Kiều cặp bồ với một cô trong đám nhân viên của Mao. Cả hai vì đam mê sao nhãng công việc. Việc này đã không thoát khỏi mắt Mao. Một hôm, Mao bảo tôi, hai cô cậu này quấn nhau như dính keo, chẳng chú ý đến công việc.

Trong khi Mao đang ngủ trên tàu, Lý bí mật lẻn ra ngoài gặp gỡ cô bồ trong khách sạn Tấn Giang. Một hôm, khi Kha Thanh Thế tới đón Mao đi họp đảng chẳng thấy người hộ tống của Mao đâu. Mãi sau, Lý mới xuất hiện. Mao điên tiết nói:

- Lý Ẩm Kiều anh cứ ôm gái cả ngày lẫn đêm. Anh tự coi anh là cái thá cơ chứ?

Kha Thanh Thế rất lo. Lý Ẩm Kiều chịu trách nhiệm đảm bảo an toàn cho Chủ tịch mà bê bối thế này, nhỡ có chuyện gì không may xảy ra ở Thượng Hải, Kha Thanh Thế sẽ phải chịu trách nhiệm. Kha kể cho thị trưởng Bắc Kinh Bành Chân và vài cán bộ cáo cấp khác trưng cầu ý kiến. Mọi người đồng ý phải làm một việc gì đó, bởi sự an toàn của Mao đang bị coi nhẹ.

Khi chúng tôi rời Thượng Hải đi Quảng Châu, sự việc trở nên rắc rối hơn. Ba ngày sau khi chúng tôi vừa đến nơi, cô tình nhân của Lý Ẩm Kiều hốt hoảng đến tìm tôi. Cô ta đã có thai, xin tôi giúp cô ta nạo thai ở Quảng Châu.

Tôi chần chừ, vì chúng tôi chỉ đến những cơ sở y tế địa phương trong trường hợp cực kỳ cấp bách. Do cô quả quyết đã có thai từ khi ở Bắc Kinh, tôi hỏi tại sao không trở về thủ đô nạo thai, lại đòi nạo ở Quảng Châu.

Hai ngày sau, Lý Ẩm Kiều mò đến chỗ tôi lạy lục xin giúp đỡ. Nếu để tình nhân phá thai ở Bắc Kinh sẽ "không tiện lắm". Bởi vì ở đó có quá nhiều người biết cô ta, sự việc có thể vỡ lở. Diệp Tử Long đã đồng ý cho phép cô ta được nạo thai ở Quảng Châu.

Việc Diệp Tử Long đồng ý cho người tình của Lý Ẩm Kiều nạo thai ở Quảng Châu và sự im lặng của Lý Ẩm Kiều lại liên quan đến một chuyện khác. Sau khi chúng tôi vừa đến Quảng Châu, Diệp xin tôi kê cho ông đơn thuốc chống bệnh rụng tóc. Ông ta muốn thuốc do Nhật sản xuất, loại này nhập từ Hong Kong. Đơn tôi kê, tiền thuốc sẽ tính vào tài khoản chính phủ, nhưng lần ấy tôi kê đơn cho ông ta.

Chắc hẳn Diệp Tử Long vẫn còn nhớ chuyện trước đây tôi đã từ chối không cho người em trai bị bệnh giang mai thuốc penicillin. Tôi hiểu, nếu một lần nữa tôi từ chối lời đề nghị, ông ta sẽ không để yên. Những chuyện tống tiền theo kiểu vặt vãnh này thường xảy ra trong Nhóm Một. Diệp Tử Long đồng ý cho cô gái kia nạo thai để Lý Ẩm Kiều không ton hót với Mao về thứ thuốc nhập ngoại trên.

Tôi còn lưỡng lự, tình nhân của Lý lại đến nài nỉ, cô bảo thai đã 2 tháng, không thể chờ lâu được nữa.

Tôi thoả thuận với giám đốc Bệnh viện Nhân dân ở Quảng Châu việc nạo thai sẽ được tiến hành trong bệnh viện. Tuy nhiên, tôi thấy không thoải mái khi phải dùng ảnh hưởng của mình với tư cách bác sĩ riêng của Mao. Buổi chiều, nhân tình của Lý vào viện.

Tối hôm đó, Giang Thanh hỏi tôi tại sao cô ta lại phải vào viện. Tôi trả lời, cô ta vào để nạo thai và chẳng cần nói cho Giang Thanh biết ai là cha đứa bé. "Thật là quá quắt!" bà kêu lên, đập bàn tay xuống mặt bàn.

Sau khi chúng tôi về Bắc Kinh. Lý Ẩm Kiều vẫn công khai chung chăn gối với nhân tình trong lúc vợ ông, Hàn Quí Tường đi vắng. Chồng của cô nhân tình, đạo diễn phim Hứa Tiêu Băng, biết chuyện định tự vẫn. Một buổi chiến. cô nhân tình của Lý hốt hoảng chạy vào nhà tôi kêu cứu một cách thảm thiết. Chồng cô sắp chết, vừa nói vừa khóc, giục tôi nhanh chân xem có cách nào cứu chữa được không.

Hứa Tiêu Băng nằm trên sàn nhà, thở rất nặng nhọc. Anh ta phều phào: "Tôi chẳng thiết sống nữa. Nhục nhã quá!" Anh ta đã uống thuỷ ngân từ một chiếc nhiệt kế. Nhưng anh ta vẫn sống, chẳng cần phải đi bệnh viện.

Ngay việc người chồng tự sát cũng không thể làm cho người phụ nữ kia dứt bỏ khỏi cuộc tình phiêu lưu với Lý Ẩm Kiều.

Diệp Tử Long vẫn không vui, phàn nàn:

- Mao không nói thẳng ra muốn tôi thôi việc, nhưng cũng chẳng bảo tôi làm việc gì đó cho ông nữa?

Mao bắt đầu chỉ trích Diệp trước mặt các nhân viên. Diệp đến cầu cứu Bành Chân thu xếp cho Diệp một chức vụ nào đó. Diệp vẫn thường nói xấu Mao, chẳng bao lâu cả những cán bộ lãnh đạo cao cấp như Bành Chân, Dương Thượng Côn đều biết những vụ bê bối của Mao. Tuy những vụ bê bối đó không còn là chuyện bí mật, bất cứ ai trong giới lãnh đạo cao cấp của đảng cũng biết, nhưng việc Diệp ngồi lê đôi mách vẫn vô cùng nguy hiểm.

Suýt nữa Diệp Tử Long toi mạng. Mao không hề biết Diệp nói xấu ông, tôi cũng không biết Mao sẽ phản ứng ra sao nếu như ông biết chuyện này. Uông Đông Hưng bảo tôi, việc này đã đến tai Lưu Thiếu Kỳ. Lưu bảo vệ Chủ tịch. Ông lo lắng cho sự an toàn của Chủ tịch, nhanh chóng thực hiện những biện pháp cứng rắn đối với Diệp. Lưu nói: "Đồng chí Diệp đã nói xấu đảng". Lưu đòi bắt giam và xử tử viên bí thư của Mao. Đến khi Chu Ân Lai và Bành Chân can thiệp, Lưu Thiếu Kỳ mới tha cho Diệp Tử Long.

Những nhân viên trong Nhóm Một đều lấy cuộc sống tình dục của Mao làm gương, điều đó chẳng lấy gì ngạc nhiên. Đa số họ là thanh niên trẻ đẹp. Những đêm khiêu vũ có tất cả chúng tôi tham gia là dịp may để làm quen với những thiếu nữ xinh đẹp. Nhưng đối với hàng ngũ lãnh đạo cao cấp của đất nước lại có một chuẩn mực khác với cấp dưới. Mao chẳng cần nghe lời ai, ông có thể làm bất cứ gì ông muốn. Nhưng các nhân viên của ông lại bị điều lệ khe khắt của đảng trói buộc. Tất nhiên chuyện gì đó sẽ phải xảy ra. Có thể Uông Đông Hưng sẽ giải quyết được vấn đề này, cho nên Mao triệu Uông trở lại Nhóm Một.

CHƯƠNG 42

Uông Đông Hưng quay về Trung Nam Hải tháng 10-1960. Uông đã tĩnh tâm suy xét sau những năm bị đầy ải khốn khổ và hoàn thiện thêm năng khiếu chính trị sắc bén vốn có, giờ đây ông nắm chặt nguyên tắc mới, sống còn về chính trị, "tuyệt đối phục tùng Mao bằng mọi giá". Không bao giờ nói "không" đã trở thành quy tắc ứng xử của Uông. "Nếu Mao bảo một, nghĩa là một. Nếu Mao bảo hai, nghĩa là hai". Từ nay trở đi, Uông tin Chủ tịch luôn luôn tuyệt đối đúng. Uông không muốn bị đi đầy lần nữa và cũng không muốn phạm phải thêm sai lầm một lần nữa.

Sự phục tùng Giang Thanh là sai lầm đầu tiên của Uông, lẽ ra ông có thể tránh được. Trước khi bị đầy đi Giang Tây, Uông thi hành mệnh lệnh của Giang Thanh như mệnh lệnh của Mao. Nhưng đòi hỏi Giang Thanh không có giới hạn, dù Uông thực hiện mọi ý muốn của bà. Giang Thanh vẫn phát biểu chống ông. Mao phê bình, bảo: "Nếu anh theo yêu cầu của Giang Thanh, hãy sang làm với bà ấy chứ đừng làm với tôi nữa". Thế là Uông giờ đây chỉ nghe Mao. Giang Thanh không thể doạ nạt ông thêm được. "Tôi đã bị hạ cấp xuống 4 năm – ông nói – đã không chết. Giờ đây nếu tệ nhất cũng chỉ đến đi đầy như xưa là cùng. Như thế nếu nghĩ rằng có thể thúc ép tôi như cũ, bà ta sẽ nhầm, chỉ có trong giấc mơ thôi".
Nhiệm vụ đầu tiên của Uông củng cố quyền lực trong Nhóm Một bằng cách thanh lọc kẻ thù, lựa chọn những người trung thành tuyệt đối. Chuyện tham nhũng trong Nhóm Một lùm xùm từ lâu, gia tăng đến mức Mao cũng không thể làm ngơ, nên ông đành tạo điều kiện cho Uông chỉnh đốn sai lầm trong chiến dịch thanh lọc nội bộ.
Trước đây, Uông Đông Hưng từng bị dính đến tham nhũng với Nhóm Một. Đầu những năm 50, khi đảng tuyên truyền cán bộ đảng viên trong sạch, Uông bị buộc tội tham nhũng, bê tha. Uông đã nhận phê bình thành khẩn và được biểu dương cán bộ gương mẫu.
Tuy nhiên năm 1952, khi bộ trưởng Bộ công an La Thuỵ Khanh bắt đầu chiến dịch "ba chống", chống tham nhũng trong nội bộ, Uông lại dính. Một lần, La Thuỵ Khanh triệu tập thành phần lãnh đạo chủ chốt bộ công an, yêu cầu ai có lỗi đứng lên tự phê bình. Tất cả im lặng. Thời gian trôi qua, chẳng ai phát biểu.
- Uông! – cuối cùng La lên tiếng – Vì sao anh không nói? Chẳng lẽ anh không có vấn đề gì để nói cho chúng tôi hay sao?

Uông, một dòng họ khá phổ biến ở Trung Quốc. Đông Hưng cũng không phải là tên duy nhất của Uông trên hội nghị. Cả hai Uông liếc nhìn nhau, không nói gì.

- Uông Đông Hưng, Vì sao anh liếc nhìn người khác thế? – La rời ghế chủ tịch đoàn, đi xuống – Tốt nhất, anh nên tự phê bình, nếu không sẽ rất nguy hiểm về sinh mạng chính trị đấy!

Uông Đông Hưng sau này kể tôi nghe vụ việc.

- Anh ăn cắp một cái gì đó của Chủ tịch và bán nó, đúng thế không? – La hỏi.

Uông Đông Hưng không thể hiểu La định nói gì.

- Anh lại còn im lặng, thậm chí sau gợi ý của tôi? – La dồn – Hãy nhìn xem, cái gì đây? – La giữ trong tay tập giấy.

Đó là bức thư của cửa hàng xác nhận, Uông Đông Hưng lấy máy ảnh của Mao bán cho cô. Hoá đơn kèm theo có chữ ký của Uông Đông Hưng.

Nhưng Uông không lấy máy ảnh của Mao, cũng không biết gì về việc này. Tên trên hoá đơn là tên ông, nhưng chữ ký không phải. Cuối cùng Uông đã chứng minh rằng chữ ký là giả.

Thông thường Mao nhìn nhận sự tham nhũng bình tĩnh hơn Uông. Sự thật thà không làm Mao quá quan tâm. Nếu người có lỗi, nhưng thực sự làm được việc, hữu ích cho ông, chẳng may phạm tội dù lớn hay nhỏ, Mao sẽ bảo vệ. Nhưng khi người đó trở nên vô dụng, Mao trừng phạt không thương tiếc. Dù người đó là trợ lý hay đồng minh chính trị thân cận cũng có thể trở thành kẻ thù của lãnh tụ chỉ sau một đêm.

Mao cũng không còn hài lòng Diệp và Lý, nhưng hai người lại biết qua nhiều đời tư, nếu bị dồn tới chân tường, họ cũng thể liều lĩnh bung hết bí mật. Tuy nhiên, Mao tìm cách đáp trả họ một cách bí mật, khôn khéo.

Mục đích chính của Uông quay về Nhóm Một là thâu tóm quyền lực, tổng khứ hai kẻ thù Diệp Tử Long và Lý Ẩm Kiều ngay lập tức. Nhưng cả hai người tìm cách thông qua Mao để trừng phạt ông. Uông buộc tội họ làm ông bị đày ải 4 năm. Bây giờ trở về Trung Nam Hải, đến lượt Uông trả đũa hai người.

Tuy nhiên tôi tin Uông không chỉ khát mộng trả thù, còn vì những cảnh đời thực tế ông đã trải qua. Tại vùng nông thôn Giang Tây, Uông thấy tận mắt sự khổ cực, sự vất vả của nhân dân và bản thân đã nếm mùi cay đắng như thế nào, trong khi đặc quyền, đặc lợi được dành cho Nhóm Một như đã xát muối vào vết thương cũ. Điều quan trọng hơn, nạn đói cuối cùng đã tràn vào Trung Nam Hải. Bên trong những bức tường màu châu sa, ngăn cách bao bọc nhóm người được hưởng đặc quyền đặc lợi cũng không tránh khỏi tình trạng đói kém trong cả nước.

Khẩu phần của chúng tôi giảm xuống còn 16 cân (một cân = 0,454 gram) ngũ cốc trong một tháng. Thịt, trứng, dầu rán nói chung không có. Nhà bếp được phép mua rau quả ở chợ, nhưng ở đó cũng thật hiếm hoi, không nhiều. Một số người tổ chức đi săn dê rừng, nhưng rồi chẳng bao lâu dê rừng cũng trở nên hiếm.

Nạn đói tấn công Trung Nam Hải, bệnh phù thiếu dinh dưỡng và viêm gan bùng phát. Gia đình tôi chịu nhiều tổn thất. Lý Liên có dấu hiệu suy dinh dưỡng, bắt đầu phù thũng nhưng lo cho các con hơn lo cho bản thân. Thỉnh thoảng tôi mang về nhà một ít hạt đậu tương, vợ tôi dành tất cho tụi trẻ. Những chuyến đi cùng với Mao tới các tỉnh thành, tuy làm nhà tôi buồn, nhưng bù lại, trở thành ngày vui của gia đình. Mỗi khi tôi vắng mặt, khẩu phần ăn gia đình khá hơn, vì vẫn được nhận 16 cân gạo tiêu chuẩn của tôi.

Mao, tất nhiên, không phải đương đầu với nạn đói, mọi người cố tình dấu nhẹm, nhưng rồi ông cũng đã biết sự nghiêm trọng của khủng hoảng lương thực. Các tài liệu ông nhận được hàng ngày giờ đây không cho phép ông tránh né sự thật. Khắp mọi miền đất nước tin tức đưa về, từ mùa hè năm 1960, tin xấu đã đè nặng Mao đến nỗi ông nằm bẹp dí gần như không ra khỏi giường. Ông cảm thấy không còn đủ minh mẫn để hiểu được làm thế nào chấm dứt nạn đói. Khi tôi báo cáo cho ông về bệnh phù thũng do thiếu dinh dưỡng và viêm gan lan rộng, Chủ tịch buộc tội tôi quấy rối, gây khó khăn cho người khác.

- Đồng chí là bác sĩ chẳng có việc gì hơn là doạ mọi người – Mao nói đốp vào mặt tôi – Đồng chí chỉ có mỗi việc là đi bới bệnh. Nếu người ta không đau ốm, chắc hẳn đồng chí sẽ thất nghiệp?

Tôi trả lời, bới bệnh không phải công việc của bác sĩ, nhưng chúng tôi đã phải đối mặt với những bệnh nhân do thiếu ăn đến khám bệnh hàng ngày. Mao bảo:

- Khác cái gì nào? Chúng ta đang ở trong nạn đói. Còn các bác sĩ, chỉ làm người ta rối lên, toàn nói đến bệnh tật. Đồng chí tạo ra những khó khăn cho mọi người. Tôi không tin đồng chí.

Mao đưa tôi tập Bản tin Nội bộ, trong đó có những bài nhận định, đời sống nhân dân đã được cải thiện, lượng đạm và các thành phần chất bổ đang tăng lên chống nạn đói. Dương Thượng Côn bắt đầu đưa ra khẩu hiệu, "phát huy tinh thần Vạn Lý Trường Chinh". Ông ta khuyên chúng tôi bình tĩnh chấp nhận khó khăn, phải biết tự tin, nên tham gia trồng rau và dưa hấu tự cải thiện đời sống gia đình.

Chẳng mấy chốc tất cả chúng tôi trồng những luống rau, nhiều người xin nghỉ phép chăm sóc vườn rau nho nhỏ quý giá. Dù vậy dạ dày của chúng tôi vẫn luôn luôn không đầy. Các vườn rau không làm giảm bệnh phù thũng do đói ăn và bệnh tật đang hoành hành.

Tôi nghĩ Mao thật vô lý, nhắm mắt không nhận ra bệnh tật đang lan truyền quanh ông. Nhưng tôi chấp nhận ảo tưởng của ông, không bao giờ đả động đến đề tài này và cũng không nói khi Chủ tịch có mặt, làm như nạn đói và bệnh tật đột nhiên đã biến mất một cách siêu thần. Mao vẫn tức một số cán bộ cao cấp của đảng, người mà ông gọi là "phía tiêu cực" của mọi vấn đề. Mao thường nhắc lại:

- Họ càng nói nhiều về phía đen tối của vấn đề, họ càng đến gần chỗ tối tăm.

Mao coi những người lãnh đạo hay nói về khó khăn để làm áp lực đè nặng lên vai ông.

Mao chỉ làm một sự nhượng bộ duy nhất đối với nạn đói, ông ngừng ăn thịt. Ông nói:

- Mọi người bị đói. Trong hoàn cảnh này tôi không thể ăn thịt được.

Lưu Thiếu Kỳ và Chu Ân Lai sợ rằng việc này làm hại sức khoẻ Mao, khuyên tôi tác động đến lãnh tụ.

Khi một số tỉnh đông bắc gửi biếu các nhà lãnh đạo cao cấp đất nước thịt hổ và thịt nai, tôi khuyên Mao nên ăn. Ông từ chối.

- Đem cho bếp ăn tập thể – ông ra lệnh.

- Liệu chúng tôi để lại cho Chủ tịch một ít được không? – tôi hỏi.

- Giờ đây tôi không ăn thịt – Mao đáp – Chờ một thời gian nữa.

Việc từ chối không ăn thịt chẳng làm giảm sự đói kém. Chỉ có một số người trong Trung Nam Hải được ăn khá hơn, vì Mao chia xẻ phần thịt hổ, thịt nai còn người dân vẫn thế. Chủ tịch hy vọng mọi người trong giới lãnh đạo đánh giá cao cử chỉ và hành động này của ông.

Lợi dụng cảnh đói kém, Uông Đông Hưng ra tay phát động chiến dịch sắp xếp, cải tổ nội bộ Nhóm Một. Sự đặc quyền đặc lợi của Nhóm Một chưa bao giờ bị cắt giảm ưu đãi cho những đồng chí làm việc trong Trung Nam Hải. Ai cũng biết chúng tôi thường xuyên hưởng ưu tiên đặc biệt, được ăn uống miễn phí. Họ có thể nhìn thấy đồng hồ Rolex, máy ảnh Leica, tịch thu từ bọn gián điệp Đài Loan xâm phạm đất liền, của lực lượng an ninh bán cho chúng tôi. Họ cũng biết chúng tôi được quyền dùng đồ sa sỉ, sang trọng như com-lê dạ, áo lụa, giầy da những thứ người dân thường không thể mua được. Cuộc sống chúng tôi vẫn đầy đủ, rực rỡ đầy sang trọng ngay trong thời kỳ đói kém, chỉ gây lên sự tương phản trái chiều, xa cách giữa chúng tôi với các đồng chí khác.

Để tăng quyền lực Nhóm Một, Uông Đông Hưng tấn công vào đặc quyền đặc lợi này. Uông chĩa mũi dùi vào Lý Ẩm Kiều.

- Diệp Tử Long và tôi chức vụ ngang hàng nhau, nhưng Diệp làm việc cho Chủ tịch lâu hơn tôi – Uông giải thích – Nếu tôi phát biểu chống ông ta, tôi sẽ bị ông ta gây khó dễ.

Nếu Uông tấn công đồng thời cả hai, họ có thể liên kết với nhau. Chiến thuật của Uông cô lập Diệp, tập trung chĩa mũi dùi vào Lý Ẩm Kiều.

Mao đồng ý, Diệp Tử Long chưa cần phải đánh công khai. Tất cả lời buộc tội được xem xét kín đáo dưới dạng văn bản.

Khi Uông Đông Hưng chưa cần nhắc đến chuyện nhân tình Lý Ẩm Kiều cũng đã quá sợ hãi. Tình hình trở lên rất tế nhị. Hậu quả của việc đưa ra công khai chuyện phá thai ở Quảng Châu không thể nói trước được. Nếu lộ ra, Uông cũng sợ Lý do quá xấu hổ có thể tự sát.

Cuộc phê bình Lý Ẩm Kiều bắt đầu cuối tháng 10-1960, kéo dài hai tháng. Họp hành liên tục 2-3 giờ một ngày. Người ta tiến hành họp lúc Mao ngủ, khi các nhân viên rảnh rỗi không phải làm việc. Ít người biết về vai trò của Chủ tịch trong chiến dịch thanh trừng nội bộ, bởi vì những cuộc kiểm điểm chỉ xảy ra khi ông ngủ. Ông sử dụng các vệ sĩ của mình để điều khiển tất cả màn kịch bằng cách nhận tin tức hàng ngày và xúi ai nói và nói cái gì. Vệ sĩ Tiểu Chương kể về việc Lý Ẩm Kiều vào cửa hàng ở Thượng Hải và ngạc nhiên thấy Lý móc tiền ra mua hàng.

Việc huy động tất cả nhân viên chống Lý Ẩm Kiều thật dễ. Vì Lý có đủ các kẻ thù, người đã từng sợ hãi tính cách kiêu căng, lỗ mãng của Lý. Nhưng những chuyện đình đám nhất vẫn chưa nổi lên trên mặt nước. Ai cũng ngại làm mất danh dự Lý quá nhiều. Tôi cũng hạn chế phê bình, chỉ đề cập đến sự lạm dụng đặc quyền một cách chung chung mà chúng tôi ít nhiều được hưởng như khách sạn thanh lịch trong chuyến đi, thức ăn ngon lành, phục vụ miễn phí, được mua đồ xa xỉ. Còn về vụ nạo thai ở Quảng Châu tôi lờ tịt.

Nhưng cuộc thanh trừng nội bộ này có hậu quả không lường. Khi mà Diệp Tử Long tưởng rằng mình thoát khỏi phê bình, thì sự giàu có phi lý của ông đã lộ ra, trở thành yếu tố quan trọng chống lại ông. Ví dụ như ngôi nhà của Diệp ở Điền Trang, nơi thường được tổ chức ăn uống gặp mặt với các quan chức cao cấp, mà những người vạch tội, gọi "nhóm bạn nhậu", dùng tiền công quỹ mở tiệc nhậu nhẹt. Diệp Tử Long lo ngay ngáy vì sợ chuyện này bị phanh phui.

Sau một đêm, Uông Đông Hưng đã trở thành vị anh hùng của Trung Nam Hải, ông dám thách thức, cả gan đấu tranh với những người có quyền lực, tiếng tăm của Uông nổi như cồn. Chu Ân Lai và Lưu Thiều Kỳ rất hài lòng.

Phán xét, kết luận thuộc thẩm quyền của Mao. Sắp sinh nhật 67 tuổi của ông, ngày 26-12-1960.

Hai ngày trước sinh nhật, Uông Đông Hưng trình Mao kết quả điều tra. Uông báo cáo, một số nhân viên làm việc lâu năm quanh lãnh tụ đã phớt lờ nỗi thống khổ của nhân dân, trở thành những người hưởng đặc quyền, đặc lợi. Trong khi nhân dân cả nước chịu khổ cực, họ tổ chức tiệc tùng hoang phí, đi lại, ăn uống bằng tiền ngân khố nhà nước, sử dụng chức vụ của mình để mua những hàng hoá quý hiếm không bán trên thị trường. Họ đã gây tiếng xấu cho Nhóm Một.

Ngày sinh nhật Mao, có mặt Diệp Tử Long, Lý Ẩm Kiều, Vương Kính Tiên, Lâm Khắc, thư ký riêng Quang Trị, y tá trưởng Ngô Tự Tuấn và Uông Đông Hưng. Lúc ấy, tôi ở Quảng Châu với Giang Thanh, nhưng Uông Đông Hưng sau này kể tôi nghe.

Vì Chủ tịch không ăn thịt nên bữa cơm đạm bạc. Trong bữa ăn, Mao bắt đầu kể chuyện lịch sử thời kỳ Chiến Quốc (403-221 trước công nguyên), Từ Thanh đến thăm bạn cũ Thương Ưởng, tể tướng triều Tần. Từ Thanh đang rất túng quẫn, hy vọng Thương Ưởng giúp ông xếp cho việc làm. Thương Ưởng cho người tiếp bạn vào một nhà khách sang trọng, (giống như khách sạn hiện đại Bắc Kinh ngày nay – Mao giải thích), tiếp đón rất ân cần, nhưng Thương Ưởng không ra gặp ông. Sau hai tháng sống trong nhà khách sa hoa, Từ Thanh cũng chẳng thấy tể tướng đến. Ông đành trở về, hoàn toàn tin tình bạn quý báu, ưu ái của hai người đã hết.

Sau khi về nhà, ông thấy nhà mình đã được sửa chữa lại, khang trang và đẹp hơn. Bếp đầy thức ăn. "Tể tướng Thương Ưởng chưa muốn tiếp ông, vì Tể tướng biết ông tài năng có thể thực hiện những kỳ công lớn" – Vị thượng thư giải thích – Tể tướng cử ông tham gia trong sứ bộ ngoại giao. Tể tướng muốn ông làm thuyết khách viếng sáu nước lân bang, khuyên họ đừng tấn công nhà Tần". Từ Thanh sung sướng nhận nhiệm vụ thuyết khách, ông đã thành công cứu nhà Tần khỏi bị tấn công.

Mao cũng gửi nhân viên của mình làm sứ mạng ngoại giao. "Thậm chí những người bạn tốt không cần sống gần nhau – ông nói – Mỗi người phụ thuộc vào bản thân mình, chúng ta cần phải làm việc thực hiện kỳ công lớn. Nước ta đang chịu đựng thử thách lớn. Thực tế đang lâm vào tình trạng khủng hoảng thiếu trầm trọng. Dân đang đói khổ". Mao muốn, các bạn ông xuống làm việc chung với tầng lớp tận cùng xã hội, chia xẻ số phận với nhân dân, có thế họ mới thấu hiểu khó khăn của ông. Rồi sau đó họ sẽ báo cáo cho Chủ tịch tất cả cái gì họ biết.

Không một ai trong số những người có mặt trong bữa ăn muốn ra đi. Uông Đông Hưng, tất nhiên, được ở lại. Nhưng Mao muốn Diệp Tử Long, Lý Ẩm Kiều, Vương Kính Tiên và Lâm Khắc ra đi, kể cả thư ký riêng Quang Trị, vệ sĩ Phong Dân Chung. Đây là cách giải quyết công bằng, hợp lý. Phái hữu khuynh gồm Diệp Tử Long và Lý Ẩm Kiều, phái trung hữu Vương Kính Tiên và phái tả khuynh Lâm Khắc phải ra đi.

Mao đề nghị có thể bổ nhiệm cho Diệp Tử Long và Lý Ẩm Kiều về Sơn Đông và Hồ Nam. Đây là hai tỉnh năng động, đã tiến hành chính sách Đại nhảy vọt, nhưng giờ đây cả hai tỉnh trong tình trạng đói kém. Mao nghĩ, tình hình kinh tế Hồ Nam không xấu như Sơn Đông. Mao vừa nhận báo cáo từ vùng Thạch Ninh buộc tội bọn phản cách mạng và các phần tử phong kiến phá rối kinh tế. Tất cả vẫn chưa đủ năng lực tìm hiểu thực tế tình hình kinh tế xấu đến mức độ nào và vì sao, Mao cho rằng chính bọn phản cách mạng gây suy yếu sản xuất. Ông tự coi mình như Thương Ưởng thời hiện đại, gửi những người bạn mình làm sứ giả quan hệ ngoại giao, để tránh cuộc tấn công của bọn phản cách mạng trong tương lai. Ông động viên Diệp Tử Long và Lý Ẩm Kiều đi về Thạch Ninh:

- Hãy đến đó – ông vạch đường cho họ – Nếu việc được giao quá khó với các đồng chí, hãy quay lại. Đừng lo. Không ai chết đâu.

Mao quả là một nghệ sĩ tài ba. Ông tống khứ một số chủ chốt trong đám nhân viên bằng cách gửi họ xuống vùng khó khăn, vất vả, tuy ông ra tay thanh trừng nhưng vẫn muốn họ giữ lòng trung thành. Do đó, ông vờ vịt coi họ là những người bạn thân thiết, buộc phải cử họ đi là ngược lại sự mong muốn của ông, chỉ vì ông cần họ giúp đỡ mà bắt buộc phải làm như vậy.

Diệp Tử Long và Lý Ẩm Kiều tin Mao. Họ cảm ơn ông đã tạo điều kiện tốt, dù thực lòng không muốn. Cả hai lần chần, dây dưa muốn ăn tết ở Bắc Kinh. Nhưng Mao ra lệnh họ phải đi cuối tháng 12. Ông muốn thấy công việc được tiến hành sớm.

Trước khi họ đi, Uông Đông Hưng tìm cách bổ xung vào danh sách một kẻ thù của ông, Lương Đào Sơn, người hộ tống tôi vào "Đại học lao động" năm 1949. Trong thời gian Uông bị đuổi, Lương Đào Sơn tạm thời thay thế giữ chức giám đốc Văn phòng Bảo vệ trung ương và tìm mọi cách để ngăn cản Uông quay lại. Uông phục đúng lúc để trả thù. Lương Đào Sơn trở thành nạn nhân của trò đùa chính mình.

- Nhiều người Nhóm Một được gửi xuống dưới để sửa khuyết điểm. Khi nào những người còn lại đợi cơ hội của chúng tôi?

Lương châm chọc Uông Đông Hưng khi công bố danh sách. Lời châm chọc dí dỏm này quả là đắt giá.

- Tôi sẽ nói chuyện với Chủ tịch xem liệu có thể để đồng chí đi bây giờ được không.

Uông trả lời, giả bộ không hiểu ý Lương. Cả Mao cũng gửi Lương Đào Sơn xuống nông thôn.

Bằng sự thuyên chuyển Diệp Tử Long và Lý Ẩm Kiều, Uông kiểm soát hoàn toàn Nhóm Một. Một trong số phó của Lý Ẩm Kiều, Trương Tăng Bành được cử làm phó đội trưởng bảo vệ Mao. Mao Bắc Trung và Tiểu Chu làm phó giám đốc mới Văn phòng bảo vệ trung ương. Người tin cẩn của Uông, Ngô Giang Hoa, làm sếp văn phòng, Ngô Tự Tuấn làm y tá chính của Mao, hàng ngày cô thông báo Uông Đông Hưng về tất cả các hoạt động của Chủ tịch.

Khi thâu tóm xong tất cả quyền lực ở Nhóm Một, Uông Đông Hưng tiến hành chiến dịch chống Bành Đức Hoài, để khôi phục quyền kiểm soát Văn phòng Bảo vệ trung ương và đội cận vệ. Gồm hơn hai nghìn người lính đặc nhiệm được đào tạo và trang bị tốt, đảm bảo an ninh bên ngoài cho Mao, cho lãnh đạo cao cấp khác và bảo vệ các cơ quan then chốt của đảng. Bởi vì đa số những người thuộc hai cơ quan này là thuộc hạ Bành Đức Hoài khi ông còn nắm quyền, Uông tin rằng họ có thiện cảm với Bành, phái hữu khuynh. Viện cớ, Mao cần được bảo vệ, phải được tin tưởng tuyệt đối, Uông Đông Hưng đặt người phục tùng mình vào các vị trí then chốt Văn phòng bảo vệ trung ương, bằng cách giữ đồng minh của mình Trương Ưu Dự và Giang Đăng Trung ở vị trí tư lệnh và chính uỷ đội bảo vệ trung ương.

Dù quyền lực tăng lên, Uông không dẹp nổi sự tham nhũng. Đầu năm 1961, ngay sau cuộc thanh lọc, Mao dừng lại vài ngày ở Trường Sa gặp gỡ Lưu Thiếu Kỳ và Chu Ân Lai trong đoàn tàu. Bí thư tỉnh uỷ mới của Hồ Nam, Trương Bình Hoa và trưởng ty công an tỉnh chịu trách nhiệm bảo vệ cuộc gặp của ba lãnh đạo. (Trương Bình Hoa được bổ nhiệm sau khi Mao cách chức Chu Tiểu Châu, người công khai đứng về phía Bành Đức Hoài ở hội nghị Lư Sơn).

Mọi chi phí về phục vụ Mao và người tháp tùng đều do chính quyền trung ương trả. Uông Đông Hưng thường ký thanh toán.

Lần này khi nhận bản thanh toán, Uông ngạc nhiên thấy tính vào tài khoản Chủ tịch là hai nghìn con gà. Con số này gây nên nghi ngờ. Hồ Nam ở trong vị trí tốt nhất hơn nhiều tỉnh khác, nhưng nạn đói đang dữ dội, món thịt gà vẫn thuộc món ăn xa xỉ ở Trung Quốc, hầu như không thể mua nổi. Dù có thu mua được, những người tháp tùng không thể ăn hết lượng gà nhiều đến thế trong một số ngày ở đó. Ngoài ra, Mao và nhân viên của ông không ăn thịt. Trương Bình Hoa đồng ý hoá đơn sai. Có thể chỉ hai mươi con gà, chứ không phải hai nghìn con.

Nhưng con số 2 ngàn hoàn toàn đúng sự thật, chẳng có gì sai cả. Đoàn tàu của Chủ tịch được 15 nghìn lính bảo vệ. Trời thì lạnh, lính đang chịu đói. Trưởng ty công an tỉnh đặt hai nghìn con gà để nuôi nhóm bảo vệ. Lính đặc nhiệm cũng chỉ là những người bình thường, không ai cho họ đặc quyền ăn gà, thậm chí Mao cũng phải từ chối ăn thịt.

Chính quyền tỉnh không khi nào được phép chi tiêu tốn kém đến như thế, nếu như phải trả tiền. Nhưng sếp công an tin rằng đây là lộc của Chủ tịch dành cho sự phục vụ của họ. Tương tự như Diệp Tử Long và Lý Ẩm Kiều thường làm, lần này lãnh đạo tỉnh Hồ Nam cũng cứ tiền trảm hậu tấu. Uông Đông Hưng đành chấp nhận thanh toán, nhưng bực lắm.

***

Sau khi kết thúc tái tổ chức, Uông Đông Hưng hoàn toàn điều khiển Nhóm Một, Văn phòng bảo vệ trung ương và đội bảo vệ trung ương – ba cơ quan quan trọng chính ở Trung Nam Hải. Quyền lực và địa vị Uông tăng lên, ông trở thành nhân quan trọng trong nội chiến cung đình Bắc Kinh. Gần sáu năm trôi qua, từ khi bắt đầu Cách mạng văn hoá, Mao yêu cầu được quân sự hoá một số đơn vị để chiếm các xí nghiệp quan trọng và các trường Đại học ở Bắc Kinh. Ông cho phép Uông Đông Hưng tăng thêm sức mạnh quyền lực.

Trong thời gian đó, Uông chăm sóc Chủ tịch nhiều hơn. Khiêu vũ trước đây mỗi tuần một lần vào thứ bảy, giờ đây hai lần – thứ tư và thứ bảy. Uông tăng số ban nhạc và "đội văn công" để đảm bảo giải trí trong buổi dạ hội được vui vẻ, nhưng thực chất tăng số phụ nữ đến với Mao.

Từ khi Uông trở lại, Lực lượng không quân, Quân khu Bắc Kinh, Tổng cục chính trị Giải phóng quân, Sư đoàn pháo binh II và Sư đoàn công binh xây dựng đường sắt – tất cả phải đảm bảo có ban nhạc, dàn đồng ca, vũ nữ. Tại toà nhà Hội nghị Đại biểu toàn quốc mở cửa nhân ngày quốc khánh 1959, gian số 118 đẹp nhất, gian Bắc Kinh, được trang bị đặc biệt cho Mao và một số gái trẻ trong số nhân viên phục vụ thư giãn lãnh tụ. Mao không cần mối lái như xưa. Khó mà nghĩ, hàng ngày xài nhiều cung nữ như thế, Mao vẫn tự giải quyết hết công việc mình. Ông đã 67 tuổi. Tháng 9-1961, khi gặp nguyên soái Montgomery, Mao lần đầu tiên đưa khả năng lý thuyết cái chết của mình. Cho rằng ông có thể chết vì bị ám sát, chết trong tai nạn máy bay, đổ tàu, chết đuối, nhưng khả năng gặp nhiều hơn cả là do bệnh tật.

Nhưng khả năng thèm muốn tình dục của Mao lại tăng theo độ tuổi. Đôi lúc ông cũng nghĩ đến Diệp Tử Long và Lý Ẩm Kiều.

CHƯƠNG 43

Trong khi Uông Đông Hưng củng cố quyền lực tại Bắc Kinh, tôi đang ở Quảng Châu, giải quyết các việc khó khăn riêng. Tôi đến thành phố phương Nam vào cuối tháng 12-1960 theo yêu cầu của Giang Thanh. Vợ Chủ tịch về đây tránh rét, bà vẫn phàn nàn theo thói quen, kêu bị ốm, ánh sáng, tiếng ồn và cả gió cũng làm bà khó chịu. Bà ca cẩm các cô y tá, nhân viên phục vụ, vệ sĩ chẳng giúp được gì, vì vậy cần tôi đến giúp đỡ.

Đòi hỏi của Giang Thanh đối với tôi thật quá quắt. Thậm chí Mao cũng thoáng nghi ngờ. Ở Nhóm Một lại xuất hiện tin đồn do Diệp Tử Long và Lý Ẩm Kiều tung ra, tôi là "bạn cánh hẩu" của Giang Thanh.
- Hãy cứ để hai người này chiều chuộng nhau!
Mao nói một đượm vẻ ghen tuông khi nghe tin Giang Thanh muốn tôi đến Quảng Châu.
Ông giục tôi đi. Nhưng tôi không muốn. Mọi khó chịu về bệnh tật của Giang Thanh chỉ do tưởng tượng, tôi không thể giải quyết được vấn đề thuộc bệnh tâm lý. Bà như con hổ cái đối với nhân viên phục vụ, những cố gắng đứng ra làm trung gian hoà giải của tôi trước đây hầu như không đem lại kết quả nào cả. Phải có mặt tại chỗ ở của vợ Chủ tịch là điều làm tôi cực kỳ khó chịu. Tôi biết Mao nghi ngờ nên không muốn sự nghi ngờ tăng lên gây bất lợi.
Nhưng tôi không còn có sự lựa chọn nào khác. Chủ tịch ra lệnh tôi đi Quảng Châu, thậm chí còn dành một máy bay quân sự đưa tôi đi. Khi tôi có mặt ở biệt thự, nơi Giang Thanh nghỉ ở nhà khách trên đảo nhỏ ở Quảng Châu, các cô y tá và bảo vệ tìm đến tôi phàn nàn. Họ cam đoan vợ Chủ tịch khoẻ mạnh, chẳng ốm đau gì hết. Bằng cớ là sự hoạt động hàng ngày của bà. Đồng Chử, bí thư tỉnh uỷ, thường mở tiệc khiêu vũ và Giang Thanh luôn luôn là mỹ nhân của sàn nhảy. Tất cả các nhân vật máu mặt của tỉnh đều tham gia nhảy nhót. Mọi người từ lãnh đạo cao cấp tới nhân viên bảo vệ và phục vụ đều phải nhảy với vợ Chủ tịch ít nhất một lần. Nhưng Giang Thanh có thể nhảy liền 3-4 tiếng không thấy dấu hiệu mệt mỏi và sau đó lại xem phim. Vậy bà ta ốm ở điểm nào?
Nhưng khi gặp tôi, Giang Thanh rên rĩ, kêu ca ốm đau. Các y tá, nhân viên phục vụ, như bà thường khắng định, cục cằn, cẩu thả, bướng bỉnh và thiếu tinh thần trách nhiệm. Bà không che dấu nổi sự

bực, khi tôi thông báo rằng sau khi khám cho bà, tôi sẽ quay về Bắc Kinh ngay. "Tôi không hiểu ông bác sĩ này – Giang Thanh sau này phàn nàn với một cô y tá – ông ta đến Quảng Châu, không thực hiện công việc của mình một cách cẩn thận, sau đó lập tức muốn chạy về Bắc Kinh. Ông ta là cái thá gì nhỉ?"

Không muốn Giang Thanh bực thêm, tôi quyết định chẳng vội vàng khám và cũng không nói về việc quay về nữa, đành phải chờ Giang Thanh gọi.

Vợ Chủ tịch cô đơn, thèm khát bạn tâm giao, chọn tôi làm người để tâm sự. Cuộc sống ở Quảng Châu mang vẻ thơ mộng. Hàng ngày chẳng ai phải làm gì ngoài việc làm bà vui vẻ, thư giãn. Chúng tôi lên kế hoạch làm việc ngay. Sau những buổi khiêu vũ hay xem phim, Giang Thanh ngủ rất muộn, thức giấc khoảng 10 hay 11 giờ sáng hôm sau. Ăn sáng, trang điểm xong, bà đi dạo hay làm gì đấy, đến 2 hay 3 giờ chiều lại chợp mắt đến 4 hay 5. Chúng tôi đôi khi cùng nhau dạo chơi, xem phim. Bữa tối ăn riêng, nhưng tôi được hưởng cuộc sống thừa mứa của Giang Thanh. Dù nạn đói ngày càng tồi tệ nhưng chưa khi nào cảm thấy sự thiếu thốn trong một khu vực yên tĩnh như vậy.

Những ngày nhàn tản cứ thế trôi qua. Hôm 26 tháng 12, chính ngày mà Mao ở Bắc Kinh tuyên bố đuổi Diệp Tử Long và Lý Ẩm Kiều, chúng tôi tổ chức mừng ngày sinh Chủ tịch bằng bữa tiệc do Đồng Chử bí thư tỉnh uỷ khoản đãi. Tết dương lịch đến và qua đi. Bầu không khí xung quanh đẹp lộng lẫy, cuộc sống tiện nghi thật dễ chịu, nhưng tôi buồn phiền chán nản, người thấy có vẻ ốm. Tôi thấy vợ Mao, sống trong đặc quyền và xa hoa, nhưng rất bất hạnh.

Các cuộc truy hoan của Mao với đàn bà ngày càng công khai, Giang Thanh rất căng thẳng. Vì được nghe bà tâm sự, nên tôi hiểu, ngoài nguyên nhân ấy, còn có những nguyên nhân khác làm bà cảm thấy bất hạnh hơn. Giang Thanh ấp ủ hoài bão chính trị to lớn. Cách duy nhất tách Giang Thanh khỏi tham vọng quyền lực, người ta xếp bà giữ chức vụ tương đối thấp trong đảng. Tất cả quan chức của đảng có chức vụ nhất định. Cao nhất là Mao và 5 bí thư cao cấp. Tiếp theo từ hạng hai đến hạng sáu là của các lãnh tụ cận kề. Các cán bộ từ hạng 7 đến hạng 13, thuộc cán bộ hạng trung – từ hạng 14 đến hạng 17, cán bộ cấp thấp, cấp thấp nhất đứng ở hạng từ 18 đến 25.

Giang Thanh đứng ở hạng 9, Diệp Tử Long và Uông Đông Hưng được bổ nhiệm hạng cao hơn – hạng 7. Bà than phiền với tôi, cấp bậc chỉ ngang hàng chúng tôi, những nhân viên thường của bộ máy trực thuộc Mao chủ tịch, buộc tội Dương Thượng Côn, đã xếp bà vào hạng chín.

Chính Mao cũng đồng ý xếp Giang Thanh vào hạng này. Mao hiểu, năng lực của bà không tương xứng với hoài bão. Bà chẳng có chút kinh nghiệm nào, chỉ hành động theo mệnh lệnh của Mao. Giang Thanh nóng tính, thích lên mặt dạy đời, chẳng ai ưa, không ai muốn tuân theo mệnh lệnh của một người đàn bà như thế.

Căn bệnh hoang tưởng của Giang Thanh do tham vọng bị cản trở. Sự căng thẳng do nguyên nhân chính trị gây ra. Nếu bà mạnh khỏe, buộc phải làm việc, nhưng cấp bậc không cho Giang Thanh một chút quyền lực, một chút kính trọng. Mọi người khúm núm, phục vụ không phải vì họ kính trọng hoặc để làm vừa lòng, chỉ vì bà là vợ Chủ tịch. Tất nhiên những kẻ nịnh nọt, bợ đỡ sẽ biến mất, nếu bà được bổ nhiệm làm việc. Do tính khí nóng nảy, giọng lưỡi độc ác của bà đã tạo ra biết bao kẻ thù, họ sẽ khinh miệt, coi thường.

***

Giang Thanh cần tạo ra vẻ ốm đau, cuối cùng tôi cũng hiểu ra, vì chỉ có ốm – cách duy nhất để có thể trội hơn người khác. Và bà cũng cần làm sao Mao tin bà ốm thật, nếu không thế ông sẽ bắt Giang Thanh phải làm việc, nghĩa là phải chịu dưới trướng Diệp Tử Long và Uông Đông Hưng, người có cấp bậc cao.

Sau khi tôi sống ba tuần lễ trong sự nhàn nhã bắt buộc, Giang Thanh gọi tôi vào buồng. Chỉ chỗ tôi ngồi, Giang Thanh nhiếc móc tôi ở đây đã vài tuần, nhưng chẳng làm cái gì cả. Bà muốn biết lý do, hỏi:

- Đồng chí nghĩ gì mới được cơ chứ?

Tôi trả lời:

- Tôi đợi đồng chí thông báo khi nào muốn kiểm tra sức khỏe.

- Có điều khác tôi muốn thảo luận với đồng chí đây! – Giang Thanh nói.

Tôi cứng người.

- Chủ tịch hiện sức khoẻ tốt, ông không cần giữ cho mình một bác sĩ bên cạnh ngày đêm. Còn tôi lại không được khoẻ lắm. Từ ngày bác sĩ Hứa Đạo bỏ việc, tôi chẳng còn bác sĩ riêng. Tôi muốn đồng chí làm bác sĩ cho tôi. Đồng chí có thể chữa cả cho lãnh tụ, khi nào ông ấy cần.

Lời mời của Giang Thanh, lời mời tôi lo sợ nhất đã thành sự thật. Tôi đã đồng ý như bác sĩ riêng phục vụ Giang Thanh chỉ với điều kiện bà và Chủ tịch sống chung với nhau. Giờ đây bà yêu cầu tôi ở lại mãi với bà. Điều tôi rất sợ và không muốn.

Lời đề nghị này đối với tôi chẳng có gì bất ngờ. Tôi ngờ rằng đằng sau việc gọi tôi đến Quảng Châu có một cái gì đó mờ ám từ lâu. Vì thế tôi đã chuẩn bị câu trả lời sẵn.

Tôi nói, lãnh đạo bổ nhiệm tôi làm việc với Chủ tịch, đảng không trao nhiệm vụ cho tôi làm cho bà. Chủ tịch cũng không nói gì về sự thay đổi tính chất công việc cả.

Trời đất ơi, té ra là Giang Thanh đã nói chuyện với Mao và ông đã đồng ý. Ngoài ra, Giang Thanh còn chuẩn bị nói chuyện với thủ trưởng của tôi để họ không ngăn cản.

- Dù sao chăng nữa tôi cho rằng đồng chí nên nghĩ kỹ vấn đề này, đồng chí Giang Thanh ạ – tôi đứng lên – đây không phải là ý tưởng tốt – như vậy sẽ thay đổi công việc và số phận của tôi.

Giang Thanh trở lên căng thẳng:
- Vì sao đây là ý tưởng xấu? – Bà to tiếng – Đồng chí chỉ tôn trọng lãnh tụ và coi thường tôi, có đúng thế không?

Giang Thanh luôn luôn lo tôi chỉ kính trọng Mao, còn khinh thường bà.

Nhưng điều này không làm tôi sợ, tất cả chỉ là chuyện bếp xép của bọn người xung quanh. Nếu tôi được bổ nhiệm làm bác sĩ chính thức của bà, những kẻ rách việc trong cung đình sẽ tin chuyện quan hệ bất chính là có thật như lời đồn thổi.

Tôi mạnh dạn:
- Đây không phải là vấn đề tôi coi thường ai. Là bác sĩ, tất nhiên tôi sẽ khám chữa bất kỳ ai tôi thấy cần thiết. Nhưng tôi sợ, với đồng chí bằng cách này, người ta có thể xì xèo. Điều mà họ sẽ nói, có thể sẽ mang lại những không hay cho đồng chí và cả cho Chủ tịch.

Bỗng nhiên Giang Thanh đứng lại, nhìn thẳng vào tôi:
- Đồng chí nói cái gì thế? Cái gì có thể ảnh hưởng xấu đến chúng tôi?
- Tin đồn – Tôi trả lời – Những lời đàm tiếu. Vô ích khi nói về chúng.

Giang Thanh bối rối:
- Bác sĩ, tôi luôn luôn nghĩ tốt về đồng chí – Bà nói – Nếu đồng chí có điều gì cần nói, cứ nói thẳng ra.
- Nếu đồng chí muốn nghe, thưa đồng chí Giang Thanh, tôi sẽ kể. Ngay lúc tôi quay về Nhóm Một cuối năm 1959, đã có tin đồn. Một số người nói, đồng chí có quan hệ quá tốt với tôi và có một cái gì đó thật "đặc biệt" giữa chúng ta. Có ai đó thậm chí đã đưa tin đồn nguy hiểm này cho Chủ tịch. Nhưng Chủ tịch nói: "Hãy để họ đánh bạn

với nhau". Đồng chí Giang Thanh, đây là nguyên nhân mà tôi nói ý tưởng của đồng chí chẳng hứa hẹn đem lại một cái gì tốt lành cả.

Giang Thanh trở nên im lặng.

- Ai nói thế? – Giang Thanh hỏi, giọng căng thẳng.
- Không cần để ý. Điều này không có giá trị gì cả.
- Đừng có ngu xuẩn, đồng chí bác sĩ. Tôi cư xử tốt với đồng chí vì tôi biết khó khăn như thế nào mới tìm được bác sĩ cho Chủ tịch. Ông quý đồng chí, vì thế tôi cũng đối xử tốt. Té ra là có ai đó tung tin đồn nhảm về chúng ta. Ai đấy?
- Nếu đồng chí yêu cầu, tôi sẽ nói. Đó là Diệp Tử Long và Lý Ấm Kiều.

Tôi chẳng hối hận khi nói thẳng với vợ Chủ tịch về người đã tung tin đồn nhảm. Tôi rất căm cả Diệp lẫn Lý, kẻ đã ton hót với Mao muốn tôi phải thôi việc.

Giang Thanh bỏ luôn kế hoạch của mình, bật khóc gọi điện cho Mao. Sau vài ngày tôi quay lại Bắc Kinh bằng máy bay đặc biệt của không quân. "Không bao giờ được cho ai biết bất kỳ điều gì về cuộc nói chuyện giữa chúng ta" – Giang Thanh cảnh cáo tôi trước tôi lên máy bay.

***

Tình hình ở Bắc Kinh càng ngày càng trở nên tồi tệ. Người dân hầu như không xuất hiện trên đường phố, nếu có gặp ai, họ đều lờ đờ kiệt sức, lãnh đạm. Người ta ở nhà để tiết kiệm năng lượng. Vài tuần lễ sau gia đình tôi tổ chức đón Tết nguyên đán, chúng tôi chỉ ăn cháo loãng với rau. Bình thường thời xưa, mâm cơm đủ thứ thịt, cá, hoa quả. Tết nguyên đán – đó là ngày lễ vui nhất duy nhất của năm, người Trung Hoa theo truyền thống, khắp nơi ăn uống linh đình. Tết năm nay không có gì cả.

Tôi phải đợi, trước khi được gặp Mao báo cáo. Hội nghị lần thứ 9 của Ban chấp hành trung ương khoá VIII khai mạc hai ngày sau khi tôi quay về. Tôi biết Chủ tịch rất bận cho việc chuẩn bị. Hội nghị cuối cùng cần có hành động để đối mặt "bóng tối của cuộc sống", vấn đề Mao không thể phớt lờ. Chính ông cũng bị gánh nặng đè, nên phải bỏ mất nhiều thời gian trên giường. Nếu nghĩ ông muốn để ra nạn đói như ngày nay thì thật nhẫn tâm, tôi tin Mao phát động Đại nhảy vọt với ý đồ mong muốn mang lại cho đất nước Trung Quốc một cái gì đó tốt hơn, tươi đẹp hơn. Vấn đề ở chỗ, ông không được đào tạo đầy đủ trong nền giáo dục hiện đại, thiếu kiến thức và khái niệm về thế giới hiện đại, không hiểu rõ Trung Quốc có thể hoà nhập với thế giới theo cách nào. Thế kỷ XX sắp qua rồi, Mao vẫn còn mang ý nghĩ của thế kỷ XIX, ông không đủ khả năng dẫn dắt đất nước. Bây giờ ông đã tụt hậu, nhưng vẫn cố thử tìm kiếm giải quyết khó khăn ra sao.

Hội nghị là một đòn đối với Mao. Những người tham gia hội nghị đòi phục hồi sản xuất nông nghiệp như nhiệm vụ quan trọng sống còn của đảng. Khi cả nước đói kém, ước mơ công nghiệp hoá nhanh chóng là sự sai lầm chết người. Con người đầu tiên cần phải có cái gì để sống cái đã, rồi sau mới nghĩ tiếp được.

Tôi gặp Chủ tịch hôm 18-1-1961 ngay sau khi kết thúc hội nghị, kể về cuộc nói chuyện của tôi với Giang Thanh và tin đồn về mối quan hệ đặc biệt của chúng tôi. Tôi giải thích vì sao giữ im lặng lâu đến thế, bởi vì tôi nghĩ Diệp Tử Long và Lý Ẩm Kiều xúc phạm đến Chủ tịch, chứ không phải xúc phạm tôi. Tôi hỏi:

- Bằng chứng nào ở họ về mối quan hệ đặc biệt của chúng tôi? Vì sao họ bịa đặt ra điều này?

Thực tế tôi đã ra đòn hiểm vào Mao, người hay khuyến khích người khác phao tin đồn nhảm. Nói rằng tin đồn xúc phạm Mao, nghĩa là tôi đã gián tiếp tát thẳng vào mặt ông ta.

Mao chăm chú nghe, mắt ông nheo lại. Chắc hẳn Giang Thanh cũng đã kể cho ông câu chuyện này.

- Đừng lo, tôi hiểu – ông nói – Hãy quên đi. Ai có thể bảo các đồng chí ấy đừng có bao giờ nói sau lưng người khác?

Sau đấy ít lâu, Mao bảo tôi, Diệp Tử Long và Lý Ẩm Kiều bị cách chức, chỉ nội trong vài ngày tới sẽ đi Hồ Nam. Thậm chí Uông Đông Hưng không thông báo cho tôi biết điều này sớm hơn.

Cục sức khoẻ trung ương gửi đến Quảng Châu vài bác sĩ để khám bệnh cho Giang Thanh – Cơ Túc Hoa, giám đốc bệnh viện Bắc Kinh, Thế Bành Thư, giám đốc bệnh viện Thượng Hải và Tôn Xuyên Hứa, giám đốc bệnh viện tâm thần Thượng Hải, một nhà tâm thần kinh nổi tiếng. Giang Thanh để họ chờ đợi sáu tuần, cho đến khi Mao, tôi và Uông Đông Hưng đến Quảng Châu vào cuối tháng 2.

Các bác sĩ nổi tiếng cảm thấy hãnh diện được mời tới chữa bệnh cho Giang Thanh. Nhưng vì bỏ cơ quan quá lâu, họ bắt đầu lo lắng không hoàn thành công việc của bệnh viện.

- Họ tự coi trọng công việc này thái quá!

Giang Thanh cười khẩy châm chọc, khi tôi giải thích, các bác sĩ muốn được khám và chữa bệnh càng sớm càng tốt.

Cuối cùng Giang Thanh đồng ý bác sĩ khám một ngày nghỉ một ngày, chương trình kéo dài sáu ngày. Bác sĩ ngoại khoa, Cơ Túc

Hoa, chuyên gia nội khoa Thế Bành Thư kết thúc công việc sau hơn một giờ. Nhưng việc kiểm tra thần kinh và tâm lý, do Tôn Xuyên Hứa thực hiện, lại chiếm nhiều thời gian. Giang Thanh yêu cầu bác sĩ Tôn chú ý đến sai lệch về thần kinh chứ không phải vấn đề tâm lý. Vì thế người ta không đặt những câu hỏi giúp bác sĩ chẩn đoán vấn đề tâm sinh lý của bà.

Ngay sau khi cuộc khám hoàn tất, tôi gặp Giang Thanh. Bà muốn biết người ta phát hiện mắc bệnh gì.

Tôi nói, các bác sĩ không phát hiện được bệnh gì, tất cả đều bình thường:

- Sức khoẻ của đồng chí tiến triển tốt. Bác sĩ muốn gặp đồng chí để báo cáo kết quả sau khi kiểm tra.

Nhưng Giang Thanh không muốn gặp bác sĩ để nghe giải thích không có bệnh tật và thay vì gặp mặt, yêu cầu báo cáo bằng văn bản. Bà yêu cầu không được thông báo kết quả cho Chủ tịch. Giang Thanh chỉ muốn Mao tin bà có bệnh.

Cuộc chiến gay go kéo dài bắt đầu nổ ra. Bản báo cáo kết luận của các bác sĩ hoàn toàn khách quan. Xác nhận sự phục hồi sức khoẻ của Giang Thanh sau khi trị xạ ung thư tử cung tiến triển tốt, tuy có dấu hiệu chứng suy nhược thần kinh mạn tính, khuyên bà nên tiếp tục hoạt động trò chơi giải trí như xem phim, khiêu vũ, nghe nhạc và chụp ảnh. Nhưng Uông Đông Hưng không đồng ý với bản kết luận của họ. Ông chống bất cứ kết luận nào cho rằng Giang Thanh bị bệnh. Uông không muốn bác sĩ chứng thực tính lười biếng, vô tích sự của Giang Thanh bằng cách khuyên nên giải khuây, giết thì giờ vào những chuyện vui chơi giải trí như xem phim, khiêu vũ để chữa bệnh vô công rồi nghề.

Tôi cũng dính ngay vào chuyện này của các bác sĩ. Tôi thay mặt và đồng ý khi Ban bảo vệ sức khỏe Trung ương giao nhiệm vụ các bác sĩ phải chăm sóc sức khỏe, điều trị bệnh cho Giang Thanh thật cẩn thận. Sau này, trong sự mất bình tĩnh, tôi nói với họ, thật vô nghĩa khi các ông thoả hiệp với những bệnh bà ta tưởng tượng ra, tại sao không nói thật, nói thẳng Giang Thanh hoàn toàn khoẻ mạnh, chẳng ốm đau gì. Nhưng các bác sĩ này chỉ là những nhà khoa học thuần tuý, chẳng hiểu cách cư xử thô bạo của Giang Thanh đối với mọi người. Sự kiên nhẫn của tôi đã quá sức chịu đựng và sự trả thù của Uông Đông Hưng với vợ Chủ tịch chỉ làm tôi thêm đắng cay.

Như vậy bản báo cáo kết quả kiểm tra sức khỏe của các bác sĩ chả làm vừa lòng ai cả.

- Gì thế này? – Giang Thanh kêu lên khi đọc qua bản kết luận – Những người này thật vô trách nhiệm. Họ nghĩ cái mà họ viết như thế này?

Bà trả lại các bác sĩ bản kết luận coi như không chấp nhận, từ chối nó.

Đồng Chử tổ chức tiệc giã từ để cám ơn bác sĩ đã phục vụ Giang Thanh. Đồng Chử biết Giang Thanh không hài lòng về bàn kết luận của họ, nhưng không hình dung được Giang Thanh độc ác và hoang tưởng như thế nào. Sau này, tất cả ba người này đã bị đau khổ vô cùng trong thời kỳ Cách mạng văn hoá. Bác sĩ Cơ Túc Hoa bị tù 5 năm, người ta tra tấn dã man trong trại giam đến nỗi ông mất trí nhớ. Ông không thể làm việc được, chết sau đó ít lâu. Bác sĩ Thế Bành Thư cũng trở thành đối tượng phê phán và bị đàn áp mạnh. Ông sống sót sau Cách mạng văn hoá và chết trong cơn đau tim. Nhà thần kinh học, bác sĩ Tôn Xuyên Hứa bị khốn khổ hơn tất cả, Họ tống ông vào tù với tội chống đảng, bị tra tấn dã man. Ông viết cho tôi một số thư từ trong tù, nhắc lại rằng ông đã chấp hành nghiêm chỉnh nhiệm vụ khám chữa bệnh cho đồng chí Giang Thanh và ông làm việc siêng năng như thế nào.

Tôi viết thư cho Bệnh viện Tâm thần Thượng Hải, đề nghị chứng thực ông vô tội, nhưng không nhận được hồi âm. Sau đó Tôn Xuyên Hứa, đã tự vẫn trong tù. Ông không thể chịu nổi sự tra tấn kéo dài.

Sau khi các bác sĩ đi khỏi, còn lại mình tôi, hứng chịu nỗi bực tức của Giang Thanh cho là vì tôi người ta không chịu chứng nhận bà có bệnh. Mối quan hệ của chúng tôi tiếp tục xấu đi. Bà bắt đầu nói với mọi người, tôi khác trước, trở thành người có ý định chống lại bà. Để lấy chứng cớ, Giang Thanh kể lại trường hợp xảy ra năm 1958, tôi đã thực hiện nhiệm vụ khó khăn, báo cáo với Mao bà bị bệnh. Bây giờ tôi lại không muốn làm điều này nữa.

Giang Thanh thấy nguyên nhân thay đổi của tôi có mối quan hệ với sự thay đổi sự tương quan quyền lực của Nhóm Một. Giang Thanh nói, tôi chẳng cần sự che chở của bà nữa. Khi Uông Đông Hưng bị đuổi, Diệp Tử Long và Lý Ẩm Kiều nắm quyền, tôi cần phải tìm sự ủng hộ. Bây giờ Diệp Tử Long và Lý Ẩm Kiều bị bật đi xa, bạn tôi Uông Đông Hưng quay lại, người có bàn tay sắt, đang lãnh đạo Nhóm Một. Dưới sự che chở của Uông Đông Hưng, Giang Thanh cho rằng, tôi coi thường bà, nhưng vẫn công nhận lòng trung thành của tôi với Chủ tịch không thay đổi.

Tuy nhiên Giang Thanh suy luận sai về tâm trạng của tôi. Việc Uông Đông Hưng trở lại nắm quyền lực, cuộc sống của tôi ở Nhóm

Một trở nên dễ chịu hơn. Đơn thuần tôi không thích Giang Thanh vì cuộc sống xa hoa, vô tích sự, bà ta hoàn toàn khỏe mạnh như tôi, nhưng cứ vờ ốm. Lúc nào cũng như mẹ người ta, phàn nàn liên miên, ra lệnh sai khiến những người xung quanh với những đòi hỏi vô lý. Giang Thanh, một thứ quý cái đầu kỷ nguyên của đảng cộng sản, lúc nào cũng thích la lối om xòm.

Tôi căm ghét thói đạo đức giả của bọn người quanh tôi đang thịnh hành. Những người lãnh đạo cộng sản thường to mồm phê phán lối sống tư sản cặn bã của những người tiền nhiệm chế độ cũ, họ đề cao nguyên tắc đạo đức cộng sản như một thứ đạo đức cao thượng tuyệt đỉnh, nhưng chính họ sống trong xa hoa, truỵ lạc. Quần chúng nhân dân đau khổ, lao động cực nhọc và bị chết dần chết mòn để một nhúm những kẻ cầm quyền làm giàu.

Lòng tin và ước mơ, sự ngưỡng mộ của tôi về Mao, về một xã hội mới tốt đẹp hơn mà những người cộng sản đang xây dựng đã bị sụp đổ hoàn toàn trong tôi.

Giang Thanh sai lầm khi cho rằng tôi vẫn còn cuồng tín ngưỡng mộ Mao. Sự ngưỡng mộ cuồng tín của tôi đã biến mất. Mao theo đuổi những nguyên tắc đạo đức nào? Khi Mao gạt bỏ Bành Đức Hoài như một thứ rác rưởi cần đổ ra đường, ông, một trong những nhà lãnh đạo cách mạng vĩ đại nhất của đất nước, một người trung thành với sự chọn lựa cộng sản và cống hiến hết sức lực vì sự cải thiện cuộc sống ở Trung Quốc. Còn Mao tập hợp xung quanh mình những cô gái trẻ giống như đa số các ông vua đời trước đầy cung tần mỹ nữ vây quanh.

Còn nhân dân Trung Quốc thì sao? Đảng cộng sản sử dụng "nhân dân" đưa họ lên tận mây xanh nhưng chính những người lãnh đạo đảng đã áp bức, bóc lột, buộc họ phải chịu đựng tất cả mọi khó khăn, bắt buộc họ phải chấp nhận mọi sự xỉ nhục để mà sống cho qua ngày. "Nhân dân" không là cái gì, chỉ là một khối lượng người to lớn, đồ sộ nhưng vô danh tiểu tốt là những người nô lệ vô vọng. Đó chính là "xã hội mới", thế giới mới của chủ nghĩa cộng sản như thế đấy.

Giang Thanh đúng khi nhận xét, tôi coi thường, ghê tởm bà. Không những thế tôi còn coi thường, ghê tởm cả chồng bà nữa và tất cả những con người trong Nhóm Một.

Một nước "Trung Hoa mới" đang suy đồi, thối nát trong tham nhũng.

CHƯƠNG 44

Cuộc khủng hoảng nông nghiệp đã chọc tức giới chóp bu trong đảng, từ nay Mao không thể hoàn toàn làm theo những mong muốn, đâm ra buồn rầu, phần lớn nằm bẹp trên giường. Phòng "Xuân Sen" ở Trung Nam Hải đang sửa chữa. Trong thời gian sửa, hai lần trong tuần vẫn tiến hành khiêu vũ ở gian khác. Khi công việc sửa chữa xong, người ta đặt một cái giường lớn trong một phòng, cạnh phòng nhảy để Mao thư giãn. Tôi thường cùng Mao đến sàn nhảy, thấy tận mắt Chủ tịch kéo các vũ nữ trẻ vào buồng mình để "thư giãn". Nội thất trong buồng sang trọng không tưởng được. Các đồ dùng thật hoành tráng, chúc đài treo đẹp hơn hẳn trong điện Kremlin tôi đã thấy.

Đối với các cô gái trẻ được Mao chọn, phục vụ và làm vừa lòng bất kỳ yêu cầu của ông là vinh dự không gì so sánh được. Những phụ nữ lớn tuổi hơn, có học hành thường từ chối. Một số y tá phục vụ cho rằng mối quan hệ riêng với Chủ tịch phải chăng đã vi phạm nghề nghiệp của họ. Những họ cũng đồng ý và hoan hỉ khi được mời.

Bất kỳ ai làm việc cho Mao, đều được nghiên cứu, điều tra cẩn thận, thiếu nữ cũng không loại trừ. Việc nghiên cứu kiểm tra lý lịch cẩn thận đảm bảo rằng họ hoàn toàn không hại cho Chủ tịch. Tất cả họ đều gốc gác nông dân, xuất thân từ những gia đình có quan hệ ràng buộc và ơn huệ với đảng cộng sản. Đối với họ, Mao là thánh, là đấng cứu thế.

Lưu, chẳng hạn, cô gái ăn mày. Mồ côi cha từ thuở ấu thơ. Khi bố chết, sống trong cảnh bần cùng, hai mẹ con đành đi ăn xin. Cô gái lúc ấy mới 8, 9 tuổi, khi đảng cộng sản nắm chính quyền, người ta tuyển và cô đào tạo trong Đoàn văn công Không quân. Đảng Cộng sản đã cứu vớt cô.

Một phụ nữ trẻ khác, thành viên của nhóm văn công trong Tổng cục đường sắt – cũng mồ côi, con gái một "chiến sĩ cách mạng kiên cường". Cha mẹ cô, đảng viên, đã hy sinh vì lý tưởng cộng sản. Cô ta thậm chí chưa học xong tiểu học, nhưng đảng đưa đi đào thành diễn viên múa trong đoàn văn công Tổng cục đường sắt.

Được đảng cứu vớt, giúp đỡ cũng được coi là cái vỏ bọc đầy triển vọng, nay được Mao vời tới, họ càng cho đây là sự kiện trọng đại nhất trong đời. Đối với đa số nhân dân Trung Quốc, người ta ao ước được ngắm nhìn Mao bình thản đứng trên lễ đài trên quảng trường

Thiên An Môn cũng đã là một niềm hạnh phúc, một sự kiện vô cùng sung sướng mà họ chưa bao giờ được trải nghiệm. Một ít người được bắt tay lãnh tụ đã không dám rửa tay vài tuần. Khi bạn thân và người quen vượt dặm đường xa tới gặp, để mà được sờ vào bàn tay được chạm với tay Mao để hiểu cảm giác lạ kỳ họ được trải nghiệm như thế nào.

Trong thời gian Cách mạng văn hoá, thậm chí chỉ một quả xoài Mao tặng cũng trở thành phẩm vật của thánh nhân, được thờ phụng đặt lên bàn thờ. Những giọt nước từ quả xoài được hoà vào nước, bỏ lên đun sôi, coi như là thuốc thánh chữa bách bệnh. Vậy, hãy hình dung khi một cô gái được Mao mời để phục vụ, họ sẽ sung sướng đến bậc nào.

Các cung nữ chưa bao giờ yêu Mao theo ý nghĩ thông thường của tình yêu trai gái. Họ yêu Mao bởi ý nghĩ, ông là lãnh tụ vĩ đại, người thày cách mạng, vị cứu nhân độ thế. Đa số biết rằng mối quan hệ chỉ tạm thời. Tất cả các cô đều rất trẻ, tuổi đôi tám, chưa chồng. Khi Mao chán chường, hết lạc thú, họ đi lấy chồng hoặc biến khỏi đây. Chồng họ, những thanh niên trẻ tuổi trong đám lính bảo vệ hay nhân viên phục vụ, lớp người ít học, cội rễ thuộc thành phần bần cố nông. Đi lấy chồng, phải có sự đồng ý của lãnh tụ. Việc giải quyết thường đạt được sau khi chính Mao chán ngấy. Nhưng đôi khi Chủ tịch lại muốn phục hồi mối quan hệ từng bị gián đoạn. Ngay cả các cô lấy chồng, cũng phải chấp nhận, không được chống cự. Một số không hiểu về sự ràng buộc trong mối quan hệ, lấy chồng không được ông cho phép trong khi đang quan hệ tình ái là điều cấm kỵ. Đôi khi ông muốn nối lại tình xưa một cách rất vô lý. Mao thực sự không hiểu tâm trạng, cách nhìn của các cô gái trẻ về tình yêu của họ đối với vị lãnh tụ vĩ đại, vị cứu thế khác với tình yêu trai gái như thế nào.

Chẳng có gì lấy làm lạ về việc Mao chiếm đoạt tình dục một cách tàn bạo. Một hôm có cô gái nói với tôi:

- Chủ tịch – một người rất hấp dẫn, nhưng ông không hiểu ranh giới giữa tình yêu đối với lãnh tụ và tình yêu trai gái. Thế có lố bịch không chứ?

Một cô khác, tả lại các ngón tình dục của Mao và nhận xét: "Mao vĩ đại về mọi mặt!"

Những cô gái trẻ nếm mùi sợ hãi trong hoan lạc như thế trước sự tâng bốc tình dục của Mao, cũng như trước tầm quan trọng chính trị của ông. Mao đã 67 tuổi, bước sang ranh giới của độ tuổi hoạt động tình dục suy giảm. Không phải vì tò mò, nhưng giai đoạn đó tôi chẳng thấy ông phàn nàn về chuyện liệt dương cả. Chính từ thời gian đó ông trở thành môn đồ Lão tử, người đã cho rằng tình dục không chỉ để thoả mãn, còn cần thiết để kéo dài tuổi thọ.

Khoái cảm nhất của Mao khi ân ái với vài cô gái trẻ cùng một lúc trên giường. Mao rất thích, toại nguyện khi cùng một lúc làm tình với mấy cô gái. Mao cổ vũ chuyện ân ái với nhiều người tình, ông bảo, trong lúc truy hoan như vậy, giúp sự dẻo dai và cường tráng trong quá trình giao hợp.

Lòng tin của Mao về thực hành tình dục của Đạo Lão đã bảo vệ và nâng cao sức khoẻ của ông, tôi thực sự nghi ngờ, nhưng không dám nói. Hàng tá gái trẻ, luôn sẵn sàng chờ lệnh từ hoàng cung, mang trong lòng sự tự hào được phục vụ Chủ tịch, một số cô đã không ngần ngại kể cho tôi về họ được nếm mùi như thế nào. Các cô gái không bao giờ che giấu mối quan hệ của mình. Trẻ tuổi, ít được học hành, họ đến tìm tôi vì tôi giữ trọng trách về sức khỏe của Chủ tịch, đồng thời là sếp của họ. Té ra, khi tuyển chọn các cô gái để làm tình, Mao thường đưa họ đọc trước quyển sách hướng dẫn tình dục của đạo Lão "Con đường bí mật kinh điển của thiếu nữ dạy thì". Sách được viết theo văn phong Trung Quốc cổ, khiến các cô gái không thể hiểu nổi. Họ hỏi tôi nghĩa của những từ ấy. Trong nhiều năm tôi đã dạy những từ ngữ này chẳng phải nghiên cứu nhưng vẫn hiểu. Các cô gái rất thán phục những gì mà Chủ tịch ban phát. Một thiếu nữ đã thú nhận với tôi về quan hệ ái ân của Mao:

- Chủ tịch thật vĩ đại trong tất cả mọi chuyện, kể cả chuyện chăn gối.

Hoạt động tình dục của Mao không giới hạn ở phụ nữ. Những thanh niên trẻ trong số những người phục vụ, đẹp trai và khỏe mạnh, cũng lọt vào sự chú ý của ông. Một trong số họ có trách nhiệm xoa bóp cho Mao về đêm. Mao đòi hỏi phải xoa bóp cả vùng háng của ông nữa. Tôi biết kiểu quái dị này vào năm 1960, khi một vệ sĩ từ chối thực hiện đòi hỏi của Chủ tịch.

- Đây là việc cho đàn bà, chứ không phải cho tôi – Anh chàng kể lại cho tôi trước khi rời khỏi Trung Nam Hải.

Về sau, năm 1964, tôi trở thành người chứng kiến vụ bê bối ngay trên tàu hoả của Mao. Khi một vệ sĩ thu xếp để ông đi ngủ, Chủ tịch ôm chặt lấy anh chàng trẻ tuổi này và bắt đầu vuốt ve anh ta rồi định vật xuống giường.

Đôi lần tôi cũng nhận thấy nhiều cử chỉ gần với hành động của người đồng tính luyến ái. Sau này tôi biết đó chỉ là lòng ham muốn vô độ để thoả mãn tình dục mà thôi.

Theo truyền thống văn hoá Trung Hoa, những thanh niên, chưa vợ, đẹp trai, thường đóng các vai nữ trong kinh kịch. Những người trong số họ dính líu tới việc phục vụ tình dục cho thương nhân giàu có và cho những quan chức địa phương. Tiểu thuyết khiêu dâm "Hồng lâu mộng" và "Kim Bình Mai" – những tác phẩm Mao thích – phản ánh những câu chuyện đồng tính luyến ái.

Những vệ sĩ của Mao, không phải là người đồng tính luyến ái, vì thế sự xuất hiện thường xuyên quanh lãnh tụ những cô gái trẻ hấp dẫn đã gây cho họ những vấn đề phức tạp.

Trong thời kỳ vua chúa cai trị, sự trinh bạch của các tỳ thiếp được đảm bảo, bằng cách cách ly tuyệt đối. Tất cả đàn ông, trừ vua và các tỳ thiếp, không được ở qua đêm trong khu Cấm Thành. Nhưng những vệ sĩ của Mao lại không phải hoạn quan. Họ là thanh niên nông thôn trẻ, khỏe, đẹp trai, chất phác, họ không thể chống lại sự cám dỗ về sắc đẹp của các cung nữ của Mao. Một số đã phải trả giá rất đắt cho việc này.

Một bạn tình của Mao như thường lệ, vào phòng trực ban đêm lấy thuốc ngủ cho Chủ tịch, một vệ sĩ trẻ bắt gặp, ôm eo tán tỉnh, mơn trớn làn da trắng và thậm chí còn thò tay sờ mó vào ngực cô ta.

- Đồ khốn nạn! – Cô gái kêu thất thanh, chạy đến Mao tố cáo. Chủ tịch ngay lập tức cho gọi Uông Đông Hưng.

- Thằng ngu, mày làm gì thế? Mày định vuốt râu hùm đấy à? – Uông vẻ mặt tức giận lôi tay vệ sĩ đến hiện trường.

Trong lúc Mao và Uông Đông Hưng thảo luận. "Thật khủng khiếp!" Chàng thanh niên nghèo khổ ngồi rên rỉ, cắm mặt xuống sàn nhà, ủ rũ khiếp sợ. Mao ra lệnh Uông tước vũ khí cá nhân tay vệ sĩ và tống giam. Uông tước súng nhưng kín đáo cứu tay vệ sĩ trẻ khỏi bị giam, bằng cách thuyên chuyển anh ta đi xa hẳn về phương nam, làm ở bộ phận an ninh của một thành phố miền duyên hải.

Một số vệ sĩ trẻ dính đã vào chuyện này nhưng không ai biết rõ số phận của họ ra sao.

Một lần vào sáng sớm, một vệ sĩ của Mao – chàng thanh niên 19 tuổi – đánh thức tôi. "Có chuyện khủng khiếp lắm" – anh ta sắc mặt thất thần nhắc lại, lay tôi dậy.

Chúng tôi đang ở Thượng Hải, tại khách sạn cũ Thanh Dương sang trọng, nằm giữa khu phố Pháp trước đây, Mao ở tầng trên cùng. Trước khi ông đến, toàn bộ khách sạn được giải phóng, không còn khách bên trong nữa. Một nhóm gái trẻ ở phòng bên cạnh, thay nhau ngủ với lãnh tụ bên buồng ông.

Tay vệ sĩ rót thêm chút nước sôi vào ấm trà của Chủ tịch, không nghĩ ngợi gì cả, nhìn thoáng qua giường Mao. Anh chàng vệ sĩ mới chuyển đến, vẫn chưa biết chuyện đời tư của Mao. Anh ta bảo, không biết trong buồng Chủ tịch có gái. Không trông thấy tận mắt, chỉ thấp thoáng qua khe hở của bức rèm lụa che cửa buồng Mao, anh nghĩ mình là vệ sĩ có quyền vào kiểm tra.

- Tôi vừa bước vào, cô ta ngã từ giường xuống đất – tay vệ sĩ hổn hển – Cô ta trần như nhộng! Tôi hoảng quá, chuồn luôn. Tôi phải làm gì bây giờ?

Anh chàng vệ sĩ cho rằng vì nhìn thấy anh, cô ta sợ quá nên ngã lăn xuống sàn.

Ngồi dậy bên mép giường, tôi tỉnh hẳn, động viên chàng thanh niên bình tĩnh, hỏi:

- Nói cho tôi nghe, Chủ tịch nhìn thấy anh không?

- Tôi không biết nữa – anh ta trả lời – Tôi chạy ngay, khi nhìn thấy cô ta.

Tôi thật sự lo. Sự hoang tưởng của Mao mỗi ngày một tăng lên, tính cách của ông ngày càng bất thường. Tôi không hình dung ra, ông sẽ làm gì nếu biết tay vệ sĩ nhìn thấy hai người trên giường.

Tay vệ sĩ bắt đầu khóc lóc, hoảng hốt:

- Tôi mới đến – anh ta khẳng định – Không ai nói cho tôi, khi nào có thể vào buồng của Chủ tịch, khi nào không thể. Tôi không biết rằng ở đây lại xảy ra....

Anh chàng muốn tôi xác nhận anh ta hoàn toàn vô tình, không cố ý.

Tôi đảm bảo với anh, tôi sẽ làm chứng, nhưng nhắc, trong tương lai, cần cẩn thận hơn trước khi vào buồng lãnh tụ. Tôi bảo:

- Chỉ vào khi Chủ tịch gọi mới vào, không gọi đừng vào. Nếu không người ta có thể nghĩ anh là gián điệp nữa đấy.

Anh chàng vệ sĩ muốn xin nghỉ ngay lập tức khỏi Nhóm Một, nhưng bây giờ bắt buộc phải quay về chỗ Chủ tịch vì đang giờ trực, quy tắc đòi hỏi vệ sĩ ngày cũng như đêm phải bên cạnh Mao.

Khi tay vệ sĩ quay về, Mao và cô gái trẻ vẫn còn to tiếng với nhau. Anh ta đứng ngoài cửa tin rằng họ đang cãi nhau vì chuyện anh nhìn thấy. Nhưng Mao trông thấy, bảo anh ta vào, cô gái vẫn đang cằn nhằn. Mao muốn tay vệ sĩ trở thành người làm chứng chuyện này. Chẳng bao lâu anh chàng này hiểu cái gì đã xảy ra.

Hoá ra trước khi anh vệ sĩ bước vào, hai người đang cãi vã. Cô tỳ thiếp gặp một thanh niên, muốn lấy làm chồng. Nhưng Mao không đồng ý. Cô ta càng vật nài, Chủ tịch lại càng lắc đầu. Cô gái cuối cùng tức giận đến mức buộc tội Mao cư xử theo kiểu tư sản thối nát, dùng cô để thoả mãn dục vọng của mình. Mao giận dữ đến mức hất cô ra khỏi giường. Điều này xảy ra đúng lúc tay vệ sĩ bước vào phòng. Tuy nhiên hai người này vẫn cãi nhau, không để ý tới anh ta. Uông Đông Hưng được thông báo vụ việc. Mao đòi nhanh chóng tổ chức cuộc họp bộ máy của ông, yêu cầu kiểm điểm phê bình cô gái một cách khắt khe nhất.

Nhưng sự gần gũi lâu dài với Mao làm cô nhân tình không sợ. Cô tuyên bố, nếu tổ chức họp, cô sẽ kể toạc tất cả sự thật về mối quan hệ với Chủ tịch, sẽ kết tội ông mang tính cách bọn tư sản. Uông lâm vào thế khó xử. Ông không thể trái lệnh Mao, nhưng lại sợ vụ bê bối vỡ lở trước công luận. Không thể nghĩ điều gì tốt hơn, Uông cầu cứu tôi.

Tôi nói chuyện với cô gái, cố tìm ra lối thoát đối với Mao cũng như đối với cô. Tôi bảo, những lời buộc tội công khai của cô cũng chẳng dẫn tới cái gì tốt hơn, cô không thể làm gì được họ. Cô gái vẫn nước mắt đầm đìa, tức giận, nhưng sau một hồi nói chuyện, cô ta đồng ý trong cuộc họp phát biểu trước các nhân viên, nhận thiếu sót và xin lỗi Mao.

Mao chấp nhận sự tự phê bình của cô. Nhưng điều này không mang lại cho cô gái trẻ điều gì tốt hơn. Mao dù thế nào chăng nữa không cho phép cô đi lấy chồng. Chỉ tới năm 1966, sau khi bắt đầu Cách mạng văn hoá, cô mới được kết hôn với người yêu. Mối quan hệ giữa hai người không còn nồng ấm như trước sau khi xảy ra vụ việc, còn Mao hướng sự chú ý tới cô khác trong Đoàn văn công Tổng cục Đường sắt, ông quen trong một buổi khiêu vũ ở Trung Nam Hải.

Cô bạn gái mới của Mao trong buồng ngủ của ông ngày cũng như đêm mỗi khi Giang Thanh đi vắng. Ngủ cùng với ông và chờ đến khi ông tỉnh dậy, mang đồ ăn, trà, lau cho ông bằng khăm tẩm nước nóng. Mao bắt đầu mang cô theo trong các chuyến công du. Quan hệ của họ trở nên công khai đối với lực lượng an ninh và nhân viên phục vụ khách sạn, đáng lẽ không nên để những người này biết chuyện.

Việc cần thiết giữ bí mật làm cô gái trẻ đau khổ. Cô ta hỏi tôi:

- Tình yêu và cuộc sống là thế này à? Tại sao lại nửa kín, nửa hở, nửa bí mật, nửa công khai!

Dù sao chăng nữa sự gần gũi với Mao làm cô trở nên vênh váo, kiêu căng, vì tin rằng được Mao chọn làm tỳ thiếp cho phép cô có những đặc ân hơn người khác. Cô ta quên mất sự cần thiết phải giữ bí mật, cấm công khai khoe khoang mối quan hệ đặc biệt của mình với lãnh tụ.

Trách nhiệm của Uông Đông Hưng bảo vệ che dấu những khiếm khuyết của Mao. Uông cần phải chặn trước việc tiết lộ đời tư của Chủ tịch. Bộ máy và các thư ký riêng của Mao, biết phải giữ im lặng. Nhưng chẳng thể mong người không nằm trong Nhóm Một cũng làm như vậy. Uông không muốn động chạm đến uy danh Chủ tịch. Ông chỉ muốn sao cho phụ nữ trong thời gian công du với Mao nên ở trong phòng riêng của họ.

Nhưng Uông không thể trực tiếp nói ra điều này, sợ cơn giận dữ của Chủ tịch. Để giải quyết vấn đề, Uông sử dụng một tay vệ sĩ 19 tuổi chất phác, giải thích cho Mao. Trong một chuyến đi, anh chàng vệ sĩ thực hiện nhiệm vụ được giao và Mao, thật đáng ngạc nhiên, lại đồng ý bắt cô gái hay bép xép kia ở phòng bên cạnh. Nhưng chàng trai trẻ đã làm Mao bối rối, lo lắng đến mức người ta điều anh ta đi khỏi Trung Nam Hải.

Cô nhân tình mới lại giới thiệu Mao một cô gái khác. Mối quan hệ của cô với Chủ tịch giờ đây chuyển sang tính chất gia đình, cô này thậm chí còn tổ chức cuộc gặp chiều theo ý của lãnh tụ với vài cô gái trong họ hàng thân thuộc. Một trong các cô ấy, trong dàn đồng ca kinh kịch, làm Mao chán, cô ta hết vẻ trẻ trung lại không đẹp, nhưng ông lại mê mẩn em gái cô ta.

Tháng 12-1961 Mao mời tôi dự tiệc khi chúng tôi ở Vô Tích. Ở đó có cả cô nhân tình của ông, em gái và em rể cô, một quân nhân. Khi chúng tôi thưởng thức những món ăn ngon trong bữa tiệc, không thấy báo hiệu dấu vết gì của điều gì sẽ xảy ra tiếp theo. Chỗ tổ chức tiệc trong cảnh điền viên, không khí ngào ngạt hương thơm của hoa mai. Ngay khi bắt đầu tuyết rơi, bầu trời mù mịt. Nơi đây nổi tiếng cá ngon, chè và tơ lụa. Những bãi dâu mà lá của nó người ta dùng để nuôi tằm mênh mông bát ngát.

Cô em gái của tình nhân Mao dù đã có chồng bên cạnh, cũng chẳng có nghĩa gì đối với Mao. Cả người chồng cũng không cảm thấy nhục nhã về sự chiếm đoạt của Mao. Tay chồng ngưỡng mộ Mao, hiến vợ mình cho lãnh tụ, còn hơn là không được đặt chân vào bậc thềm thăng tiến. Cuối bữa tiệc Mao bảo tay chồng về nhà, giữ hai chị em cô gái dự các buổi giải trí của mình trong thời gian gặp thị trưởng Thượng Hải Kha Thanh Thế và bí thư tỉnh An Huy Tăng Huy Sinh.

Thậm chí Uông Đông Hưng cũng thấy nhục, nổi xung:

- Nếu mẹ cô gái còn sống, Chủ tịch chắc cũng ngủ với bà ta? – Uông giận dữ văng ra. Tuy nhiên câu chửi rủa lạ lùng nhất của

Uông không nhắm vào Mao, mà vào tay quân nhân – thằng chồng mọc sừng – Nó đã bán vợ mình cho Mao!

Uông xem cuộc phiêu lưu tình dục của Mao như là sự đấu tranh với cái chết. Chủ tịch đang vật lộn với tuổi tác. Có một lần, Uông nói với tôi như vậy.

Uông ngạc nhiên:

- Có thật là Mao sợ chết đến nỗi cố gắng nằm trong vòng tay đàn bà càng nhiều càng tốt không?

Phần đông các cô gái ngả vào tay Mao đều là các cô gái ngây thơ, trinh trắng. Sau vài năm, tôi nhận ra những hiện tượng kỳ quái lặp đi lặp lại. Sau khi được Mao đưa lên giường, họ trở lên tha hoá. Đòi hỏi về xác thịt, tính cách kỳ cục của Mao chính là nguyên nhân gây sự sa đoạ này. Chính vì sự hèn hạ vì tình của Mao đã làm hư hỏng các cô gái. Sau khi ân ái với ông, các cô gái trở nên kiêu căng, lố bịch. Họ, những kẻ ít học, vô nghề nghiệp, xuẩn ngốc, không có tương lai, nhưng lại cố gắng sử dụng mối quan hệ với Mao, để khẳng định sự chơi trội của mình với người khác. Họ tiến thân theo con đường ấy! Trong thời kỳ Cách mạng văn hoá, thậm chí một số cô gái đã bị Mao loại bỏ vẫn dùng mối quan hệ đặc biệt trong quá khứ với Chủ tịch để kiếm chác quyền lực.

Nhìn lại, nhiều cô gái trẻ ngây thơ, trong trắng đã trở nên hư hỏng, tha hoá, khi quan hệ với Mao, tôi bắt đầu nghĩ ngay cả Giang Thanh trải qua con đường cũng giống thế. Có thể, sự thật cuộc đời của Giang Thanh hoàn toàn khác khi còn ở Diên An, kể cả thời kỳ đầu kết hôn với Mao. Và cũng có thể, Mao đã làm Giang Thanh hư đốn.

Bệnh hoa liễu – bạn đồng hành của những hoạt động tình dục dâm loạn. Chỉ cần một cô gái nhiễm khuẩn đường âm đạo có thể lây lan ra nhiều người. Những diễn viên múa trong đoàn thường mặc chung quần áo, tôi ngờ rằng chỉ một phụ nữ bị bệnh sẽ lây lan sang cho nhiều người khác nếu mặc chung quần lót. Viêm nhiễm vùng âm hộ, nói một cách nghiêm túc, không phải bệnh hoa liễu, nhưng một người phụ nữ nhiễm bệnh sẽ đổ bệnh khi qua đêm với bạn trai. Người đàn ông này có thể đổ bệnh cho những phụ nữ khác. Căn bệnh thường mang lại sự khó chịu cho phụ nữ, nhưng nó lại không biểu lộ chứng bệnh ở đàn ông, anh ta như vậy trở thành người mang bệnh nhưng không lại biết mình mang mầm bệnh.

Một cô bạn tình của Mao bị nhiễm bệnh, ông bị lây bệnh ngay, ông lây lan sang các tỳ thiếp khác. Mao gửi các cô đến tôi điều trị.

Các cô gái lại tự hào về chuyện này. Căn bệnh do Mao truyền sang là dấu hiệu của sự ngưỡng mộ, một bằng chứng mối quan hệ gần gũi của họ. Họ cũng tự hào được tôi điều trị. Là bác sĩ riêng của Chủ tịch, tôi có quyền dùng những thuốc tốt nhất, mới nhất, hiện đại nhất được nhập từ phương Tây để chữa bệnh cho họ.

Việc điều trị không giải quyết được vấn đề triệt tận gốc nguồn bệnh, vì rằng bản thân Mao là người mang mầm bệnh. Việc lây lan bệnh chỉ có thể ngăn chặn được nếu Mao được chữa trị. Để đạt được điều này trong thời gian điều trị, Mao không được quan hệ tình dục với phụ nữ.

Nhưng Chủ tịch chỉ giễu cợt trước đề nghị của tôi. Như mọi lần, ông cũng tuyên bố rằng bác sĩ luôn phóng đại, thổi phồng mọi thứ. Tôi giải thích rằng ông mang mầm bệnh, thậm chí chính bản thân ông cũng không nhận thấy sự mẫn cảm khó chịu nào cả.

- Nếu chẳng gây cho tôi đau đớn, khó chịu, cũng chẳng cần chữa đã sao nào. Vì sao anh lại cứ lo lắng về điều ấy đến thế nhỉ?

Tôi vẫn nài nỉ, chỉ cho ông rõ, cái gì xảy ra nếu Giang Thanh bị lây bệnh.

Mao thú vị khi nghe tôi nói. Vừa cười, tay vừa vung lên, nét mặt tươi tỉnh, bảo:

- Điều này không bao giờ xảy ra cả. Tôi bảo Giang Thanh từ lâu, tôi già quá rồi không thể quan hệ tình dục được nữa. Cả hai đã lâu không ăn nằm với nhau.

Tôi đề nghị Mao ít ra cũng phải tắm rửa. Ông chỉ lau người bằng khăn nước nóng mỗi đêm, dứt khoát không chịu tắm. Thực tế Mao chẳng bao giờ tắm rửa sạch sẽ. Cả lần này, ông cũng không chấp nhận đề nghị của tôi.

- Tôi tắm rửa bằng dâm thủy của các phụ nữ.

Mao cắt ngang, để tôi biết rằng cuộc nói chuyện chấm dứt. Có thể, đây là lần đầu tiên tôi cảm thấy ghê tởm với "người cầm lái vĩ đại". Mao theo đuổi sở thích tình dục theo ảo giác của triết lý Đạo Lão, sự nhơ nhuốc bẩn thỉu của Mao tàn phá, huỷ hoại biết bao cô gái ngây thơ, nhẹ dạ mà tôi chứng kiến.

Nhưng phải làm một cái gì đó, tôi cần phải tìm cách ngăn ngừa lây lan của bệnh. Ít ra tôi cũng tin khăn trải giường, khăn tắm trong nhà khách, nơi Mao nghỉ phải được tiệt trùng. Việc tẩy trùng khăn trải giường được coi là biện pháp bảo vệ sức khoẻ Chủ tịch, tôi giải thích lý do để giấu kín bí mật.

Tôi kín đáo nói chuyện riêng với nhân viên Nhóm Một, khuyên họ chỉ sử dụng khăn cá nhân, tránh dung khăn chung. Tôi hướng dẫn họ sát trùng giường và khăn lau cho Mao kín đáo và khéo léo để ông không nhận ra điều này.

Nhưng Mao vẫn mang mầm bệnh ấy tới ngày ông qua đời.

CHƯƠNG 45

Dưới con mắt của Mao, các tì thiếp của ông trở nên thật quan trọng khi một cô trong bọn họ phát hiện ra hệ thống nghe trộm. Chuyện này xảy ra vào tháng 2-1961, sau ngày Tết nguyên đán ít lâu khi chúng tôi cùng đi với Mao đến Quảng Châu trên chuyến tầu hoả đặc chủng.
Ngay từ đầu, Uông Đông Hưng đã cảm thấy chuyến đi sẽ gặp nhiều rắc rối. Vì lần này còn có quá nhiều phụ nữ trong đoàn tuỳ tùng so với những lần khác. Lúc lên đường, Uông Đông Hưng nói với tôi:
- Hai người đàn bà và một con vịt đã thành cái chợ.

Trong đám phụ nữ có mặt thêm trên tầu gồm cô thư ký riêng của Mao, đã công khai nói mối quan hệ với Mao, ngoài ra còn có cô đã từng cãi nhau với Mao vì chuyện muốn lấy chồng. Tôi sửng sốt khi nhìn thấy một cô giáo tôi quen, càng kinh ngạc hơn khi biết cô ta có quan hệ tình dục với Mao hàng năm nay. Cô giáo đáng yêu chân thật này quen Mao trong một buổi khiêu vũ và mối quan hệ của họ bắt đầu từ đó. Cô chưa bao giờ ra khỏi Bắc Kinh ngoài Đồi Hương nên bây giờ Mao muốn cho cô được thăm quan thế giới bên ngoài. Người đàn bà này có nước da ngăm ngăm đen, chạc tuổi 40, vợ của một tướng lĩnh cao cấp trong quân đội. Họ đã từng quan hệ với nhau từ hồi ở Diên An. Khi mối quan hệ đó vỡ lở, Mao đã cho bà sang Liên Xô, sau đó "cưới chồng" cho bà, một sĩ quan cao cấp. Giang Thanh đã biết sự tằng tịu này từ lâu, muốn trả thù bằng cách cách chức ông chồng. Thế nhưng ông ta là người thân cận của Bành Đức Hoài, được bộ quốc phòng che chở. Đến năm 1959 khi Bành mất chức, sự che chở biến mất. Giang Thanh đã ép Lâm Bưu xuống tay trừng phạt người sĩ quan đó. Bây giờ, chắc người phụ nữ bất hạnh trong lo âu đã tìm đến xin Mao che chở cho chồng.
Những tình ý ngày xưa như được hồi sinh. Trong chuyến đi, Mao nhiều lần gọi bà tới toa riêng vào buổi tối đầu tiên khi chúng tôi đến Hàng Châu, tôi biết chắc bà ta đã ở trong phòng ngủ của Mao mấy tiếng đồng hồ liền. Thế nhưng sau đó bà biến đâu mất khỏi đoàn tầu. Một người trong đám phụ nữ lo ngại, tìm tôi xin giúp đỡ. Nhưng sáng sớm hôm sau người ta đã thấy bà quay trở lại. Bà đã cãi vã với Mao, ban đêm bỏ ra ngoài, ngồi khóc trên một tảng đá ven hồ. Ngay trong ngày hôm đó, Mao cho bà quay trở lại Bắc Kinh.

Sau vài ngày lưu lại ở Hàng Châu, chúng tôi lên tàu tiếp tục đi về phía Tây, đến Vũ Hán. Chuyến công du của chúng tôi chỉ bị tạm dừng trong thời gian rất ngắn để Mao họp với Trương Bình Hoa, bí thư tỉnh uỷ Vũ Hán.

Cuộc gặp gỡ của họ sẽ diễn ra trên đoàn tàu, nhưng Mao đến muộn. Ông đang ở trong toa ngủ của ông cùng với cô giáo nọ, trong khi Trương và người trợ lý Vương Nhuận Xuân chờ ở toa khách cạnh đó. Đặc tính nông dân vẫn còn ăn sâu trong con người Vương đến nỗi ông không ngồi vào ghế sa lông như người khác mà lại ngồi chồm hỗm trên sàn. Cuối cùng Mao cũng xuất hiện. Còn tôi, cô giáo cùng với những phụ nữ khác trong đoàn tuỳ tùng của Mao đi dạo phía ngoài đoàn tầu. Lưu Cơ Thuận, người kỹ thuật viên trẻ tuổi có nhiệm vụ bí mật thu lại những cuộc nói chuyện của Mao cũng cùng đi với chúng tôi. Bỗng nhiên Lưu Cơ Thuận nói với cô giáo:
- Hôm nay tôi nghe thấy chị nói.
Cô giáo hỏi lại:
- Anh nói thế nghĩa là sao? Anh nghe thấy gì?
- Khi Chủ tịch chuẩn bị gặp Trương Bình Hoa, chị đã giục Chủ tịch phải mặc quần áo nhanh lên.
Mặt người phụ nữ trẻ biến sắc. Cô hỏi nhỏ:
- Anh nghe thấy những gì nữa?
- Nghe thấy tất cả - Lưu cười và đáp.
Cô chết đứng, quay ngoắt lại, chạy về phía đoàn tàu. Chúng tôi hối hả đuổi theo sau. Đám tì thiếp của Mao cũng hớt hải, vì nếu Lưu đã nghe được những lời mơn trớn khi Mao và cô giáo kia đang làm tình, thế nào anh ta cũng nghe được cả những lời họ nói với Mao. Khi chúng tôi trở lại, cuộc họp cũng vừa xong. Cô giáo chạy bổ vào toa riêng của Mao, kể lại cuộc nói chuyện của cô với anh chàng Lưu.

Mao nổi giận lôi đình vì ông chẳng hề hay biết người ta nghe trộm. Ông gọi ngay Uông Đông Hưng đến, đằng sau những cánh cửa khép chặt hai người nói chuyện với nhau rất gay gắt hàng tiếng đồng hồ. Uông Đông Hưng quả quyết không hề hay biết gì về việc nghe trộm này, vì ông mới từ nơi lưu đày trở về một thời gian ngắn. Mao lệnh cho đoàn tàu phải lập tức khởi hành đến Vũ Hán, càng sớm càng tốt.

Khi tàu đã chuyển bánh, Uông Đông Hưng cho gọi kỹ thuật viên Lưu Cơ Thuận và thư ký riêng La Quang Lư lên gặp ông.
- Chủ tịch muốn biết kế hoạch nghe trộm này đã được bố trí như thế nào.

Ba mặt một lời, Uông tra hỏi anh kỹ thuật viên, cho anh biết Mao đã ra lệnh bắt giam anh. Nhưng Uông không bắt anh ngay. Uông nói với Lưu:

- Đằng nào cậu cũng chẳng thoát.

Còn viên thư ký riêng La Quang Lư cuống cả lên. Tất cả bắt đầu từ hồi Diệp Tử Long còn nắm quyền. Cần phải hỏi Diệp mới biết được. Nhưng Diệp Tử Long đã bị điều đi cải tạo lao động xã hội chủ nghĩa ở nông thôn, chẳng có mặt ở đây để hỏi.

Còn Lưu Cơ Thuận chẳng biết gì. Anh ta chỉ làm công việc của mình do "thượng cấp" ra lệnh.

Uông Đông Hưng hỏi:

- Thế "thượng cấp" cũng ra lệnh cho cậu thu cả những cuộc nói chuyện riêng tư của Chủ tịch à? Cậu không có việc gì làm nữa hay sao? Tại sao cậu lại muốn gây ra những phiền toái nhỉ? Tại sao Chủ tịch không biết những cuộc nói chuyện của Chủ tịch bị thu trộm? Bây giờ tôi phải giải thích như thế nào với Chủ tịch?

Lưu im thin thít.

Cuối cùng chúng tôi đã đến Vũ Hán, vào nghỉ ở nhà khách "Vườn Mai". Lúc đó 4 giờ sáng. Uông Đông Hưng và Lưu Cơ Thuận đã dựng một anh thợ điện ở địa phương dậy, họ cùng nhau tháo gỡ tất cả hệ thống nghe trộm được lắp đặt trên tàu ra. Còn tôi lăn ra ngủ.

Đến buổi chiều hôm sau, khi tôi tỉnh giấc, tất cả hệ thống nghe trộm – máy thu thanh, băng, loa và dây dợ – đã được đem bày ở phòng họp. Toàn bộ nhân viên được triệu tập lại để chiêm ngưỡng những thứ đó. Cả nhà khách "Vườn Mai" của chúng tôi cũng được lắp đặt những hệ thống nghe trộm nên người ta tiện thể kiểm tra luôn. Uông Đông Hưng, Khang Nhất Dân, La Quang Lư và Lưu Cơ Thuận phải đứng sau bàn trưng bày hiện vật. Mao cho chụp ảnh để làm bằng chứng.

Khang Nhất Dân, Phó phòng của Ban thư ký riêng phải rời Văn phòng trung ương đến đây, trao đổi với Uông Đông Hưng về việc này. Khang cho biết. Diệp Tử Long đã ra chỉ thị nghe trộm Chủ tịch.

Nhưng Khang cũng biết, thực ra chỉ thị này được ban ra từ cấp "tối cao". Quyết định này quá quan trọng đến nỗi một cán bộ như Diệp Tử Long cũng phải tuân theo. Tôi không bao giờ hiểu được vì sao người ta lại nghĩ những hệ thống nghe trộm này sẽ không bị phát hiện.

Hệ thống nghe trộm đã bị phát hiện, Khang Nhất Dân muốn tránh cho những cán bộ cấp cao hơn không bị lôi kéo vào vụ cãi cọ này, nên tìm cách thuyết phục Uông Đông Hưng rằng, toàn bộ vấn đề này nên được giải quyết một cách kín đáo. Nhưng cũng như Mao, Uông muốn truy tận gốc rễ của sự việc, phải tìm ra người đã phát lệnh này.

Cuối cùng Uông cũng đi đến một thoả hiệp. Ông thông báo với Mao rằng, các ống nghe được sắp đặt chẳng qua để thu thập tài liệu cho lịch sử đảng sau này. Mao điên tiết, ông gầm lên:

- Vậy có nghĩa là người ta thu thập cả những thông tin đen tối về tôi, giống như Khrushchev hay sao?

Một "lịch sử đảng" dựa vào những băng ghi âm trộm chuyện đời thường chỉ có thể dùng để chống lại ông. Mao lo ngại đến khả năng ông sẽ bị tấn công như Khrushchev đã chống lại Stalin. Những điều mà Khrushchev lên án Stalin cũng chứa đựng những chi tiết bất lợi trong đời tư của Stalin. Mao không muốn đời tư của ông bị người ta ghi vào băng.

Nhưng điều làm ông sợ nhất lại không phải là sự phanh phui này. Những bê bối về quan hệ tình dục của Mao tuy bí mật, nhưng trong nội bộ đảng ai cũng biết. Nỗi sợ hãi lớn nhất là quyền lực của ông bị đe doạ. Những chuyến công du của Mao ở khắp mọi miền đất nước, những cuộc gặp gỡ chính thức của ông với các nhà lãnh đạo đảng ở các địa phương là một phần trong chiến lược chính trị của ông. Nó giúp ông liên hệ trực tiếp với những người lãnh đạo địa phương, không bị bộ máy hành chính quan liêu nặng nề của hệ thống đảng và nhà nước ngăn cản. Ông muốn ngăn chặn việc các cơ quan trung ương biết ông nói gì với những người lãnh đạo cấp tỉnh, muốn ràng buộc cơ quan trung ương và các cơ quan đó phải tuyệt đối trung thành để không có điều gì ảnh hưởng tới vai trò lãnh đạo.

Ông lệnh cho Uông Đông Hưng phải lập tức huỷ hết các băng ghi âm. Mao bảo:

- Không được để sót một băng nào. Tôi không muốn bất cứ ai sử dụng nó để chống lại tôi sau này.

Khiếp đảm trước cơn thịnh nộ của Mao, anh chàng thợ điện Lưu Cơ Thuận cho biết cả những nơi khác – chẳng hạn như ở nhà khách Vương Thường ở Hàng Châu mà chúng tôi vừa đi khỏi – cũng được gài "bọ" nghe trộm. Mao ra lệnh cho Uông cử một số tay chân đi gỡ bỏ những hệ thống này và huỷ những cuốn băng ghi âm.

Trong vụ này, nhiều người đã bị mất chức. Khang Nhất Dân, trợ thủ của Diệp Tử Long, thư ký riêng của Mao, La Quang Lư đã mất chức. Khang phải xuống làm ở Ngân hàng Nhân dân. La bị Hứa Dịp Phụ phế truất, phải xuống làm việc ở Bộ công nghiệp. La bị mất chức thư ký riêng cho Mao, vì trong lúc phê bình công khai Lý Ẩm Kiều, ông đã nói rằng Giang Thanh đã chạy đến Hàng Châu để khỏi bị phê bình. Lưu Cơ Thuận, chỉ vì những lời cợt nhả của mình mà gây ra chuyện động trời bị đày đi Thiểm Tây để cải tạo lao động xã hội chủ nghĩa.

Mao đã thừa nhận một số người bị đuổi việc trong năm 1961 thực ra không phải là những người có tội. Ông bảo:

- Thực ra họ chẳng biết họ đã làm chuyện gì. Họ đâu có biết chuyện gì đã xảy ra?

Mao và Khang Nhất Dân biết rằng, lệnh nghe trộm các cuộc nói chuyện có lẽ được đưa xuống từ cấp lãnh đạo rất cao của đảng. Cả Bộ công an cũng có thể dính đến vụ này. Mao tin rằng, họ đã theo dõi ông trong khuôn khổ của một âm mưu nào đó. Theo tôi, sự nghi ngờ mỗi ngày mỗi tăng của Mao bắt đầu từ suy nghĩ cho rằng đến một lúc nào đó, sẽ có một âm mưu chống lại ông trong hàng ngũ lãnh đạo cao cấp nhất của đảng. Lúc bấy giờ sự bất đồng chính kiến giữa Mao và các cán bộ lãnh đạo khác của đảng vẫn chưa bộc lộ. Nhưng những rạn nứt giữa họ, ngày càng rõ rệt từ khi có cuộc Cách mạng văn hoá mà Mao phải trả giá.

Vụ nghe trộm đã làm Mao mất tinh thần. Vốn đa nghi, nhưng ông lại không nghĩ rằng, những cuộc bí mật thu trộm đã gửi về Bắc Kinh tất cả những băng ghi âm các cuộc đối thoại. Ông tỏ ra thất vọng về các nhân viên. Ông nghĩ, cả những người trong nội bộ ông tin cậy cũng nhúng tay vào âm mưu kia. Ông chắc mẩm, từ lâu chúng tôi đã biết về việc người ta ghi âm các cuộc nói chuyện và gửi về trụ sở chính rồi, nhưng giữ kín. Càng ngày Mao càng ít tin tưởng vào lòng trung thành của chúng tôi hơn. Ông bổ xung, quanh ông toàn phụ nữ, sa thải hàng loạt cần vụ nam giới. Thế là các cô tì thiếp trẻ trung đã trở thành những kẻ thân tín nhất của ông.

Đối với tôi ông cũng tỏ ra tệ hơn. Với câu hỏi: "Có gì mới không?" mỗi khi gặp, ông muốn moi ở tôi những điều tôi biết. Chỉ cần không nói hết cho ông biết cũng đã đủ để chứng minh có âm mưu tạo phản. Căn bệnh đa nghi của Mao càng ngày càng tăng, từ nay chẳng bao giờ ông tin tôi tuyệt đối như trước nữa.

CHƯƠNG 46

Chúng tôi ở lại Vũ Hán thời gian ngắn, rồi lại lên tàu đi về phía Nam, đến Quảng Châu, tình hình càng căng thẳng hơn. Mao triệu tập một cuộc họp bàn về công tác chính trị. Những cán bộ đảng ở cấp cao nhất như Lưu Thiếu Kỳ, Chu Đức và Trần Vân cũng phải tham dự. Giờ đây, Mao đã ngờ vực tất cả mọi người xung quanh ông, cho nên người ta phải thực hiện những biện pháp an ninh thật nghiêm ngặt. Nạn đói vẫn tiếp diễn, hàng ngũ lãnh đạo của đảng bị phân hoá đã làm cho tình hình chính trị trở nên bất ổn.

Theo đánh giá, Quảng Châu có nguy cơ bị phá hoại về an ninh. Cuộc họp dự định phải được giữ bí mật tuyệt đối, vì gián điệp từ Hong Kong có thể lọt vào thành phố một cách khá dễ dàng. Mao hoặc những cán bộ lãnh đạo khác của đảng có thể sẽ trở thành mục tiêu của một vụ ám sát nào đó. Năm ngoái, trong khi đang diễn ra cuộc họp mở rộng của Bộ Chính trị ở Thượng Hải. Bộ công an đã phát giác cuộc họp đó chẳng phải là điều bất ngờ đối với cơ quan mật vụ Đài Loan. Thị trưởng thành phố Thượng Hải, Kha Thanh Thế đoán già đoán non, có lẽ trong ban giúp việc đã lộ tin, ông ra lệnh kiểm soát tất cả các đường bưu điện, điện thoại, điện tín đã liên lạc với bên ngoài. Một thời gian dài sau cuộc họp ở Quảng Châu, Bộ công an và Ban thanh tra trung ương mới vỡ lẽ rằng, sở dĩ Đài Loan biết sẽ có đại hội ở Thượng Hải vì mật độ giao thông đường hàng không đến đó tăng mạnh.

Bí thư thứ nhất tỉnh Quảng Châu, Đào Chú tỏ ra khá lúng túng. Ngay sau khi chúng tôi đến, ông triệu tập một cuộc họp lập kế hoạch bảo vệ an ninh. Cuộc họp do bộ trưởng Bộ công an Tạ Phú Trị và thứ trưởng Uông Đông Hưng chủ trì. Tất cả cán bộ chỉ huy cũng như nhân viên công an Quảng Đông đều tham dự cuộc họp này. Cả tôi cũng có mặt, vì tôi chịu trách nhiệm tổ chức việc chăm sóc y tế. Sau cuộc họp về an ninh, tôi triệu tập một cuộc họp với các nhân viên y tế địa phương. Chúng tôi đề ra các kế hoạch chăm sóc y tế cho những người tham dự hội nghị.

Đang trao đổi với giám đốc Bệnh viện Nhân dân tỉnh Quảng Châu, tôi nhận được một cú điện thoại khẩn cấp từ cô y tá của Giang Thanh. Cô ta bảo, Giang Thanh đang giận dữ, yêu cầu tôi đến gấp. Căn bệnh rối loạn thần kinh của Giang Thanh lại quấy rầy tôi trong khi đang phải làm những việc quan trọng hơn. Tôi đành bỏ dở cuộc họp để xem chuyện gì đã xảy ra.

Khi tôi bước vào biệt thự trong khu nhà khách có tên "Tiểu đáo" của Giang Thanh, toàn bộ nhân viên của bà đã có mặt. Các cô y tá khóc sướt mướt, còn những chàng vệ sĩ, cần vụ nam giới tỏ ra khá căng thẳng. Một nhân viên an ninh túc trực ở đó, Tôn Vĩnh nói: "Lần này thì gay go to rồi".

Tối hôm trước, một nữ y tá pha nước nóng vào bồn để Giang Thanh tắm. Bỗng nhiên bà kêu ầm lên, vu cho cô y tá cái tội định làm cho bà chết bỏng. Ngoài ra, Giang Thanh còn cho rằng có người âm mưu đầu độc bà bằng thuốc ngủ. Tôi là cấp trên của những nhân viên phục vụ y tế, cuối cùng mọi tội lỗi lại đổ lên đầu tôi.

Tôi tìm cách trấn an đám nhân viên, hứa sẽ bảo vệ họ trước Giang Thanh. Sau đó tôi mới đến thăm Chủ tịch phu nhân. Vừa thấy tôi, bà ném ngay chiếc khăn lau lên bàn, giận dữ hỏi:

- Đồng chí phái đến chỗ tôi những y tá kiểu gì thế, thưa đồng chí bác sĩ. Đồng chí định hại tôi phải không?

Tôi ngồi xuống ghế đối diện, hỏi:
- Có chuyện gì vậy?
Bà nghi ngờ hỏi lại:
- Chuyện gì à! Đồng chí không biết sao?

Tôi giải thích, đang tham dự một cuộc họp nên không ở đây để biết được chuyện gì đã xảy ra.

Giang Thanh kể lại những chuyện tôi đã nghe, y tá định hại bà bằng nước sôi, bằng thuốc ngủ. Giang Thanh nghi ngờ có kẻ muốn ám hại, bảo:
- Nơi đây toàn một lũ ma quái cả.

Tôi giải thích, nước có thể quá nóng nhưng nước trong vòi không thể là nước sôi, hệ thống đun nước tắm không bao có nước sôi, hơn nữa y tá thử trước khi mời bà tắm. Giang Thanh quặc lại:

- Thế đồng chí cho tôi nói dối chắc? Lại còn thuốc ngủ nữa chứ. Màu thuốc khác hẳn, trước kia màu đỏ, nay màu tím, thế là thế nào, đồng chí nói sao đây?

Tôi không có ý ngờ đồng chí nói dối, tôi giải thích. Tôi chỉ nói nước có thể quá nóng, nhưng không phải nước sôi. Thuốc ngủ nhập từ Hong Kong, hàng nhập vào từng thời kỳ khác nhau, màu thuốc có thể thay đổi. Tôi cam đoan, thuốc đã được kiểm định nghiêm ngặt. Không có chuyện sai lầm, cũng không có thuốc độc. Bệnh viện Bắc Kinh đã kiểm nghiệm, niêm phong rồi mới gửi về Quảng Châu. Chỉ có Tiểu Tăng và Tiểu Lý mới có quyền mở niêm phong. Hai y tá này lại được Văn phòng an ninh và Ban y tế trung ương tuyệt đối tin tưởng. Họ hoàn toàn được bảo đảm về chính trị, nếu không họ không được phép phục vụ. Tôi bảo:

- Có thể tinh thần trách nhiệm chưa cao, nhưng ở đây không hề có bọn quỷ quái nào. Nếu họ có ý đồ xấu, cả Văn phòng trung ương và Ban bảo vệ sức khỏe cũng phải chịu trách nhiệm. Chắc chắn không có điều tồi tệ ấy đâu.

Thế nhưng Giang Thanh vẫn lên án tôi bênh vực, bao che cho cô y tá, không chịu tìm hiểu nguyên nhân, bà nói:

- Đồng chí nhận định chẳng đúng tí nào. Tôi không thèm tranh luận với đồng chí nữa!

Giang Thanh ra lệnh cho tôi gọi ngay Uông Đông Hưng tới.

Tôi bực mình sự quy kết vô lý của Giang Thanh. Bà ta lên án tôi đã tham gia chuyện đầu độc bà.

Uông Đông Hưng tỏ ra rất khéo léo, làm tất cả để xoa dịu. Giang Thanh kích Uông:

- Đồng chí là thứ trưởng Bộ công an, Chánh Văn phòng an ninh. Vậy đồng chí phải chịu trách nhiệm tất cả những gì xảy ra xung quanh Chủ tịch. Đồng chí cho phép tôi hỏi một câu chứ!

- Dạ, được chứ ạ, thưa đồng chí Giang Thanh!

- Nếu các nhân viên dưới quyền đồng chí có nhiệm vụ phải chăm sóc những người khác, tư cách của họ phải như thế nào?

Uông Đông Hưng vẫn tươi cười:

- Thưa đồng chí Giang Thanh, chắc lại có vấn đề gì đó xảy ra. Tôi tin rằng có thể giải quyết vấn đề này. Chỉ cần chúng ta kiên nhẫn một chút.

Giang Thanh chống lại:

- Trời đất! Làm sao tôi có thể kiên nhẫn được khi tôi vừa mở miệng bị ông bác sĩ này đớp chát lại ngay cơ chứ.

Tôi gắng kể lại mọi việc theo cách của tôi nhưng bà đã ngắt ngang lời, tôi chưa kịp nói ba câu:

- Đồng chí im đi! Tôi không muốn nghe nữa.

Sau đó bà lại nhắc tới câu chuyện nước nóng và những viên thuốc độc. Bà nói:

- Tôi có được phép phê bình các y tá của tôi mỗi khi họ mắc sai lầm không? Tôi có thể trông chờ ở bác sĩ điều trị của tôi sự cảm thông không? Không! Thay vào đó chỉ là một bài thuyết trình. Ông ta mắng tôi và chẳng hề coi tôi là một bệnh nhân. Vậy tư cách của ông ta ở đâu? Đồng chí có tin rằng ông ta phục vụ nhân dân tận tụy không?

Bà dừng lời để lấy hơi, còn tôi lại tìm cách kể lại câu chuyện một lần nữa. Nhưng bà không cho tôi nói. Bà nói:
- Các bác sĩ và y tá phải chăm lo cho bệnh nhân, chứ không phải cứ đi tranh cãi với bệnh nhân. Ông bác sĩ này thật ngạo mạn. Đây có phải là một kiểu tra tấn về tâm lý không?
Tôi lên tiếng:
- Thưa đồng chí Giang Thanh...
Nhưng bà không cho tôi nói tiếp. Bà quát:
- Đồng chí đừng có nói với tôi nữa! Tôi không thèm tranh luận với đồng chí!
Tôi không chịu nổi nữa. Tôi đứng hẳn dậy, nói:
- Chúng ta đang thảo luận ở đây, theo tôi ai cũng có quyền được phát biểu. Nếu không được phép nói, tôi thấy tôi chẳng có việc gì ở đây nữa.
Tôi bỏ ra khỏi phòng và đóng sập cửa lại, quyết định bỏ việc.
Ở ngưỡng cửa, tôi còn nghe thấy bà nói:
- Thấy chưa, trước mặt đồng chí thứ trưởng, ông ta còn dám làm như thế đó!
Tôi đi dạo quanh vườn lấy lại bình tĩnh. Tôi thấy phải đến gặp Mao ngay, vì chắc chắn ông sẽ đứng về phía người nào đến thuật lại việc này cho ông trước. Nếu ông tin các cô y tá đã tìm cách hãm hại, đầu độc Giang Thanh, trách nhiệm cuối cùng lại thuộc về tôi. Như vậy, rất có thể phải tính đến chuyện tôi sẽ bị bắt giam hoặc thậm chí bị tử hình. Tôi đang định đến Mao trình bày trước khi Giang Thanh bóp méo sự thật với ông. Nhưng tôi không có cơ hội để gặp Mao, vì vệ sĩ của Giang Thanh, Tôn Vĩnh tìm thấy tôi ở trong vườn, triệu tôi trở lại chỗ Giang Thanh và thứ trưởng Uông Đông Hưng. Khi tôi vừa bước vào phòng, Mao phu nhân lên tiếng:
- Đồng chí bị buộc thôi việc và bị quản thúc.
- Được thôi! – Tôi trả lời và quay ngoắt trở ra.
Tôi mừng vì thoát khỏi công việc mà tôi chẳng thích thú gì. Nhưng tôi không muốn bị quản thúc tại gia. Tôi lập tức tới gặp Mao. Lúc đó vào khoảng 2, 3 giờ chiều, Mao cũng vừa tỉnh giấc. Ông vẫn nằm trên giường, mắt nhắm mắt mở, đang nhấm nháp ly trà mà anh vệ sĩ Tiểu Trương của ông vừa mang tới. Tôi bắt đầu:
- Thưa Chủ tịch...
Ông hỏi như thường lệ:
- Có gì mới không?
Tôi nói:
- Đồng chí Giang Thanh đã sa thải và ra lệnh quản thúc tôi.

- Thế ư? – ông rít một hơi thuốc lá, rồi hỏi – Tệ đến thế cơ à? Chuyện gì đã xảy ra vậy?

Tôi kể cho Mao nghe về những rắc rối Giang Thanh đã gây ra trong lần khám bệnh của bà cách đó vài tháng, về việc bà không hài lòng với kết quả khám bệnh của các bác sĩ. Sau đó tôi kể toàn bộ sự việc vừa rồi, đảm bảo với ông, những viên thuốc ngủ các cô y tá cho bà uống cũng giống như những viên thuốc Mao vẫn thường dùng. Sau khi nghe tôi nói xong. Mao vẫn bình thản tiếp tục rít thuốc. Rồi ông nói:

- Giang Thanh thật vô lý. Chuyện này sẽ ổn thôi. Đồng chí đừng nói gì nữa. Tôi sẽ nói với Giang Thanh. Nhưng đồng chí phải lánh mặt vài hôm. Chúng ta phải làm cho Giang Thanh khỏi mất mặt. Đồng chí hãy nói với các y tá, họ không phải sợ bà ấy. Bà ấy chỉ là con hổ giấy.

Lúc ra đến cửa, tôi chạm trán ngay với Giang Thanh. Bà cũng đến gặp Mao.

Tôi tạm lánh ba ngày. Khi Mao và Giang Thanh cùng Đào Chú đi tham quan xưởng làm đồ sứ nổi tiếng ở Phú Sơn, tôi cùng Chu Đức đi xem một cuốn phim "High Noon" có diễn viên tôi ưa thích, Gary Cooper đóng. Phim thật hấp dẫn.

***

Thực ra, Giang Thanh rất khoái xem tôi bị trừng phạt ra sao. Nhưng có lẽ Mao đã đề nghị bà phải giải hoà với tôi. Hôm từ Phú Sơn về, bà cho gọi tôi tới, nói:

- Tôi biết Chủ tịch rất tin tưởng vào khả năng y khoa của đồng chí. Nhưng đó không phải là lý do để đồng chí kiêu ngạo. Tôi đã mất bình tĩnh. Tối qua, Chủ tịch bảo tôi thông báo cho đồng chí biết đừng lo lắng gì, an tâm làm việc. Hãy quên đi cuộc cãi vã của chúng ta và hãy hướng về tương lai.

Bà đưa cho tôi Bản tin Nội bộ trong đó Mao đã đánh dấu một bài yêu cầu tôi đọc. Bà nói tiếp:

- Chủ tịch muốn đồng chí quan tâm hơn nữa đến những sự kiện quan trọng của quốc gia.

CHƯƠNG 47

Vào tháng 3-1961, nạn đói lan rộng khắp nơi đã cướp đi sinh mạng hàng triệu nông dân. Mục đích hội nghị mở rộng Bộ Chính trị được tổ chức tại Quảng Châu nhằm xem xét lại chính sách nông nghiệp của Mao. Mao đã dành gần hết tháng Hai để thảo ra một chương trình nông nghiệp cho là khả thi.

Bài báo Mao chọn cho tôi đọc nói về những biện pháp hiện đại hoá ở An Huy, nơi thường xuyên là một trong những tỉnh nghèo đói nhất Trung Quốc, bây giờ ở đó rất nguy kịch. Trước đó, bí thư tỉnh uỷ Tăng Huy Sinh, người ủng hộ kế hoạch Đại nhảy vọt một cách cực đoan. Chính ông ta đã làm Mao phát kiến ra lò luyện kim gia đình. Nhưng đến giờ – đầu năm 1961 – vẫn có gần 10 triệu nông dân ở An Huy bị đói, hàng triệu người trong số họ đã chết trong những tháng tiếp theo. Hàng trăm nghìn người thân tàn ma dại bỏ quê hương làng xóm ra đi. Lòng nhiệt tình của Tăng Huy Sinh đối với Đại nhảy vọt biến mất. Ông vội trở lại khuyến khích sản xuất nông nghiệp. Để làm việc này, ông chia cho từng nông hộ những mảnh đất của công xã để họ tự canh tác, nộp một phần thu hoạch cho công xã. Vì nông dân không phải là địa chủ, nên Tăng có thể quả quyết, cách làm đó vẫn thuộc cơ cấu "xã hội chủ nghĩa", Mao có thể chấp nhận được.

Tăng Huy Sinh tin Mao sẽ ủng hộ, trước đó hơn một năm, vào tháng 1-1960, sau cuộc hội nghị Thượng Hải, ông đề xuất một cơ cấu mới. Mao đã đồng ý với cơ cấu sản xuất với tinh thần trách nhiệm này. Còn Tăng Huy Sinh cảm thấy Mao đã khích lệ ông thử nghiệm cơ cấu đó. Lúc đầu, kết quả thu được rất khả quan. Nông dân cày cấy trên mảnh ruộng họ được chia, tỏ ra có tinh thần trách nhiệm đối với nông phẩm họ làm ra. Nhờ vậy, giữa công việc và thành quả lao động có một mối liên hệ mật thiết. Sản xuất nông nghiệp ở An Huy tăng lên rõ rệt.

Trong bản dự thảo, Mao trình bày tại hội nghị Quảng Châu, không đề cập đến cơ cấu sản xuất nông nghiệp của Tăng, cũng chẳng nói tới các hình mẫu tương tự theo kiểu kinh tế tư nhân đã được áp dụng tại một số nơi ở Trung Quốc. Nhưng sau khi chăm chú nghe Tăng đọc bài phát biểu vào ngày 15-3-1961, Mao lại có vẻ tán thưởng cơ cấu mới của Tăng. Mao nói:

- Nếu làm tốt, chúng ta có thể tăng sản lượng nông nghiệp của đất nước thêm một tỉ "Jin" lúa (jin = 0,500 gram – chú thích của người dịch). Như vậy là rất tốt.

Tăng coi lời bình của Mao là một sự xác nhận.

Tuy nhiên, trong thực tế, đảng cộng sản đang có nguy cơ bị phân hoá do tranh cãi về cơ cấu mới trong sản xuất nông nghiệp.

Kha Thanh Thế, thị trưởng thành phố Thượng Hải, đồng thời cũng là Trưởng ban miền Đông của Bộ Chính trị, đã phản đối Tăng. Tuy Kha vẫn là môn đồ của Mao và bạn của Tăng Huy Sinh, ông suy nghĩ về chủ nghĩa xã hội theo tư duy xã hội chủ nghĩa giáo điều. Với tư cách Trưởng ban miền Đông, lẽ ra Kha Thanh Thế phải quan tâm đến tình hình ở An Huy. Nhưng ông đã tự ái vì Tăng áp dụng cơ cấu nông nghiệp mới không tham khảo ý kiến. Kha trở thành người bảo vệ mô hình tập thể hoá cực đoan nhất.

Trong hội nghị Quảng Châu, giới lãnh đạo chóp bu vẫn chưa thể hiện rõ thái độ của họ, nhưng đã bắt đầu hình thành một khuynh hướng mới. Vào tháng 3-1961, trong một bài phát biểu của mình, Đặng Tiểu Bình đã nói một câu lẫy lừng nhất trong cả sự nghiệp đầy công danh của ông, khi ông lên tiếng ủng hộ đề nghị của Tăng Huy Sinh: "Mèo mà bắt được chuột, nó màu trắng hay màu đen cũng chẳng quan trọng!"

Bất kể có là phương thức tư bản chủ nghĩa hay xã hội chủ nghĩa – mục đích trước mắt của Đặng là nâng cao được sản lượng nông nghiệp và khắc phục nạn đói.

Lưu Thiếu Kỳ, người không có tài hùng biện thu phục lòng người như Đặng, lời nói của ông không giàu hình ảnh như Đặng, nhưng dần dà ông cũng xác định được quan điểm của riêng mình. Nhưng ở Quảng Châu, ông cũng ngả theo phe ủng hộ thử nghiệm mô hình kinh tế tư nhân. Trong hội nghị Quảng Châu, nhiều vấn đề vẫn chưa được giải quyết thoả đáng. Chương trình về cách làm việc trong công xã của Mao (chương trình "60 điểm") được chấp thuận không hề đếm xỉa tới những đề nghị hiện đại hoá của Tăng. Thế nhưng chương trình này mới là dự thảo, nên sau này có thể sẽ có những thay đổi. Các cán bộ cao cấp lập kế hoạch đi thanh tra ở nông thôn và một hội nghị tiếp theo diễn ra vào tháng 5 nhằm đánh giá những kết quả của việc thanh tra. Lưu Thiếu Kỳ, Chu Ân Lai, Chu Đức và Đặng Tiểu Bình lập tức đi về nông thôn. Ít ra, bề ngoài người ta còn thấy sự thống nhất trong nội bộ đảng vẫn được duy trì.

Nhưng ở đằng sau hậu trường, những cuộc xung đột về tư tưởng giữa các cá nhân liên tiếp xảy ra, bởi vì Mao không đánh giá, khuyến khích cấp dưới theo trình độ và khả năng, ông chỉ lưu tâm đến thái độ xu nịnh của họ.

Khi tôi đọc bài báo về chính sách kinh tế tư nhân của Tăng Huy Sinh, tôi nhận thấy chính sách sẽ gây ra những rắc rối. Thoạt nhìn, chính sách rất thuyết phục. Nếu như sản xuất nông nghiệp, phương thức chia ruộng đất trực tiếp cho nông dân, đạt được hiệu quả cao nhất, cơ cấu này chắc chắn là tối ưu. Nông nghiệp là huyết mạch của đất nước.

Hàng triệu người dân Trung Quốc đang chết đói. Chúng ta cần có thực phẩm để ăn. Nhiều chính trị gia đã chọn chủ nghĩa xã hội, bởi vì họ tin chỉ có chủ nghĩa xã hội mới có thể khắc phục được nghèo đói, nâng cao được mức sống của nhân dân, sẽ làm cho Trung Quốc trở thành cường quốc. Cả tôi cũng tin chủ nghĩa xã hội là công cụ để đạt được mục đích đó. Trước tình hình khủng hoảng trầm trọng, nhiều cán bộ đảng cho rằng, chỉ còn một giải pháp duy nhất, trả lại nông dân trách nhiệm sản xuất nông nghiệp của họ. Nếu thu hoạch thực sự tăng, cuộc thử nghiệm này sẽ càng được ủng hộ hơn.

Tuy nhiên, chính sách của Tăng sặc mùi tư hữu nông thôn chứ không phải xã hội chủ nghĩa. Trong nội bộ đảng đã xuất hiện những quan điểm khác biệt về lợi ích quốc gia và chủ nghĩa xã hội nghĩa là gì. Mao tin vào xã hội chủ nghĩa theo kiểu lý tưởng chủ nghĩa xã hội. Lý tưởng cao nhất của ông không phải sự phồn vinh hay sản xuất, mà là hình thức sở hữu tập thể, cuộc sống chung, nguyên tắc bình quân, một hình thức sơ khai của sự phân phối. Mối quan tâm lớn nhất của Mao không phải là câu hỏi liệu chủ nghĩa xã hội có nâng được mức sống của nhân dân Trung Quốc hay không. Mao biết rất rõ, nông dân bao giờ chẳng muốn có ruộng riêng. Mao nói:
- Điều chúng ta mong muốn, đó là xã hội chủ nghĩa. Chúng ta đang đối mặt thực tế những khó khăn trong sản xuất nông nghiệp, vì thế cần phải dựa vào nông dân. Nhưng nó không phải phương hướng chúng ta sẽ đi trong tương lai.

Ông chẳng quan tâm đến việc liệu kinh tế tư nhân có hiệu quả hơn công xã nhân dân không. Ông thuộc loại người cố chấp, Mao trích dẫn một câu ngạn ngữ cổ của Trung Quốc: "Chưa thấy quan tài chưa đổ lệ. Còn tôi, nếu nhìn thấy quan tài tôi vẫn không từ bỏ lòng tin". Mao cương quyết không bỏ ý tưởng của mình.

Khi có cuộc họp của giới lãnh đạo cao cấp của đảng vào tháng 5-1961 ở Bắc Kinh, đất nước đang lâm vào tình trạng nguy khốn nhất. Nhiều người bị suy dinh dưỡng, mặt mày xanh xao, bụng báng to vì đói. Đường phố vắng tanh, ở nhà cũng chẳng còn hơi sức, huống chi ra ngoài hay đi làm. Hiện tượng di dân về nông thôn bắt đầu diễn ra, vì không thể cung cấp lương thực cho các thành phố nữa. Đảng đã đưa khoảng 10 triệu dân thành thị về nông thôn. Như vậy, người ta còn có thể giảm những mầm mống bạo loạn chính trị ở các trọng điểm, đồng thời đưa được những người bị đói về gần các nguồn lương thực.

Nhưng kết quả của những chuyến thanh tra không được khả quan cho lắm. Tình hình nông thôn cũng thảm hại. Một số cán bộ lãnh đạo của đảng đã can đảm ngả theo phe đối lập. Trần Vân, người được coi nhân vật cực kỳ thủ cựu, vẫn im hơi lặng tiếng trong hội nghị tháng 3, bây giờ lại là người chống đối kịch liệt nhất. Ông báo cáo:

- Nông dân ca thán. Họ nói dưới thời Tưởng Giới Thạch tuy họ "khổ" thật, nhưng họ vẫn no đủ. Dưới thời Mao, tất cả đều "tuyệt", nhưng họ chỉ có húp cháo loãng mà thôi. Nếu chúng ta trả lại nông dân ruộng đất của họ, mọi người sẽ lại đủ ăn.

Trần Vân muốn giải tán tất cả các công xã nhân dân. Chương trình 60 điểm đối với "công xã nhân dân" của Mao được sửa đổi. Các nhà ăn công cộng đã không còn tác dụng ở nhiều nơi, bây giờ được chính thức bãi bỏ. Năm 1962 đảng đã điều thêm 10 triệu dân thành thị về nông thôn. Trong công nghiệp trước hết là ngành luyện kim, định mức theo kế hoạch đề ra được giảm xuống rất thấp. Tuy nhiên, các công xã vẫn được duy trì và bề ngoài sự thống nhất trong đảng vẫn được bảo tồn.

***

Mùa hè năm 1961 Mao lại về vùng núi Lư Sơn, nơi vào tháng 7 và 8-1959 đã diễn ra hội nghị tai hoạ mà Bành Đức Hoài đã phê phán Mao và Mao đã cất chức bộ trưởng Quốc phòng của Bành. Bây giờ, Mao lại muốn triệu tập một cuộc họp nữa. Lần này, chương trình họp bàn về sự điều hoà các kế hoạch sản xuất cho công và nông nghiệp. Mao không thể chịu nổi tình trạng hỗn loạn được nữa.

Trước khi diễn ra cuộc họp vào tháng 8, Mao vẫn có một số đệ tử tin cậy. Ông có thể luôn đặt niềm tin vào Kha Thanh Thế. Còn Lâm Bưu lúc nào cũng tỏ ra ngưỡng mộ Mao. Vào tháng 5, Lâm đã chỉ thị cho tờ Giải phóng quân Nhật Báo, số nào cũng phải đăng một câu nói của Mao chủ tịch trên trang nhất. Lâm Bưu đã phát động một chiến dịch nghiên cứu tư tưởng Mao trong quân đội. Lúc nào Lâm Bưu cũng nhắc "tư tưởng Mao chủ tịch là sự thể hiện cao nhất chủ nghĩa Marx-Lenin". Ngoài ra, Lâm còn khuyến khích toàn dân "đọc sách của Mao chủ tịch, nghe lời Mao chủ tịch và hãy làm người lính trung thành của Mao chủ tịch". Tuy nhiên, những việc làm của Lâm Bưu khiến tôi thấy chúng có vẻ những cố gắng quá thái nhằm tranh thủ được nhiều quyền lực hơn sự ngưỡng mộ thực lòng.

Cả Vương Nhiệm Trọng, bí thư tỉnh uỷ Hồ Bắc cũng ủng hộ Mao. Ông ta, một kẻ xu nịnh vô liêm sỉ. Hình như Bành Đức Hoài đã làm thay đổi tư tưởng ông ta. Vậy mà giờ đây Vương Nhiệm Trọng lại phê phán mô hình kinh tế tư nhân, bênh vực ý kiến cho rằng, kinh tế tập thể tạo ra phần lớn nhất trong thu nhập quốc dân.

Chu Ân Lai và Chu Đức không bày tỏ ý kiến gì về vấn đề tập thể hoá ở nông thôn. Về vấn đề này, trước đây cả hai đã từng làm Mao nổi đoá, bây giờ họ không muốn một lần nữa chuốc vạ vào thân. Đào Chú, bí thư thứ nhất tỉnh Quảng Đông, mới được kiêm nhiệm chức Trưởng ban miền Trung và Nam Trung Quốc có thái độ nước đôi. Đại khái ông ta cũng ủng hộ kinh tế tư nhân, nhưng đề nghị chỉ trả lại nông dân 30% đất được tập thể hoá. Ông ta nói: "Nếu làm như thế sẽ chẳng có ai bị đói là chủ nghĩa tư bản thì tôi ủng hộ chủ nghĩa tư bản. Chẳng lẽ chúng ta muốn tất cả mọi người trong chủ nghĩa xã hội đều nghèo khổ sao?"

Lưu Thiếu Kỳ ủng hộ dứt khoát cơ cấu khuyến khích tinh thần trách nhiệm trong sản xuất, ông nói:

- Chúng ta phải giảm bớt định mức trong công và nông nghiệp. Đối với chúng ta. vấn đề quan trọng khích lệ được tinh thần lao động của nông dân. Khi lựa chọn. chúng ta không loại trừ một phương thức nào. Tôi đề nghị áp dụng lại cơ cấu kinh tế tư nhân và tư hữu về ruộng đất...

Đặng Tiểu Bình vẫn giữ quan điểm, mèo đen hay mèo trắng không quan trọng, miễn bắt được chuột, ông cam đoan sẽ ủng hộ bất kỳ một cơ cấu nào, miễn là nó có thể nâng cao sản lượng nông nghiệp. Đặng cho rằng tiếp tục áp dụng cơ cấu tập thể thật vô nghĩa. Khi Kha Thanh Thế chỉ trích những phát biểu của Tăng Huy Sinh về ích lợi của kinh tế tư nhân, Đặng liền khiển trách Kha:

- Đồng chí lãnh đạo ban miền Trung không nên có những quyết định hấp tấp như vậy.

Quan điểm của Mao lại khác và tôi biết ông sẽ không chịu nhượng bộ. Tháng 5-1960, Mao đã từng nói với đô đốc Bernard Montgomery, người từng chỉ trích Mao như một tên bạo chúa, đến Trung Nam Hải trong chiếc áo sơ-mi màu đỏ, Mao bắt tay Montgomery và hỏi có biết cảm giác của ông như thế nào khi bắt tay với kẻ đả kích không. Ông nói với Montgomery:

- Nếu không gạt bỏ tất cả chướng ngại vật trên đường bằng mọi giá mà vẫn cứ đi, sẽ không đến được cái đích đã định.

Tôi ngỡ ở hội nghị Lư Sơn lần này, Mao sẽ dùng nguyên tắc đó để ép giới lãnh đạo cao cấp cứng đầu của đảng phải theo ý ông. Nhưng lại không phải như vậy. Ông tham dự các buổi họp thưa thớt, nhưng tối nào cũng nhận được bản báo cáo khá tường tận. Một lần ông gặp riêng Tăng Huy Sinh, nhắc Tăng tiếp tục bảo vệ mô hình kinh tế tư nhân. Ngoài ra, chẳng thấy ông cáu kỉnh hay nổi đoá.

Mao vẫn giữ thế thủ. Một mặt các sự kiện bên ngoài khiến ông phải cân nhắc lại chiến lược đã đề ra. Mặt khác, đó cũng là một phần trong chiến lược, nhử rắn ra khỏi hang. Trận chiến hai bên đang cân bằng.

Tôi biết Mao bực tức với giới lãnh đạo cao cấp của đảng. Một buổi tối trong giờ học tiếng Anh của chúng tôi, Mao chợt thốt ra:
- Những đảng viên tốt đã chết cả rồi. Những kẻ còn lại chỉ là lũ ma quái.

Tôi sửng sốt. Mãi năm năm sau, khi Cách mạng văn hoá bùng nổ, tôi mới hiểu rõ "lũ ma quái" ông nói đến là ai và cái chết của những ai làm cho ông khoái trá.

CHƯƠNG 48

Hầu như Mao không tham gia dự họp Lư Sơn khi đảng thảo luận tìm cách tháo gỡ, đưa đất nước ra khỏi thảm hoạ, cứu hàng triệu nông dân đang bị đói. Mao vẫn chẳng bao giờ đề cập đến những hậu quả tai hại, công khai chấp nhận chính sách Đại nhảy vọt thất bại, vẫn không nghĩ sự khủng hoảng do chính sách sai lầm của ông gây ra. Tuy nhiên, việc ông ẩn mình trước công luận, phù hợp với cách xử sự của một quan chức thất bại.

Ông không nói đến việc đi thăm nhân dân nữa, cũng chẳng xuất hiện trên các lễ đài. Mặt khác, cuộc sống của ông dựa vào sự ngưỡng mộ của những người khác, khao khát được mọi người chú ý, tán thưởng. Ông càng trở nên không được ưa thích trong đảng bao nhiêu thì sự khao khát đó của ông lại càng lớn bấy nhiêu. Lời hô hào nghiên cứu tư tưởng Mao chủ tịch của Lâm Bưu và những cô gái tụ tập quanh ông vẫn ngưỡng mộ, kính trọng là một cách làm dịu bớt nỗi khát khao đó. Họ bù đắp cho ông bằng những lời nịnh nọt, mơn trớn mà mới trước đây ít lâu, ông vẫn hằng được nghe thấy từ công luận và giới lãnh đạo cao cấp của đảng.

Giang Thanh đến Lư Sơn, sống cùng với Mao trong biệt thự cũ của Tưởng Giới Thạch. Sự có mặt của Giang đã cản trở rất nhiều đến việc trăng gió của Mao. Tuy đêm nào vẫn có các buổi khiêu vũ, Mao nhảy với rất nhiều phụ nữ, nhưng Giang Thanh có mặt, không rời mắt khỏi chồng. Mao giải quyết vấn đề bằng cách đổi sang hẹn các cô gái vào ban ngày.

Mao còn tỏ ra tử tế với Giang Thanh bằng cách viết tặng bà thơ. Đã từ lâu, bà thường ghen tị về việc chồng chỉ làm thơ tặng những phụ nữ khác, nhất là với người vợ cũ Dương Khải Tuệ và các cô gái phục vụ quanh ông, mà chẳng tặng bà một câu thơ nào. Khi Giang tặng Mao một số bức ảnh đẹp, chụp ở Lư Sơn – đã bỏ nhiều thì giờ vào ham mê này, tỏ ra người chụp ảnh rất có khả năng – Mao đáp lại ý muốn của bà bằng việc ghi vào bức ảnh đẹp nhất một bài thơ:

Nắng mới xuyên qua những rặng thông
Trên trời mây trắng tựa như bông
Cảnh trần đẹp tựa như tiên thế
Bừng sáng bốn phương ánh mai hồng

Giang Thanh rất khoái. Gặp ai, bà cũng khoe bài thơ và bà thấy phải làm một bài thơ để tự khen mình. Thế là một bài thơ tứ tuyệt lố bịch, khoe khoang được ra đời với tựa đề "Tự thuật":

Núi cao sừng sững đứng bên sông,
Che phủ quanh mình lớp mây hồng.
Ngày ngày ngỡ núi vô hình vậy
Nhưng tỏa uy nghiêm hiếm khi trông.

"Núi cao sừng sững" là một lối chơi chữ vì tên của Giang Thanh cũng được viết từ những chữ đó. Bà tự cho mình là một phụ nữ có tài, nhưng không gặp thiên thời. Trong thời kỳ Cách mạng văn hoá, những bài thơ của bà đã trở thành những lời hiệu triệu.
Sau khi làm cho Giang Thanh thoả mãn bằng thơ, như một vị hoàng đế, Mao lại rút về thế giới của riêng. Ngày nào tôi cũng tới chỗ ông khi ông vừa dậy, đi bơi trong các hồ chứa nước ngay cạnh biệt thự hiện đại mà đảng bộ tỉnh Giang Tây đã chỉ thị xây cho Mao sau hội nghị năm 1959, mặc dù nông dân đang chết đói.

Mao và bà vợ thứ hai Hạ Tử Trân (sinh 1909) tại Diên An năm 1934

Để giữ bí mật với vợ và trung ương đảng, Mao sử dụng biệt thự này để thụt gặp đám thị nữ. Cô gái ông rất thích hồi đó là một cô y tá trẻ ở viện an dưỡng Lư Sơn, ông quen cô ta từ hội nghị năm 1959. Đôi khi phải trốn Giang Thanh và những người khác, ông nghĩ có thể họ đang theo dõi, ông đi cùng tôi và các cô gái xuống núi, đến tận thành phố Cửu Giang gần sông Dương Tử. Đến nơi, ông xuống sông bơi, đùa vui với các cô bồ trong nhà khách. Nhưng chẳng bao lâu, cái nóng của mùa hè buộc chúng tôi phải lui về với "đỉnh núi sừng sững".

Trong thời gian ở Lư Sơn vào mùa hè năm 1961. Mao mời vợ thứ hai của ông, Hạ Tử Trân đến chơi. Vào mùa thu hay đầu hè gì đó, bà viết thư cho ông và nhắc ông về những khó khăn sắp tới:
- Ông phải đề phòng những người xung quanh. Có thể một vài người trong số họ là của nhóm Vương Minh, đang tìm cách hại ông.
Đầu những năm 30, sau khi Mao và Hạ Tử Trân kết hôn được ít lâu, Vương Minh, thủ lĩnh của nhóm sinh viên du học từ Liên Xô trở về. Ông đã khiêu khích Mao và cuối cùng bị thất sủng, phải sống lưu đày ở Liên Xô từ những năm 50 đến nay. Bây giờ ông ta chẳng còn làm gì được Mao nữa.
Sau khi sống ly thân với Mao, tinh thần của Hạ Tử Trân bị rối loạn. Bề ngoài, họ chưa bao giờ ly dị. Mao hết hứng đối với bà, sau khi đến Diên An vào năm 1935, bà là một trong số rất ít phụ nữ đã vượt qua được cuộc Vạn Lý Trường Chinh. Bà ở cùng với con gái, Lý Minh và hai người con trai Mao Ngạn Anh, Mao Ngạn Thanh, bà đã sống trong những năm chiến tranh đầy gian khổ ở Liên Xô, ở đó người ta đã xác định bà mắc chứng tâm thần phân liệt. Sau khi trở về, Mao bố trí cho bà một căn nhà đầy đủ tiện nghi và được nhà nước đài thọ ở Thượng Hải. Bệnh tình không thuyên giảm. Giờ Mao muốn gặp bà.
Qua giám đốc công an Thượng Hải. Mao gửi cho Hạ Tử Trân một cây thuốc lá ngoại 555, một nghìn nhân dân tệ và yêu cầu nhân viên an ninh đưa bà đến Lư Sơn. Giới chức trách Thượng Hải đã cử em trai của Hạ Tử Trân, một sĩ quan cảnh sát làm người liên lạc.
Bà đến nơi trong khi hội nghị đang họp. Mao đón bà trong biệt thự mới xây, tôi cũng ở đó cùng với Mao.
Hồi đó, Hạ Tử Trân đã già yếu nhiều. Tóc bạc, đi không vững, hệt như một bà già. Nhưng khi thấy Mao, khuôn mặt xanh xao của bà rạng rỡ hẳn lên.

Mao lập tức đứng dậy đưa tay ra cầm lấy tay bà và dẫn tới ghế, trong khi Hạ Tử Trân giàn giụa nước mắt. Sau đó Mao ôm lấy bà, vừa cười vừa hỏi:
- Bà có nhận được thư và tiền của tôi không?
Chưa bao giờ tôi thấy ông hiền và cởi mở như vậy.
Bà nói:
- Có! Tôi nhận được thư và cả tiền nữa.
Mao hỏi bà về cuộc sống, về bệnh tật được chữa chạy ra sao. Giọng nói của bà đột nhiên chuyển sang rất khó nghe. Chỉ một thoáng, nét mặt trở nên đờ đẫn, lời nói rời rạc vô nghĩa. Chỉ một thoáng, bà lại tươi tỉnh, nét mặt đờ đẫn biến mất. Mao mời bà cùng ăn tối, nhưng bà từ chối. Mao an ủi:
- Thôi được. Chúng ta đã gặp nhau, nhưng vẫn chưa kể gì nhiều về bà có phải không? Khi về, bà phải nghe lời bác sĩ và tự lo cho mình. Chúng ta sẽ gặp nhau sau.
Rồi bà ra đi.
Sau khi bà đi khỏi một lúc lâu, tôi vẫn ở bên Mao. Ông ngồi lặng yên, có vẻ buồn bã, hút hết điếu thuốc này đến điếu thuốc khác. Tôi nhận ra ông sững sờ trước tình trạng của Hạ Tử Trân. Cuối cùng ông lí nhí nói:
- Bà ấy già và ốm yếu quá – Ông quay sang tôi – Bác sĩ Tô Đông Hoa chăm sóc cho Giang Thanh ở Quảng Châu trước đây cũng là người điều trị Hạ Tử Trân phải không?
Tôi xác nhận điều này.
- Thế bà ấy bị bệnh gì?
- Bệnh tâm thần phân liệt.
- Là cái gì?
- Trí óc không liên hệ chính xác với thực tế nữa. Nguyên nhân của bệnh này vẫn chưa tìm ra, còn những loại thuốc người ta dùng để điều trị, hình như không có hiệu quả lắm.
- Mao Ngạn Thanh cũng mắc bệnh này à?
Tôi cũng xác nhận điều này và nhắc ông rằng, Mao Ngạn Thanh đang điều trị ở Đại Liên.
Mao bảo, như vậy cả hai người vô phương cứu chữa, chúng ta không thể làm gì được hơn.
Tôi chỉ còn cách gật đầu đồng ý.
Năm 1962, ở Thượng Hải, tôi cũng thấy ông cũng có tâm trạng buồn như thế, khi ông làm tình với cô gái lần đầu tiên trong đời của cô. Đã 50 năm trôi qua, gặp lại người phụ nữ đã tóc bạc da mồi, Mao tặng hai ngàn nhân dân tệ, bảo bà về. Mao trầm ngâm, nói:

- Bà ấy thay đổi nhiều quá.
Theo tôi, Giang Thanh không bao giờ biết về cuộc gặp với Hạ Tử Trân.

CHƯƠNG 49

Năm 1962, một bước ngoặt về chính trị đối với Mao. Vào tháng giêng, khi ông triệu tập hội nghị mở rộng của Ban chấp hành Trung ương đảng thảo luận, nạn khủng hoảng vẫn tiếp diễn, cũng chính là lúc lòng ngưỡng mộ của mọi người đối với Mao đã xuống đến điểm thấp nhất. Bảy nghìn cán bộ tham dự cuộc họp này, gồm các cán bộ đảng, sĩ quan quân đội từ các vùng, các tỉnh, các thành phố, các quận, các huyện, đồng thời cả những giám đốc của các ngành công nghiệp và khai thác mỏ đến dự cuộc họp mặt lịch sử của một hội nghị gồm bảy nghìn cán bộ đảng viên trong cả nước. Đa số thành viên dự cuộc họp không thuộc hàng ngũ lãnh đạo cao cấp của đảng, những người không thể quyết định chính sách nhà nước bằng ý kiến của mình, nhưng là người chịu trách nhiệm triển khai mệnh lệnh từ trên xuống trong từng lĩnh vực riêng. Ở Bắc Kinh họ được ưu đãi đặc biệt, được ở trong những khách sạn sang trọng và tối nào cũng có thể tiêu khiển một cách thoải mái. Ban lãnh đạo cần sự ủng hộ của họ.

Lưu Thiếu Kỳ chủ trì cuộc họp, nhưng ông tham khảo ý kiến Mao để viết bài diễn văn cho hội nghị Bảy ngàn cán bộ đảng viên. Mao bảo, ông không muốn đọc trước bài diễn văn, nhưng hội nghị phải được diễn ra trên tinh thần "dân chủ", phải khuyến khích đại biểu phát biểu ý kiến riêng của mình, và Lưu có thể xem xét, bổ xung bản thảo cho bài diễn văn trên tinh thần đóng góp cho việc thảo luận.
Vì Mao không đóng góp ý cho bài diễm văn của Lưu, và lại Lưu không chấp nhận ý kiến của Mao bào chữa, tình trạng kinh tế tồi tệ hiện nay trong nước do thiên tai gây nên. Lưu tuyên bố trong Đại lễ đường nhân dân:
- Thiên tai chỉ xảy ra ở một vùng của đất nước. Ngược lại, những tai hoạ do con người gây nên đã tàn phá toàn bộ đất nước Trung Hoa. Chúng ta không bao giờ được quên bài học này.
Lưu Thiếu Kỳ đề nghị phục chức cho những cán bộ bị sa thải vì họ đã chống lại "chính sách phiêu lưu mạo hiểm tả khuynh" của Đại nhảy vọt, phục chức cho những cán bộ địa phương đã từng ủng hộ ý kiến của Bành Đức Hoài.
Tôi biết Mao nổi xung. Ngay sau cuộc họp, ông phàn nàn:

- Lưu Thiếu Kỳ đã đi chệch khỏi lập trường đấu tranh giai cấp. Đồng chí ấy không đặt ra câu hỏi chúng ta đi theo con đường xã hội chủ nghĩa hay tư bản chủ nghĩa. Thay vào đó, đồng chí lại so sánh thiên tai với những hỗn loạn do con người gây nên. Theo tôi sự phát biểu nhảm nhí này mới thực là một tai hoạ.

Nhưng đa số những người dự họp đều đồng tình với đánh giá của Lưu Thiếu Kỳ. Sự chia rẽ mất đoàn kết trong đảng trở nên tồi tệ.

Tình hình Trung Quốc lúc bấy giờ ảm đạm đến nỗi trong cả những vấn đề thuộc về chính sách quan trọng, phải chật vật lắm người ta mới đi đến được sự thống nhất về quan điểm. Vì vậy hội nghị phải kéo dài hơn một tháng. Các cán bộ địa phương thi nhau than phiền về những khó khăn đang gặp phải, về chính sách đã đưa đất nước đến tình trạng như hiện nay.

Hội nghị lần này như một liều thuốc tẩy. Như thường lệ, Mao rất ít khi tham dự các phiên họp của hội nghị. Trong khi tất cả đại biểu dự hội nghị khắp nơi phát biểu sôi nổi, đưa ra những lời than phiền những sai lầm của cấp trên. Còn Mao, phần lớn thời gian ông nằm trên chiếc giường ngoại cỡ trong "Phòng 118" của Đại lễ đường nhân dân. Ông "nghỉ ngơi" với các tì thiếp trẻ, đọc các báo cáo về những phiên họp, mặc dù hội nghị diễn ra ngay trong toà nhà ông đang ở.

Với sự vắng mặt của Mao, các cán bộ nòng cốt cấp dưới, rốt cuộc, đã có thể chôn vùi tham vọng quá lố của kế hoạch Đại nhảy vọt, chống chọi với thực tế tình trạng kinh tế suy sụp mà không bị Mao cản trở. Trong thời kỳ Đại nhảy vọt, những cán bộ này đã phải chịu đựng một sức ép rất lớn. Khẩu hiệu: "Nhanh, nhiều, tốt, rẻ" đã thúc bách họ phải đưa ra những chỉ tiêu sản xuất vô lý. Họ đứng trước nguy cơ bị chụp mũ hữu khuynh hoặc có thể còn tệ hơn nữa, thậm chí bị mất việc nếu họ giảm chỉ tiêu sản xuất hoặc không hoàn thành định mức mà họ tự đề ra. Cuộc hội nghị của bảy nghìn cán bộ đã tạo cho họ cơ hội khiếu nại về tất cả mọi vấn đề đối với ban lãnh đạo đảng.

Những khiếu nại đó không bao giờ trực tiếp công kích Mao, chỉ chống lại đường lối Đại nhảy vọt. Tuy nhiên, ai cũng biết, Mao người chịu trách nhiệm về chính sách này. Chỉ trích chính sách này, tức là chỉ trích Mao.

Mao tức giận khi đọc những báo cáo hàng ngày về sự chỉ trích. Ông nói với tôi:

- Suốt ngày họ chỉ biết than vãn, tối đến họ lại đi xem kịch. Ngày nào họ cũng ăn ba bữa .... và đánh rắm. Chủ nghĩa Marx-Lenin của họ như thế à?

Chỉ vì theo nghi thức phải túc trực 24/24 nên tôi phải sống một tháng trời chán ngán, đi đi lại trong hành lang Đại lễ đường, phải nghe những lời đàm tiếu, đọc tài liệu sát ngay phòng của Mao.

Trong khi sự chỉ trích vẫn kéo dài, cuối cùng Mao đành nhận một cái lỗi nào đó đối với cuộc khủng hoảng. Theo tôi biết, chưa có ai yêu cầu Mao tự phê bình bao giờ. Việc tự phê bình chẳng qua chỉ là một phần trong chiến lược của Mao.

29-9-1961, Mao Trạch Đông tiếp thống chế Anh Bernard Law Montgomery tại Bắc Kinh

Mao rất ghét phải nhận sai lầm. Năm 1960, trong một buổi nói chuyện với Thống chế quân đội Anh, Montgomery, tôi đã nghe thấy Mao thú nhận "đã làm rất nhiều điều dại dột, phạm rất nhiều sai lầm", nhưng đối với các cán bộ cao cấp của đảng và nhân dân Trung Quốc, về mặt tâm lý, ông không muốn thú nhận rằng tình trạng thảm hại của đất nước có liên quan đến ông. Lần này là lần đầu tiên Mao tự kiểm điểm kể từ khi nắm quyền hành từ năm 1949, trong bài phát biểu ngày 30-1-1962: "Tôi phải chịu trách nhiệm về tất cả

những sai lầm do các cơ quan trung ương trực tiếp hay gián tiếp gây ra, bởi vì tôi là Chủ tịch của các cơ quan trung ương". Nhưng Mao không bao giờ nói cụ thể sai lầm ở chỗ nào, mà ông phản công lại một cách nhanh chóng bằng cách quy trách nhiệm cho những người khác. Sau đó ông chỉ trích cái cơ chế mang tính chất khoán tới hộ lao động là thành phần kinh tế tư nhân.
Tôi tin chắc rằng, thực ra Mao không hề cho ông đã phạm sai lầm. Nhưng mối lo ngại bị mất sự kiểm soát đối với bộ máy đảng trên toàn quốc của ông ngày càng lộ rõ. Ông muốn là trung tâm để dân chúng quây quanh, cho dù có lui xuống hàng thứ hai. Mao đã cho Lưu Thiếu Kỳ đảm nhiệm chức Chủ tịch nước để kiểm tra lòng trung thành của ông ta và trong thời gian diễn ra Hội nghị bảy nghìn cán bộ, Mao đi đến kết luận, tất cả những chuyện Lưu làm đều đi ngược lại với lòng trung thành đối với ông. Một nước có 2 chủ tịch, 2 trung ương, 2 trung tâm điều ấy Mao không bao giờ chấp nhận. Vậy ông đứng ra "chịu trách nhiệm" đối với những khủng hoảng để giữ vững vị trí của ông ở trung ương, chứ không phải vì ông thành khẩn nhận sai lầm.
Lâm Bưu, một người mồm mép, lanh lợi nhất trong đám thuộc hạ thân tín còn lại của Mao. Mao vừa dứt lời, ông ta đã lên phát biểu: "Tư tưởng của Mao chủ tịch luôn luôn đúng đắn. Nếu chúng ta gặp phải khó khăn hay một vấn đề nào đó, điều đó có nghĩa, chúng ta đã không thực hiện đúng chỉ thị, không làm theo những lời căn dặn của Chủ tịch, hoặc đã đi chệch hướng".
Trong khi Lâm Bưu nói, tôi ngồi ngay sau diễn đàn, phía sau bức rèm cửa. Mao sau này nói với tôi:
- Bài phát biểu của phó chủ tịch Lâm thật hay. Những lời nói của đồng chí Lâm Bưu lúc nào cũng rõ ràng, đầy sức thuyết phục. Tại sao các cán bộ lãnh đạo khác của đảng không thể phát biểu như vậy?
Ít ra, bây giờ tôi đã có thể kết luận, việc Mao tự phê bình chỉ là thủ đoạn, không bao giờ nghĩ ông phạm sai lầm. Nhưng chắc chắn việc Lâm Bưu bảo vệ Mao có hàm chứa một ý đồ không sạch sẽ gì cho lắm. Lâm Bưu từ lâu không giữ trọng trách trong chính phủ, lời phát biểu của Lâm không thật lòng. Bởi vì hầu hết những nhà lãnh đạo đảng đều bất mãn với kế hoạch Đại nhảy vọt, riêng Lâm Bưu lại không nói ra.
Hoa Quốc Phong, cựu bí thư huyện uỷ Tương Đàm, thuộc tỉnh Hồ Nam, quê Mao, tôi gặp lần đầu tiên vào năm 1959, lại có vẻ thực lòng, ít nịnh nọt hơn Lâm, nhưng cũng như Lâm, Hoa không chỉ

trích Mao, khiến Mao đánh giá tốt về ông. Cũng như năm ngoái, Hoa phát biểu trước hội nghị, lại một lần nữa nói lên sự thật: "Sau những nỗ lực của chúng ta trong thời gian từ năm 1958, 1959 và 1960, con người cũng như trâu bò và cả đất nước đều khánh kiệt. Chúng ta không còn đủ sức cho những bước tiếp theo". Vừa nói, Hoa vừa hướng về phía Mao một cách thành kính: "Nếu chúng ta muốn khắc phục được những khó khăn ở các vùng nông thôn, chúng ta phải cương quyết đi theo con đường xã hội chủ nghĩa, chúng ta không được phép chấp nhận cơ chế khoán tới từng nông hộ và một nền nông nghiệp không bao cấp. Nếu không, chúng ta sẽ đâm đầu vào ngõ cụt".

Sau Hội nghị tháng 1 năm 1962. Mao nói: "Hoa Quốc Phong là người trung thực. Đồng chí ấy còn hơn nhiều người lãnh đạo nhà nước hiện nay của chúng ta". Sau khi Chu Tiểu Châu và các đàn em của ông ở Hồ Nam thất sủng, Trương Bình Hoa được bổ nhiệm làm bí thư thứ nhất của tỉnh. Một số chức vụ trong bộ máy tỉnh còn trống, thế là Hoa Quốc Phong được cử làm Trưởng ban bí thư tỉnh, phụ trách các công việc thường vụ ở Hồ Nam.

Sau Hội nghị bảy nghìn cán bộ, việc bài xích kế hoạch Đại nhảy vọt càng tăng lên. Cả những thế lực ly gián cũng tăng theo, đảng có nguy cơ bị chia rẽ. Đảng và nhà nước thoát dần sự phụ thuộc vào Mao ngày một tăng. Các công xã nhân dân cuối cùng được cải tổ lại thành những đơn vị nhỏ hơn, dễ kiểm soát hơn, trở lại thời kỳ hợp tác xã của năm 1956. Định mức sản xuất công nghiệp được giảm xuống. Toàn bộ nền kinh tế đang chuyển mình, người ta vẫn nếp tục lên án thái độ thiên tả của kế hoạch Đại nhảy vọt.

Vào tháng hai và tháng ba, Uỷ ban Khoa học và Công nghiệp nhà nước tổ chức hội nghị tại Quảng Châu. Thậm chí người ta còn định phục hồi danh dự cho những trí thức, mặc dù thừa biết Mao rất ác cảm với họ. Các nhà khoa học, các nhân sĩ trí thức của Trung Quốc vẫn chưa hoàn hồn bởi chiến dịch chống hữu khuynh hồi năm 1957. Trong chiến dịch đó, hàng trăm nghìn người bị sa thải, bị giáng chức hoặc bị đưa đi cải tạo lao động. Còn những người không bị truy bức về chính trị, lúc nào cũng sống trong lo sợ, không dám hé miệng.

Bây giờ phó thủ tướng Trần Nghị lại nhấn mạnh ý kiến khác trong bài phát biểu trong Hội nghị khoa học và kỹ thuật: "Có một số vấn đề nhiều người không dám nói, nhưng tôi sẽ nói". Trần Nghị động viên giới trí thức. "Đất nước Trung Hoa cần những nhà khoa học, nhân sĩ trí thức, nhưng trong những năm qua, họ đã bị ngược đãi.

Bây giờ chúng ta phải sắp xếp cho họ trở lại đúng vị trí". Lời nói của Trần Nghị xúc phạm trực tiếp tới Mao, nhưng đối với giới trí thức lại là một niềm hy vọng sẽ được trọng dụng, được người ta đánh giá đúng khả năng của họ.

Cũng tại hội nghị này, diễn văn của Chu Ân Lai đưa ra những vấn đề chủ yếu. Bài diễn văn "Về vấn đề của những người trí thức" cũng có chiều hướng chống lại những xu thế thù nghịch với trí thức kể từ chiến dịch chống hữu khuynh. Chu Ân Lai tuyên bố với các thính giả, ở nước Trung Hoa xã hội chủ nghĩa đại đa số những người nhân sĩ trí thức được xếp vào giai cấp công nhân, do đó họ cũng được coi là những người bạn của chủ nghĩa xã hội. "Bài trừ mê tín" không đồng nghĩa với "bài trừ khoa học". Trái lại, để bài trừ mê tín dị đoan, người ta phải nhờ vào những nhà khoa học. Ông kêu gọi nhân sĩ trí thức hãy tích cực và hết lòng đóng góp vào công cuộc phát triển đất nước.

Các nhà khoa học, nhân sĩ trí thức cũng cảm thấy thoả mãn về cuộc hội nghị này, hệt như những cán bộ địa phương đã hài lòng với Hội nghị bảy nghìn cán bộ. Những lời ngon ngọt của đã an ủi được họ. Tất cả những bài phát biểu của họ đều tỏ ra biết ơn những cố gắng của đảng. Đặc biệt, những người "hữu khuynh" rất phấn khích, bởi vì họ hy vọng con dấu thiên hữu đang đóng trên người sắp sửa mất đi, họ sẽ lại được thu xếp vào một vị trí xứng đáng nào đó.

Cũng như các thính giả của mình, Chu Ân Lai thừa biết, năm 1957 Mao đã công kích tầng lớp nhân sĩ trí thức, kêu gọi công nhân và nông dân hãy bài trừ thói mê tín dị đoan. Nếu không có sự đồng ý của Mao, Chu sẽ chẳng dám cả gan phát biểu như vậy.

Tuy vậy, khi đọc biên bản, Mao vẫn tỏ ra không hài lòng về Hội nghị. Một buổi tối, Mao hỏi tôi với một giọng châm biếm:

- Tôi rất muốn biết tầng lớp nào đã làm nên lịch sử? Công nhân, nông dân và nhân dân lao động hay tầng lớp nào khác?

Mao luôn cho rằng, làm nên lịch sử là công nhân và nông dân chứ không phải tầng lớp nhân sĩ trí thức. Những cuộc khởi nghĩa của nông dân là sức mạnh chủ lực của lịch sử Trung Quốc.

Ngay sau Hội nghị, với thái độ tự do, hoà giải hơn của Chu Ân Lai. Mao quyết định triệu tập hội nghị tiếp theo, lần này ít công khai hơn, để xác định vị trí của tầng lớp nhân sĩ trí thức trong xã hội Trung Quốc. Bởi vì ông không thể thực hiện được ý muốn qua những cửa ải quan liêu được nữa, nên từ sau hậu trường, cố gắng tập hợp vây cánh triển khai chiến thuật, tìm kiếm sự ủng hộ những cuộc phản công trong tương lai, một cách âm thầm và bí mật. Ông bắt đầu quy tụ các tay chân. Một trong số họ là Trần Bá Đạt, người đứng đầu các bí thư chính trị của Mao, kiêm Tổng biên tập tạp chí Hồng Kỳ, cơ quan lý luận của đảng. Theo đánh giá của Mao, Trần Bá Đạt, nhà lý luận xuất sắc nhất của đảng về chủ nghĩa Marx-Lenin. Ông thường nói: "Không có lý luận, không có cuộc cách mạng nào thành công được. Trần Bá Đạt, một lý luận gia quý hiếm của đảng ta".

Trần Bá Đạt không phải lý luận gia, nhưng ông đã có những bài phân tích, đánh giá, ca ngợi Đại nhảy vọt một cách sâu sắc. Trích lời Marx, "Một ngày sống trong chủ nghĩa cộng sản bằng 20 năm dưới chế độ tư bản". Trần Bá Đạt quả quyết coi Đại nhảy vọt như buổi bình minh của chủ nghĩa cộng sản Trung Hoa. Trần thúc giục tiến nhanh, tiến mạnh ông cho rằng công việc mà Trung Quốc hoàn thành trong một ngày thì các nước tư bản phải mất hai mươi năm. Trung Quốc đã đổi thay. Chủ nghĩa cộng sản bước sang bước ngoặt lịch sử mới.

Hai năm sau, khi phải đối đầu với nạn đói do kế hoạch Đại nhảy vọt gây ra, Trần Bá Đạt thản nhiên đối với hàng triệu người đã chết, ông quả quyết: "Đó là một hiện tượng phụ tất yếu trong quá trình đi lên của chúng ta". Cũng chẳng có gì lạ, khi Mao đánh giá cao Trần Bá Đạt, con người đểu giả, nhỏ mọn, đầy tham vọng một cách bệnh hoạn của ông. Chỉ bằng một dòng chữ đơn thuần đăng trên tạp chí, ông ta đã giúp Mao được trắng án, thoát khỏi trách nhiệm đối với một thảm hoạ lớn nhất trong lịch sử Trung Hoa.

Năm 1962, Mao nhờ Trần Bá Đạt giúp một tay để chuyển hướng tình hình chính trị sang phía tả. Trần Bá Đạt đã tổ chức hội nghị, trong đó đánh giá của chủ nghĩa Maoist về tầng lớp trí thức được nhấn mạnh. Bài phát biểu của Mao khác hẳn với thái độ trước đây của Chu Ân Lai:

- Tầng lớp nhân sĩ trí thức làm việc trong các văn phòng. Họ sống sung sướng, nhàn nhã, ăn ngon, mặc đẹp. Họ thường ít khi ra ngoài. Bởi vậy họ hay bị cảm lạnh.

Mao muốn rằng những sinh viên, giảng viên Đại học và những nhân viên hành chính phải lao động chân tay năm tháng liền ở các nhà máy hoặc ở đồng ruộng – giới trí thức xem như hình thức trừng phạt mới. Theo Mao, họ phải tham gia đấu tranh giai cấp và làm quen với cuộc cách mạng. Mao tiếp:

- Tình hình hiện nay càng trở nên phức tạp. Một số người đang hô hào phát triển cơ chế kinh tế tư nhân, nhưng trong thực tế chính là sự phục hồi lại chủ nghĩa tư bản. Chúng ta lãnh đạo đất nước từ nhiều năm nay, tuy nhiên chúng ta mới chỉ kiểm soát được hai phần ba xã hội. Một phần ba còn lại nằm trong tay kẻ thù hoặc trong tay của bè lũ của chúng. Kẻ thù có thể mua chuộc người của chúng ta, tôi chưa kể đến các đồng chí lấy con gái địa chủ.

Tôi không biết Mao định nói gì, nhưng qua đó người ta cảm thấy sự thù hằn của ông đối với giới trí thức cũng như đối với các cán bộ lãnh đạo cao cấp khác của đảng vẫn giữ nguyên. Mấy năm sau, trong thời kỳ Cách mạng văn hoá, Giang Thanh đánh giá Hội nghị dưới sự chủ toạ của Chu Ân Lai và Trần Nghị là một "Hội nghị đen", lên án "một số" cán bộ lãnh đạo đảng – ám chỉ Chu Ân Lại và Trần Nghị – đã quì mọp dưới chân giới nhân sĩ trí thức, khi họ vất bỏ cái mũ tư sản trí thức thay bằng chiếc mũ giai cấp lao động".
Công việc của Lưu Thiếu Kỳ khiến cho ông thường xuyên xung đột với Mao. Lưu đòi phục hồi danh dự cho những nạn nhân của các cuộc thanh trừng năm 1959. Ý kiến này được hầu hết mọi người trong đảng tán thành. Trong thời gian cuộc Hội nghị Bảy nghìn cán bộ, người ta đã thận trọng và kín đáo thảo luận về vụ Bành Đức Hoài. Nhiều người bắt đầu so sánh Bành Đức Hoài với Hải Thuy, một trung thần đời nhà Minh, người đã bị vua cách chức chỉ vì những lời góp ý trung thực, phê bình xác đáng và cũng là một nhân vật được Mao rất khâm phục.

Đến tháng 4, Ban bí thư trung ương dưới sự chỉ đạo của Lưu Thiếu Kỳ đã bắt tay vào việc phục hồi cho những người theo Bành, hoặc những người đã phê phán kế hoạch Đại nhảy vọt. Dưới khẩu hiệu "Đánh giá lại công việc của cán bộ và đảng viên", người ta đã ủng hộ việc tha thứ ít nhất 70% cho cán bộ đảng bị coi có tội. Chỉ có việc thanh trừng nội bộ chống Bành Đức Hoài không được xét lại, bởi vì ngay đến Lưu Thiếu Kỳ cũng không dám qua mặt Mao trong vấn đề này.

Lưu Thiếu Kỳ không hề xin phép Mao trong việc phục hồi cho các cán bộ, cả An Tử Văn, Trưởng ban tổ chức Trung ương đảng cũng vậy. Đến khi Mao nhận được một bản sao của văn bản phục hồi nói trên, Mao nói với tôi:

- An Tử Văn có lẽ chẳng bao giờ báo cáo trung ương về những việc làm của đồng chí ấy. Vì vậy, các đồng chí ở trung ương chẳng biết gì về các hoạt động trong ban tổ chức của đảng. Đồng chí ấy chẳng cho chúng ta biết những thông tin quan trọng, cung cách làm việc còn như ông vua con. Đồng chí có nghĩ họ đang gây sức ép với tôi không?

Điền Gia Anh cho tôi biết. An Tử Văn rất bực khi biết Mao đã nói như vậy. An Tử Văn hỏi: "Trung ương à? Thế trung ương là ai? Có rất nhiều các đồng chí lãnh đạo cao cấp ở Bắc Kinh – Lưu Thiếu Kỳ, Đặng Tiểu Bình, Bành Chân. Họ là những người chịu trách nhiệm về các công việc hành chính hàng ngày của đảng. Tôi báo cáo với họ không phải đã báo cáo cho trung ương hay sao?

Cả Trần Vân, lãnh đạo cao cấp của đảng, cũng xung khắc với Mao. Hồi đó ông là phó chủ tịch đảng, một chức vụ rất có quyền lực, nhưng từ lâu, mối quan hệ của ông với Mao rất căng thẳng vì thế vai trò, ảnh hưởng của ông cũng rất thấp. Sau những biến cố đầu thập niên 60, Trần Vân nhận ra rằng chỉ bằng cách giải tán các công xã nhân dân, trả lại ruộng đất cho nông dân mới có thể cải thiện tình hình. Sau cuộc Hội nghị Bảy nghìn cán bộ, ông được uỷ nhiệm phụ trách các công việc kinh tế, tài chính của đảng. Khi ông trình lên bản báo cáo với những đề nghị cụ thể cho con đường thoát khỏi khủng hoảng, trả lại ruộng đất cho nông dân, nhưng Mao từ chối không chịu phê chuẩn. Mao ghi ngoài lề: "Bức tranh được vẽ ra một cách đen tối, chẳng thấy một tia sáng nào. Đồng chí Trần Vân vốn xuất thân từ một gia đình buôn bán nhỏ, đồng chí ấy đã không dứt bỏ được đặc tính tư sản của mình. Đồng chí luôn luôn có chiều hướng hữu khuynh".

Vấn đề chủ tịch công kích phó chủ tịch, người phụ trách kinh tế của đảng, lại lên án ông ta có đặc tính tư sản và thiên hữu, theo kiểu này sẽ là một tai hoạ. Trong cấp bậc và quyền lực của đảng, Trần Vân cao hơn hẳn so với Bành Đức Hoài với một sự kết luận kiểu như vậy từ phía Mao có thể dẫn đến việc đảng bị tan vỡ. Những lời của Mao đã xúc phạm Trần Vân đến nỗi Điền Gia Anh phải xử sự một cách bất thường. Điền ra lệnh cho Lâm Khắc, vừa mới trở về sau khi bị đi đày, không được gửi tài liệu có ghi chú của Mao lên trung ương. Nếu như tài liệu này được gửi lên có thể nó sẽ được người ta sử dụng trong tương lại để chống lại Trần Vân.

Điền Gia Anh không được phép giữ lại một tài liệu quan trọng như vậy, nhưng ngưỡng mộ và tán thành những đánh giá của Trần Vân. Hơn nữa Điền Gia Anh không muốn giới lãnh đạo cao cấp của đảng phải đi đến chỗ bị chia rẽ. Thay vì gửi lên trung ương, Điền Gia Anh đưa tài liệu đó cho Lâm Khắc, bí thư của Mao, còn Lâm Khắc giấu nó dưới đệm. Tài liệu đó không trình lên ban lãnh đạo đảng.

Phải có một ai đó đã báo cho Trần Vân biết về lời bình của Mao. Bởi vậy, Trần Vân lập tức về Tô Châu lấy cớ dưỡng bệnh. Chẳng qua chỉ là một lý do chính trị. Ông không bao giờ bị cách chức hoặc bị công kích đích danh trong thời gian Mao còn sống, không còn giữ một vai trò nào quan trọng. Mãi đến năm 1980, sau Cách mang Văn hoá và Mao qua đời, Trần Vân lại bước lên diễn đàn chính trị. Mỉa mai thay, chỉ vì biết Mao công kích, qua sự rút lui, ông đã cứu giúp rất nhiều người và chính ông cũng được an toàn trước những cuộc trừng phạt của cuộc Cách mạng văn hoá.

Tài liệu bị yểm đi với những lời phê phán Trần Vân đã bị phát hiện vào năm 1964. Hứa Diệp Phụ, người sau khi các hệ thống nghe trộm bị phát hiện, lại được cử làm bí thư riêng cho Mao, coi Lâm Khắc là một đối thủ, biết được vụ này, ra lệnh khám nhà Lâm Khắc trong khi Lâm Khắc đang đi công du với Mao. Người ta đã tìm được tài liệu. Hứa Diệp Phụ gửi nó cho Ban bí thư Trung ương, viết báo cáo cho Mao và Uông Đông Hưng. Lâm Khắc bị đuổi ra khỏi Nhóm Một, Hứa Diệp Phụ được bổ nhiệm bí thư riêng đặc biệt của Mao.

***

Tuy Điền Gia Anh thoát khỏi sự trừng phạt, nhưng cho đến khi cuộc Cách mạng văn hoá bắt đầu, ông là một nhân viên đầu tiên của Mao bị công kích.

Khi nhìn thấy tình trạng khốn khổ anh bạn Lâm Khắc, tôi thật sự mừng vì đã khước từ việc ông yêu cầu làm thư ký riêng. Nếu không tôi cũng sẽ phải vạ.

Uông Đông Hưng cho rằng tôi quá tưởng tượng khi thổ lộ với ông mối nghi ngờ về Mao ngày càng thất vọng với hàng ngũ lãnh đạo cao cấp của đảng. Ông khẳng định:

- Đảng ta không phải là đảng cộng sản Liên Xô. Trong đảng cộng sản Trung Quốc chỉ có sự thống nhất, đoàn kết nhất trí mà thôi.

Thế nhưng, mỗi lời nói của Mao tôi đều giỏng tai lên nghe. Tình thế rất căng thẳng.

CHƯƠNG 50

Mao đã đến lưu vực sông Hoàng hà, quyết định không lùi bước thêm nữa. Mùa hè năm 1962, Mao thoát khỏi tình thế đơn độc. Trong những tháng tới, ông muốn triệu tập hai cuộc họp đảng quan trọng, tôi biết, tại các cuộc họp đó ông sẽ phản công. Nhưng tôi không rõ ai sẽ là nạn nhân đầu tiên.

Cuộc họp đảng đầu tiên, một cuộc họp tương đối nhỏ, gồm bí thư thứ nhất của các tỉnh, cán bộ cấp bộ trưởng trở lên diễn ra vào ngày 6-8 tại Bắc Đới Hà. Trong cuộc họp, Mao đọc một bài diễn văn: "Vấn đề giai cấp, thực tiễn và mâu thuẫn".
Ông đã tốn khá nhiều thời gian biện hộ cho việc dùng lý luận chủ nghĩa Marx công kích chính đảng của ông. Tuy chưa đủ uy lực để ông có thể dễ dàng thanh trừng những chính trị gia cao cấp bất đồng chính kiến. Cũng như tất cả các nhà lãnh đạo Trung Quốc khác, ông phải giành cho được những lý luận chủ nghĩa Marx đứng về phía ông. Bởi vì chỉ có như vậy, mới có thể vận động được quần chúng chống lại những thành viên đáng ghét trong ban lãnh đạo đảng.
Cuộc công kích lần này được đưa ra là sự tồn tại các giai cấp không biến mất một cách đơn thuần chỉ thông qua việc áp dụng chủ nghĩa xã hội. Thậm chí, sau khi quốc hữu hoá tài sản, các giai cấp vẫn tồn tại và cuộc đấu tranh giai cấp vẫn còn tiếp diễn. Theo ông, mâu thuẫn giữa giai cấp tư sản và giai cấp vô sản, giữa đường lối tư bản chủ nghĩa và xã hội chủ nghĩa vẫn tồn tại.
Trong hội nghị lần thứ mười của Uỷ ban Trung ương đảng khoá VIII diễn ra vào mấy tháng sau, Mao tiếp tục triển khai lý luận của mình, ông diễn giải rằng, không những các giai cấp và cuộc đấu tranh giai cấp vẫn tồn tại, mà cuộc đấu tranh gay gắt giữa tư sản và vô sản sẽ còn kéo dài. "Trong tiến trình lịch sử, từ cuộc cách mạng vô sản đi đến chuyên chính vô sản và trong thời kỳ quá độ từ chủ nghĩa tư bản tiến lên chủ nghĩa cộng sản, thời kỳ này có thể kéo dài hàng thập kỷ hay lâu hơn nữa, cuộc đấu tranh giữa vô sản và tư sản, giữa đường lối tư bản chủ nghĩa và xã hội chủ nghĩa vẫn còn tiếp diễn". Nguy cơ phục hồi chủ nghĩa tư bản vẫn đang đe doạ Trung Quốc, vì vậy, người ta vẫn phải tiếp tục tiến hành một cuộc đấu tranh giai cấp không mệt mỏi chống lại nguy cơ này.
Thậm chí, sau đó Mao còn tuyên bố ngay cả bộ máy đảng cũng trở thành nơi ẩn nấp cho bọn tư bản và những thành viên của giai cấp tư

sản đã trà trộn vào hàng ngũ của đảng. Cả hai bài phát biểu mang đầy tính thoá mạ, ông công kích mọi phía. Ông đã giáng một đòn chí tử vào tầng lớp trí thức, đòi xét lại thái độ cầu an của Chu Ân Lai và Trần Nghị. Một liên minh giữa những người lao động và trí thức đã quá sớm. Ông nói:

- Đảng ta vẫn chưa giáo dục giới trí thức một cách đúng đắn. Bóng ma tư sản vẫn lẩn quẩn trên đầu, họ vẫn còn ngả nghiêng, chưa kiên định.

Bành Đức Hoài lại bị chỉ trích. Bành đã trình một lá đơn dài xin phục hồi danh dự. Ông bày tỏ sự ủng hộ đối với các công xã nhân dân, quả quyết không hề thành lập một phe phái chống đảng và cũng chưa bao giờ có quan hệ mờ ám với Liên Xô.

Thay vì chấp nhận lá đơn của Bành, Mao lại còn buộc tội ông nặng nề hơn. Lúc này Mao không chỉ buộc tội Bành Đức Hoài đã hợp tác với Liên Xô, thậm chí còn kết tội Bành đã hợp tác với tất cả các lực lượng phản cách mạng trên thế giới trong đó có Mỹ. Theo sự trình bày của Mao, Bành đã âm mưu thành lập một liên minh phản cách mạng, chống cộng toàn cầu. Những bản án đối với Bành Đức Hoài và đồng bọn sẽ không được bãi bỏ. Không lẽ gì lại tha bổng cho kẻ thù.

Tiếp đó, Mao quay sang tấn công Panchen Lama của Tây Tạng, quy kết là "kẻ thù giai cấp". Dalai Lama, người đứng đầu phần hồn và tôn giáo ở Tây Tạng, đã phải chạy sang Ấn Độ từ năm 1959 sau cuộc thương thuyết không có kết quả giữa chính phủ Trung Quốc và những người đứng đầu Tây Tạng, trong một cuộc nổi dậy đã nổ ra ở Tây Tạng. Cuộc nổi dậy bị đàn áp và Panchen Lama, chỉ nhắc lại những lời nói của các chính trị gia ở Bắc Kinh, trở nên lo sợ, bởi vì theo ông, cái gọi là "cải tổ dân chủ" của Bắc Kinh mang tính chất cực tả. Ông hy vọng, khuynh hướng cực tả ở Tây Tạng có thể sửa đổi được.

Sau đó tới Lý Vệ Hán, Chủ nhiệm Mặt trận thống nhất của đảng, trở thành mục tiêu của Mao. Lý Vệ Hán đã ủng hộ quan điểm của Panchen Lama. Mao chì chiết Lý Vệ Hán là "kẻ đầu hàng", quì mọp lạy lục lãnh chúa Tây Tạng. Mao còn phê phán Lý Vệ Hán, đã khuyến khích những người lao động và giới trí thức liên minh với nhau. Khi Lý Vệ Hán bị cách chức. Tuy Panchen Lama thoát nạn, nhưng trong thời kỳ Cách mạng văn hoá, ông bị quản thúc tại gia gần 10 năm.

Vương Kính Tiên, Chủ nhiệm Văn phòng đối ngoại của đảng, đề nghị củng cố mối quan hệ với Liên Xô và Đông Âu, đồng thời cắt giảm trợ giúp tài chính cho các đảng cộng sản đang đấu tranh giải phóng dân tộc ở các nước châu Á, châu Phi và châu Mỹ La tinh. Mao đánh giá Vương "xét lại", tước bớt quyền hạn. Tuy Vương vẫn giữ nguyên chức vụ, nhưng quyền hành quan trọng nhất đã được Triệu Nghị Minh thay thế đảm nhiệm.

Dưới con mắt của Mao, thành phần kinh tế tư nhân là một đặc trưng điển hình của chủ nghĩa tư bản vẫn đang thịnh hành ở Trung Quốc, ông chỉ thị phải loại bỏ ngay thành phần kinh tế này. Theo ông, những người ủng hộ thành phần kinh tế tư nhân là bọn tư bản, chúng phải bị đào thải. Ông công kích Đặng Tử Huy và Liêu Lộc Nhuận, hai người chịu trách nhiệm chính sách nông nghiệp. Khi tôi bắt đầu làm việc ở Nhóm Một vào giữa những năm 50. Đặng Tử Huy, Chủ nhiệm Uỷ ban nông nghiệp của đảng, thường được coi người có thái độ ôn hoà nhất trong các chính sách nông nghiệp. Bây giờ ông lại bị vu hữu khuynh, đi ngược lại quyền lại của đảng từ hàng chục năm nay. Liêu Lộc Nhuận bộ trưởng Bộ Nông nghiệp bị đóng dấu "xét lại" khi ông thẳng thắn nói, sự thất bại của Đại nhảy vọt do sai lầm về đường lối, chính sách chứ không phải do thiên tai. Tăng Huy Sinh, bí thư tỉnh An Huy, cán bộ địa phương đầu tiên mất chức sau cuộc hội nghị. Thế là những thử nghiệm thành công về chính sách nông nghiệp của tỉnh này cũng bị đình chỉ luôn, sản lượng nông nghiệp của cái vùng vốn xơ xác nay càng giảm xuống một cách thảm hại.

Cấp Mẫn – bí thư đảng huyện Linh Hạ thuộc tỉnh Cam Túc, một tỉnh đang tranh giành với An Huy "danh hiệu" tỉnh nghèo nhất Trung Quốc – là người kế tiếp trong danh sách của Mao. Ông đã áp dụng thành công cơ chế kinh tế cá thể và thu hoạch nông nghiệp của tỉnh tăng lên. Vương Phong, bí thư đảng tỉnh Cam Túc cho rằng tình trạng nghèo đói ở Cam Túc do công xã nhân dân và ông hết lòng ủng hộ những thử nghiệm của Cấp Mẫn. Mao buộc tội cả hai đang đi chệch sang con đường tư bản chủ nghĩa, nhưng chỉ có Cấp Mẫn bị cách chức vào năm 1962. Còn Vương Phong mãi đến tháng 8 năm 1966 mới bị mất chức. Trong thời kỳ đầu của Cách mạng văn hoá. Vương Phong, một trong những người đầu tiên bị Mao quy "xét lại – phản cách mạng", ông bị đấu tố tàn nhẫn, cuối cùng ông đã phẫn chí quyên sinh.

Mùa thu năm 1962, đánh dấu một bước ngoặt quyết định đối với Mao và đảng cộng sản. Việc Mao cứ khăng khăng trong chủ nghĩa xã hội cũng tồn tại các giai cấp rốt cuộc đã bịt đi những lời nói phải và sự phê bình chính trực. Tinh thần thẳng thắn, lòng can đảm của

Hội nghị Bảy nghìn cán bộ giờ đây bỗng biến mất. Những chính trị gia thực lòng vì sự phồn vinh của đất nước, những người từng cho rằng, tốt nhất là trả lại việc tổ chức sản xuất nông nghiệp từ tay cán bộ và hợp tác xã cho nông dân, không dám nói ra ý kiến của mình nữa. Những lập luận của Mao về đấu tranh giai cấp, về mặt lý thuyết đã tạo ra cớ cho mọi cuộc thanh trừng sắp tới mà đỉnh cao là Cách mạng văn hoá năm 1966. Kẻ nào cãi lại lời Chủ tịch, kẻ đó là phản cách mạng, "chạy theo con đường tư bản chủ nghĩa". Đối với Mao, không có tội nào nặng hơn thế.

***

Tháng 9-1962, sau Hội nghị lần thứ 10 của Uỷ ban trung ương đảng khoá VIII, các cuộc thanh trừng vẫn tiếp diễn, Mao uỷ nhiệm cho Khang Sinh thực hiện việc thanh trừng này.

Khang Sinh đã theo Mao từ hồi còn ở Diên An. Thậm chí người ta còn xì xào, Khang Sinh đã đưa Giang Thanh gia nhập đảng, bố trí cho Giang Thanh ở lại Diên An, nơi bà gặp rồi kết hôn với Mao. Giang Thanh và Khang Sinh đều là người Sơn Đông, quen thân nhau từ trước cách mạng 1949.

Năm 1958, tôi gặp Khang Sinh lần đầu. Sau năm 1949, ông rút khỏi những hoạt động chính trị. Khi đảng cộng sản nắm chính quyền, ông được đưa vào bệnh viện. Mấy năm sau ông ra viện khi kế hoạch Đại nhảy vọt bắt đầu, ông là một trong những người cổ vũ mạnh mẽ cho kế hoạch này. Bạn tôi, bác sĩ từng điều trị cho ông ở bệnh viện Bắc Kinh cho hay, Khang mắc bệnh tâm thần phân lập, nhưng vì sao ông được xuất viện tôi không rõ. Tôi ít quan hệ, cũng chẳng thân thiết, thỉnh thoảng thấy ông đến gặp Mao bàn những chuyện kín đáo. Khang Sinh chẳng vui vẻ, cởi mở, thân thiện như những người lãnh đạo khác thỉnh thoảng đến gặp Chủ tịch.

Trong thời kỳ Cách mạng văn hoá năm 1966, Khang Sinh và Giang Thanh đặc biệt thân thiết, đôi khi họ mời cả tôi cùng đi xem những bộ phim của Mỹ mà Giang Thanh ưa thích. Bà vợ của Mao ngày càng quấn quít với Khang Sinh hơn. Bà hỏi ý kiến, cầu xin những lời khuyên chân thành của ông. Bà gọi ông một cách kính trọng nhất theo lối xưng hô ở Trung Quốc, "Già Khang". Khang Sinh, người đầu tiên được bà ban cho niềm vinh hạnh ấy.

Tôi thường tìm cách tránh mặt Khang Sinh, bởi vì khi gần ông, cảm thấy có mối đe doạ mà tôi không thể giải thích được. Dáng dấp con người ông thể hiện một kẻ đầy mưu mô xảo quyệt, giả dối. Chỉ cần quan sát ông trong ảnh, người ta cũng cảm nhận được cái gì đó chẳng tốt lành toát ra. Đối với tôi, ông đại diện cho "mặt tối" của đảng, sẵn sàng làm tất cả những việc bẩn thỉu người ta sai khiến. Tôi không muốn dính vào những việc đó và Mao chẳng cần đến tôi. Cho nên, có nhiều vụ việc tôi không hề hay biết.

Sau hội nghị lần thứ X, Khang Sinh tích cực hoạt động chính trị. Hồi đó Mao công kích cả phó thủ tướng Tập Trọng Huân, người đã ủng hộ những nỗ lực phục hồi của Cao Cương, kẻ có thái độ thù địch với đảng. Thế rồi Khang Sinh được giao trách nhiệm điều tra "âm mưu chống đảng của Tập Trọng Huân". Cuộc điều tra của Khang Sinh đã động chạm đến hơn 300 cán bộ đảng viên trong chính phủ và quân đội, trong số đó có cả Giả Thác Phủ, Uỷ viên trung ương đảng, Mã Văn Nhuệ, bộ trưởng Bộ Lao động và Bái Kiến, thứ trưởng thứ nhất Bộ công nghiệp và xây dựng.

Tôi quen Tập Trọng Huân, hiểu rằng những lời buộc tội ông và những người ủng hộ ông chỉ là bịa đặt. Nhưng nhiệm vụ Khang Sinh phải loại bỏ, tiêu diệt các đồng chí của mình. Những cuộc "điều tra" cán bộ lãnh đạo triền miên của Khang Sinh trong thời gian đầu thập kỷ 60 đã dọn đường cho cuộc Cách mạng văn hoá sau này. Ngay sau hội nghị lần thứ 10 ít lâu, các cuộc điều tra đã tìm được những nạn nhân đầu tiên. Trước tiên là phó thủ tướng Tập Trọng Huân bị đày đi Hà Nam, sau đó bị quản thúc tại gia. Mãi đến năm 1980 ông mới được phục hồi danh dự. Rất nhiều người trong số hơn 300 cán bộ bị kết án oan và cũng phải chịu những số phận tương tự.

***

Từ sau hội nghị lần thứ X, Mao tìm cách thiết lập lại sự kiểm soát các vùng nông thôn bằng cách ngăn chặn, chấm dứt xu hướng kinh tế cá thể, ông cho đó là sự hồi sinh của chủ nghĩa tư bản. Quá trình này tiến triển rất chật vật, chậm chạp, câu hỏi tại sao Đại nhảy vọt thất bại đã chìm vào quên lãng. Mãi đến tháng 5 năm 1963, trong một cuộc họp Bộ chính trị và các bí thư đảng địa phương ở Hàng Châu, Mao mới dứt điểm được. Trong cuộc họp, "Nghị quyết về các vấn đề nông nghiệp hiện nay" được thảo luận và ban hành. Trong nghị quyết có nói, những thế lực phong kiến và tư bản đang tìm cách trở lại ở nông thôn. Việc này sẽ dẫn đến một cuộc đấu tranh giai cấp khốc liệt. Để giải quyết vấn đề, Mao đề nghị phát động một "chiến dịch giáo dục xã hội chủ nghĩa" ở nông thôn. Phải tìm ra kẻ thù giai cấp, đưa ra luận tội, cán bộ đảng viên địa phương và nông dân phải được giáo dục, rèn luyện về chủ nghĩa xã hội và đấu tranh giai cấp.

Do sự cách biệt trong cái kén của Nhóm Một, ngoài sự thật Đại nhảy vọt đã gây ra những hậu quả lại hại và chỉ khắc phục được nạn đói một cách chậm chạp ra, tôi chẳng biết gì nhiều về tình hình ở nông thôn. Tôi cũng chẳng hiểu ý nghĩa của chiến dịch giáo dục xã hội chủ nghĩa của Mao. Sau cuộc họp ở Hàng Châu vào tháng 5 năm 1963. khi chúng tôi lại ngồi trên đoàn tàu đặc biệt, tôi hỏi Uông Đông Hưng và Lâm Khắc – người mà chỉ một thời gian sau vĩnh viễn phải rời khỏi Nhóm Một – về cách làm này của Mao. Vừa mới cải tổ thành công các công xã nhân dân và nông dân trở về với việc phân chia lao động hợp lý hơn, bây giờ Mao lại muốn làm đảo lộn tất cả. Ông kêu gọi cán bộ ở thành phố xuống làng xã để kiểm tra tình hình kinh tế, tài chính của các công xã nhân dân. Người ta ngờ rằng, trong thời gian đói kém nhiều cán bộ địa phương đã ăn hối lộ. Cán bộ ở thành phố về nông thôn, một mặt để có thể cảm thông với điều kiện sống khắc nghiệt. Mặt khác, với tư cách những thanh tra từ nơi khác đến, họ có thể phát hiện ra những thủ thuật gian trá trong công tác kế toán, phân phối lương thực, phân chia sở hữu và trả lương cho các thành viên của công xã.

Lý Liên được cử đi trong một đoàn công tác đầu tiên về nông thôn. Vì thế, lập tức chiến dịch này ảnh hưởng trực tiếp đến tôi. Sau khi Lý Liên đi, còn lại mình tôi với hai thằng con, John đang học lớp sơ-trung, Erchong lớp mẫu giáo. Một mình tôi không thể nào chăm sóc được hai đứa bé, bởi vì lúc nào tôi cũng phải túc trực bên Mao. Nếu Mao quyết định đi công du, không biết sẽ ra sao đây!

Việc người ta cử Lý Liên, con gái của địa chủ, về nông thôn để "giáo dục xã hội chủ nghĩa" liệu có hàm ý gì không? Cô không những không phải là đảng viên cộng sản mà gia đình cô còn bị coi là kẻ thù giai cấp. Có ích lợi gì khi cô đi thanh tra và giáo dục những kẻ thù giai cấp khác?

Vậy mà khi tôi tìm cách trì hoãn quyết định này, ông viện trưởng Viện nghiên cứu Tây Á và châu Phi thuộc Viện hàn lâm khoa học xã hội Trung Quốc, nơi Lý Liên làm việc với tư cách nghiên cứu sinh, đã giải thích với tôi rằng, Lý Liên được cử về nông thôn chính vì lý lịch gia đình "xấu". Nếu cô được chứng kiến những người như cô bị giáo dục như thế nào, cô sẽ có thể tự sửa đổi được nhận thức của mình.

Cuối tháng 9-1963, Lý Liên đi công tác. Tôi phàn nàn với Uông Đông Hưng:

- Cấp trên đòi hỏi chúng tôi ngày đêm phải làm việc hết sức mình, nhưng họ chẳng màng đến những vấn đề cá nhân của chúng tôi. Đó đâu phải là cách đối xử của cấp trên đối với cấp dưới.

Uông Đông Hưng đã đề nghị với Ban y tế trung ương về việc này, ngầm cho thủ trưởng của Lý Liên biết, tôi là bác sĩ riêng của Mao. Lập tức Lý Liên được trở về.

Cả Lưu Thiếu Kỳ cũng gặp rắc rối với chiến dịch giáo dục xã hội chủ nghĩa. Ông đã tự sửa đổi nghị quyết về các vấn đề nông thôn của Mao, đưa ra những lý luận riêng với bản "Dự thảo phương hướng thực hiện một số biện pháp đặc biệt liên quan đến phong trào giáo dục xã hội chủ nghĩa ở nông thôn". Trong hội nghị Trung ương đảng vào tháng 9 năm 1963, những đề nghị của Lưu được đưa ra thảo luận. Mao cảm thấy bị xúc phạm. Ông lên án Lưu đã phá hoại những nỗ lực phát động đấu tranh giai cấp của ông. Nhưng theo tôi, Mao khó chịu với nội dung của bản dự thảo được thảo luận trong tháng 9 của Lưu sau này được gọi là "Dự thảo 10 điểm thứ hai" thì ít, mà ông cảm thấy bất bình việc Lưu thường tung ra những đề nghị mới làm cho ông bực mình nhiều hơn. Lúc nào Mao cũng tự cho mình có lý.

Vượt lên tất cả các vấn đề, Mao cảm thấy bị súc phạm khi Lưu thành lập chính quyền riêng. Trong việc dám đánh giá giải pháp của Mao, một lần nữa chứng tỏ Lưu đã nắm quyền điều hành trung ương. Mao chỉ cho phép ông, một mình ông thôi, là trung tâm, là hạt nhân duy nhất. Không bao giờ có hai trung tâm.

Nỗi bực tức của Mao đối với Lưu Thiếu Kỳ tăng lên, khi Lưu cử vợ, Vương Quang Mỹ, phụ trách nhóm công tác về công xã "Vườn Đào" vào năm 1964 để xem xét tình hình ở đó. Việc Vương Quang Mỹ về nông thôn hoàn toàn không có gì khác với những cán bộ được điều từ Bắc Kinh. Tuy nhiên, về việc này Mao lại cáu bẳn, vì người ta đã đề cao chuyến đi của bà, rằng việc bà báo cáo những gì bà đã mắt thấy lại nghe trong một cuộc họp của các cán bộ cao cấp sau khi bà trở về, nhằm mục đích đưa đội công tác trở thành một hình mẫu cho các đội công tác sau này. Mao nghi ngờ Lưu đã chuyển giao quyền lực cho vợ. Mao không hề thấy dễ chịu khi hai người đã qua mặt. Lúc đó tôi có cảm giác, mục tiêu công kích của Mao nhắm vào những người như Lưu Thiếu Kỳ và Đặng Tiểu Bình. Tuy nhiên, Mao hiện đang tiếp tục công việc tảo thanh những cán bộ cấp dưới và tạm thời chưa động đến những cán bộ lãnh đạo cao cấp khác.

Trong khi Mao chỉ trích Lưu, đã dành cho vợ một vai trò chính trị tích cực, mỉa mai thay, Mao cũng giao cho Giang Thanh những nhiệm vụ chính trị mới quan trọng.

CHƯƠNG 51

Giang Thanh lần đầu tiên xuất hiện trước công chúng 29-9-1962, hai năm sau khi hội nghị lần thứ 9. Lý do, gặp vợ tổng thống Indonessia Sukarno. Những bức ảnh về sự kiện này, bức ảnh đầu tiên về vợ Mao trên báo chí xuất hiện trên tờ "Nhân dân Nhật báo" ngày hôm sau. Khi Mao bắt tay vợ Sukarno, Giang Thanh, trong bộ âu phục trang nhã phương tây, đứng giữa, cười tươi, trong khi vợ Chu Ân Lai – Đặng Dĩnh Siêu đứng đằng sau. Tờ Nhân dân Nhật báo cũng đăng một số ảnh về Vương Quang Mỹ. Là người đứng đầu nhà nước trong buổi đón tiếp, Lưu Thiếu Kỳ cần phải đón tiếp Sukarno phu nhân ở sân bay. Uông tháp tùng vợ chồng Lưu Thiếu Kỳ ra sân bay đón tổng thống Indonessia và phu nhân.

Sự xuất hiện công khai của Giang Thanh gây sự chú ý của đông đảo tầng lớp nhân dân. Điều này vi phạm sự cấm ky từ lâu không cho phép Giang Thanh dính vào chính trị. Nhưng với Vương Quang Mỹ lại khác, nghi lễ đòi hỏi sự có mặt của Chủ tịch phu nhân. Thực tế, sự xuất hiện của Giang Thanh có nghĩa vai trò hoạt động chính trị của bà bắt đầu. Giới văn hoá và nghệ thuật Trung Quốc chẳng bao lâu rơi vào tay bà. Như thế, chính văn hoá và nghệ thuật đã được đưa lên sân khấu từ cuộc "Cách mạng văn hoá vô sản vĩ đại" phát động.

Vai trò mới của Giang Thanh thoạt đầu làm cho cuộc sống của tôi dễ chịu hơn. Bà càng dính sâu vào chính trị, chứng ảo tưởng và chứng suy nhược thần kinh càng bớt. Tôi hiếm nghe thấy những lời phàn nàn hay các cuộc cãi cọ giữa bà và các cô y tá.

Nhưng Giang Thanh vẫn còn căm tôi, quyền lực chính trị cho bà điều kiện, phương tiện mới để trả thù. Cuộc trả thù đầu tiên của Giang Thanh xảy ra đầu năm 1963.

Tôi biết nhà hát kinh kịch Bắc Kinh mới cải biên và dựng lại vở "Hồng Mai", thời trẻ tôi rất thích, bây giờ vở kinh kịch này đổi tên "Lý Huy Nhân". Những người hoạt động văn hoá và nghệ thuật, bao gồm cả Điền Hãn, một trong số kịch tác gia hàng đầu Trung Quốc, viết những bài báo ca ngợi vở kịch, trong đó một phụ nữ trẻ đẹp thiết tha trả thù cho cuộc sống bị áp bức của mình. Liêu Mạt Sa, giám đốc Phòng văn hoá tổng hợp Bắc kinh, bút danh Phạm Thắng ca ngợi vở kịch, xác nhận chẳng có gì sai lầm khi vở kịch thể hiện vai ma quỷ.

Tôi xem vở "Hồng Mai" lần cuối cùng từ khi còn nhỏ và ký ức của tôi về nội dung đã phai mờ nhiều. Tôi nhớ mang máng có cảnh hồn ma cô gái đẹp nhảy múa duyên dáng trong bộ quần áo lụa trắng trong suốt. Là người say mê kinh kịch Bắc Kinh, tôi muốn xem vở dàn dựng mới. Nhưng công việc với Mao không dành cho tôi thời gian.

Tại đây có một sự trùng hợp ngẫu nhiên, một đêm, Mao nói chuyện với tôi về vở kịch. Mao không thấy thích thú vở kịch vì lẽ trong đó có nhiều phụ nữ trẻ đẹp, đối với kinh kịch, nam diễn viên đóng thế thường trung niên mới hay. Nhưng tôi nhớ trong vở Lý Huy Nhân có cả nam nữ diễn viên lớn tuổi tham gia. Tôi nói rằng Mao nên thưởng thức những cảnh các nghệ sĩ trẻ đẹp lượn lờ dọc sân khấu, gợi ý ông xem xét vở này này.

Mao đồng ý:

- Hãy bảo họ diễn ở đây, trong Hội trường Hoài Nhân, khu Trung Nam Hải, như thế tất cả chúng ta có thể xem. Bảo Uông Đông Hưng thu xếp buổi diễn.

Buổi diễn trở thành sự kiện ở Trung Nam Hải. Bởi vì chính Mao đặt diễn vở, tất cả những nhà lãnh đạo cao cấp kéo đến hội trường. Thậm chí Lý Liên cũng đến xem cùng chúng tôi.

Giữa buổi diễn, ngồi ngay phía sau Mao, tôi đột nhiên hiểu rằng mình đã phạm sai lầm kinh khủng. Nói chung tôi đã không nhớ cốt truyện. Cao điểm của vở kịch đạt được khi tể tướng Nhà Thương, Giả Thạch Đảo, một lão già, từ thuyền trên Hồ Tây ở Hàng Châu – một nơi Mao thích – ngắm nhìn đoàn kỹ nữ múa hát. Nhiều tỳ thiếp trẻ của Giả Thạch Đảo vây quanh ông ta. Họ theo dõi người đẹp Lý Huy Nhân, một trong số tì thiếp yêu của Tể tướng, chợt thấy anh học trò nghèo, cô thốt lên sự ngưỡng mộ: "Chao ôi, sao chàng điển trai đến vậy!" Giả Thạch Đảo nghe thấy, ông giận điên người, ra lệnh xử tử người ái thiếp. Màn kịch, tôi còn nhớ, người tỳ thiếp từ cõi chết – hồn ma – hiện về báo thù kẻ vừa là tình nhân vừa là kẻ thù.

Chính thời điểm này, khi cô tì thiếp xinh đẹp thốt lên về sự ngưỡng mộ chàng trai trẻ, thái độ Mao đột ngột thay đổi. Ngoại trừ đôi khi nổi giận bất thường, ông hiếm khi cho phép mình công khai thể hiện sự không hài lòng trước công chúng. Nhưng tôi quá hiểu ông, không cần nhiều lời, chỉ những thể hiện vẻ mặt bên ngoài – môi cong, mi mắt nâng lên, người cứng đờ ra... tôi hiểu, vở kịch vô tình đã lăng mạ ông. Vở kịch gần như công khai bóng gió đến cái gì đang xảy ra trong cung điện, những chàng trai ve vãn các tỳ thiếp xinh đẹp của

Mao. Vở kịch gợi lại việc "người cầm lái vĩ đại" từ chối cho một trong những cô nhân tình của mình đi lấy chồng, chàng trai trẻ cô yêu. Cô gái ấy đã gào lên, buộc tội lãnh tụ mang tính cách của kẻ tư sản.

Buổi diễn kết thúc, rèm sân khấu buông xuống, trong phòng vang lên tiếng vỗ tay hoan hô, Mao đứng dậy, vẻ buồn rầu, nhăn nhó, phẩy tay 3, 4 cái rồi bỏ đi. Thông thường sau buổi diễn, ông lên chúc mừng nồng nhiệt, cám ơn các nghệ sĩ, hôm nay không thế, ông lặng lặng bỏ về. Ý định của tôi giải khuây cho ông, không ngờ lại kết thúc một cách thảm hại.

Tôi biết ông sẽ cáu tôi và dĩ nhiên tìm cách trả thù.

Ngay sau đó, một tờ báo hàng đầu của Thượng Hải, "Văn Hối Báo", bắt đầu in những bài phê bình tác giả vở kịch và Liêu Mạt Sa – một trong số những nhà phê bình ca ngợi vở kịch. Tờ báo đánh giá vở kịch sai lầm về tư tưởng, đấu tranh giai cấp. Sau đó chính phủ ra lệnh cấm tất cả các vở kinh kịch và kịch sân khấu đề cập tới hồn và bóng ma. Mao bắt đầu phê bình Bộ văn hoá về khuyết điểm lãnh đạo nhà hát, gọi bộ này "phục vụ bọn vua chúa, quan lại, thanh niên nam nữ đú đởn và bọn ngoại bang đáng ghét". Bỗng nhiên vở kinh kịch, tôi cho vô thưởng vô phạt về nội dung, có nhiều cảnh đẹp, không ngờ trở thành một vấn đề tư tưởng, chính trị nghiêm trọng trong cuộc đấu tranh giai cấp mới ở Trung Hoa do cách giải thích của Mao.

Sau vài tháng, người ta chưa lôi tôi vào cuộc đấu tranh này. Nhưng rồi một hôm Uông Đông Hưng gặp tôi, bảo:

- Nguy rồi, Giang Thanh cho rằng "Lý Huy Nhân" là vở kịch rất xấu, loài cỏ độc nguy hại. Bà ấy nói rằng vở kịch bóng ma truyên truyền mê tín dị đoan. Giang Thanh biết Mao chẳng muốn xem vở kịch, nhưng chắc ai đó đã khuyên Mao điều này. Chẳng có một nhà lãnh đạo cao cấp hay bí thư Trần Bá Đạt có liên quan đến việc này. Người thích kinh kịch Bắc Kinh trong chúng ta chỉ có anh thôi. Giang Thanh biết Mao thường nói với anh về mọi thứ có thể. Thế là phải chờ tai hoạ...

Nhưng Giang Thanh chưa bao giờ nhớ đến tên tôi.

Có lẽ, Mao che tôi. Dĩ nhiên, không phải theo tình bạn, mà vì ông cần tôi, bác sĩ y khoa. Khi Giang Thanh hỏi ai đề nghị diễn vở kịch ở gian Hoài Nhân, Mao trả lời rằng không nhớ. Uông Đông Hưng cũng bảo vệ tôi, nói, ông chỉ tuân lệnh tổ chức buổi diễn, ý kiến của ai, ông không quan tâm. Ngoài ra, ông chẳng biết tí gì về vở kịch – cái gì xấu, cái gì tốt.

Nhưng Giang Thanh không nhượng bộ. Bà ra lệnh cho Uông Đông Hưng tìm ra kẻ khởi xướng.

- Giang Thanh muốn tống cổ anh đấy – Uông nhắc tôi – Bà ta kiếm cớ từ đã lâu, giờ đây đã tìm thấy cơ hội. Giang Thanh chưa buông tha đâu, chừng nào chưa gắn cho anh cái mác "hữu khuynh".

Uông Đông Hưng và tôi quyết định nói chuyện với Mao, đề nghị Mao nói với Giang, chính ông quyết định muốn xem vở kinh kịch, sau khi bài ca ngợi của Điền Hãn. Mao đồng ý. Uông Đông Hưng đưa Giang Thanh bài báo này.

Vợ Chủ tịch tha cho tôi. Nhưng nước cờ của chúng tôi đem lại tai hoạ cho Điền Hãn. Bây giờ Giang Thanh nhận được lý do để loại bỏ ông.

- Đây rồi, người này trong văn hoá và nghệ thuật, đứng đằng sau vở diễn – bà nói với tôi, khi đọc qua bài báo – Tuyệt! Chúng ta để bọn quỷ lộ mặt rồi chúng ta tóm cổ bọn chúng. Họ không thoát khỏi tay chúng ta đâu.

Giang Thanh đi Thượng Hải, với Kha Thanh Thế, đồng minh của bà, vạch kế hoạch chiến lược tấn công văn học nghệ thuật Trung Hoa hiện đại.

Nhưng Giang Thanh không bỏ lỡ cơ hội một lần nữa cố gắng "lột vỏ" xơi tôi.

- Anh cũng xem vở "Lý Huy Nhân" diễn ở đây, có phải không? – Giang Thanh hỏi tôi trước khi đi – Anh có thích vở ấy không?

- Vở kịch có từ xa xưa – Tôi trả lời, thoái thác – Đây là sự tưởng tượng. Nó tương tự vở kịch cách mạng "Bạch Mao Nữ". Họ đều là cô gái trẻ bị bọn địa chủ, cường hào bóc lột.

Giang Thanh xem ý kiến của tôi là lạ lùng và ngạc nhiên so sánh hai vở kịch giống nhau. Tôi giải thích rằng cả hai câu chuyện đều kể về những phụ nữ bị áp bức, đều cố gắng trả thù cho chính bản thân họ. Bạch Mao Nữ trong vở kịch hãy còn sống, đau khổ, tàn tạ như hồn ma. Lý Huy Nhân trở thành hồn ma ngay sau khi chết do tra tấn.

Giang Thanh cho rằng tôi nói nhảm nhí.

- Hai câu chuyện hoàn toàn khác nhau – Giang Thanh dứt khoát – Các cuộc nói chuyện về hồn và bóng ma khuyến khích mê tín dị đoan. Hoàn toàn không có lợi cho dân chúng.

Tôi biện bạch:

- Nhưng kinh kịch là nghệ thuật sân khấu. Hồn ma là sự tưởng tượng của tác giả. Trong vở kịch "Hamlet" của Shakespeare cũng có hồn ma đấy thôi. Chẳng lẽ có thể xem "Hamlet" truyền bá mê tín dị đoan?

ĐỜI TƯ MAO TRẠCH ĐÔNG 433

Giang Thanh lắc đầu không đồng ý.

Đối với Giang Thanh, hồn ma là mê tín dị đoan, là sự thể hiện mâu thuẫn giai cấp. Shakespeare chết từ đời nào đời nào. Ông là người Anh, vở kịch của một người nước ngoài đã chết từ lâu không thể phản ánh đúng và không phải là tiến bộ.

- Hồn ma trong kịch Shakespeare, nói chung không có nghĩa là chúng ta cũng phải có hồn ma. – Giang Thanh cắt ngang – Chủ tịch phát hiện ra một lượng lớn các vấn đề trong văn hoá, nghệ thuật, các vấn đề ấy chỉ rõ mâu thuẫn giai cấp nghiêm trọng. Anh cần phải chú ý nhiều đến lời tôi.

Đối với Giang Thanh tôi là người khá bảo thủ, chịu ảnh hưởng nặng quá khứ tư sản. Cứ cố tranh cãi với bà, tôi biết sẽ bị dán mác tả khuynh. Tình hình này làm tôi chợt tỉnh. Tôi 43 tuổi, tóc của tôi từ chỗ còn đen, nay đã điểm bạc. Ở Nhóm Một tôi đã học được tính cẩn thận. Tôi cần phải cố sống, bằng mọi cách giữ mồm giữ miệng, phải biết im lặng.

***

Ở Thượng Hải Giang Thanh thử vai trò mới của mình theo dõi về văn hoá nghệ thuật. Kha Thanh Thế rất trung thành với Mao, cố gắng tìm mọi cách giúp đỡ Chủ tịch phu nhân. Kha Thanh Thế giới thiệu bà với Trương Xuân Kiều phụ trách tuyên huấn Thượng Hải. Giang Thanh rất bận rộn với công việc, thăm nhà hát kinh kịch, hoà nhạc, đoàn văn công, ban nhạc và dàn giao hưởng.

- Tôi là người lính trơn, lính canh của Chủ tịch trên mặt trận tư tưởng – Giang Thanh nói cho tất cả những ai có mặt ở đó – Tôi là người kiểm tra, theo dõi và thông báo cho Chủ tịch những gì tôi phát hiện ra.

Cái mà bà ta phát hiện ra, chẳng có gì đáng ngạc nhiên, văn học nghệ thuật chứa đầy sự thối nát của chủ nghĩa tư bản vẫn phá hoại ngầm do quá khứ để lại như người ta đã từng đánh giá.

Ngày 12 tháng 12 năm 1963 Mao đề nghị tôi đọc qua một trong số những nghiên cứu của Giang Thanh về văn hoá Trung Hoa – những bài báo mà Kha Thanh Thế gửi cho ông và gọi là "Những báo cáo kết luận chính thức về những thay đổi cách mạng trong ca nhạc và kịch Thượng Hải". Mao viết bình luận cho tài liệu này.

- Nhìn xem – Mao nói – Chúng ta đặt nền móng xã hội chủ nghĩa cho nền kinh tế, nhưng thượng tầng kiến trúc – văn hoá và nghệ thuật – gần như không thay đổi. Những người đã chết về linh hồn vẫn đang nắm văn hoá và nghệ thuật. Chúng ta cần phải ca ngợi những thành tựu của chúng ta trong phim ảnh, nhạc, hoạ, dân ca, nghệ thuật và tiểu thuyết, nhưng ngược lại, họ lại hạ thấp thành tựu ấy đi. Vấn đề là ở chỗ đó, đang hiện hữu. Đặc biệt nghiêm trọng, những vấn đề ấy chiếm trong lĩnh vực nhà hát. Chúng ta cần phải nghiên cứu chúng nghiêm túc. Thậm chí đảng viên còn hăng hái vỗ tay hoan nghênh nghệ thuật tư bản và phong kiến, phớt lờ nghệ thuật xã hội chủ nghĩa. Thật là ngu xuẩn.

Vài tháng sau, Mao hướng bực tức của mình trực tiếp chống Hội Liên hiệp Văn hoá và Nghệ thuật Trung Quốc. "Trong thời gian 15 năm gần đây, các tổ chức của nó và các tạp chí do Hội Liên hiệp lãnh đạo đã không thực hiện chính sách của đảng – Mao nói – Họ chỉ tác động như những người bề trên, do dự tiếp cận với công nhân, nông dân, quân đội. Họ không phản ánh cách mạng xã hội chủ nghĩa trong tác phẩm, đi theo hướng của chủ nghĩa xét lại. Nếu những tổ chức này hoàn toàn không cải tổ, một ngày gần đây nó trở thành Câu lạc bộ Petôfi ở Hungary".

Khi công nhân trẻ Hungary năm 1954 lập ra Câu lạc bộ Petôfi, chủ trương đòi hỏi tự do và dân chủ hơn nữa, ban đầu chính phủ xem tổ chức này trung thành với nhà nước. Hai năm sau, 1956, chính phủ ra tay đàn áp không thương tiếc. Hiểu điều này, Mao đã lên kế hoạch riêng của mình ngăn chặn những người ly khai ở Trung Quốc trước khi họ nghĩ đến phản kháng.

CHƯƠNG 52

Tôi cảm thấy Mao dẫn dắt Giang Thanh ra sân khấu chính trị, chỉ vì đời tư của ông chuyển sang bước ngoặt mới, chứ không phải hoàn toàn vô tình. Gần một tháng sau buổi xuất hiện đầu tiên trước công chúng của Giang Thanh, Mao đã chú ý tới Trương Ngọc Phượng, một phụ nữ, sau này trở thành người tình, người trợ lý gần gũi nhất của ông. Tôi gặp họ lần đầu ở cùng với nhau tại Trường Sa trong buổi chiều khiêu vũ chiêu đãi Mao, do Trương Bình Hoa, tân tỉnh trưởng tổ chức. Nhân viên phục vụ trên tàu hoả cũng được mời đến, trong số đó có Trương Ngọc Phượng. Sau vài điệu nhảy Mao dắt tay cô vào buồng ngủ, bảo những cô gái trẻ khác trở về đoàn tàu.

Mao ở lại với Trương Ngọc Phượng ở Trường Sa hai ngày, khi chuyến tầu tiếp tục chuyển bánh, ông chuyển cô từ nhóm toa ăn, nơi cô làm việc, sang nhóm trực nhật trong phòng riêng của ông.
Mao không phải là người theo lối sống một vợ một chồng. Mỗi khi Giang Thanh vắng mặt, chẳng bao giờ ông ăn nằm với cô gái nào vài ba ngày liền. Mao thường dịch chuyển, khi ở trên tầu, khi ở biệt thự. Trong chuyến đi đầu tiên cùng với Trương Ngọc Phượng, khi chúng tôi sang ở biệt thự, ông ở lại trên tàu hoả, luân phiên các cô gái trong đám phục vụ. Cũng như thế, vào năm 1962, người ta thu xếp hai thư ký mà ông có cảm tính, trong nhà khách ngoại ô phía tây Thượng Hải, nơi có một tổ hợp biệt thự lớn, Kha Thanh Thế xây dựng cho Mao và những nhà lãnh đạo cao cấp khác giữa lúc thảm hoạ kinh tế đang xảy ra.
Khu này nằm trong vùng đồng bằng có đồi bằng phẳng, từng thuộc về một nhà tư bản công nghiệp Thượng Hải. Vẫn còn giữ được những ngôi nhà kiểu Nhật Bản đáng yêu, xây cho các tỳ thiếp Nhật của ông. Mao ngủ và nghỉ ở một trong số toà nhà mới, còn toà bên cạnh – có phòng nhảy, làm nơi giải trí. Thường thường thời gian giải trí, Mao đến câu lạc bộ "Thanh Dương", khu trung tâm thương mại mới được nâng cấp ở giữa khu phố cổ kiểu Pháp.
Từ trưa, sau khi ông thức giấc, chúng tôi đến bằng chiếc xe ô tô chống đạn ZiC do Liên Xô sản xuất. Tại đấy Chủ tịch chăm chú đọc các tài liệu gửi đến hàng ngày, sau đó ông vui đùa, giải trí với các cô gái trẻ đến nửa đêm. Ông quay về khu ngoại ô miền tây khi đường phố tối đen không còn bóng người vào lúc hai, ba giờ sáng.

Tôi luôn luôn tháp tùng Mao đến câu lạc bộ Thanh Dương. Ngồi trong chiếc xe cuối, trong số ba chiếc xe bảo vệ Mao, theo sát chúng tôi có hai quan chức. Giang Thanh khi đó cũng đang ở Thượng Hải, nhưng trong biệt thự, khi Chủ tịch quay về, bà vẫn đang ngủ. Lịch làm việc, sinh hoạt khác biệt đến nỗi ít khi họ gặp nhau.

Giang Thanh, tất nhiên, biết rằng chồng bà vui vầy với đám gái trẻ vây quanh, nhưng phải im lặng. Ông quay về biệt thự chỉ để che đậy mối quan hệ gia đình và giữ thể diện cho vợ.

Tôi đi đến kết luận, Mao và vợ có sự hiểu ngầm nhau. Ông đồng ý để bà có vai trò trước công chúng với cương vị phu nhân Chủ tịch, ngầm thông báo sẽ không bỏ rơi và cũng không ly dị. Đổi lại, Giang Thanh, có nghĩa vụ không được phản ứng trước số lượng ngày một tăng các cô gái trẻ trong buồng ngủ của ông. Mao có những lý do xác đáng tin vợ mình, không có ông, Giang Thanh chẳng là cái thá gì. Và Giang Thanh, cuối cùng, được thoả mãn tham vọng chính trị.

Phải mất nhiều năm, trước khi Trương Ngọc Phượng tự tin được Mao chấp nhận là người tin cẩn. Ban đầu, Mao không hoàn toàn tin tưởng cô. Trương sinh trưởng vùng quê Mông Đăng Thanh, Hắc Long Giang, Mãn Châu Lý. "Bố" cô, công nhân đường sắt. Nhưng khu Mãn Châu này bị Nhật chiếm từ những năm 1930. Trương Ngọc Phượng có một lần thú nhận với Mao, cô được sinh ra bởi mối tình của mẹ với nha sĩ Nhật, bà làm người hầu gái của ông. Biết Trương Ngọc Phượng mang nửa giòng máu Nhật, Mao lúc đó cũng suy nghĩ vẩn vơ, liệu cô ta có phải là gián điệp Nhật không. Tôi chẳng hề biết chuyện thật hư về gốc gác của Trương Ngọc Phượng, nhưng cô chiếm được lòng tin của lãnh tụ phải mất nhiều năm.

Mối quan hệ của tôi với Trương Ngọc Phượng không suôn sẻ ngay từ buổi ban đầu. Sự va chạm nhỏ nhặt đầu tiên xảy ra ngay sau cuộc họp ở Hàng Châu tháng 5-1963, nơi Mao phát động chiến dịch cải tạo xã hội chủ nghĩa ở nông thôn. Trên đường trở về Bắc Kinh, Chủ tịch gọi tôi vào toa của ông.

Mao nằm trên giường, khoác áo choàng, Trương Ngọc Phượng đứng sát bên. Mao chỉ ngực trái, kêu đau.

- Tôi thấy người khó chịu – Mao nói.

Trên ngực trái có một nốt đỏ ửng, bằng hạt gạo, nhưng nhiệt độ bình thường, không có hạch xung quanh, cho thấy dấu hiệu viêm nhiễm nào cả.

- Chủ tịch ngứa rồi gãi phải không? – tôi hỏi.

Mao đã lâu không bị ngứa, mỗi lần ngứa. ông thường gãi hoặc cào mạnh đến mức da bị trầy sước ra. Đôi lúc ông bảo cả nhân tình gãi hộ. Tôi ngờ rằng cái mụn nhọt được tạo thành chính bởi điều này. Sau lưng Mao, Trương Ngọc Phượng nháy mắt, ra dấu hiệu, tôi đã đoán đúng. Chuyện vặt vãnh. Tôi bôi thuốc chống nhiễm trùng, dán miếng gạc sát trùng lên nhọt.

- Mọi việc sẽ nhanh chóng ổn thôi – Tôi động viên Mao – Chẳng cần thuốc, chẳng cần tiêm đâu.

Nhưng tôi khuyên ông đừng động vào nhọt.

Ngay tối hôm đó, Mao lại gọi tôi vào toa của ông. Miếng gạc biến mất, nhọt bị vỡ tung, kích thước bây giờ to bằng hạt đỗ tương. Rõ ràng phải có ai đấy làm nó bung ra như thế. Miếng gạc biến thành màu đỏ và cứng. Một đường màu hồng chạy từ vết thương nhỏ xuống nách trái, hạch to lên. Mao sốt.

Tôi đề nghị tiêm peneciline. Mao phản đối. Ông ta muốn tôi trích nhọt. Nhưng điều này còn sớm quá. Sự trích để tháo mủ còn non có thể làm bệnh nặng thêm. Tôi khuyên ông uống một vài viên tetracycline do Mỹ sản xuất. Tôi lại nhắc ông và Trương Ngọc Phượng đừng động chạm vào chỗ này nữa.

Tuy nhiên tôi cực kỳ lo lắng. Mao nói với tôi, theo yêu cầu của ông, Trương Ngọc Phượng đã gãi mụn. Tôi không dám tin, người ta sẽ không động chạm vết thương nữa, lo rằng nhiễm trùng có thể phát triển nhanh. Tôi gọi Thạch Thụ Hán, giám đốc Ban Bảo vệ sức khoẻ Trung ương ở Bắc Kinh. Thạch cũng lo lắng, ngay lập tức cũng thông báo việc xảy ra cho Chu Ân Lai. Chu thậm chí muốn cử thêm bác sĩ giúp tôi chữa Chủ tịch.

Điều thêm bác sĩ khác, theo tôi chẳng cần thiết, nhưng theo Uông Đông Hưng chuyện chính trị lớn hơn chuyện bệnh tật, mắng tôi cứng nhắc, khờ khạo. "Anh bảo Chủ tịch đừng gãi mụn, nhưng ông đã gãi. Có thể ông lại phớt lờ lời anh dặn nữa. Cứ gọi bác sĩ khác đến đây. Họ chia xẻ trách nhiệm với anh. Nếu một cái gì đó xảy ra, các anh còn có thể bảo vệ cho nhau. Chắc chắn một người không tự bảo vệ được đâu. Hãy tin tôi, đây không phải thuần tuý vấn đề y học đâu".

Tôi buộc phải đồng ý. Tôi thông báo cho Mao rằng Bắc Kinh muốn cử thêm bác sĩ để chạy chữa ông. Ông đồng ý cho Cơ Túc Hoa, lãnh đạo bệnh viện Bắc Kinh đến. Bác sĩ Cơ Túc Hoa tức tốc từ Nam Kinh tới và ngay trong chặng dừng chân đầu tiên đã được đưa lên đoàn tàu hoả.

Lúc này sức khoẻ Mao xấu đi. Nhọt đã nổi lên đầu mụn bằng hạt điều to, có năm hoặc sáu ngòi mủ. Chân nhọt sưng vù bằng quả đào nhỏ, hạch nách trái sưng to.

Cơ Túc Hoa lo sợ. Ông chưa từng gặp Mao bao giờ. Mao theo thói quen vẫn hỏi đùa. Mao mời bác sĩ ngồi bên cạnh, hỏi tên tuổi, quê quán.

Bác sĩ có cái họ hiếm, Mao tò mò, muốn biết bác sĩ có quan hệ họ hàng với nhà văn, nhà sử học đời Thanh, Cơ Lương Thi không. Nhưng bác sĩ Cơ không biết điều này.

- Nghĩa là anh chỉ cố gắng làm bác sĩ giỏi, chẳng chú ý đến lịch sử dòng họ nhà mình? – Mao nói, khuyến khích, động viên bác sĩ.

Tuy nhiên, Cơ Túc Hoa chẳng thể nào yên tâm. Trán ông lấm tấm mồ hôi, tay run run. Trong quá trình khám cho Chủ tịch sự căng thẳng của ông tăng lên.

- Có ai đó chọc nhọt này ra – Ông nói, khi nhìn thấy chỗ vỡ, Mao và Trương Ngọc Phượng bỗng nhiên im lặng.

- Nặng đấy – bác sĩ Cơ nói thầm cho tôi, khi ông đang khám.

Chúng tôi biết cần phải trích mủ, nhưng trích non rất nguy hiểm. Nhiễm trùng có thể dễ lan toả, thành nhiễm trùng máu, đe doạ tính mạng người bệnh. Đây là căn bệnh hóc búa nhất đối với tôi trong suốt thời gian điều trị cho Mao từ trước đến giờ.

Toa ngủ của Mao quá chật không đủ chỗ đặt thiết bị y tế, tôi thấy chưa cần mời bác sĩ ngoại khoa, cứ tiếp tục chữa bằng tetracycline, chườm nóng ngực trái và hố nách. Mao và bác sĩ Cơ đều đồng ý, chúng tôi đợi đến khi ổ abscess chín, lúc ấy mới trích mủ.

Chẳng bao lâu đoàn tàu chúng tôi có mặt ở Bắc Kinh. Sau 5 ngày, một ổ abscess thứ 2 xuất hiện. Chúng tôi trích cả 2 ổ, ra rất nhiều mủ. Tuy nhiên hạch vẫn còn sưng. Ba ngày sau hạch đỡ hẳn. Chỉ từ lúc đó Mao mới bắt đầu hồi sức. Đã sang cuối tháng Sáu.

Việc trích nhọt tiến hành tốt, nhưng thậm chí đến giữa tháng Bảy vết thương vẫn chưa hoàn toàn kín miệng. Chẳng ai hài lòng với tôi. Giang Thanh giận. Tôi không để Mao đi với các nhà lãnh đạo cao cấp tới Bắc Đới Hà, vì lo rằng nếu Mao cứ nhất quyết bơi ở đó, vết thương sẽ nhiễm trùng trở lại. Tôi biết không ai có thể cản Mao đừng bơi ở Bắc Đới Hà. Vợ lãnh tụ cằn nhằn vì vắng Mao, chẳng có một nhà lãnh đạo cao cấp nào dám đến đó cả. Họ khó có thể cho phép mình tiếp tục nghỉ phép, khi Mao bị bệnh còn đang nằm lại Bắc Kinh. Cái gì xảy ra nếu Mao đột nhiên muốn gặp một ai đó? Mất mùa hè, Giang Thanh bực tức.

Mao cũng bực mình, vì tôi không tiên lượng được tình trạng bệnh nặng như thế nào.

- Bây giờ anh mới cho tôi biết mọi việc tốt đẹp – Mao nói, khi bắt đầu chích mủ – nhưng khi ở trên tàu hoả, anh động viên tôi, bảo chẳng có gì nguy hiểm. Là bác sĩ, anh phải biết trước cái tốt và cái xấu sẽ xảy chứ. Khi đó anh sẽ không bị xái. Ban đầu, anh hứa rằng điều trị chỉ vài ngày, bây giờ, mười ngày qua rồi mà tất cả vẫn chưa xong...

Tôi hứa từ giờ trở đi sẽ cảnh báo cả 2 khả năng tốt xấu để Chủ tịch rõ.

Trương Ngọc Phượng cũng không hài lòng tôi. Tôi không miễn tội gây ra tình trạng ốm đau cho Mao. Tôi biết cô ta không rửa tay trước khi ta cậy mụn và cảnh cáo cô. Mao phàn nàn cô về điều này cả đến khi ông chết. Là bác sĩ, chịu trách nhiệm chính về sức khoẻ Chủ tịch, tôi không tha thứ cho Trương Ngọc Phượng về việc không nghe lời hướng dẫn.

Tôi buộc cô phải thực hiện ý kiến điều trị, vì thế mối quan hệ giữa chúng tôi chẳng bao giờ trở nên tốt đẹp.

CHƯƠNG 53

Ấn bản đầu tiên cuốn "Trước tác Mao chủ tịch" được phát hành tháng 5-1964. Một cuốn sách nhỏ bằng bàn tay, bìa nhựa đỏ chói, trích dẫn các câu cách ngôn, câu ngắn trong những diễn văn, bài viết của Mao. Kể từ đây, tệ sùng bái cá nhân Mao bắt đầu.

Trong khi sự đòi hỏi thực tế cấp bách xây dựng một nền kinh tế kiểu mới để tồn tại lại bị lãng quên, các nhà lãnh đạo quốc gia chẳng rút ra được bài học từ sự thất bại thảm hại trong chính sách Đại nhẩy vọt. Họ coi trọng thuần nhất tư tưởng, xem nhẹ kinh nghiệm thực tế. Lâm Bưu, người tiên phong trong phong trào thuần nhất tư tưởng, đưa ra khẩu hiệu "Bốn trước tiên": Trước tiên con người; Trước tiên công tác chính trị; Trước tiên công tác tư tưởng và Trước tiên sống vì lý tưởng.

Mao rất thích kiểu xu nịnh này, đáp lại những lời khen, ông nói:
- "Bốn điều trước tiên" của đồng chí Lâm Bưu đúng là một sáng kiến tuyệt vời. Ai dám nói người Trung Hoa chúng ta không phát minh và sáng chế được mọi thứ.

Ông lệnh cho toàn dân – trong các trường học, nhà máy, công xã – phải học tập Lâm Bưu và Quân giải phóng nhân dân. Mao nhấn mạnh:
- Vinh quang và thành tựu của Giải phóng quân Nhân dân là sự quán triệt tư tưởng chính trị đúng đắn.

Quân đội thành lập những Ban công tác chính trị khắp nơi để truyền bá tư tưởng Mao. Mao nói:
- Chỉ có thế chúng ta mới có thể phát động được tinh thần cách mạng của hàng chục triệu cán bộ và công nhân viên chức trong các ngành công nghiệp, thương mại và nông nghiệp.

Bỗng nhiên, cả đất nước Trung Hoa say sưa nghiên cứu chính trị. Người ta đọc những tác phẩm của Mao, thậm chí còn học thuộc lòng cả những câu tầm thường nhất của ông. Sự tôn sùng Mao lan toả trong các trường học, nhà máy và các công xã.

Và "Người cầm lái vĩ đại" đã trở thành Chúa trời.

Nhưng không phải ai cũng đồng tình hoặc quảng bá cho sự tôn sùng Mao của Lâm Bưu. Những người có cách nhìn thực tế, sáng suốt trong hàng ngũ lãnh đạo cao cấp của đảng đã công khai chỉ trích Lâm Bưu. Đặng Tiểu Bình, Tổng bí thư Uỷ ban Trung ương đảng và Lục Định Nhất, Chủ nhiệm Uỷ ban Tuyên truyền trung ương đảng cho rằng cuốn sách nhỏ màu đỏ của Mao viết quá xoàng so với chủ nghĩa Marx – Lenin và tư tưởng của Mao đã hạ thấp giá trị của tư tưởng đó.

Cả La Thuỵ Khanh, hồi đó là Tổng tham mưu trưởng và bí thư đảng uỷ của bộ quốc phòng cũng tỏ ra hoảng hốt. "Nếu tư tưởng của Mao Trạch Đông thực sự tiến bộ nhất, thiên tài nhất, có nghĩa chủ nghĩa Marx – Lenin không thể phát triển hơn nữa được hay sao? Không thể tiến lên, chỉ dậm chân tại chỗ hay sao?" La Thuỵ Khanh cho việc nghiền ngẫm cuốn sách đỏ là sự luyện tập trí nhớ một cách vô bổ, ngớ ngẩn, khi người ta cố tìm những câu trả lời không thể có về nguyên tắc cũng như nguyên lý của tư tưởng Marx-Lenin trong cuốn sổ tay.

Tiếp đó La Thuỵ Khanh lại mâu thuẫn với Lâm Bưu về quan điểm quân sự. Lâm Bưu vẫn khẳng định, chiến thuật du kích là con đường duy nhất để dành được mọi thắng lợi trong chiến tranh, viện cớ tư tưởng quan trọng hơn vũ khí, lý tưởng cách mạng quan trọng hơn chiến lược.

Năm 1964, quan hệ Trung-Xô xấu đi, đến nỗi Trung Quốc ngấp nghé một cuộc chiến tranh chống lại người anh cả của mình. Lâm Bưu tuyên bố, trong cuộc chiến này, Trung Quốc chỉ dành được thắng lợi khi quân đội được trang bị bằng tư tưởng Mao Trạch Đông. Trái lại, ý kiến La Thuỵ Khanh thực tế hơn nhiều. Theo La Thuỵ Khanh, binh lính phải được trang bị vũ khí mới, quân đội Trung Quốc phải làm quen với chiến tranh hiện đại.

Dĩ nhiên, Mao không hài lòng với những cán bộ đảng đã lên án sự sùng bái cá nhân. Nhưng ông vẫn chưa đủ sức mạnh để trực tiếp ra tay với họ. Thay vào đó, giận cả chém thớt, ông tìm vật tế thần thay thế, lại chính là Ban y tế trung ương.

Mùa Xuân 1964, trong khi ban lãnh đạo đảng vẫn đang cãi vã nhau về cuốn sách đỏ, thì Lưu Thiếu Kỳ mắc bệnh lao. Từ Vẫn Bắc, thứ trưởng Bộ y tế báo tin cho tôi, yêu cầu báo cáo lại cho Chủ tịch và viết một báo cáo chính thức cho ông về tình hình sức khỏe của Lưu Thiếu Kỳ.

Mao xem ra chẳng ngạc nhiên, cũng chẳng tỏ ra ái ngại, khi nghe tôi báo cáo về tình trạng sức khỏe của Lưu Thiếu Kỳ. Ngược lại, ông nở một nụ cười mãn nguyện. Ông bảo:

- Làm gì mà hoảng hốt lên thế. Nếu đồng chí ấy bị bệnh thì phải nghỉ ngơi, các bác sĩ phải điều trị, thế thôi. Việc này không liên quan gì đến đồng chí, đừng có xen vào!

Nhưng bệnh của Lưu làm cho Mao hoạt bát hẳn lên. Mao không thể trực tiếp tấn công đối thủ, nhưng tìm mọi cách gây khó khăn cho Lưu. Ông lệnh Bộ y tế chấm dứt ngay những đặc ân y tế cho các cán bộ cao cấp, chấm dứt cả việc đề cử bác sĩ riêng cho họ nữa. Ban y tế trung ương, cơ quan có nhiệm vụ đặc biệt lo về vấn đề y tế cho các cán bộ cao cấp của đảng bị giải tán. Mao chỉ thị cho Bệnh viện Bắc Kinh, nơi chuyên điều trị những nhân vật quan trọng, tinh tuý nhất của đất nước, chuyển tên gọi mới "Bệnh viện phục vụ Lãnh đạo"

Từ lâu, Mao đã chỉ trích Ban y tế trung ương và Bệnh viện Bắc Kinh. Có lần, ông nói: "Những ông lãnh chúa này sống trong xa hoa, sung sướng", để ám chỉ lối sống của lãnh đạo cao cấp. "Họ được hưởng đặc quyền ưu đãi về y tế, hơi nhức đầu sổ mũi một tý cũng được chăm sóc hết lòng".

Ban y tế trung ương sững sờ trước đòn đánh của Mao. Thạch Thụ Hán, trưởng Ban y tế trung ương kinh ngạc. Cả Bộ y tế náo động. Giới lãnh đạo do Lưu Thiếu Kỳ đứng đầu rất bực tức.

Tuy không ai dám cả gan cưỡng lại lệnh của Mao, nhưng người ta cũng không thể đột nhiên bãi bỏ cơ chế cấp phát y tế cho các cán bộ lãnh đạo. Người ta phải tìm ra một giải pháp sao cho một mặt, lệnh của Mao vẫn được thi hành, mặt khác chế độ chăm sóc y tế đặc biệt cho các cán bộ lãnh đạo vẫn được duy trì.

Sau những cuộc thảo luận liên tục kéo dài giữa các đại diện của Ban y tế trung ương và Hội đồng y tế của chính phủ, rốt cuộc người ta đã đi đến một thoả hiệp. Ban y tế Trung ương cũng như Phân ban y tế chịu sự điều khiển của Ban y tế trung ương và Ban An ninh ở Trung Nam Hải giải thể. Thạch Thụ Hán và Hoàng Thụ Trạch những người phụ trách Ban y tế trung ương, được bổ nhiệm làm Thứ trưởng Bộ Y tế. Về cơ bản, họ vẫn đảm trách việc chăm sóc sức khỏe cho những cán bộ lãnh đạo, nhưng phải tập trung dành nhiều thời gian cho công việc mới phân nhiệm. Đa số các bác sĩ riêng của cán bộ cao cấp, được bổ nhiệm về làm các trưởng khoa trong Bệnh viện Bắc Kinh. Họ sẵn sàng trở về Trung Nam Hải khi có lệnh. Mặc dù Mao chỉ thị cho Bệnh viện Bắc Kinh mở cửa đón tất cả mọi người, nhưng nó vẫn tiếp tục được dùng để điều trị cho cán bộ cao cấp. Bộ y tế hạn chế người được nhập viện để đảm bảo an toàn cho cán bộ cao cấp trong thời gian điều trị.

Dĩ nhiên, Mao vẫn có bác sĩ riêng, nhưng cơ quan y tế của tôi là Phân ban y tế ở Trung Nam Hải không còn nữa. Do đó, một Uỷ ban Y học trực thuộc Bộ y tế và Khoa học Kỹ thuật được thành lập, Uỷ ban này có nhiệm vụ phối hợp và chỉ đạo nghiên cứu y học ở cấp cao nhất. Tôi được bổ nhiệm làm Phó bí thư cho Uỷ ban trên. Buổi sáng, tôi làm việc tại đó buổi chiều và buổi tối tôi lại trở về chỗ Mao ở Trung Nam Hải.

Như ý kiến mọi người, tôi đồng ý Mao cần phải có bác sĩ riêng, vì ông là Chủ tịch xứng đáng được hưởng đặc quyền. Chỉ đến mãi sau này tôi mới thấy điều ấy bất hợp lý.

Còn một điều nữa vẫn chưa được giải quyết: không ai trong ngành y tế muốn thấy Bệnh viện Bắc Kinh bị đổi tên thành "Bệnh viện phục vụ Lãnh đạo". Tuy nhiên, theo Từ Vẫn Bắc và Thạch Thụ Hãn, vì chính Mao đã ra lệnh đổi tên, nên chỉ có ông mới có thể bãi bỏ lệnh này.

Tôi thuyết phục Mao nên thay đổi ý định. Tôi thông báo cho Mao về việc bãi bỏ Ban y tế trung ương và việc thành lập Uỷ ban Y học trung ương. Tôi nói tiếp: "Chỉ còn một vấn đề là cái tên "Bệnh viện phục vụ Lãnh đạo", nghe không được hay cho lắm. Bệnh viện này do người Đức xây dựng từ những năm hai mươi và đã có tên là Bệnh viện Bắc Kinh. Chẳng lẽ chúng ta không thể giữ cái tên cũ lại được hay sao?"

Mao không phản đối gì. "Thế thì các đồng chí cứ gọi nó là Bệnh viện Bắc Kinh. Bây giờ công chúng cũng được chữa bệnh vào là tôi vui rồi".

Việc thay đổi chế độ y tế cho hàng ngũ lãnh đạo cao cấp, chẳng ảnh hưởng gì đến cuộc sống riêng của Mao. Giang Thanh cũng vậy. Vì tình trạng sức khỏe không tốt, bà vẫn được rất nhiều y tá chăm sóc, còn tôi vẫn là bác sĩ riêng của Mao. Tuy buổi sáng làm việc ở Uỷ ban Y học trung ương, nhưng nhiệm vụ của tôi vẫn không thể tách rời Mao. Do Mao hay bị viêm khí quản và cảm lạnh nên tôi cố công nghiên cứu phương pháp ngăn ngừa và điều trị hai chứng bệnh này.

Cuộc sống cá nhân tôi đã chuyển sang bước ngoặt mới. Sự thay đổi dẫn đến hậu quả, gia đình tôi phải chuyển ra khỏi Trung Nam Hải. Vì Ban Y tế trung ương không còn nữa, chúng tôi không có quyền ở lại trong đó.

Nhưng chúng tôi không chuyển đi xa, vẫn gần nơi Mao ở. Việc giải tán Ban y tế trung ương đã để lại nhiều căn phòng trống trong một toà nhà tuyệt đẹp, được xây cất theo kiểu cổ ở phố Quảng Xương, bên trong có nhiều khoảnh sân. Đó là nơi số phận xui khiến tôi gặp Phó Liêm Chương lần đầu tiên vào năm 1949, sau khi tôi trở về Trung Quốc. Lý Liên, hai thằng con và tôi được phân cho một căn hộ tiện lợi gồm bốn phòng trong toà nhà này. Tôi rất hài lòng với cảnh vật xung quanh. Mảnh vườn trong sân sau, chúng tôi trồng nhiều hoa, những đoá hoa tròn to trắng như sữa nở quanh năm. Khi mới dọn về đây, chúng tôi trồng thêm một cây chà là. Chẳng bao lâu, nó đã trĩu những quả thơm ngon. Ngoài ra, từ nhà đến chợ bán thực phẩm Long Phú Tây, trung tâm thương mại náo nhiệt ở Vương Phủ Tinh rất tiện.

Thằng con lớn có thể đi xe đạp đi đến trường trung học thuộc Đại học Nhân dân Bắc Kinh, còn tôi được tài xế đưa về Trung Nam Hải.

Trong thời gian chuyển nhà cũng là lúc sứ quán Ba Lan tân trang lại chỗ ở của họ, nên chúng tôi mua lại những đồ gỗ cũ với giá rất phải chăng, trang bị cho căn nhà mới.

Chúng tôi thật hạnh phúc, vui vẻ vì được rời khỏi Trung Nam Hải, ở đó phải đối diện với bao sự phiền hà, không được phép mời bạn bè, họ mạc tới viếng thăm. Giờ đây, ngồi bên cửa sổ nhìn xuống sân đầy ắp những bông hoa tươi thắm, tôi hầu như quên bẵng đã từng phải rời bỏ khu nhà do tổ tiên để lại. Thậm chí quên cả Nhóm Một và Mao nữa.

Mao chỉ ân hận một điều, quyết định giải tán Ban Y tế Trung Nam Hải. Một đêm, vào lúc ba giờ sáng, ngay sau khi tôi chuyển đến nhà mới, ông muốn gọi tôi, nhưng không thể được vì lúc đó tôi đã về nhà ở phố Quảng Xương rồi.

Hôm sau, Mao nói:

- Không ngờ chỉ thị của tôi lại hại chính tôi.

Thế là tôi phải đặt một chiếc giường trong phòng làm việc ở Trung Nam Hải túc trực ngày đêm mỗi khi Mao cần. Tôi thường phải ngủ lại đó, nên vẫn không có thời gian dành cho gia đình.

Quan hệ giữa Mao với Lưu Thiếu Kỳ và Đặng Tiểu Bình ngày càng xấu đi. Tháng 1-1965, Đặng Tiểu Bình tổ chức hội nghị cán bộ đảng chiến dịch học tập chủ nghĩa xã hội, tập trung thảo luận, bàn về vấn đề chống tham nhũng trong các cán bộ nông thôn với khẩu hiệu "bốn minh bạch": Minh bạch sổ sách nông nghiệp; Minh bạch tài sản công cộng; Minh bạch kho dự trữ; Minh bạch công điểm.

Khi triệu tập cuộc họp, Mao cảm thấy không được khỏe và Đặng Tiểu Bình khuyên Mao đừng đến. Mao không nghe, ông đến phát biểu ý kiến cho rằng vấn đề phức tạp ở nông thôn do mâu thuẫn giữa chủ nghĩa tư bản và chủ nghĩa xã hội. Lưu Thiếu Kỳ ngắt lời Mao, cho rằng mâu thuẫn ở nông thôn không những chỉ là vấn đề giai cấp mà con do mâu thuẫn giữa "4 sạch" và "4 bẩn" phát sinh trong và ngoài đảng.

Hôm sau, Mao đem bản sao hiến pháp và điều lệ đảng, biện lý, theo điều khoản trong hiến pháp, ông có quyền phát biểu quan điểm với tư cách một công dân Trung Hoa, với điều lệ đảng ông có quyền phát biểu với tư cách của một đảng viên, phải được bày tỏ ý kiến cá nhân của mình trước hội nghị. Mao nói: "Một trong các đồng chí – ám chỉ Đặng Tiểu Bình, cản không cho tôi tới cuộc họp, và người kia – ám chỉ Lưu Thiếu Kỳ – không cho tôi bày tỏ quan điểm của mình".

Kỳ họp Quốc hội lần thứ ba diễn ra từ ngày 21-12-1964 đến ngày 4-1-1965. Trong bản "Báo cáo hoạt động của chính phủ" của Chu Ân Lai, Mao đóng góp thêm rất nhiều, chứng tỏ ông vẫn nghĩ đến ý tưởng Đại nhảy vọt, nhưng giờ đây ông trình bày điều dưới hình thức khác. Ông bắt đầu:

- Chúng ta không thể đi từng bước bằng con đường thông thường để phát triển kinh tế, không thể bò từng bước để đuổi theo các nước khác. Chúng ta phải bỏ qua mọi khuôn mẫu, phải tiếp thu, áp dụng công nghệ tiên tiến, để trong một thời gian ngắn đưa đất nước Trung Hoa trở thành một nhà nước xã hội chủ nghĩa tiên tiến, hùng mạnh. Đó là ý tưởng của chiến dịch Đại nhảy vọt... Một trong các nhà lãnh đạo cách mạng lớn của Trung Quốc, vị tiền bối Tôn Dật Tiên, đã tiên đoán rằng, đầu thế kỷ này, Trung Quốc sẽ có những bước nhảy vọt.

Sau Tết nguyên đán 1965, Mao rời Bắc Kinh đi Vũ Hán cùng với hai cô thư ký riêng. Ngoài ra còn có Vương Hải Dung, cháu gái em họ Mao – Vương Thanh Phương. Trên tàu, Trương Ngọc Phượng thường xuyên phục vụ, chăm sóc Mao. Trong thời gian ở Vũ Hán, quanh Mao đầy những cô gái tranh giành sự ưu ái của Mao.

Một buổi sáng Vương Hải Dung hớt hải đến phòng làm việc của tôi, chua chát nói:

- Tại sao đồng chí lại có thể để cho một người đàn bà như Trương Ngọc Phượng làm việc ở đây? Cô ta là một kẻ trơ trẽn, lố bịch và ăn nói láo xược với Chủ tịch. Tối hôm qua Chủ tịch nói với tôi Trương Ngọc Phượng làm ông bực tức. Chủ tịch đã có tuổi, chúng ta cũng không cho phép Trương Ngọc Phượng thoá mạ Chủ tịch như vậy được. Nếu đồng chí không có biện pháp đối với cô ta, tôi sẽ báo cáo cấp trên.

Tôi nói:

- Bình tĩnh đã nào. Hãy kể xem có chuyện gì xảy ra.
- Tôi không thể bình tĩnh được nữa. Tôi không thể chịu được khi Chủ tịch bị con người này hạ nhục.

Cô ta bỏ đi tìm Uông Đông Hưng.

Đúng lúc này, anh vệ sĩ Tiểu Chương bước vào, nói:

- Chủ tịch đang tức giận, Chủ tịch nói Trương Ngọc Phượng thật quá quắt. Ông muốn triệu tập một cuộc họp để kiểm điểm Trương Ngọc Phượng.
Khi được nghe kể về việc này, Uông Đông Hưng bực bội, bảo:
- Lúc nào chúng ta cũng phải giải quyết những chuyện vớ vẩn như thế này sao? Làm sao chúng ta có thể vì việc này mà triệu tập một cuộc họp? Quan hệ riêng của Mao với bọn đàn bà thật rách việc. Phải giải quyết như thế nào trong cuộc họp đây?
Nhưng Mao đã yêu cầu phải có một cuộc họp, vì vậy cuộc họp cũng được tổ chức tại phòng ăn của ông, trong nhà khách. Chỉ lát sau, Uông Đông Hưng đã cáo lui, nhường lại chức chủ toạ cho tôi. Vương Hải Dung lặp lại lời buộc tội của cô ta.
Trương Ngọc Phượng cự:
- Khi tôi và Mao chủ tịch cãi nhau. Ông đã chửi tôi và thậm chí còn chửi cả mẹ tôi, nên tôi mới chửi lại chứ.
Khi Trương Ngọc Phượng định kể vụ cãi cọ đó được bắt đầu như thế nào, tôi cho rằng, cuộc họp phải tạm hoãn tại đây là hay hơn. Nếu không, cô ta sẽ còn kể tiếp về mối quan hệ tệ hại giữa cô với Mao. Nếu để cuộc họp tiếp diễn, Mao sẽ có cảm tưởng rằng một số người trong chúng tôi muốn can thiệp vào đời tư của ông, mặc dù cuộc họp do chính ông yêu cầu.
Nhưng Vương Hải Dung vẫn cương quyết, đòi phải có một quyết định. Tôi cảm thấy tình hình có vẻ căng, chịu không giải quyết nổi, nên giao lại cho Uông Đông Hưng để ông ta phân tích cho Vương Hải Dung. Ngoài ra, tôi yêu cầu y tá trưởng, Ngô Tự Tuấn, phải thuyết phục Trương Ngọc Phượng đến gặp Mao để tự kiểm điểm. Vương Hải Dung vẫn không bằng lòng với cách giải quyết, phê phán tôi và Uông Đông Hưng thiếu công bằng. Cô bực tức lên đường trở về Bắc Kinh.
Còn Trương Ngọc Phượng vẫn ấm ức. Cô chất vấn tại sao cô phải tự kiểm điểm trước Mao, ông đã chửi mẹ cô cơ mà. Trương Ngọc Phượng rời nhà khách, trở về đoàn tàu.
Chẳng bao lâu sau, tình hình trở lại bình thường.
Sau đó ít lâu, Mao bị cảm lạnh khiến ông bị viêm phế quản cấp tính, ho và sốt. Mặc dù nhiệt độ còn cao, những cơn ho đã giảm, nhưng ông lại bị viêm thanh quản, mất tiếng, hai ngày liền không thể nói được. Vì sợ bị câm lâu dài, ông nài nỉ tôi hãy chữa cho ông. Tôi giải thích, phải đợi một thời gian điều trị thanh đới mới hết sưng, không thể khỏi ngay được, nhưng ông cứ một mực đòi được chữa khỏi ngay.

Tôi điều trị ông bằng phương pháp vật lý trị liệu, nhưng không thích, ông bỏ ngay sau buổi đầu tiên. Tôi pha chế một thứ được liệu từ những thảo được của Trung Quốc vốn được coi là rất hiệu nghiệm yêu cầu ông uống. Chỉ sau hai ngày ông đã có thể nói được vài câu, sau ba ngày tiếp theo ông đã nói chuyện được bình thường. Ông đòi đi bơi. Ông bỏ ngoài tai lời khuyên của tôi và nói:
- Tất cả những phương pháp điều trị của đồng chí bằng y học Trung Quốc hay y học Tây phương thực ra chẳng có tác dụng. Bơi là phương pháp điều trị tốt nhất.

Nói rồi ông bỏ đi đến bể bơi nhà khách.

Sau ngày lễ mồng một tháng 5 năm 1965. Mao quyết định đến thăm Tỉnh Cương Sơn, một vùng giáp ranh giữa tỉnh Hồ Nam và Giang Tây. Nơi ông lập căn cứ du kích hồi năm 1927, phát động cuộc cuộc cách mạng bắt nguồn từ đó. Chúng tôi đi tàu đến Trường Sa, thuộc tỉnh Hồ Nam, từ đó đi tiếp bằng ô tô. Vì còn giận dỗi, Trương Ngọc Phượng không chịu đi cùng.

Qua chuyến ngao du đến Tỉnh Cương Sơn, căn cứ địa cũ, để đe doạ chính quyền trung ương bằng cách ông doạ sẽ tái lập cơ sở mới, trong trường hợp chính phủ trung ương không chịu nghe theo ý kiến chỉ đạo của ông. Chuyến chu du này cũng là một phần trong chiến dịch lâu dài chống lại đối thủ Lưu Thiếu Kỳ.

Trong chuyến đi, bí thư tỉnh uỷ Hồ Nam cùng đi với Mao. Không có nhân vật nào của tỉnh Giang Tây trong chuyến đi này, bởi vì Uông Đông Hưng đã biết rất rõ những nơi chúng tôi muốn tới thăm. Trước kia, trong thời gian "cải tạo" gần năm năm, Uông Đông Hưng đã từng làm phó tỉnh trưởng tỉnh.

Chúng tôi nghỉ đêm tại huyện Trác Lâm ở Hồ Nam. Uỷ ban hành chính huyện phải dọn những phòng làm việc lấy chỗ cho chúng tôi nghỉ. Khắp các phòng. muỗi bay như trấu. Chúng tôi cũng có lọ xịt diệt côn trùng, nhưng chỉ có Mao mới được dùng nó. Còn chúng tôi phải đốt cỏ chống muỗi, ngủ trong những chiếc màn bằng vải gai dày đầy khói. Sáng hôm sau tôi cảm thấy người nôn nao, choáng váng.

Đến Tỉnh Cương Sơn, chúng tôi nghỉ trong một nhà khách hai tầng ở làng Mao Bình, hẻo lánh nằm lọt thỏm trong cánh đồng lúa. Phía nam của làng có một cửa hàng bán đồ thủ công. Trong một căn phòng trưng bày một chiếc đòn gánh, nghe nói nguyên soái Chu Đức đã dùng để gánh nước trong cuộc nổi dậy những năm hai mươi. (Trong thời kỳ Cách mạng văn hoá, người ta nghe nói Lâm Bưu đã sử dụng chiếc đòn gánh này – một ví dụ nữa cho việc bóp méo lịch sử trong thời kỳ này)

Tinh Cương Sơn có vô số rừng tre, nứa, bương, vầu, đành hanh và trong một xưởng nhỏ sản xuất một loại giấy pơ-luya (pelure) trắng tinh có thể nhìn xuyên qua từ nguyên liệu tre nứa. Loại giấy này tôi đã thấy từ khi còn nhỏ.

Ngày 29-5-1965, chúng tôi rời Tinh Cương Sơn, đến giữa tháng 6, chúng tôi có mặt ở Bắc Kinh.

Mao vẫn tỏ ra bất bình với Lưu Thiếu Kỳ và Đặng Tiểu Bình, vì vậy ông lại chuẩn bị tấn công Bộ Y tế. Ngày 26-6-1965, ông nói với tôi:

- Tôi muốn đồng chí thông báo cho những người trong Bộ y tế, họ chỉ đáp ứng được nhu cầu y tế cho khoảng 15% dân chúng. Trong số 15% này, những ông lớn của nhà nước và địa phương được cung cấp chu đáo nhất. Có lẽ Bộ y tế cho rằng, chỉ cần thoả mãn nhu cầu của các ông lớn này là đủ. Nhưng đại đa số nhân dân ở nông thôn chẳng được chăm sóc gì về y tế – không có thuốc thang, không có bác sĩ.

Mao nói tiếp:

- Bộ y tế không phục vụ người dân lao động. Đó không phải là một bộ của toàn dân. Nó chỉ chăm lo cho nhân dân ở thành thị và những nhân vật tai to mặt lớn. Tôi đã viết mấy câu thơ tặng Bộ Y tế:

Y tế vì ai? Phục vụ ai?
Dân nghèo chẳng được họ đoái hoài
Cán to, cán nhỏ chăm sóc kỹ
Y tế các anh phục vụ ai?

Mao tiếp tục nói:

- Bộ y tế không phục vụ nhân dân. Đó không phải một bộ của dân, vì dân, lo cho dân. Vậy, chúng ta đặt cho nó một cái tên khác: "Bộ y tế cho các thành phố", "Bộ y tế cho các ông lớn". Các bệnh viện của chúng ta có đầy đủ những máy móc, y cụ tối tân, nhưng chúng chẳng được dùng cho những người dân ở nông thôn. Chúng ta đào tạo ra các bác sĩ để họ phục vụ cho các đô thị. Nhưng Trung Quốc có tới 500 triệu nông dân.

Mao yêu cầu phải cải tổ toàn bộ hệ thống y tế, hướng vào phục vụ quần chúng thay vì những cán bộ cao cấp, hướng về nông thôn thay vì các đô thị.

Kể cả việc đào tạo y khoa ông cũng muốn cải tổ. Ông quả quyết:

- Các sinh viên y khoa không cần đọc nhiều sách đến như vậy! Những thầy thuốc nổi tiếng nhất trong lịch sử Trung Quốc như Hoa Đà, Biển Thước, Lý Thời Trân chưa bao giờ học Đại học y khoa. Vào trường y, không cần tốt nghiệp hết cấp chương trình phổ thông trung học, chỉ cần học hết lớp Sơ-Trung là đủ sức học rồi. Người ta chỉ có thể thu nhận được những kiến thức y khoa tốt nhất bằng thực tế.

Mao nói:
- Loại bác sĩ chúng ta cần ở các làng xã không cần phải được đào tạo cao siêu. Chỉ cần anh ta giỏi hơn những thầy mo là đủ. Hơn nữa, trong làng xã chỉ đủ điều kiện cho những thầy thuộc cỡ đó làm việc.

Mao chỉ trích Bộ y tế đã đầu tư gây lãng phí sức lao động, của cải vật chất vào việc nghiên cứu những căn bệnh hiếm, bệnh lạ mà không quan tâm đến những biện pháp phòng ngừa và điều trị những bệnh thông thường. Mao giải thích:
- Tôi không nói chúng ta không cần nghiên cứu y học, mà cần phải sử dụng phần lớn những phương tiện của chúng ta đã có đáp ứng cho nhu cầu của quần chúng hiện nay.

Ông tiếp tục dẫn giải:
- Còn một chuyện lạ nữa. Các bác sĩ lúc nào cũng mang khẩu trang khi khám chữa bệnh cho bệnh nhân. Có phải họ sợ sẽ truyền những căn bệnh họ có cho bệnh nhân không? Không! Tôi nghĩ, họ sợ lây bệnh từ bệnh nhân. Theo ý tôi, các bác sĩ chỉ nên đeo khẩu trang khi nào thực sự cần thiết. Bằng không họ sẽ xây lớp rào ngăn cách giữa bác sĩ và bệnh nhân.

Ông còn muốn đề nghị một điều nữa, bổ nhiệm những y, bác sĩ mới ra trường, chưa có kinh nghiệm gì về nghề nghiệp vào những bệnh viện của các thành phố. Những bác sĩ già dặn, nhiều kinh nghiệm phải được đưa về nông thôn.
- Trong tương lai các nhà y học của chúng ta phải đặt trọng tâm công việc của họ ở các làng xóm.

Tôi bàng hoàng về sự công kích của Mao đối với những nhà y học nổi danh. Nhưng Mao lại chỉ thị cho tôi phải thông báo cho Bộ y tế những ý kiến của ông. Tôi soạn lại một bản tóm tắt về cuộc nói chuyện của chúng tôi ngày 26-6-1965, rồi lập tức nộp cho Bộ Y tế.

Hồi đó, tất nhiên tôi không dám nghĩ tới một điều, trong thời kỳ Cách mạng văn hoá cái "Chỉ thị ngày 26 tháng 6" này lại được dùng làm cơ sở để phát động một chiến dịch sẵn sàng phục vụ của những thầy thuốc chân đất trên phạm vi toàn quốc. Những kẻ cực đoan đã sử dụng chỉ thị này để xúi giục đấu tranh giai cấp trong ngành y tế, phá hoại hệ thống y tế của Trung Quốc. Ngoài ra, hồi đó tôi không thể nghĩ rằng, Mao sẽ điều tôi về nông thôn.

***

Việc giải tán và tổ chức lại Ban y tế trung ương đã tạo ra những căng thẳng, hỗn loạn. Trong sự căng thẳng và hỗn loạn đó, những ý nghĩ của Mao đã hoàn toàn lắng xuống. Mao ra lệnh chấm dứt sự ưu đãi y tế đối với cán bộ lãnh đạo, khi ông biết Lưu Thiếu Kỳ mắc bệnh lao. Mao ra lệnh cho tôi không được dính đến chuyện điều trị cho Lưu Thiếu Kỳ, cũng từ đó tôi không hề biết bệnh tật của Lưu được điều trị ra sao. Tất cả những người trong Nhóm Một chúng tôi đều biết, hành động này của Mao đối với cơ chế y tế cũng chính là một đòn giấu mặt nhằm đánh thẳng vào Lưu Thiếu Kỳ. Trước những sự kiện này, Điền Gia Anh rút ra một điều: "Bây giờ vẫn còn quá sớm để có thể khẳng định Lưu Thiếu Kỳ sẽ là người kế nhiệm Chủ tịch. Chúng ta cũng còn chưa biết Mao có ủng hộ Lưu Thiếu Kỳ hay không. Hôm nay nói thế này, mai nói thế khác. Không ai có thể hiểu ông ta nghĩ gì". Uông Đông Hưng tán thành nhận xét của Điền Gia Anh.

Chúng tôi đâm ra nghi ngờ chính mình. Tôi không bao giờ nói với ai trong Ban Y tế Trung ương, chính vì Lưu Thiếu Kỳ ốm đau đã khiến Mao cải tổ hệ thống y tế. Đối với chúng tôi trong Nhóm Một, những ai nghe được lời chế giễu, châm chọc của Mao nhằm vào Lưu Thiếu Kỳ, không bao giờ dám nói lại với người khác. Người duy nhất tôi chia xẻ ý nghĩ vui buồn, đó là Uông Đông Hưng.

CHƯƠNG 54

Cuối tháng 6-1955, vài ngày sau khi tôi viết tóm tắt tổng kết của Chủ tịch lời phát biểu kêu gọi các bác sĩ giỏi đi xuống nông thôn, Mao gọi tôi đến.

- Đấu tranh giai cấp ở nông thôn đang trở nên gay gắt – ông nói – "Chiến dịch minh bạch" sẽ thổi bùng đám cháy rừng đấy. Nhưng tất cả Nhóm Một hãy còn ở đây, như thế là không được.

Mao muốn Uông Đông Hưng chỉ huy một đội của Nhóm Một tham gia chiến dịch học tập cải tạo xã hội chủ nghĩa ở vùng thôn quê hẻo lánh. Thủ trưởng của Uông, Bộ trưởng công an Tạ Phú Trị đứng đầu bộ đã lên đường.

Bây giờ đến lượt chúng tôi.

Chúng tôi cảm thấy chỉ thị của Chủ tịch như một hình phạt. "Chúng ta đã làm điều gì sai sót trong thời gian qua khiến Chủ tịch không hài lòng?" Uông Đông Hưng hỏi, khi tôi báo tin. Điền Gia Anh và tôi đã tin rằng, một đi sẽ không bao giờ trở lại. Mao thường dùng chiêu bài thay thế nhân viên bằng cách tạm chuyển người đó xuống vùng hẻo lánh để "sửa chữa", sau đó chuyển công tác khác. Chính Diệp Tử Long và Lý Ẩm Kiều đã phải rời bỏ cương vị công tác từ mùa đông 1960 cũng theo cách này. Chúng tôi e sợ số phận tương tự sẽ dành cho chúng tôi.

Mao muốn toàn bộ Nhóm Một ra đi. Chỉ giữ lại thư ký Hứa Diệp Phụ và thường trực Chu Phúc Minh. Tuy vậy Giang Thanh không phải đi vì trước những khó khăn xảy ra, các thứ bệnh của bà đột nhiên tái phát.

Điền Gia Anh cảm thấy trong sự ra đi của chúng tôi có một cái gì đấy may mắn. Tình hình chính trị ở Bắc Kinh ngày càng căng thẳng. Không ai trong chúng tôi biết cái gì sẽ xảy ra ngày mai, nhưng tất cả sợ chẳng có điều gì tốt đẹp chờ đợi chúng tôi. Ít ra, khi chuyện đụng độ phe phái xảy ra, chúng tôi không bị vạ lây. Dù vậy chúng tôi không vui vì chuyến công tác này. Vì Uông Đông Hưng chỉ huy nên đang lo cuống vó. Mao thúc chúng tôi. Cuối cùng Uông quyết định chúng tôi sẽ đến vùng Điền Sơn, quê ông.

Tôi không an tâm, không biết ai sẽ thế chân khi tôi ra đi. Tôi muốn trong thời gian ấy, người chăm sóc sức khỏe Mao là Hoàng Thụ Trạch, một trong số thứ trưởng Bộ y tế. Nhưng Mao vẫn bất bình về hệ thống y tế nông thôn và hoài nghi các đồng nghiệp nên ông kiên quyết không cần bác sĩ riêng.

- Sức khoẻ tôi tốt hơn rồi – Mao khẳng định – Tôi không cần bất kỳ sự chăm sóc sức khoẻ nào cả. Tôi không phải là vua chúa, hễ sổ mũi nhức đầu cần người đo huyết áp và đếm mạch đập. Tôi không cần hệ thống phục dịch sức khoẻ, không cần Hoàng Thụ Trạch. Chỉ cần một y tá là đủ. Nhưng không phải từ bệnh viện Bắc Kinh.

Cô y tá Ngô Tự Tuấn đi trong đoàn chúng tôi. Mao muốn thay thế chỗ cô là một y tá mới từ Quân y viện 301, một bệnh viện quân y hàng đầu của hệ thống y tế của Giải phóng quân.

Bộ Thuỵ Thành, phó giám đốc quân y viện 301, nói nịnh Mao khi ông yêu cầu một cô y tá trong bệnh viện của ông. Bộ Thuỵ Thành thật thà khi tôi đến trao đổi công việc tuyển người, ông bảo: "Chỉ Bệnh viện Bắc Kinh hệ thống y tế mới tốt nhất". Ông ta nói thật lòng. Ngay bản thân Bộ Thuỵ Thành cũng không được đào tạo bác sĩ một cách bài bản. Ông trưởng thành trong kinh nghiệm từ thời kỳ tham gia Hồng quân.

Bộ Thuỵ Thành yêu cầu tôi phỏng vấn, tự chọn một trong hai cô có kinh nghiệm đã từng phục vụ tướng lĩnh cao cấp. Cả hai đều xứng đáng – một cô kín đáo, e thẹn, cô kia khéo léo, nhã nhặn trong giao tiếp và cởi mở.

Chúng tôi cho Mao xem ảnh 2 y tá, yêu cầu ông quyết một trong hai cô đến với ông. Ông chọn cô gái ăn nói nhẹ nhàng Lưu Thảo Dương. "Cô ta trông dễ coi" – Chủ tịch nói.

Đội công tác của chúng tôi xuống nông thôn vào đầu tháng Bảy. Trước khi chúng tôi tới Điền Sơn, đã có đội quân lao động học tập chủ nghĩa xã hội ở đó có hơn một trăm người khỏe mạnh. Lực lượng bổ xung gồm các nhân viên Ban bảo vệ trung ương, Sư đoàn của tỉnh đội, Sư đoàn pháo số 2, đảng bộ tỉnh Giang Tây cũng gửi đại diện của mình. Mao cho Lí Nạp theo đoàn, đi cùng với một nhân viên vừa làm nhiệm vụ bảo vệ vừa làm cần vụ.

Quan hệ của tôi với Lí Nạp căng thẳng từ "Hội nghị Bảy ngàn cán bộ", khi người ta gọi tôi về Bắc Kinh để khám cho cô. Lí Nạp học khoa sử, Đại học tổng hợp. Tôi tới, con gái Mao bị cảm nặng. Lý Bình, hiệu phó kiêm bí thư đảng uỷ nhà trường báo cáo cho tôi biết. Ông ta và bí thư đảng uỷ khoa Sử, gặp tôi, tỏ vẻ lo âu. Họ là những người lịch sự, luôn mồm xin lỗi đã không mời tôi sớm hơn. Chính họ cũng vừa mới biết về bệnh tật con gái Chủ tịch. Lí Nạp vẫn đang giận dữ. Cô ta tức tại sao tôi không đến sớm hơn, kêu không ai chăm sóc, không ai để ý xem cô ta sống hay chết. Lí Nạp la hét, khóc lối om xòm, tôi cảm giác rằng miệng cô ta không bao giờ đóng cả. Cuối cùng tôi không nhịn được.

- Cô hai mươi mốt tuổi rồi đấy – Tôi át giọng – không phải trẻ con. Cô ốm, cả ban lãnh đạo trường Đại học tới thăm cô. Cô còn muốn gì nữa? Ở Đại học Bắc Kinh có hơn 10 nghìn sinh viên, nếu ai cũng làm như cô, thử hỏi nếu cô là lãnh đạo, cô có thể điều khiển nhà trường được không?

Ngòi lửa của tôi làm cơn giận bùng cháy. Cô hờn dỗi, la hét to hơn trước, hệt như một đứa trẻ lên ba. Lí Nạp vẫn không nguôi, giãy giụa chửi bới khi tôi đẩy cô vào trong xe chở thẳng đến Bệnh viện Bắc Kinh. Trên đường Lí Nạp tiếp tục la thét, cấu xé, như muốn nhảy ra khỏi xe. Cảnh sát đã hai lần chặn xe kiểm tra, tưởng có điều gì bất thường.

Về sau, khi nghe tôi nói lại, Mao tức giận.

- Bệnh viện Bắc Kinh dành cho cán bộ cấp cao – Mao nhắc – Sao lại nhận chữa Lí Nạp?

Tôi giải thích rằng bệnh viện không nhận bệnh nhân bị cảm. Còn đưa cô vào Trung Nam Hải tôi e rằng có thể làm lây bệnh cho Chủ tịch. Bệnh viện Bắc Kinh nhận Lí Nạp vì cô là con gái Chủ tịch.

Mao không muốn con cháu ông được hưởng đặc quyền đặc lợi, bảo tôi lần sau không được chuyển đến Bệnh viện Bắc Kinh. Sau đó ông hỏi Lí Nạp, Lí Minh và Mao Viên Tân ăn ở đâu khi sống trong Trung Nam Hải. Tôi nói, họ ăn ở nhà ăn của ông, bếp trưởng của Chủ tịch lo nấu cho cả họ nữa.

Mao không hài lòng.

- Bảo Uông Đông Hưng từ nay trở đi không cho phép chúng ăn ở bếp của tôi. Chúng phải ăn ở nhà ăn tập thể!

Dù đây là lệnh của Mao, nhưng các con cháu ông nghĩ tôi xúi bẩy. Cả Giang Thanh cũng cáu, nói tôi đối xử với con gái bà thô bạo, vì tôi mà con bé mất đặc quyền. Giang Thanh đòi Mao sa thải tôi. Mao không nghe, nhưng mâu thuẫn về việc này chưa chấm dứt. Khi Mao đề nghị tôi cư xử tốt hơn với Giang Thanh và Lí Nạp, tôi trả lời rằng Lí Nạp rất hư, hỗn hào chả ai có thể làm cô hài lòng, khác hẳn cô chị hiền lành, ngoan ngoãn, có giáo dục. Mao không vui khi tôi nhận xét, dù rằng ông biết đó là sự thật. Giờ đây, chắc muốn chứng tỏ con cái ông không có bất cứ đặc quyền đặc lợi nào, ông cho Lí Nạp xuống nông thôn cùng với chúng tôi. Uông Đông Hưng đành sắp xếp người đi cùng bảo vệ Lí Nạp.

***

Ngay từ lúc bắt đầu, đoàn chúng tôi ở Giang Tây đã nhìn thấy sự sai lầm. Việc gửi các cán bộ nhân viên cao cấp hưởng đặc quyền từ Bắc Kinh ra hiện trường để tiến hành chiến dịch chống sự tha hoá và cổ vũ đấu tranh giai cấp là một điều ngớ ngẩn. Chúng tôi đi hàng nghìn dặm bằng tàu hoả và ô tô, bằng tiền của chính phủ. Chúng tôi sống trong nhà khách, chính phủ trả tiền, ăn uống do quỹ quốc gia trả tiền. Nói khác, con đường của chúng tôi về nông thôn và công việc ở đó tốn không phải ít. Việc đưa hàng trăm nghìn người cày đường nhựa xuống nông thôn rất tốn kém tiền của nhà nước, đặc biệt với "chiến dịch học tập chủ nghĩa xã hội", trong khi không một ai trong chúng tôi muốn xuống nông thôn, chúng tôi bị đẩy đi, chứ đâu có muốn.

Ở Điền Sơn chúng tôi chia làm 4 nhóm, mỗi nhóm đến một làng. Sau thất bại Đại nhảy vọt công xã nhân dân tan rã thành những đội sản xuất, y như mỗi làng ngày xưa. Đội bao gồm các tổ sản xuất. Vương Nhiệm Trọng, phó giám đốc Ban bảo vệ trung ương, và tôi phụ trách nhóm đến làng Thạch Tư, cùng với chúng tôi có 2 cán bộ địa phương, Trương Trần Hợi, công an trưởng và Thượng Tạo quận trưởng Điền Sơn. Tôi rất mến và có cảm tình cả hai người. Họ không phàn nàn khó khăn đang gặp, chúng tôi cư xử với nhau rất thân thiết.

Nông dân làng Thạch Tư nghèo nàn lạc hậu đến mức tôi không hình dung được. Tôi hồi hương về Trung Quốc 16 năm trước đây, 11 năm làm việc với Mao. Công việc cho phép cho tôi có điều kiện biết tất cả các tin tức bí mật. Tôi biết rõ sự thiếu thực phẩm và nạn đói, do Đại nhảy vọt gây ra. Tôi biết rằng các làng quê còn rất nghèo. Nhưng những người nông dân làng quê này còn nghèo dưới mức nghèo. Quần áo xác xơ, vá chằng vá đụp. Món ăn của họ khó có thể hình dung nổi, gạo xay lẫn đất cát, đôi khi có cả sỏi đá, với món rau nấu như cám lợn. Nhà của họ thật tồi tàn, một túp lều dột nát, không giường phản. Con đường làng duy nhất nhỏ hẹp, bẩn thỉu, sau mỗi cơn mưa biến thành vũng bùn lầy lội. Làng Thạch Tư không có trường, tôi không nhìn thấy một tờ báo, tạp chí hay một cuốn sách nào cả. Hầu hết người lớn mù chữ, số phận này sẽ tiếp tục truyền cho con cháu đời sau. Trường tiểu học gần nhất làng cách vài cây số, nhưng rất ít trẻ đi học.

Tổ "Bốn minh bạch" chúng tôi quyết định chiếu một bộ phim cũ từ những năm 50. Chúng tôi đặt máy chiếu giữa cánh đồng đã gặt, nơi rộng rãi nhất để cho nhiều người xem. Dân làng xã khác đi bộ hàng tiếng, đường xa vài cây số cũng cố gắng đến. Đây là lần đầu tiên trong đời họ được xem phim.

So với nông dân, mặc dù với điều kiện xuống nông thôn, chúng tôi xem ra vẫn quá giàu sang, ngoài sức tưởng tượng của họ. Để giảm bớt sự ngăn cách, chúng tôi đổi quần áo thành phố lấy những quần vải bông và xà cạp do quân nhu cấp cho. Những người dân thôn quê vẫn ghen tỵ, thèm muốn vì quần áo chúng tôi không có miếng vá. Khi tôi nói chuyện với một ông già trong làng. Ông sờ sờ, vuốt ve chiếc áo khoác của tôi và nói: "Đây này, nếu như tôi có chiếc áo khoác như thế này, khi ấy tôi tin rằng chủ nghĩa cộng sản đã đến nước ta".

Chúng tôi là nguồn tò mò không dứt đối với dân làng. Đặc biệt anh chàng Vương Nhiệm Trọng, phó Ban An ninh, thành viên nhóm, làm họ ngạc nhiên. Nông dân trong làng toàn người gày gò ốm đói, còm nhom, trơ xương sườn chưa từng thấy ai to béo, phương phi phì nộn bao giờ, vì thế, mỗi lần Vương béo xuất hiện, người lớn vây quanh hỏi xem ông ăn gì mà béo đến vậy, còn trẻ con rồng rắn chạy theo sau dường như ông là người từ hành tinh khác mới xuống. Những người dân thôn dã không nhớ nổi tên, họ gọi ông là "Phật Di Đà" – một người béo ị.

Theo tư tưởng "Ba cùng" của Mao, chúng tôi phải "cùng ăn, cùng ở, cùng làm" với nông dân. Nhưng dân làng lại quá nghèo đến mức không thể nhận khách lạ trong nhà. Tuy rất hiếu khách, nhưng lực bất tòng tâm, họ xếp cho chúng tôi ở trong một nhà kho tồi tàn, xập xệ. Chúng tôi cố gắng kiếm chiếc chõng bằng gỗ, lấy rơm trải thay đệm, lấy quần áo, chăn trải lên trên. Chúng tôi tổ chức bếp ăn riêng, vì đến đây để gột bỏ khỏi đặc quyền, sống như quần chúng lao động, ăn những thứ mà nông dân ăn, nghĩa là gạo xay không giã, thứ gạo "lức" lẫn đất cát.

Chúng tôi lao động trên cánh đồng của 12 gia đình trong tổ. Họ cày cấy gần 50 "mu" đất (9 công mẫu). Ngoài ra, mỗi gia đình được chia mảnh đất nhỏ để trồng rau gia đình. Không có máy móc, không gia súc kéo cày, thiếu cả nông cụ cần thiết. Chúng tôi lao động bằng chân tay, bằng tất cả sức lực như súc vật. Công việc chán ngắt, mệt nhọc, quá vất vả. Đất đai ít, phương pháp canh tác thô sơ, thu hoạch vụ mùa rất thấp. Sau khi đóng thuế nông nghiệp, người nông dân hầu như trắng tay.

Mãi ở nơi xa xôi nào đó, nơi khoa học kỹ thuật phát triển, sức lao động giảm thiểu, năng xuất lại tăng cao, chứ ở đây, trong cái ao tù Giang Tây, nông nghiệp Trung Hoa vẫn thế, không hề thay đổi như đã có hàng ngàn năm để lại. Nói đến Đại nhẩy vọt chỉ là chuyện kỳ cục, vô lý. Tôi không thể hiểu tại sao Trung Quốc không tận dụng sử dụng tất cả khả năng trí tuệ của các nhà khoa học để sản xuất máy nông nghiệp, giảm sức lao động tối thiểu, giúp nông dân thoát khỏi tình trạng nghèo nàn lạc hậu như thế này. Khi tôi thú nhận với Uông Đông Hưng không hiểu vì sao lại như vậy, sau 16 năm cách mạng thành công, nhưng đời sống nông dân vẫn khốn khổ, nghèo đói. Uông bảo, nhiều nơi còn nghèo khổ, tồi tệ hơn thế này.

Tôi hiểu, Uông đã nói thật. Biết bao goá phụ trẻ tuổi làng Thạch Tư đã bỏ quê hương An Huy trong nạn đói mấy năm về trước khi chồng con họ chết đói. Tình hình An Huy ngày nay tuy khấm khá hơn, nhưng những goá phụ đó vẫn không trở về. Cuộc sống ở Giang Tây dễ thở hơn ở đây nhiều.

Trong cảnh nghèo nàn này, hoạt động của chúng tôi phải là cổ vũ cuộc đấu tranh giai cấp. Chiến dịch "Bốn minh bạch" đòi hỏi chúng tôi theo dõi, xác định những yếu tố tham nhũng của cán bộ và những người lãnh đạo nông nghiệp, chỉ có thể xảy ra nơi đời sống khấm khá chứ không thể xảy ra ở nơi nghèo khổ được, vì tham nhũng dẫn đến tai hoạ "Ba năm thắt lưng bụng bụng", người ta cho rằng không phải do chính sách Đại nhẩy vọt gây ra. Nhiệm vụ phải tìm những người lãnh đạo tham lam độc ác cưỡng chiếm sản phẩm do nông dân sản xuất, chiếm dụng tài sản công hữu làm của riêng và lừa dối nông dân cách chấm công điểm trong công xã.

Dĩ nhiên, đó là tham nhũng, bằng chứng không thể chối cãi. Nhưng tìm nó trong đội nghèo đói này lại là điều xuẩn ngốc. Trong nhóm lao động học tập chủ nghĩa xã hội chúng tôi không thể kiểm tra sổ sách. Đội sản xuất này không có sổ sách thu chi, chấm công chia điểm. Người nông dân đảm nhận kế toán lại mù chữ, cũng chẳng biết tại sao phải có sổ sách ghi chép. Đội sản xuất quá nghèo, bà con sống liền kề, biết nhau chân tơ kẽ tóc, biết rõ thu chi của đội, của từng cá nhân, từng gia đình. Dân làng sống và làm việc với nhau bao đời, họ hiểu nhau, vì thế cán bộ xã hay ban chủ nhiệm hợp tác xã có muốn tham nhũng cũng không thể làm được. Người cán bộ quyền chức cao nhất là người chịu trách nhiệm thu thuế nông nghiệp, họ có thể trích số thóc nộp thuế, hoặc gian lận thu trực tiếp nông dân nếu họ có ý đồ. Đấy là cơ hội duy nhất để tham nhũng. Nhưng đội trưởng ở đây không thể kiếm lợi từ tham nhũng, thậm chí nếu anh ta muốn. Làm điều này chỉ có các quan chức cao cấp – công xã, khu, và tỉnh. Chính họ thu hoa quả trong điều kiện họ tạo ra, nhận hối lộ, kiếm lợi. Họ, xét theo bản chất, có quyền lực vô biên – đặt ra mức thuế cho nông dân, bắt nông dân phải làm cái gì mà họ cho rằng cho rằng có lợi cho bản thân họ.

Đấu tranh giai cấp, theo Mao, vẫn còn tiếp tục, cuộc chiến đấu giữa địa chủ và nông dân nghèo, giữa phong kiến và chủ nghĩa xã hội, giữa tư sản và giai cấp công nhân còn thảm hoạ. Trong thời gian cải cách ruộng đất, ngay sau khi những người cộng sản nắm quyền lực trong nông thôn, tất cả dân làng đều được đeo mác giai cấp. Ai bị người ta gọi là địa chủ và phú nông, đều bị mất tất cả sở hữu tư nhân của mình. Và những người trong gia đình, đều phải chịu sự theo dõi của chính quyền địa phương. Theo như họ nói, thành quả đạt được, địa chủ và phú nông, cả vợ hay chồng cũng như con cái phải đi cải tạo lao động khổ sai. Theo chu kỳ, nhất là ngày lễ lớn, họ tập trung địa chủ và phú nông thành từng nhóm, cán bộ an ninh địa phương hoặc đội trưởng lại lên lớp, lên án những tội ác quá khứ của họ. Cứ mỗi lần xảy ra chuyện không hay, như bệnh nở mồm long móng trâu bò chả hạn, nghiễm nhiên các địa chủ, phú nông lại bị nghi ngờ. Người ta thẩm vấn, điều tra theo dõi họ sát sao.

Có một người nông dân chăm chỉ lao động trong làng, làm việc từ bảnh mắt đến tối mịt bị dán cái nhãn con địa chủ, được chia một mảnh đất cằn cỗi nhất. Ông không bao giờ dám mở miệng kêu ca. Nhưng nghịch lý ở chỗ, thực tế ông không phải con địa chủ. Ông sinh ra trong một gia đình nông dân nghèo trong làng, người cha nghèo khó của ông, để cứu con khỏi chết trong nạn đói, cho ông làm con nuôi địa chủ. Giờ đây ông là con địa chủ, người ta bắt ông làm việc như cu-li, tước hết mọi quyền lợi, khinh bỉ bắt ông chào, gọi dân làng từ bé đến lớn là ông bà. Trong cái làng nghèo này, ông là người nghèo nhất, khốn khổ nhất, bắt buộc phải ăn đói mặc rét. Thậm chí đến thóc người ta cũng chia cho ông ít hơn người khác. Ông mặc chiếc áo bao tải mà người ta đã quẳng đi.

Cha đẻ của một người được gọi là con địa chủ lại chưa bao giờ có ruộng đất. Nhưng ông nội thì có một mẩu ruộng. Cái mác "con địa chủ" mang tính thừa kế, cha truyền con nối, truyền từ thế hệ này sang thế hệ khác, đó là cái cùm, con người không thể chạy thoát được.

Chính sách quy kết dán mác cho con cái phải chịu trách nhiệm việc làm tội lỗi của cha ông, truyền hết đời này sang đời khác và đối sử với họ như kẻ phạm tội hoàn toàn bất công. Tôi tin chắc đã đến thời điểm phải thay đổi địa vị của những người đã chịu quá nhiều đau khổ kéo dài. Nhưng người ta phớt lời quan điểm của tôi, không những thế, còn cảnh cáo những hậu quả chính trị có thể xảy ra nếu như người ta biết tôi phát biểu đồng cảm như vậy.

Trong làng người ta biết tôi là bác sĩ Mao, nhưng điều này không che chở gì được cho tôi. "Anh nghĩ, nếu anh chữa chạy cho Chủ tịch, anh có thể nói những điều tốt cho con địa chủ được?" Một trong những dân làng cảnh cáo. "Tôi nói để anh biết, nếu ai đó trong số chúng tôi báo cáo chuyện của anh cho chính phủ, anh có thể dính vào rắc rối nhiều hơn đấy". Cuộc đấu tranh giai cấp theo kiểu Mao như thế đấy. Mao dạy rằng, đấu tranh giai cấp sẽ tiếp diễn suốt thời kỳ xây dựng chủ nghĩa xã hội, có thể kéo dài 50 hoặc 100 năm. Cuộc đấu tranh cha truyền con nối không dừng lại ở thế hệ con cái địa chủ, mà còn tiếp tục ở đời cháu, đời chắt cho đến khi đạt được chủ nghĩa cộng sản. Năm 1956 khi bắt đầu Cách mạng văn hoá, con cái của các vị lãnh đạo cao cấp hớn hở giơ cao khẩu hiệu: "Trứng rồng nở ra rồng; Trứng phượng hoàng nở ra phượng hoàng; Chuột cống sinh ra chuột cống". Như vậy, họ đã mặc nhiên biến thành những con rồng và phượng hoàng thần thánh trong huyền thoại Trung Quốc. Thân phận con cái địa chủ và phú nông không bằng chuột cống. Tôi và các thành viên trong nhóm bất lực không thể làm thay đổi sự khủng khiếp và bất công thấm sâu trong tư tưởng của vùng nông thôn này.

Sự nghèo khổ cùng cực đang làm hại thôn xã Trung Quốc, sự bất công của cuộc đấu tranh giai cấp, tôi chứng kiến nhưng bất lực đã đè nặng tâm khảm tôi. Tôi cảm thấy rằng sau 16 năm cách mạng, Trung Quốc không tiến một bước nào lên phía trước nói chung. Cuộc sống cùng cực, chính phu tàn bạo dẫn đến thất vọng. Có thể dưới thời Quốc dân đảng cuộc sống cũng tồi tệ, nhưng công việc nặng nhọc luôn luôn được đền bù. Những người nghèo nhưng có năng lực, có khả năng vẫn có điều kiện vươn lên đỉnh cao nhất. Địa vị kinh tế, xã hội của con người không trở thành hòn đá, treo ở mạng sườn ở thế hệ. Con người có lòng tin những điều tốt hơn.

Tham gia chiến dịch học tập cải tạo xã hội chủ nghĩa, tôi cũng học được nhiều điều. Nhưng đó không phải bài học theo ý muốn của Mao. Sự khác biệt về quan điểm, nhận thức của tôi ngày càng tăng lên. Sự bất mãn của tôi đối với đảng cộng sản càng lắng sâu. Trong khi cán bộ cao cấp của đảng ăn uống no say, phè phỡn, sống sa hoa thì người nông dân đời sống xác xơ, vẫn phải cắn răng để tồn tại. Họ càng ngày càng nghèo hơn, bất hạnh hơn cái mà tôi có thể hình dung. Đảng cộng sản đã làm được điều gì tốt cho họ nào? Sự đổi thay to lớn ở nơi nào mà cuộc cách mạng của Mao đã hứa? Nhóm chúng tôi đã đến đây thực ra chỉ làm xấu thêm cuộc đấu tranh giai cấp. Đến để làm gì, ích gì? Chúng tôi sẽ rời làng nay mai, nông dân ở lại thậm chí sẽ nghèo hơn, ngân khố quốc gia bị thâm thủng nhiều hơn.

Sự bất mãn của tôi với chính sách của Mao tăng lên, nhưng tôi vẫn phải im lặng.

CHƯƠNG 55

Sau ba tháng ở Tiên Sơn, đầu tháng 11-1965 Uông Đông Hưng bị triệu về Bắc Kinh để dự một cuộc họp khẩn cấp. Hẳn cuộc họp này liên quan đến một vấn đề quan trọng nào đó, nhưng chúng tôi ở trong làng, tách rời với thế giới bên ngoài, chẳng biết chuyện gì đã xảy ra. Uông Đông Hưng cho rằng, chỉ vài ngày sau ông sẽ trở lại. Hàng tuần trôi qua. Mùa đông kéo tới cùng với cái lạnh và những cơn mưa ảm đạm. Công việc ngoài đồng cũng ngưng lại. Tôi bắt đầu tỏ ra chán nản, lo lắng và cảm thấy mình ở không đúng chỗ. Uông Đông Hưng mãi vẫn chưa về.

Rốt cuộc, cuối tháng 12 ông ta cũng xuất hiện. Ông chọc tôi:
- Chắc đồng chí không nghĩ tôi lại đi lâu như vậy phải không? – Nhưng bỗng nhiên ông tỏ vẻ nghiêm trọng – Có chuyện lôi thôi đã xảy ra.

Uông Đông Hưng không về Bắc Kinh. Ông đến gặp Mao ở Hàng Châu.

Nhiều cán bộ cao cấp – Bí thư thành uỷ Bắc Kinh, Bành Chân, Tổng tham mưu trưởng La Thuỵ Khanh, Chánh Văn phòng đảng Dương Thượng Côn và Chủ nhiệm Uỷ ban tuyên truyền Lục Đỉnh Nhất – đang vướng vào những rắc rối về chính trị. Đảng triệu tập nhiều phiên họp kín để giải quyết từng trường hợp. Nhưng đến nay, người ta vẫn chưa đưa ra những biện pháp cụ thể. Trong những trường hợp đó, đã có một trường hợp được quyết định. Dương Thượng Côn, kẻ đầu tiên làm Mao tức trong vụ Lá Cờ Đen và người chịu trách nhiệm trong việc gắn hệ thống nghe trộm trên đoàn tàu của Mao, bị cách chức. Uông Đông Hưng được bổ nhiệm làm người kế nhiệm. Uông vẫn đảm nhiệm chức Chủ nhiệm Văn phòng của các lực lượng an ninh, nhưng rời ghế thứ trưởng Bộ công an. Với tư cách Chủ nhiệm Tổng văn phòng, ông có ảnh hưởng lớn hơn nhiều. Uông kể:
- Tôi nói rằng không xứng đáng với chức vụ này, đề cử Trần Bá Đạt, nhưng Chủ tịch từ chối. Khi đề nghị Hồ Kiều Mục làm Chủ nhiệm Tổng văn phòng, tôi sẽ làm phó cho ông ta, Mao nói, Hồ Kiều Mục thuộc loại người nhỏ nhen, không thích hợp với công việc hành chính. Chủ tịch cứ nhất quyết đề nghị tôi phải đảm nhận chức vụ này.
Tôi nói:

- Xin chúc mừng đồng chí được thăng chức.

Dĩ nhiên, tôi lập tức tự hỏi, cuộc thay đổi chính trị này sẽ ảnh hưởng đến tôi ra sao. La Thuỵ Khanh và Dương Thượng Côn đã ủng hộ khi người ta đề nghị tôi làm bác sĩ riêng của Mao. Nếu cuộc thanh trừng lan xuống cấp dưới, tôi chắc cũng sẽ bị vạ lây. Thế nhưng, người thực sự bênh vực tôi, Uông Đông Hưng, lại được thăng chức. Có lẽ nhờ vậy tôi thoát hiểm, nhưng vẫn có cảm giác không được tốt lành cho lắm. Đây là lần đầu tiên cải tổ thành phần cấp lãnh đạo cao nhất từ khi cộng sản nắm chính quyền, chắc chắn gây tiếng vang lớn tới tất cả các tầng lớp trong xã hội.

Uông Đông Hưng đã nhìn thấu tình hình, ông quay lại Giang Tây không chỉ để hoàn tất chiến dịch giáo dục xã hội chủ nghĩa của chúng tôi mà còn để né tránh những cuộc phản công, phân tranh quyền lực chính trị, ông muốn đứng ngoài, quan sát trận đấu cho đến khi tất cả các vấn đề trở nên rõ ràng. Chúng tôi cũng nên ở lại Giang Tây, vì các cuộc thanh trừng cũng chẳng chừa cấp dưới. Ở nông thôn, an toàn hơn.

Tôi ngày càng cảm thấy khó chịu. Mặc dù luôn luôn không muốn dính đến chính trị. nhưng thấy cần phải biết những biến động chính trị đang diễn ra. Tuy vẫn đang ở nơi yên ổn, nhưng phải biết rõ hơn những gì đang diễn ra ở trung tâm quyền lực, Mao đang nghĩ gì, có những kế hoạch gì, nhưng sống trong làng quê, khó mà biết những gì đang diễn ra ở Bắc Kinh.

***

Việc bốn cán bộ lãnh đạo của đảng bị công kích chẳng làm tôi ngạc nhiên. Sau vụ đặt "bọ" nghe trộm, Mao không còn tin Dương Thượng Côn. Mặc dù, thực ra lỗi của giới lãnh đạo cao cấp nhất của đảng – những người như Đặng Tiểu Bình và Lưu Thiếu Kỳ, nhưng bao giờ cũng vậy, trước tiên Mao tấn công các cán bộ trung cấp.

Đã từ lâu, Mao nghi ngờ Bành Chân, bí thư thành uỷ Bắc Kinh. Mấy năm trước, Mao kể cho tôi nghe, Khang Sinh nghi ngờ Bành Chân có xu hướng "chống Mao". Theo nhận biết của tôi, Bành Chân lúc nào cũng tỏ ra trung thành, thường xuyên hỏi tôi về tình hình sức khỏe Chủ tịch. Khang Sinh quả quyết Bành Chân đã phê phán chính sách Ba ngọn cờ hồng của Mao trong Đại nhảy vọt và yêu cầu xét lại tính cách mạng của chính sách này.

Việc Lục Đình Nhất gặp rắc rối về chính trị cũng không làm tôi sửng sốt. Với tư cách Chủ nhiệm Ban tuyên truyền. Lục Đình Nhất chịu trách nhiệm lĩnh vực văn hoá, nghệ thuật. Bởi vì Giang Thanh và Kha Thanh Thế tuyên truyền chống trường phái lăng mạn được

Mao ủng hộ, vấn đề của Lục Định Nhất hầu như không thể tránh được.

Tôi biết rất rõ La Thuy Khanh, chúng tôi cộng tác chặt chẽ với nhau ngay từ khi đảm nhận nhiệm vụ làm bác sĩ cho Mao. La gặp rắc rối lần đầu tại Bắc Đới Hà khi ông ngăn Mao đi bơi lúc biển động. Đối với La Thuy Khanh, vấn đề an ninh của Mao bao giờ cũng được đặt lên hàng đầu và đúng ra, chưa bao giờ ông bất trung với Mao. Nhưng ông có nhiều quan điểm khác với Lâm Bưu, vì thế khác luôn cả với Mao.

Tôi được biết La gặp chuyện lôi thôi về chính trị vào tháng 6-1964 khi ông mở cuộc tập trận quy mô lớn gần khu lăng mộ nhà Minh, ngoại ô thành Bắc Kinh. Cuộc tập trận tham gia của các binh lính Bắc Kinh và Tế Nam do La Thuy Khanh, Dương Vĩnh và Dương Đắc Chí cùng chỉ đạo. Lâm Bưu được mời đến với tư cách quan sát viên, nhưng từ chối, ông bảo, không tin tưởng những cuộc diễn tập quân sự.

Mao đã chứng kiến vài buổi tập trận, cuộc tập trận lần này lại chứng minh hùng hồn cho thuyết của Lâm Bưu, "con người và lý tưởng còn quan trọng hơn cả vũ khí". Một tiểu đội chiến sĩ tay không đánh chiếm được cả một toà nhà năm tầng làm Mao rất hài lòng. Cuộc tập trận đã khiến ông nhìn nhận rằng, chính nước Trung Hoa lạc hậu và kém phát triển có thể chiến thắng được kẻ thù mạnh nhất, được trang bị tối tân nhất, kể cả kẻ thù hùng mạnh to lớn ở phương Bắc. Mao nói với La Thuy Khanh sau khi xem xong:
- Liên Xô là người khổng lồ, nhưng không phải là không có điểm yếu. Chừng nào chúng ta biết cách chống người khổng lồ, chừng đó chúng ta không có gì phải sợ dù chúng to lớn và hùng cường đến đâu.

Nhưng Mao cũng biết, La Thuy Khanh yêu cầu hiện đại hoá quân đội Trung Quốc, bác bỏ thuyết của Lâm Bưu. Có lần Mao nói đùa:
- Đối với La Thuy Khanh, chỉ có quần áo mặc trên người có giá trị, ngoài ra chẳng còn có gì nữa.

Tôi được biết thêm về chuyện phiền toái của La Thuy Khanh qua tài liệu của hải quân do Uỷ ban quân sự chuyển cho Mao và bây giờ được Uông Đông Hưng mang từ Hàng Châu về. Vợ Lâm Bưu, Diệp Quân, đã phát động chiến dịch công kích La Thuy Khanh. Tháng 11-1965, trước khi Uông Đông Hưng được triệu về Bắc Kinh ít lâu, bà ta bay đến Hàng Châu tố với Mao rằng La Thuy Khanh cưỡng lại khẩu hiệu "Lấy chính trị làm thống soái" của chồng bà.

Mao đứng về phía Diệp Quần. Ông đã ghi trong tài liệu mà Uông Đông Hưng đưa cho tôi xem:

- Kẻ nào không công nhận lấy chính trị làm thống soái, chỉ biết dẻo mồm kiểu ấy, kẻ đó đã tuyên truyền cho chủ nghĩa cơ hội. Chúng ta phải cảnh giác trước thái độ này.

Chính uỷ không quân Vũ Từ Tuấn đã liên kết với Diệp Quần chống lại La Thuỵ Khanh, quả quyết rằng, ngay từ đầu La Thuỵ Khanh đã phản đối việc bổ nhiệm Lâm Bưu làm người thay thế Bành Đức Hoài, bây giờ lại đòi Lâm Bưu từ chức. Khi Lâm Bưu ốm, không thể thường xuyên gặp La Thuỵ Khanh như quy định. La Thuỵ Khanh nói rằng:

- Nếu đồng chí ấy hay ốm như vậy, làm sao đảm đương được việc gì? Nên có một người khác đảm nhận công việc của đồng chí ấy. Đừng đứng cản đường người khác.

La Thuỵ Khanh bực về tham gia trực tiếp vào chính trị của Diệp Quần, khuyên bà ta nên quan tâm nhiều hơn đến ông chồng mắc bệnh kinh niên. La cho rằng, nếu sức khỏe của Lâm Bưu tốt hơn, ông có thể chuyên tâm hơn vào những công việc quan trọng trong Bộ quốc phòng. Vũ Phát Tiên khẳng định, La Thuỵ Khanh tìm cách để Lâm Bưu từ chức, nên La Thuỵ Khanh đã thuyết phục Lưu Nha Lâu, tổng tư lệnh không quân, tác động đến Diệp Quần để bà khuyên chồng nghỉ hưu. La Thuỵ Khanh từng tranh luận: "Ai cũng đến lúc phải rút khỏi chính trường, cả Lâm Bưu cũng vậy". Chính La Thuỵ Khanh muốn đoạt cái ghế trong Uỷ ban quân sự của Lâm Bưu. Nếu Diệp Quần thuyết phục được chồng từ chức, La hứa sẽ có trọng thưởng. Chuyện này thực hư ra sao tôi không rõ.

Diệp Quần và Vũ Phát Tiên không chấp nhận đề nghị của La Thuỵ Khanh, còn Mao lại đứng về phía hai người này. Giữa tháng 12-1965, La Thuỵ Khanh bị tước hết tất cả những chức vụ quan trọng trong quân đội.

Đối với tôi việc La Thuỵ Khanh bị hạ bệ báo hiệu một điều chẳng lành.

Qua Uông Đông Hưng, tôi nhận thấy Chu Ân Lai, người đứng ra bênh vực La Thuỵ Khanh trong vụ này và bất đồng với Lâm Bưu, cũng tỏ ra lo lắng. Thủ tướng Chu Ân Lai yêu cầu Uông Đông Hưng phải khẩn cấp trở về Bắc Kinh. Hàng ngày Chu giải quyết hầu hết công việc của chính phủ. Đầu năm 1964, Chu Ân Lai đã phàn nàn với Uông Đông Hưng về tình hình thiếu nhân sự có khả năng điều hành công việc hành chính ở cấp cao nhất trong chính phủ, Chu nói "Chúng ta rất thiếu những người có năng lực". Bành Chân lo về công việc hành chính của đảng, La Thuỵ Khanh đảm nhiệm công việc hành chính của quân đội, còn Chu Ân Lai lo về chính phủ. Bây giờ, Bành Chân và La Thuỵ Khanh đều bị công kích, nên Chu ân Lại lo ngại việc ổn định tình hình ở Bắc Kinh sẽ còn khó khăn hơn nhiều. Ông giục Uông Đông Hưng phải nhận chức vụ mới càng sớm càng tốt. Nhưng Uông đã cố tình ở lại Giang Tây cùng với các nhân viên Nhóm Một đến tháng 4-1966.

Tôi cảm thấy vui vì được ở lại, bởi trong hoàn cảnh này, chẳng ai có thể biết trước cái gì sẽ chờ tôi khi trở về Bắc Kinh?

Chẳng bao lâu sau, tôi cũng biết. Sau khi Uông Đông Hưng quay lại được ít hôm – tôi vẫn chưa hoàn toàn nắm bắt được hết những biến động chính trị – tôi bị Mao gọi về.

Hôm ấy là ngày 1 tết dương lịch năm 1966, các nhân viên Nhóm Một muốn được ăn mừng ngày lễ kha khá một chút. Buổi sáng, tôi và y tá trưởng Ngô Tự Tuấn vật lộn với mưa lạnh và bùn lầy để tới làng Uông Đông Hưng đang ở. Chỉ những người thành thị chúng tôi mới tổ chức đón năm mới dương lịch, vì nông dân trong làng vẫn cứ theo tết âm lịch. Đối với họ, dương lịch không có ý nghĩa gì.

Uông Đông Hưng chỉ thị cho chúng tôi chuẩn bị thứ bánh cổ truyền mà người ta hay làm vào dịp Tết Tây. Một số người chúng tôi băm thịt và trộn nhân bánh, số khác nhào bột hoặc nặn bánh. Khi chúng tôi làm gần xong, bỗng nhiên một nhân viên an ninh của huyện Thang Nghiên xộc vào phòng. Anh ta thở hổn hển và mồ hôi mồ kê vã ra như tắm. Có người nào đó nói đùa:

- Làm gì mà nhắng lên thế. Đủ bánh mà.

Anh ta kéo tôi, Uông Đông Hưng và Ngô Tự Tuấn ra một bên, nói:
- Tôi cố gọi điện cho các đồng chí suốt hai tiếng đồng hồ liền mà không được.

Lúc ba giờ sáng anh ta nhận được một cú điện thoại của tỉnh uỷ tỉnh Giang Tây. Chủ tịch bị ốm, ông đang ở Nam Xương, thủ phủ của tỉnh. Y tá Ngô Tự Tuấn và tôi phải lập tức đến chỗ ông. Đi bằng xe Jeep cũng phải mất 11 hoặc 12 tiếng mới tới nơi. Chúng tôi phải lập tức khởi hành.

Tôi muốn quay lại Thạch Tư để gói ghém một ít đồ, nhưng Uông Đông Hưng cấm, bảo, mọi thứ cần thiết có thể mua ở Nam Xương, chuyến đi phải được giữ bí mật. Uông Đông Hưng quyết định đi theo. Ông muốn biết bệnh tình của Mao nghiêm trọng đến mức nào và cũng muốn tranh thủ xem ở Bắc Kinh có chuyện gì mới không. Nếu không phải là Chủ tịch ốm nặng, Uông sẽ lập tức trở về làng.

Thế là chúng tôi chẳng được ăn món bánh bao nhân thịt, Uông yêu cầu lên đường ngay lập tức. Xe chạy trên con đường đất lầy lội dưới trời mưa tầm tã. Bùn bắn cả lên kính, đến nỗi chẳng còn nhìn thấy gì nữa. Chúng tôi nghỉ một chút ở nhà khách Thang Nghiên, rồi lại tiếp tục đi với tốc độ như sên bò. Đến khi xe ra đến một con đường trải đá răm, mới chạy nhanh hơn. Nửa đêm, chúng tôi tới Nam Xương. Đầu tiên chúng tôi gặp Phương Chí Xuân, chủ tịch Hội đồng nhân dân tỉnh Giang Tây và một vài cán bộ đảng khác của tỉnh. Phương nói:

- Chủ tịch đến đây từ hai tuần nay, hai hôm trước ông trở bệnh.

Chúng tôi được dẫn tới nhà khách Bân Giang, nơi Mao và đoàn tuỳ tùng ăn nghỉ. Thuộc hạ của Uông Đông Hưng, Trương Diêu Tự, vị tư lệnh quân đoàn trung ương đang ở đó cùng với Hứa Diệp Phụ, tay thư ký xảo quyệt đã đẩy được Lâm Khắc đi để chiếm chỗ. Một người phụ trách an ninh mới, Khắc Kỳ Hữu chịu trách nhiệm bảo vệ Mao và một người phục vụ mới. Chu Phúc Minh, chịu trách nhiệm lo những nhu cầu cá nhân. Một số tì nữ của Mao cũng có mặt trong nhà khách. Trong số họ có một cô y tá, hai cô thư ký riêng và cô phục vụ trên đoàn tàu đặc biệt của Mao là Trương Ngọc Phượng. Mao đem theo ba đầu bếp, một tá vệ sĩ. Nhưng chẳng có ai trong số những người thuộc ban cũ, nên bầu không khí khác hẳn, tôi cảm thấy khó chịu thế nào ấy.

Người duy nhất ở đây tôi quen là Chu Phúc Minh, người phục vụ mới của Mao, quê ở Hàng Châu, người đã vài lần cắt tóc cho Mao trước khi anh ta được vào Nhóm Một (Vương Gấu lớn nghỉ hưu với khoản tiền hưu hậu hĩnh).

Thông qua Chu Phúc Minh, tôi biết những gì đã xảy ra. Ngày 26-12-1965, Mao tổ chức sinh nhật lần thứ 72 của ông. Buổi chiều, ông uống chút rượu vang, sau đó cùng một số phụ nữ ra bờ Châu Giang đi dạo. Lúc ấy mặc dù gió to, nhưng cảm thấy nóng bức Mao phanh cúc áo ngực. Trương Ngọc Phượng và ông vừa đi vừa cãi lộn chuyện cũ của hai người. Gần đây, Mao phát hiện Trương Ngọc Phượng yêu một tay trong đám vệ sĩ, ông bắt Trương quỳ xin lỗi, còn tay vệ sĩ bị tống cổ ra khỏi Trung Nam Hải đuổi về Nam Kinh, câu chuyện mâu thuẫn vẫn kéo dài trong quan hệ giữa hai người, không ngờ rồi bùng nổ sau buổi chiều sinh nhật của ông.

Ngay buổi tối xảy ra sự việc, Chủ tịch bị cảm, đến đêm ông ho và sốt cao. Ông không cho các bác sĩ ở Nam Xương khám bệnh, hy vọng bệnh tự khỏi. Khi tình trạng bệnh tình ngày càng xấu đi, ông

vẫn từ chối mọi sự chăm sóc y tế, làm giới lãnh đạo đảng ở Giang Tây lo ngại. Cuối cùng, Mao cho gọi tôi và y tá Vũ. Khi tôi bước vào phòng, ông nằm trên giường, mặt ông đỏ lựng, thở nặng nhọc và ho liên tục. Ông nói:
- Tôi bị như vậy từ vài hôm rồi. Tôi tưởng sẽ khỏi nhưng không được. Vì vậy phải gọi đồng chí tới.

Trước sau tôi cũng vẫn là bác sĩ duy nhất được Mao tin tưởng. Ông bị sốt tới 40 độ, cơn cảm lạnh đã làm ông bị viêm phế quản. Tôi bảo phải dùng kháng sinh chữa viên phế quản và hạ sốt, ông chịu uống ngay.

Đến 5 giờ sáng, tôi và y tá Vũ trở về nhà khách ở Nam Xương, nơi Uông Đông Hưng và một số cán bộ lãnh đạo của tỉnh Giang Tây đang chờ. Nếu ngày hôm sau tình hình sức khỏe của Mao tốt hơn, ba chúng tôi sẽ trở lại nông thôn.

Ngày hôm sau, tôi và Uông Đông Hưng cùng đến chỗ Mao. Thuốc kháng sinh đã có tác dụng, cơn sốt đã hạ, nhưng Mao vẫn còn ho. Ông yêu cầu chúng tôi tiếp tục điều trị thêm vài ngày nữa. Uông Đông Hưng phải quay về nông thôn, tôi và y tá Vũ ở lại.

Uông bối rối. Mao điều chúng tôi về nông thôn để chúng tôi làm quen với khổ cực, tham gia vào chiến dịch giáo dục xã hội chủ nghĩa, rồi báo cáo lại cho ông về công việc. Vậy mà bây giờ Mao chẳng hỏi một câu gì đến công việc. Uông tự hỏi không biết Mao đang nghĩ gì nữa.

Ngay tối hôm đó, Uông Đông Hưng trở về nông thôn mà những thắc mắc của ông chẳng tìm được một câu trả lời.

Việc tiếp xúc với Mao ngày càng trở nên khó khăn, vì những cô tì nữ thay phiên nhau vây quanh Chủ tịch. Lúc nào cũng có một cô trong số họ túc trực. Chu Phúc Minh rất ít khi bước vào phòng Mao. Anh ta chỉ lấy thức ăn hay trà cho ông từ dưới bếp lên, còn việc phục vụ ông được một trong những cô nhân tình đảm nhiệm. Vì tôi biết những cô gái này có quan hệ sâu kín với Mao, không muốn xen vào những chuyện riêng tư nên tôi rất ý tứ trong việc chăm sóc sức khỏe cho ông.

Tình trạng sức khỏe của ông trở nên đáng lo ngại. Tuy nhờ thuốc kháng sinh, sau vài ngày bệnh ho và viêm khí quản đã giảm, nhưng trong quá trình điều trị, tôi nhận thấy Mao uống thuốc ngủ nhiều một cách bất thường – gấp mười lần liều lượng thông thường, liều lượng đủ để giết chết một người. Mặc dù với thời gian dùng thuốc an thần hết năm này qua năm khác, cơ thể Mao đã có một khả năng đáng kể chống lại tác dụng của thuốc an thần, nhưng tôi không thể xác định được giới hạn giữa khả năng quen thuốc và liều lượng dẫn tới tử vong ở Mao. Chừng nào tôi vẫn còn ở nông thôn, chừng đó người ta không thể đổ lỗi cho tôi, nếu Mao dùng thuốc ngủ quá liều lượng. Nhưng ở Nam Xương, tôi trực tiếp theo dõi tình trạng sức khỏe của ông, sẽ là người hoàn toàn chịu trách nhiệm đối với bất cứ chuyện gì xảy ra.

Việc dùng thuốc tăng liều của Mao có quan hệ với tình hình chính trị căng thẳng. Một số nhân viên ở đây cho tôi hay, từ khi vợ Lâm Bưu, Diệp Quần đến gặp Mao hồi tháng 11-1965, báo cáo lại thái độ bất tuân lệnh của La Thuỵ Khanh đối với chồng bà, liều thuốc ngủ Mao dùng cứ tăng dần. Ngày 8-12-1965, trong một cuộc họp mở rộng của Uỷ ban thường vụ của Bộ Chính trị ở Thượng Hải, Mao đã cách chức Tổng tham mưu trưởng của La Thuỵ Khanh, bổ nhiệm người phó của La, tướng Dương Thành Vũ lên thay. Kỳ họp kéo dài một tuần và Mao căng thẳng đến độ không ngủ được, ông uống thuốc liên tục hơn, thậm chí khi không muốn ngủ ông vẫn uống thuốc.

Tôi phải giải thoát cho ông khỏi cơn nghiện này.

Sau khi về đây được một tuần, tôi đến chỗ ông vào lúc nửa đêm. Mao đang nằm trên giường, đọc lịch sử đời hậu Hán (25 đến 20 sau công nguyên). Để chuẩn bị cho một trận đánh trên chính trường, ông thích đọc những tác phẩm lịch sử hơn những tác phẩm của Marx. Cuốn lịch sử nhà Hán viết rất hay, đầy đủ những mưu mô thủ đoạn cuộc chiến nội bộ.

Ông nói:

- Lần này hình như đồng chí đã lại có thần dược mới. Tôi lại khỏe lại rồi.

Tôi đáp:

- Đó là loại thuốc rất bình thường nhưng đã có tác dụng.

Ông đưa tôi xem một tập tài liệu, hỏi tôi có muốn đọc không. Thực ra tôi tới để nói về việc ông dùng thuốc ngủ chứ không phải thảo luận về chính trị. Tôi đọc được hàng tít: "Bình luận vở kịch lịch sử Hải Thuỵ Từ Quan". Bài báo này là một trong số bài báo ít ỏi mà tôi đã đọc qua ở Thạch Từ xa xôi và cách trở với thế giới bên ngoài. Bài này của "nhà lý luận" Diêu Văn Nguyên ở Thượng Hải, đăng trên tờ Văn Hối Báo của Thượng Hải ngày 10 tháng 11 năm 1965. Bài này phê phán một vở kịch của phó thị trưởng Bắc Kinh, Ngô Hàm. Vở kịch ca ngợi Hải Thuỵ, một quan trong triều đời nhà Minh người mà Mao thường lấy làm tấm gương sáng ngời để cán bộ đảng nơi theo.

Bài bình luận làm tôi phải suy nghĩ. Chính Mao đã quảng bá cho các vở kịch truyền thống về nhân vật Hải Thuy. Ngô Hàm, tác giả của vở kịch, không chỉ là phó thị trưởng thành phố Bắc Kinh, ngoài ra ông còn là giáo sư Đại học Bắc Kinh, một trong những chuyên gia hàng đầu về lịch sử đời nhà Minh. Sự quan tâm của Mao về thời kỳ lịch sử này đã làm nảy sinh mối quan hệ của ông với Ngô Hàm từ nhiều năm nay. Từ khi Mao khuyên tôi nên nghiên cứu sâu hơn nữa về lịch sử Trung Quốc, thỉnh thoảng tôi có dự những cuộc mạn đàm của Mao và Ngô Hàm.

Mao từng phê phán những tác phẩm đầu tay của Ngô Hàm, cuốn tiểu sử người sáng lập triều đại nhà Minh, Chu Nguyên Chương, tiêu đề "Từ ăn mày thành Hoàng đế", cuốn sách đánh giá sai lầm về lịch sử, ông phê phán Ngô Hàm đã tham gia đội quân Khăn Xếp Đỏ, qua nhân vật Chu Nguyên Chương ông phê phán Tưởng Giới Thạch thời hiện tại. Hàng loạt vấn đề tà giáo Mao vạch ra và cho rằng mọi người có thể mắc phải, ngoại trừ ông, nhưng vị Chủ tịch đảng cộng sản đã bảo vệ vai trò lịch sử của Tưởng Giới Thạch trong cuộc viễn chinh Bắc phạt năm 1926-1927, Tưởng đã kiên quyết từ chối không chịu chia cắt Trung Quốc dưới sức ép chính trị to lớn của Hoa Kỳ. Ngô Hàm tiếp thu ý kiến phê phán của Mao mặc dù tác giả vở kinh kịch Hải Thuy được chính Mao kêu gọi học tập, lấy nhân vật Hải Thuy làm tấm gương cho mọi người học tập. Tôi chẳng hiểu vì sao bây giờ Ngô Hàm và vở kịch lại bị phê phán.

Giờ đây Mao lại muốn nói chuyện với tôi về vở kịch của Ngô Hàm. Ông tán thành những lời phê bình của Diêu Văn Nguyên dựa theo ý của Giang Thanh và Trương Xuân Kiều.

"Ý tưởng" của bài phê bình này đi ngược lại dòng thời gian về hội nghị của Bảy ngàn cán bộ hồi tháng 1-1962. Khi đó Mao đã phải "tự phê bình". Việc cách chức Bành Đức Hoài khi đó là một đề tài thường được nhắc tới, vì nhiều người cho là không công bằng. Người ta bắt đầu so sánh giữa việc vua Gia Kính cách chức và tống giam Hải Thuy với việc Mao cách chức Bành Đức Hoài. Cả Bành Đức Hoài và Hải Thuy đều là những quan chức trung trực, họ đã phục vụ đất nước và người đứng đầu quốc gia một cách trung thành. Họ đã chỉ cho người đứng đầu quốc gia những sai lầm không phải với dụng ý trách móc, mà để quốc gia có một chính quyền tốt hơn, qua đó tiếng thơm của người đứng đầu quốc gia được nhân lên gấp bội. Bành Đức Hoài được xem là một Hải Thuy thời nay.

Cả Mao và ông vua nọ có cùng một điểm giống nhau, không chịu để người khác phê phán.

Tính đa nghi của Giang Thanh, vai trò chính trị mới và mối quan tâm đối với văn hoá và nghệ thuật đã khiến bà luôn luôn để ý đến những nhà soạn kịch cho là không trung thành với chồng bà. Có lẽ, bà nghi Ngô Hàm bất trung, khi bà xem vở kịch Hải Thuỵ Từ Quan của ông.

Tuy nhiên, Thị trưởng thành phố Bắc Kinh Bành Chân, Trưởng ban tuyên truyền Lục Đinh Nhất và Phó trưởng ban tuyên truyền Chu Dương đã từ chối đề nghị của Giang Thanh phát động một chiến dịch chỉ trích vở kịch. Ngô Hàm vừa là bạn, là đồng chí, là một trí thức đáng kính và một người được coi là trung thành với Mao. Nhưng Giang Thanh đưa ra câu hỏi, tại sao ông không thay đổi tiêu đề cuốn tiểu sử "Từ ăn mày thành vị Hoàng đế" thành "Tiểu sử Hoàng đế Chu Nguyên Chương"? Tại sao ông không trả lời Mao vở kịch "Hải Thuỵ Từ Quan" rút ra được bài học gì? Giới lãnh đạo Bắc Kinh thấy chẳng có cớ gì phải nghe theo chỉ thị Giang Thanh. Đã đành bà là vợ của Mao, nhưng bà chẳng có một chức vụ chính thức nào từ những ngày ở Hồ Nam. Giới lãnh đạo chính trị cao cấp đánh giá bà rất thấp. Tầng lớp diễn viên, đào kép theo truyền thống Trung Hoa người ta coi thường, xếp vào hạng "xướng ca vô loài", Giang Thanh cũng từ cô đào có nhiều tham vọng chính trị, vận may vớ được và kết hôn với người lãnh lãnh đạo quốc gia, càng làm người ta ghét, không ưa.

Mao cần Giang Thanh trong bước ngoặt trên con đường danh vọng của ông. Thậm chí tham vọng chính trị của bà lại có lợi cho ông. Giang Thanh đã từng nói, bà là chiến sĩ trung thành tuyệt đối của Mao, nhưng nếu không có Mao, bà chả là cái đinh gì. Khi bí thư thành uỷ Thượng Hải, Kha Thanh Thế đột ngột qua đời tháng 4 năm 1965. Cái ghế của ông được Trưởng ban tuyên truyền của Thượng Hải, Trương Xuân Kiều đảm nhiệm. Cũng như Kha Thanh Thế, Trương Xuân Kiều, người nhất nhất tuân theo mọi chỉ thị của Mao. Trương Xuân Kiều đã bố trí cho thân hữu của ông ta, Diêu Văn Nguyên, Chủ nhiệm tờ Giải Phóng Quân Nhật Báo, trực tiếp cộng tác với Giang Thanh. Khi bài phê bình được đăng tải trên tờ Văn Hối Báo, Mao mới được biết nội dung. Bài đả kích nhằm tạo ra một chiến dịch chống Ngô Hàm và những đồng đảng còn lại của Bành Đức Hoài. Các tờ báo và tạp chí khác phải hưởng ứng phê bình. Nhưng giới truyền thông ở Bắc Kinh lờ bài đả kích của Diêu Văn Nguyên. Mao cáu kỉnh, nói:

- Mãi 19 ngày sau, kể từ ngày bài này được đăng trên tờ Văn Hối Báo, cho tới khi tôi can thiệp, các báo chí ở Bắc Kinh mới tham gia. Đồng chí thấy họ cứng đầu ghê gớm không?
Tôi bối rối, vì tôi vẫn không làm sao hiểu nổi tại sao Hải Thuy và Ngô Hàm lại bị phê phán. Dĩ nhiên tôi không thể hiểu được rằng, bài báo của Diêu Văn Nguyên là tiếng súng mở đầu cho một cuộc Đại cách mạng văn hoá vô sản của Mao. Tôi cũng không hiểu, theo lời Mao, ai là kẻ cứng đầu ghê gớm. Mãi đến khi cuộc Cách mang Văn hoá bắt đầu, tôi mới biết rằng ông nói về Chủ tịch nước Lưu Thiếu Kỳ và những đồng chí thân thiết nhất của ông trong ban lãnh đạo đảng và nhà nước.
Tôi vẫn giữ im lặng, cố tìm hiểu nội tình của Mao, hứa với Mao sẽ đọc bài báo của Diêu Văn Nguyên thêm một lần nữa. Mao đưa bài báo cho tôi, nói:
- Phải đấy, đồng chí hãy đọc qua một lượt nữa đi. Sau đó đồng chí hãy cho tôi biết ý kiến.
Tôi tìm cách lái câu chuyện sang đề tài sức khỏe của ông:
- Còn một vấn đề liều lượng dùng thuốc ngủ của Chủ tịch. Chủ tịch đang dùng một liều lượng gấp 10 lần liều lượng thông thường.
Mao hỏi lại:
- Nhiều đến thế sao?
- Đúng vậy. Tôi đã đọc y bạ của Chủ tịch. Với liều lượng thuốc ngủ như vậy có thể làm tổn hại đến sức khỏe của Chủ tịch.
- Theo đồng chí, phải làm sao bây giờ?
- Tôi nghĩ rằng phải giảm liều lượng này càng sớm càng tốt. Tôi đề nghị dùng hỗn hợp của đường glucose với thuốc an thần nhồi vào những vỏ thuốc con nhộng để làm một loại thuốc tương đương với lượng thuốc ngủ thích hợp. Mao chấp thuận.
Nhưng ông còn cảm thấy một cái gì khác lạ, ông muốn trao đổi thêm:
- Có cái gì đó không bình thường ở nhà khách này. Hình như bị người ta xả khí độc. Tôi không thể ở lại đây lâu hơn được nữa. Dồng chí hãy nói với Trương Diêu Tự, anh ta phải chuẩn bị đi. Chúng ta sẽ lên đường đi Vũ Hán.
Nỗi sợ hãi bị đầu độc của Mao xét bề ngoài cũng không phải hoàn toàn vô lý. Có một lần ngủ trong một biệt thự của Mao, tôi cũng không thể nào ngủ nổi. Không hẳn chỉ vì nó quá rộng rãi và xa hoa, mà vì có một thứ mùi gì đó rất lạ. Một người bạn tôi cũng phát hiện ra một thứ mùi rất đặc biệt, khi ông đến ở một nhà nghỉ của Mao. Đa số các nhà nghỉ của Mao đều nằm ở những địa điểm nóng, ẩm ở

miền Nam Trung Quốc và Mao thường nhiều năm mới tới ở một lần. Trong thời gian đó, chúng như những căn nhà hoang không ai ở. Tôi chỉ có thể phỏng đoán, qua nhiều năm như vậy những ngôi nhà bị ẩm mốc. Nhiều người đã chứng minh rằng những người nông dân hầu như quanh năm suốt tháng lao động ngoài trời và cư trú trong những ngôi nhà đơn sơ thường không thể ở nổi trong những ngôi nhà kiểu mới ngày nay, họ sợ bầu không khí ngột ngạt, ẩm mốc.

Chứng hoang tưởng cục bộ của Mao, lần đầu tiên phát hiện ở Mao hồi năm 1958 ở Thành Đô, khi ông tưởng nước ở trong bể bơi bị đầu độc, bây giờ lại gia tăng. Nhưng thứ độc thực sự chính là những mưu toan chính trị trong nội bộ giới lãnh đạo đảng cộng sản. Tôi phải làm việc thận trọng.

Trước hết, tôi truyền lệnh của Mao cho Trương Diêu Tự chuẩn bị sẵn sàng đi Vũ Hán khi có lệnh lên đường. Sau đó qua đường đây đảm bảo không bị nghe trộm, tôi gọi điện cho Thạch Thụ Hán, Thứ trưởng Bộ y tế để báo cáo với ông về căn bệnh vừa rồi của Mao, nên giải quyết vấn đề dùng thuốc ngủ của Mao như thế nào. Những viên thuốc nói trên phải được điều chế ngay trong Bệnh viện Bắc Kinh. Thạch Thụ Hán lo lắng. Ông sợ rằng cơn sốt của Mao có thể là một bệnh gì đó nghiêm trọng hơn bệnh phế-quản-phế viêm. Ông ta muốn bàn bạc với Chu Ân Lai, cử một đội chuyên viên tới khám bệnh cho Chủ tịch. Nhưng tôi chắc rằng, cơ thể của Mao đã bình phục trở lại.

Điều mà tôi không yên tâm, vấn đề nghiện thuốc ngủ và nỗi sợ bị đầu độc ở ông. Đâu đâu ông cũng nhìn thấy bọn cùng một giuộc. Nếu các chuyên viên y tế tới khám bệnh, biết đâu ông sẽ nghĩ, tôi đã nói dối ông về bệnh tình hoặc muốn trốn tránh trách nhiệm hay muốn cài gián điệp vào chỗ ông. Tôi đã thuyết phục Thạch Thụ Hán, tốt hơn hết không nên làm gì cả.

CHƯƠNG 56

Đêm đó, đoàn tàu của Mao rời thành phố đi Vũ Hán, trưa ngày hôm sau, chúng tôi có mặt. Những viên thuốc ngủ mới cùng với tập tài liệu hàng ngày của đảng đã được gửi từ Bắc Kinh đến văn phòng thư ký riêng của Mao. Y tá Ngô Tự Tuấn và tôi cùng các nhân viên khác – những người phục vụ, những thư ký và các thiếu nữ của Mao – đều ở trong khách sạn.

Bầu không khí trong nội bộ các nhân viên thân cận của Mao đã thay đổi. Uông Đông Hưng luôn tìm cách nắm được những ý nghĩ và hành động của Mao càng nhiều càng tốt, ngược lại, Trương Diêu Tự lại không muốn can thiệp vào. Căn cứ vào những căng thẳng cao độ của tình hình chính trị hiện nay, ông cố gắng giữ khoảng cách với Mao để tự vệ. Ông không cho phép tôi thông báo tình hình sức khỏe hàng ngày của Mao với ông, vì chỉ chịu trách nhiệm đối với sự an toàn của Mao. Nếu được báo cáo đều đặn về tình hình sức khỏe của Mao, người ta có thể sẽ quy trách nhiệm nếu có chuyện chẳng lành xảy ra.

Khắc Kỳ Hữu, trưởng ban an ninh, thì ngược lại. Ông ra sức tìm hiểu tất cả mọi chuyện về Chủ tịch để được gần Mao hơn. Ông moi tin từ những nhân tình của Mao và gây khó khăn cho chúng tôi trong việc gặp Mao. Tôi và y tá Ngô Tự Tuấn thường phải báo cáo ông rồi mới được vào thăm bệnh cho Mao. Tôi rất ghét thái độ kiêu căng gây phiền hà của ông ta.

Tôi theo dõi cuộc thử nghiệm những viên thuốc ngủ đối với Mao và phương pháp này tỏ ra có hiệu quả. Sau năm ngày, liều lượng thuốc ngủ khủng khiếp Mao dùng đã giảm xuống mức bình thường như trước kia. Tôi chẳng cần phải ở đây lâu hơn nữa. Đã đến lúc tôi và y tá Ngô Tự Tuấn trở về Thạch Tư. Bầu không khí ở Nhóm Một quá căng thẳng, và lại chúng tôi vẫn chưa hoàn tất công việc của chiến dịch "Bốn Minh bạch".

Thế nhưng Trương Diêu Tự muốn chúng tôi ở lại. Ông vẫn lo ngại về tình trạng sức khỏe của Chủ tịch, sợ trách nhiệm sẽ phải gánh vác khi có chuyện rắc rối xảy ra. Ông cũng không chịu đựng nổi Khắc Kỳ Hữu. Chừng nào tôi và y tá Ngô Tự Tuấn vẫn còn có mặt ở đây, chừng đó ông vẫn biết về tình trạng sức khỏe của Chủ tịch mà không phải chịu một trách nhiệm nào. Mặt khác, chúng tôi như cái lá chắn để chống lại sự lên mặt của Khắc Kỳ Hữu.

Nhưng chúng tôi vẫn phải đi. Tôi đến gặp Mao, nói với ông, liều lượng thuốc ngủ cũng như tình trạng sức khỏe của ông đã ổn, tôi và y tá Ngô Tự Tuấn phải tiếp tục chiến dịch "Bốn minh bạch". Tôi nói: "Nếu Chủ tịch yêu cầu, chúng tôi sẽ đến ngay lập tức". Nhưng Mao cũng không muốn cho tôi đi. Ông nói: "Chiến dịch đó không quan trọng nữa. Bây giờ đang có những việc khác. Đồng chí nên ở lại đây. Có lẽ tôi sắp cần đến đồng chí rồi".
Tôi phát hoảng. Chiến dịch "Bốn minh bạch" rất khổng lồ, một trong những chiến dịch vĩ đại nhất kể từ Cải cách ruộng đất. Người ta đã cử hàng trăm nghìn cán bộ từ các thành phố về nông thôn. Thế mà bây giờ phong trào giáo dục xã hội chủ nghĩa không còn quan trọng. Chính vì vậy Mao chẳng buồn nói chuyện với Uông Đông Hưng về chiến dịch này nữa. Nhưng tôi vẫn như người mò mẫm trong bóng tối của những kế hoạch mới rất quan trọng của Mao đang tiến hành.

Tôi do dự. Mao muốn tôi ở lại vì ông tin tưởng vào trình độ tay nghề của tôi. Ông sẽ bảo vệ, che chở nếu tôi chỉ giới hạn công việc của mình với tư cách một người thầy thuốc của ông. Thế nhưng bầu không khí bao quanh ông thật ngột ngạt với tôi. Và Khắc Kỳ Hữu, kẻ tham quyền lực, thích gây rắc rối cho người khác. Tôi suy nghĩ lung lắm, cân nhắc lợi hại. Cuối cùng tôi quyết định biện pháp an toàn hơn là quay lại nông thôn, mặc dù cuộc sống ở đó khổ cực. Tôi đòi về Thạch Tư, viện cớ:

- Ngô Tự Tuấn và tôi chẳng có gì ngoài bộ quần áo mặc trên người, như thế thật bất tiện. Vì vậy chúng tôi cần phải quay trở lại nông thôn.

Mao đáp:

- Không sao. Tôi chỉ cần nói Trương Diêu Tự gửi quần áo từ Bắc Kinh đến là xong.

Sau đó Mao cho chúng tôi hay, liệu chúng tôi có phải về nông thôn nữa hay không. Tại sao trong cuộc đời của mình, tôi thường không được tự lựa chọn. Thế là tôi phải ở lại. Có cái gì đó khá đặc biệt diễn ra ở Trung Nam Hải. Mao lui về phòng và được các cô nhân tình vây quanh săn sóc. Bên ngoài, Khắc Kỳ Hữu mới dựng lên một hàng rào xung quanh phòng Mao, không cho ai vào. Tôi ở phòng trực và chỉ vào thăm khi ông cho người gọi. Ở vòng ngoài, tôi chờ đợi điều gì sẽ xảy ra.

CHƯƠNG 57

Tôi chờ hơn một tháng liền. Sau đó, ngày 8-2-1966, Mao cho phép tôi tới dự thính cuộc họp ở phòng khách đồ sộ của khách sạn Mỹ Viên, nơi chúng tôi ở lại Vũ Hán. Ông luôn luôn khuyến khích các nhân viên phải thường xuyên dự những buổi họp để nắm được tình hình. Tôi có mặt lẫn trong đám đông đến dự, nghe được hết mọi chuyện. Ba uỷ viên của một Uỷ ban mới được thành lập có tên "Tổ Ngũ nhân của Cách mạng văn hoá" vừa từ Bắc Kinh tới. Uỷ ban này thành lập từ năm 1964, được giao nhiệm vụ trực tiếp viết bài phê bình vở kịch Hải Thuy Từ Quan của Ngô Hàm. Thành viên của Uỷ ban gồm Trưởng ban Tuyên huấn Lục Đinh Nhất, Uỷ viên bộ chính trị Khang Sinh, Bí thư trung ương Đảng kiêm Thị trưởng thành phố Thượng Hải là Bành Chân, phó trưởng Ban tuyên truyền Chu Dương và Tổng biên tập Nhân Dân Nhật Báo Ngô Lĩnh Hi. Cùng đi với họ có Hồ Sinh, phó tổng biên tập nguyệt san Hồng Kỳ của đảng.

Mao chủ toạ cuộc họp, nói, ông đã thông báo cho Trần Bá Đạt và Khang Sinh vào ngày 21-2 năm ngoái rằng, ông đánh giá bài báo của Diêu Văn Nguyên, trong đó vở Hải Thuy Từ Quan đã bị phê phán, là đúng đắn. Tuy nhiên Diêu Văn Nguyên vẫn chưa nói toạc móng heo, Gia Kính, một ông vua triều Minh đã cách chức Hải Thuy và năm 1959 Mao đã cách chức Bành Đức Hoài. Như vậy có nghĩa là Bành Đức Hoài là một Hải Thuy hiện đại.
Mao quay sang Bành Chân, chủ nhiệm Uỷ ban Năm người, hỏi:
- Có phải Ngô Hàm thực sự là kẻ thù của đảng và của chủ nghĩa xã hội không?
Bành Chân chưa kịp trả lời, Khang Sinh đã lên án vở kịch của Ngô Hàm "chống đảng, chống chủ nghĩa xã hội, loài cỏ độc".
Không ai dám phản đối ông ta.
Trong không khí im lặng kéo dài, Mao nói:
- Nếu ai có ý kiến gì khác cứ tự nhiên. Tất cả các đồng chí hãy phát biểu ý kiến đi.
Mao muốn biết quan điểm khác biệt rõ ràng, chính xác, để chúng tôi có thể so sánh, nhận định ai sai, ai đúng. Mọi người vẫn im lặng, Mao lại động viên:
- Tất cả chúng ta được tự do phát biểu. Ai có ý kiến gì khác cứ tự nhiên.

Cuối cùng, Bành Chân lên tiếng. Ông muốn bào chữa, tài liệu mà ông mang tới. Dưới tựa đề "Dự thảo báo cáo của Tiểu tổ Ngũ Nhân gửi Trung ương đảng", tài liệu cho rằng, đề tài mà vở kịch của Ngô Hàm đề cập mang tính lịch sử, học thuật hơn là tính chính trị. Họ Bành nói:

- Tôi nghĩ, chúng ta phải theo lời của Chủ tịch, để cho trăm hoa đua nở, trăm nhà đua tiếng, nếu chúng ta thảo luận về những vấn đề sử học mà vở kịch đề cập đến. Chúng ta cần có một cuộc tranh luận sôi nổi.

Bản dự thảo đã được Ban thường trực Bộ chính trị phê chuẩn, chỉ còn cần sự đồng ý của Mao.

Lục Đỉnh Nhất ủng hộ Bành Chân, nhấn mạnh vào tính khoa học trong buổi thảo luận. Theo ý ông, phải tránh những danh từ như "kẻ thù của đảng" hay "kẻ thù của chủ nghĩa xã hội", nếu không, sự im lặng sẽ bao trùm tất cả.

Khang Sinh im lặng sau khi Bành Chân, Lục Đỉnh Nhất phát biểu quan điểm của họ. Chiến tuyến đã rõ ràng. Khang Sinh cho những tranh luận quanh vấn đề của Ngô Hàm là một cuộc đấu tranh giai cấp, yêu cầu phải có những biện pháp cụ thể đối với Ngô Hàm và những kẻ ủng hộ. Ngược lại Bành Chân và Lục Đỉnh Nhất tìm cách giải quyết mâu thuẫn bằng cách cho rằng vở kịch chỉ mang tính nghệ thuật thuần tuý, hoàn toàn phi chính trị.

Thời gian trôi qua chẳng ai phát biểu thêm. Mao đành hoãn cuộc họp.

Những người tham dự vẫn không biết quan điểm của Mao ra sao. Bành Chân muốn biết, liệu Chủ tịch có cho phép ông viết một lời bình luận nào đó về vở kịch cho đảng không.

Câu trả lời của Mao: "Các đồng chí hãy làm đi. Tôi không cần xem trước".

Tôi biết ngay nguy rồi, gió sắp nổi. Mao đã gài bẫy người ta. Việc từ chối không đọc trước lời bình của Bành Chân thực ra có nghĩa, Mao không đồng ý. Nhưng Bành Chân không hiểu rõ Mao như tôi, ông và Lục Đỉnh Nhất đã đùa với lửa. Nếu họ phân phát bản thảo lời bình, họ có thể sẽ gặp nguy hiểm khôn lường.

Bốn ngày sau, ngày 12-2-1966, bản "Dự thảo báo cáo của Tiểu tổ Ngũ Nhân về cuộc tranh luận mang tính chất học thuật hiện nay" cùng với lời bình luận của "Cơ quan trung ương" được phổ biến trong đảng. Nhưng Mao không đọc, cả trong cơ quan trung ương cũng có những ý kiến trái ngược về việc này. Trong đó chỉ có tên của Bành Chân và Lục Đỉnh Nhất. Theo lời bình luận, các cuộc tranh luận về vở Hải Thuỵ Từ Quan chỉ nên dựa trên khía cạnh học thuật.

Mao coi tài liệu trên là sự phủ nhận quan điểm của ông. Ông đồng tình với Khang Sinh, vở kịch của Ngô Hàm là một loại cỏ độc, chính Ngô Hàm là "kẻ thù của đảng", "kẻ thù của chủ nghĩa xã hội". Do đó, việc Lục Đỉnh Nhất và Bành Chân không chịu lên án Ngô Hàm sẽ khiến họ có nguy cơ bị chụp mũ, kẻ thù của đảng và chủ nghĩa xã hội.

Tối hôm bản Dự thảo được công bố, Mao nói với tôi:

- Tôi nói đúng. Bọn phản cách mạng chỉ bị gục ngã khi người ta ra đòn thật nặng.

Mao chuẩn bị một trận đánh quyết định. Bài bình luận của Bành Chân sau này được coi là "Bản Dự thảo tháng Hai" mang tính thù địch, xấu xa với đảng và chủ nghĩa xã hội. Sự sụp đổ của Bành Chân chỉ còn vấn đề thời gian.

CHƯƠNG 58

Sau cuộc họp với Bành Chân và Lục Đỉnh Nhất, Mao trở nên cáu kỉnh và cảnh giác. Ngay cả những viên thuốc ngủ cũng không thể giúp được gì. Mao làm việc 24 giờ một ngày, cho tới khi kiệt sức hoàn toàn. Điều này ảnh hưởng tới khẩu vị, cả ngày ông ăn có một bữa và ăn rất ít. Tôi tăng một chút liều lượng trong thuốc ngủ cho ông. Việc này làm tôi không yên tâm, nhưng càng lo hơn khi biết con người ta càng có tuổi càng ít ngủ. Sau một tuần lễ, khẩu vị và giấc ngủ của Mao trở lại bình thường, tôi bắt đầu bình tâm.

Ngay lúc sự mối lo nghề nghiệp của tôi đang giảm đi, tôi đụng phải vấn đề mới với Trương Ngọc Phượng.
- Chủ tịch nghĩ rằng ban đêm có ai đó ở trên trần nhà. Đêm đêm ông nghe thấy trên trần có một tiếng động di chuyển từ chỗ này đến chỗ khác.
Tôi gần như bật cười. Vâng, chuyện vô lý. Làm thế nào người ta có thể chui vào trần nhà được? Chủ tịch được bao bọc bởi một bức tường an ninh chắc chắn. Nhưng Trương Ngọc Phượng không yên tâm, huống chi Mao.
Tôi biết, người chẳng có thể chui thể trong trần nhà? Chuột hoặc mèo hoang? Một anh bảo vệ nhớ lại điều này, khi thảo luận biện pháp an ninh cho Mao. Người lính này đã để ý nhìn thấy dấu chân, có thể thuộc mèo hoang.
Bảo vệ đặt bẫy, dùng cá làm mồi. Ngày thứ hai chiến công đã không phụ công sức của họ. Bắt được hai con mèo rừng – Con lớn to gần bằng con báo con, còn con kia bằng con mèo nhà to. Biệt thự ở Vũ Hán xây dựng trong một cánh rừng, dành cho Mao và thường bỏ hoang. Những con mèo rừng lang thang cũng tận dụng cơ hội này, chẳng ai biết.
Khi người ta trưng bày những con vật chết cho mọi người xem, tôi nghĩ, giờ đây chắc Mao yên tâm. Nhưng sự lo sợ không dễ mất đi. Mao vẫn còn bồn chồn lo lắng, ông cho vẫn còn ai đó trên trần nhà. Mao đòi đi ngay.
Sau vài giờ bẫy được mèo rừng, chúng tôi đã trên đường đến Hàng Châu.
Mao chưa trở lại bình thường ngay cả khi ở Hàng Châu. Tôi cảm nhận, dù không có tin tức cụ thể, nhưng tin bầu không khí chính trị

không được cải thiện. Ngay sau khi đến, tôi hiểu, Mao gọi Diệp Quần từ Quý Châu, nơi bà và Lâm Bưu thường ở đó.

Ngày hôm sau, Diệp Quần bay đến, ngồi lại với Chủ tịch sau cánh cửa kín ba giờ liền, sau đó quay về. Không ai có mặt trong cuộc trao đổi mật, Mao và Diệp Quần không thông báo cho bất kỳ người nào của Nhóm Một biết họ bàn về cái gì. Chính trong ngày hôm ấy, trong bữa cơm chiều cùng ăn với Chủ tịch, ông bảo:

- Tôi không biết Đặng Tiểu Bình điều hành Ban bí thư Trung ương kiểu gì ráo trọi! – Mao nói trong bữa ăn – Chỗ ông ta có nhiều người tôi rất khả nghi, bây giờ tôi nghi cả ông ấy. Bành Chân khả nghi số một. Bành Chân kiểm soát đảng bộ thành phố Bắc Kinh chặt đến nỗi không ai có thể xuyên qua dù một lỗ nhỏ, thậm chí dùng kim hay giỏ giọt nước cũng không qua nổi. Lục Đỉnh Nhất kiểm soát Ban Tuyên giáo chặt chẽ như quản ngục, không cho một bài viết tả khuynh nào thoát lưới kiểm duyệt. Lại cả La Thuy Khanh, người ra sức quấy đảo ngăn cản khẩu hiệu "Lấy chính trị làm thống soái", lại còn tuyên truyền chủ nghĩa cơ hội. Cả Dương Thượng Côn bận rộn thu thập và phổ biến những tin tức.

Từ khi phát hiện hệ thống nghe lén, Mao quy kết Dương Thượng Côn làm gián điệp, cả bí thư trung ương nữa, Đặng Tiểu Bình, Mao giận dữ kết luận.

Những ngày sau, Giang Thanh gặp Mao. Tôi để ý, bà bắt đầu thay đổi từ năm 1962 nhưng bây giờ thay đổi hoàn toàn. Bà bước những bước chắc nịch, lưng cố giữ thẳng, không nhận thấy một chút biểu hiện nào bệnh tật của bà trước đây. Giang Thanh phớt lờ sự có mặt của tôi, đôi khi kiêu kỳ nghiêng đầu khẽ gật khi đi ngang qua hoặc chạn trán nhau. Gần đây bà giảm người phục vụ, còn một y tá, một cần vụ và một vệ sĩ người Thượng Hải. Bà cũng hết phàn nàn về sức khoẻ, cô y tá của bà nói với tôi trong lúc chờ bà quay ra. Giang Thanh giờ đây chẳng quan tâm ánh đèn quá sáng, tiếng ồn và gió lùa. Cơn đau đầu cũng tan biến. Bà không đeo cả hoa tai, cũng chẳng cần bác sĩ phục vụ nữa.

Cuộc viếng thăm chồng thật ngắn ngủi, Giang Thanh lập tức đi ngay Thượng Hải. Vài ngày sau, bà đến lần thứ hai, tôi hiểu, họ có chuyện gì đang bàn luận.

Lâm Bưu và Giang Thanh liên minh với nhau. Hai người triệu tập ở Thượng Hải một cuộc họp từ 2 đến 20 tháng 2-1966, để thảo luận sự phát triển văn hoá nghệ thuật do quân đội ủng hộ. Giang Thanh tham khảo ý kiến Mao, báo cáo về cuộc họp. Mao đưa tôi đọc qua các tài liệu tóm tắt.

Bài phát biểu có lẽ do chính Chủ tịch viết. Đó là cuộc tấn công vào Lục Đỉnh Nhất, cảnh cáo rằng từ khi thành lập nước Cộng hoà nhân dân "trong lĩnh vực văn hoá, hầu hết các giáo sư như một lực lượng đen tối, mưu toan thống lĩnh chính sách của chúng ta". Cái làm tôi ngạc nhiên không phải vì nội dung văn kiện mà là mối quan hệ mới giữa Giang Thanh và Lâm Bưu: Con đường của vị nguyên soái đi đến quyền lực phải qua tay vợ Chủ tịch. Lâm Bưu chiếm được sự ủng hộ của Mao, bằng cách o bế, lấy cảm tình của vợ Mao trước tiên. Một cách thường dùng trong lịch sử Trung Quốc, đó là con đường lắt léo, tôi chưa khi nào tin vào những người theo con đường ấy. Lâm Bưu muốn đưa vợ Chủ tịch đến quyền lực. Ngay từ buổi đầu, tôi đã khó chịu, vì khi đạt được quyền lực Giang Thanh có thể trở nên cực kỳ nguy hiểm.

Tôi chưa gặp Lâm Bưu bao giờ, thậm chí chưa một lần giáp mặt. Mặc dù Lâm Bưu nắm giữ một số chức vụ cao, nhưng sống ẩn dật, ít có mặt nơi làm việc, thậm chí không đến Thiên An Môn dự lễ ngày 1-5 hay quốc khánh. Trong "Hội nghị Bẩy ngàn cán bộ" tôi ngồi sau hậu trường, nghe bài phát biểu của ông ta. Đó là lần duy nhất tôi nhìn thấy lưng ông. Nhưng ông, một trong mười nguyên soái nổi tiếng, xuất sắc, mạnh mẽ, cương quyết và tàn bạo. Trước kia, tôi ngưỡng mộ thiên tài quân sự của vị tướng quân. Giờ đây, liên minh của Lâm Bưu với Giang Thanh cho phép tôi có điều kiện gặp ông thường xuyên.

Tháng 3-1966, ngay sau khi thăm chồng, Giang Thanh bị cảm, gọi tôi đến Thượng Hải.

Mao động viên:

- Tôi sẽ đến Thượng Hải ngay – ông ta nhắc – Chẳng thích thú gì ở lâu một chỗ.

Chứng hoang tưởng cục bộ của ông lại xuất hiện. Sau vài ngày ở đâu đó, ông bắt đầu lo ngại, yêu cầu đi tiếp, ngay ở Hàng Châu ông cũng cảm thấy không an toàn.

Sự thay đổi trong vai trò tham gia chính trị đã giúp chứng suy nhược thần kinh của Giang Thanh giảm nhiều, chính bà cũng xác nhận, chỉ cảm cúm qua loa, chẳng có gì nghiêm trọng. Nhưng ngay ngày hôm sau tôi đến Thượng Hải, Lâm Bưu đã xuất hiện. Lâm bảo, nghe tin Giang Thanh mệt, ông đến thăm.

Đây là lần đầu tiên tôi gặp Lâm Bưu. Ấn tượng đầu tiên với tôi là bộ quân phục ông mặc. Bộ quân phục may vừa khít như dán sát thân hình ông. Lâm Bưu vào phòng đón tiếp cùng với viên thư ký tháp tùng, cởi chiếc áo khoác dạ. Ông gày gò, dáng người nhỏ thó, nước da xanh xám. Chiếc mũ vải mềm bộ đội Lâm Bưu không bao giờ rời, thậm chí trong phòng khách để che cái đầu lơ thơ dăm sợi tóc. Ông đi đôi ủng da dày. Lâm Bưu chỉ khẽ gật đầu về phía tôi, không nói một lời nào, đến chỗ Giang Thanh. Mắt ông ta đen đến mức, dường như con ngươi và mống mắt hoà vào nhau, toát lên vẻ thần bí.

Giang Thanh ra lệnh không ai được phiền nhiễu, cả hai đàm luận trong vài giờ trong phòng đóng cửa kín. Khi đó, tôi nói chuyện với thư ký của nguyên soái, Lý Văn Phúc, qua anh ta tôi cũng biết vài thứ về thói quen và quá khứ của Lâm Bưu. Lâm Bưu và Giang Thanh có nhiều cái giống nhau. Lâm Bưu cũng mắc chứng suy nhược thần kinh, sợ gió và ánh sáng đến nỗi rất ít ra khỏi nhà. Giống như Giang Thanh, việc cuốn hút vào chính trị làm ông năng động lên. Căng thẳng đã biến mất. Bệnh tật Lâm Bưu, như tôi đoán, chủ yếu là chính trị.

Nhưng ông vẫn thường ốm đau. Tôi phát hiện điều này vài tháng sau, tháng 8-1966, khi Cách mạng văn hoá đến cao trào điên loạn, Lâm Bưu đã leo lên đỉnh cao quyền lực, Uông Đông Hưng cố gắng xây dựng liên minh với Lâm, người mà Mao dự kiến thừa kế ông. Lâm Bưu ốm, Uông yêu cầu tôi đi cùng tới thăm nguyên soái trong tư dinh ở Mao Tần Vũ.

Khi dẫn chúng tôi vào buồng, Lâm Bưu ngồi trên giường, trong vòng tay vợ và đầu ép vào ngực bà. Ông khóc, Diệp Quần an ủi, động viên như dỗ dành một đứa trẻ. Chỉ một điều này tức khắc làm thay đổi cách nhìn của tôi về Lâm Bưu – từ vị tư lệnh quân đội tài năng, cứng rắn ông biến thành kẻ thiếu tự chủ, kém bản lãnh. Hai bác sĩ Hứa Định và Vương Thế Vinh xuất hiện ngay sau khi chúng tôi đến. Diệp Quần đưa Uông Đông Hưng và tôi sang phòng khách, để các bác sĩ mới tới khám bệnh chồng bà. Họ phát hiện ra nguyên soái có sỏi thận, đưa thuốc cho ông. Cơn đau giảm nhanh chóng, ông trở lại bình thường, nhưng cái nhìn của tôi về ông không thay đổi. Việc sỏi thận đi xuống niệu quản thường gây rất đau đớn, nhưng tôi cho rằng, vị nguyên soái cần dũng cảm nén cơn đau mới đúng.

Trong khi chúng tôi đợi, Diệp Quần kể về chồng. Lâm Bưu năm 1940 nghiện thuốc phiện, sau chuyển sang morphine. Cuối năm 1949, ông sang Liên Xô điều trị. Bệnh nghiện hết, nhưng tính tình thay đổi. Lâm Bưu sợ ánh sáng, sợ gió nên ít khi ra ngoài, vì thế thường không đi hội họp. Tiếng nước chảy cũng gây cho ông đau đớn. Ông nói chung ít uống nước, Diệp Quần thường thả thịt viên vào nước, cho chồng vừa ăn vừa uống, giúp cơ thể ông nhận được nước bằng cách ấy.

Lâm Bưu không bao giờ dùng nhà cầu. Khi phát sinh cần thiết, ông dùng bô do vợ để ở nhà kho, đôi khi són ra cả quần lót, vợ phải thay giúp.

Tôi thật sự choáng, rất kinh ngạc. Lâm Bưu rõ ràng mắc bệnh tâm thần, nhưng Mao đưa Lâm Bưu lên bậc thang cao nhất của quyền lực. Chẳng bao lâu nữa, người ta sẽ chào đón ông như "người bạn chiến đấu thân thiết, gần gũi nhất" của Chủ tịch. Liệu có xảy ra điều bất hạnh gì không, một khi Lâm Bưu trở thành người lãnh đạo tối cao dân tộc.

***

Tôi ở lại Thượng Hải đến tháng Ba sau khi Giang Thanh khỏi bệnh, tại đây tôi trở thành người chứng kiến các hoạt động chính trị của bà. Lần lượt đến thăm bà là những người mang khuynh hướng cực tả, cuộc gặp gỡ tiến hành sau cánh cửa đóng chặt, sự bí mật được dấu kín, một âm mưu gì đó rất đáng ngờ. Diêu Văn Nguyên, Ban Tuyên giáo Thượng Hải viết bài phê phán Ngô Hàm về vở kịch Hải Thuỵ Từ Quan, người không được Lâm Bưu tin cẩn, đã tự im hơi lặng tiếng với vợ Chủ tịch. Thích Bản Ngư, người giữ chức giám đốc Tổng thư ký Văn phòng Trung ương, tiếp theo Quan Phong, kẻ cực tả trong ban biên tập tạp chí Hồng Kỳ.

Mao đến Thượng Hải hôm 15-3-1966. Hai hôm sau ông triệu tập một phiên họp mở rộng thường vụ Bộ chính trị, tiến hành cuộc nói chuyện về những kết luận của Giang Thanh, trong lĩnh vực Đại học, học viện và giáo dục, do các phần tử trí thức tư sản chiếm ưu thế, trong nhiều năm đã huỷ hoại tất cả những cái gì còn lại của văn hoá. Để phân tích Mao dẫn ra vở kịch của Ngô Hàm, tác giả vở kịch gây tranh cãi lớn trong dư luận "Hải Thuỵ Từ Quan", giáo sư sử học Giang Bật Dương, Đặng Tường và chủ tịch Mặt trận thống nhất của thành phố Bắc Kinh Liêu Mạt Sa. Những trí thức đầu ngành này là đảng viên cộng sản, Mao nói, nhưng họ lại là đảng viên Quốc dân đảng trong ý nghĩ và tư cách. Ông đề nghị bắt đầu cuộc Cách mạng văn hoá trong văn hoá, lịch sử, luật học, và kinh tế. Tôi quá ngây thơ để tin rằng cuộc "cách mạng" này chỉ bó gọn trong lĩnh vực văn hoá và tưởng rằng mình biết cách đứng ngoài trận cuồng phong.

Cuối tháng 3-1966, vài ngày sau cuộc họp Bộ chính trị mở rộng, tất cả chúng tôi còn ở Thượng Hải, Mao mấy lần gặp Giang Thanh, Khang Sinh và Trương Xuân Kiều. Mao nói với họ muốn huỷ bỏ "Dự thảo báo cáo tháng Hai" của Bành Chân. "Dự thảo" làm rối tung đường lối giai cấp của đảng. Mao muốn Thành uỷ Bắc Kinh, do Bành Chân lãnh đạo, Ban Tuyên giáo do Lục Đinh Nhất nắm, và "Tiểu tổ Ngũ Nhân của Cách mạng văn hoá" gồm Bành Chân, Lục Đinh Nhất, Khang Sinh, Chu Dương và Ngô Lĩnh Hy phải giải tán, Mao nhấn mạnh, có khá nhiều nhân vật đáng nghi ngờ trong ba tổ chức trên. Mao muốn thúc đẩy, mở rộng Cách mạng văn hoá.

Mao quyết định tấn công theo hai hướng. Hướng thứ nhất giành lấy Ban thường vụ Bộ chính trị, phê bình những trí thức đầu đàn. Hướng thứ hai − bồi dưỡng thế hệ kế nhiệm, những người nằm ngoài Ban thường vụ Bộ chính trị và quan chức đảng, tập hợp quanh thành những đồng minh gần gũi nhất của ông như Giang Thanh và Khang Sinh, nhóm này sẽ vạch mặt kẻ thù của Mao kể cả trong Ban thường vụ Bộ chính trị và Ban Bí thư trung ương đảng. Hành động này không ai có thể lường trước sẽ như thế nào. Từ trước đến nay, chưa bao giờ Mao ra đòn với các nhân vật cao cấp như thế này.

Đầu tháng 4-1966 chúng tôi trở về Hàng Châu. Ở đó Mao triệu tập cuộc họp mở rộng Thường vụ Bộ chính trị. Trong cuộc họp, Mao công khai mở rộng phê phán kể cả người đứng đầu thành đảng bộ Bắc Kinh, Bành Chân. Bằng cách từ chối đọc và bình luận bản "Dự thảo báo cáo tháng Hai" của Bành Chân, bản dự thảo yêu cầu hạn chế thảo luận phê phán những vấn đề học thuật, Mao đã giăng bẫy để Bành Chân đào hố tự chôn mình. Bây giờ Chủ tịch công khai buộc Bành Chân vào tội có quan điểm chống đảng và Mao đòi giải thể "Tiểu tổ Ngũ nhân Cách mạng văn hoá" và hình thành nhóm lãnh đạo mới. Cuộc họp tháng Tư trong bầu không khí cực kỳ căng thẳng.

Tôi cảm thấy mình trong vòng nguy hiểm. Nhóm Một thay đổi nhiều, khác xưa, tôi không hiểu và cũng không tin những người mới. Mao trở thành khó tiếp cận sau bức tường, được chặn đứng bởi người đứng đầu an ninh mới, Khắc Kỳ Hữu. Uông Đông Hưng vẫn chưa thấy quay lại, tôi không gặp Uông từ buổi chia tay ở Nam Kinh ngay sau tết. Không có Uông bảo vệ, tôi dường như lạc trong biển cả.

Tôi cần gặp Uông Đông Hưng đang họp ở Hàng Châu, hỏi xem có biết những chuyện gì đang xảy ra không và nhờ Uông cố vấn. Tôi muốn khuyên Uông trở về Nhóm Một.

Một đêm huya, tôi đến tìm Uông ở khách sạn Chí Linh. Khi tôi đến, ông đang trao đổi với thủ tướng Chu Ân Lai. Thấy tôi, thủ tướng khó chịu, không vui, hỏi:

- Anh có biết bây giờ mấy giờ không? Sao anh đến muộn thế này.

- Tôi muốn báo cáo cho đồng chí Uông Đông Hưng về sức khoẻ của Chủ tịch, chúng tôi mấy tháng rồi chưa gặp nhau.
- Vì sao phải báo cáo vào đêm khuya thế này? – Chu ngạc nhiên.
- Tôi đề nghị anh ta đến, thưa thủ tướng – Uông Đông Hưng can thiệp để yên lòng Chu.
- Thôi được, nhưng nhanh lên – Chu đồng ý – Đồng chí Khang Sinh và Trần Bá Đạt cũng đang ở đây. Chúng tôi không thể bắt họ chờ – Chu quay sang tôi – Khi xong việc, đề nghị đồng chí nhanh chóng quay về nhà khách Vương Trung.

Tôi không ngờ Chu Ân Lai có thể dễ nổi cáu đến thế và tự giải thích tính khí của Chu phát sinh do những lo lắng trầm trọng về chính trị. Khi tôi hỏi Uông cái gì đã xảy ra, ông từ chối trả lời.

- Anh biết đủ rồi – Uông đáp – Cái này dính đến quyền lực trung ương. Tốt hơn cả, anh đừng hỏi thêm nữa. Hãy kể cho tôi nghe sức khoẻ của Chủ tịch.

Tôi đoán, chắc đang có cuộc tranh giành quyền lực quyết liệt khó hiểu, dễ gì biết được. Tôi kể cho Uông Đông Hưng về sức khoẻ Mao, yêu cầu Uông quay về phụ trách Nhóm Một. Tôi giải thích, Trương Diêu Tự, anh chàng nhát như cáy, giờ tự phong xếp, điều hành an ninh mà chẳng được tích sự gì. Tôi không yên tâm, chừng nào Uông Đông Hưng chưa trở lại giữ vị trí này.

Nhưng Uông cảm thấy bị bắn ra khỏi Nhóm Một từ lâu. Ông muốn quay lại, nhưng không thể, chừng nào Mao chưa yêu cầu. Tuy nhiên Uông hứa đến nhà khách Vương Trung gặp nhau, khi cuộc họp kết thúc.

Tôi rất lo lắng vì đã đến khách sạn Chi Linh. Chu Ân Lai khó chịu, có thể còn có chuyện gì hơn thế nữa mà tôi không rõ. Không loại trừ vì có cuộc gặp trước với Khang Sinh và Trần Bá Đạt, hai kẻ cực tả đang khuấy tung mọi chuyện lên. Để phòng xa, tôi quyết định kể cho Mao tất cả. Nếu người ta kể với Mao về cuộc gặp gỡ của tôi, có thể ông nghĩ tôi hoạt động lén sau lưng.

- Họ làm cái gì ở đó? – Mao ngạc nhiên. Nụ cười thoáng qua môi ông, khi tôi kể hết mọi chuyện việc đến gặp Uông Đông Hưng, Chu Ân Lai yêu cầu tôi báo cáo nhanh gọn, ông có vẻ lo lắng và tôi sợ mọi người nghi ngờ tôi có điều gì mờ ám.

- Chỉ là chuyện đến thăm, tôi chẳng thấy trong cuộc gặp của đồng chí có cái gì đáng để ý cả – Mao động viên tôi.

Sự lo xa cảnh giác của tôi đã cứu mạng sống của tôi sau này. Cuối năm 1966, khi "Tiểu Tổ Cách mạng văn hoá Trung ương" mới được thành lập, đã mở rộng mục tiêu nhằm cả Uông Đông Hưng, có âm mưu cố ý kéo tôi vào. Trong khi mỗi cuộc gặp gỡ đều được coi là âm mưu, kể cả gặp bạn, gặp người quen gặp đồng nghiệp của người bị buộc tội, đều bị họ đặt dưới sự nghi ngờ. Tay bảo vệ khách sạn, thấy tôi đến khách sạn Chí Linh, viết báo cáo cho Khang Sinh, khẳng định tôi cùng với Uông Đông Hưng và Chu Ân Lai tham gia vào một âm mưu gì đấy tại khách sạn, có thể tôi chuyển cho họ tin tức bí mật. Khang Sinh viết thư cho Chủ tịch.

Mao cho tôi xem thư, yêu cầu chuyển Uông Đông Hưng cất kín. Mao nói:

- Anh đã báo cáo với tôi về cuộc viếng thăm này.

Mao bảo vệ cả tôi và Uông Đông Hưng. Vụ việc bị chôn luôn.

Thường vụ Bộ chính trị mở rộng lại họp ngày 24 tháng 4 năm 1966. Mao đưa ra thảo luận một tài liệu mới, do Trần Bá Đạt thảo ra. Đó là "Chỉ thị của Ban chấp hành Đảng cộng sản Trung Quốc", được Mao chấp bút. Mục đích chính của chỉ thị, thủ tiêu bản Dự thảo Báo cáo tháng Hai của Bành Chân đã nhấn mạnh cuộc tranh luận có tính chất "học thuật" và nghệ thuật thuần tuý thông qua nhân vật Hải Thuy để giải tán tổ chức Tiểu Tổ Ngũ Nhân Cách mạng văn hoá do Bành Chân lãnh đạo. Tiểu Tổ Cách mạng văn hoá mới thành lập, dưới sự chỉ đạo trực tiếp của Ban thường trực Bộ chính trị. Mục tiêu của Cách mạng văn hoá thay đổi. Phong trào không đưa ra vấn đề học thuật, Mao phát động chiến dịch, với khẩu hiệu "Tấn công trực diện không khoan nhượng" vào các phần tử tư sản trong đảng, chính quyền và quân đội.

Chỉ thị được trình Bộ chính trị xem xét trong cuộc họp mở rộng ban thường trực Bộ chính trị từ ngày 4 đến 26 tháng 5. Chỉ thị được thông qua ngày 16-5, trở thành ngọn đuốc dẫn đường của Cách mạng văn hoá, người ta gọi "Chỉ thị 16 tháng 5".

Mao không dự hội nghị, chúng tôi vẫn ở Hàng Châu. Khi Mao cho tôi xem danh sách các thành viên mới của "Tiểu Tổ Cách mạng văn hoá Trung ương", tim tôi rụng rời. Lãnh đạo nhóm là Trần Bá Đạt, kẻ cực hữu, Khang Sinh giữ chức cố vấn. Giang Thanh được bổ nhiệm phó ban thứ nhất của Trần Bá Đạt. Những người nịnh nọt Vương Trọng Nhiệm, thị trưởng Thượng Hải, Trương Xuân Kiều làm phó, các thành viên gồm Vương Lí, Quan Phong, Khắc Kỳ Hữu và Diêu Văn Nguyên, tất cả đều thuộc phái cực tả. Vương Trọng Nhiệm do Mao bổ xung thêm.

Sự trao việc Giang Thanh làm tôi đặc biệt lo ngại. Bà ta đã nhận được sự thoả mãn lớn là phát hiện "những phần tử tư sản" trong đảng và giờ đây, được mang quyền lực thực sự, có thể sử dụng chiến dịch chính trị để thanh toán kẻ thù của mình. Mối quan hệ của chúng tôi tiếp tục xấu đi bắt đầu từ 1960, giờ đây Giang Thanh có thể gây cho tôi và gia đình tôi nhiều rắc rối.

Mao biết, Giang Thanh có tính thù hận và trả thù vặt như thế nào. Ông khuyên tôi làm lành với bà ta cũng như đã làm điều này với Mao Viên Tân, cháu ông. Chàng trai này từ lúc còn trẻ rất ghét Giang Thanh, nghỉ hè thường chạy vào Trung Nam Hải, nhưng chẳng thèm chào hỏi bác gái. Nhưng khi bắt đầu có cuộc Cách mạng văn hoá, Viên Tân viết cho Mao một bức thư xin lỗi. Trong thư viết, Viên Tân nhận ra rằng Giang Thanh, người học trò trung thành nhất của Mao rồi kết luận, chàng ta biết ơn bà với lòng kính trọng sâu sắc.

Mao hài lòng, đưa thư cho Giang Thanh xem.

Viên Tân, hồi ấy là sinh viên Trường kỹ thuật quân đội Đông Bắc Trung Quốc, đã thể hiện một chính trị gia sảo quyệt. Giang Thanh chấp nhận lời xin lỗi của đứa cháu, kéo nó vào sự che chở và ít lâu sau phong chức thiếu uý. Khi Giang Thanh tiến hành chiến tranh với các đối thủ của mình, Mao Viên Tân trở thành cánh tay đắc lực, nhanh chóng được thăng tiến qua các cấp bậc quân đội. Qua một vài năm, người ta đề bạt anh ta làm chính uỷ quân khu Xương Sơn ở Mãn Châu Lý.

Mao bóng gió rằng tôi cũng nên cố gắng chiếm lấy sự bảo trợ của vợ ông. Nhưng sự bất đồng của tôi với Giang Thanh không thể giải quyết dễ dàng như thế. Mao Viên Tân là cháu của chồng, Giang Thanh kiểu gì đi nữa cũng phải tính đến điều này.

Tôi cũng không thể cho phép mình quy luỵ trước bà ta. Tôi biết bà ta cũng chờ đợi cơ hội thuận lợi để quật. Điều này dẫn tôi đến cái chết không tránh được. Tôi cần phải tìm được sự bảo vệ.

CHƯƠNG 59

Tháng 5-1966, ngay sau khi bùng lên ngọn lửa đấu tranh chính trị, Mao lui vào bóng tối.

- Tôi để những người khác tham gia chính trị – Mao tâm sự với tôi kế hoạch của ông vài ngày sau khi phê chuẩn "Chỉ thị 16-5" – Bây giờ chúng ta chuẩn bị đi nghỉ mát.

Đó là một chiến lược quen thuộc, ông lùi bước nằm im, chờ những con rắn độc – kẻ thù của ông – bò ra khỏi hang. Chúng tôi đi Hàng Châu, tránh xa cuộc đấu đá chính trị.

Sự lùi bước của Mao chẳng đem lại sự ổn định ghế ngồi của nhà lãnh đạo đảng. Cách mạng văn hoá cần sự chỉ đạo của ông, hơn nữa mục đích thật sự của Mao, tôi nghĩ, vẫn còn là điều bí mật đối với đa số lãnh tụ cao cấp. Đầu tháng 6, Lưu Thiếu Kỳ và Đặng Tiểu Bình đến Hàng Châu, báo cáo Mao về sự phát triển của phong trào, xin hướng chỉ đạo trực tiếp phải làm gì tiếp theo.

- Tôi mặc họ tự giải quyết- Chủ tịch nói với tôi, sau khi hai người ra về – Tôi cần nghỉ ngơi.

Việc Mao lùi vào bóng tối báo trước điềm gở. Thiếu sự chỉ đạo của Mao, đảng sẽ rơi vào sự hỗn loạn.

Mao đang phấn chấn, vui vẻ nghỉ ngơi ở Hàng Châu. Chính quyền tỉnh Triết Giang thường xuyên tổ chức những buổi dạ vũ hội. Ông được đưa lên đồi Đỉnh Gia gần biệt thự của mình. Nhưng Chủ tịch thường trầm ngâm, im lặng, như đang nghĩ chuyện gì lung lắm. Giữa tháng Sáu, Mao lại nghĩ đến đi tiếp. Lần này, về quê ông Sào Sơn, chúng tôi đến đây ngày 18-6.

Lần cuối cùng Mao đến Sào Sơn vào năm 1959. Bí thư thứ nhất Văn phòng trung ương đảng Đào Chú đã xây cho Chủ tịch một biệt thự mới ở chỗ gọi là Động Đình Thuý. Mao nói, khi nào từ chức, muốn được sống ở Sào Sơn, trong ngôi nhà mái rạ. Biệt thự Đào Chú xây lên, đã trả lời mong ước của ông.

Động Đình Thuý là một góc nhỏ ấm cúng nằm ở chân đồi. Rừng và các bụi cây bao quanh, ngăn cách thế giới bên ngoài. Mao biết rõ vùng này. Thuở nhỏ, kiếm củi trong rừng, ông vẫn còn nhớ đã từng quỳ lạy trước tảng lớn, Đá Bà trên đỉnh đồi Trống Cái. Mao thường leo vào đền "Hổ phục", xây trên đỉnh đồi bên cạnh.

Bắc Kinh xa cách hẳn động Đình Thuý, tin tức đến với ông rất khó. Các giao liên đặc biệt chuyển tài liệu phải qua hai hay ba ngày mới tới. Tôi sốt ruột muốn biết chuyện gì đang xảy ra, nên gãi chuyện anh chàng giao liên. Thủ đô rơi vào tình trạng hỗn loạn. Trường học đóng cửa, sinh viên xuống đường, thành phố bị đập phá. Không ai kiểm soát được tình hình. Tôi muốn biết thêm chi tiết, nhưng do tình hình rất rối ren, căng thẳng, anh ta chẳng dám nói thêm.

Tôi biết thủ trưởng cũ của tôi Phó Liêm Chương, người khuyên tôi quay về Trung Quốc và xếp tôi vào "Đại học Công nhân", đã trở thành nạn nhân Cách mạng văn hoá. Phó buộc phải từ chức từ năm 1958. Thói quen của ông muốn biết về hoạt động của các nhà lãnh đạo, khi thấy chú ý đến sức khoẻ của họ quá nhiều, họ phát cáu, tống khứ ông đi. Từ lâu, tôi không biết Phó sống ra sao, bây giờ người giao liên chuyển cho Mao một bức thư của Phó, người bác sĩ riêng ngày xưa của ông.

Người ta nghĩ ông xin nghỉ hưu thể hiện sự chống đối, họ đưa ra đấu tố, tự tử hụt, giờ đây ông cầu cứu Mao.

- Phó Liêm Chương, một người tốt – Mao nói với tôi – Ông đã từ chức, không dây dưa vào chính trị. Chẳng có lý do gì lại đấu tố ông ta cả. Tôi sẽ làm một cái gì đó để bảo vệ.

Nhưng giúp đỡ của Mao quá ít hoặc quá muộn. Cuối năm 1966, đám thanh thiếu niên nổi loạn Hồng vệ binh của Tổng cục Hậu cần dùng sức mạnh lôi ông ra khỏi nhà. Từ đó tôi không biết tin gì về ông. Phó chết trong thời kỳ đấu tố, nhưng xác không bao giờ tìm thấy.

Sau mười ngày đến Sào Sơn, cái nóng ngột ngạt không ngờ ập đến. Hàng ngày chúng tôi đi bơi ở bể bơi Sào Sơn, nhưng biệt thự động Đình Thuý không có máy lạnh, quạt máy chẳng tác dụng gì. Mao quyết định ra đi, chúng tôi trở về Vũ Hán.

Tại đây, tin tức từ Bắc Kinh nhận được nhiều hơn. Các giao liên đến hàng ngày. Tôi nhận bức thư đầu tiên từ Lý Liên sau nhiều tháng. Tôi không ở Bắc Kinh, xa nhà hơn một năm – kể từ lúc tôi đi với đội công tác trong chiến dịch "Bốn Minh bạch" ở làng Thạch Tư, tỉnh Giang Tây từ tháng 7-1965.

Theo dõi Cách mạng văn hoá, Mao khoái chí về cuộc nổi loạn, xảy ra theo đúng ý được tiến hành ở Bắc Kinh. Với sự vắng mặt của Mao, kẻ thù đã phô trương sức mạnh, không biết rằng chính họ đã giúp ông dễ dàng tiêu diệt họ sau này. Tôi ước đoán điều này từ cuộc nói chuyện với Chủ tịch, từ những bức thư ông viết ngày 8-6-1966 gửi Giang Thanh ở Thượng Hải.

Mao chưa bao giờ có kế hoạch thực sự về cuộc Cách mạng văn hoá. Nhưng bức thư gửi vợ cho thấy ông đang suy nghĩ về điều này. Khi sự ngờ vực những người quanh tăng lên, lòng tin của ông vào Giang Thanh cũng tăng theo.

- Hàng ngày, tôi đọc tài liệu, tin tức thấy rất hứng thú. – Mao viết cho Giang Thanh khi đã về Vũ Hán – Sự hỗn loạn lớn sẽ dẫn đến một trật tự lớn. Chu kỳ thường lặp lại 7 hoặc 8 năm. Ma quỷ và quái vật sẽ thò chân tướng. Bộ mặt giai cấp của chúng sẽ lộ rõ.

Mao còn viết, không hài lòng sự xu nịnh của Lâm Bưu, tâng bốc quá trơ tráo như vậy. "Tôi không tin cuốn sổ tay tôi viết lại trở nên kỳ diệu và có sức mạnh như ông ta phát biểu" – Mao phàn nàn. "Điều này tương tự Già Vương bán dưa hấu, cho rằng dưa hấu ngọt vì bản thân nó ngọt. Nhưng sau khi Lâm Bưu bắt đầu thổi phồng, toàn đảng toàn dân đã hùa theo ông ta". Mao xác nhận, sự tâng bốc của Lâm Bưu là bước ngoặt đầu tiên của tệ sùng bái lãnh tụ trong đời, trong khi vẫn chấp nhận những ý kiến trái ngược, điều đó đã làm ông thay đổi quan trọng trong nhận thức. "Người quá nổi tiếng khó sống với đời thực của chính mình". Mao viết, trích dẫn lời Lý Gia nhà Hán. Mao bảo: "Câu này ứng vào tôi thật đúng". Mao phản đối sự tâng bốc, tán dương trong phiên họp thường vụ Bộ chính trị vào tháng Tư ở Hàng Châu. Nhưng Lâm Bưu phớt lờ, vẫn lặp lại những lời nịnh bợ vào tháng 5. "Thế là báo chí lại thêu dệt, phóng đại quá mức tầm quan trọng của các bài tôi viết đến nỗi dường bài ấy do siêu nhân viết ra. Tôi buộc phải chấp nhận lời nhận xét của họ. Tôi cho chủ đích của họ đánh bại bọn ma quái (kẻ thù của Mao trong đảng) bằng cách tạo ra sức mạnh vô biên của tôi".

Mao chưa bao giờ tin Cách mạng văn hoá đạt được mục đích đề ra. Ông cũng chẳng tin chủ nghĩa xã hội đến Trung Quốc để thực hiện một cái gì đó tốt đẹp hơn. Mao nghĩ, phái hữu khuynh đã nắm được chính quyền, chính ông sẽ đập nát nó. Nhưng tin chắc tư tưởng của ông tồn tại và lý luận chủ nghĩa xã hội phải xem xét, kiểm nghiệm lại. Thắng lợi của kẻ phản động không bao giờ lâu dài.

Mao cảnh cáo Giang Thanh: "Đừng để chiến thắng đầu độc bản thân. Hãy thường xuyên nghĩ về yếu kém, khuyết điểm và sai lầm của chính mình. Tôi đã nói với bà hàng chục lần rồi, phải cố nhớ lấy".

Giang Thanh rất xúc động bức thư của chồng – mặc dù trong thư ông phê bình, chỉ trích bà – đến mức muốn in nó ra, phân phát để cho người khác cùng đọc. Mao chia xẻ với bà một số ý nghĩ thầm kín về quan điểm chính trị, Giang Thanh coi đó như sự thể hiện sự tin cậy của Mao và giúp bà nâng cao vị thế chính trị. Giang Thanh bắt đầu chia xẻ với các thành viên trong phe, bằng cách tìm kiếm những bức thư Mao viết gần đây, kể các bản sao chép khi Mao đề cập điều này. Tôi đã sao chép một bức thư vào sổ tay, trước khi đưa trả lại vào Tổng Kho Lưu trữ Văn khố, thậm chí giữ đến bây giờ. Trong thời gian một phần tư thế kỷ trôi qua, tôi thường nghĩ đến bức thư của Mao. Đến tận hôm nay, mọi việc đã qua, tôi vẫn nhìn thấy trong đó bằng chứng, Mao, nhà chính trị thông thái, biết dự đoán được những sự việc hơn những gì ông biết. Lâm Bưu, con người chưa bao giờ Mao đặt niềm tin hoàn toàn, chỉ sử dụng Lâm tạm thời để chống kẻ thù trong đảng, Lâm đã quay lại chống ông, sau khi Mao qua đời, phái hữu khuynh sẽ lên nắm quyền lực.

Mao muốn tránh không về Bắc Kinh càng lâu càng tốt, ông theo dõi cuộc Cách mạng văn hoá từ xa, nhờ thế tôi đã tránh vào sa bẫy bất ngờ trong cuộc đấu đá chính trị. Tôi rất vui vì không có mặt ở Bắc Kinh. Nhờ những chiến dịch đấu đá chính trị trước đây tôi không liên quan, nên tin cuộc Cách mạng văn hoá không đụng đến. Tuy nhiên, Mao nghĩ khác.

Đến đầu tháng 7, Mao đã xa thủ đô nhiều tháng, Bắc Kinh trong rối loạn. Giờ đến lúc ông quyết định quay về. "Tình hình ở Bắc Kinh bắt đầu khởi sắc". Một buổi tối, Mao nói với tôi. "Chúng ta không thể chỉ nghe báo cáo để biết cái gì đang xảy ra, phải tự bản thân mình nhìn thấy, khi đó mới có thể phân biệt người tốt trong số người xấu. Tạm thời tôi vẫn ở lại, nhưng ngày mai đồng chí trở về Bắc Kinh trước, theo dõi xem xét những gì đã xảy ra".

Ông tôi muốn điều tra, tìm hiểu ở Bắc Kinh, sau đó báo cáo theo nhận xét cá nhân về cuộc Cách mạng văn hoá. Đấy là "cái gì đó" mà ông đã nói, cũng như muốn tôi làm thay khi ông khước từ không cho phép tôi trở lại Thạch Tư.

Tình hình chính trị ở Bắc Kinh quá phức tạp. Bộ chính trị hay Ban chấp hành Trung ương cũng không điều khiển được tình hình. Ngay đến những người thân tín, đại diện cho Mao cũng bị tấn công. Còn tôi chỉ là bác sĩ bình thường, không liên quan dính líu vào chính trị, làm sao phân biệt được ai bạn, ai thù?

- Thưa Chủ tịch, tôi không có khả năng phân biệt những người tốt trong số những người xấu. – Tôi tự vệ – Tôi biết hỏi ai về chuyện này?

Mao khuyên gặp Đào Chú, người tôi biết từ khi ông bí thư thứ nhất đảng bộ tỉnh Quảng Đông. Đào Chú đã thay Lục Đỉnh Nhất giữ chức trưởng Ban Tuyên giáo. Với tôi, Đào Chú là người dễ gặp, ông giữ chức Trưởng ban Tuyên giáo, kiêm Chủ nhiệm Uỷ ban y tế quốc gia.

- Nói với ông ta, tôi cử anh tới – Mao vạch đường cho tôi – Hãy để ông ta tạo điều kiện thấy phong trào cách mạng nổi loạn làm được những gì. Hãy nhìn những bức chân dung lớn quần chúng đang giơ cao. Khi nào tôi về Bắc Kinh, báo cáo cho tôi biết anh nghĩ gì về tất cả việc này.

Tôi đang cân nhắc việc được giao. Dưới sự che chở trực tiếp của Mao, tôi cảm thấy mình còn an toàn. Trong tình thế đơn thương độc mã, được chỉ định để đánh giá phong trào chẳng hiểu mô tê gì, tôi sẽ rơi vào vòng nguy hiểm. "Hàng nghìn người đã chết trong thời gian này, tôi nghĩ". Mao nói với tôi vài tuần trước đây – "Tất cả mọi thứ đang lộn tùng phèo. Tôi thích những sự thay đổi lớn".

Nhưng tôi không thích những cuộc nổi loạn lớn, Cách mạng văn hoá làm tôi rất sợ. Nhưng ngày hôm sau tôi bay về Bắc Kinh, như Mao đã ra lệnh. Đây là lần đầu tiên tôi trở về Bắc Kinh sau hơn một năm. Tôi có mặt ở thủ đô 16-6-1966, ngày mà Mao trong hội bơi thi trên sông Dương Tử. Tôi bơi nhiều lần với Mao nhưng không chú ý. Lần này tôi không thể hiểu những người nước ngoài sẽ kinh ngạc đến mức nào khi một ông già 73 tuổi lại có thể bơi nhanh hơn và xa hơn người đã từng vô địch thế vận Olympic.

Tôi biết sông Dương Tử chảy xiết như thế nào. Mao, vẫn như trong các lần bơi trước, ông nằm ngửa, bụng như quả bóng nổi trên mặt nước, cứ để dòng nước chảy mang theo ông. Đối với tôi, cuộc bơi của Mao trên sông Dương Tử có ý nghĩa như hành động thách thức chống lại ban lãnh đạo đảng, dấu hiệu cuộc chiến bắt đầu.

Với tôi, việc Mao bơi trên sông Dương Tử báo hiệu chuyện ông tự rút lui vào bóng tối đã kết thúc. Ông quay lại sân khấu chính trị. Hai ngày sau, 18-6-1966, Mao có mặt ở Bắc Kinh, để thâu tóm quyền lãnh đạo vào tay mình, trực tiếp chỉ đạo cuộc Cách mạng văn hoá.

CHƯƠNG 60

Tôi thường xuyên xa gia đình, nhất là trong tình hình nước sôi lửa bỏng của cuộc đấu đá chính trị. Việc tôi trở về đoàn tụ vui mừng khôn xiết, bữa cơm tối xum họp với vợ con buổi đầu tiên trở về. Nhưng Lý Liên lo lắm. Tôi biết vợ tôi rất ngại Giang Thanh tham gia công tác chính trị, tin sự thù hận của Giang nhân dịp này sẽ trút lên đầu chúng tôi. Nhưng hình như còn có một cái gì đó làm vợ tôi bất an thì phải. Khi lũ trẻ đi ngủ, Lý Liên nói nhỏ:
- Em nhận được tin khủng khiếp lắm.
Vợ tôi thì thầm. Từ khi tiến hành Cách mạng văn hoá, chúng tôi thậm chí ở trong nhà riêng cũng buộc phải thì thầm.
- Điền Gia Anh đã tự sát.

Tin ấy làm tôi kinh hoàng. Điền Gia Anh, một trong số những người bạn thân nhất của tôi, đã chết. Điền Gia Anh, một trong số những thư ký chính trị của Mao, ông thường thông tin cho tôi những vụ việc xảy ra ở trung ương, giữa chúng tôi có nhiều điểm giống nhau. Mấy tháng gần đây, tôi thường nghĩ đến Điền Gia Anh, đặc biệt khi biết Trần Bá Đạt và Giang Thanh tham gia "Tiểu tổ Trung ương Cách mạng văn hoá" mới. Điền Gia Anh và Giang Thanh không hợp nhau. Sự ủng hộ của Trần Bá Đạt trong Đại nhảy vọt, dẫn đến Trần và Điền mâu thuẫn nghiêm trọng.
Điền Gia Anh không bao giờ ủng hộ Đại nhảy vọt, sự bất mãn của ông tăng lên sau khi Bành Đức Hoài bị thanh trừng năm 1959. Tôi biết, anh bạn Điền sẽ bị rắc rối, nhưng không thể ngờ anh tự huỷ hoại đời mình khi cuộc Cách mạng văn hoá mới sơ khai. Nhiều người trong số bạn thân của tôi chết trong Cách mạng văn hoá, nhưng Điền Gia Anh là người đầu tiên.
Tôi rất sốc, khi không một ai báo tin Điền tự tử. Dĩ nhiên, nhân viên quanh Mao ở Hàng Châu và Vũ Hán chắc chắn biết. Vì sao họ giữ kín cả với tôi?
Lý Liên cho biết sau khi bắt đầu "Cách mạng văn hoá vô sản vĩ đại" chính thức phát động ngày 16-5, Uông Đông Hưng, mới được cử làm giám đốc Tổng Văn phòng, có nói chuyện với Điền Gia Anh, sau đó cử một số nhân viên tới tịch thu các tài liệu của Điền – dấu hiệu đầu tiên cho thấy người ta xếp Điền Gia Anh vào diện thanh lọc. Lệnh thu hồi tài liệu ở một quan chức cao cấp cần phải có sự chỉ đạo từ một thủ trưởng rất cao. Hoặc từ Chu Ân Lai, hoặc từ

chính Mao. Ngay đêm ấy, sau khi các tài liệu bị tịch thu, Điền Gia Anh treo cổ.

Lý Liên lo ngại cho tôi. Tại sao Mao cử tôi quay về Bắc Kinh trước khi ông có mặt? Vợ tôi cho rằng đang Mao kiểm tra, thử thách tôi. Ông muốn biết thái độ của tôi với Cách mạng văn hoá như thế nào, đứng bên nào, liệu còn trung thành nữa hay không? Nhà tôi yêu cầu từ nay phải kín đáo, đừng thổ lộ bất cứ với ai, e rằng chẳng bao lâu nữa tôi lại nằm trên thớt, rồi không chịu nổi sự nhục mạ, suy sụp tinh thần có khi cũng tự vẫn.

Đảng viên đảng cộng sản không được phép tự sát. Việc đó được xem như sự phản bội đảng. Người thân trong gia đình những người tự sát đến hết đời mình cũng phải mang cái mác "vợ kẻ phản bội" "con kẻ phản bội" và phải cắn răng chịu đựng suốt đời. Lý Liên có thể bị đuổi việc, bắt buộc phải lao động làm thuê. Hơn thế, cả vợ tôi, các con thơ dại cũng có thể bị đi đầy. Đêm ấy, vợ tôi thì thầm, van xin:

- Nếu anh tự tử, cả nhà cũng chết theo!

Tôi hứa, không bao giờ tự tử. Nhưng tôi hiểu, có thể sẽ bị công kích, gia đình tôi cũng sẽ phải chịu đau khổ. Một người trong gia đình bị lăng nhục, cả nhà bị nhục. Không có con đường nào trốn thoát.

Trong đầu tôi vụt ra một ý, chỉ có một cách duy nhất hoá giải. Tôi khuyên Lý Liên:

- Trong ngày mà họ bắt anh, em phải nộp đơn ly dị ngay.

Nghĩ lại, sao tôi lại xuẩn ngốc đến như thế. Ly dị không thể cứu được gia đình tôi. Trong những năm Cách mạng văn hoá, tôi chứng kiến rất nhiều gia đình, chết, ly dị, ly thân cũng chẳng thay đổi, hoãn lại bản án đã đưa ra.

Tôi chuẩn bị đương đầu với thử thách đầu tiên. Lý Liên nói đúng: Mao cử tôi về Bắc Kinh để kiểm tra độ trung thành.

Hôm sau, tôi báo cáo Uông Đông Hưng, Chủ tịch ra lệnh cho tôi gặp Đào Chú và tìm hiểu bước đi của Cách mạng văn hoá. Đào phải có mặt ở Bắc Kinh ngày hôm sau. Uông Đông Hưng yêu cầu tôi gặp Đào tại sân bay, thu xếp nơi ăn chỗ ở cho Đào trong khu Trung Nam Hải.

Trên đường từ sân bay về, tôi thông báo cho Đào biết về sự phân công của Mao. "Dễ ợt, không thành vấn đề" – Đào trả lời và đề nghị hôm sau sẽ thăm Trường Đại học Liên hợp Y khoa Bắc Kinh, giờ đây được đổi tên thành Đại học Y khoa Trung Quốc. Đào bảo:

- Tôi sẽ bảo người trong nhóm "Tiểu tổ Trung ương Cách mạng văn hoá" đưa anh đến đó.
Tôi ngần ngại. Tôi rất khó chịu sự tả khuynh của nhóm này. Gặp họ nghĩa tôi hoà nhập với họ, quan tâm dính líu vào chính trị, điều tôi không muốn. Người ta có thể cho tôi là người của họ, "phái hữu khuynh". Với tôi, gặp Đào Chú không ngại, vì chính Mao thu xếp việc này. Nhưng gặp người hữu khuynh có thể tôi vào vòng nguy hiểm. Tôi gặp bất cứ ai trong phe hữu khuynh ngoài Đào ra có thể gặp rắc rối sau này mà không có người bảo vệ. Mao có thể nói, chỉ ra lệnh gặp Đào Chú, không gặp người khác.

Uông Đông Hưng đoán được sự tiến thoái lưỡng nan, ông bảo vệ tôi, nói với Đào:
- Chủ tịch yêu cầu bác sĩ Lý nói chuyện với đồng chí, không phải với các thành viên khác. Tôi không nghĩ anh ấy cần gặp một ai khác.

Đào Chú đồng ý. Ông yêu cầu tôi đi cùng Giang Huy Chung Bộ trưởng Bộ y tế, khi ông thăm Đại học Y khoa. Một số nhân viên trong Ban Tuyên giáo của Đào Chú tháp tùng chúng tôi.

Trường Đại học Y khoa Trung Quốc trong tình trạng hỗn loạn, khi chúng tôi đến khu Đại học đang có biến cố lớn. Giang Huy Chung chịu trách nhiệm trực tiếp về tình hình ở trường Đại học. Sinh viên bãi khoá, các đại tự báo (báo chữ to) phê phán, chỉ trích cán bộ công nhân viên nhà trường, được treo, dán đầy mọi nơi. Tôi không còn hồn vía nào nữa, khi thấy một trong số các khẩu hiệu nhằm thẳng chống chính Bộ trưởng Giang Huy Chung. Người ta gọi ông là "cặn bã của Quốc dân đảng". Giang từng là bác sĩ phẫu thuật trong quân đội Tưởng Giới Thạch, nhưng gia nhập cộng sản từ năm 1934, sau khi bị bắt làm tù binh ở An Huy. Trong quá khứ, đảng đã từng hân hoan chào đón "những người đảo ngũ" từ Quốc Dân đảng trở về. Với tôi, Giang đã vào đảng rất sớm trong thời gian kháng Nhật, trước cả nội chiến Quốc-Cộng. Từ trong tâm can, tôi tin Giang hoàn toàn vô tội. Không khí ở khu Đại học chứng minh đầy đủ sự khủng bố chính trị.

Tôi tự hỏi, những người không ủng hộ tôi trong Nhóm Một, nếu họ điều tra lý lịch, chắc chắn cũng bị tấn công không thương tiếc. Quá khứ sẽ tiêu ma sự nghiệp và đời tôi. Tôi mới vào đảng sau giải phóng. Cha tôi từng giữ chức vụ cao cấp trong Quốc dân đảng, vợ tôi con đại địa chủ. Mặc dù lý lịch tôi đã được điều tra kỹ, không vướng mắc gì từ năm 1953 nhưng cũng vô nghĩa trong tình hình hiện nay.

Khi chờ Giang, sinh viên mít tinh ở hội trường. Sinh viên tụ tập từng nhóm, bàn tán hăng hái. Tôi nghe thấy các khẩu hiệu sinh viên thét vang khi chúng tôi bước vào. Tôi ngồi phía sau, chẳng ai biết tôi là ai, Giang Huy Chương lên bục, đồng chí Hứa đại diện Ban Tuyên Giáo, người mà Đào Chú cử đi cùng, lẩn vào đám đông, biến mất tăm. Đám sinh viên vô tổ chức la hét, đấu tố người đứng trên bục, tôi nghe thấy họ buộc tội Bộ trưởng y tế phục vụ cho các "quan", phớt lờ sức khỏe quần chúng nhân dân. Họ trích dẫn "Chỉ thị 26-6 (1965)" của Mao để chứng minh đều họ lên án.

Bỗng nhiên tôi hiểu, bản chỉ thị 26-6 này chính là bức giác thư Mao ra lệnh tôi viết tóm tắt sau cuộc trò chuyện, trước đêm tôi với Uông Đông Hưng đi Thạch Tư. Lúc đó, tôi gửi bản ấy cho Bành Chân và Bộ trưởng Giang Huy Chung. Nội dung của cuộc nói chuyện giữa Chủ tịch và tôi đã biến thành "Chỉ thị 26 tháng Sáu", được sử dụng để tấn công Giang Huy Chung, bạn tôi.

Tôi khổ sở lắm. Tôi quý, rất ngưỡng mộ Giang Huy Chung. Giá như tôi không gửi bài viết của Mao chỉ trích Bộ y tế, có lẽ ông đã tránh được cuộc đấu tố như thế này. Tất cả mọi người trong hội trường, chỉ có Bộ trưởng Giang biết tôi là người viết bản chỉ thị, đi cùng ông đến đây theo đề nghị của Đào Chú, theo phán bảo của Mao và cũng là người duy nhất biết tôi bác sĩ của Mao. Rời cuộc họp tôi chưa hết bàng hoàng, thề không bao giờ tham gia những cuộc họp như thế nữa. Giờ đây tôi hiểu, tôi quá may mắn, quá khứ không bị phanh phui. Nếu phải trả lời những câu hỏi về quá khứ, về thành phần gia đình, chắc chắn đời tôi tiêu. Uông Đông Hưng biết tôi rất lo lắng.

Vận hạn chính trị Đào Chú phải trả quá lớn, quá nhanh. Ông bị mất chức vào tháng 12 năm ấy, chỉ vì không chịu lệ thuộc dưới trướng Giang Thanh, lại ủng hộ những người lãnh đạo khác, kể cả Giang Huy Chung và tỉnh đảng bộ Hồ Bắc, Vương Nhiệm Trọng, những người đã rơi tầm ngắm sẽ bị thanh trừng.

Sau khi Đào Chú và Giang Huy Chung bị thanh trừng. Đồng chí Hứa bên Ban Tuyên Giáo, người đi kèm chúng tôi đến Trường Đại học Trung Quốc rồi lẩn mất vào đám đông, đột nhiên tái xuất hiện, rồi tấn công tôi. Ông viết thư cho giám đốc "Tiểu tổ Trung ương Cách mạng văn hoá" Trần Bá Đạt, tố cáo tôi, đồng minh thân cận của Đào Chú, người bị thanh trừng, đã đến Đại học Y khoa để bảo vệ Giang Huy Chung. Trần Bá Đạt chuyển bức thư đó cho Mao. Mao cho tôi xem thư này.

Tôi nhắc với Chủ tịch:

- Nhưng chính Chủ tịch đề nghị tôi về Bắc Kinh gặp Đào Chú.

Mao cười, bảo:

- Nếu họ buộc tội anh có mối quan hệ chặt chẽ với những người ấy, có lẽ tôi cũng nên thông báo với họ, anh và tôi có quan hệ rất gần gũi, thân thiết lắm.

Ông khuyên tôi nên viết một tờ báo khổ chữ to, tố cáo Giang Huy Chung. Tôi không làm, nhưng Mao cũng chẳng biết. Chủ tịch đã cứu tôi, ông gạch tôi khỏi danh sách những người cùng phe Đào Chú. Nhưng những người khác, hoàn toàn vô tội, vô can như tôi, không có được một sự che chở may mắn như thế, sẽ chết.

***

Mao muốn tôi tham gia tích cực vào Cách mạng văn hoá. Ông không cho phép tôi đứng ngoài cuộc chiến. Việc thử thách lòng tin của tôi được tiếp tục. Hai tuần sau khi quay về Bắc Kinh, ông gọi tôi vào buồng ngủ trong khu Hương Cúc.

Mao muốn tôi và y tá trưởng Ngô Tự Tuấn sáng hôm sau đi cùng con gái ông, Lí Nạp, vào Đại học Bắc Kinh.

- Hãy xem những tờ báo chữ to, thảo luận trao đổi với sinh viên, xem họ bị buộc tội phản cách mạng đúng hay sai! – Ông ra lệnh.

Náu mình bởi cuộc nghỉ hè ở Hàng Châu và Vũ Hán, Mao đẩy Lưu Thiếu Kỳ chịu trách nhiệm phát động cuộc Cách mạng văn hoá. Lưu Thiếu Kỳ đưa những đội quân công nhân đến các trường Đại học điều khiển phong trào chính trị đang bùng phát. Nhưng Mao lại nghi ngờ thay bằng sự ủng hộ, ông cổ vũ sinh viên nổi dậy, nhưng những người do Lưu cử đến ngăn chặn sinh viên, phê bình kết án họ là bọn phản cách mạng.

Tôi chẳng thích đi cùng Lí Nạp, nhiều người ở Đại học Bắc Kinh biết cô là sinh viên khoa lịch sử của trường. Tôi e rằng, nếu người ta nhìn thấy ba chúng tôi đi với nhau, họ sẽ nghĩ là Mao tham gia phong trào.

Nhưng Mao chẳng lo điều này.

- Cái gì cơ? – Ông trả lời – Thật là tuyệt, nếu ở Đại học Bắc Kinh người ta nghĩ rằng cả tôi bị cuốn vào cách mạng văn hoá. Theo tôi, các đồng chí nên ủng hộ sinh viên.

Lí Nạp mời một số bạn học và giáo sư gặp chúng tôi ở hội trường. Tôi nói dăm ba câu. Sau đó sinh viên bắt đầu phàn nàn về giới lãnh đạo Đại học Bắc Kinh. Lý Bình, phó hiệu trưởng, người tôi từng tiếp xúc, khi Lí Nạp bị cảm, phải đưa vào bệnh viện, lại là đối tượng chú ý đặc biệt của những người nổi loạn.

Sinh viên tố cáo, Đảng uỷ nhà trường đã ngăn cuộc cách mạng của họ, khi đội công nhân thay thế ban lãnh đạo đảng lại không ủng hộ sinh viên nổi dậy, còn buộc tội họ phản cách mạng. Sau khi nghe sinh viên tố cáo, chúng tôi đi bộ quanh khu trường Đại học, đọc báo chữ to dán khắp nơi. Tất cả sinh viên ở Đại học đổ xuống đường, tụ tập thành những nhóm nhỏ, tiến hành các cuộc thảo luận chính trị sôi nổi.

Những cái gì xảy ra ở Đại học Bắc Kinh, tôi không quá quan tâm. Vấn đề chính trị thật sự không phải ở khu trường Đại học, mà ở hàng ngũ các nhà chính trị chóp bu của đảng. Tôi cho rằng, bản thân các nhà lãnh đạo phải tìm ra phương cách giải quyết bất đồng của mình. Không cần thiết phải lôi sinh viên vào vạc dầu sôi này.

Mao, tất nhiên, nghĩ khác. Ông tuyên chiến với chính những người lãnh đạo đảng của ông, và giờ đây, thậm chí hơn cả năm 1957, không tin vào đảng có thể tự thay đổi. Ông không thể dựa vào trí thức, có thể thay đổi ý thức hệ của đảng. Khi ông kêu gọi "Trăm hoa đua nở, trăm nhà đua tiếng", họ đã hưởng ứng, nhưng không những phê phán, chỉ trích đảng, họ còn phê phán, chống chủ nghĩa xã hội và cả Chủ tịch nữa.

Trong thời kỳ Cách mạng văn hoá, Mao vượt qua sự cản trở thói quan liêu trong đảng và chính quyền, đặt niềm tin vào cánh tay của thanh niên đang sùng bái ông. Chỉ có thanh niên mới có lòng dũng cảm đấu tranh với các lực lượng chính trị già cỗi, cổ hủ. Mao tâm sự với tôi, khi chúng tôi còn ở Vũ Hán.

- Chúng ta cần dựa vào họ để bắt đầu làm cách mạng. Nếu làm khác đi, chúng ta không thể đánh đổ được bọn yêu ma, quỷ quái.

Mao không cần tôi báo cáo về tình hình ở Đại học. Ông biết quá rõ cái gì đang xảy ra ở đó, nhưng đã cử tôi tới, như một lần nữa kiểm tra quan điểm của tôi với Cách mạng văn hoá.

Ông muốn biết liệu tôi có coi sinh viên là bọn phản cách mạng hay không.

- Không, dĩ nhiên là không rồi – Tôi trả lời không cần suy nghĩ – chẳng lẽ lại có nhiều bọn phản cách mạng đến thế trong đám sinh viên?

- Đúng – Mao tán thành – Đó chính là điều tôi muốn nghe ở anh.

Tôi đã thành công trong cuộc thử thách đầu tiên. Ngay sau đó, Mao cho giải tán đội công nhân do Lưu Thiếu Kỳ thành lập, buộc tội họ âm mưu tiêu diệt sinh viên, có ý đồ gây rối.

Việc quay lại Bắc Kinh, Mao muốn cho mọi người biết sự lùi bước đã kết thúc, ông sẽ trực tiếp chỉ đạo quần chúng. Ngày 29-6-1966,

Mao triệu tập cuộc họp trong Đại lễ đường Nhân dân, có đến 10 nghìn học sinh sinh viên, trung học và Đại học để nghe tin về sự giải tán đội công nhân. Sinh viên bị kết án nổi loạn được tha bổng, miễn hình phạt. Lưu Thiếu Kỳ và Đặng Tiểu Bình bị buộc chịu trách nhiệm trước quần chúng vì đã cử đội công nhân trong khi Mao vắng mặt.

Bản thân Mao không có ý định tham dự các cuộc họp đặc biệt. Ông từ chối công khai mối quan hệ với Lưu Thiếu Kỳ và Đặng Tiểu Bình trước quần chúng. Coi như không biết có các vị lãnh đạo khác, cũng như học sinh, sinh viên, ông lặng lẽ vào thính phòng, Trước khi cuộc họp bắt đầu, tôi tháp tùng và ngồi sát ông, sau bức rèm cánh gà, ông chăm chú lắng nghe, không nói một lời, cho đến khi Lưu Thiếu Kỳ tiến hành "tự phê bình".

Bài phát biểu của Lưu "tự phê bình" rất giống bài tự phê bình của Mao năm 1962. Lưu Thiếu Kỳ công nhận ông không làm gì sai trái, chỉ chấp nhận ông và các đồng sự – "những nhà cách mạng lão thành đang đứng trước những vấn đề phát sinh mới" giải quyết chưa tốt. Do thiếu kinh nghiệm, không có sự nhạy cảm cần thiết để dẫn dắt cuộc Đại cách mạng văn hoá vô sản này đi đúng hướng.

Khi nghe đến điều đó, Mao cười lớn, mỉa mai:

- Các nhà cách mạng lão thành ư? Bọn phản cách mạng lão thành thì đúng hơn!

Tim tôi giật thót. Tôi từng coi cuộc Cách mạng văn hoá là sự lừa đảo, bây giờ thể hiện rõ nét. Mục tiêu chính nhằm vào Lưu Thiếu Kỳ và Đặng Tiểu Bình, coi họ là bọn phản động chui vào đảng, "lấy danh nghĩa đảng, thao túng chính quyền đi theo con đường tư bản". Chiến dịch cách mạng văn hoá được kêu gọi phát động để tiêu diệt họ.

Sau Lưu Thiếu Kỳ, Chu Ân Lai lên diễn đàn. Ông cố gắng giải thích cho sinh viên ý nghĩa và mục đích Cách mạng văn hoá. Mao đứng lên, định bỏ về phòng 118, nơi ông ưa thích trong toà nhà Quốc vụ viện, cách không xa phòng họp.

Nhưng đột nhiên ông thay đổi quyết định, nói với tôi:

- Chúng ta cần phải ủng hộ cuộc cách mạng của quần chúng chứ.

Khi Chu Ân Lai kết thúc bài phát biểu. Cánh gà phía sau hậu trường được kéo ra, thật bất ngờ như có phép mầu nhiệm, Mao chủ tịch từ hậu trường, tiến ra khán đài. Đám đông rổ lên reo hò. Mao vẫy tay chào mừng tất cả mọi người, cả hội trường sôi động hô theo nhịp: "Mao chủ tịch muôn năm! Mao chủ tịch muôn năm!" Bản thân Mao lúc ấy đi đi lại lại trên sân khấu, từ tốn, nét mặt thản nhiên, tay vẫy vẫy.

Đám hò reo vẫn chưa ắng xuống, tiếng hô vẫn nghe rõ, khi Mao rời sân khấu, trong niềm vui hoan hỉ về phòng 118. Chu Ân Lai, như một con chó trung thành, lẽo đẽo theo sau.

Mao không thèm để ý Lưu Thiếu Kỳ và Đặng Tiểu Bình, coi như họ không có mặt, cả hai người kinh ngạc, sững sốt, ở lại sân khấu. Nhiều người vẫn không nhận ra khoảng cách giữa ông và Lưu, Đặng.

***

Ba ngày sau, 1-8-1966, Mao viết một bức thư gửi học sinh trường Trung học, trực thuộc Đại học Thanh Hoa. Nơi có một nhóm thanh niên lập ra ở đó một tổ chức nổi loạn, mang tên "Hồng vệ binh". Mao khen ngợi, nhận xét rằng "nổi loạn là đúng đắn". Lời của Mao được được in lại trong nhà in sinh viên và tức thời trở thành khẩu hiệu vang dội, kêu gọi tập hợp thanh niên toàn Trung Hoa. Các nhóm Hồng vệ binh bắt đầu ra đời ở các trường trung học và Đại học trong toàn quốc.

Để ủng hộ "báo chữ to", dán khắp nơi trong khu trường Đại học, Mao viết một áp phích lớn của riêng mình, tiêu đề "Ném bom Tổng hành dinh" được chính quyền trung ương truyền bá nhanh chóng. Mao phê phán, ít nhất trong 50 ngày qua hoặc lâu hơn nữa, chính "các đồng chí" kể cả chính quyền trung ương lẫn địa phương đã chống đối đảng, đi theo bọn tư sản, phản động cố gắng dẫn tới độc tài tư sản. Họ ra sức – Mao khẳng định – phá hoại Đại cách mạng văn hoá vô sản. Do kích động của Mao, Cách mạng văn hoá tiến sâu thêm những bước mới. Thanh niên xông ra ngoài phố tấn công cơ sở đảng, tin tưởng rằng chính Mao ủng hộ họ, vì ông đã viết "nổi loạn là đúng đắn", vì vậy việc họ tham dự là tốt, là đúng đắn.

5-8-1966 tại Thiên An Môn, Mao Trạch Đông kích động hàng chục vạn Hồng Vệ Binh gây bạo loạn

Mao vẫn tiếp tục phớt lờ hệ thống quan liêu của đảng. Ngày 10-8-1966 Mao "đón tiếp đội quân quần chúng" ở cổng phía tây của Trung Nam Hải. Về sau này, ông chào đón hàng triệu Tiểu Hồng vệ binh, từ khắp nơi trong cả nước tiến về Bắc Kinh, trên quảng trường Thiên An Môn. Tính đến cuối năm 1966, tám lần tôi đứng với Mao trên lễ đài hoặc ngồi trong xe mui trần, khi ông gặp Tiểu Hồng vệ binh, từ các miền xa xôi đất nước để được nhìn thấy lãnh tụ vĩ đại.

Lâm Bưu cũng thường xuyên ở bên Mao, đương nhiên, chứng suy nhược thần kinh tiêu tan khi ông tham gia vai trò chính trị mới, chẳng còn sợ ánh sáng mặt trời, chẳng sợ gió. Ông thường xuyên tháp tùng Mao, mỉm cười và vẫy tay đám đông đứng dưới lễ đài.

Tới lúc này tôi biết được rõ sự đối đầu của Mao với Lưu Thiếu Kỳ và Đặng Tiểu Bình, mà lần đầu tiên cảm nhận trong đại hội đảng lần VIII, năm 1956, giờ đã trở nên đỉnh cao, hai người sớm muộn cũng bị loại bỏ. Dù vậy, đa số nhân dân vẫn chưa rõ mục đích thật sự Cách mạng văn hoá của Mao. Với người thân tín, tôi và vài người khác, Mao cả quyết Lưu và Đặng là kẻ phản động. Nhưng trước công luận ông tỏ ra ôn hoà. Khi tổ chức phiên họp toàn thể lần thứ 11, tiến hành từ 1 đến 12-8-1966, Chủ tịch bắt đầu nói về mối quan hệ này.

- Nếu như đảng ta là đảng duy nhất được tồn tại – ông nói – Nhà nước ta sẽ biến thành nhà nước quân chủ. Một điều hoàn toàn xa lạ, rất lạ nếu trong đảng ta không có mâu thuẫn nội bộ, có những ý kiến trái chiều.

Người ta cứ tưởng ông sẽ khoan dung với những người bất đồng chính kiến. Mao nói tiếp:

- Chúng ta không thể cấm người khác mắc khuyết điểm, nhưng chúng ta cần phải biết khoan dung, cho phép họ sửa chữa thiếu sót, sai lầm.

Nhưng đó chỉ là những lời lừa gạt, Mao không những không cho phép ai chống lại quan điểm của ông mà cũng chẳng khoan dung với ai bất đồng chính kiến. Bất cứ ai trước kia đã từng chống ông, phê phán ông, sớm muộn cũng sẽ bị trừng phạt không thương tiếc. Nhưng lời của Mao chỉ làm người nghe hiểu sai. Mao thực tế không cho phép một bộ phận nào của dân chúng chống lại quan điểm riêng của ông. Ông không tha thứ cả những người có ý nghĩ khác.

Tục ngữ Trung Hoa có câu: "Muốn phủ giòng sông bằng nước đá dầy một mét, phải cần nhiều năm". Đối với Mao, cũng phải cần nhiều năm để ông loại bỏ kẻ thù, ông tiếc, mãi đến bây giờ mới làm được điều này, mối hận thù ông theo đuổi rất lâu, từ trước khi giải phóng. Để tạo nên thắng lợi, ông sẵn sàng đẩy đất nước rơi vào hỗn loạn.

CHƯƠNG 61

Được sự ủng hộ của Mao, đám sinh viên nổi loạn trở lên điên cuồng bỏ trường, xuống đường tìm kiếm nhà những người bị tình nghi có khuynh hướng "tư sản". Khi Hồng vệ binh bắt đầu đổ xô vào những nhà riêng, tra hỏi chủ nhà, cố tìm tòi lục soát tìm bằng chứng "ghét chế độ xã hội chủ nghĩa" thì cuộc sống yên lành của tôi ở đường Quảng Xương cũng bị đạp vỡ.

Ngay từ lúc bắt đầu, mục đích chính của Cách mạng văn hoá đánh vào tầng lớp trên của hệ thống y tế. Các nhà lãnh đạo của Bộ Y tế bị đấu tố liên tục. Trong khu nhà tôi có ba gia đình thứ trưởng. Sau khi Hồng vệ binh và nhân viên phe phái Giang Thanh trong Tiểu tổ Cách mạngg văn hoá nguy trang giả làm Hồng vệ binh đi quấy rối, xông vào khám xét, chúng đóng chiếm luôn khu chúng tôi ở, lôi thốc các thứ trưởng ra đường, vào lục soát, khám xét nhà của họ.

Tôi chưa phải là mục tiêu nhưng khu tôi trở nên hỗn loạn, từng đoàn thanh niên trẻ tuổi đi khắp nơi, tung tin cáo buộc vô cớ, mọi người đều bị nghi ngờ. Tôi nơm nớp lo sợ bị lôi đi hỏi cung, đấu tố. Lý Liên yêu cầu tôi đừng về nhà, hãy tạm lánh sống trong Trung Nam Hải. Chừng nào tôi ở gần Mao, bọn sinh viên không thể thọc tay kéo tôi ra được.

Mao cho phép tôi ở lại, ông giao cho tôi và y tá trưởng Ngô Tự Tuấn nhiệm vụ mới. Chúng tôi cần phải đọc tất cả các báo cáo từ khắp nơi chuyển tới tư dinh ông, sàng lọc tin tức, ghi chép, báo cáo những tin chú ý và quan trọng nhất. Khi bùng nổ các hoạt động chính trị trong nước, số lượng thông tin, thư từ chuyển về nhiều đến mức tất cả nhân viên của Mao chắc chắn đọc không xuể, không đủ sức đọc hết.

Tôi vui vẻ đồng ý tham gia. Tất cả các dạng tin tức, nhiều thứ trước đây bí mật, bỗng nhiên lại thành công khai. Thậm chí những tài liệu và văn kiện giải quyết của chính quyền trung ương được các sinh viên – Hồng vệ binh xuất bản. Trong đó chứa những báo cáo từ các cuộc họp ở đó các quan chức hàng cao cấp nhất bị đấu tố.

Đọc các báo cáo về diễn biến phong trào tôi không tham gia, dính líu. Sống ở Trung Nam Hải, hiếm khi có mặt ở nhà, tôi nén chịu, dù rằng chỉ tạm thời, để tránh khỏi nguy hiểm. Tôi đau lòng vì vẻ đẹp của Quảng Xương đã bị phá huỷ nhiều đến thế, nhưng tôi cảm ơn số phận đã mang tôi vào Trung Nam Hải.

Chẳng bao lâu, Trung Nam Hải cũng không còn là nơi an toàn. Mọi người làm việc ở đây đều bị nghi ngờ. Thậm chí Chu Ân Lai cũng không an toàn, bị Giang Thanh và những người đồng lõa với bà buộc tội xét lại. Về điều này, tờ Văn Báo đã đăng, trong một bài báo do Ngô Hảo viết, đã giả mạo sử dụng bí danh của Chu, bóng gió ông ly khai Đảng cộng sản. Tôi đi dạo bể bơi trong nhà, Chu đến để thảo luận tình hình đang phát sinh với Mao, đem theo tờ báo có bài đăng về ông. Bài báo được kẻ thù của ông trong Quốc dân đảng viết. Chu vạch ra rằng, trong khi bài được đăng tải ông đã rời Thượng Hải, vì thế không có lý do gì ông là tác giả bài viết. Chủ tịch chưa bao giờ kể với tôi sự kiện bê bối này, nhưng tôi biết, Chu Ân Lai không quên bài báo này đến tận khi chết. Mao hoàn toàn nhất trí với báo cáo của Chu, nhưng nổi giận vì cách làm vô trách nhiệm của các cộng sự vợ ông, Vương Lý và Quan Phương.

Cái chết của Điền Gia Anh gây ra sự đánh giá trái ngược. Nhiều người ở Trung Nam Hải kính trọng, quý mến ông, cái chết của ông làm đau buồn, gây xúc động cho bạn bè. Nhưng Điền chính thức bị dán nhãn kẻ phản bội, tất cả những ai có quan hệ thân thiết với ông đều bị tình nghi. Chu Ân Lai vẫn giữ lòng trung thành với Mao, ông lo ngại ở Trung Nam Hải có thể còn những kẻ phản bội khác giấu mặt, ai đó trong số nhân viên của Điền Gia Anh chuẩn bị phản bội Chủ tịch. Ông chỉ thị Uông Đông Hưng tăng cường các biện pháp an ninh, tiến hành một đợt kiểm tra mới tất cả các cán bộ, nhân viên để đảm bảo độ tin cậy. Uông trao nhiệm vụ cho thuộc hạ của mình, Dư Quan, một người tốt bụng, thông minh. Tất cả những ai có lý do nghi ngờ về sự tin cậy, được đưa vào diện "tầng lớp điều tra".

Chúng tôi, làm việc ở Trung Nam Hải, được kêu gọi đánh giá thái độ chính trị của mình, phải tố cáo những người có nghi ngờ về Mao chủ tịch, đảng, chủ nghĩa xã hội. Với sự chú ý đặc biệt, người ta để ý tới những người bạn và đồng nghiệp của Điền Gia Anh. Tôi cũng nằm trong số này.

Sau vài tuần, Đồng Bằng, vợ goá của Điền, bị kết tội. Là vợ của kẻ phản bội, người ta liệt bà vào "tầng lớp điều tra". Nhưng Đồng Bằng tuyên bố, một lòng một dạ trung thành với Mao chủ tịch, giờ đây đảng lại ghép tội, xếp vào "tầng lớp điều tra". Bà muốn vạch rõ ranh giới" giữa mình và người chồng "phản bội" Điền Gia Anh, bà một lòng một dạ trung thành với đảng nhưng bị nghi ngờ vì chồng. Chỉ khi nào chứng minh được điều đó, Đồng Bằng mới có thể xoá bỏ được cái nhãn "vợ của kẻ phản bội". Bà ta xoay ra tố cáo tôi, cách bà ta muốn đổi lại, chứng minh lòng trung thành, sùng kính đảng của bà.

Lời tố cáo của Đồng Bằng mạnh về logic, nhưng yếu về bằng chứng. Bà tố cáo, tôi và Điền Gia Anh rất thân thiết với nhau, thường xuyên trao đổi mọi công việc, nhưng lại không tìm ra bằng chứng cụ thể nào về thái độ, hành vi chống đảng của tôi. Nhưng bà lý luận, nếu Điền Gia Anh là phần tử chống đảng, thì tôi, bạn thân của Điền cũng phải như thế.

Lại một người nữa, Bằng Thanh Thuỷ, thư ký của Điền cũng buộc tội tôi. Khác với Đồng Bằng, anh ta chẳng có chứng cớ gì cả. Anh ta tố cáo về cuộc họp giữa tôi, Uông Đông Hưng và Lâm Khắc, thư ký trước đây của Mao năm 1963, trong thời gian đi công tác trên tầu hoả với Mao, tôi không đồng ý với chính sách đấu tranh giai cấp của Chủ tịch. Tôi không thích chiến dịch "cải tạo xã hội chủ nghĩa" mới. Bằng Thanh Thuỷ thậm chí lại còn trích dẫn lời tôi: "Chủ tịch chẳng muốn nhân dân một ngày được thanh bình. Chúng ta vừa mới bắt đầu sản xuất một lượng đủ nông phẩm để nuôi nhân dân, quyết định của Chủ tịch lại làm đảo lộn mọi chuyện". Bằng Thanh Thuỷ buộc tội tôi đã kích tính cách Mao, gọi Mao là kẻ đa tình, tán tỉnh ve vãn các cô gái trẻ.

Chính Bằng Thanh Thuỷ chẳng nghe thấy tôi nói những vụ việc như thế bao giờ. Thế nhưng người ta tin lời tố cáo của Bằng. Lâm Khắc, người hay kể các cuộc nói chuyện của chúng tôi với Điền và Bằng. Trong bầu không khí khủng bố chính trị của Cách mạng văn hoá, những lời phát biểu như thế coi như sự thể hiện phản cách mạng. Nếu Giang Thanh hoặc đồng sự của bà biết điều này, tôi chắc là khó thoát khỏi bị tống giam.

Nhưng Uông Đông Hưng bảo vệ tôi. Ông không có cách nào khác. Chính Uông cũng nằm dưới sự nghi vấn chẳng nhẹ chút nào, Hồng vệ binh theo dõi ông và Ban an ninh Trung ương từng cử chỉ, từng hành động. Tôi là phần đầu trong mắt xích dẫn tới ông ta. Uông thường giới thiệu tôi là bác sĩ riêng của Mao, nếu tôi trở thành kẻ phản động, Uông cũng là kẻ phản động. Hơn nữa, Uông có mặt khi tôi nói những điều phản động, tại sao Uông không tố cáo, như thế Uông có dấu hiệu đồng tình và cộng thêm với những lý do khác, cũng sẽ bị kết tội phản động. Nếu tôi bị bắt, người ta sẽ buộc tôi phải thú tội đã tâm sự với các nhân viên của Mao, dĩ nhiên, sẽ truy ra người khác. Tôi sẽ làm luỵ đến Uông, bởi vì chính Uông cũng nói rất nhiều điểm xấu về đời tư của Mao.

Uông không hoảng hốt, bình tĩnh, nói:

- Trường hợp xấu nhất, chúng ta cùng nhau ngồi tù. Trong nhà tù được ăn, sống tự do, chẳng lo gì đến công việc. Việc gì mà phải sợ?

Nhưng giờ đây quyền lực của Uông đối với tôi rất lớn. Cả hai bức thư tố cáo họ giao cho ông. Nếu ông ghét tôi, chuyển thư này cho Giang Thanh hay đồng minh của bà, chắc chắn tôi bị bắt. Uông không thể đốt nó đi được, người ta theo dõi rất kỹ, nếu đốt thư tố cáo, một bằng chứng khuất tất mà ông dấu kín. Ông giữ thư ở nhà riêng, chỗ thật kín đáo. Uông nói Dư Quan, người chịu trách nhiệm các cuộc điều tra ở Trung Nam Hải, cảnh cáo Bằng Thanh Thuỷ để anh chàng này ngừng mưu đồ tố cáo ngầm.

Đến ngày 7-5-1967, thành lập Trường Cán bộ, hàng triệu cán bộ cộng sản bị dán nhãn "tầng lớp điều tra" được đẩy đến đi lao động khổ sai ở vùng sâu vùng xa, trong số những người Uông đẩy đi có cả Bằng Thanh Thuỷ. Anh ta ở lại đó hơn thập niên, đến năm 1978.

Một vài tháng sau khi tố cáo tôi, Hồng vệ binh thuộc Ban An ninh Trung ương do Uông Đông Hưng lãnh đạo đã hằn học tấn công vào Uông. Bài báo chữ to của nhân viên dưới quyền ông, xuất hiện ở Trung Nam Hải, yêu cầu phải bỏ Uông Đông Hưng vào vạc dầu, hoặc thiêu sống. Đặc biệt dữ dội là bích trương của Trương Trí Thanh, lái xe của Chủ tịch. Nhà của Uông không còn là nơi an toàn nữa. Hồng vệ binh bất kỳ lúc nào cũng có thể xông vào khám xét. Uông cần phải vứt bỏ các tài liệu.

Uông Đông Hưng mang những bức thư, buộc tội chúng tôi, đến nộp Chu Ân Lai, người có thể trở thành mắt xích tiếp theo trong chuỗi xích, và yêu cầu cất giữ chúng.

Chu sợ hãi. Giữ các bức thư như thế này có thể xem như thể cầm than hồng trong tay. Nhưng vị thế của thủ tướng cũng đang lung lay, buộc phải cần sự ủng hộ, bảo vệ Uông Đông Hưng. Chu Ân Lai đã giấu các bức thư trong két sắt, khoá lại. Các bức thư ấy nằm lại ở đó cho tới lúc Chu Ân Lai qua đời vào tháng giêng 1976. Chỉ khi đó Uông Đông Hưng mới lấy lại chúng và đốt đi.

Cuộc tấn công vào Uông Đông Hưng kết thúc nhanh chóng vì Mao yêu cầu phải chấm dứt. Mao nói với tôi: "Hệ thống an ninh không được phép phá huỷ". Mao lệnh cho Chu Ân Lai, nay đến lượt Chu, yêu cầu không một ai làm việc quanh Chủ tịch được tham gia cuộc Cách mạng văn hoá. Ông cảnh cáo người lái xe, Trương Trí Thanh, phải biết vị trí công tác của Uông Đông Hưng, không ai được làm tổn hại đến người chịu trách nhiệm bảo vệ sinh mạng của Chủ tịch.

Mao ra lệnh cho Trương:
- Hãy thông báo chỉ thị của tôi với tất cả nhân viên khác.

Uông nhân cơ hội sử dụng lệnh của Chủ tịch củng cố thêm vị thế trong Ban An ninh trung ương. Tất cả Hồng vệ binh trong cuộc đấu tố kẻ phản quốc đều được gửi vào "Trường Cán bộ 7 tháng 5" ở Giang Tây. Cơ quan Ban An ninh của Uông Đông Hưng là cơ sở duy nhất ở Trung Quốc, không những sống sót qua Cách mạng văn hoá, không bị thiệt hại, mà còn mạnh hơn. Điều này được thấy rõ trong cái nền hỗn loạn chung. Bộ chính trị, Ban chấp hành Trung ương đảng không làm việc, nhiều nhà lãnh đạo phải rời khỏi chỗ của mình và bị đàn áp. Sự lộn xộn không trừ cả Quốc vụ viện, do Chu Ân Lai đứng đầu.

Để làm dịu tình, Mao thành lập một Uỷ ban chính trị đặc biệt. Trong Uỷ ban này có sự tham gia của các thành viên bao gồm "Tiểu Tổ Trung ương Cách mạng văn hoá", cả Chu Ân Lai, Bộ trưởng công an Tạ Phú Trị, Diệp Quần – vợ Lâm Bưu, và Uông Đông Hưng.

CHƯƠNG 62

Mao cần Uông Đông Hưng, người phụ trách an ninh bảo vệ Chủ tịch, thiếu Uông, Mao không yên tâm. Càng muốn tóm hết kẻ thù, ông càng cảm thấy không an toàn. Sau khi phát hiện khu Hương Cúc, tư dinh trong Trung Nam Hải bị gài "bọ" nghe lén, Mao giờ đây nghi ngờ tới cả nơi ở của mình, sợ rằng khi vắng mặt, lại có thêm "bọ" mới.

Chẳng bao lâu Mao chuyển sang biệt thự thuộc Building I, đồi Châu Xuân ngoài Bắc Kinh. Tôi sống cùng ông, nhưng một vài ngày sau Mao cho rằng chỗ này nhiễm chất độc, yêu cầu chuyển sang nơi khác.

Chúng tôi vào Đào Dư Thái, một khu nhà rộng, nơi chính phủ tiếp khách quốc tế, phía tây Trung Nam Hải., nơi vua chúa ngày xưa thường câu cá. Bây giờ ở đó là cả một quần thể biệt thự, được xây dựng hài hoà trong hàng cây và hồ thả cá. "Tiểu Tổ Cách mạng văn hoá Trung ương" đặt bộ chỉ huy trong khu nhà đó. Giang Thanh, Trần Bá Đạt và một số thành viên khác cũng chiếm vài biệt thự quanh đấy. Mao dọn vào biệt thự số 10. Giang Thanh ở biệt thự số 11.

Tuy nhiên chẳng mấy chốc ở Đào Dư Thái, Mao cũng cảm thấy không an toàn. Ông cho khắp chốn đều nguy hiểm, quyết định quay về phòng 118 trong toà nhà Quốc vụ viện, nơi trong số nhân viên phục vụ có nhiều phụ nữ trẻ, sống tạm ở đó vài tháng. Đến cuối năm 1966, lại quay về Trung Nam Hải, nhưng không về khu Hương Cúc, mà về building nơi ông ở từ năm 1950, nơi có bể bơi trong nhà. Những căn phòng mới xây hiện đại, rộng hơn những căn hộ trước đây, Chủ tịch sống ở đây cho đến trước khi qua đời mấy tuần.

Ngay sau khi quay về Bắc Kinh tháng 7, Mao lại bận rộn với đám phụ nữ, cho phục hồi các buổi dạ vũ, hoà nhạc mà cuộc Cách mạng văn hoá làm gián đoạn. Một tháng sau, Giang Thanh từ Thượng Hải quay về cũng vào khu này sống.

Ông vui vẻ cùng các cô gái thưởng thức những buổi hoà nhạc và vở kinh kịch "Hoàng Đế quyến rũ nữ tỳ", nhưng Hồng vệ binh xác định đó là kinh kịch phản cách mạng bị cấm. Giờ đây, Giang Thanh nắm quyền điều khiển văn hoá, bà đã thay đổi hoàn toàn. Tôi hoảng lên vì phong cách và trang phục của bà. Giang Thanh mặc bộ quần áo rộng hết cỡ to đến nỗi Mao có thể mặc vừa, đi đôi giày da cứng, dành cho đàn ông, để thấp. Giang Thanh trở nên kiêu ngạo theo kiểu nhà độc tài. Trong tay bà là số phận của hàng triệu con người, bà ra những sắc lệnh cứng nhắc, thái quá. Điều lệnh mới, bà không cho phép tổ chức những buổi dạ vũ hội, đến cuối tháng 8, khuyên Mao không tham dự và đuổi bọn đàn bà đi.

- Tôi trở thành sư mất – Mao phàn nàn với tôi ngay sau sự kiện này. Nhưng sau vài tuần, đám phụ nữ quay về. Phòng 118 lại trở thành tụ điểm vui chơi, giải trí của các cô gái trẻ sống trong các phòng Phúc Kiến, phòng Giang Tây (mỗi tỉnh của Trung Quốc đều có 1 phòng mang tên 1 tỉnh trong khu Đại lễ đường Nhân dân, trang trí theo phong cách địa phương) đến mua vui cho Mao. Ngay cả khi Cách mạng văn hoá đạt tới đỉnh cao và quảng trường Thiên An Môn chìm ngập trong tiếng hò reo, trên đường phố Hồng vệ binh đi tuần suốt đêm, Mao tiếp tục cuộc sống đế vương, vui vầy với đám bạn gái trong cung Hội trường đại biểu toàn quốc, được bao bọc bởi bức tường xung quanh Trung Nam Hải.

***

Những phụ nữ, người trước đây từng gần gũi với Mao, trong thời gian Cách mạng văn hoá bị rơi vào tai hoạ và giờ đây tìm Mao che chở.

Trương Ngọc Phượng là người đầu tiên. Đầu tháng 11-1966, cô đến cổng bảo vệ Trung Nam Hải, mang theo quà biếu Mao, một chai rượu "Mao Đài" và hộp chocolate. Từ lâu Trương không trực tiếp phục vụ Chủ tịch, không có giấy phép ra vào, cô đành gọi y tá của Mao, Ngô Tự Tuấn giúp. Tuy vậy, Trương vẫn thuộc biên chế phục vụ trên đoàn tàu đặc biệt của Chủ tịch. Nhưng từ khi về Bắc Kinh, họ chưa gặp nhau vài tháng. Trương Ngọc Phượng – khi đó mới ngoài hai mươi – đã đi lấy chồng, giờ đây đang rơi vào tai hoạ. Hồng vệ binh ở bộ phận phục vụ chuyến tầu đặc biệt, lật đổ bí thư đảng cũ, tiếm quyền bí thư. Trương Ngọc Phượng, đảng viên, cô trung thành với bí thư cũ, ủng hộ ông từ lâu nên cũng vào tầm ngắm. Trương mang chút quà lấy cớ đến thăm, mong sao được Mao che chở.

Khi Ngô Tự Tuấn báo cáo về Trương Ngọc Phượng, Mao không những gặp người tình cũ của mình, còn đồng ý giúp đỡ. Mối quan hệ đặc biệt giữa ông và cô nhân viên phục vụ tầu đặc biệt ai cũng biết, nên chẳng ai nghi ngờ khi cô ta quay về kể lại cuộc gặp với Chủ tịch. Khi cô nói với các bạn đồng nghiệp, chính Chủ tịch nói, bí thư đảng uỷ cũ không bị phế truất, người ta phục hồi công tác cho Trương Ngọc Phượng, chẳng ai dám động đến cô nữa.

Lưu, một trong số bạn gái của Mao, làm việc trong Đoàn văn công Không quân, là người tiếp theo đề nghị ông che chở, cũng lại nhờ qua Ngô Tự Tuấn. Lưu đi cùng hai bạn gái. Khi gặp Ngô Tự Tuấn, ba cô gái khóc như mưa. Lưu kể, tổ Cách mạng văn hoá thâu tóm lực lượng không quân. Đơn vị các cô làm ở đó chia thành hai phái: phái nổi loạn, muốn loại bỏ sự lãnh đạo hiện thời của đảng và "phái bảo hoàng", cương quyết giữ lại sự tồn tại cũ của nó. Trong số thành viên của phái bảo hoàng, có những phụ nữ trẻ này. Tất cả các bạn gái Mao trong thời gian trước đã được kiểm tra cẩn thận về lý lịch cũng như sự trung thành tuyệt đối với đảng.

Khi Hồng vệ binh chiếm lĩnh, nắm quyền kiểm soát, họ quẳng các cô gái ra lề đường không thương tiếc. Gặp Ngô Tự Tuấn, họ đã bị tống khứ ra đường đã 2 ngày nay.

Mao vui vẻ cho gặp cả 3 người, ông bảo:

- Nếu họ không muốn đồng chí, có thể ở lại với tôi. Họ nói đồng chí bảo vệ Hoàng đế phải không? Tốt lắm, Hoàng đế là tôi đây.

Mối quan hệ trước đây với Chủ tịch giúp Lưu rất nhiều. Mao trao đổi với Diệp Quần, trưởng ban Cách mạng văn hoá trong Quân uỷ đừng động đến cô gái này và bạn cô ta. Diệp Quần còn đi xa hơn. Theo gợi ý của bà, Tư lệnh không quân Vương Phú Thắng bổ nhiệm Lưu làm lãnh đạo Uỷ ban cách mạng văn hoá trong đoàn văn công. Từ một cô gái đã bị ném ra hè đường Lưu đã nhanh chóng biến thành người hoạt động nổi tiếng của cuộc Cách mạng văn hoá.

Lưu và các bạn cô từ sau đó thường xuyên viếng thăm Mao. Mao thường một vài ngày tách ra về Đào Dư Thái để thư giãn với họ. Một lần Giang Thanh về Đào Dư Thái không báo trước, làm các cô một bữa lo sợ. Rất may, y tá trưởng đã kịp báo, họ nhanh chóng tẩu thoát, trước khi vợ Chủ tịch xộc vào phòng ông.

Ngay sau khi xảy ra sự việc, Mao gọi Ngô Tự Tuấn.

- Trong khi lãnh đạo cao cấp muốn gặp tôi, tất cả phải được sự đồng ý của tôi. Vì sao Giang Thanh lại được ngoại trừ? Nói cho Uông Đông Hưng, ra chỉ thị cho bảo vệ, không cho bất cứ ai vào, khi tôi chưa cho phép.

Từ lúc đó đến khi Mao qua đời, Giang Thanh phải xin phép mỗi khi muốn thăm chồng.

Tình bạn giữa những cô gái này và Diệp Quần phát triển tốt đẹp. Năm 1969, khi Lưu mang thai, Diệp Quần cho là con Mao, thu xếp cho Lưu một buồng dành cho lãnh đạo cao cấp trong bệnh viện đa khoa của không quân, hàng ngày gửi đồ ăn ngon cho Lưu. Khi đứa bé được ra đời, Diệp Quần đến tỏ vẻ thích thú "Thật là tin đáng mừng!" Vợ Lâm Bưu reo lên. "Chủ tịch có một vài con trai, nhưng một số đã chết, còn số đang sống lại bị bệnh tật. Đây mới đích thực thằng bé tiếp tục nối dõi tông đường". Nhiều người đã tin rằng đứa bé giống Mao như lột.

Tôi và Ngô Tự Tuấn thăm Lưu trong bệnh viện. Cương vị của tôi ở chỗ Mao đòi hỏi tôi phải để ý sức khoẻ cả bạn gái ông. Lưu nghĩ rằng tôi, cũng như Diệp Quần, tin Mao là cha đẻ của đứa bé. Nhưng tôi không kể cho ai biết rằng Mao bị vô sinh, không có khả năng sinh con.

CHƯƠNG 63

Tới tháng giêng 1967 cả nước trong tình trạng hỗn loạn. Những cuộc đụng độ đã nổ ra, một vài nơi đã có tiếng súng. Các cơ quan đảng, chính phủ tê liệt. Sản lượng các nhà máy tụt xuống, một số nơi đóng cửa. Giao thông đình trệ. Lâm Bưu và Giang Thanh đứng đầu đám nổi loạn, đưa ra các khẩu hiệu: "Lật đổ tất cả", "Tiến hành nội chiến".
Xí nghiệp, trường học phân hoá làm 2 phe phái. Các nhóm tạo phản vũ trang tiếp tục tấn công các cơ quan đảng uỷ. Những người phe cánh của đảng cộng sản – "phần tử bảo hoàng" – đánh nhau chống lại chúng. Dù vậy cả trong đảng bộ cũng không có hoà bình. Những người lãnh đạo cũng chia năm xẻ bảy, hung hăng tấn công lẫn nhau, đồng thời mỗi người cũng hy vọng sẽ chiếm thế thượng phong và giành được quyền lực.

Hiện tại phe phái phần tử bảo thủ vẫn mạnh hơn. Các đảng bộ trong nhiều năm đã nhận được quyền lực rất lớn, nên khó có thể dễ dàng đánh đổ họ. Ý nghĩa tư tưởng và nguyên tắc trong cuộc tranh giành quyền lực này không có giá trị gì hết.
Cuối tháng giêng, Mao đứng về phía nổi loạn, yêu cầu trục xuất các đảng bộ phe bảo thủ. Mao kêu gọi quân đội ủng hộ phái tả khuynh nổi loạn. Mao làm điều này, như ông nói với tôi, Cách mạng văn hoá không thể thành công, nếu không ủng hộ những người tả khuynh. Nhiệm vụ của quân đội, phải ủng hộ lực lượng cánh tả, công nghiệp và nông nghiệp, cũng như trong việc quân sự hoá tất cả cơ quan chính phủ và huấn luyện quân sự cho tất cả học sinh, sinh viên. Sau một vài tháng, gần hai triệu binh lính đã được kêu gọi "ủng hộ cánh tả".
Tại Bắc Kinh, Mao tìm sự giúp đỡ của Uông Đông Hưng và Sư đoàn cận vệ Trung ương. Sư đoàn cận vệ dưới bí số 8341, sư đoàn này không trực thuộc Bộ Tổng tham mưu. Mao có đường dây nóng riêng với Uông, có thể ra mệnh lệnh trực tiếp không cần thông qua văn phòng bộ Tổng tham mưu của Lâm Bưu và tư lệnh quân khu. Nhưng Mao không gặp Uông hàng ngày, chỉ tôi gặp, tôi trở thành mắt lưới của hệ thống. Mao lờ hết các nghi thức chính quyền, ông ra lệnh mồm cho tôi chuyển tới Uông.
Mùa xuân năm 1967, tôi thông báo cho Uông Đông Hưng biết, Mao muốn Uông cử một đội thuộc Sư đoàn Cận vệ trung ương đến một

số nhà máy ở Bắc Kinh, bắt đầu từ Nhà máy dệt Bắc Kinh. Đến lượt Uông, ông lại ra lệnh cho viên phó ban, Dương Đức Trung, thành lập Văn phòng "ủng hộ phái hữu". Văn phòng "ủng hộ phái hữu" lại thành lập "Uỷ ban quân quản" gồm 8 thành viên trong Sư đoàn cận vệ. Hai thành viên của Uỷ ban quân quan chịu trách nhiệm tiếp quản Nhà máy dệt Bắc Kinh, cựu chiến binh Vạn Lý Trường Chinh, Quý Vĩnh Sinh và phó chính uỷ Sư đoàn cận vệ Tôn Yên. Quý và Tôn nhanh chóng dẫn đoàn đến tiếp quản nhà máy.

Mao không cho phép tôi đứng ngoài. Ông giao cho tôi nhiệm vụ cùng với quân đội tới nhà máy dệt như một quan sát viên và liên lạc viên, như theo cách ông nói, tôi là tai mắt của Mao, sau đó báo cáo lại tất cả tình hình cho ông. Nhiều thành viên Nhóm Một được cử tới các nhà máy khác.

Tôi không thích nhiệm vụ được giao. Nó chính là cạm bẫy. Tình hình chính trị hiện nay quá phức tạp đối với tôi, làm sao tránh được thiếu sót. Tôi oán Giang Thanh đã bày ra cái trò này. Bà ta thường vẫn buộc tội tôi chỉ đứng từ Trung Nam Hải ngó xem chứ không tham gia vào cuộc đấu tranh cách mạng. Thái độ trung lập, không tham gia dính líu tôi thấy là phương kế tốt, Giang Thanh coi đó là thái độ xấu. Mao cũng vậy, yêu cầu tôi tham gia "Đại cách mạng văn hoá vô sản", ý ông muốn biết tôi đứng bên phía nào. Mao nói, đây là cơ hội để tôi cải tạo bản thân thông qua bão tố cách mạng.

Tôi cố tìm ra một sự thoả hiệp bằng cách giới hạn hoạt động của mình ở nhà máy trong lĩnh vực y tế. Tôi đề nghị tổ chức một đội y tế dưới sự lãnh đạo của tôi. "Như vậy chúng ta có thể gần gũi công nhân một cách tự nhiên và nhận được thông tin mà chúng ta cần" – Tôi báo cáo Chủ tịch. Ông đồng ý.

Tôi đến nhà máy đầu tháng 7, sau Uỷ ban quân quản mấy tuần. Nhà máy dệt Bắc Kinh nằm ở phía đông thành phố, khoảng nửa giờ đạp xe từ Trung Nam Hải. Ngoài vải bông, vải pha nilon nhà máy còn sản xuất cả quần áo lót. Xuất khẩu chính sang Rumani là quần áo lót dệt kim nữ sang Rumani. Nhà máy có khoảng gần 1000 công nhân, chia làm hai phe. Đảng uỷ nhà máy bị xoá xổ, người ta giáng cấp trưởng và phó bí thư đảng uỷ xuống làm đốc công. Nhưng cuộc chiến đấu để xem ai sẽ điều khiển nhà máy vẫn tiếp tục. Tám trăm trong số một nghìn công nhân vẫn quan sát cuộc đấu đá của các phe phái, không chấp nhận phe nào cả. Tuy thế số người còn lại đã hiểu mối quan hệ với các cuộc đập phá không thể cắt nghĩa nổi. Chẳng ai làm việc, các vụ đấm đá bằng tay không đã bùng lên trong các cuộc đấu khẩu.

Quý Viễn Sinh và Tôn Yên thay mặt Uông Đông Hưng cũng chẳng thể nào dàn hoà được cuộc đấu tranh. Nhưng thấy tôi đến, họ lại tin có một khả năng đoàn kết được 2 nhóm. Họ quyết định và bày tỏ nguyện vọng để tôi báo cáo với Mao.

- "Chúng tôi được Mao chủ tịch cử đến đây" – Các sĩ quan trong Sư đoàn cận vệ nhấn mạnh với các người cầm đầu phe phái – "Mao chủ tịch muốn các bên đoàn kết lại".

Khi những người lãnh đạo nhà máy không tin Mao cử nhóm quân đội, các sĩ quan đưa tôi ra làm chứng cớ: "Nếu các đồng chí không tin, hãy nhìn xem, cùng đi với chúng tôi là bác sĩ riêng của Chủ tịch".

Các người cầm đầu phe phái không tin tôi chữa bệnh cho Mao. Bản thân tôi chưa bao giờ nói cho người khác biết công việc tôi làm. Ngoài đời, tôi chẳng nhất thiết cho họ biết mối quan hệ của tôi với Mao.

Khi Quý Viên Sinh và Tôn Yên chìa ra những bức ảnh, trong đó tôi đứng sau Chủ tịch trong khi, Mao duyệt Hồng vệ binh. Thái độ hoài nghi bắt đầu giảm. Về sau tôi hiểu, khi tôi rời nhà máy, một số công nhân theo sau bám đuôi, khi thấy ô tô đi vào Trung Nam Hải, họ mới tin tôi là bác sĩ riêng của Chủ tịch. Như vậy, với cương vị làm việc của tôi đã đóng góp tốt vai trò của mình. Các phe phái đang giao tranh, cuối cùng tin rằng, nhóm quân đội đúng là do chính Mao chủ tịch gửi tới, đồng ý chấp nhận vai trò trung gian giải hoà của nhóm quân sự. Sự xung khắc của họ nhanh chóng được giải quyết. Tháng 9-1967, "Uỷ ban cách mạng" mới thành lập, nắm quyền điều khiển nhà máy, công việc sản xuất hồi phục dần.

Tôi báo cáo cho Mao tất cả mọi diễn biến. Ông lộ vẻ vui mừng. Ông không tin giai cấp công nhân lại có những bất đồng nội bộ nghiêm trọng đến thế. Công nhân cần phải đoàn kết lại, Mao nhấn mạnh. Mao viết một thông điệp ủng hộ công nhân để chứng tỏ rằng phái bộ quân sự hoạt động dưới sự lãnh đạo trực tiếp của ông. "Tongzhimen, nimen hao ma?", (Công việc của các đồng chí thế nào?), Mao viết, trao tờ thông điệp cho tôi.

Tôi chuyển thông điệp cho Uông Đông Hưng và ông chuyển nó cho Uỷ ban cách mạng nhà máy. Các thành viên của Uỷ ban phấn khởi đến mức, không trì hoãn, triệu tập hội nghị tất cả tập thể để xem lời dạy của Mao chủ tịch đối với công nhân. Người ta đề nghị tôi lên diễn đàn, nhưng tôi từ chối. Khi công nhân biết rằng Mao chủ tịch tự tay viết cho họ một vài lời, vỗ tay như sấm. Bức thông điệp Mao được treo trên bảng thông tin trong sân nhà máy để mọi người xem nó.

Sau đó lãnh đạo nhà máy cho chụp ảnh bức thông điệp, phóng to gấp nhiều lần, dán trước cổng ra vào để công nhân trông thấy.

Ít lâu sau Uỷ ban cách mạng được tuyên dương là Uỷ ban kiểu mẫu, làm việc dưới sự lãnh đạo trực tiếp của Mao chủ tịch. Oai quyền của Uông Đông Hưng và sự ngưỡng mộ trong vụ này ở nhà máy được tăng lên gấp bội. Tới mùa xuân 1968 năm xí nghiệp đầu đàn khác cũng dưới sự kiểm soát của Uông Đông Hưng – Nhà máy in Trung Quốc, Liên hiệp chế biến gỗ miền bắc, Nhà máy hoá chất số 2, Nhà máy ô tô Nam Châu và Nhà máy ô tô 7 tháng 2. Các nhà máy này trở nên nổi tiếng cả nước như những xí nghiệp gương mẫu, do chính Mao chủ tịch lãnh đạo.

Bỗng nhiên nhiều người muốn chuyển sang Sư đoàn 8341 và Nhà máy dệt Bắc Kinh, họ mong muốn làm việc ở đó để được dưới sự lãnh đạo trực tiếp và che chở của Mao chủ tịch. Trong nhóm đầu tiên của những người hăng hái có những phụ nữ trong nhân viên phục vụ Hội nghị đại biểu toàn Trung Quốc và bộ phận chung của Trung Nam Hải. Tất cả họ đều là các cô gái trẻ phục vụ phòng 118. Uông Đông Hưng và Mao chào mừng quyết định của họ. Những phụ nữ này mặc quân phục đến nhà máy trong tiếng sấm vỗ tay và tiếng vang của dàn nhạc. Công nhân nam giới tổ chức mit tinh. Để ghi nhận sự kiện này, các phóng viên kéo đến nhà máy. Báo ảnh Nhân dân Nhật báo và Báo ảnh Quân Giải phóng đều đăng ảnh các nữ chiến sĩ đến nhà máy dệt.

Nhìn thấy ảnh, Giang Thanh không hài lòng. Bà lên án nhân viên phục vụ Hội nghị đại biểu toàn Trung Quốc trá hình giả danh quân đội. Thời ấy nhiều người mặc quân phục, kể cả Giang Thanh. Nhưng Giang cho rằng giả danh mặc quân phục chỉ dành cho người có chức vụ cao chứ không dành cho những nhân viên thấp kém. Bà chỉ thôi càu nhàu khi Uông Đông Hưng nói, chính Mao chủ tịch cho phép những cô gái này mặc quân phục.

Sau đó, Diệp Quần và Tổng tham mưu Hoàng Trung Thành đến thăm nhà máy. Mục đích của họ, cổ vũ hình mẫu điều khiển trực tiếp của Mao chủ tịch. Để tỏ lòng tôn kính đặc biệt, họ chọn Tôn Yên, phó ban Quân quản, hứa với ông cùng kết hợp trong hoạt động, yêu cầu Tôn Yên tiến hành các cuộc đàm phán của các phe thù địch bằng cách tăng cường Uỷ ban về vấn đề quân sự và đại bản doanh không quân. Với sự liên kết chặt chẽ với Tôn Yên, Diệp

Quần và Hoàng Trung Thành chỉ đạo hoạt động ở nhà máy, cử người thân tín đến theo dõi lâu dài.

Với sự quan tâm đặc biệt của Diệp Quần và Hoàng Trung Thành, liên lạc trực tiếp của Mao với nhà máy không còn nữa, thực hiện qua đường dây trung gian.

Tôi cảm thấy cả Uông Đông Hưng và Tôn Yên đều trung thành với Mao, không hề tin "sự lãnh đạo" của Diệp Quần đưa người vào nhà máy. Tôi lo ngại việc Diệp Quần can thiệp sẽ gây khó khăn cho Uông Đông Hưng với Tôn Yên. Nếu Tôn Yên lộ chuyện nói có mối quan hệ mật thiết với Diệp Quần và Hoàng Trung Thành cái gì sẽ xảy ra? Mao có nghi ngờ hay không?

Tôi bày tỏ sự nguy hiểm của mình với Uông: "Tôn Yên cũng là thuộc hạ của anh, Mao có thể nghĩ là anh ngả sang người khác".

Uông Đông Hưng không đồng ý với cảnh báo của tôi. Dưới bão tố Cách mạng văn hoá, Uông muốn tăng quyền lực bằng cách liên minh với tất cả những ai có khả năng giúp. Chỉ có Giang Thanh, Uông vẫn ghét từ trước, mong muốn loại bỏ bà ta từ lâu nên không liên kết. Với Lâm Bưu, Uông đối xử khác. Đây là người mai kia sẽ kế vị Mao, Uông không bỏ lỡ cơ hội chiếm niềm tin và sự ủng hộ của Lâm Bưu.

Tháng 8-1966, khi nguyên soái nguyên soái Lâm Bưu ốm, tôi cùng với Uông tới thăm. Uông Đông Hưng nói với tôi, ông tiến hành cuộc thăm viếng có tính chất cá nhân, chứng minh mối quan hệ của mình với Mao. Tin rằng liên minh Lâm Bưu với Giang Thanh mang tính chiến thuật, Uông kể cho Lâm Bưu về sự xung khắc không thể dàn hoà được của mình với vợ Chủ tịch. Uông đã tin vị thế Lâm Bưu vững chắc, không cần dựa vào Giang Thanh.

Tới tháng Tám, Lâm Bưu và Uông Đông Hưng đã thoả thuận được. Nguyên soái hứa giúp nếu Uông rơi vào cảnh hiểm nghèo. Uông Đông Hưng đồng ý thông báo cho Lâm Bưu tất cả những việc xảy ra quan trọng quanh Mao.

Chiến lược của Uông cực kỳ nguy hiểm. Tôi nói với ông:

- Nếu thậm chí tin bóng gió về sự thoả thuận của đồng chí lọt ra, đó sẽ là tai hoạ.

Uông nghĩ khác.

- Tôi thể làm tất cả những gì có thể làm được đánh đổ Giang Thanh – Uông cũng không nghĩ tới đường thoái – Rò rỉ tin? Ai bẩm báo? Không phải anh và không phải tôi. Thế thì ai đây?

Tôi, người duy nhất Uông nói cho biết về sự thoả thuận với Lâm Bưu. Nhưng mỗi lần, thấy sự thái quá của Uông dành cho nguyên soái và vợ ông ta, tôi phát nôn. Tôi không bao giờ an tâm dưới quyền lãnh đạo của Lâm Bưu, không tin sự trung thành tuyệt đối của Bưu đối với Mao. Uông Đông Hưng đang đùa với lửa.

CHƯƠNG 64

Quan hệ của tôi với Mao xấu đi. Việc không tham gia tích cực trong chiến dịch chính trị gây cho Mao sự nghi ngờ về lòng trung thành. Chẳng cần phải ủng hộ phe đối lập, chỉ cần ai đó đứng bên ngoài cuộc tranh giành chính trị do Mao phát động, có lẽ chỉ cần như vậy cũng đủ bị Chủ tịch nghi ngờ rồi.

Dấu hiệu đầu tiên rõ nhất thể hiện không hài lòng của Mao với tôi, ngày 13-6-1967. Hôm ấy Mao đi Vũ Hán, đây là lần đầu tiên từ khi tôi trở thành bác sĩ riêng, ông không bảo tôi đi cùng. Thay thế tôi, một bác sĩ quân y do Lâm Bưu giới thiệu.

Tôi thất kinh, cả Uông Đông Hưng cũng thế. Việc gạt tôi khỏi chuyến đi, Uông cho rằng là mưu kế của Giang Thanh. Còn nguyên soái chắc khó biết nguyên nhân thực sự vì sao tôi ở lại. Giang Thanh hỏi ông chọn một bác sĩ cho Chủ tịch. Uông sợ Giang Thanh sử dụng thời gian vắng mặt của Mao để loại bỏ tôi.

Bạo lực Cách mạng văn hoá tiếp tục lan rộng. Các cuộc đánh nhau trên đường phố không ngừng tiếp diễn, các vụ bắn nhau tăng lên. Đặc biệt nghiêm trọng, tình hình ở Vũ Hán, nơi Mao dự định đứng ra làm người trung gian hoà giải các phe thù địch.

Nhưng cả Bắc Kinh cũng nằm trên vực thẳm của sự hỗn loạn. Với chuyến đi của Mao, việc điều khiển thủ đô rơi vào tay Giang Thanh. Uông Đông Hưng sợ một ai đó trong số đồng đảng của Giang Thanh có thể bắt cóc tôi. Uông yêu cầu tôi đừng quay lại nhà máy dệt, nơi có nhiều tay chân của Giang Thanh.

- Cứ ở lại ở Trung Nam Hải. Nếu thấy nguy hiểm, đừng chậm trễ chạy đến Vũ Hán với tôi.

Uông nói đúng. Từ Trung Nam Hải, nếu xảy ra chuyện gì, ít ra tôi có thể tìm thấy khả năng liên kết với Vũ Hán.

Tôi ở lại Trung Nam Hải, nhưng té ra lại chỉ để trở thành người nhân chứng, chứng kiến những điều tồi tệ nhất mà Uông Đông Hưng từng lo ngại. Mao vắng, phe Giang Thanh kiểm soát quyền lực, ngay cả đặc khu cũng rơi vào tình trạng hỗn loạn.

Đối tượng đầu tiên của cuộc tấn công lại là vị nguyên thủ quốc gia, Lưu Thiếu Kỳ. Ngay sau khi Mao đi khỏi, hàng trăm sinh viên thức đêm tập hợp nhau ở cổng phía tây Trung Nam Hải, đông kín phố Phủ Hữu, thét vang khẩu hiệu đòi lật đổ Lưu. Bức tường bao bọc màu đỏ tươi giờ đây dán đầy các báo chữ to, kể tội người mà Mao từng tuyên bố, sẽ kế vị ông. Đến chiều tình trạng càng tồi tệ, giao thông tê liệt. Đến đêm, sinh viên dựng lều, cắm trại chiếm ngay cổng ra vào. Khu vực này trở nên rối loạn, hàng ngàn người mồ hôi nhễ nhại dưới cái nóng thiêu đốt của mặt trời tháng 7, thực phẩm thiu thối, nồng nặc mùi phân nước tiểu vung vãi khắp nơi. Tôi vẫn ở trong Trung Nam Hải, trằn trọc nằm trong văn phòng cơ quan, lo lắng không biết ngày mai cái gì sẽ xảy ra. Trong lịch sử nước Cộng hoà Nhân dân Trung hoa, chưa bao giờ có chuyện Trung Nam Hải bị bao vây như thế này. Nhân viên Ban bảo vệ Trung ương có nhiệm vụ bảo vệ an ninh khu nhà ở các nhà lãnh đạo, án binh bất động, trong khi dân chúng nổi loạn kéo đến mỗi lúc một đông. Tất cả đều gì Uông Đông Hưng phòng bị chẳng có tác dụng. Ông đang ở Vũ Hán với Mao.

Ngày 18-7 tình trạng trở nên thật tồi tệ. Tôi đang ngồi trong văn phòng đọc báo, một cậu bảo vệ hộc tốc xộc vào báo tin. Lưu Thiếu Kỳ bị Hồng vệ binh bắt ngay trước cửa nhà khách Quốc vụ viện, chúng đang đấu tố ông. Tôi hộc tốc chạy đến đó.

Đám đông vây quanh, hầu hết cán bộ nhân viên Tổng văn phòng thư ký. Lính và sĩ quan đứng nhìn, không một ai có hành động nào thể hiện sự can thiệp. Lưu Thiếu Kỳ và vợ ông – Vương Quang Mỹ đứng giữa đám đông giận dữ vây quanh. Đặc biệt đám nhân viên Tổng văn phòng thư ký xô đẩy, đấm đá hai người. Áo sơ-mi của Lưu đã bị xé toạc, vài cái cúc áo bật tung. Người ta tóm tóc lôi ông đi. Khi tôi rẽ đám đông tới gần, nhìn thấy người ta bẻ gập cánh khuỷu ông ra sau lưng, ấn đầu giúi người ông gập về phía trước theo hình thước thợ, tư thế "tầu bay". Cuối cùng họ đẩy ông ngã, ấn mặt xuống đất, đấm đá túi bụi. Lính và nhân viên sĩ quan của Sư đoàn cận vệ từ chối can thiệp, họ đứng yên. Tôi không thể xem tiếp sự tàn nhẫn này được nữa. Lưu Thiếu Kỳ gần 70 tuổi và ông là người đứng đầu quốc gia.

21-1-1981, Bắc Kinh, Giang Thanh tại phiên toà xử "Bè lũ bốn tên"

30-9-1980, toà án buộc tội Giang Thanh giết Lưu Thiếu Kỳ, chủ tịch TQ

ĐỜI TƯ MAO TRẠCH ĐÔNG

Tôi rời nơi đây, đi đến khu chung cư của vợ chồng Đặng Tiểu Bình-Trác Lâm và gia đình Đào Chú-Tăng Tri. Cả hai gia đình cũng bị tấn công, đấu tố. Họ đều bị đám đông lôi kéo xô đẩy, reo hò đả đảo nhưng không bị đấm đá.

Dương Đức Trung đứng xem cuộc đấu tố, tôi hỏi anh xảy ra cái gì thế. Anh ta bảo lệnh của Tiểu tổ Cách mạng văn hoá từ đêm qua tấn công các nhà lãnh đạo tối cao. Biết tin này, Dương gọi điện cho Uông Đông Hưng nhưng không có hồi âm.

Uông lâm vào tình thế lưỡng nan. Uông không thể báo cáo trực tiếp cho Mao chuyện bạo loạn ở Trung Nam Hải. Nếu báo cáo, có nghĩa ông chống lại quyết định của Tiểu tổ Cách mạng văn hoá, chẳng ai dại gì bị phái hữu khuynh tấn công. Ngoài ra, mối quan hệ giữa Uông và Mao lâu nay đang có vấn đề, Mao đang đặt những câu hỏi mối quan hệ giữa Uông và Lưu Thiếu Kỳ. Uông tháp tùng Lưu Thiếu Kỳ và phu nhân viếng thăm Indonesia năm 1963. Tuy Uông đã báo cáo đầy đủ cho Mao chuyến đi, nhưng ông vẫn nghi ngờ việc Uông quá thân thiết với Lưu Thiếu Kỳ, vì thế Uông không dám bảo vệ Lưu, người mà Mao muốn lật đổ.

Chỉ ba ngày sau sự kiện ở Trung Nam Hải tấn công vợ chồng Lưu, Đặng và Đào, ngày 21-7, Uông Đông Hưng gọi điện cho tôi. Uông đến chỗ Mao ở Thượng Hải. Máy bay của không quân chờ tôi tại sân bay Bắc Kinh. Tôi cần phải gặp ông cấp tốc tại Thượng Hải.

Sau vài giờ tôi đã ở Thượng Hải. Từ sân bay, tôi được đưa về tư dinh của Chủ tịch ở phía tây thành phố. Chưa có bao giờ sự bảo vệ Mao lại có nhiều người và cực kỳ nghiêm mật như thế. Bạo lực giờ đây xảy ra khắp nơi, sự an toàn của của Chủ tịch trở thành công tác đặc biệt của Uông. Tất cả các nhân viên phục vụ, thư ký... đều tăng lên, các phòng trong khu nhà tổng hợp đầy lính canh gác.

Vẫn bệnh phế quản cũ đang hành hạ, ngoài ra, Mao bị nổi mụn rộp ở cơ quan sinh dục, nó thuộc loại bệnh hoa liễu. Quan hệ tình dục của ông vẫn quá nhiều, trong khi mối quan hệ của tôi với Chủ tịch căng thẳng, tôi không thể xác định được nguồn lây nhiễm. Tôi chữa mụn rộp bằng thảo mộc và viêm phế quản bằng kháng sinh Ceporin. Tôi khuyến cáo, mụn rộp dễ lây lan qua đường tình dục, nhưng Mao phớt lờ lời tôi. Ông cho rằng bệnh mụn rộp không nghiêm trọng.

Chủ tịch muốn nghe chuyện, đề nghị tôi kể tình hình ở Bắc Kinh. Tôi kể những người nổi loạn kéo vào Trung Nam Hải và hạ nhục Lưu Thiếu Kỳ, Đặng Tiểu Bình và Đào Chú. Mao im lặng. Không biết rõ tôi ủng hộ phe nào trong cuộc đấu đá chính trị, vì thế Mao giữ kẽ với tôi. Nhưng sự im lặng của Mao chứng tỏ ông không hài lòng về sự kiện ở Bắc Kinh.

Đến tối tôi quay lại gặp ông, Mao lại yêu cầu kể những gì đã xảy ra ở Trung Nam Hải. "Họ hoàn toàn không nghe lời tôi" – ông phàn nàn, khi tôi kết thúc câu chuyện. Điều này liên quan tới "Tiểu tổ Cách mạng văn hoá Trung ương", có cả vợ ông tham gia. Mao bảo, ông không ra lệnh cho họ xúc phạm những nhà lãnh đạo. "Họ phớt lờ tôi" – ông nhắc lại, tỏ ra rất lúng túng. Tôi tin ông không ra lệnh đấu tố như vậy.

Đấu tố trong Cách mạng Văn hoá ở Trung Quốc, 1966

Đấu tố trong Cách mạng Văn hoá ở Trung Quốc, 1966

Hồng vệ binh nổi loạn ở nhiều trường Đại học trong Cách mạng Văn hoá, 1966

Đốt tượng Phật và chùa chiền trong Cách mạng văn hoá, 1966

Tôi ở lại với Mao ở Thượng Hải gần một tháng. Mao đang chờ quay lại Vũ Hán, ông rời Vũ Hán từ hôm 14-6, nhưng tình hình vẫn không ổn định đến mức Chu Ân Lai, đang ở đó, lo ngại an ninh của Chủ tịch, khuyên Mao đừng đến. Đấu đá phe phái ở đây đã ở mức thành bạo lực. Viên tư lệnh vùng Trần Tái Đạo, người suýt chết đuối khi đi kèm Mao trong chuyến bơi sông Dương Tử, bị tấn công dữ dội của phe đối lập nổi loạn, tìm cách lật đổ ông. Trước khi Mao đi Vũ Hán để đứng ra hoà giải, Tiểu tổ cách mạng văn hoá Trung ương phái Vương Lý – một người cực tả đi đàm phán giữa hai phe, Ông này thực tế ủng hộ những người chống viên tư lệnh. Và khi đó phe cánh của Trần Tái Đạo đã bắt giam Vương Lý.

Chu Ân Lai là người đầu tiên tới Vũ Hán để điều tra tình hình, điều đình thả Vương Lý.

Còn khi Mao tới, như thường lệ, người ta thu xếp để ông nghỉ ở nhà khách "Minh Dương" nằm bên Đông Hồ, thế nhưng điều này không đạt được. Phe cánh viên tư lệnh vùng vẫn đang giam giữ Vương Lý. Để biểu thị lòng trung thành của mình đối với Mao, nhóm này bơi qua tới đảo, nơi Mao nghỉ, hy vọng giải thích tình hình để Mao biết. Bảo vệ của Mao đã tóm những người khách không mời bơi qua hồ. Khi Mao biết, ông ra lệnh thả những người bị bắt. Tin vào lòng trung thành của quần chúng, biết Trần Tái Đạo người ủng hộ, Mao tin những người bơi đến chỗ ông không có ý định độc ác. Chủ tịch muốn gặp cả hai phe thù địch và đạt được sự hoà giải giữa bọn họ. Tuy nhiên những người nổi loạn có vũ trang. Chu Ân Lai lo ngại. Chu đề nghị Mao nhanh chóng rời Vũ Hán, hứa ở lại ông sẽ cố gắng lập lại ổn định trong thành phố.

Mao nghe lời. Nhờ đứng ra làm trung gian của Chu Ân Lai, Vương Lý cuối cùng được thả tự do. Cả Vương Lý và Trần Tái Đạo được đưa về Bắc Kinh.

Mấy tháng sau tôi lại bay cùng Mao tới Vũ Hán. Chủ tịch không tin, cả hai phe nhóm địa phương là bọn phản cách mạng. Ông nói với tôi, khi lên máy bay. "Chuyện xảy ra do Vương Lý khiêu khích dẫn đến ẩu đả. Khi cử Chu Ân Lai đứng ra hoà giải, thật nguy hiểm. Chu buộc tôi phải đi Thượng Hải ngay. Nhưng tôi nghĩ cả hai phe chẳng phải là bọn phản cách mạng". Mao cho rằng Vương Lý, Quan Phương và Từ Bành Nhưỡng là những người rất quá khích trong Tiểu tổ Cách mạng văn hoá, một trong số đó xúi bẩy, gây chuyện, rồi nhân đó trả thù cá nhân.

Việc Mao quay lại Vũ Hán thể hiện sự thắng lợi. Để chứng minh trong thành phố không có bọn phản cách mạng và để tận dụng lòng yêu mến của toàn dân, Mao chủ tịch ngồi trên xe Jeep mui trần đi chầm chậm dọc các phố. Tôi ngồi ngay sau ông, xung quanh hàng trăm nhân viên bảo vệ vũ trang mặc thường phục. Đám đông quần chúng gồm cả hai phe, chống và ủng hộ Trần Tái Đạo, đều hoan hỉ chào đón Mao bằng những lời hô vang: "Mao chủ tịch muôn năm! Mao chủ tịch muôn năm!" Mao vui vẻ vẫy chào quần chúng cả hai phe.

Khi vắng mặt Chủ tịch, Vương Lý và Quan Phương đã tấn công cựu chiến hữu của Mao – Bộ trưởng ngoại giao, nguyên soái Trần Nghị. Nguyên soái không tán thành Cách mạng văn hoá. Tháng 2-1967 cùng với những tướng lĩnh cao cấp khác, ông đã phản đối sự can thiệp của quân đội và Tiểu Hồng vệ binh. Tháng 8, Vương Lý và Quan Phương, được Giang Thanh ủng hộ, đã tổ chức nhóm "tạo phản 16 tháng 5" – lấy ngày bắt đầu Cách mạng văn hoá. Họ chiếm trung tâm Bộ ngoại giao và đốt cháy Tổng lãnh sự quán Anh.

Về tới Bắc Kinh tháng 8, Mao thanh trừng ngay Vương Lý và Quan Phương. Sau đó, đến tháng Giêng, bắt giam Từ Bành Nhưỡng người có liên quan.

Dĩ nhiên, bộ ba này là kẻ cực tả, gây bạo động, nhưng người ta đem nó ra làm vật tế thần. Quyền lực thực sự trong "Tiểu tổ Cách mạng văn hoá Trung ương" nằm ở Khang Sinh, Trần Bá Đạt và Giang Thanh, là kẻ quyết định mọi đường lối hành động.

Mao không che dấu việc không hài lòng vợ mình. Một hôm khi chúng tôi còn ở nhà khách Minh Dương, Vũ Hán, Mao đang đọc một số mẩu truyện Lữ Hậu, bỗng nhiên ông ngừng đầu, nói với tôi về nhân vật chính trong truyện Lữ Hậu, một cô hầu gái đĩ thõa, A Thanh, có rất nhiều tình nhân, những tình nhân này thường xuyên đánh nhau vì ghen tuông. A Thanh rất thích những cuộc ẩu đả của các tình địch. Đột nhiên Mao nói: "Diệp Quần rất giống A Thanh", ám chỉ vợ Lâm Bưu. "Cả Giang Thanh cũng vậy".

Bất chấp khó chịu do bà vợ gây ra, nhưng Mao cũng chẳng có động thái gì ngăn cản hành động của Giang Thanh.

CHƯƠNG 65

Mùa xuân 1968, Giang Thanh hằn học tấn công tôi, nhưng Mao không có một động thái nào ngăn cản vợ.
Cuộc tấn công bắt đầu nhằm vào từ vợ tôi. Khang Sinh quyết định cho tên Lý Liên vào danh sách bọn phản cách mạng giấu mặt. Quá khứ của vợ tôi không có gì bí mật với ai, Khang Sinh chẳng cần khó nhọc gì để biết vợ tôi từng làm việc cơ quan người Anh, cũng như người Mỹ, ngoài ra, còn có người thân ở Đài Loan. Đó là ba điều họ nghi ngờ vợ tôi. Liệu cô ta có phải gián điệp Anh, Mỹ, Quốc dân đảng? Cũng có thể vợ tôi làm việc cho cả ba? Khang Sinh yêu cầu tiến hành điều tra cẩn thận trường hợp Lý Liên.

Giang Thanh muốn đồng thời điều tra cả tôi một thể. Tôi cũng thuộc thành phần phản cách mạng, bà ta nói, rất khả nghi không thua gì vợ. Tất cả tư liệu về tôi được chuyển cho Uông Đông Hưng.
Uông, đương nhiên, bảo vệ tôi, khuyên cả Khang Sinh và Giang Thanh, lý lịch tôi đã được kiểm tra kỹ từ lâu. Dĩ nhiên, ông sẽ nghiên cứu xem lại vấn đề, nhưng tin rằng tôi không liệt vào loại người nguy hiểm.
Giang Thanh không chịu, bà thay đổi chiến thuật. Ngày 1-7-1968, kỷ niệm thành lập Đảng cộng sản Trung Quốc. Sau buổi lễ tại Đại lễ đường, vợ Chủ tịch bị đau răng, yêu cầu bác sĩ kiểm tra. Uông Đông Hưng cử tôi.
Tôi từ chối. Giang Thanh cần nha sĩ chứ không cần bác sĩ. Ngoài ra, chắc gì Giang Thanh đã tin tôi. Bà ta từng buộc tội tôi phản động khi tôi chăm nom sức khỏe từ những lần trước. Tôi nghi, đây chính là cái bẫy. Kẻ thù chính của Giang Thanh ở Trung Nam Hải chính là Lưu Thiếu Kỳ, Uông Đông Hưng. Tuyên bố tôi phản động chính là bước đi đầu tiên để kết tội Chu và Uông phản động. Giang Thanh đang có âm mưu chính trị thông qua đòn tâm lý.
Giang Thanh cũng là kẻ thù nguy hiểm số một của Uông Đông Hưng cần tính sổ. Nhưng hiện thời ông vẫn phải tỏ ra cộng tác với Giang. Uông yêu cầu tôi gọi nha sĩ, nhân cơ hội này giúp tôi hoà giải và thể hiện sự kính trọng với vợ Chủ tịch để mọi chuyện yên thấm. Tôi miễn cưỡng đồng ý.
Tôi yêu cầu hai nha sĩ nổi tiếng của Quân Y viện 301 đến Đào Thái, nơi Giang Thanh ở, đến khám răng. Giang Thanh bắt họ chờ 6 ngày,

cuối cùng mới đồng ý cho kiểm tra. Một răng lung lay do bị sâu, cần nhổ. Giang Thanh đồng ý nhổ.

Nha sĩ yêu cầu tiêm kháng sinh trước khi nhổ, bảo y tá tiêm thử phản ứng kháng sinh trước. Phản ứng âm tính, không có dấu hiệu dị ứng.

Sau nửa giờ tiêm bà ta kêu khó chịu, lên cơn kích động, bảo toàn thân ngứa ngáy. Bà hét lên cho rằng đã bị tiêm thuốc độc. Hoảng loạn, y tá chạy tới tôi cầu cứu. Tôi khám Giang Thanh. Mạch và tim bình thường, không thấy vết phát ban hay mẩn ngứa trên da, (dấu hiệu phản ứng thuốc). Tôi định truyền dịch để trấn an, nhưng bà từ chối, thay vào đó yêu cầu gọi Uông Đông Hưng.

- Lý Chí Thoả định đầu độc tôi! – Vợ Chủ tịch giận dữ la lên, ngay lúc Uông vừa bước chân vào.

Uông đề nghị tôi ra ngoài, mình ông ở lại với Giang Thanh. Sau đó ông gặp tôi. Thậm chí khi nghe lời giải thích, đã thử phản ứng trước khi tiêm, Uông vẫn còn nghi ngờ bị dị ứng thuốc. Tôi không tán thành. Tôi đã kiểm tra tim mạch, đo huyết áp, khám da, mọi thứ bình thường, không có gì sai.

Tự nhiên tôi bị Giang Thanh đánh cho một chuỳ quá nặng. Giang kết tội tôi dùng thuốc cố ý đầu độc. Tôi nói với Uông:

- Tôi phải gặp Chủ tịch báo cáo việc này ngay.

Uông lắc đầu, bảo:

- Không thể được. Giang Thanh yêu cầu tôi phải trực tiếp báo cáo Chủ tịch việc anh đầu độc. Nếu anh xuất hiện ở Mao sớm hơn, bà ta sẽ bù lu bù loa nữa. Tôi đã mời Chủ tịch đến Đào Thái.

Uông khuyên tôi chờ Mao, sẽ giải thích cho Mao cái gì đã xảy ra và bảo vệ tôi.

Tôi chờ trong sự đơn độc ở phòng khách phía bên ngoài buồng Giang Thanh. Các vệ sĩ, người giúp việc cho bà chuồn mất, họ sợ cơn thịnh nộ của bà, nhưng không muốn làm hại gì với tôi.

Một giờ đã qua, nhưng Mao vẫn chưa tới. Tôi cảm thấy mình như người có tội chờ phán quyết.

Mao cuối cùng vào phòng khách, y tá trưởng Ngô Xuân Dung tháp tùng. Tôi đứng dậy chào. Nhưng ông chỉ nhìn chăm chăm tôi, không nói một lời, coi như tôi không có mặt ở đây, vào phòng vợ. Khi Uông Đông Hưng ra khỏi buồng, tôi hỏi ông nói với chủ tịch những gì.

- Tôi nói với Chủ tịch, Giang Thanh muốn ông xem bị dị ứng thuốc sau khi tiêm như thế nào.

Tôi điên tiết:

- Nhưng tôi đã nói với anh, tôi đã kiểm tra, mọi việc bình thường. Vì sao anh không nói cho Mao biết? Anh biết, bà ta nói dựng chuyện để hại tôi.

Ngay lúc ấy cửa phòng Giang Thanh mở, Mao từ trong bước ra. Ông lại chăm chăm nhìn tôi, lặng lặng bỏ đi, không nói một lời, coi như không thấy tôi ở đó.

Bấy giờ thậm chí Uông Đông Hưng cũng hoang mang.

- Giang Thanh chơi trò lừa đảo, gian lận con đen. Người của bà ta có thể bắt cóc anh bất cứ lúc nào. Tốt hơn hết, anh nên quay về Nhà máy dệt. Hãy quay về ở đó, đừng đi đâu, quân của tôi sẽ cố gắng bảo vệ, may ra anh có thể an toàn.

Tôi liều lĩnh về nhà báo tin cho Lý Liên, tôi có thể bị bắt hoặc bị bắt cóc. Nhưng vợ tôi không có nhà, đang đi làm. Tôi viết mẩu giấy, báo tin sẽ vắng nhà một thời gian.

Tôi trốn ở Nhà máy dệt Bắc Kinh hai tuần, không biết số phận tôi sẽ ra sao. Khi không thể chịu nổi, tôi đến chỗ Uông. Uông kể tôi mọi chuyện.

Khi tôi trốn khỏi Đào Thái, Giang Thanh gọi y tá, thư ký, vệ sĩ, đầu bếp lập biên bản khép tôi tội cố ý đầu độc, yêu cầu mọi người ký tên. Dĩ nhiên, họ tuân lệnh. Ngay đêm đó Lâm Bưu và Diệp Quần tới thăm Giang Thanh. Vợ Chủ tịch nói với hai người, tôi là quân phản cách mạng từ trước năm 1949. Bà ta đưa phần thuốc chưa dùng cho Diệp Quần và yêu cầu phân tích, đồng thời muốn xác nhận thuốc đó là thuốc độc và cũng hy vọng kết quả sẽ như thế.

Diệp Quần gọi Uông Đông Hưng. Cả Giang Thanh, Lâm Bưu và Diệp Quần hài lòng nếu Uông xác nhận đây là thuốc độc.

Uông khuyên Diệp Quần chờ kết quả kiểm tra khách quan trong phòng xét nghiệm mẫu thuốc do Giang Thanh mới chuyển cho họ. Vấn đề chẳng đơn giản như vợ chủ tịch yêu cầu. Uông nhắc khéo Diệp Quần, thuốc lấy từ khoa dược, dưới sự quản lý của đội bảo vệ Trung ương do Uông Đông Hưng đứng đầu, ông là người chịu trách nhiệm cuối cùng về thuốc men. Theo nguyên tắc, bác sĩ chỉ có thể kê đơn cho Mao, Giang Thanh hoặc những nhà lãnh đạo cao cấp khác, nhưng bản thân bác sĩ không có quyền mang đơn đi lĩnh thuốc. Nếu có vấn đề gì sai sót, khoa dược chịu trách nhiệm.

Diệp Quần mang thuốc đến Viện hàn lâm Y học quân sự phân tích. Kết luận, thuốc tương ứng đúng với nhãn hiệu trên lọ, không tìm thấy chất độc.

Giang Thanh nổi cơn điên. Khi Diệp Quần đưa bản kết luận của Viện Y học, vợ Chủ tịch vứt cả thuốc lẫn giấy xuống sàn, kêu la, bảo kết quả kiểm nghiệm do "phần tử xấu" ở Viện hàn lâm Y học quân sự viết ra.

Diệp Quần đáp trả để bảo vệ uy tín bản thân và cho chồng. Bà giải thích, Lâm Bưu và bà coi yêu cầu của Giang Thanh có tầm quan trọng lớn nhất. Lâm Bưu tự tay trao thuốc cho chủ tịch Viện hàn lâm Y học quân sự, việc phân tích được tiến hành nghiêm túc và cẩn thận, chính xác.

Không gì có thể làm dịu Giang Thanh, từ ấy hai người đàn bà coi nhau lạnh lùng. Diệp Quần, tuy nhiên, cảnh giác hơn. Bà vơ lấy thuốc và bản kết luận, trao lại cho Uông Đông Hưng.

Liên minh Giang Thanh và Lâm Bưu bắt đầu rạn nứt. Uông Đông Hưng ngả về phía Lâm Bưu. Tôi là con tốt thí trong ván bài chính trị của họ.

Răng Giang Thanh lại đau. Chiếc răng quá mõm, chỉ cần lay lay nhẹ nó tự rơi ra. Lần này Lâm Bưu và Chu Ân Lai lo chuyện tìm bác sĩ. Khi hai nha sĩ Vương Thế Bình, Bằng Trịnh Giang đến, Giang Thanh lại nói tôi muốn đầu độc, yêu cầu họ ký và biên bản quy kết tôi cố ý đầu độc bà.

Vương Thế Bình và Bằng Trịnh Giang không chịu ký, báo cáo sự việc với Uông Đông Hưng. Ông khuyên họ nói sự thật cho Giang Thanh. Cả hai làm theo lời khuyên, Giang Thanh nổi khùng, tống cổ 2 nha sĩ ra ngoài.

Trong tay Giang Thanh vẫn còn một văn bản của thuộc hạ đã ký. Bà đưa nó Chu Ân Lai và yêu cầu ra trát bắt tôi.

Chu lâm vào thế kẹt. Ông lưu ý bà, tôi là bác sĩ riêng của Mao chủ tịch và chỉ có Chủ tịch mới có thể ra trát được. Giang Thanh lại đề nghị Chu Ân Lai gặp Mao chủ tịch.

Chu thảo luận với với Uông Đông Hưng. Uông đề nghị Chu giải thích cho Mao mọi chuyện, yêu cầu Mao đứng ra giải quyết. Uông không muốn báo cáo trực tiếp với Mao. Nếu thuốc có vấn đề, Uông cũng không tránh được vạ lây.

Chu Ân Lai gặp Mao, ông bảo vệ tôi. Ông nói, tôi đã nhiều năm ở Nhóm Một, nhiều người ở Trung Nam Hải biết tiếng. Công việc của tôi không phải luôn luôn làm vừa lòng mọi người, nhưng Chu tin rằng tôi chưa khi nào và không có ý hại ai cả.

Chỉ sau vài tuần sự kiện này Mao cuối cùng đồng ý với ông.

- Lý Chí Thoả – ngày đêm ở với tôi – ông nói với Chu – Nếu anh ta là phản cách mạng, vì sao anh ta không đầu độc tôi thay vì Giang Thanh? Anh ta hại tôi dễ hơn nhiều chứ. Khi Giang Thanh buộc tội bác sĩ và y tá về thuốc giả. Tôi giải thích cho bà ấy, một phần trong

thuốc ngủ của tôi cũng là thuốc giả. Như vậy chúng ta phải chấp nhận chuyện này, để dùng lượng thuốc nhỏ hơn yêu cầu. Tôi biết, mối quan hệ của Mao với bản thân tôi không được như trước. Ông không trực tiếp can thiệp giúp tôi. Uông Đông Hưng tin Giang Thanh không từ bỏ ý định hại tôi. Tôi thấy rất nguy hiểm tính mạng. Uông bảo: "Đừng có về nhà, Giang Thanh sẽ cho người bắt cóc hay bắt giam, tốt nhất quay trở lại Nhà máy dệt Bắc Kinh, ở đấy có lương y Lý đáng tin cậy. Nếu gặp chuyện bất trắc, bảo ông ta đến gặp tôi".
Tôi ở lại nhà máy hai tháng trong sự lo lắng triền miên. Trong khi Giang Thanh và Tiểu tổ Cách mạng đang lạm dụng quyền lực trong chính quyền. Không ai ngăn cản được bà, kể cả Mao. Ông cũng chẳng biết Giang Thanh sẽ định làm gì. Bà ta sẵn sàng chỉ đạo trực tiếp bắt cóc, thủ tiêu tôi, nhưng sau đó sẽ phủi tay, trả lời, không biết gì hết.

CHƯƠNG 66

Tôi vẫn còn lẩn trốn trong nhà máy, 27-7-1968, Mao ra lệnh cho công nhân sáu "nhà máy tự quản" và các "đội tuyên truyền công nhân" dưới sự điều hành của một nhóm thuộc Sư đoàn 8341, đến chiếm Đại học Thanh Hoa. Mao quyết định, trường Đại học Thanh Hoa và Bắc Đa cũng sẽ thực hiện dưới hình thức tự quản.

Thanh Hoa, một trong số đại học tốt nhất, nổi tiếng nhất trong nước, đặc biệt về ngành khoa học và kỹ thuật. Những sinh viên nổi loạn cũng xuất phát từ trường đại học nổi tiếng Bắc Đa. Mùa xuân 1966, Vương Quang Mỹ, phu nhân Lưu Thiếu Kỳ, phụ trách đội công nhân được cử đến Thanh Hoa tiến hành Cách mạng văn hoá. Bà đã ủng hộ lãnh đạo đảng, trái ý kiến của số đông phái cải cách và sinh viên. Đến tháng Tư 1967, sinh viên trả thù, sau khi một người trong ban lãnh đạo sinh viên, Khoái Đại Phú, tấn công quyết liệt bà. Năm 1963, Vương Quang Mỹ, với cương vị phu nhân Chủ tịch nước đón tiếp vợ chồng Tổng thống Indonesia Sukarno, bà mặc bộ quần áo truyền thống "Chí bảo", đeo chuỗi thạch ngọc. Sinh viên viện cớ, đây là bằng chứng bà theo lối sống sa hoa của tầng lớp tư sản. Trong thời kỳ đấu tố, Đại học Thanh Hoa năm 1967, sinh viên ép buộc bà mặc bộ quần áo "chí bảo", lấy dây xâu 2 quả bóng bàn đeo lủng lẳng vào cổ trong khi hàng ngàn sinh viên hô vang khẩu hiệu đả đảo. Từ đó, trường Đại học trở thành vô chính phủ, không người điều hành. Bây giờ muốn khôi phục lại trật tự, Mao không ngần ngại sử dụng sức mạnh.

Lúc 4 giờ chiều, công nhân nhà máy dệt và một đội quân thuộc sư đoàn 8341 rời nhà máy xuống Đại học Thanh Hoa. Tôi không thuộc nhóm với họ, nhưng muốn đi xem cuộc chiếm đoạt Đại học Thanh Hoa như thế nào.

Tôn Dung, phó ban quân quản Nhà máy dệt, chỉ huy cánh quân của nhà máy. Chúng tôi ngồi trên xe tải, mỗi xe chở hơn 10 người. Hàng trăm xe tải thuộc các xí nghiệp, nhà máy khác cũng ầm ầm đổ về cổng trường Đại học Thanh Hoa, thành một lực lượng hùng hậu chiếm đóng. Sau này người ta bảo có tới 30 ngàn người. Trước cổng trường Đại học, Giang Đăng Trung, chính uỷ Sư đoàn Cận vệ, chỉ huy chung chiến dịch ra mệnh lệnh. Tất cả xuống xe, tập hợp thành hàng ngũ, tiến thẳng vào khu Đại học. Tôi đi cuối cùng với lương y Lý.

Ban đầu, cuộc hành quân có tổ chức, nhưng khi đến các dãy nhà cao tầng khoa vật lý, hàng người đi đầu đột nhiên đứng lại, hỗn loạn. Sinh viên trong trường dựng chướng ngại vật ngăn chúng tôi. Giang Đăng Trung ra lệnh phá bỏ chướng ngại, đi tiếp. Trời bắt đầu xẩm tối, nhọ mặt người, khó nhìn rõ mọi thứ. Tôi cứ thế theo người phía trước một cách mù quáng, chẳng biết mình đang đi đâu, làm gì. Đột nhiên, tôi nghe tiếng nổ vang giời, tất cả rối loạn, hoang mang. Người ta kêu có bom nổ, có người chết. Hàng quân dừng lại, ngay lúc ấy tôi nhìn thấy người ta khênh đi ba thi thể đẫm máu ra ngoài. Trời tối hẳn, không còn nhìn thấy gì nữa. Tất cả cả thông tin hỗn loạn, rối bời, nhưng chúng tôi vẫn tiến về phía trước. Bỗng nhiên tôi nghe thấy tiếng gió rít rất mạnh. Những người đi trước bỗng nhiên bỏ hàng ngũ quay đầu chạy toán loạn về phía sau, tay đưa lên che đầu. Tôi đứng khựng lại, hoảng hốt, cố đoán cái gì đang xảy ra. Khi lương y Lý, cởi áo ngoài trùm lên đầu tôi, mới biết tiếng gió rít do trận mưa đá mà sinh viên từ trên tầng cao ném xuống. Những hòn đá to nhỏ bằng quả táo con hay to hơn bay tứ tung, rơi rào rào như mưa, đội hình chúng tôi tan vỡ, mạnh ai nấy chạy thục mạng tứ phía. Lương y Lý vừa che vừa kéo tôi chạy theo hướng ông nghĩ đó là cổng ra vào. Nhưng ông không thông thuộc khu Đại học rộng lớn, hơn nữa trời tối như mực, chẳng nhìn thấy gì. Cuối cùng cũng chạy ra tới cổng, chúng tôi hoàn toàn lạc khỏi đoàn của nhà máy, chẳng nhận ra ai quen. Trời bỗng đổ cơn mưa như trút nước, chúng tôi ướt như chuột lột. Ngồi bên vệ đường, chịu trận mưa xối xả, chẳng biết phải làm gì. Khoảng 4 giờ sáng, hàng ngũ lại được củng cố từ nhiều người lạc đường, nhưng chẳng biết phải làm gì.
Bỗng nhiên có chiếc xe đỗ sát ngay bên cạnh. Tự nhiên tôi nghe thấy ai gọi tên tôi. Tay lái xe cho Mao, Trương Trí Thanh ló đầu ra, nói to:
- Nhanh lên, ông ấy đang tìm các anh đấy, bác sĩ Lý.
Tôi vẫn ngu ngơ, chẳng hiểu, hỏi lại:
- Nhưng ai tìm tôi?
- Còn ai khác, ngoài Chủ tịch? Ông đang ở chỗ Đại lễ đường. Ông cũng yêu cầu sinh viên có mặt ở đó.
Tôi từ giã lương y Lý, lên xe đưa về toà nhà Quốc vụ Viện. Khi tôi đến, các trợ lý Mao vây quanh tôi, hỏi dồn dập:
- Xơi có nhiều không, bác sĩ Lý? Bao nhiêu đá trúng ông?
Bộ dạng tơi tả khiến họ nghĩ tôi bị thương trong cuộc ẩu đả loạn xạ ở đó.

Đói, mệt, lạnh, đau đầu nhưng tôi tránh được trận ném mưa đá. Vương Thuý Dung đưa cho tôi lọ dầu cao hổ, rồi bôi dầu và day day vào 2 huyệt thái dương cho đỡ nhức đầu. Sau khi ăn bát mỳ và uống thuốc giảm đau, tôi thấy khoẻ hẳn lên.

Mao chờ tôi ở phòng 118. Khi tôi đến, Mao đang ngồi uống cà phê và đọc sách. Ông đứng dậy, nhìn tôi, đi thẳng đến, chúc mừng. Tôi đi nhanh về phía ông. Mao nắm lấy cả hai tay tôi trong tay ông, ngắm kỹ tôi trước khi nói. Tôi cảm thấy rằng ông quý tôi thực, dù rằng có sự căng thẳng quan hệ của chúng tôi với Giang Thanh.

- Anh chịu đựng quá nhiều. - Mao an ủi - Ướt sạch rồi còn gì.

Tôi nói rằng mưa rất to.

- Anh đang ở trong tình trạng khó khăn, phải thế không? - Mao nói, sau khi biết tôi đã trải qua biết bao chuyện không hay. "Anh bị thương à? Thôi, đừng khóc!"

Ông nhầm khi nhìn thấy dầu xoa trên mặt tưởng nước mắt của tôi.

- Dạ, tôi không bị thương. Tôi nói. Nhưng có ba người bị thương do bom. Tôi không biết họ sống chết ra sao.

Uông Đông Hưng đứng đấy, báo cáo một người chết, hai người bị thương nhẹ.

- Vì sao anh không thay quần áo và nghỉ một chút? - Mao gợi ý.

Mao mời một số lãnh đạo sinh viên cực đoan Khoái Đại Phú của Đại học Thanh Hoa, Nhiếp Nguyên Tử của Đại học Bắc Đa, Đàm Hậu Lan của Đại học Hồng Thanh Bắc Kinh, Hàn Ái Tinh của Đại học Hàng không Bắc Kinh và Vương Đại Tân từ Đại học Địa chất để cùng họp với các thành viên "Tiểu tổ trung ương Cách mạng văn hoá" thảo luận tình hình. Tôi được mời tham gia cuộc gặp này.

Lần này Mao cứng rắn bảo vệ tôi. Việc mời tôi tham dự cuộc họp, Mao muốn mọi người trong Tiểu tổ Cách mạng, Lâm Bưu, Chu Ân Lai, Khang Sinh và Giang Thanh biết, tôi vẫn là người thân tín của ông. Thấy tôi với Mao, họ hiểu tôi không còn đơn độc, tất nhiên họ không dễ gì bắt cóc tôi nữa.

Giang Thanh hoan hỉ chào đón mọi người, nhưng không nói với tôi một lời nào, xem như không có tôi trong cuộc họp. Mao có thể xoá tội cho tôi, nhưng bà ta thì không. Lời buộc tội đầu độc của bà vẫn còn đó. Nhưng cách cư xử giờ đây tôi không quá quan tâm. Dưới cái ô của Mao tôi cảm thấy mình an toàn. Tôi vẫn thuộc biên chế "Nhóm Một".

Tuy nhiên sự bảo vệ của Mao vẫn tạm thời, tôi đã qua vài lần thử thách, nhưng ông vẫn chưa thực tin, còn phải chịu vài lần thử thách nữa.

Cuộc gặp Mao với sinh viên trong ngày ấy đã trở thành ngày trọng đại của Cách mạng văn hoá. Mao yêu cầu các phe phái sinh viên đoàn kết lại, cảnh cáo rằng nếu họ còn tiếp tục chia rẽ, sẽ xuất hiện hai Thanh Hoa, hai Bắc Đa, hai Đại học Hồng Thanh. Những sinh viên đứng đầu nhóm nổi loạn, đặc biệt lời phát biểu của Hồng Anh Sinh:

- Cả hai phe đều dùng lời của Chủ tịch để bào chữa cho hành động của mình – Anh ta nói với Mao – Nhưng lời của Chủ tịch có thể giải thích theo nhiều cách khác nhau, hiểu khác nhau, thậm chí đối kháng với nhau. Trong khi Chủ tịch còn sống, Chủ tịch có thể hoá giải các cuộc tranh cãi, những vấn đề như thế sẽ được giải quyết ổn thoả. Nhưng chúng ta sẽ làm gì khi Chủ tịch không còn trên đời này nữa?

Khang Sinh và Giang Thanh nổi giận, lôi đình.

- Sao anh dám nói ra ý nghĩ ngu xuẩn đến thế?

Họ trút giận xuống đầu anh chàng sinh viên này.

Nhưng Mao tỏ ra thích câu hỏi của anh chàng sinh viên. Ông cũng đã từng bóng gió nhắc đến vấn đề bác sĩ trong thư của mình gửi Giang Thanh trước đây.

- Khi tôi còn trẻ, tôi thường tự đặt ra những câu hỏi – ông tán thành ý kiến của chàng sinh viên – những câu hỏi mà người khác không dám đặt ra. Dĩ nhiên, lời tôi đưa ra có thể có nhiều cách giải thích khác nhau. Điều này khó tránh khỏi. Hãy nhìn qua Khổng giáo, Phật giáo, Thiên chúa giáo – tất cả các đạo giáo này chia rẽ thành nhiều giáo phái khác nhau, mỗi giáo phái lại được giải thích, hiểu một cách khác với nguyên lý ban đầu. Không có những sự giải thích khác nhau, sẽ chẳng có sự phát triển hoặc thay đổi nào cả. Sự tù túng, trì trệ cứ kéo dài, thì những học thuyết nguyên thuỷ cũng sẽ diệt vong.

Nhưng cuộc gặp này không đạt được mục đích theo ý muốn. Sinh viên không thể đoàn kết được, vì thế, việc Mao đặt niềm tin vào thế hệ trẻ là sai lầm. Vài ngày sau, 5-8-1968, Mao thông báo rằng muốn tặng công nhân một vài giỏ soài, số hoa quả này do Mian Arsad Hussein, bộ trưởng Bộ ngoại giao Pakistan tặng ông. Quà là dấu hiệu ông muốn nói với nhân dân cả nước, Mao mất lòng tin vào đám sinh viên quậy phá, thù địch và giờ đây đặt niềm tin của mình vào công nhân.

Chẳng bao lâu, người ta đưa những người cầm đầu sinh viên về nông thôn, tiếp theo sau, hàng triệu học sinh và sinh viên đi cải tạo lao động. Họ cần phải được học tập, cải tạo ở nông thôn, Mao nói:

"Học sinh, sinh viên phải học hỏi sự đói nghèo ở ngay những người nông dân nghèo khổ".

Mao đưa soài cho Uông Đông Hưng, để ông chia chúng sao cho mỗi một nhà máy đầu đàn ở Bắc Kinh, gồm cả Nhà máy dệt, nơi tôi sống ở đó, đều có được một giỏ. Đáp lại, công nhân tổ chức mít tinh, ở đó vang lên những trích dẫn của Mao. Chào mừng món quà của Chủ tịch, họ đã bọc soài bằng sáp ong, tin rằng để giữ được lâu dài không hỏng. Khi mà những giỏ soài được bày trong tủ kính ở phòng lớn của nhà máy, những công nhân lần lượt xếp hàng đi qua ngang nó, kính cẩn cúi xuống.

Tuy nhiên không ai nghĩ tới tẩy trùng soài, trước khi bọc sáp, sau một vài ngày triển lãm, soài bắt đầu thối. Theo chỉ thị của Uỷ ban cách mạng nhà máy, họ đem gọt bỏ vỏ, đun phần mềm soài trong nước, bỏ vào lọ to. Mỗi khi tổ chức lễ kỷ niệm cũng đưa ra, mọi người nghiêm trang, kính cẩn chào.

Người ta thành kính cám ơn món quà của ông. Món quà giỏ soài được tán dương như một bằng chứng về sự quan tâm của Chủ tịch đối với số phận người công nhân lao động lầm than. Sau đó tất cả công nhân nhà máy xếp hàng lần lượt, mỗi người có thể uống một thìa đầy nước thánh được do quả soài thiêng liêng được đun sôi trong nước.

Tiếp theo, Uỷ ban Cách mạng cho làm soài bằng sáp, đặt lên ban thờ nhà máy thay cho hoa quả thật, công nhân lại tiếp tục xếp hàng kính cẩn trước báu vật linh thiêng.

Khi tôi kể cho Mao về sự tôn sùng, món quà của ông, Mao cười phá lên, tỏ ra khoái câu chuyện này.

CHƯƠNG 67

Mao đã che chở tôi, nhưng giờ đây it được gặp ông. Ông chẳng cần chăm sóc về y tế, tôi trở thành bác sĩ ở Nhà máy dệt Bắc Kinh, phục vụ y tế cho công nhân và gia đình họ. Cách vài ngày tôi phải báo cáo mọi việc cho Chủ tịch. Công nhân nhà máy thật may mắn, tôi cũng cảm thấy vui mừng. Nhà máy đã trở lại bình yên, tiếp tục sản xuất. Đây là một trong những nhà máy "dưới sự quản lý trực tiếp của Mao" và cũng từng là nơi các bè phái mâu thuẫn, đụng độ gay go nhất.

- Thế họ nói gì về Cách mạng văn hoá? - Mao hỏi, một hôm nghe tôi báo cáo. - Người ta vẫn lấy vợ và sinh con chứ? Anh không cảm thấy Cách mạng văn hoá còn rất xa xôi với lợi ích của nhân dân hay sao?

Cách mạng văn hoá cũng rất xa xôi đối với tôi nữa. Mao nhận xét đúng, biết bao người phớt lờ, họ hy vọng cuộc Cách mạng văn hoá biến đi. Nhưng vẫn còn nhiều cơ sở sản xuất, nhiều địa phương trong cả nước, cuộc cách mạng vẫn tiếp diễn, đụng độ vẫn xảy ra, đau thương, khổ ải vẫn tiếp diễn. Xung quanh vẫn xảy ra bạo lực họ không thể nào làm ngơ những gì đang diễn ra. Không có sự chỉ đạo của lãnh tụ tối cao, cuộc tàn sát vẫn không thể ngừng.

Tháng 10-1968, Mao gọi tôi trở lại Trung Nam Hải, ông bị đau răng mấy ngày nay rồi.

Khi trở về, tất cả mọi thứ đều lạ hoắc. Nhóm Một hoàn toàn thay đổi. Uông Đông Hưng chuyển dụng cụ, máy móc văn phòng của tôi lên tầng ba khu nhà của ông, vì Mao Viên Tân và Lí Nạp đã chiếm khu làm việc của tôi làm nơi ở. Chẳng còn lấy một người nào trong số đội ngũ trước đây. Cũng như tôi, mọi người đều tham gia Uỷ ban quân quản trong nhà máy, dưới sự chỉ đạo trực tiếp của Mao, làm nhiệm vụ "tai mắt" cho Chủ tịch. Vệ sĩ của Mao, Chu Phổ Minh, về nhà máy Xe lửa 7-2, nữ nhân viên Cơ mật, Tô Thành Nghị, về Đại học Thanh Hoa, ở đó, người phụ nữ ít học này chẳng bao lâu trở thành phó giám đốc Uỷ ban cách mạng, (ngang chức Hiệu phó), một trong những trường Đại học đầu đàn của Trung Quốc.

Những người lính mặc thường phục sư đoàn 8341 của Uông Đông Hưng tiếp tục làm nhiệm vụ bảo vệ Mao. Điều khó khăn cho tôi, số phụ nữ trẻ quanh Mao lại quá nhiều. Tôi không quen ai trong nhóm trợ lý, phục vụ, vệ sĩ mới, nhưng rõ ràng tất cả những người hầu hạ kể cả đám vệ sĩ rất tôn sùng Chủ tịch hơn thời kỳ đầu tôi vào làm việc. Có lẽ những nhân viên cũ cũng bị đầy ải, gặp nhiều tai ương như tôi. Càng hiểu về ông ít bao nhiêu, họ càng sùng bái ông nhiều bấy nhiêu. Bằng cách thay thế những người quanh mình, Mao nhận sự tôn kính, được nghe những lời tâng bốc, nịnh hót nhiều hơn.

Tôi khám cho Chủ tịch. Một lớp cao răng xanh lè bọc kín răng, tôi không biết răng nào sâu vì không có dụng cụ nha khoa để khám. Tôi nói với ông, tôi không phải nha sĩ nên không chẩn đoán được bệnh, vì thế phải mời bác sĩ chuyên khoa.

- Anh có thể chữa cho tôi được – Mao nài nỉ – Chúng ta không cần nha sĩ.

Tôi từ chối, sợ mang hại cho ông.

- Chữa răng, thuộc một chuyên ngành riêng. – Tôi nhắc lại – Không phải nha sĩ, tôi chỉ làm hỏng răng của Chủ tịch.

Mao không nói gì cả. Nhưng tôi biết, im lặng là biểu hiện ông không hài lòng. Tuy nhiên tôi không thể làm gì hơn. Uông Đông Hưng muốn tôi cứ chữa thử.

- Đây là lần đầu tiên Chủ tịch gọi anh, sau vụ Giang Thanh kết tội – Uông nhắc tôi – Tất cả các nhân viên của Mao đã bị thay, trừ anh. Điều này rất quan trọng, hãy thử làm tất cả những gì có thể làm được để Chủ tịch khỏi cơn đau. Nên nhớ, Giang Thanh vẫn còn bí mật mai phục, anh biết điều đó chứ gì.

Đấy là sự thật. Giang vẫn còn tìm lý do để bắt tôi. Khi Diệp Quần và Chu Ân Lai từ chối ủng hộ lời buộc tội, bà ta quay sang Ngô Tự Tuấn. Biết tôi với Ngô Tự Tuấn làm việc với nhau một vài năm, Giang Thanh kéo cô ta về Đào Dư Thái, kiên trì thuyết phục cô y tá ký biên bản buộc tội tôi. Nếu có bằng chứng của Ngô Tự Tuấn, Giang Thanh hy vọng, lời buộc tội sẽ có trọng lượng.

Ngô Tự Tuấn từ chối, vợ Chủ tịch trút cơn giận dữ xuống đầu cô gái, buộc tội cô cùng bè đảng, bao che tôi. Khi Giang Thanh ra lệnh điều tra, sợ bị hỏi cung, Ngô Tự Tuấn chạy đến Uông Đông Hưng, Uông đã thu xếp cho cô một chỗ làm việc trong văn phòng của ông ở Trung Nam Hải.

Tôi cám ơn sâu sắc Ngô Tự Tuấn, tìm mọi cách giúp đỡ cô ấy. Lần này khi Mao gọi, tôi kéo cô ấy theo, hy vọng cô có thể kể cho Chủ tịch nghe về tai hoạ của mình. Mao ngạc nhiên nhìn cô gái. Ông nghĩ rằng Ngô Tự Tuấn vẫn còn làm việc ở nhà máy xe lửa. Ông chú ý lắng nghe câu chuyện của cô.

- Giờ đây người ta khó tuyên bố tôi không phải là phản cách mạng – Ngô Tự Tuấn kết thúc câu chuyện của mình. Mao cười phá lên.

- Rất tốt – ông nói – Tư dinh của tôi trở thành hầm trú ẩn đối với bọn phản cách mạng. Các đồng chí – cả hai người phản cách mạng cũng có thể ở lại đây với tôi.

Ông nói thêm rằng từ nay không ai trong hai chúng tôi có dính dáng tới Giang Thanh nữa. Bà ta có thể tìm cho mình bác sĩ và y tá riêng.

- Hãy lần đi khi nhìn thấy bà ta – Mao nói đùa.

Tôi khó có thể lẩn tránh được Giang Thanh. Các con đường bên trong Trung Nam Hải thường giao cắt nhau. Mỗi lần gặp, bà không bao giờ hỏi tôi, coi như không nhìn thấy,

Tôi tìm nha sĩ. Trong điều kiện bình thường điều này không khó, nhưng trong tình hình lộn xộn Cách mạng văn hoá lan ra trong các bệnh viện, việc kiếm nha sĩ quả rất khó. Chính Bệnh viện Bắc Kinh cũng chia làm hai phe đối địch. Người ta lật đổ giám đốc và bí thư đảng uỷ cũ, nhưng chưa bổ nhiệm lãnh đạo mới. Việc mời một bác sĩ răng ở phe nào đó được coi như một bằng chứng, tôi và cả Mao ủng hộ chính phe này chứ không phải phe kia. Tôi chẳng biết phái nào cần ủng hộ, phái nào không trong cuộc đấu đá chính trị để không mắc thêm sai lầm.

Cuối cùng tôi mời được nha sĩ đầu ngành của Bệnh viện Thượng Hải, bay về Bắc Kinh. Mao bắt ông này chờ vài hôm, dù rằng tôi từ tốn nhắc khéo, nha sĩ đã sẵn sàng điều trị răng cho ông.

Mao nổi xung.

- Tôi đã nói với anh, tôi không muốn nha sĩ – Mao thét lên – nhưng anh vẫn cứ bắt tôi phải làm cái mà tôi không muốn. Thật chẳng ngạc nhiên vì sao Giang Thanh ghét anh.

Đó là những lời cay độc, không công bằng. Tôi không phải nha sĩ, không thể làm công việc mình không biết. Mao không muốn tôi ép ông làm điều ông không muốn, ngược lại ông lại ép tôi làm công việc tôi không thể. Mao cương quyết, dứt khoát từ chối chấp nhận nha sĩ, tôi buộc phải đầu hàng.

Hàng ngày, tôi chữa răng cho ông theo hướng dẫn của nha sĩ, cách khám, cách điều trị và tham khảo sách nha khoa. Mao mắc bệnh nha chu viêm nặng. Tất cả vùng lợi hư hại, viêm nhiễm nặng. Mao chẳng cho bất kỳ ai làm sạch hàm răng của ông. Tôi chỉ còn cách yêu cầu ông súc miệng nước sát trùng, lấy hết thức ăn trong khe răng, bôi kháng sinh tại chỗ vùng viêm nhiễm. Sau một tháng, bệnh tình ông đỡ nhiều.

Bệnh tật của Mao không những chỉ đơn thuần tính chất bệnh lý, còn có quan hệ với chính trị. Những người lãnh đạo đảng đang bị phân hoá sâu sắc, trong khi chuẩn bị triệu tập đại hội lần thứ 9 vào tháng tư năm 1969. Nguyên tắc chỉ đạo của Đại hội VIII tháng 4-1956, cách đây 13 năm vẫn còn nguyên, chưa bị thay đổi. Nguyên tắc này ủng hộ tư tưởng lãnh đạo tập thể, hứa rằng Trung Quốc không bao giờ có tệ sùng bái cá nhân, từ bỏ tư tưởng đường lối Mao Trạch Đông, phê phán "chủ nghĩa phiêu lưu" của Mao – đã bị Mao loại bỏ. Những người chịu trách nhiệm thông qua nghị quyết này, Lưu Thiếu Kỳ, Đặng Tiểu Bình đã bị bắt giữ. Những năm Đại cách mạng văn hoá vô sản, Mao đã lái những nguyên tắc sang chiều hướng khác. Trong quá trình chuẩn bị đại hội IX thậm chí việc nhắc lại về lãnh đạo tập thể cũng coi mắc tội phản cách mạng, thế là thần tượng Mao đạt tới đỉnh cao nhất. Tất cả người Trung Quốc mặc áo "kiểu Mao", mang "sổ tay bìa đỏ", lặp lại những trích dẫn từ các bài phát biểu của ông. Thậm chí sự mua bán đơn giản nhất trong cửa hàng cũng phải theo lời trích dẫn của Mao. Chân dung Mao treo khắp mọi nơi. Hàng trăm triệu người trong cả nước, bắt đầu một ngày, họ tụ tập trước chân dung xin ông chỉ dẫn. Buổi chiều mọi người lại tụ tập, cúi đầu trước ảnh Mao, báo cáo mọi việc và xưng tội. Một ngày làm việc, bắt đầu và kết thúc, họ cùng nhau đọc tập thể những câu của Mao trích trong cuốn sổ tay bìa đỏ. Những câu nói của Mao không những là tư tưởng chỉ đường của cả nước, còn là bản thần chú tập thể của nhân dân.

Chủ nghĩa phiêu lưu của Mao, biểu hiện ở Đại nhảy vọt, đưa đất nước đến nạn đói lớn nhất trong lịch sử nhân loại. Ngày nay chúng tôi biết rằng nạn đói làm chết ít nhất 25 đến 30 triệu người. (Một số người đưa ra con số cao hơn – 43 triệu). Cách mạng văn hoá đẩy đất nước vào hỗn loạn, huỷ diệt gia đình, huỷ diệt tình bạn, phá hoại tận gốc rễ đời sống xã hội Trung Quốc.

Người đứng đầu quốc gia, Lưu Thiếu Kỳ, bị Mao buộc tội gây ra tất cả những khiếm khuyết trong nghị quyết đại hội VIII, đã bị khai trừ ra khỏi đảng và bị trừng phạt. Thậm chí vào tháng Tư năm 1969 tôi không hiểu Lưu Thiếu Kỳ ở đâu, nhưng sợ không dám hỏi. Khá lâu sau khi đại hội đảng bế mạc, tôi mới biết, tháng 10-1969 người ta giải Lưu Thiếu Kỳ vào trại Khải Phương, ông bị bệnh nặng. Tháng sau ông qua đời, vì không ai chạy chữa thuốc men.

Đặng Tiểu Bình, cũng vậy, người ta thanh trừng ông. Một phần mười số Uỷ viên Bộ chính trị bị loại. Phần đông lãnh đạo các tỉnh mất chức, điều hành tỉnh nằm trong tay "Uỷ ban cách mạng" dưới sự quản lý của quân đội. Phần lớn uỷ viên Trung ương đảng của Đại hội VIII bị bãi nhiệm.

Đại hội IX của đảng phải trở thành điểm tột bậc kết quả của Mao trong việc thâu tóm quyền lực vào tay cá nhân. Đại hội IX đã chính thức từ bỏ nguyên tắc của đại hội VIII, khôi phục Mao thành lãnh tụ tối cao, tư tưởng của ông là tư tưởng chỉ đạo, dẫn dắt toàn thể nhân dân. Đại hội bầu ra Ban chấp hành Trung ương đảng mới, từ đó bầu ra uỷ viên bộ chính trị. Ý nguyện của Mao trở thành điều lệ chính thức của đảng, cả cuộc Đại cách mạng văn hoá vô sản của Mao cũng được công bố thành công rực rỡ một cách hợp thức hoá trong đại hội.

Quá trình tiến gần tới hội nghị mối quan hệ giữa những người còn sống sót sau các cuộc thanh trừng, với những người đã liên kết với nhau để đạp đổ Ban lãnh đạo cũ trở nên cực kỳ gay gắt. Mao ít xuất hiện, theo dõi từ xa những chuyện đụng độ, nhưng liên minh Lâm Bưu và Giang Thanh bắt đầu rạn nứt. Chu Ân Lai, người một lòng một dạ trung thành với Mao, cũng rất lo lắng bị buộc tội phản bội, ông bị mắc kẹt ở giữa. Hai nhóm cầm quyền cạnh tranh nhau, nhóm Lâm Bưu và nhóm Giang Thanh, đều cố sức cài người của mình vào Ban chấp hành trung ương và Bộ chính trị.

Chu Ân Lai lo buồn ra mặt, từ xưa ông không bao giờ bàn luận với tôi về các vấn đề chính trị, nhưng một buổi tối, khi thấy tôi đi vào nhà Uông Đông Hưng, ông kéo tôi ra một nơi tâm sự. Ông muốn biết Mao nói gì về thành phần tương lai của ban lãnh đạo đảng.

- Không thấy nói gì cả – Tôi trả lời thành thật – Mao chỉ kể muốn "Tiểu tổ Cách mạng văn hoá Trung ương" và các nhóm chính trị đặc biệt thảo luận đề cương của ông.

Giang Thanh nắm quyền chỉ đạo tiểu tổ, hơn nữa các thành viên tiểu tổ cũng nằm trong nhóm chính trị đặc biệt, vì thế ảnh hưởng của Giang Thanh đến thành phần Ban chấp hành mới rất lớn. Chính Giang Thanh là người tìm cách buộc tội Chu Ân Lai, tôi nhận thấy cần cảnh báo để ông biết mối thù không đội trời chung của Giang Thanh đối với ông.

- Ngay từ lúc Cách mạng văn hoá bắt đầu, Giang Thanh đã nhằm thẳng mục tiêu vào đồng chí – Tôi nói với ông, giải thích thêm. Khi Giang Thanh tuyên bố Cách mạng văn hoá là sự đụng độ giữa Tân cách mạng với "cựu chính phủ", vậy chính phủ cũ là ai? Dĩ nhiên, trước hết là chính thủ tướng. Chính Chủ tịch rất không hài lòng, bất bình khi thấy Giang Thanh và phe cánh thành lập tổ chức "16 tháng 5" trong Bộ ngoại giao đối đầu với Chu Ân Lai và Bộ trưởng ngoại giao Trần Nghị. Chủ tịch cho rằng đây là tổ chức phản động, ông nói với Tiểu tổ Cách mạng Văn hoá và trước hàng chục ngàn quần chúng, không ai chống đồng chí". Tôi nói với ông. "Tôi nghe thấy Giang Thanh trao đổi với Khang Sinh và Trần Bá Đạt, bà không tán thành ý kiến ấy. Chả có ai trong nhóm họ ủng hộ, họ vẫn âm mưu lật đổ đồng chí".

Chu Ân Lai hoảng hốt, ông bảo: "Hàng thập niên nay, tôi đã hết sức giúp đỡ Giang Thanh". Chu kể, trong chiến tranh thế giới thứ II, ông đang ở Trùng Khánh, Giang Thanh bị đau răng muốn chữa bệnh, ông phải bay đến Hồ Nam đưa Giang Thanh về Trùng Khánh. Cả hai lần sang Liên Xô chữa bệnh, năm 1949 và 1956, chính ông phải dàn xếp đưa Giang Thanh đi.

Đột nhiên, Chu sợ co rúm lại, hỏi: "Đồng chí đã nói với ai điều này chưa?" Chu hỏi như muốn biết thêm. Tôi bảo, Uông Đông Hưng biết hết mọi chuyện, chúng tôi thường trao đổi với nhau, nhưng từ lâu tôi không bao giờ nói chuyện chính trị với bất cứ ai. Nghe xong, Chu mới thở phào, nhẹ nhõm, yêu cầu dừng câu chuyện ở đây.

Chu Ân Lai, một trong số những nhà lãnh đạo cao cấp Trung Quốc, còn được Mao tin, đến mức Lâm Bưu có lần đánh giá tính cách Chu, bảo với Uông Đông Hưng, gọi ông là "viên hầu cận dễ bảo". Chu quá trung thành, đến mức khúm núm, đôi khi đến xấu hổ. Ngày 10-11-1966 tôi có mặt trong cuộc hội đàm giữa Mao và Chu, kế hoạch gặp gỡ lần thứ bảy với Hồng vệ binh trên quảng trường Thiên An Môn. Mỗi lần, khi thấy Mao xuất hiện, số người tụ tập tăng lên rất nhiều. Lần này hy vọng 2,5 triệu sinh viên tới dự. Nhưng quảng trường chỉ chứa được nửa triệu người, làm sao bố trí hết được, không khéo sẽ gây lộn xộn, phức tạp. Chu Ân Lai đề nghị một phần sinh viên xếp hàng dọc theo đại lộ Trường Nhân, cũng như trên một số phố lớn phía bắc quảng trường. Mao sẽ đi theo các phố trên xe mui trần vẫy chào họ.

Cố gắng giải thích kế hoạch của mình ở phòng 118, Chu trải bản đồ ra nền nhà, quỳ trên thảm, chỉ cho Mao hướng ô tô của ông phải đi qua. Mao đứng hút thuốc, nhìn Chu đang bò trên sàn nhà.

Nhìn Chu quỳ trước Mao tôi cảm thấy thật xấu hổ, rất ngượng. Một người với cương vị như ông, thủ tướng nước Trung Hoa, sao lại làm như vậy. Mao xem ra thú vị nhìn cảnh tượng này. Không ở đâu có sự tương phản rõ ràng nhất về quan hệ độc tài, quân phiệt giữa Mao và Chu Ân Lai trong quan hệ hai người. Mao đòi hỏi Chu lòng trung thành tuyệt đối, nhưng chính Mao đối với Chu lại không thế. Chu luôn luôn lo bị phế truất. Chu quá trung thành, khúm núm, sợ sệt, vì thế Mao cho Chu giữ chức thủ tướng.

Chu cũng khúm núm trước cả Giang Thanh. Tháng 12-1966, khi Giang Thanh đi đến cửa phòng Đại lễ đường, Chu Ân Lai đang điều khiển cuộc họp quan trọng, trưởng ban bảo vệ của Chu, Trần Nguyên Trung lịch sự yêu cầu bà chờ trong khi thủ tướng đang bận họp.

Giang Thanh nổi điên, quát:
- Mày, thằng Trần Nguyên Trung kia, mày hành xử như một con chó ngoan vâng lời thủ tướng, nhưng đối với tao, mày hành động như một con chó sói.

Giang Thanh ra lệnh cho Uông Đông Hưng bắt giam vệ sĩ thủ tướng. Uông từ chối, chuyển Trần sang việc khác.

Đặng Dĩnh Siêu, vợ Chu, người tri kỷ nhất của ông, phụ hoạ theo:
- Đồng chí cần bắt giam Trần Nguyên Chung – Bà nói với Uông. Chúng tôi không muốn bao che anh ta.

Uông vẫn khước từ, bảo với tôi:
- Trần Nguyên Chung phục vụ thủ tướng và vợ ông ta suốt đời. Họ muốn tống cổ anh ta chỉ để làm dịu sự bực tức này!

Cuối cùng Uông cũng phải đưa Trần vào Trường Cán bộ 7-5 đi lao động nông thôn một thời gian ngắn.

Chẳng có gì ngạc nhiên khi cuộc tranh dành quyền lực giữa Lâm Bưu và Giang Thanh lộ ra, Chu Ân Lai ra sức bảo vệ và đứng về phe cánh của bà, dù mọi sự tấn công ông đều xuất phát từ Giang Thanh. Chu, một chính trị gia xảo quyệt, biết rõ hơn ai hết việc Mao chỉ trích phê phán Giang Thanh, sự ghẻ lạnh giữa hai người ngày một tăng, nhưng Chu hiểu, dù sao họ vẫn là vợ chồng, vẫn gần gũi nhau, trung thành và cần lẫn nhau.

Khi ủng hộ Giang Thanh, Chu đã vô tình phản bội Uông Đông Hưng.

Uông Đông Hưng, nhân vật then chốt trong cuộc đấu đá chính trị. Là người đứng đầu Sư đoàn 8341, bộ phận điều khiển 6 nhà máy và hai Đại học Thanh Hoa, Đại học Bắc Đa, thay mặt Mao điều hành mọi vấn đề. Uông có quyền lực lớn, được xem một trong số những chiến hữu thân cận nhất của Chủ tịch. Nhưng trong cuộc xung đột giữa Giang Thanh và Lâm Bưu, ông lại đứng về phía nguyên soái. Không chỉ vì ghét Giang Thanh, Uông vẫn hận Mao, vì Mao vẫn còn để bụng chuyện đi của ông đến Indonesia với Lưu Thiếu Kỳ. Dù vậy Uông vẫn hy vọng, trong đại hội IX người ta sẽ đưa ông vào Bộ chính trị.

Thoạt đầu Chu Ân Lai ủng hộ Uông làm ứng cử viên, ghi tên ông đầu tiên trong danh sách đề cử đặc biệt.

Không ngờ đêm trước khi đại hội khai mạc, Uông Đông Hưng bị chảy máu dạ dày, vào bệnh viện cấp cứu. Chu Ân Lai gọi tôi và y tá Ngô Tự Tuấn đưa ông đến báo tin cho Mao, yêu cầu tôi giải thích bệnh tình của Uông. Khi tôi kể bệnh này rất nguy hiểm đến tính mạng nếu máu dạ dày chảy quá nhiều, Chu bật khóc, nói:
- Đồng chí Uông Đông Hưng tốt thế, sao lại nên nông nỗi này.
Y tá Ngô Tự Tuấn và tôi cũng rơi nước mắt, cả ba chúng tôi sụt sùi trước mặt Mao.
Mao vẫn giữ vẻ ngoài dửng dưng, nét mặt chẳng thay đổi, không nói một lời. Khi chúng tôi hết khóc, ngồi yên, im lặng, ngượng ngùng nhìn nhau, chẳng biết phải làm gì. Cuối cùng Mao bảo:
- Nếu Uông ốm, hãy tìm các bác sĩ giỏi nhất chữa cho ông ta. Chúng ta chẳng có thể làm được gì được hơn.
Sau khi chúng tôi ra về, Mao nói với y tá, chúng tôi khóc Uông như khóc người nhà chết. Nước mắt của chúng tôi làm ông nghi, Chu Ân Lai, Uông Đông Hưng, Ngô Tự Tuấn và tôi ngoài sự thân thiết, còn có cái gì ẩn náu na ná như cùng một phe cánh.
Sự nghi ngờ của Mao không mảy may tác động đến Uông Đông Hưng.
- Tất cả chúng ta làm việc cho Mao, chẳng làm việc vì ai! – Uông nói, khi tôi thăm ông trong bệnh viện.
Nhưng Chu Ân Lai lại sợ. Ông không dám làm gì thêm vì lo mối nghi ngờ của Mao tăng lên. Giang Thanh, Khang Sinh cương quyết chống việc đề cử Uông vào Bộ chính trị, đến gặp Chu, ép Chu vào phe họ. Chu đồng ý. Trong lúc Uông ốm nặng, cắt bỏ phần loét dạ dày, Chu đến vận động ông rút lui danh sách ứng cử.
Uông Đông Hưng giận điên người,
- Chu hành động theo ý muốn của Giang Thanh và Khang Sinh – Uông nói trong cơn giận dữ khi tôi ngồi bên giường bệnh với ông – Một con người vô liêm sỉ.
Tất cả hai phái buộc phải tìm cách thoả hiệp. Đại hội IX của đảng họp tháng 4, vẫn bầu Uông Đông Hưng là Uỷ viên trung ương đảng, kiêm Uỷ viên dự khuyết Bộ chính trị mặc dù Giang Thanh phủ quyết. Lâm Bưu ủng hộ Uông Đông Hưng, Lâm Bưu và phe cánh ông có ảnh hưởng lớn trong bầu cử. Lâm Bưu đọc báo cáo chính trị tổng kết Đại hội IX, được Mao chính thức tuyên bố "Đồng chí chiến đấu thân cận và người kế thừa". Tư tưởng Mao Trạch Đông một lần nữa được xác nhận là tư tưởng chỉ đạo Trung Quốc.
Con trai Lâm Bưu – Lâm Lập Quả cũng nhận được chức vụ cao. Sau Đại hội IX không lâu, người ta bổ nhiệm anh làm phó Tư lệnh

Không quân, "lãnh đạo trẻ thế hệ thứ ba". Tướng lĩnh thuộc lực lượng Không quân sưu tập những lời phát biểu của Lâm Lập Quả, gửi cho Mao. Trong không quân, tên của Lâm Lập Quả thường làm người ta nhắc tới sau tên của bố. Người ta cũng kêu gọi trung thành với Lâm Lập Quả.

Sau tất cả các sự việc xảy ra, tinh thần thần tôi suy sụp hẳn. Mao đã đạt được sự thay đổi các nguyên tắc của Đại hội VIII. Trong 13 năm trong cao trào đấu tố, tranh dành quyền lực gay go quyết liệt, những người cộng sản tôi kính trọng đã bị thanh trừng, người ta đã loại bỏ hơn 80% uỷ viên Trung ương đảng khoá trước. Hầu hết những người mới đều xa lại với tôi, họ thuộc phe cánh Giang Thanh hay Lâm Bưu.

Phe cánh và đồng bọn chúng đã tiếm quyền lãnh đạo Trung Quốc. Tôi mất hết hy vọng. Đất nước tôi biết bao giờ mới có hạnh phúc.

CHƯƠNG 68

Với quá trình đưa Lâm Bưu đến đỉnh cao quyền lực, cả đất nước Trung Hoa bị quân sự hoá. Được giao trọng trách văn hồi trật tự trong nước, quân đội đã kiểm soát các cơ quan đảng, chính phủ, các đơn vị sản xuất trong tất cả các cấp của xã hội. Bí thư các tỉnh đã bị thay thế bằng các tư lệnh vùng, quân đội kiển soát toàn bộ hệ thống quyền lực nhà nước từ trên xuống dưới, thậm chí cả những làng quê Mao thường đến thăm. Lâm Bưu người dẫn đầu cả nước học tập, nghiên cứu tư tưởng Mao Trạch Đông và giải phóng quân đi đầu trong việc nghiên cứu, vì vậy toàn dân cũng phải học tập tư tưởng Mao. Mọi người ai cũng muốn được vinh danh như quân đội. Tất cả mặc quân phục, tôi cũng vậy. Riêng Mao vẫn mặc đồng phục "kiểu Mao", rộng thùng thình. Ông chỉ mặc quân phục trong những trường hợp hy hữu phải xuất hiện trước quần chúng để biểu thị sự ủng hộ quân đội.

Nước ta hồi đó có hai kẻ thù chính: Liên Xô và Mỹ. Tháng 3-1969 bắt đầu xung đột vũ trang biên giới Xô-Trung trên đảo Trân Bảo, tỉnh Hắc Long Giang. Những tháng tiếp theo, lệnh tổng động viên cả nước. Hơn 10 triệu nhân dân các thành phố sơ tán về nông thôn trong điều kiện sống thô sơ. Họ đưa cán bộ đảng, chính quyền, các tầng lớp trí thức, giáo viên những người trong cuộc Các mạng văn hoá chưa kịp gạt bỏ đưa đi cải tạo lao động khổ sai trong cái gọi là "Trường Cán bộ 7-5". Các học sinh, sinh viên mà Mao kêu gọi tạo phản chống trí thức, giờ đây được đưa đến vùng nông thôn để học tập, trải nghiệm cuộc sống lao động nghèo khổ của nông dân. Nhưng tầng lớp trí thức hầu như không được về nông thôn, họ phải sống trong tình trạng cực kỳ khốn khổ trong các trại cấm ở vùng sâu vùng xa, bắt buộc phải làm việc quần quật từ sáng tinh mơ đến tối khuya. Thực chất mục đích đưa đến Trường Cán bộ 7-5 không phải để học tập mà ai cũng biết đó là sự trừng phạt, bị kỷ luật. Học sinh trung học, sinh viên các trường cao đẳng Đại học, một thời Mao kêu gọi nổi loạn chống chính quyền được gửi đến "cao – lên miền sơn cước; thấp – về vùng sâu vùng xa" để những "người nghèo khổ, tầng lớp lao động lầm than giúp học hành lại".

Lo ngại chiến tranh mở rộng, các vùng biên giới tăng cường sơ tán. Tháng 8-1969, những người không đi sơ tán ở các thành phố biên giới, được lệnh đào hầm sâu để phòng oanh kích trên không, kể cả bom hạt nhân.

Tại Bắc Kinh, người ta xây các địa đạo ngầm ngang dọc dưới lòng thành phố. Trong trường hợp bị ném bom, người dân có thể ẩn náu ở đây vài tuần liền.

Trong thời đỉnh điểm cao trào quân sự hoá, cuộc chiến đang sôi động, nóng bỏng, một hôm Mao ra một câu đố, hỏi tôi:

- Anh thử suy nghĩ, phía Bắc và phía Tây có Liên Xô, Ấn Độ ở phía Nam, Nhật Bản ở phía Đông. Nếu tất cả kẻ thù liên kết lại, tấn công chúng ta từ 4 phía bắc-nam-đông-tây, anh nghĩ ta phải làm gì?

Mao giả sử chúng ta bị kẻ thù bao vây tứ phía, điều tôi cũng từng suy nghĩ, nhưng không biết phải trả lời như thế nào và phải làm gì. Tôi nghĩ cả ngày không ra câu trả lời, đành đến gặp Mao thú nhận, chịu không thể trả lời câu hỏi.

- Hãy nghĩ thêm một lần nữa đi – Mao gợi ý – Sau Nhật bản là Mỹ. Có phải cha ông chúng ta đã dạy, hoà với nước ở xa, chiến tranh nước ở gần không?

Tôi sững sờ. Báo chí chúng ta đăng đầy các bài chỉ trích, chống Mỹ. Trung Quốc đang viện trợ giúp Việt Nam đánh Mỹ.

Tôi hỏi trong hoài nghi:

- Liệu chúng ta có thể đàm phán với Hoa Kỳ được không?

Mao giải thích:

- Mỹ và Liên Xô rất khác nhau. Hoa Kỳ chưa bao giờ chiếm đóng lãnh thổ Trung Quốc. Tổng thống mới của Mỹ, Richard Nixon từ lâu người của cánh hữu, ông ta đi tiên phong chống cộng sản. Tôi thích giao tiếp với phái hữu. Họ nói cái điều mà họ thực nghĩ – không như những người cánh tả, nghĩ một đằng làm một nẻo.

Cả tôi và Uông Đông Hưng chẳng ai tin lời Mao. Sự đối kháng tương hỗ giữa Trung Quốc và Mỹ dẫn đến chiến tranh Triều tiên, tháng 6-1950, sự công kích chống Mỹ cho đến nay vẫn chưa nguội đi. Đế quốc Mỹ bị buộc tội có ý định thống trị bằng vũ lực đối với tất cả các nước châu Á. Chủ nghĩa tư bản, chúng ta đã tin cho rằng đang suy yếu và chết dần bởi các mâu thuẫn nội tại.

Nhưng Mao nói hoàn toàn nghiêm túc, điều này nghĩa là Trung Quốc đang nằm trong quá trình cải tổ chính sách đối ngoại của mình.

Tư tưởng hữu khuynh của Tổng thống Richard Nixon cũng hướng nước Mỹ theo con đường mới. Tổng thống Mỹ gửi Mao một bức công hàm hữu nghị có tính chất thăm dò qua Tổng thống Pakistan, Yahub Khan và chủ tịch nước Rumani, Nicolai Chausescu. Ông xác nhận, không ủng hộ đề nghị của Liên Xô về xây dựng một hệ thống an ninh tập thể ở châu Á, phản đối đòn tấn công vào các cơ sở hạt nhân của Trung Quốc.

Lợi ích của Mao trùng với lợi ích chiến lược của Richard Nixon. "Hệ thống an ninh tập thể ở châu Á là cái gì?" Mao giải thích, sau khi Richard Nixon xác nhận. "Đó là hệ thống chiến tranh châu Á, thành lập tấn công Trung Quốc". Mao thường sinh sự trong quan hệ với Liên Xô, coi Liên Xô đe doạ Trung Quốc và cá nhân ông. Mao bảo:

- Bom nguyên tử và tên lửa của Trung Quốc lúc này chưa có khả năng bay tới Mỹ. Nhưng nó có thể dễ dàng bay tới Liên Xô.

Tháng 12-1969 thủ tướng Chu Ân Lai nhận bức điện của đại sứ Trung Quốc ở Ba Lan, nơi Trung Quốc và Mỹ tiến hành các cuộc hội đàm vô tiền khoáng hậu, hai nước từng thù địch trong suốt nhiều năm.

Trong buổi liên hoan đa phương nhân dịp khai mạc Hội chợ Thời trang ở Warsaw, đại sứ Mỹ ở Ba Lan đã đề nghị một cuộc gặp riêng với sứ quán Trung Quốc, còn bóng gió, có một đề nghị rất đáng quan tâm.

Mao cho tôi xem bức điện, ông rất vui:

- Chúng ta đã từng nói những điều chưa nói trong 11 năm qua. Giờ đây chúng ta có thể bắt đầu tiến hành cuộc hội đàm nghiêm túc. Richard Nixon chắc chắn chân thành, khi ông ta nói rằng rất quan tâm thảo luận với chúng ta.

Tôi mừng bởi Mao mong muốn phục hồi lại mối quan hệ hữu nghị với Hoa Kỳ, tôi nói với ông về sự phục hồi mua các tạp chí y học của Mỹ. Do lệnh cấm của Cách mạng văn hoá đối với các ấn phẩm nước ngoài, tôi cảm thấy mình lạc lõng, xa lạ với nền y học hiện đại của thế giới. Mao đã già, chẳng mấy lúc theo dõi sức khỏe cho ông khó khăn hơn. Tôi muốn học hỏi càng sớm và càng nhiều càng tốt sự tiến bộ của nền y học hiện đại. Tôi giải thích với Chủ tịch, nếu không tiếp cận với các tạp chí y học Mỹ, chúng ta không thể nào có khả năng hiểu biết những tiến bộ về y học và khoa học hiện đại.

- Mỹ sẽ làm tất cả những gì có thể làm được để thu thập thông tin về chúng ta – Mao trả lời. Vì sao chúng ta lại ngu ngốc đến thế và nhắm mắt trước cái gì xảy ra ở nước ngoài? Anh hãy liệt kê tất cả những tạp chí y học anh muốn có đưa cho tôi.

Mao chuyển yêu cầu của tôi mua các tạp chí cho Chu Ân Lai và Khang Sinh.

- Tôi muốn họ suy nghĩ nghiêm túc về mối quan hệ của chúng ta với nước ngoài – Mao nói. Đặc biệt với Hoa Kỳ.

Trên báo chí công khai, Trung Quốc vẫn tiếp tục lên án Hoa Kỳ, vẫn ủng hộ Bắc Việt trong cuộc chiến tranh đang tiếp diễn. Nhưng đằng sau hậu trường, cuộc đàm phán nối lại quan hệ ngoại giao với Hoa Kỳ vẫn lặng lẽ tiến hành khẩn trương. Mao bắt đầu đàm phán với kẻ thù xa của mình để chuẩn bị chiến tranh với người "anh cả" kế bên.

CHƯƠNG 69

Trong thời gian cả nước Trung Quốc được động viên cho chiến tranh, Mao tiến hành cuộc đàm phán để giảm căng thẳng với Hoa Kỳ, thì sự bất bình của Mao với con người chỉ vừa mới đây được tuyên bố, người sẽ kế vị, người bạn chiến đấu thân thiết nhất của ông lại tăng lên. Tôi phát hiện lần đầu tiên sự thù địch của Chủ tịch với Lâm Bưu trong chuyến đi về phương nam tháng 5-1969, ngay sau khi Đại hội đảng IX.

Ở Trung Nam Hải, số lượng lính bảo vệ Mao tăng lên không rõ ràng. Lính sư đoàn 8341 của Uông Đông Hưng vẫn thường trực bảo vệ. Đối với tôi trở lại làm việc Nhóm Một, sự gây ấn tượng là cái khác, số lượng các cô gái trẻ quanh Mao không giảm đi. Họ đi cùng với Mao trong các chuyến công du, không những thế, nơi nào Mao đến, nơi ấy quanh ông xuất hiện những cô gái trẻ, đẹp mới. Trong chuyến đi của chúng tôi tháng 5-1969, công du Vũ Hán, Hàng Châu và Giang Nam, tất cả nhân viên phục vụ ở biệt thự Mao toàn những cô gái trẻ. Để đảm bảo nghỉ ngơi, tiêu khiển cho ông, người ta cử các cô ca sĩ, diễn viên múa của đoàn văn công tỉnh đến phục vụ. Ông tỏ ra đặc biệt chú ý hai cô ca sĩ được đưa đến phòng của Chủ tịch, họ còn mang theo cả hai cô em gái của mình.

Khẩu hiệu công khai của Cách mạng văn hoá thực hành chủ nghĩa khổ hạnh. Nhưng đảng càng thuyết giáo chủ nghĩa khổ hạnh, đạo đức cách mạng bao nhiêu, thì sự khoái cảm tình dục của Chủ tịch lại càng tăng. Trong thời gian chờ đợi kết quả Cách mạng văn hoá đạt được chiến thắng, Mao đùa giỡn trên giường với ba, bốn, và thậm chí năm cô gái cùng một lúc.

Phía sau phòng Mao, lính vẫn đứng canh bảo vệ an toàn. Chỉ trong chuyến đi này, tôi hiểu sự bảo vệ Chủ tịch được tăng cường nghiêm túc như thế nào sau khi Mao ra lệnh quân đội ủng hộ Cách mạng văn hoá trấn áp phái đối kháng.

Mao không thích vệ sĩ của ông mặc quân phục. "Tại sao có nhiều lính xung quanh chúng ta thế?" – Mao thường xuyên phàn nàn. Sự có mặt của những người lính bóp nghẹt tự do của ông. Những người mặc quân phục, ông biết điều này, đã thông báo tất cả những gì họ thấy cho thủ trưởng của họ. Ông không thích bên cạnh ông có người để mắt, nhòm ngó. Mao yêu cầu bỏ lính gác đi.

Tôi cho rằng sự phản đối của Mao với lính tráng phản ánh cuộc đấu tranh đang tăng lên với Lâm Bưu. Nhưng Uông Đông Hưng không tin, khi tôi trao đổi với ông sự quan ngại của Mao, Uông bảo: "Vô lý, tại sao Mao khó chịu về những người lính gác". Tôi giải thích: "Uỷ ban quân quản chiếm đóng khắp nơi. Ban lãnh đạo quân đội ủng hộ hữu khuynh. tất nhiên nhân viên phải là quân lính cũng ủng hộ phái hữu. Chỉ sư đoàn Bảo vệ 8431, tổ chức duy nhất không trực thuộc Bộ quốc phòng, nhưng chúng ta cũng vẫn phải mặc quân phục". Uông Đông Hưng một chính trị gia sắc sảo, nhưng trường hợp này ông không nhận ra. Uông khước từ ủng hộ sự phản ứng mặc quân phục tăng lên, chỉ vì điều này dẫn đến hố sâu ngăn cách, chia rẽ giữa Mao và Lâm Bưu.

Sự cố nhỏ tháng 11 năm 1969 làm tôi tin nhận xét của tôi hoàn toàn có cơ sở. Cuối tháng 9 chúng tôi rời phía Nam, đến Vũ Hán vào giữa tháng 10. Nhưng cuối tháng 10 năm ấy, đợt không khí lạnh gió tràn về bất thường, nhiệt độ giảm xuống đột ngột. Theo kinh nghiệm, tôi biết thế nào Mao sẽ bị cảm, nếu chúng tôi không trở về vùng ấm áp. Như thường lệ, Mao từ chối. Ông bảo, cần tập quen với thời tiết giá lạnh. Tôi biết, thế nào Chủ tịch cũng bị cảm, Trương Diêu Tự, người phụ trách bảo vệ Chủ tịch cũng lo. Nếu Mao ốm, người ta có thể quy tội sơ xuất. Trương yêu cầu Diệp Quần nói chuyện với Lâm Bưu, nhờ ông khuyên Mao quay về vùng ấm hơn.

Tôi đang ngồi với Mao, Trương Diêu Tự báo cáo Lâm Bưu sẽ tới, trao đổi, đề nghị Mao về vùng ấm hơn. Mao lặng đi một lúc, nét mặt không thay đổi, rõ ràng ông không đồng ý. Nhưng tôi không thể ngờ sau khi Trương Diêu Tự đi ra, ông nổi xung đến như vậy, bảo:
- Tại sao bất cứ việc gì xảy ra ở đây Trương lại thông báo cho người khác? Khi lũ người kia (ám chỉ Lâm Bưu, Diệp Quần) đánh phát rắm, Trương Diêu Tự cũng thực hiện như một chiếu chỉ của hoàng cung à?

Mao không làm theo sắc lệnh của hoàng cung Lâm Bưu.

Thời tiết nóng không trở lại Vũ Hán. Cuối tháng 11, Mao dù sao chăng nữa cũng không tránh khỏi cảm lạnh, nhưng không chịu chữa trị ngay, dẫn đến biến chứng thành phế quản phế viêm, khi bệnh khá trầm trọng, lúc ấy ông đồng ý cho tôi điều trị.

Mao biết tôi đã nhiều lần khuyên ông trở về vùng ấm, muốn điều trị ngay từ ban đầu nhưng tất cả đều bị ông khước từ. Mao cũng còn biết Giang Thanh chưa hết nguôi giận, vẫn tìm mọi cách tấn công tôi, hơn nữa Giang Thanh vẫn buộc tội tôi đầu độc. Trong cuộc chiến ăn miếng trả miếng này, giờ đây là lúc Giang Thanh dễ dàng trả thù lấy cớ chuyện ốm đau của Mao. Mao một lần nữa bảo vệ tôi. Ông yêu cầu viết bệnh án giải thích lý do và quá trình bị cảm lạnh và bệnh phế quản phế viêm của ông.

- Tôi muốn anh không bị dây dưa trách nhiệm do tôi bị ốm – ông nói – Chính tôi có lỗi trong việc đã không đi về phương nam ấm áp theo lời anh khuyên.

Mối quan hệ giữa Mao với Lâm Bưu trở nên căng thẳng. Tôi tin sự liên minh Uông Đông Hưng với nguyên soái sẽ trở nên thật nguy hiểm. Tôi nhắc lại lời cảnh cáo với Uông về điều này, nhưng ông không tin.

Uông trung thành với Mao, nhưng ông vẫn muốn tăng cường quyền lực trong tay. Ông vội vã bắt mối quan hệ với bất cứ ai có thể giúp ông tăng quyền lực. Uông liên kết với Lâm Bưu trong hoàn cảnh Cách mạng văn hoá đang tiến hành. Không ai khi ấy được Mao tin hơn Lâm Bưu, người khởi xướng chiến dịch nghiên cứu tư tưởng Mao, từng tâng bốc, "một lời của Mao đáng giá hàng vạn lời của người khác". Khi ấy làm việc với Lâm Bưu nghĩa là làm việc với Mao. Tình bạn, tình đồng chí giữa hai người đời đời bền vững.

Nhưng tình hình hiện tại đã thay đổi, Uông vẫn không thay đổi cách nhìn, cách hành xử và ông hiểu ra diễn biến quá muộn.

CHƯƠNG 70

Đầu năm 1971 ở Nhóm Một xuất hiện tin đồn, một trong số phụ nữ của Mao, thư ký riêng Văn phòng, đã yêu một thành viên trong đám nhân viên của Mao. Uông Đông Hưng quyết định giải quyết nhanh gọn vụ quan hệ này. Là một người mẫu mực trong gia đình, nhất mực thương yêu vợ con, Uông không bao giờ nghĩ đến sự phản bội vợ, vì thế không hiểu về sự "nẫng tay trên" của Mao. Nhưng Mao là người khác thường, Uông chấp nhận sự bất thường trong đời sống của Mao. Dù sao vẫn ngần ngại thái độ của các nhân viên của Mao. Trong thời gian ở Vũ Hán, Uông triệu tập cuộc họp phê bình cô thư ký và bạn trai, nhưng lại muốn tôi làm chủ toạ cuộc họp.

Tôi từ chối. Tôi quý cô gái trẻ này. Khác hẳn với nhiều người làm việc quanh Chủ tịch, cô ta ngây thơ, chất phác, phục vụ Mao chỉ vì quá kính trọng và quá sợ mỗi khi gặp Mao. Tôi không tin lời buộc tội hai người có tình ý với nhau. Cô gái và anh chàng kia chỉ mới nói đùa, cợt nhả, thế thôi chứ chưa có chuyện gì khác. Chuyện ngồi lê đôi mách làm họ phẫn nộ, cả Mao cũng không tán thành kiểu làm thế. Nhưng Uông Đông Hưng không buông tha, còn phê phán tôi quá e dè, nhút nhát. "Điều tồi tệ nhất có thể xảy ra với anh, sẽ mất việc ở Nhóm Một" – Uông thuyết phục tôi – "Nhưng anh có thể tìm việc làm ở chỗ khác dễ dàng". Đã từng bị Mao đày 2 lần, Uông vẫn còn chưa quên nỗi hận, nhưng vẫn chưa biết sự ủng hộ của Mao đối với Uông đến mức nào. Để tránh tối đa khỏi bị đi đầy lần nữa, tuy vậy ông vẫn nơm nớp sẵn sàng đón nhận tai hoạ, Uông cũng lên dây cót tinh thần để tôi sẵn sàng chuẩn bị. Dù sao Uông vẫn là sếp, tôi buộc phải chấp hành mệnh lệnh. Tôi triệu tập cuộc họp theo lệnh của Uông.

Cô gái trẻ rất buồn khi bị phê bình, cô nhờ hai người bạn gái, trong đó có Trương Ngọc Phượng, đưa đến gặp Mao để giải bày. Tôi cũng không biết cô ta đã nói những gì với Chủ tịch, nhưng chẳng bao lâu Mao đích thân nói, tôi đã mắc sai lầm lớn khi làm theo lời Uông.

- Anh chẳng lịch sự chút nào, có phải thế không anh chàng lịch sự? Mấy ngày sau, Mao nói với tôi giọng chế nhạo trên chuyến tầu từ Vũ Hán đi Hàng Châu.

- Anh đã xông vào việc chẳng liên quan gì đến anh. Thế mới biết, anh còn phải học hỏi nhiều hơn nữa. Khi nào trở về Bắc Kinh, tôi muốn anh thành lập đội y tế đi xuống địa phương, nơi đó anh có thể thực tế phục vụ nhân dân, giao tiếp với họ và học được hỏi nhiều điều ở những người nông dân nghèo. Chuyến đi này sẽ mang lại cho anh nhiều lợi ích.

Tôi chọn Hắc Long Giang, một tỉnh xa nằm ở đông bắc Trung Quốc, giáp giới Liên Xô, gần đảo Trân Bảo. Chính ở đó vẫn chưa lắng yên cuộc đụng độ giữa hai quân đội ta và Xô viết. Chính ở đây tất cả dân lành phải đào hầm trú ẩn tránh bom. Tôi muốn xem, nhân dân chuẩn bị chiến tranh ra sao. Mao đồng ý kế hoạch của tôi. Hầu như chẳng có gì giữ tôi ở Bắc Kinh, thậm chí dưới sự che chở của Chủ tịch cũng khó cứu được tôi. Cục diện trong Bộ y tế năm 1969 lại bị nóng lên, kể cả trong đường Quảng Xương, nơi tôi sống, cũng chẳng yên. Một trong phe phái đánh nhau đã cắt nước và hệ thống sưởi, còn phe kia kiểm soát việc thu chi phát lương, lại không chịu trả lương cho những ai không chịu công khai tuyên bố mình là người của nhóm họ. Tôi từ chối không muốn dính vào phe này hay phe kia.

Khi tình hình trở lên khó kiểm soát, Mao và Uông chuyển hồ sơ của tôi từ Bộ Y tế sang Ban bảo vệ an ninh để cho an toàn, đồng thời tôi chuyển gia đình vào khu chung cư trong dãy nhà nhiều tầng, thuộc Trung Nam Hải, khu nhà dành cho cán bộ nhân viên Tổng văn phòng.

Rồi chẳng bao lâu, người ta tuyên bố đưa cán bộ, trí thức chuyển về Trường Cán bộ 7-5, văn phòng Lý Liên được chuyển về khu vùng sâu vùng xa của Hắc Long Giang, sát biên giới Trung-Xô, để lại cho tôi 2 thằng con phải chăm sóc.

Lý Liên sống không những trong điều kiện ăn ở tồi tệ, mà còn sợ hãi triền miên. Lý lịch tư sản tiếp tục gây cho cô ấy nhiều. Nhóm cô ta đêm đêm họp để đào bới quá khứ chính trị đồng nghiệp của mình và Lý Liên luôn phải chịu sự phê bình. Hai chúng tôi hiểu rõ, địa vị của tôi làm bác sĩ riêng cho Mao mới che chở vợ khỏi sự ngược đãi lớn lao. Nếu tôi mất việc, cô ta sẽ khốn khổ.

Ở Hắc Long Giang tôi có thể gặp và giúp đỡ động viên Lý Liên. Kể cả đội y tế của tôi chuyển sang vùng khác, dù sao chăng nữa cũng sẽ còn gần nhau hơn tôi ở lại Bắc Kinh. Đi xa hẳn bầu chính trị căng thẳng ở thủ đô, tôi tin có nhiều cơ hội chúng tôi được gặp nhau.

Hắc Long Giang thích hợp với cuộc đi đày của tôi còn có lý do khác. Nơi đây, vùng Nhị Thành thường là nơi lưu đày các quan thượng thư phạm tội triều đình nhà Thanh. Tôi cũng cảm thấy mình là kẻ thất sủng, bị đi đày. Vì thế tôi chọn vùng Nhị Thành làm nơi đội y tế làm việc.

Uông Đông Hưng không muốn tôi đi. Ông có kế hoạch riêng, muốn đưa tôi sang chỗ khác. Ở bệnh viện Bắc Kinh vẫn chưa ổn định, Uông băn khoăn làm sao có một tổ chức phục vụ y tế riêng phục vụ Chủ tịch và cán bộ cao cấp của đảng. Uông quyết định chuyển đổi Câu lạc bộ Dương Phong Gia Đạo gần Hồ Bắc, phía ngoài Trung Nam Hải thành bệnh viện đặc biệt dành cho Mao và các lãnh tụ cao cấp. Đó là Quân y viện Giải phóng quân 305, các khoa phòng trực tiếp dưới sự chỉ đạo của quân đội. Uông muốn cử tôi làm giám đốc bệnh viện.

Nhưng Uông Đông Hưng có lỗi trong vụ đi đày của tôi, khi ông bắt tôi phải tổ chức phê bình người tình của Mao. Lòng tin của Chủ tịch đã từng bị mất mát, vì tôi không tham gia tích cực cuộc Cách mạng văn hoá, kèm theo lời buộc tội của Giang Thanh, Khang Sinh, được lấy lại nay mất đi chỉ vì nghe lời ông. Thật vô lý, khi tôi trở thành vật tế thần. Uông Đông Hưng vẫn mù quáng chống Giang Thanh bằng cách thân cận với Lâm Bưu, quên rằng giờ đây Mao đã hết tin Lâm Bưu và cả chính Uông.

Để chăm lo con cái mình, tôi mướn người giúp việc, còn tôi thành lập một đội y tế gồm 7 thành viên, hai bác sĩ của Bệnh viện Bắc Kinh, bác sĩ ngoại khoa Ngưu và một y tá trong Quân y viện 305 mới thành lập, dưới quyền giám đốc Trương, cán bộ chính trị Ban bảo vệ Trung ương, và lương y Lý, người đã giúp đỡ và bảo vệ tôi ở Đại học Thanh Hoa khi bị ném đá. Chúng tôi lên tầu ngày 29-6-1970 hướng về Cáp Nhĩ Tân, thủ phủ tỉnh Hắc Long Giang.

CHƯƠNG 71

Việc chúng tôi ra đi, Uông Đông Hưng coi như bị gạt bỏ. Đón chúng tôi ở Cáp Nhĩ Tân là các quan chức trong Uỷ ban cách mạng tỉnh Hắc Long Giang, họ tổ chức cho chúng tôi một chuyến tham quan thành phố kéo dài trọn một tuần lễ. Chúng tôi đi kiểm tra một đơn vị địa phương quân được vũ trang đầy đủ, tham dự buổi luyện tập chuẩn bị chiến đấu với Liên Xô. Thăm tổ hợp địa đạo xây dựng ngầm chống oanh kích, các bệnh viện dã chiến đặt ở ngoại ô thành phố. Tuy các thiết bị bệnh viện còn đơn giản, thiếu thốn, nhưng cũng đủ sức phục vụ cấp cứu khi chiến tranh xảy ra. Chúng tôi yêu cầu ra thăm đảo Trương Bảo, nhưng bị khước từ. Ở đó rất nguy hiểm, những cuộc đụng độ nhỏ vẫn thường xảy ra hàng ngày giữa hai bên.

Từ Cáp Nhĩ Tân chúng tôi đi tàu hoả đến thị xã nhỏ thuộc Mông Đường Giang, quang cảnh ở đây thật tuyệt vời. Suốt đêm đi dạo trên dãy hồ nhỏ Thanh Bá, trải rộng, từng hồ nhỏ rải rác trên miệng núi lửa đã tắt, khiến chúng tôi liên tưởng tới chuỗi hạt trai vương vãi. Đây là một nơi tuyệt đẹp, còn hoang sơ, nơi hổ và gấu vẫn còn cư ngụ. Sau cách mạng tháng Mười nhiều người Nga chạy đến đây sinh cơ lập nghiệp, làm nghề săn thú lấy da. Sau Cách mạng văn hoá 1966, họ chạy tán loạn, sống rải rác khắp nơi.

Cuối cùng, sau mười ngày được các quan chức đưa tham quan, mở tiệc chiêu đãi, chúng tôi đi bằng xe hơi đến huyện Ninh Hằng cùng với hai bác sĩ của tỉnh Hắc Long Giang. Cuộc đời "bác sĩ chân đất" của tôi bắt đầu.

Tôi ở trong văn phòng của Uỷ ban nhân dân xã, chung phòng với lương y Lý. Ông cư xử với tôi như một người cha, luôn quan tâm chăm sóc. Những cánh đồng bao quanh thật rộng lớn, chạy dài đến tận chân trời, vượt quá tầm mắt nhìn, hoàn toàn khác hẳn đồng ruộng phía nam, từng cánh đồng nhỏ bao quanh làng xã. Đất đai ở đây phì nhiêu, màu đen, chủ yếu trồng ngô, đậu tương.
Nhà cửa cũng khác với nhà ở miền nam. Nhà làm bằng đất sét, mái rơm. Bên trong nhà, những chiếc lò nhỏ, mặt lò xây bằng gạch, sưởi ấm về mùa đông và cũng là nơi ăn uống, chỗ ngủ của gia đình. Trên chiếc giường lớn ấy, cả gia đình ngủ chung không phân biệt tuổi tác và giới tính.

Khác với đa số những vùng khác trong nước, rừng nguyên sinh Hắc Long Giang còn nguyên, chưa bị nạn phá rừng tàn phá, củi rất nhiều, dùng làm chất đốt cho các gia đình. Huyện Ninh Hằng, dân cư gồm người Trung Quốc và người thiểu số Triều tiên. Nhà của người Triều tiên, gọn gàng, đẹp hơn do có giấy màu trang trí dán bên thành lò. Người Trung Quốc phủ cỏ lên trên lò, vì thế nhà của họ trông đơn sơ, luộm thuộm. Đời sống nông dân ở Ninh Hằng không quá nghèo khổ như vài vùng ở tỉnh Giang Tây, nhưng vẫn thuộc diện nghèo. Trong làng không có cơ sở y tế, muốn khám bệnh bắt buộc phải ra tỉnh. Nhưng chẳng ai nghĩ đến chuyện đi khám bác sĩ vì quá xa, quá tốn kém. Khái niệm phục vụ y tế hiện đại không tồn tại ở đây. Một lần trong lúc thu hoạch mùa màng, một bà già bị một cái dằm đâm thẳng vào mắt. Tôi không có thuốc, cũng chẳng có dụng cụ để khám chữa, muốn chuyển bà lên bệnh viện thành phố. Chuyện đi bệnh viện tỉnh là chuyện hoang đường. Mọi cố gắng của tôi thuyết phục không dẫn đến kết quả, bà không đủ khả năng chi phí chuyến đi.

Chúng tôi, những bác sĩ duy nhất, họ bây giờ mới thấy. Hàng ngày chúng tôi đi từ làng này đến làng khác, giúp mọi người về y tế, bằng cách sử dụng những thuốc đơn giản nhất, những phương pháp khám xét đơn giản nhất. Tôi nghĩ, Mao, khi gửi tôi, đã hy vọng rằng nông dân nhìn tôi như "di sản của tư sản", sẽ căm ghét, nhưng không, họ rất vui vẻ đón tiếp. Chúng tôi không từ chối bất cứ sự giúp đỡ nào, dù sao chăng nữa, đối với họ vẫn tốt hơn không có.

Bệnh lao và giun sán rất phổ biến ở đây. Họ nuôi lợn thả rông, đây là nguyên nhân reo rắc trứng giun sán. Dù chất đốt dư giả, nông dân ít khi nấu chín thức ăn đủ diệt mầm bệnh. Tôi nhiệt tình tham gia điều trị chứng giun sán giúp những người lao động bình thường.

Nhưng tôi không thể gặp được Lý Liên. Trung Quốc và Liên Xô đang trên miệng hố chiến tranh, Hắc Long Giang nơi có nhiều khả năng trở thành chiến địa. Vì thế Lý Liên và các đồng nghiệp rất không may mắn, bị chuyển về Trường Cán bộ 7-5 ở Hồ Nam, cách xa hàng nghìn dặm, đúng lúc trước khi tôi tới. Tôi nhớ gia đình kinh khủng. Tôi nghĩ, phải chăng đây là số phận ma quái, khắc nghiệt đã chia rẽ chúng tôi. Đôi khi nhận được thư nhà, tôi chỉ biết lơ mơ về tình cảnh vợ con. Người ta vẫn đồn thổi không hay về lý do vì sao tôi phải đi Hắc Long Giang. Có người nói vì tôi dính dáng chuyện chính trị, người khác bảo tôi bị Liên Xô bắt cóc, lại có tin tôi đào tẩu sang Liên Xô. Gia đình tôi cũng như tôi rất buồn với những tin đồn thất thiệt.

Nhưng những ngày tháng tôi sống ở nông thôn thật thanh bình và êm đềm. Mọi chuyện đấu tố bên ngoài chẳng lọt vào chỗ chúng tôi. Cách mạng văn hoá, cuộc đấu đá tranh giành quyền lực vẫn đang xảy ra trong nước, nhưng ở đâu đó xa xôi lắm, chúng tôi không cảm nhận thấy ở làng quê Ninh Hằng này.

Ngày 6-11-1970, bốn tháng sau, khi tôi đang ở trạm xá, đột nhiên xuất hiện một chiếc xe Jeep do Tư lệnh Trương, tỉnh đội trưởng lái đỗ xịch ngay trước cửa, người đã từng tháp tùng chúng tôi tham quan. Ông đi tìm hết làng này sang làng khác, phải mất vài tiếng đồng hồ mới tìm ra tôi. Văn phòng Trung ương ra lệnh, tôi phải quay về Bắc Kinh ngay, có việc khẩn cấp.

Tôi nhảy vội lên xe Jeep của Tư lệnh Trương, không kịp thay quần áo, để lại Trương và bác sĩ Ngưu điều hành đội y tế. Chiếc xe chạy thẳng về Mông Đường Giang, nơi có một sân bay duy nhất trong vùng. Đến đó khoảng mười giờ đêm, Tư lệnh Trương, người hiếu khách, làm bữa liên hoan chia tay. Tôi không thể từ chối, những quy tắc bất thành văn. Tôi rất lo về cuộc gọi khẩn cấp, không hiểu chuyện gì xảy ra.

Đến sân bay Mông Đường Giang khoảng 11 giờ đêm, một máy bay Il-62, tầm trung có 4 động cơ, Liên Xô sản xuất, có hơn trăm ghế đang chờ, sẵn sàng cất cánh. Tôi là người khách duy nhất trong chuyến bay. Máy bay cất cánh ngay sau khi tôi vào khoang.

Máy bay hạ cánh tại sân bay đặc biệt Tây Uyển ở Bắc Kinh lúc hơn hai giờ sáng. Trương, người lái xe của Mao đã chờ tôi. Xe chạy qua các phố xá tối om, vắng lặng hướng về Trung Nam Hải. Tôi mặc bộ quần áo mùa đông nông dân Hắc Long Giang, quần bông, chiếc áo da lót bông thô nặng. Trên đường đi, tôi toát mồ hôi trên đường đến nơi Mao ở trong khu bể bơi. Y tá Ngô Tự Tuấn đón tôi.

- Mao Chủ tịch đang chờ anh – cô ta nói thầm – Vào ra mắt Chủ tịch trước, tôi sẽ kể cho anh nghe mọi chuyện sau.

CHƯƠNG 72

Mao ngồi trên ghế sofa, khó thở, mặt tím tái.
- Kỳ này nguy to rồi! – Ông nói một cách khó nhọc – Tôi ốm quá, đành phải gọi anh trở về. Bảo y tá trưởng đưa phim chụp tim phổi của tôi để anh xem. Mai khám, rồi cho tôi biết mắc bệnh gì.
Tôi báo cáo sơ qua công việc ở Ninh Hằng. Tôi nói, rất vui được thực hiện trách nhiệm "bác sĩ chân đất", cuộc sống không đến mức khó khăn lắm. Sau đó đi ngay, tôi cần xem qua phim X-quang.
- Có một cái gì đó khá nghiêm trọng đấy, giám đốc Lý ạ! – Ngô Tự Tuấn nói khi đưa phim cho tôi.

Tôi ngượng, không hiểu. Giám đốc Lý? Vì sao cô ta gọi tôi như vậy?
- Người ta bổ nhiệm đồng chí làm Giám đốc Bệnh viện 305 – cô ta giải thích – Hoàng Hữu Sơn, tham mưu trưởng (Giải phóng quân) đã thông báo việc bổ nhiệm.
Trong khi tôi đang bị lưu đày, Tổng tham mưu trưởng, Tổng cục Cục chính trị và Tổng cục Hậu cần Quân giải phóng quyết định bổ nhiệm tôi làm giám đốc Bệnh viện 305. Tôi hỏi Ngô Tự Tuấn:
- Nhưng chuyện gì đã xảy ra? Cái gì đó rất nghiêm trọng to lớn nghĩa là gì? – tôi hỏi.
Vấn đề ở Lâm Bưu. Sự rạn nứt giữa Lâm và Mao mỗi ngày một trầm trọng xảy ra trong phiên họp toàn thể Ban chấp hành trung ương lần thứ 2 khoá IX, diễn ra ở Lư Sơn trong tháng 8 và 9 năm 1970. Tôi lúc ấy còn ở Hắc Long Giang. Lâm Bưu muốn phục hồi chức vụ Chủ tịch nhà nước – chức vụ này Lưu Thiếu Kỳ đã giữ từ năm 1959, sau khi Mao từ chức. Từ khi Lưu Thiếu Kỳ bị thanh trừng, chức vụ bị bãi bỏ. Lâm Bưu muốn khôi phục, gợi ý đề nghị Mao lại trở thành Chủ tịch nhà nước. Lâm Bưu biết Mao sẽ từ chối, hy vọng người ta sẽ chọn ông. Đồng thời Lâm Bưu đã thăm dò ý kiến nhiều người khác.
Trong số những người ủng hộ, Lâm Bưu muốn có Uông Đông Hưng. Sau này Uông kể với tôi, Diệp Quần trước hội nghị ở Lư Sơn yêu cầu Uông ủng hộ chồng bà chức vụ chủ tịch nước. Diệp Quần cho rằng nếu người ta không giao Lâm Bưu nắm chức vụ cao cấp, như chức Chủ tịch nước, chuyện Lâm là người thừa kế của Mao trở nên vô nghĩa.

Diệp Quần biết rằng Mao không ưa ý tưởng này. Nhưng nếu đa số đứng về phía Lâm Bưu, buộc Chủ tịch phải chấp nhận.

Tại Hội nghị Lư Sơn, những người cùng cánh thân cận nhất của Lâm Bưu – Tư lệnh Không quân Vương Phát Trần, Tư lệnh Hải quân Lý Thế Bằng, Cục trưởng Tổng cục Hậu cần Khưu Hội Tác, thay mặt Lâm Bưu, đã công khai thăm dò ý kiến đại biểu ngoài hội nghị. Cựu giám đốc "Tiểu tổ trung ương Cách mạng văn hoá" và Uỷ viên thường vụ Bộ chính trị Trần Bá Đạt ủng hộ Lâm Bưu. Ông viết tiểu phẩm "Với thiên tài", ca ngợi Mao và thiên tài của ông đã đưa Trung Quốc lên bậc thang tiến bộ, đồng thời đi đến kết luận về sự cần thiết phục hồi chức vụ chủ tịch nước. Tiểu phẩm được phân phát cho từng nhóm coi như một phần tài liệu của hội nghị trung ương trong Bản tin số 2 Bắc-Nam Trung Quốc.

Nhiều người tham gia Hội nghị Trung ương đảng hiểu nhầm, cho rằng Bản tin phản ánh quan điểm của Mao.

Nhưng Mao chống thẳng thừng. Đầu năm 1970 trong cuộc họp thường vụ Bộ chính trị, Mao tuyên bố không lại trở lại giữ chức chủ tịch nước. Hầu hết người dự hội nghị không hiểu thâm ý, lại cho rằng cần thiết phải khôi phục chức danh Chủ tịch nước, nếu Mao khước từ, người duy nhất có khả năng giữ chức vụ này chỉ còn lại Lâm Bưu. Đó là chiến lược của Lâm.

Lâm Bưu lại phạm phải sai lầm như Lưu Thiếu Kỳ đã mắc. Lâm Bưu muốn có hai chức vụ chủ tịch ở Trung Quốc, Mao chỉ là một trong số đó. Dưới mắt Mao, điều này là tội không tha thứ được. Để mọi người hiểu ý, Mao triệu tập phiên họp Thường vụ Bộ chính trị mở rộng ngày 25-8-1970. Phiên họp quyết định tịch thu Bản tin số 2, Trần Bá Đạt bị thanh trừng, chiến dịch phê bình Trần Bá Đạt bắt đầu.

Uông Đông Hưng cũng vướng. Uông nghe theo đề nghị của Diệp Quần, ở Lư Sơn ông đã phát biểu ủng hộ Lâm Bưu. Mao nổi xung, buộc tội Uông phản bội, đứng sang phe cánh Lâm. Quyết định trừng phạt Uông, tuy nhiên, Mao không muốn thải hồi. Người ta tạm thời chuyển Uông sang chức vụ mới, ngồi chơi xơi nước để có thời gian "nghĩ về hành động của mình". Uông, người vẫn còn thần phục Mao, đã thú nhận tất cả, kể cho Chủ tịch nghe về quyết tâm Diệp Quần đưa chồng lên chức vụ cao nhất trong nước. Chu Ân Lai muốn tổng khứ Uông, bổ nhiệm Giang Đăng Trung làm người kế vị Uông trong Ban bảo vệ trung ương. Còn Khang Sinh, hành động theo chỉ thị của Chu, đề nghị Vương Lăng Nha giữ chức giám đốc bộ phận tổng hợp. Chu Ân Lai âm thầm tiến hành việc bổ nhiệm không cho Uông Đông Hưng biết.

Uông vẫn kiên nhẫn, chờ đợi. "Tôi mắc khuyết điểm lớn" – Uông than thở với tôi – "Tôi đã viết bản kiểm điểm tường trình mọi hành động, xin được phê bình trong nội bộ. Lời phát biểu trong hội nghị của tôi đã vượt quá giới hạn nhiệm vụ và quyền hạn, khiến Chủ tịch nổi giận. Bây giờ tôi rất hối tiếc, sự sám hối này không cho phép tôi mắc khuyết điểm tiếp theo". Nhưng Uông vẫn căm những người tìm cách lật đổ, chiếm vị trí của ông. Đó là Chu Ân Lai, Khang Sinh, Giang Đăng Trung và Vương Lãng Nha.

- Họ sẽ biết tay tôi, hãy đợi đấy! – Uông thề với tôi.

"Khuyết điểm" của Uông được thông báo cho tất cả Nhóm Một. Thậm chí Mao buộc tội Ngô Tự Tuấn thuộc nhóm Uông Đông Hưng, hạn chế vai trò của cô, chỉ cho phép làm công việc duy nhất phục vụ y tế.

Người ta cũng thải hồi cả những cô gái trong Đội văn công Không quân – kể cả Lưu và hai người em gái họ, người mà, như một số người đồn đại, đang nuôi con nhỏ của Mao. Lý do, ba cô khá gần gũi thân thiết với Diệp Quần và Lâm Bưu. Mao ngờ rằng họ làm nội gián.

- Bọn họ không đáng tin cậy. Sau này ông nói với tôi.

Trương Ngọc Phượng, cô gái phục vụ trước đây trên đoàn tàu hoả của Mao, thay thế những người bị thải hồi, chuyển vào Trung Nam Hải. Cùng với cô còn có hai cô ở Bộ Ngoại giao, Vụ trưởng Vụ lễ tân Vương Hải Dung – về sau trở thành thứ trưởng Bộ ngoại giao và phó vụ trưởng Vụ các vấn đề Châu Mỹ – Thái Bình Dương, Tăng Vĩnh Xương – người thường xuyên phiên dịch cho Mao. Họ trở thành người liên lạc giữa Mao với các nhà lãnh đạo cao cấp, lập một hệ thống kiểm soát chặt chẽ với bất kỳ ai muốn gặp Chủ tịch, đến mức cả Chu Ân Lai muốn gặp Mao cũng buộc phải thông qua họ.

Người ta chẳng quyết định một cái gì cụ thể tại phiên họp ở Lư Sơn trong tháng 8 và tháng 9. Cuộc đấu đá giành quyền lực trong đảng vẫn tiếp diễn.

Trong quá trình làm giảm quyền lực Lâm Bưu, vai trò của Giang Thanh tăng lên. Ngô Tự Tuấn kể, điều tôi dự đoán từ lâu, cuối cùng đã hiện rõ tại hội nghị Lư Sơn. Nếu Giang Thanh im lặng, không tố cáo sự không chung thuỷ của Mao bao nhiêu, ông ủng hộ khát vọng nắm quyền của Giang Thanh tăng bấy nhiêu. Giờ đây, tháng 11, điều này đang xảy ra và trong thời gian đấu đá chính trị nóng bỏng như trước đây, trong khi kết quả chưa rõ ràng, Mao ngã bệnh.

Trong khi hội nghị đang họp, Mao cảm thấy khó chịu trong người. Vẫn chứng bệnh cảm, dẫn đến viêm phế quản, ông từ chối gặp bác sĩ, đến khi tình trạng bệnh của ông mỗi ngày một nặng. Cuối tháng 10, thấy ông bệnh khá nặng, Chu Ân Lai gọi 3 bác sĩ đến khám, họ cho chụp tim phổi, dùng kháng sinh, vì ông bị viêm phổi.

Sự đa nghi của Mao muôn màu muôn vẻ, ông nghi ngờ có âm mưu lật đổ. Lâm Bưu, người mà Chủ tịch tin tưởng, đang mong ông chết. Mao biết thuốc cũng không phải thật ghê gớm mỗi khi tôi chữa trị. Ông tin bệnh viêm phổi có thể gây chết người khi phổi bị sưng nặng. Mao cũng đồ rằng, Lâm Bưu đứng đằng sau ba người bác sĩ, đến khám bảo ông mắc bệnh viêm phổi. Mao không tin họ, dù rằng Chu Ân Lai cử họ đến.

Nhưng sức khoẻ của ông xấu dần, cuối cùng Trương Ngọc Phượng đề nghị gọi tôi từ Hắc Long Giang trở về. Uông Đông Hưng muốn gọi tôi từ lâu, nhưng không dám, lo rằng bất cứ ai ông nhắc đến sẽ bị quy kết, người của nhóm ông.

Thực tế Mao mắc bệnh viêm phổi. Các phim X-quang đều xác định đúng như thế. Nhưng tôi không dám nói thật, e khi bảo ông bị viêm phổi, người ta gắn tôi vào nhóm Lâm-Uông. Tôi bảo ông vẫn bị chứng viêm phế quản cũ, không có gì trầm trọng, chỉ cần tiêm dăm mũi kháng sinh ông sẽ khỏe ngay.

Khi nghe chẩn đoán này, Mao lấy nắm tay đấm đấm vào ngực.

- Lâm Bưu muốn tôi thối phổi – Mao kêu lên – Anh chỉ những bức phim X-quang này cho bác sĩ của ông ta, xem họ nói ra sao. Họ là những người khôi hài, ba chàng trai ấy mà. Người khám tôi, không thốt ra lời nào. Người thứ hai nói nhiều, nhưng chẳng khám. Còn người nữa đeo khẩu trang, không nói cũng không khám. Nếu bọn họ vẫn còn nghĩ sưng phổi, tôi sẽ cấm tiêm. Và anh xem, liệu tôi có chết không.

Tôi nói chuyện với cả ba bác sĩ, giải thích cho họ rằng vì sao chúng tôi giấu Mao bệnh viêm phổi. Chủ yếu để Mao nhận điều trị thích hợp.

Họ đồng ý, nhưng giám đốc bệnh viện Trung Nam Hải không hài lòng. "Chúng tôi làm sao biết được những gì xảy ra ở Lư Sơn" – ông nói – "Làm sao chúng tôi biết chính trị và sức khoẻ của Chủ tịch lại liên quan với nhau đến thế? Chúng tôi thật kém may mắn, dù đã làm tất cả như thủ tướng Chu Ân Lai khuyên bảo".

Mao vui mừng, biết rằng các bác sĩ giờ đây đồng ý bệnh ông chỉ viêm phế quản. Mao cám ơn tôi đã cứu sống ông, mời tôi dự bữa trưa như một khách quý.

Chuỗi ngày làm "bác sĩ chân đất" kết thúc. Mao không muốn tôi quay về Hắc Long Giang. Mao bảo:
- Ở đây có nhiều chuyện tôi cần đến anh.
Một tuần sau Uông Đông Hưng thu xếp cho Lý Liên quay về Bắc Kinh. Gia đình tôi cuối cùng đoàn tụ.

***

Đến ngày 18-12-1970 sức khoẻ Mao hoàn toàn hồi phục, ông tiếp phóng viên Mỹ, Edgar Snow, người đã từng phỏng vấn Chủ tịch năm 1936 ở Bảo An (Thâm Quyến, Quảng Đông), sau đó xuất bản cuốn "Ngôi Sao Đỏ trên bầu trời Trung Hoa" rất nổi tiếng. Từ đó ông trở thành người bạn của nhân dân Trung Quốc trong nhiều năm qua. Khi tôi đến thăm, Mao bảo:
- Tôi nghĩ, Snow đang làm việc cho Cục tình báo trung ương Mỹ. Chúng ta cần phải cho ông biết tin tức nội bộ.

Tin Edgar Snow sẽ chia xẻ thông tin với CIA, Mao dùng cuộc gặp với ông để đề cập đến sự phát triển mối quan hệ Trung-Mỹ trong tương lai, thông báo rằng, ông sẵn sàng tiếp Richard Nixon hoặc bất cứ nhân vật hữu trách cao cấp ở Bắc Kinh. Ông cũng tận dụng cơ hội để người Mỹ sáng tỏ thêm về tình hình chính trị Trung Quốc. "Có ba loại người thường xuyên hô vang khẩu hiệu "muôn năm" với tôi. Loại thứ nhất họ thật lòng, nhưng không nhiều. Loại thứ hai a dua theo người khác, số người này rất đông. Loại thứ ba, miệng hô muôn năm, nhưng họ chỉ mong tôi chết càng sớm càng tốt. Tuy số người này không nhiều, nhưng có thật sự".

Chỉ khi sống qua một thời gian ở Mỹ, tôi mới hiểu rằng Edgar Snow, khi thăm Trung Quốc năm 1970, cũng chỉ thuộc tầng lớp thấp trong chính trường trên đất Hoa Kỳ. Tin tức của ông cho chính phủ Mỹ thông báo quá muộn, mãi đến khi xác lập kênh liên hệ trực tiếp giữa Trung Quốc và Mỹ. Và Snow, có lẽ, chưa bao giờ đoán được Mao muốn ám chỉ ai khi Mao nói rằng một số người muốn Mao chết mặc dù miệng hô "Mao chủ tịch muôn năm!"

CHƯƠNG 73

Tháng 8-1971 việc Mao nghi ngờ Lâm Bưu đã lên tới đỉnh điểm. Tạ Thanh Nhị phó giám đốc Uỷ ban cách mạng trong ban giám hiệu Đại học Thanh Hoa, báo cáo với Mao về một mạng lưới gián điệp bí mật, do Lâm Lập Quả – con trai Lâm Bưu – gây dựng và phát triển trong lực lượng không quân. Nhóm này gồm một vài đơn vị độc lập, mang bí danh "Phi đội liên hợp", "Tiểu tổ Thượng Hải" và "Lữ đoàn thực thi chỉ thị", hoạt động bí mật nhằm mục đích đoạt quyền lực và phế truất Mao. Thao Xương, chồng của Tạ Thanh Nhị, sĩ quan Bộ tư lệnh không quân, đề nghị Mao cẩn thận và tăng cường công việc giáo dục quân đội lòng trung thành với Chủ tịch.

Lâm Bưu đưa những người thân tín vào trung ương. Phần lớn những người ủng hộ Lâm Bưu nằm ở Bắc Kinh. Mao tin những người đứng đầu quân đội ở cấp quân khu và tỉnh vẫn trung thành như trước đây.

- Tôi không nghĩ các tư lệnh quân khu lại đứng về phe Lâm Bưu – Mao tâm sự với tôi – Quân đội giải phóng nhân dân không thể nổi lên chống lại tôi, đúng thế không? Nhưng nếu họ không muốn dưới sự lãnh đạo của tôi, tôi sẽ quay về Tĩnh Cương Sơn, lại bắt đầu cuộc chiến tranh du kích.

Ngày 14-8-1971 Mao quyết định tìm sự ủng hộ của tư lệnh các quân khu.

Đoàn tầu đặc biệt cùng ngày hôm ấy đưa chúng tôi đến miền nam, dừng ở Vũ Hán, Trường Sa, Nam Xương, Hàng Châu và Thượng Hải. Ông mở cuộc họp bí mật với lãnh đạo đảng, chính quyền địa phương và ban lãnh đạo tỉnh đội. Mao đưa ra lời kêu gọi chung tới tất cả các phe nhóm. "Tại hội nghị Lư Sơn một ai đó đã quá vội vã muốn trở thành Chủ tịch nước. Cá nhân này muốn chia rẽ và tiếm quyền lãnh đạo đảng. Khó khăn mâu thuẫn này đến nay vẫn chưa giải quyết xong".

Khi tấn công, Mao không bao giờ nêu đích danh Lâm Bưu, nhưng người ta biết đối tượng bị buộc tội một cách chính xác. Ai cũng biết rõ Mao căm ghét mưu đồ của Lâm Bưu chiếm quyền lực. Mao trở nên cực kỳ đa nghi với sự sùng bái cá nhân mà Lâm Bưu đã quá sốt sắng tung hô. "Ai đó nói rằng, thiên tài trên thế giới vài trăm năm mới xuất hiện một lần, nhưng đất nước Trung Hoa vài ngàn năm bây giờ mới xuất hiện". Mao mỉa mai. "Rõ ràng lời nói không đi với sự thật. Người ta nói ủng hộ, giúp đỡ tôi, nhưng trong nội tâm, người ta ủng hộ chính bản thân họ". "Người ta" và "ai đó" Mao ám chỉ Lâm Bưu. Mao cũng nghi ngờ Diệp Quần lạm quyền ý thế chồng. "Tôi chưa bao giờ ủng hộ ý tưởng đưa vợ thay quyền lãnh đạo của chồng" – Mao nói – "Nhưng Diệp Quần thay chồng lãnh đạo văn phòng. Ai muốn gặp Lâm Bưu phải qua sự đồng ý của Diệp Quần, kể cả Hoàng Vĩnh Thắng, Ngô Phú Tiên, Lý Châu Bình. Một cá nhân có trách nhiệm trong công việc phải tự đọc tài liệu, viết những ý kiến góp ý, phê phán tài liệu, không thể giao việc đó cho thư ký, cũng không được lệ thuộc vào thư ký. Đừng để thư ký lạm quyền".

Trong lời Mao, người ta đã thấy yêu cầu khẩn cấp. Trong hoạt động của Lâm Bưu, Mao nhìn thấy một cuộc đấu tranh không đơn giản giành quyền lực, ở đây rõ ràng nhìn thấy âm mưu loại bỏ ông khỏi chức vụ lãnh đạo, chia rẽ đảng thành hai. Mao đổ trách nhiệm cho Lâm Bưu, nhưng ông vẫn muốn thoả hiệp, tin "chữa bệnh cứu người" hơn dùng sức mạnh, để đoàn kết trong đảng. Mao kêu gọi "Hãy cứu Lâm Bưu, hãy quên chuyện ai sai ai đúng. Việc chúng ta cần làm, đoàn kết nội bộ. Hiện tại không có điều gì tốt lành. Sau khi trở về Bắc Kinh, tôi sẽ tìm gặp Lâm Bưu và những người cùng phe, đề nghị trao đổi, góp ý thẳng thắn. Nếu họ không tìm, tôi sẽ trực tiếp tìm họ. Chúng ta có thể lôi kéo một số người trong bọn họ, nhưng không phải tất cả...".

***

Chúng tôi về đến nhà ga đặc biệt ở quận Phượng Đài, Bắc Kinh đêm ngày 12-9-1971, tính ra chúng tôi vắng mặt ở thủ đô gần một tháng. Trước khi quay về Trung Nam Hải, Mao gặp các nhà lãnh đạo chính quyền và quân khu Bắc Kinh, một lần nữa nhắc lại chương trình của mình trong mối quan hệ với Lâm Bưu. Về tới Trung Nam Hải khoảng 8 giờ tối, Mao chẳng cần vội vàng cuộc gặp gỡ, trao đổi cũng chẳng có trở ngại nào với sự quay về của ông.

Tôi ở lại trong tư dinh Mao nơi có bể bơi, giúp phân loại các thứ thư từ, bưu kiện sau chuyến đi. Hơn 10 giờ đêm, Uông Đông Hưng nhận được cú điện thoại từ Bắc Đới Hà.

Người gọi là Trương Hồng, phó tư lệnh Sư đoàn Cận vệ trung ương. Ông ta vừa mới nhận được tin từ Lâm Linh Hằng, còn gọi Lâm Đậu Đậu – con gái Lâm Bưu – rằng Diệp Quần và Lâm Lập Quả bắt cóc Lâm Bưu và buộc ông bỏ trốn.

CHƯƠNG 74

Uông Đông Hưng ngay lập tức gọi điện khẩn cho Chu Ân Lai. Thủ tướng vội vàng rời Quốc vụ viện, khoảng 11 giờ có mặt ở Trung Nam Hải. Mao chẳng hề biết tí gì, không ai báo cáo cho ông. Tôi ở Trung Nam Hải đúng lúc khi Chu thận trọng báo cáo cho Chủ tịch tin tức thu nhận được.

Chu báo cáo Mao, con gái Lâm Bưu, Lâm Đậu Đậu, gọi điện thoại cho Trương Hùng ở Bắc Đới Hà, nói rằng, mẹ cô, Diệp Quần cùng anh trai, Lâm Lập Quả đã bắt cóc Lâm Bưu đưa lên xe limousine. Trong khi ấy, Diệp Quần gọi điện thoại trực tiếp cho Chu nói, Lâm Bưu cần gấp một máy bay, nhưng khi đó không có chiếc nào sẵn sàng. Chu biết có chiếc Triden thuộc không lực đang đậu tại sân bay Sơn Hải Quan, gần Bắc Đới Hà, địa đầu phía đông Vạn Lý Trường Thành, nhưng nghi ngờ việc yêu cầu của Diệp Quần che dấu sự đào tẩu của họ. Tình hình rất nghiêm trọng.

Khi Chu Ân Lai thông báo về cuộc chạy trốn của Lâm Bưu, mặt Mao biến sắc. Nhưng ông nhanh chóng lấy lại bình tĩnh, im lặng lắng nghe, nét mặt trở lại bình thường. Dù Mao cảm thấy nguy hiểm, ông cũng không bao giờ biểu lộ điều đó.
Chu đề nghị Mao chuyển ngay đến toà Đại sảnh đường Nhân dân. Ý định Lâm Bưu vẫn chưa rõ ràng, nhưng các quân nhân phe cánh Lâm ở Bắc Kinh khá nhiều. Nếu họ có kế hoạch đảo chính, cuộc đụng độ võ trang không thể tránh khỏi. Khu Đại sảnh đường an toàn hơn, việc bảo vệ dễ hơn Trung Nam Hải.
Uông Đông Hưng chuẩn bị đưa xe Mao và Chu tới toà nhà Quốc vụ viện, ra lệnh một tiểu đoàn trong sư đoàn cận vệ bố trí xung quanh. Sư đoàn 8341 được điều động chuẩn bị sẵn sàng làm nhiệm vụ. Tất cả liên lạc bên ngoài bị cắt đứt.
Đi tháp tùng Mao có Trương Ngọc Phượng, y tá trưởng Ngô Tự Tuấn, vệ sĩ riêng Chu Phúc Minh, thư ký riêng Hứa Diệp Phụ, và cả tôi cũng có mặt ở phòng 118 sau nửa đêm. Uông Đông Hưng và Trương Diêu Tự bố trí sở chỉ huy ở phòng bên cạnh. Tôi chạy qua chạy lại giữa hai phòng chờ tin tức từ Bắc Đới Hà. Chu Ân Lai ở lại với Mao, lãnh tụ giết thời gian bằng cách đọc lịch sử Trung Quốc, cùng với đám phụ nữ trong buồng.
Khoảng 0 giờ 15 phút sáng ngày 13-9-1971, chưa đầy một giờ sau khi chúng tôi đến, phó tư lệnh Trương Hùng gọi điện. Trương Hùng và

các trợ lý đuổi theo chiếc limousine cắm cờ đỏ vào phi trường Thượng Hải Quang. Họ đã bắn vào xe nhưng không kết quả. Chiếc limousine này thuộc xe chống đạn. Trên đường đi chiếc xe có dừng lại một lát, người ta đẩy Lý Vĩnh Phu, thư ký nguyên soái xuống đường, từ trong xe bắn xối xả ra. Người ta đã chở Lý Vĩnh Phu vào Bệnh viện 305 vì bị dính đạn vào tay phải, nhưng Uông Đông Hưng ra lệnh cách ly Lý, sau đó nhốt vào nhà giam bí mật.

Tốc độ xe limousine quá nhanh so với xe Jeep. Khi đội của Trương Hùng vào được sân bay Sơn Hải Quan, máy bay chở Lâm Bưu đã quay ra được đường băng chuẩn bị cất cánh.

Chu Ân Lai đề nghị dùng tên lửa bắn chiếc máy bay đó.

Mao không đồng ý:

- Mưa rơi từ trên trời xuống, vợ goá lại đi lấy chồng. Chúng ta sẽ làm gì ư? Lâm Bưu muốn chạy. Cứ để y chạy. Đừng bắn! Chúng tôi đợi.

Quả thực không cần thiết phải bắn. Chúng tôi lập tức hiểu rằng chiếc máy bay cất cánh vội vàng như vậy không kịp nạp đủ số nhiên liệu. Xăng trong thùng nhiên liệu chừng dưới một tấn, những người chạy trốn không thể bay xa được. Còn thêm điều này nữa, khi cất cánh, đã va phải xe ô tô nạp dầu, phần càng hạ cánh bên phải bị gãy. Như thế họ sẽ khó khăn việc hạ cánh, thêm nữa trên máy bay không có lái phụ, hoa tiêu và điện đài.

Radar Trung Quốc theo dõi đường đi của máy bay qua từng địa phương, báo cáo trực tiếp với Uông Đông Hưng và Chu Ân Lai. Máy bay hành trình theo hướng Tây Bắc, trực chỉ Liên Xô. Sau này, văn bản chính thức xác nhận, ban đầu Lâm Bưu muốn bay về phương nam, về Quảng Châu, để lập ra một chính phủ riêng. Nhưng sáng sớm 13-9-1971 không thấy báo cáo có kế hoạch như vậy. Gần 02.00 A.M có thông báo máy bay Lâm Bưu bay qua không phận Ngoại Mông và biến mất trên màn hình radar Trung Quốc.

Chu Ân Lai báo cáo cho Mao.

- Thế đấy, chúng ta có thêm một kẻ phản bội – Mao nói – Lại Dương Quang Tạo và Vương Minh.

Chiều hôm sau Chu Ân Lai nhận được một tin quan trọng, do viên đại sứ Hứa Văn Ích, ở Ngoại Mông điện về. Một máy bay Trung Quốc bị tai nạn ở vùng Undur Khan, Ngoại Mông, gồm phụ nữ và 8 đàn ông trên khoang đã bị chết.

Ba ngày sau, 16-9-1971, Chu Ân Lai thông báo, theo nhận dạng mẫu hàm răng của một người chết, người ta xác định Lâm Bưu trong số đó.

- Chúng đã phải trả giá cho sự đào tẩu – Mao nhận xét, khi nghe tin này.

Uông Đông Hưng, khi biết Lâm Bưu chết, như kẻ mất hồn, nhắc đi nhắc lại:

- "Si de han, si de han", Tốt, thế là họ đã chết. Nếu không, chỉ toàn những điều điên rồ rắc rối.

Chu Ân Lai cũng hài lòng.

- Kết thúc như thế mà hay! – Chu nói với tôi. Mọi vấn đề phức tạp đã giải quyết ổn thoả.

Mao trao cho Chu Ân Lai phụ trách điều tra chuyện đào tẩu. Với việc phát giác âm mưu của Lâm Bưu, người thủ tướng một thời từng gắn bó, tuy sau đó đã tìm cách tránh xa mối quan hệ. Không một ai muốn bị kết tội liên quan tham gia hoặc âm mưu lật đổ của Lâm Bưu.

Chu Ân Lai đã một thời thân thiết với Lâm Bưu, bây giờ được giao nhiệm vụ điều tra. Với một hệ thống rất cẩn mật, Chu thường xuyên báo cáo trực tiếp cho Lâm Bưu ngay cả khi quan hệ giữa Mao và Lâm xấu đi, kể cả khi Mao yêu cầu giữ bí mật. Tôi hiểu điều này qua kinh nghiệm bản thân. Năm 1970, Mao yêu cầu tôi tổ chức nghiên cứu phòng và chữa bệnh viêm phế quản, căn bệnh ông hay mắc. Muốn thực hiện được, tôi yêu cầu Chu giúp đỡ, nhưng Mao không muốn đến tai Lâm Bưu. Thực ra Mao không muốn Lâm Bưu biết tình hình sức khoẻ của ông. Ông vẫn còn ấn tượng căn bệnh viêm phổi trước đây, thực chất chỉ là âm mưu của Lâm Bưu muốn hại ông. Vì thế ông ra lệnh cho tôi thông báo với Chu, nhưng không được bép xép về đề án nghiên cứu với Lâm Bưu.

Khi tôi truyền đạt Chu mệnh lệnh này, Chu ngần ngừ, rồi đồng ý. Chỉ một tuần sau, Diệp Quần, ra vẻ quan tâm đến trạng thái sức khoẻ của Chủ tịch, gọi tôi, nói chồng bà hết lòng ủng hộ chương trình với quy mô trong toàn quốc nghiên cứu bệnh viêm phế quản. Chu Ân Lai, người duy nhất tôi báo cáo, như vậy, đương nhiên ông đã bép xép.

Lập tức tôi đến gặp thủ tướng Chu, mặt đối mặt. Tôi đưa vấn đề trung tín với Mao để cự ông. Nếu Mao nghe được Diệp Quần biết về đề án, Mao sẽ buộc tôi tội tiết lộ thông tin với vợ chồng Lâm Bưu.

- Đúng, tôi nói điều này cho phó Chủ tịch Lâm Bưu – Chu nhún vai – Tất cả chúng ta làm việc ở trong một tổ chức dưới sự điều hành của phó Chủ tịch Lâm. Lâm Bưu, thủ trưởng trực tiếp của tôi. Theo anh, tại sao tôi không báo cáo cho ông ta?

Chiều 12-9-1971, chúng tôi đang đợi ở Đại lễ đường, Chu gọi tôi tâm sự, bảo ông chưa bao giờ nói với Lâm Bưu về sức khoẻ của Mao. "Tôi rất thận trọng trước khi làm mọi việc". Đây cũng là lời cảnh cáo khi ông bắt tay vào cuộc điều tra, có ý răn đe, không được nói cho Mao biết chuyện cũ. Nếu tôi báo cáo với Mao, ông sẽ phản ứng, phản pháo, phần thua sẽ thuộc về tôi.

Nhưng nếu Chu Ân Lai bép xép những chuyện nhỏ mọn như thế với Lâm Bưu, vậy những chuyện lớn, quan trọng, bí mật, liệu Chu có nói cho Lâm Bưu biết không? Uông Đông Hưng không muốn Mao biết chuyện này. Uông và Sư đoàn 8341 khám xét, lục soát khu nhà Lâm Bưu, phát hiện rất nhiều ảnh vợ chồng Chu Ân Lai, Đặng Dĩnh Siêu chụp chung với Lâm Bưu và Diệp Quần. Những bức ảnh, nếu rơi vào tay kẻ thù của thủ tướng, không loại trừ ông sẽ bị kết tội quan hệ mật thiết với Lâm. Uông giao hết những bức ảnh và tài liệu có nguy hiểm cho vợ thủ tướng, bà cảm ơn ông suốt đời. Chính Giang Thanh cũng không chỉ một lần chụp ảnh với Lâm Bưu và Diệp Quần. Khi Uông cho bà ta xem những bức ảnh này, Giang Thanh ra lệnh đốt hết. Không ai muốn thú nhận mối quan hệ thân thiết với người trở thành kẻ phản bội.

***

Dưới sự bảo vệ của Uông Đông Hưng, Mao trốn trong toà nhà Quốc vụ viện hơn một tuần lễ. Chu và Uông muốn chắc chắn nguy cơ cuộc đảo chính quân sự đã bị dập tắt và tất cả những người phe cánh thân cận của Lâm Bưu bị bắt. Âm mưu chống Mao, do Lâm Bưu chủ trương quá rõ, là có thật. Nhưng mục đích, quy mô chống đối vẫn chưa biết chắc chắn, cụ thể.

Chủ tịch nghi ngờ từ lâu, đã từng cảnh giác âm mưu của Lâm Bưu. Mao biết Lâm muốn Mao chết, sợ y có thể đầu độc ông. Nhưng tôi không nghĩ Mao tin Lâm Bưu có thể ám sát để tiếm quyền lãnh đạo. Vụ việc Lâm Bưu được ghi mã số "sự kiện 9.13" – ứng với ngày ông ta vào cõi chết. Một tháng trôi qua, trước khi cuộc điều tra được hoàn tất. Theo các tài liệu công bố chính thức, Lâm Bưu, Diệp Quần và con trai, Lâm Lập Quả, có kế hoạch đảo chính từ tháng Ba năm 1971, tên gọi của nó là "đề án 5-7-1". Theo tiếng Trung Quốc "nổi dậy vũ trang" phát âm cũng giống: "5-7-1". Mục đích của họ là bắt giam Mao, nhưng có thể giết, rồi cướp chính quyền.

Chuyến đi của Mao để gặp các nhân vật đứng đầu chính trị và quân sự khu vực ở miền nam Trung Quốc, một phần của chiến lược chính trị, nhằm củng cố địa vị của mình. Mao cần sự ủng hộ ở các tỉnh.

Theo báo cáo, cuộc hội đàm của Mao với các tư lệnh quân đội trở thành tín hiệu đối với Lâm Bưu rằng thời gian đã điểm, mọi kế hoạch phải giải quyết ngay, không thể chậm trễ. Cuộc hội đàm giữa Mao và các tư lệnh vùng phải giữ bí mật. Nhưng Lưu Phong chính uỷ quân khu Vũ Hán thông báo những điều này cho Lý Tác Bằng, chính uỷ hải quân, một trong những người ủng hộ hàng đầu của Lâm Bưu. Lý Tác Bằng thông báo tiếp tin này cho Hoàng Vĩnh Thắng, một chiến hữu thân cận của nguyên soái. Hoàng Vĩnh Thắng báo cáo Lâm Bưu và Diệp Quần về nội dung các cuộc hội đàm tháng 8 và chuyến Mao đi nghỉ mát Bắc Đới Hà. Họ lập tức lên kế hoạch ám sát Mao.

Những người tham gia âm mưu đưa ra vài phương án. Đơn vị Không quân số 5 có thể ném bom đoàn tầu của Chủ tịch. Tư lệnh không quân số 4, Văn Bình Hoà đảm nhận bắn Mao. Một phương án cũng được xem xét, cho nổ kho chứa dầu gần sân bay Hoàng Thảo ở Thượng Hải trong thời gian đoàn tàu đặc biệt của lãnh tụ dừng ở đó. Cuối cùng, cũng nghĩ đến việc cài mìn ở gầm cầu đường sắt ở Thổ Phán, gần Quý Châu, khi đoàn tầu vào cầu sẽ phát hoả.

Tôi không biết, chi tiết âm mưu lật đổ của Lâm Bưu chính xác đến mức nào. Chu Ân Lai, người đích thân báo cáo kết điều tra với Chủ tịch.

Tôi chỉ có thể kể cái gì tôi nghe khi ở cạnh Mao trong thời gian ở Đại lễ đường khi Chu đến báo cáo.

Tôi tin chắc rằng việc giết Mao không bao giờ lại đạt được một cách quá đơn giản như thế. Uông Đông Hưng và cơ quan mật vụ của ông rất cảnh giác theo dõi an ninh của Chủ tịch. Những kế hoạch của Uông luôn luôn giữ bí mật và thay đổi nhanh đến mức ngay cả các vệ sĩ không phải lúc nào cũng kịp trở tay. Ý định Lâm Bưu không có lấy chút cơ hội còn con nào. Khi Mao quay về thủ đô an toàn, Lâm Bưu hiểu rằng đã thất bại, buộc phải bỏ chạy. Lâm Bưu biết số phận của những người Mao sẽ loại bỏ một cách tàn bạo, không thương tiếc như thế nào. Tôi không biết rõ, nhưng Lâm Bưu rõ hơn ai hết về Lưu Thiếu Kỳ, chết trong tù vì tra tấn và bệnh tật không được chữa chạy. Số phận tương tự như thế đã giáng xuống nhiều nhà hoạt động cao cấp. Ngay lúc âm mưu của nguyên soái chống Mao không thành công, cái chết đã được định đoạt từ trước. Cuối cùng, thời Lâm Bưu chấm hết.

Lậm Đậu Đậu báo cáo Lâm Bưu bị bắt cóc không đúng sự thật. Đậu Đậu rất yêu thương, kính trọng bố, dưới con mắt của cô, Lâm Bưu là một người hoàn hảo, nhưng đối với mẹ, Diệp Quần, hai mẹ con không mấy thân thiết, với cô, Diệp không phải một người mẹ bình thường, bà chính là nạn nhân của bệnh tự huyễn hoặc. Lâm Đậu Đậu tin cha cô bị bắt cóc, không tin ông có âm mưu đảo chính, phải đào tẩu vì thất bại. Vụ việc Lâm Bưu được thông báo đến nhân dân Trung Quốc cuối 1971 đã làm rúng động cả nước. Những người có chức vụ cao quá choáng váng, cả tôi cũng vậy. Tôi biết cuộc đấu đá giữa Mao và Lâm Bưu, người được coi như là kẻ kế nhiệm, người bạn chiến đấu thân thiết nhất của Chủ tịch, bắt đầu xảy ra từ hội nghị Lư Sơn 1970, khi Lâm Bưu tìm cách muốn giữ chức Chủ tịch nhà nước. Cuộc Cách mạng văn hoá đầy sai lầm và hận thù đã giết chết biết bao người dân vô tội, nhưng tôi cũng không ngờ, cái chết của Lâm Bưu lại kết thúc trong chuyến bay đào tẩu. Sau này, nhiều bạn bè hỏi tôi có cảm thấy sợ hãi trong chuyến công lý với Mao vào tháng Tám và tháng Chín 1970 không, khi Lâm Bưu có kế hoạch giết Mao. Họ ngạc nhiên vì sao tôi cũng lẩn trốn ở Đại lễ đường với Mao, đến khi biết tin Lâm Bưu tử nạn và phe cánh y bị bắt hết mới về chỗ cũ. Tôi có biết gì đâu mà sợ. Tôi chỉ biết cuộc đấu đá tranh giành quyền lực xảy ra quyết liệt, nhưng tôi không có ý đồ ám sát Mao.

CHƯƠNG 75

Sau của cái chết Lâm Bưu, sức khoẻ Mao trở nên tồi tệ. Ông cũng chưa khỏi hoàn toàn bệnh viêm phổi, đeo đẳng từ tháng 11-1970 khi ông gọi tôi từ Hắc Long Giang trở về. Thể lực của ông không không đủ sức vượt qua sau thảm kịch Lâm Bưu. Mọi việc đã kết thúc, phe cánh Lâm Bưu đã bị tóm gọn, Mao biết đã nằm trong sự an toàn, nhưng chán nản, buồn phiền. Suốt ngày nằm trên giường, không nói, không làm một cái gì cả. Ông già đi trông thấy, lưng còng xuống, đi lại chậm chạp, chân kéo lê. Cơn mất ngủ lại hành hạ.

Huyết áp của Mao từ bình thường, 130/80, nhảy lên đến 180/100. Cẳng chân và bàn chân phù nề, đặc biệt ở vùng mắt cá chân. Bệnh viêm phế quản mạn tính vẫn dai dẳng, nhưng bây giờ ho nhiều, khạc ra nhiều đờm đặc, phổi xung huyết nặng. Nhiều lần lấy mẫu đờm thử nhưng không phát hiện vi trùng, không có dấu hiệu viêm nhiễm phổi. Đó là dấu hiệu sự suy giảm sức đề kháng cơ thể của tuổi già. Tim có dấu hiệu to ra, nhịp tim không đều.

Tôi thuyết phục Mao nên đi khám tổng thể, chụp X-quang tim phổi, đo điện tim. Ông phản đối. Tôi đề nghị dùng nhân sâm, Chủ tịch vẫn thường dùng trước đây. Mao nói, đừng bao giờ đả động đến y học dân tộc Trung Quốc nữa.

Tôi nói, nếu không cho chúng tôi tiến hành kiểm tra, điều trị bệnh viêm phế quản tận gốc, ông có nguy cơ bị bệnh tim. Tôi muốn tiêm cho ông một đợt kháng sinh. Nhưng Mao từ chối tiêm, đồng ý uống thuốc viên. Uống được vài hôm, thấy đỡ, ông ngừng, không ai và không cái gì có thể cản ông thay đổi quyết định. Tôi nói thế nào ông cũng không nghe.

Hơn hai tháng sau cái chết của Lâm Bưu, ngày 20-11-1971, dân chúng Trung Quốc phát hoảng, khi xem phóng sự Mao tiếp thủ tướng Bắc Việt Nam Phạm Văn Đồng tại Đại sảnh đường Quốc vụ viện. Tiễn khách ra cửa, qua ống kính máy quay phim chiếu lên ti vi thấy Mao đi không vững, run rẩy như một ông già. Chân của ông, làm người ta liên tưởng đến cọc bàn gỗ bị lung lay.

Mỗi khi bệnh tật lại kéo ông vào giường, Mao lại nghĩ đến nước cờ chính trị sắp tới. Cách mạng văn hoá do ông khởi xướng từ mùa Xuân 1966, hơn năm năm, nhiều cán bộ nòng cốt cao cấp bị giết, một số bị đi đày, biết bao người bị thanh trừng do bị buộc tội không tận trung với Mao. Tuy nhiên không ai trong số họ tỏ ra bất trung đến mức như một chiến hữu thân cận nhất của Mao đã phản ông. Nhưng phần đông những người lãnh đạo bị thanh trừng đã từng cảnh cáo ông về sự bất tín của Lâm Bưu, tung tin với người thân cận của y, rằng Mao không còn đủ năng lực lãnh đạo đảng và nhà nước. Người ta ủng hộ tệ sùng bái cá nhân giả tạo của Lâm như cái máy, hô vang khẩu hiệu nhưng trong thực tâm rỗng tuếch.

Nằm trên giường gần hai tháng, Mao đã sẵn sàng đi tới hoà giải. Bây giờ muốn đưa trở lại những người bị ông đàn áp.

CHƯƠNG 76

Đám tang Trần Nghị, tôi nhận thấy đây là dấu hiệu đầu tiên trong phương án phục hồi những người bị thanh trừng của Mao. Trần Nghị, cựu bộ trưởng bộ ngoại giao, qua đời ngày 6-1-1972 do ung thư ruột kết. Ông, con người năng động, cởi mở, không ngần ngại phê phán sự quá đà, sai lầm của Cách mạng văn hoá, chủ nghĩa cuồng tín của Hồng vệ binh, đường lối lãnh đạo sai lầm của Lâm Bưu. Trong đại hội đảng tháng Hai năm 1967, ông trong số những lãnh đạo cao cấp dám phát biểu trực tiếp phản đối mạnh mẽ những kẻ cực tả. Trong cuộc họp, phó thủ tướng Đàm Trần Lâm, Lý Phú Xuân đã chỉ trích Lâm Bưu, Giang Thanh và đồng bọn về cách giải quyết trong Các mạng văn hoá. Lúc đó, trong cuộc họp của Uỷ ban quân sự, nguyên soái Diệp Kiếm Anh, Hứa Tương Thanh và Nhĩ Dung Trường cũng có những bài phát biểu phê phán, chỉ trích tương tự như tuyên bố của nguyên soái Trần Nghị. Ngày 17-2-1967 Đàm Trần Lâm viết bức thư gửi chính quyền trung ương, ông cảm thấy hối hận đã tham gia đấu tranh cách mạng, tham gia Hồng quân và kết hợp với các lực lượng vũ trang của Mao ở Tân Giang Sơn đầu những năm 1930.

Bức thư của ông được trao cho Chủ tịch.
- Tôi không thể hình dung, tất cả cái gì lộn xộn trong trong đầu Đàm Trần Lâm ra sao – Mao viết bên lề thư – Điều này đối với tôi hoàn toàn bất ngờ.
Sau đó Mao mời một số người trong "Tiểu tổ Cách mạng văn hoá trung ương", để giải quyết. Mao tán thành với Lâm Bưu, buộc tội Đàm Trần Lâm, Trần Nghị và những người cùng phe có âm mưu phục hồi nền quân chủ, kéo lùi Cách mạng văn hoá. Việc họ yêu cầu chấm dứt cuộc Cách mạng văn hoá được coi như sự kiện "Chặn dòng tháng Hai".
Sự chỉ trích phê phán của Mao với họ, những sai lầm của Lâm Bưu và Giang Thanh coi như đã xong, họ cần quyết định mở chiến dịch toàn quốc chống lại những người phê phán. Một làn sóng thanh trừng mới bắt đầu. Người ta đuổi Trần Nghị khỏi phòng làm việc. Tiếp theo sự thanh trừng nhằm vào các cán bộ cao cấp trong bộ chính trị và uỷ ban quân sự, đến nỗi cả hai cơ quan này tê liệt. Mọi

quyết định của bộ chính trị rơi vào tay những phần tử lãnh đạo Tiểu tổ Cách mạng văn hoá. Trần Nghị chết trong tình trạng thất thế.

Đám tang ông được ấn định lúc ba giờ chiều ngày 10-1-1972, tại nghĩa trang Bắc Bảo Sơn, phía tây thành phố, nơi yên nghỉ của nhiều lãnh tụ cách mạng. Sự có mặt của Mao nằm ngoài dự kiến. Ông và người chiến hữu cũ chưa bao giờ sống trong "hoà bình". Trong buổi lễ, Chu Ân Lai thay mặt Mao đứng ra chủ trì tang lễ. Người ta giao Diệp Kiếm Anh đọc điếu văn. Diệp đã gửi bản thảo cho Chủ tịch duyệt trước. Khi đọc câu mô tả cuộc đời và sự nghiệp Trần Nghị, "với những công lao to lớn cũng như những sai lầm", Mao đã gạch bỏ chữ "sai lầm", ông đã phục hồi danh dự Trần Nghị, người cựu chiến hữu của ông.

Trong ngày lễ tang Trần Nghị, khi tỉnh giấc lúc 13.00 chiều, đột nhiên Mao quyết định đến tham dự tang lễ. Ông thậm chí không kịp thay quần áo. Mặc bộ đồ lụa và đi giầy da, ông yêu cầu đi ngay cho kịp. Chúng tôi nói ngoài đường gió thổi mạnh, trời rất lạnh, Mao phẩy tay, tuy thế vẫn kịp khoác cho ông áo choàng ấm và mũ. Trên đoạn đường ngắn tới xe, Mao phải vật lộn với những cơn gió thổi. Uông Đông Hưng khẩn cấp báo tin Chu Ân Lai, điện tới Bắc Bảo Sơn cho Dương Đức Trung, báo tin Mao Chủ tịch trên đường đến dự tang lễ, chuẩn bị lò sưởi trong phòng tang lễ.

Chúng tôi có mặt ở nơi tổ chức lễ tang sớm hơn số đông những người được mời. Quả phụ của người quá cố, Trương Thanh cùng con cái đã mặt. Mao đề nghị họ vào sảnh đường với ông. Khi Trương Thanh đi vào, Mao đứng dậy, người đi kèm đỡ ông tiến đến nắm lấy tay bà. Trương Thanh khóc nức nở, mắt Mao chớp chớp.

- Trần Nghị, người đồng chí tốt! – Mao an ủi bà.

Chu Ân Lai, Diệp Kiếm Anh và Chu Đức tới. Tôi nghe thấy sau lưng vang lên tiếng ai đó "Chủ tịch khóc!". Tất cả bạn bè thân hữu của Trần Nghị đều oà lên, phòng tràn ngập tiếng nức nở.

Nhưng Chủ tịch không khóc. Ông chỉ đơn giản chớp chớp mắt, như thể cố kìm để không trào nước mắt ra. Ông vẫn là một kịch sĩ tài ba. Trong lễ tang có mặt thái tử Campuchia lưu vong Norodom Sihanouk. Khi nói chuyện với ông, Mao đã nói về ý định hợp tác với những người lãnh đạo lưu vong. Trong khi bắt tay Sihanouk, Mao nói về người đồng chí thân thiết đào tẩu sang Liên Xô, nhưng máy bay bị tai nạn ở Ngoại Mông. Mao nói:

- Người đồng chí chiến đấu thân cận nhất đó là Lâm Bưu, nhưng chính ông ta chống phá tôi, Trần Nghị mới là người ủng hộ.

Sau đó Mao đề cập tới sự kiện "Chặn dòng tháng Hai", đó là nỗ lực của Trần Nghị và những người cựu trào trung thành với lãnh tụ ngăn chặn, chống lại Lâm Bưu, Trần Bá Đạt, Vương Lý, Quan Phương và Từ Bích Nhưỡng – những người cực đoan phá hoại Cách mạng văn hoá. Sự việc "ngăn chặn dòng" rất tích cực, đúng đắn.
Sau đám tang Trần Nghị bắt đầu làn sóng phục hồi cho những người oan ức. Một trong những người đầu tiên được phục hồi, Dương Thành Vũ, cựu tổng tham mưu trưởng. Người ta phục hồi ông cùng với Dư Lĩnh Diệm, cựu chính uỷ Không quân và Phó Trung Bích, cựu tư lệnh cận vệ Bắc Kinh. Lâm Bưu đã bắt họ ngày 24-3-1968.
- Lời buộc tội của Lâm Bưu chống họ là giả tạo – Mao nói, đồng thời viết đôi lời cho Dương Thành Vũ, yêu cầu Uông Đông Hưng chuyển thư. "Dương Thành Vũ, tôi hiểu đồng chí" – Mao viết. "Tất cả trường hợp xử lý các đồng chí Dương, Dư, và Phó là sai lầm". Họ đã được phục hồi danh dự và chức vụ.
Tiếp theo là La Thuỵ Khanh.
- Lâm Bưu đã tạo bằng chứng giả buộc tội La Thuỵ Khanh – Mao thú nhận – Tôi đã nghe Lâm Bưu, khai trừ La Thuỵ Khanh. Tôi thiếu cẩn thận, hấp tấp nghe lời xúc xiểm của ông ta. Vì thế hôm nay tôi buộc phải tự phê bình.
Mao chưa bao giờ thú nhận Cách mạng văn hoá sai lầm. Nhưng sự phản bội của Lâm Bưu, buộc ông thấy cần thiết thay đổi chiến lược. Mao trao việc phục hồi cho những người lãnh đạo bị thanh trừ cho Chu Ân Lai giải quyết.

CHƯƠNG 77

Quay về từ đám tang Trần Nghị, sức khỏe của Mao tiếp tục giảm. Phòng tang lễ ở Bắc Bảo Sơn quá lạnh, Mao đứng suốt buổi lễ tang, chân ông run lên, ho liên tục. Chưa bao giờ tôi thấy Chủ tịch yếu đến như vậy. Khi quay trở về xe, chân ông quá yếu đến nỗi tôi phải giúp ông bỏ chân vào trong xe. Chưa bao giờ tôi thấy sức khỏe ông tồi tệ đến như vậy.

Mao sốt nhẹ, bệnh viêm phổi tái phát. Tôi muốn tiêm một đợt kháng sinh, như thường lệ ông từ chối tiêm, chỉ uống thuốc. Nhưng thuốc viên không đem hiệu quả mong đợi, bệnh trở lên trầm trọng. Chân phù nề, phổi xung huyết. Các cơn ho trở nên nặng hơn, tim loạn nhịp. Mao ốm nặng, tôi muốn mời các bác sĩ chuyên khoa khám tổng quát và hội chẩn tìm cách điều trị.

- Đồng chí muốn đẩy trách nhiệm sang người khác, phải không? Mao giận dữ chỉ trích đề nghị của tôi. Tôi chịu thua.

Năm ngày sau, ông ngừng uống kháng sinh, tuyên bố: "Chúng vô tác dụng". Mao cảm thấy khó ở, nằm bẹp trên giường, giấc ngủ chập chờn, đầu óc mụ mẫm, lẫn lộn.

Khoảng trưa 18-1-1972, y tá Ngô Tự Tuấn chạy đến tìm tôi khẩn cấp. Cô không thể tìm thấy mạch đập ở cổ tay Chủ tịch. Tôi chạy vào phòng ông. Có mạch nhưng rất nhanh, nhỏ 140/phút. Tôi báo Uông Đông Hưng và Chu Ân Lai, yêu cầu họ khuyên Mao cho phép bác sĩ khám, hội chẩn, xác định phương pháp điều trị. Mao yếu và ông thở nặng nề đến nỗi ông không thể thậm chí ho được nữa.

Chu Ân Lai đồng ý. Tôi dẫn một đội các bác sĩ chuyên khoa, gồm Thượng Đức Ngôn, chủ nhiệm gây mê hồi sức Bệnh viện tim mạch Bắc Kinh, Ngô Thế, Chủ nhiệm khoa Nội Bệnh viện Bắc Kinh, Hồ Thư Đông, Bệnh viện Trung Nam Hải và Nguyệt Mỹ Trọng Chủ nhiệm khoa Nội Bệnh viện Tây Xuyên, hội viên Viện Y học cổ truyền Trung Quốc, một số nữ kỹ thuật viên đo điện tim.

Ban đầu Mao từ chối, nhưng tôi giải thích, nếu không khám tổng hợp phát hiện chính xác, chẳng bao giờ chữa khỏi, tình trạng mỗi ngày sẽ một tệ đi, hiện tại sức khoẻ ông quá yếu, khó thở, đến nỗi không ho nổi. Chứng phù nề mỗi ngày một tăng, tôi lo có thể ông có tổn thương nội tạng.

Cuối cùng Mao đã đầu hàng. Một đội bác sĩ tiến hành khám toàn bộ thể lực ông và đo điện tâm đồ. Kết quả kiểm tra toàn diện cho biết ông đang mắc chứng tim phổi phối hợp. Do điều này tim bơm không đủ lượng máu, não thiếu oxygen, gây chóng mặt, khó mở mắt, hay ngủ gà ngủ gật. Điện tâm đồ cũng cho thấy ông mắc chứng loạn nhịp tim.

Mao vẫn nói được, nhưng kiệt sức, lúc nào cũng cáu gắt. Khi Nguyệt Mỹ Trọng cố giải thích tình trạng của Chủ tịch bằng thuật ngữ y học cổ truyền Trung Hoa, Mao cắt ngang:

- Được rồi! Được rồi! Đi đi, ra chỗ khác mà giải thích!

Tất cả chúng tôi cáo lui, ông gọi tôi ở lại, bảo:

- Thuốc Bắc chả giúp gì được tôi, bảo anh chàng ấy biến đi cho tôi nhờ!

Bác sĩ Nguyệt Mỹ Trọng rất nổi tiếng và được kính trọng trong giới y học cổ truyền Trung Hoa, đã ngoài 70 tuổi. Chúng tôi không thể đuổi ông về ngay như thế.

Uông và tôi bàn nhau làm cách nào để bác sĩ Nguyệt không mất mặt. Uông Đông Hưng sẽ nghe các bác sĩ chẩn bệnh, sau đó gặp bác sĩ Nguyệt nói, giảm nhẹ bệnh tình Mao đi, rồi an ủi động viên bác sĩ Nguyệt trước khi cho về.

Ngô Thế, Hồ Thư Đông và tôi chịu trách nhiệm điều trị. Chúng tôi quyết định tiêm một đợt penicillin, uống địa hoàng kích thích tim cùng với thuốc lợi tiểu chữa phù thũng.

Mao đồng ý tất cả, trừ thuốc lợi tiểu. Mao nói:

- Các anh không phải chữa tất cả ngay một lúc. Nếu các bệnh tiêu tán hết, các anh còn việc gì mà làm nữa.

Mao vẫn chưa hiểu và chưa chấp nhận y học hiện đại một cách nghiêm túc Ông nghe tin Khang Sinh ốm, không biết đang uống thuốc gì. Ông ta muốn được điều trị cũng như thế. Nhưng vì theo phe Lâm Bưu, bây giờ Khang Sinh mắc bệnh lo nghĩ, suốt ngày nằm nhà ở Điếu Ngư Đài, ngồi bất động trên ghế sofa. Bệnh Khang Sinh hoàn toàn khác bệnh Mao. Nhưng bác sĩ riêng của Khang, bác sĩ Hỗ, nói với tôi, Khang chỉ tin thuốc kháng sinh. Sau khi nghe Hỗ kể, tôi khuyên Mao dùng kháng sinh, kết hợp các thuốc khác. Mao vui khi nghe chuyện Khang Sinh, ông bảo:

- Thấy chưa, có cần uống một lúc nhiều thứ thuốc như thế đâu.

Mao dừng không dùng đại hoàng sau lần uống đầu tiên. Kháng sinh không giúp co bóp cơ tim. Phân tích máu cho thấy hàm lượng oxygen trong máu giảm nghiêm trọng, còn thấp hơn cả máu người mới chết. Tính mạng của Chủ tịch đang nguy hiểm.

Ngày 21-1-1972 tôi lại nói chuyện với Chu Ân Lai, đề nghị cố ép Mao hợp tác với các bác sĩ. Tôi nhấn mạnh, tình hình sức khỏe Chủ tịch rất nguy kịch, đồng thời Mao yêu cầu không nói cho Giang Thanh biết. Chu đồng ý.

Nhưng buổi tối, Chu đến chỗ Chủ tịch đưa Giang Thanh đi theo. Thấy họ, tôi thật sốc. Chu lại không giữ lời, ông giải thích với tôi khi Giang Thanh đi ra khỏi phòng:

- Chủ tịch ốm nặng. Nếu cái gì đó xảy ra, tôi biết ăn nói thế nào? Bà ta Uỷ viên Bộ chính trị, lại là vợ Chủ tịch. Ngoài ra, chúng ta đều trong tổ chức. Làm sao tôi không thông báo cho bà ấy cơ chứ?

Ngô Thế, Hồ Thư Đông và tôi kể cho Giang Thanh và Chu Ân Lai nghe về sức khoẻ Mao. Tôi nhấn mạnh rằng, nếu không thực hiện ngay lời khuyên của bác sĩ, tính mạng Mao sẽ rất nguy hiểm. Chu hỏi tỷ mỉ chúng tôi về quá trình điều trị.

Giang Thanh hỏi:

- Chẳng lẽ Chủ tịch mấy ngày trước đây không khoẻ hay sao, trước lúc ở Bắc Bảo Sơn ấy?

Bà nói tiếp:

- Mấy năm qua Chủ tịch trong trạng thái sức khỏe tốt. Thể lực ông khỏe, sẽ chẳng có chuyện gì xảy ra, đừng có gây hoang mang.

Nhưng Chu Ân Lai biết rằng Mao ốm nặng. Ông theo dõi sức khoẻ Mao bắt đầu từ ngày Lâm Bưu chết. Chu đề nghị tôi dẫn ông cùng Giang Thanh đến gặp chủ tịch. "Những kinh nghiệm hiểu biết về y học của tôi có thể hữu ích" – Chu nói – "tôi dùng nó để khuyên Chủ tịch chịu khó chữa bệnh".

Tôi vào trước. Trong áo choàng hở ngực, Mao ngồi ở ghế sofa, đầu ngả về phía sau, mắt nhắm nghiền, thở khò khè miệng hé mở, ngực phập phồng lên xuống theo nhịp thở, tay chân thẳng đơ như bị liệt, mặt nhợt nhạt.

- Chủ tịch! – Tôi thì thào, đứng bên cạnh sofa – Thủ tướng và đồng chí Giang Thanh đến thăm.

Chúng tôi kéo ghế gần ngồi gần ông, còn Uông Đông Hưng, Trương Diêu Tự đứng bên ngoài, cố lắng nghe chúng tôi nói. Chu xua tay, bảo họ ra ngoài.

Mao ho, cơn ho kéo dài cho đến khi khạc được đờm từ trong phổi bật ra. Tôi kéo chiếc ống nhổ, còn Giang Thanh đưa cho Mao khăn mùi xoa của mình. Ông gạt tay vợ và hướng về chiếc ống nhổ. Giang Thanh sống cách xa Mao quá lâu đến nỗi quên cả thói quen của chồng. Ông thường sử dụng ống nhổ.

- Các anh chị ở đây làm cái gì thế? – Mao bực tức. Chu liếc nhanh sang Giang Thanh, đang im lặng ngồi trên ghế.

- Chúng tôi vừa mới thảo luận về sức khoẻ của Chủ tịch – Chu bắt đầu – và muốn báo cáo với đồng chí.
- Chẳng có gì cần báo cáo! – Mao phản ứng – Đồng chí không phải bác sĩ, biết gì mà báo cáo. Đồng chí cần nghe lời bác sĩ.

Liếc sang Giang Thanh, Chu tiếp tục:
- Vừa mới nói chuyện với bác sĩ xong, ba người....
- Ba người nào? – Mao cắt lời.
- Lý Chí Thoả, Ngô Thế, Hồ Thư Đông. Họ đã báo cáo đồng chí Giang Thanh và tôi về tình trạng sức khoẻ của Chủ tịch.

Lúc này, Mao ngồi nhưng mắt còn nhắm. Bây giờ ông nhìn chăm chăm vào khách.
- Ừ, thế họ nói cái gì?
- Nói rằng Chủ tịch bị cảm – Chu giải thích – rồi dẫn đến viêm phổi. Viêm phổi dẫn đến ảnh hưởng tim. Chúng tôi nghĩ rằng cần tăng cường quá trình điều trị cho Chủ tịch – Chu quay về phía tôi. Đồng chí hãy giải thích cho Chủ tịch một lần nữa, bệnh gì và cách điều trị.

Mao không để tôi mở miệng.
- Đây là thuốc mà anh đưa cho tôi phải không? Tôi mất cảm giác ngon miệng vì cái này. Và từ nhiều mũi tiêm của anh mà lưng tôi đau cực kỳ và ngứa ngáy khó chịu.

Giang Thanh không bỏ lỡ cơ hội.
- Năm 1968 Lý Chí Thoả định đầu độc tôi bằng thuốc, ông đã ngạc nhiên vì sao anh ta định đầu độc tôi chứ không phải ông. Ông khi đó đã hỏi tôi: "Có thể, anh ta đầu độc tôi đơn giản hơn bà". Ông còn nhớ chứ? Giờ đây mọi việc rõ rành ra rồi đấy. Anh ta cố tình hại ông.
- Giời ạ! Bà vừa mới ra một tuyên bố tuyệt vời, đúng không? – Mao nói một cách cay độc, quay sang phía tôi.

Tôi tưởng chừng bị cú đấm như trời giáng vào bụng, miệng cứng lại, chết đứng. Giang Thanh buộc tội mưu sát, còn Mao lại đồng ý.

Giang Thanh rít qua kẽ răng:
- Bước ra khỏi đây ngay. Anh không còn có thể giở trò bẩn thỉu thêm gì ở đây nữa đâu.

Đột nhiên tôi thấy thanh thản. Sự sợ hãi tan biến. Tất cả đều vô nghĩa. Tôi sẽ bị bắt, bị tử hình, bị thải hồi. Tất cả chấm hết. Tôi chậm rãi đi ra cửa, nhìn qua Chu Ân Lai, ông ngây người, chết lặng, mặt tím tái, tay run lẩy bẩy.

Mao nói vừa đúng lúc tôi đi đến cửa.

- Đứng lại – ông nói to – Nếu ai đó chống lại anh, họ phải được nói công khai – Sau đó ông quay sang phía Giang Thanh – Tại sao bà chống lưng hộ người khác?
Tôi cảm tưởng như đang ở miệng hố rơi xuống vực, nhưng vào chỗ an toàn. Tôi biết, nếu tôi được quyền biện minh, tôi tin sẽ thắng. Chu, theo tôi nghĩ, cũng tỏ ra thoải mái.
Tôi bắt đầu giải thích cho Mao rằng theo tôi, có cái gì đó không đúng trong lời của ông. Nguyên nhân ăn mất ngon, vì hệ tuần hoàn vận chuyển máu bị chậm bởi tim bị yếu.
- Thân thể đồng chí bị phù nề, có lẽ, do một số cơ quan nội tạng chẳng hạn dạ dày và hệ tiêu hoá cũng phù nề do thiếu dưỡng khí, tất cả làm đồng chí chán ăn. Các thứ thuốc không đến kịp toàn thân vì hệ tuần hoàn trì trệ, từ đó gây ra cảm giác đau, ngứa ngáy.
Nhưng Mao đâu có nghe. Ông lắc đầu, tay ông vỗ vỗ lên sofa.
- Giang Thanh, đám ngó sen bà biếu tôi, người ta đã đun lên lấy nước, tôi đã uống, rồi nôn hết. Thuốc của bà cũng vô dụng.
Ngó sen, một vị thuốc cổ truyền Trung Quốc, Khang Sinh nói với Giang Thanh chữa chứng mất ngủ.
Tôi suýt nữa bật cười khi nghe Mao đốp chát bà vợ. Giang Thanh ngồi, mặt cau có, thở nặng nhọc, day trán bằng mùi xoa.
Mao ngả đầu lên đi văng.
Sau đó quay sang phía tôi:
- Hãy ngừng tất cả các biện pháp chữa đi. Ai còn muốn tôi điều trị tiếp, hãy ra khỏi đây đi!
Tôi choáng váng. Mao bị bệnh. Không điều trị thì chết. Ông cần phải được khỏi bệnh.
Mao quay lại Chu Ân Lai.
- Tôi khá yếu. Tôi không nghĩ là có thể sống lâu hơn. Tất cả giờ đây phụ thuộc vào anh...
Chu Ân Lai hoảng.
- Ồ! Không! Bệnh tật của đồng chí đâu có nặng đến thế – Chu bối rối. Tất cả chúng tôi vẫn trông đợi dưới sự lãnh đạo của Chủ tịch.
Mao lắc đầu một cách yếu ớt.
- Không. Tôi không sống được nữa đâu. Các đồng chí sẽ chăm lo tất cả mọi thứ sau khi tôi chết – giọng Mao mệt mỏi – Hãy xem điều này như là di chúc của tôi.
Giang Thanh thất kinh, mắt mở to, tay nắm chặt. Bà đang giận điên người.
Chu khép chân lại, để tay lên đầu gối, ngả người về phía Mao, đờ người. Chủ tịch Đảng cộng sản Trung Quốc trao quyền điều hành

toàn bộ đất nước, đảng, chính phủ, quân đội cho thủ tướng, Mao lại giao quyền đó trước mặt vợ, ông muốn chính ông làm việc này. Tôi vẫn run rẩy, mồ hôi vã ra như tắm từ những sự việc xảy ra. Tôi đã nhận thấy tín hiệu trong lời Mao. Bây giờ tôi cảm thấy rằng chính ở phút này lần đầu tiên Mao đã nhận ra cái chết của mình.

Cuối cùng Mao nói:

- Việc đã được quyết xong. Mọi người có thể đi được rồi đấy.

Ngay lúc chúng tôi đi vừa tới trạm gác, nơi Uông Đông Hưng, Trương Diêu Tự đợi, Giang Thanh quăng chiếc mũ lưỡi trai quân đội xuống sàn.

- Xung quanh đây có bọn gián điệp! – Bà ta phun ra từng lời cay độc – Được, ta sẽ tìm ra bằng được.

Giang Thanh quay sang Chu Ân Lai:

- Triệu tập ngay Bộ chính trị, ở Hội trường Hoài Nhân.

Sôi tiết vì phẫn nộ, bà bỏ đi.

Tôi có thể đoán ai mà Giang Thanh cho là gián điệp, trong số đó có cả tôi. Tất nhiên bà ta cho Uông Đông Hưng là thủ lĩnh.

- Đồng chí Uông Đông Hưng! – Chu Ân Lai nói với người phụ trách công việc an ninh – Thông báo cho tất cả các Uỷ viên Bộ chính trị, hiện đang có mặt ở Bắc Kinh đến họp khẩn cấp.

Lúc ấy là 9 giờ tối.

CHƯƠNG 78

Sau đó hai tiếng, 11 giờ đêm, bắt đầu phiên họp Bộ chính trị, Uông Đông Hưng gọi Ngô Thế, Hồ Thư Đông và tôi vào phòng khách của Hội trường "Hoài Nhân". Ông cũng yêu cầu cả bác sĩ Vương Thế Bình và Biện Tử Cường cùng tới. Chúng tôi im lặng chờ đợi, trong khi buồng bên cạnh đang họp.

Sau đó Diêu Văn Nguyên đi vào phòng, nói với tôi:

- Giang Thanh giao nhiệm vụ tôi nói chuyện với đồng chí – ông quay sang Ngô Thế Bình và Biện Tử Cường – Hai đồng chí không liên quan tới việc điều trị, nhưng có thể giúp chúng tôi giải đáp tình hình phức tạp.

- Sức khoẻ của Chủ tịch luôn luôn tốt – Diêu Văn Nguyên mở đầu – Như mọi lần, khi ông gặp gỡ quần chúng hoặc tiếp khách nước ngoài, báo chí, ảnh chụp ông trông hoạt bát, mặt mũi hồng hào, toát lên sự khoẻ mạnh. Đó không phải là lời nói vô căn cứ – Diêu Văn Nguyên chìa cho chúng tôi bức ảnh chụp chưa lâu về cuộc gặp của Mao với thủ tướng Bắc Việt Nam, Phạm Văn Đồng – Nhìn vào những bức ảnh này, các đồng chí thấy cái bắt tay của Chủ tịch vẫn còn mạnh. Ông tuy có bị cảm, nhưng không nặng. Giờ đây các đồng chí cho rằng Chủ tịch mắc bệnh phổi và tim. Bằng chứng đâu? Các đồng chí thậm chí nói về sức co bóp các buồng tim bị giảm. Tất nhiên, đưa điều này ra chỉ nhằm mục đích gây hoang mang. Tôi không nói rằng hành động có tính chất chính trị, nhưng các đồng chí đang gây rối loạn chính trị và phải chịu trách nhiệm về việc này. Bức ảnh Mao và thủ tướng Bắc Việt Nam là một tấm hình tĩnh, bất động. Trên đó người ta không thể nhìn thấy được Mao yếu đến mức độ nào. Tôi không biết Diêu Văn Nguyên có xem buổi truyền hình hôm ấy hay không nữa.

Diêu Văn Nguyên đòi hỏi chúng tôi lời giải thích. Tôi không biết trả lời thế nào, đành im lặng. Diêu đã có ấn tượng sẵn, ông quay sang Ngô Thế Bình, Biện Tử Cường. Cả hai đều ngồi yên, im lặng.

- Nếu các đồng chí không có ý kiến gì, có thể đi – Diêu Văn Nguyên nói – Về quyết định của Bộ chính trị các đồng chí sẽ được thông báo sớm.

Lúc ấy đã hai giờ đêm. Chúng tôi quay lại bể bơi. Không ai trong chúng tôi có thể ngủ. Ngô Thế run rẩy trong sự sợ hãi. Ông đã 64 tuổi, lớn hơn tôi một giáp, cũng đã từng cam chịu nhiều năm bị quản thúc. Ông cựu đảng viên Quốc dân đảng, đứng đầu bệnh viện Bắc

Kinh đến năm 1949. Cách mạng văn hoá, người ta bắt ông tra tấn, khủng bố, tống đi cải tạo, sống trong "chuồng bò" ở vùng nông thôn hẻo lánh. Trong thời gian ba năm ở đó, người ta bắt Ngô Thế đi lao động khổ sai. Ông sợ người ta lại bắt ông lần nữa.

Tôi cố gắng động viên ông già. Tất cả những gì chúng ta đã làm đều được sự đồng ý của Chủ tịch. Mao ốm nặng, nhưng chưa chết. Ông sẽ xác nhận cho chúng ta. Và điều chính, chúng ta chưa bao giờ làm hại, cũng không có ý đồ mưu hại ai.

Nhưng tôi cũng lo lắng. Mao ốm nặng, không điều trị, bệnh tình càng xấu đi. Ông cần chúng tôi chữa bệnh, chúng tôi cần sự che chở của ông. Tôi lo sợ cái điều mà Bộ chính trị sắp quyết định. Khó mà tin Bộ chính trị là cơ quan giải quyết vô tư, công bằng trong mọi việc.

Lúc 4 giờ sáng, người ta gọi chúng tôi vào phòng "Hoài Nhân". Lần này, tôi mang theo giấy ghi điện tâm đồ của Mao. Tất cả các bác sĩ, nhìn vào nó, đều có thể hiểu rằng Chủ tịch có 2 dấu hiệu tổn thương tim: Tâm thất trái có nhịp ngoại tâm thu và thiếu máu cục bộ, trong tình trạng không đủ máu nuôi cơ thể.

Trong lúc chúng tôi chờ đợi, hai Uỷ viên Bộ chính trị – nguyên soái Diệp Kiếm Anh và phó thủ tướng Lý Tiên Niệm lại chỗ chúng tôi. Diệp là người lịch sự, gọi tôi "Giám đốc Lý", tôi danh chính ngôn thuận giám đốc Bệnh viện 305.

- Bộ chính trị trao cho tôi nhiệm vụ nói chuyện với các đồng chí về sức khoẻ của Chủ tịch – ông nói – Cứ bình tĩnh. Hãy nói cho rõ rằng mọi vấn đề về sức khỏe của Chủ tịch, tôi sẵn sàng lắng nghe.

Tôi kể từ đầu diễn biến bệnh tật, mô tả quá trình suy sụp sức khỏe của Chủ tịch sau vụ Lâm Bưu. Tôi chỉ vào bản ghi điện tim giải thích rõ ràng từng chi tiết, nhấn mạnh những thay đổi đặc trưng của biểu đồ. Bản thân Diệp Kiếm Anh cũng bị bệnh tim, đo điện tim nhiều lần, ông gần như hiểu được tất cả những thay đổi đường điện tim trên biểu đồ và lời tôi giải thích.

- Không nghi ngờ gì nữa, tim Mao không ổn! – Cuối cùng ông đồng ý – Làm sao nói khác được? Làm sao có thể tuyên bố rằng các bác sĩ bịa ra bệnh?

Diệp Kiếm Anh bắt đầu hỏi về cuộc gặp cuối cùng của Mao, Chu Ân Lai và Giang Thanh, trong đó tôi cũng có mặt. Tôi kể tỷ mỉ tất cả, gồm cả việc chọn Chu Ân Lai, như người thừa kế của mình cho chức vụ chủ tịch tới đây.

Diệp Kiếm Anh tin rằng chúng tôi đúng, không sai trái.

- Tôi không thấy các đồng chí phải chịu trách nhiệm, ngừng chữa cho Chủ tịch, nếu chính Chủ tịch yêu cầu thì không nói. Đừng có lo lắng gì cả. Quay về khu nhà bể bơi, cố gắng tiếp tục công việc. Chuẩn bị các thiết bị hồi sức cấp cứu. Từ giờ trở đi, tôi chịu trách nhiệm việc cấp cứu, nếu công việc của đồng chí gặp bất cứ khó khăn, trở ngại nào, cứ báo cáo trực tiếp cho tôi.

Diệp quay sang Lý Tiên Niệm, ông vẫn im lặng, hỏi ông có phát biểu gì không, Lý không nói gì thêm. Diệp Kiếm Anh cho chúng tôi đi. Chúng tôi về đến khu bể bơi, đã 7 giờ sáng.

Gánh nặng lo sợ đã được cất bỏ, Diệp Kiếm Anh đã đứng ra bảo vệ chúng tôi, nhiệm vụ bây giờ hội chẩn, tìm ra hướng điều trị tốt nhất chữa Chủ tịch, trong tinh thần phấn khởi. Chúng tôi ăn xong lăn ra ngủ.

Khi tôi tỉnh giấc, đã ba giờ chiều, Diệp Kiếm Anh đang đợi cùng với Ngô Thế, Hồ Thư Đông ở phòng đón tiếp.

- Bây giờ tôi làm nhiệm vụ của mình đây – Diệp Kiếm Anh nói khi tôi xuất hiện – Chúng ta nói chuyện với nhau trên tinh thần đồng chí. Giám đốc Lý, đồng chí đã làm việc với Chủ tịch mười tám năm. Tất cả chúng tôi biết đồng chí rất rõ. Đồng chí cứ làm những gì thấy cần. Đừng sợ bị chỉ trích, phê bình. Chúng ta ai cũng đã từng mắc sai lầm. Ai dám nói không mắc sai sót?

Sau đó ông quay sang Ngô Thế:
- Giám đốc Ngô, đồng chí làm bác sĩ vài chục năm. Đồng chí đã cứu nhiều bệnh nhân, trong đó có người còn già hơn Chủ tịch. Liệu đồng chí có thể chữa trị Chủ tịch khỏe lại được không?

Ngô ngay lập tức trả lời:
- Nếu Chủ tịch cho phép, chúng tôi sẽ chữa ông lành bệnh.

Diệp cười.
- Tốt. Chủ tịch hiện thời chưa muốn điều trị. Ông đang cáu. Nhưng khi Chủ tịch hết giận, ông sẽ cần sự giúp đỡ của các đồng chí.

Sau đó Diệp lại quay Hồ Thư Đông, khoảng 40, kém tôi một giáp, nói: "Tôi chưa hân hạnh gặp đồng chí bao giờ, hình như đồng chí trẻ nhất trong ba bác sĩ". Diệp đồng ý bác sĩ Hồ trợ giúp chúng tôi, phụ trách phương tiện hồi sức, cấp cứu như điều khiển máy tim phổi nhân tạo, oxigen…

Diệp Kiếm Anh rời chỗ ở của Mao khoảng năm giờ chiều. Cả hai bác sĩ – Ngô Thế và Hồ Thư Đông trở về bệnh viện Trung Nam Hải. Tôi ở lại.

Cũng ngay chiều tối đó, Uông Đông Hưng yêu cầu tôi nộp bản báo cáo về sức khoẻ Mao. Nhưng tôi không gặp Chủ tịch từ đêm qua và không có khả năng khám Mao bây giờ.

Uông đồng ý chờ.

- Đừng quá vội vàng – Uông động viên tôi – Thiếu thông minh, thiếu cảnh giác, hấp tấp mọi việc có thể còn tồi tệ hơn.

Uông kể sơ qua về cuộc họp Bộ chính trị. Giang Thanh khăng khăng khẳng định có màng lưới gián điệp vây quanh Chủ tịch, yêu cầu Bộ chính trị thành lập tổ điều tra. Vương Hồng Văn, Trương Xuân Kiều và Diêu Văn Nguyên, ba người cùng phe tin cẩn của Giang Thanh, ủng hộ ý kiến bà ta.

Cuộc họp ồn ào, bàn thảo. Uông Đông Hưng không muốn điều tra, nhưng Diệp Kiếm Anh ngăn Uông phát biểu.

"Diệp Kiếm Anh đặt lòng bàn tay vào đầu gối tôi, bóp nhẹ, ra hiệu chưa phải lúc"- Uông nói – "Lúc ấy thủ tướng Chu Ân Lai kêu gọi tất cả bình tĩnh, kiên nhẫn, bàn bạc từ từ, không có gì phải nóng vội".

Dù vậy Giang Thanh đã đạt được việc biến cuộc họp Bộ chính trị thành một cái chợ.

- Chủ tịch khỏe mạnh – Giang Thanh nhìn vào Chu – Tại sao đồng chí đã bắt Mao chủ tịch chuyển giao chính quyền cho đồng chí?

Ngay sau đó Giang Thanh yêu cầu Diêu Văn Nguyên thay mặt Bộ chính trị ra gặp các bác sĩ, kể cả Ngô Thế Bình, Biện Tử Giang.

Các Uỷ viên Bộ chính trị, không được nghe nội dung cuộc nói chuyện của Mao với Chu Ân Lai và Giang Thanh, chẳng cách nào hiểu đầu cua tai nheo ra sao. Diệp Kiếm Anh yêu cầu Chu phát biểu.

- Vì sao các đồng chí cứ sồn sồn lên thế? – Diệp Kiếm Anh nhắc nhở, khi nghe thủ tướng phát biểu – Đã có chuyện gì xảy ra đâu?

Diệp Kiếm Anh yêu cầu Lý Tiên Niệm cùng ông ra gặp bác sĩ, lắng nghe ý kiến trình bày, nhận trách nhiệm từ giờ sẽ túc trực bên Mao. Nhưng Giang Thanh không muốn Diệp Kiếm Anh túc trực ngày đêm ở đấy, nói:

- Không ai được phép đến chỗ Chủ tịch, trừ trường hợp ông đồng ý.

Uông đề nghị Diệp đến chỗ Mao theo một số giờ nhất định. Uông rất lo ngại sức khỏe của Mao.

- Mặc kệ mọi chuyện, anh cần phải chữa chạy cho Chủ tịch càng sớm càng tốt, chúng ta không thể chờ mãi được nữa.

Khi tôi quay về khu bể bơi, Mao cũng vừa dậy. Tôi đến chỗ ông. Do suy tim, không thể nằm chỉ ngồi ngủ, ông đã ngã từ sofa xuống đất. Hơi thở ông như trước đây vẫn khò khè, khó nhọc.

Tôi vào buồng thăm ông. Mắt ông vẫn nhắm, thở hổn hển, gấp gáp, đờm rãi trong phổi làm ông khò khè, môi tím tái. Mao vẫn chưa muốn người ta chữa bệnh, tôi đi ra.

Trong phòng khách tôi chạm trán với Hứa Diệp Phụ. Ông đi tới chỗ Ngô Tự Tuấn với tập tài liệu gửi cho Mao.

- Có chuyện này lạ lắm, bác sĩ Lý ạ – Ông nói tôi – Giang Thanh kéo tôi, Trương Ngọc Phượng ra một chỗ, rồi bảo, xung quanh đây có nhóm gián điệp, yêu cầu tôi ăn ngủ phòng ngoài sát buồng Chủ tịch, cố canh chừng thấy có chuyện gì lạ, báo cáo cho bà ta. Tôi giải thích, tôi không phải bác sĩ, y tá mà được quyền ở buồng bên cạnh chăm sóc Chủ tịch. Tôi báo cáo với Uông Đông Hưng, ông bảo, quên chuyện bà ta đi. Bây giờ tôi chả biết phải làm gì.

Tôi cũng chịu, không thể khuyên như thế nào.

Chứng phù ở Mao vẫn tiếp diễn. Cổ và trán sưng to trông thấy. Tôi rất lo, bệnh của Chủ tịch mỗi ngày một nặng, tồi tệ, nhưng chẳng biết làm cách nào. Trương Ngọc Phượng vẫn quanh quẩn bên ông, nhưng cũng có khi biến mất tăm khá lâu. Trương đang bận rộn giúp cha mẹ và em gái chuyển nhà từ Mẫu Đơn Giang về Bắc Kinh, do thị trưởng Bắc Kinh, Ngô Đức giúp đỡ.

Qua mười ngày rồi. Mao vẫn không yêu cầu điều trị.

Trưa ngày 1-2-1972, ông gọi tôi.

- Anh nghĩ thế nào, còn hy vọng gì nữa không? – ông hỏi – Anh vẫn sẵn sàng chữa tôi khỏi bệnh chứ?

- Nếu Chủ tịch cho phép tôi điều trị, tất nhiên, vẫn còn hy vọng – Tôi trả lời, cảm thấy nhẹ người – Tôi sẽ làm tất cả để giúp đỡ Chủ tịch.

Tôi kiểm tra mạch đập của ông yếu và loạn nhịp.

- Đồng chí sẽ chữa cho tôi như thế nào? – Mao muốn biết.

- Việc đầu tiên, phải chữa khỏi viêm phổi, đưa nhịp tim trở lại bình thường, chữa phù thũng do nước ứ đọng trong các tế bào. Điều trị vừa thuốc tiêm kết hợp thuốc viên.

- Lại tiêm!

- Nếu không tiêm, không thể chữa khỏi viêm phổi, chính nó là nguyên nhân của tất cả các chứng bệnh khác – Tôi đề nghị.

- Thôi được – cuối cùng Mao đồng ý – Bắt đầu đi.

Tôi đang trong tình trạng vô vọng, đột nhiên cảm thấy vui sướng, trong người như được tiếp năng lượng. Tôi tin chắc sẽ chữa Mao lành bệnh. Trong những ngày Mao từ chối điều trị, tôi biết thêm một vài tin tức ngoài vấn đề sức khỏe của Chủ tịch. Tin này vẫn còn dấu kín với nhân dân Trung Quốc. Lịch sử đất nước đã sang trang, Tổng thống Richard Nixon sắp sang thăm chính thức Trung Quốc. Ông dự kiến đến Trung Quốc ngày 21-2-1972, Mao muốn gặp ông ta. Tôi vẫn còn ba tuần để cho ông có cơ hội này. Chúng tôi nhanh chóng bắt tay vào việc.

Xuất xứ chuyến thăm của Richard Nixon dẫn đến thay đổi cục diện trên thế giới là cuộc thi bóng bàn quốc tế tiến hành tháng 3-1971 ở Nagoya, Nhật Bản. Ngày 14-3-1971 Uỷ ban Thể dục Thể thao quốc gia bàn xem có nên gửi một đoàn đi thi đấu hay không. Trong khi ấy giữa Trung Quốc và Nhật Bản chưa có quan hệ ngoại giao, một số uỷ viên Uỷ ban e ngại có thể họ tẩy chay đoàn vận động viên của ta với nhiều lý do khác nhau. Dù vậy, Chu Ân Lai muốn cử đội bóng bàn đi Nhật thi đấu, ông gửi báo cáo, yêu cầu Chủ tịch thông qua. Mao ủng hộ, động viên đoàn thể thao, yêu cầu không ngại gian khổ khó khăn, kể cả cái chết. Những kiện tướng bóng bàn trở thành những nhà thể thao đầu tiên Trung Quốc đi nước ngoài thi đấu kể từ khi Cách mạng văn hoá.

Cuối cuộc thi đấu, các vận động viên Mỹ ngỏ lời muốn thăm Trung Quốc. Chu Ân Lai cho rằng tốt nhất, nên lịch sự từ chối lời yêu cầu này. Mao đã đồng ý, nhưng ngay trong đêm ấy đột nhiên ông bằng giọng ngái ngủ yêu cầu y tá trưởng Ngô Tự Tuấn gọi Vụ trưởng Vụ lễ tân bộ ngoại giao Vương Hải Dung. Ông cho phép nhanh chóng mời người Mỹ đến Trung Quốc.

Lần đầu tiên Trung Quốc bày tỏ tình hữu nghị một cách công khai với Hoa Kỳ. Về sau Chu Ân Lai, khi ám chỉ trận đấu bóng bàn có thể có tác dụng đến hoà bình trong tương lai, ông phát biểu: "Một quả bóng nhỏ làm chấn động quả địa cầu".

CHƯƠNG 79

Suýt nữa Mao qua đời. Chúng tôi nhanh chóng bắt tay vào công việc điều trị, tôi kéo theo Ngô Thế, Hồ Thư Đông tham gia. Sau khi đối diện với Giang Thanh, vài tuần tiếp theo, bà ta kết tội làm gián điệp, tôi không dám làm việc đơn độc. Theo cách này, bất cứ chuyện gì xảy ra với Mao, trách nhiệm được chia sẻ, Giang Thanh và phe cánh không thể dùng quyền lực tống cổ hoặc tống tù tôi dễ dàng. Tôi yêu cầu Thiểm Đĩnh Giang đem các thiết bị máy móc hồi sức cấp cứu từ Bệnh viện Trung Nam Hải đến. Sau khi thử phản ứng kháng sinh, kết quả âm tính, tôi giao y tá Ngô Tự Tuấn tiêm vào mông trái cho Chủ tịch.

Hai mươi phút sau Mao bắt đầu ho. Ông rất yếu, không đủ sức khạc đờm, đờm dãi chặn cuống họng, đột nhiên ông ngạt, thở ngáp cá. Chủ tịch đột quỵ, bất tỉnh.

Chúng tôi đỡ Mao ngồi dậy. Hồ Thư Đông đấm đấm lên ngực Mao, giọng hốt hoảng kêu to: "Chủ tịch! Chủ tịch!" Hồ đấm quá mạnh, có thể gãy xương sườn Mao, tôi lo quá, đã căn dặn ông phải hết sức cẩn thận khi làm bất cứ điều gì trong buồng Mao. Tôi gọi điện cho Bệnh viện Trung Nam Hải chuyển ngay thiết bị hồi sức cấp cứu. Chúng tôi tiêm truyền một số thuốc vào tĩnh mạch kể cả Gentamicin, steroid để kích thích phản xạ, giảm co thắt phế quản. Mười phút trôi qua, Thiểm Đĩnh Giang vẫn chưa đến. Tôi lao tới bệnh viện, té ra Thiểm Đĩnh Giang còn chờ xe mini-van đến chở thiết bị. Tôi vơ vội thiết bị chạy về. Ông vẫn bất tỉnh. Thiểm Đĩnh Giang lắp ống hút làm sạch đờm dãi trong họng Mao, đồng thời qua mặt nạ truyền oxygen cho ông.

Chỉ một thoáng Mao mở mắt, vứt mặt nạ.

- Các anh làm cái gì thế hả? – ông hỏi.

- Chủ tịch cảm thấy thế nào ạ?

Mao nói, cảm thấy như vừa ngủ thiếp đi. Sau đó, khi nhìn thấy dây truyền máu ở tay mình, ông định rút nó.

Tôi ngăn ông.

- Xin Chủ tịch đừng động đến nó. Thiếu nó chúng tôi không thể truyền thuốc trực tiếp vào máu cho Chủ tịch.

- Sao ở đây cả một đống người thế này? – Mao cằn nhằn – Tôi không cần nhiều người đến thế.

Người không có nhiệm vụ cấp cứu vội vã đi ra.

Cú đột quỵ của Mao quá nguy hiểm tính mệnh, Uông Đông Hưng được thông báo khẩn cấp, trong khi Mao vẫn bất tỉnh, ông báo cáo Chu Ân Lai đang họp ở Đại lễ đường. Nghe tin Mao bất tỉnh, ông cực kỳ hốt hoảng, lo sợ đến mức són cả cứt đái ra quần, thay rửa xong mới chạy tới, lúc ấy Mao đã tỉnh lại.

Chu vừa nhìn Mao vừa thì thầm với Trương Ngọc Phượng, nét mặt vẫn lo lắng, sau đó kéo Vương Thế, Hồ Thư Đông và tôi ra ngoài, yêu cầu giải thích chuyện gì đã xảy ra. Sau khi nghe chúng tôi báo cáo, Chu nói:

- Trương Ngọc Phượng cho rằng cú sốc là do phản ứng thuốc kháng sinh – Chu trách – Các đồng chí phải xem lại vấn đề này.

Thiềm Đĩnh Giang bực tức:

- Đó không phải là phản ứng tiêm thuốc. Chủ tịch bắt đầu thở được ngay lúc đờm được lấy ra, ngay lập tức trở lại bình thường.

Chu Ân Lai chấp nhận lời giải thích, nhưng cũng như trước đây yêu cầu viết bản tường trình thật chi tiết. Chu nói: "Đây là vấn đề rất nghiêm trọng, bên Bộ chính trị vẫn chưa biết". Ông không thể hiểu vì sao Thiềm Đĩnh Giang, người đảm nhận thiết bị cấp cứu, lại không có mặt tại chỗ khi có sự cố.

Tôi giải thích, Mao chỉ cho phép ở bên cạnh ông gồm Vương Thế, Hồ Thư Đông và tôi, thậm chí không muốn thấy thiết bị cấp cứu. Tôi khuyên Trương Diêu Tự cứ chở thiết bị đến, dù Mao phản đối. Nhưng Trương không dám trái lời Chủ tịch. Tôi định sẽ thuyết phục, nhưng không kịp, không ngờ ông đột quỵ.

Chu đồng ý sức khoẻ Mao tối quan trọng: "Chúng ta nên để thiết bị phía sau bể bơi". Ông yêu cầu Uông Đông Hưng đảm bảo cho chúng tôi mọi thứ cần thiết.

Chúng tôi xác định tiêm kháng sinh, thuốc lợi tiểu qua đường truyền tĩnh mạch. Trương Ngọc Phượng có thái độ bất hợp tác, cô bảo đảm ông vẫn đi tiểu bình thường. Tôi muốn trong 4 giờ đồng hồ, Mao phải đi tiểu 2 lít nước. Trương Ngọc Phượng hỏi vặn:

- Bác sĩ có dám đảm bảo chắc chắn như thế không?

- Không ai dám khẳng định 100%, nhưng theo chỉ định, thuốc có tác dụng lên cơ thể bệnh nhân như vậy. Điều quan trọng, giờ đây Chủ tịch phải được điều trị đúng liều thuốc trong khoảng thời gian xác định, đây là y lệnh.

Trương Ngọc Phượng đốp chát lại:

- Đó là việc của y tá trưởng, không phải của tôi.

Ngô Thế, không hiểu mối quan hệ nội bộ, quá sốc trước thái độ vô lễ của Trương Ngọc Phượng, khi cô ta hầm hầm bỏ ra ngoài, ông hỏi:
- Trương Ngọc Phượng, cô ta là ai? Sao cô ta láo vậy?
Tôi không thể kể cho ông nghe về đời tư của Mao, nói:
- Ông sẽ hiểu điều này thôi sau khi ở đây lâu hơn.
Sau gần 4 giờ cuộc truyền đầu tiên, thuốc lợi tiểu bắt đầu tác dụng, Mao tiểu tiện được 1800 phân khối nước tiểu. Chúng tôi hài lòng. Mao cũng vui vẻ. Ông gọi tất cả các bác sĩ vào trong phòng, yêu cầu chúng tôi một lần nữa giải thích, ông bị bệnh gì, điều trị như thế nào.
- Tôi cảm thấy có thể khoẻ trở lại – Ông nói – Tổng thống Mỹ Richard Nixon sẽ đến. Các đồng chí có nghe thấy tin tức gì không?
- Thủ tướng Chu Ân Lai cũng có nói điều này – Tôi trả lời.
Mao kể rằng Richard Nixon sẽ đến vào ngày 21-2-1972, liệu ông có thể hồi phục sức khoẻ trước thời gian đó không?
- Nếu tiếp tục điều trị, tôi nghĩ rằng mọi việc sẽ ổn! – Tôi hứa.
- Tốt lắm. Các đồng chí cứ tiếp tục.
Mao mời chúng tôi cùng dự bữa cơm chiều, đãi chúng tôi một số món ăn ông khoái khẩu, cá Vũ Xương hấp, thịt cừu hầm đậu với các nước sốt béo ngậy. Trong khi ăn, Mao biết Ngô Thế chưa phải đảng viên. Ngô Thế giải thích, hồi xưa có tham gia Quốc dân đảng, nên không được kết nạp. Mao cười to: "Cả tôi cũng đã từng là người của Quốc dân đảng". Mao kể chuyện những năm đầu 1920 khi Quốc-Cộng hợp tác. "Thế thì đã làm sao nào?" Mao quay sang tôi bảo: "Đồng chí báo với Bệnh viện Bắc Kinh, hãy kết nạp đồng chí Ngô Thế vào Đảng cộng sản, tôi là người giới thiệu và đảm bảo lý lịch".
Ngô Thế lập tức được kết nạp vào đảng.
Chu Ân Lai rất mừng khi thấy sự hồi phục sức khoẻ của Mao quá nhanh. Ông giữ các bức ảnh, chụp ông trong số các bác sĩ để chứng minh rằng dường như trong việc dành lại sức khỏe của Chủ tịch có cả công lao của ông.
Chu mời chúng tôi đến nhà riêng nhân ngày Tết Nguyên đán, hứa có món bánh bao nhân thịt, món bánh hấp tráng miệng cổ truyền. Khi ra về, ông nhắc tôi về cuộc viếng thăm sắp tới của tổng thống Richard Nixon.
- Cố gắng điều trị để Chủ tịch đủ sức khỏe đón tiếp ông ta.
Chu nói trong lúc chia tay.

CHƯƠNG 80

Richard Nixon đến Bắc Kinh ngày 21-2-1972. Từ 1-2-1972, khi Mao phải đồng ý cho điều trị, đội y tế làm việc ngày đêm. Thể trạng của Chủ tịch tốt lên một cách đáng kể. Viêm phổi đã ổn định, loạn nhịp tim biến mất. Chứng phù giảm đi, nhưng vài chỗ vẫn còn sưng, Mao yêu cầu quần áo và giày rộng hơn. Vẫn còn rát họng nên Mao nói còn khó khăn. Các cơ có hiện tượng teo vì vài tuần Chủ tịch ít hoạt động, vì thế trước một tuần khi Richard Nixon đến, chúng tôi giúp ông tập thể dục, đứng lên ngồi xuống, dìu ông đi quanh phòng.

Hôm Richard Nixon đến, Mao vui khác thường, phấn chấn hẳn lên, chưa bao giờ tôi thấy ông như vậy. Chu Phổ Minh cắt tóc, cạo râu cho Mao, lần đầu tiên sau năm tháng trời, xoa dầu thơm thảo mộc lên tóc. Sau đó Mao ngồi vào đi văng, đợi chuông điện thoại, chờ thông báo về sự di chuyển của thượng khách. Khi biết máy bay của Richard Nixon hạ cánh, ông yêu cầu Ngô Tự Tuấn truyền đạt cho Chu Ân Lai, ông muốn sớm gặp tổng thống Mỹ. Là chủ nhà đón khách, Chu cần phải đi cùng Richard Nixon thăm viếng mọi nơi. Chu nói, theo nghi lễ ngoại giao, bắt buộc phải để khách có thời gian nghỉ ngơi ở Đào Dư Thái trước, sau đó mới có những cuộc gặp mặt, hội đàm. Mao không phản đối, nhưng muốn được gặp tổng thống Mỹ càng sớm càng tốt.

Chu mở tiệc chiêu đãi Richard Nixon, sau đó dẫn ông vào Đào Dư Thái nghỉ. Mao lại gọi Chu, muốn gặp tổng thống Mỹ.

Đội y tế chuẩn bị chu đáo cho cuộc gặp này. Tất cả các dụng cụ, bao gồm bình oxygen, máy hô hấp nhân tạo do Henry Kissinger tặng sau chuyến thăm bí mật, đã được mang ra khỏi buồng. Chúng tôi tháo chiếc giường bệnh viện, chuyển tất cả thiết bị vào hành lang nối phòng làm việc với phòng ngủ. Tất cả phải sẵn sàng nếu Mao đột nhiên trở bệnh.

Chu Ân Lai thông báo cho Richard Nixon, Mao bị viêm phế quản vì thế hạn chế nói chuyện. Tôi không nghĩ ông nói hết sự thật về sức khoẻ của Chủ tịch cho Richard Nixon.

Khi chiếc xe limousine cắm cờ đỏ chở Richard Nixon và Chu Ân Lai tới, chúng tôi đang ở sảnh đường phòng khách của văn phòng Mao. Nữ phiên dịch Nancy Tang, Tổng thống Richard Nixon đi cùng Henry Kissinger và Wiston Lord, người sau này trở thành đại sứ Mỹ ở Trung Quốc. Gây ấn tượng cho tôi, ông ta trẻ đến mức trông như cậu sinh viên Đại học lứa tuổi đôi mươi. Ngoại trưởng Hoa Kỳ William Rogers không có mặt trong đoàn. Tổng thống Richard Nixon muốn Henry Kissinger thay mặt người phát ngôn Bộ ngoại giao dự buổi tiếp kiến. Chu bố trí Bộ trưởng ngoại giao Trương Bằng Phi tiếp, làm việc với Ngoại trưởng Rogers trong khi Richard Nixon, Kissinger hội đàm với Mao.

21-2-1972, Mao Trạch Đông tiếp tổng thống Mỹ Richard Nixon tại Bắc Kinh

Ngay lúc tổng thống Richard Nixon vừa đến, tôi đứng dậy cúi chào, đưa tới chỗ Mao, còn bản thân tôi đi vào hành lang nơi chứa thiết bị y tế ngồi chờ. Tổng thống Richard Nixon đi quá nhanh, biến mất khỏi con mắt lính bảo vệ Hoa Kỳ đến mức làm họ lo ngại, vội liên lạc bằng bộ đàm với nhóm ở Đào Dư Thái. Toàn bộ khu bể bơi trong nhà đã bịt kín khi Mao bắt đầu ốm, buồng lớn chuyển thành sảnh đường đón khách. Mái nhà khu bể bơi lót lớp kẽm chống hệ thống sóng điện đàm. Mọi người bình tĩnh lại khi một trong số phiên dịch nói với Cục bảo vệ Mỹ, tổng thống Richard Nixon đang hội đàm với Mao chủ tịch.

ĐỜI TƯ MAO TRẠCH ĐÔNG   591

Ngồi ở hành lang cạnh phòng Mao, cửa thông sang đó vẫn mở, tôi nghe rõ đầy đủ cuộc hội đàm và sẵn sàng can thiệp trong trường hợp Chủ tịch bị mệt. Mao xin lỗi Richard Nixon rằng không thể nói to được. Nội dung cuộc hội đàm được xuất bản trong cuốn "Hồi ký" của tổng thống Richard Nixon, sau này tôi đọc bản dịch tiếng Trung Quốc. Cuộc gặp quan trọng lúc đầu dự định chỉ có mười lăm phút, cuối cùng tới sáu mươi lăm phút. Một chi tiết của cuộc hội đàm làm tôi rất ấn tượng. Mao giải thích cho Richard Nixon, tuy mối quan hệ giữa hai nước trở nên tốt hơn, nhưng trên báo chí Trung Quốc vẫn cứ như trước, sẽ tiếp tục công kích Mỹ và ông yêu cầu trên các báo Mỹ vẫn phê phán Trung Quốc. Nhân dân hai nước vẫn quen phê phán, chỉ trích lẫn nhau, vậy phải trải qua một thời gian nào đó, dân chúng mới xây dựng được tình cảm hữu nghị mới. Vấn đề với Đài Loan vẫn để ngỏ, chưa được quyết.

Mao rất hài lòng cuộc thăm viếng của Richard Nixon. Ngay lúc tổng thống ra về, Mao đã thay bộ quần áo tiếp khách bằng chiếc áo ngủ quen thuộc. Tôi chạy ngay đến ông để kiểm tra mạch đập. Tim làm việc bình thường, nhịp đập ổn định, tốt.

Mao hỏi tôi có nghe được cuộc hội đàm không. Tôi trả lời, tôi ở ngay sau cửa, nghe rõ được từng câu một. Tôi cũng vui sướng về cuộc đi thăm này. Thời kỳ mới đã mở ra, tôi nghĩ vậy. Đến tận năm 1949 mối quan hệ giữa Trung Quốc và Hoa Kỳ vẫn còn tốt. Mối quan hệ này bị thay đổi từ khi bắt đầu chiến tranh Triều Tiên. Nhưng cuộc gặp của Richard Nixon và Mao nghĩa là sự thù địch xa xưa đã kết thúc.

Mao thích Richard Nixon:

- Ông ta nói thẳng – không vòng vo tam quốc. Hoàn toàn không phải như người tả khuynh nói một đằng làm một nẻo.

Richard Nixon thông báo cho Mao rằng Mỹ muốn cải thiện quan hệ với Trung Quốc vì lợi ích của chính phủ và nhân dân Hoa Kỳ.

- Đó là tất cả những điều ông ta cần nói – Mao đăm chiêu – Nixon hơn hẳn những người đưa ra những nguyên tắc cao siêu trong khi lại có âm mưu xấu xa, gây hấn. Chúng ta cải thiện mối quan hệ với Hoa Kỳ, không nghi ngờ gì nữa, cũng đem lại lợi ích cho chính phủ và nhân dân Trung Quốc.

Mao cười to, thích thú với ý nghĩ của mình. Lợi ích lớn nhất làm hai nước xích lại gần nhau là do sự đe doạ "chú gấu bắc cực" khổng lồ từ phương Bắc.

Trên những bức ảnh được công bố Mao với Richard Nixon tươi cười, bắt tay nhau. Trong báo người ta cho rằng Mao khoẻ mạnh, đầy nghị lực và dồi dào sức khoẻ. Những người nhận xét rằng Chủ tịch khỏe ra, coi điều này như một dấu hiệu tốt của sức khoẻ. Báo chí Mỹ, khi biết về bệnh tật của Mao, đã viết Chủ tịch từng bị đột quỵ, nói năng khó khăn, nhưng sức khỏe đã hồi phục. Cả Trung Quốc lẫn Hoa Kỳ cũng sai lầm. Mao không lên cân, trông người đầy đặn nhưng do chứng phù thũng, ông mắc bệnh tim chứ không phải đột quỵ. Chiến thắng của chính sách đối ngoại đã có tác dụng tốt đến sức khoẻ của Chủ tịch. Bệnh phù giảm đi, phổi hết bị viêm, không còn ho nữa. Trong thời gian ốm, ông đã bỏ được thuốc lá, bệnh viêm phế quản không tái phát. Tinh thần ông phấn chấn lên. Tôi và ông gặp nhau thường xuyên hơn và kéo dài hơn. Tôi, như trước đây, sống trong một căn phòng cạnh bể bơi cũ và hàng ngày nhìn thấy Chủ tịch. Mối quan hệ giữa Trung Quốc và Mỹ trở thành đề tài chính, tôi thường nghe ông bình luận về sự phát triển của mối quan hệ. Trong thời gian Anh, Nhật Bản, và Nga can thiệp vào công việc nội bộ Trung Quốc, Mỹ giữ thái độ trung lập.

Trước những năm 30, không có một tiếp xúc chính thức nào giữa chính phủ Mỹ và đảng cộng sản Trung Quốc, đảng đã thành lập mười năm, nhưng vẫn thường xuyên tiếp xúc không chính thức với tinh thần hữu nghị. Mao quý Edgar Snow, nhà báo, tuy nghi ông làm việc cho CIA. Mao cũng rất quý bác sĩ Gorge Hatem, người Mỹ gốc Libăng, tham gia điều trị cho quân đội đảng cộng sản, gia nhập đảng, sau giải phóng trở thành công dân Trung Quốc.

Tiếp xúc chính thức đầu tiên giữa đảng cộng sản Trung Quốc và Mỹ bắt đầu từ thời kỳ Thế chiến thứ II, Mao nói, khi ấy chính phủ Mỹ gửi một phái bộ quân sự tới Diên An. Mối quan hệ với các thành viên nhóm "phái bộ anh nuôi chiến trường" khá tốt, nhiều sĩ quan Mỹ ấn tượng chương trình hoạt động của đảng cộng sản. Sự mong muốn một nước Trung Hoa mới đã dẫn họ tiếp xúc hữu nghị, duy trì mãi đến khi kết thúc chiến tranh. Những người Mỹ này đã tạo dựng cho Mao một chuyến bay vào Trùng Khánh tháng 8 năm 1945 trong cuộc hội đàm với Tưởng Giới Thạch để ngăn chặn nội chiến. Nhờ người Mỹ, những người quốc gia và những người cộng sản đã đạt được những hiểu biết lẫn nhau, ký một cái gọi là "hiệp ước 10 tháng 10" lập lại hoà bình ở Trung Quốc.

Franklin Roosevelt đã vứt bỏ sự kế thừa mối quan hệ hữu nghị của chúng ta, Mao phê phán. Mao tin rằng chính phủ dưới thời F. Rooserelt có ảnh hưởng đến lịch sử Trung Quốc, rằng F. Roosevelt thay đổi con đường của Hoa Kỳ và chính sách toàn cầu.

Mao ngưỡng mộ tổng thống Mỹ, tin lịch sử Trung Quốc với mối quan hệ Mỹ-Trung, sẽ trở nên hoàn toàn khác nếu Roosevelt chứng kiến chiến thắng của những người cộng sản.

Sau của cái chết của Roosevelt, đến thời Harry Truman, Mao tiếp tục, Truman thay đổi chính sách của Mỹ trong quan hệ với Trung Quốc, bằng cách ủng hộ Quốc dân đảng về kinh tế và quân sự và quay sang chống cộng sản. Theo Mao, cuộc nội chiến Quốc-Cộng do chính sách của Truman ủng hộ Quốc dân đảng.

Mao cám ơn Nhật Bản nhờ họ người cộng sản mới chiến thắng trong cuộc nội chiến. Nếu như Nhật không xâm lược Trung Quốc những năm 1930, người cộng sản và quốc gia không bao giờ hợp tác với nhau. Cuộc đấu tranh chống ngoại xâm đã liên kết họ lại. Đảng cộng sản còn quá yếu không đủ sức giành chính quyền. Sự xâm lăng của Nhật đã giúp đảng cộng sản từ yếu kém trở lên mạnh mẽ, theo Mao người cộng sản Trung Quốc phải biết ơn điều này.

Gần ba mươi năm toàn thế giới chờ đợi sự tháo dỡ mối quan hệ thù địch giữa Trung Quốc và Hoa Kỳ. Mao tin đây là kỷ nguyên mới, mở ra mối quan hệ hợp tác của Trung Quốc với cộng đồng thế giới. Phản ứng dây chuyền sẽ xảy ra. Lần lượt, các nước châu Âu, châu Phi, Mỹ la tinh noi gương Mỹ sẽ thiết lập quan hệ ngoại giao với Trung Quốc. Sự gia nhập Liên hợp quốc tháng 10-1971 là một phần của mối quan hệ cộng đồng quốc tế.

Mao tin các nước với các hệ thống kinh tế khác nhau có thể hợp tác và mở rộng quan hệ với các nước tư bản. Lấy Nam Triều tiên làm thí dụ. Người tư bản Nam Hàn thích món ăn cay, Trung Quốc xã hội chủ nghĩa trồng nhiều ớt. Thậm chí bây giờ, Mao tuyên bố, mỗi năm Trung Quốc xuất khẩu 300 ngàn tấn ớt sang Nam Hàn, đó là việc làm rất tốt, đáng khuyến khích.

23-2-1972, Giang Thanh trong buổi diễn kinh kịch tại Đại lễ đường nhân dân Trung Hoa chiêu đãi tổng thống R. Nixon

Nhưng Mao không tiên đoán thế giới đang bước sang kỷ nguyên hoà bình. Ông vẫn nhìn vấn đề đấu tranh chính trị toàn cầu, chia thế giới làm 3 theo thuật ngữ. "Thế giới thứ nhất", chỉ có Hoa Kỳ và Liên Xô, nước phát triển kinh tế, giàu có, với lực lượng vũ trang hạt nhân hùng mạnh. Cả hai nước đều muốn làm bá chủ toàn cầu, tăng cường sức mạnh quân sự, thường xuyên đe doạ chiến tranh. "Thế giới thứ hai" gồm Nhật, Châu Âu, Canada và Úc những nước giàu có, hùng cường, có một số vũ khí hạt nhân, nhưng không có tham vọng bá chủ thế giới. "Thế giới thứ ba", lạc hậu, nghèo đói, nạn nhân của cuộc đấu tranh của các siêu cường. Trung Quốc thuộc "thế giới thứ ba" cùng với các nước châu Phi, Mỹ La tinh và phần đông các nước châu Á. Mao tin rằng hiện trạng hoà bình, chỉ biểu hiện nhất thời. Mọi thế hệ phải trải qua chiến tranh.

Mao không trông mong rằng mối quan hệ giữa Trung Quốc với Mỹ sẽ dễ dàng, suôn sẻ. Sự đứng lại và thụt lùi không thể tránh khỏi. Nhà lãnh đạo thế giới các thế hệ sau sẽ giải quyết những vấn đề mà nhà lãnh đạo thế hệ hiện nay đã xây dựng lên.

Sự phân tích của Mao về xu hướng thế giới chỉ đúng ở một điểm. Cuộc đi thăm của Richard Nixon đã mở đầu phản ứng dây chuyền công nhận Trung Quốc. Cũng năm ấy, Mao một lần nữa nhận được khả năng bày tỏ sự tán thành chính sách đối ngoại của mình, khi thủ tướng Nhật Kakuei Tanaka đến thăm Bắc Kinh vào tháng Chín. Hai nước quan hệ không công khai đã nhiều năm, cán cân thương mại tăng đều. Đôi khi Nhật Bản làm mếch lòng Trung Quốc vì không được thông báo về mối quan hệ Trung-Mỹ đã cải thiện. Liêu Thừa Chí, Trưởng ban đối ngoại chính thức mời thủ tướng Nhật Tanaka sang thăm Trung Quốc.

27-9-1972, Mao Trạch Đông tiếp thủ tướng Nhật Bản Kakuei Tanaca tại Bắc Kinh

Tháp tùng Thủ tướng Tanaka một đoàn cán bộ ngoại giao cao cấp như Richard Nixon đã làm. Kết quả chuyến đi thăm của ông, ra thông cáo thiết lập quan hệ ngoại giao chính thức giữa hai nước. Mao cho rằng cuộc hội đàm với Tanaka thân mật và tin tưởng hơn với với Richard Nixon. Khi Tanaka xin lỗi Nhật đã xâm lược Trung Quốc, Mao tin rằng chính sự xâm lăng của Nhật Bản lại trở thành sự "giúp đỡ" và đem lại chiến thắng cho những người cộng sản, tạo ra cuộc gặp gỡ hôm nay. Mao thú nhận với Tanaka, ông cảm thấy người không được khoẻ, có lẽ không sống lâu được, nhưng đó chỉ là ngón bài mới của Mao. Chính ông vẫn tin vào sự trường thọ của mình, nhưng lại luôn sử dụng mọi cơ hội để thăm dò phản ứng của nước ngoài đối với cái chết của ông có thể xảy ra không biết trước.

Mao và Tanaka có nhiều điểm giống nhau. Cả hai người không học trường đại học, cao đẳng nào, họ đạt được địa vị của mình bằng thực tế thông qua cuộc đấu tranh. Mao nhận xét Tanaka, một chính khách dũng cảm, cương quyết sẽ thúc đẩy mối quan hệ với Trung Quốc tiến bộ, chống lại sự phản ứng của Đảng Dân chủ Tự do ở Nhật.

Tổng thống Richard Nixon và thủ tướng Tanaka giống nhau. Cả hai buộc phải từ chức. Nhưng Mao tiếp tục mời họ đến Trung Quốc, coi họ là những người "bạn cũ".

Tình hữu nghị của Trung Quốc với Hoa Kỳ chưa bao giờ đi xa hơn như Mao muốn. Vấn đề về Đài Loan vẫn còn chưa được giải quyết, Hoa Kỳ vẫn ủng hộ Đài Loan, quan hệ ngoại giao chính thức giữa Trung Quốc và Mỹ chỉ được thiết lập vào năm 1979, ba năm sau khi Mao qua đời, thời tổng thống Jimmy Carter.

CHƯƠNG 81

Đánh giá sức khoẻ của Mao tốt lên hoá sai lầm.
Khi bệnh phù thũng hết, trông ông gày đi rõ rệt. Từ 83 kg xuống 70 kg, thân hình ông thảm hại, bụng vốn to, giờ tọp đi, da nhăn nheo. Khuôn mặt vốn tròn tròn nay tóp lại. Các bắp tay, đặc biệt tay phải gần như teo hẳn, đùi và bắp chân nhão, nhỏ lại.
Mao tin, bằng cách tập thể dục sẽ hồi phục lại sức khoẻ, nhưng vì quá yếu không thể chịu được các bài tập cần thiết. Ông chỉ có thể đi chầm chậm với người nâng đỡ, chân tay đôi khi run rẩy. Tôi để ý, nước miếng bài tiết quá nhiều, thường xuyên chảy xuống cằm.

Ông phàn nàn thị lực giảm, mọi vật nhìn không rõ. Từ lâu thiếu kính ông không thể đọc được, nay kính tăng số nhưng nhìn vẫn không rõ. Điều tôi rất lo là sự teo cơ và chứng run tay. Tôi e, một chứng bệnh mới đang phát triển trong ông, nên muốn mời bác sĩ thần kinh và bác sĩ chuyên khoa mắt đến khám. Ban đầu Mao khước từ, sau nhiều lần nài nỉ, cuối cùng ông đồng ý bác sĩ mắt tới. Việc khám tiến hành trong phòng làm việc của ông.
Tôi mời bác sĩ Trương Tiểu Lâu giám đốc Bệnh viện Nhãn Khoa Bắc Kinh đến khám. Chủ tịch yêu cầu khám ở phòng đọc sách, nơi không có phương tiện máy móc đo nhãn áp, soi võng mạc.... Bác sĩ Trương chỉ có thể soi qua đáy mắt, đo thị lực.
Bác sĩ Trương rất hồi hộp. Giống như mọi người, lần đầu tiên gặp Mao, Trương sợ khó gần ông. Chủ tịch tiếp bác sĩ với cách đùa thông thường như mọi lần, phân tích chữ trong tên của bác sĩ. Tiểu Lâu có nghĩa là "nhà nhỏ", Mao hứa rằng nếu bác sĩ điều trị tốt cho ông, Bệnh viện Nhãn Khoa sẽ nhận được khu nhà mới to đẹp hơn.
Bác sĩ Trương khám xét kỹ càng, tỉ mỉ, phát hiện một chấm nhỏ trong tinh vân giác mạc mắt phải, nghi đó là hiện tượng đục thuỷ tinh thể giai đoạn đầu. Bác sĩ Trương yêu cầu phải khám lại với những máy móc phức hợp, hiện đại mới dám chắc chắn, ông đưa ra một cái hẹn. Mao mất kiên nhẫn.
- Khám thế này đã mất khá nhiều thời gian – Mao phàn nàn. Ông không muốn có thêm cuộc khám mới.
Nhưng thiếu khám xét tổng quát, bác sĩ Trương không thể đưa ra được cách điều trị, ông cần kiểm tra võng mạc và không thể bỏ mặc bệnh nhân, yêu cầu Chủ tịch cho phép khám lại lần nữa.

Thất bại trong việc khuyên Mao khám thêm một lần nữa, tôi cầu cứu Chu Ân Lai. Nhưng thủ tướng vẫn chưa quên lời buộc tội của Giang Thanh, ông từ chối, sợ rắc rối mới. Chu khuyên tôi kiên nhẫn, tiếp tục thuyết phục Chủ tịch.

Mao vẫn cứng đá, tôi chịu thua. Bác sĩ Trương không được mời lần thứ hai.

Mao dành tất cả thời gian tiêu khiển với Trương Ngọc Phượng. Ngay lúc ông ốm, người phụ nữ này, như thiên hạ nói, đã trở thành cái bóng của ông. Bây giờ cô ta còn kiểm soát người khác đến thăm Chủ tịch, hạn chế cuộc gặp gỡ giữa Mao với Giang Thanh cũng như các nhà lãnh đạo cao cấp. Giang Thanh phải đấu dịu, biết muốn gặp Mao đều phải qua Trương. Để lấy cảm tình, Giang Thanh tặng quà, biếu xén vật dụng, nay đồng hồ mai quần áo hàng hiệu Tây phương, vải vóc đắt tiền. Đổi lại, Giang Thanh yêu cầu Trương Ngọc Phượng nói tốt về bà, ủng hộ những bước đường chính trị sắp tới, thúc ép Mao thường xuyên gặp Giang Thanh. Trương nhận quà, cố gắng thực hiện lời yêu cầu. Nhưng Trương Ngọc Phượng không hiểu chuyện chính trị, sự căng thẳng đấu đá của các phe cánh, nên những điều thông báo của Trương thường ít tác dụng.

Trương Ngọc Phượng và tôi chưa bao giờ làm việc trôi trẩy với nhau, giờ đây quan hệ càng thêm căng thẳng. Bây giờ, trong bữa ăn Trương thường cho Mao một ly rượu Mao Đài. Tôi phản đối, sợ uống rượu ông có thể quay lại chứng ho. Mao cho rằng, đã cai thuốc lá, từ xưa không nghiện rượu, vậy một chút rượu Mao Đài cũng chẳng hại gì. Thêm nữa, uống chút Mao Đài giúp ông ngủ say và ngon hơn. Với sự điều khiển của Trương Ngọc Phượng, chuyện tôi yêu cầu Chủ tịch đừng uống rượu Mao Đài xem ra vô tác dụng.

Chẳng bao lâu Trương Ngọc Phượng mang thai. Cuối năm 1972 ở Nhóm Một mọi người đều biết, có người nói, cha đứa bé là Mao. Tất nhiên tôi không tin, một người ốm nặng, xấp xỉ tám mươi, không thể có con được, nên không tham gia các cuộc bàn tán.

Cả Trương Diêu Tự lẫn Uông Đông Hưng yêu cầu tôi đảm bảo cho Trương Ngọc Phượng phải được chăm sóc đầy đủ khi sinh nở. Theo tôi, Bệnh viện Phụ sản Đường sắt tiện lợi và tốt nhất. Nhưng Trương Diêu Tự không đồng ý, vì Trương Ngọc Phượng nói với ông, Mao muốn cô được chăm sóc đặc biệt, sẵn sàng móc ví trả mọi khoản viện phí.

Tôi liên hệ, thu xếp cho Trương sinh con tại Bệnh viện Liên Hiệp Y khoa Bắc Kinh. Biết tôi phục vụ Mao, một số lãnh đạo bệnh viện cũng biết mối quan hệ giữa Trương Ngọc Phượng với Mao, thu xếp cho cô phòng riêng dành cho cán bộ cao cấp. Chồng Trương Ngọc Phượng, Lưu A Minh đến thăm trong thời gian cô ở cữ cùng với nhiều nhân vật tiếng tăm. Trương Diêu Tự đi cùng Giang Thanh đem quà, món ăn dành cho người đẻ và tã lót. Giang Thanh mong cô chóng bình phục, sớm quay về làm việc. Trong thời kỳ ở cữ, em gái cô, Trương Hữu Mỹ thay thế Trương Ngọc Phượng, vì còn quá trẻ, thiếu kinh nghiệm và kém hiểu biết, nên Trương Hữu Mỹ không làm được công việc trung gian giữa Giang và Mao. Giang Thanh rất bồn chồn mong Trương Ngọc Phượng trở về giúp bà hoàn tất tham vọng chính trị.

Không phải chỉ có Mao, lãnh đạo cao cấp duy nhất sức khoẻ đang trở nên tồi tệ. Những người sáng lập đảng cộng sản, sống sót sau cuộc Vạn Lý Trường Chinh đều đã lớn tuổi, hầu hết xấp xỉ độ tuổi 80.

Khang Sinh, vị uỷ viên Bộ chính trị đầu tiên bị ốm nặng. Người ta coi thường và khinh miệt Khang Sinh vì sự độc ác và sự tàn bạo của y. Giới cao cấp trong đảng cho rằng, y phải chịu trách nhiệm về những cái chết của người vô tội. Khi em vợ Khang Sinh, Tư Mỹ tự tử 1967, y đã bắt giam hơn 50 người, vu cáo họ giết Tư Mỹ kể cả bác sĩ phòng Hồi sức cấp cứu của Bệnh viện Bắc Kinh, người đã hết lòng cứu chữa nhưng bất thành. Y kết tội bác sĩ bỏ thuốc độc vào ống hút dạ dày khi cấp cứu Tư Mỹ, ngoài ra y còn ra lệnh bắt một số Hồng vệ binh, kết tội họ đồng loã với bác sĩ. Vị bác sĩ bị tống tù 13 năm sau khi tuyên bố trắng án. Khi Khang Sinh qua đời, chỉ một số rất ít tỏ lòng thương tiếc.

Giữa tháng năm 1972, Chu Ân Lai nói riêng với tôi, phim chụp X quang tim phổi gần đây và thử nước tiểu phát hiện Khang Sinh ung thư bàng quang. Chu muốn tôi đi cùng, báo tin cho Mao. Tôi ngần ngại, yêu cầu không thông báo, khi chưa có kết luận chính xác. Chu đồng ý.

Kết quả nội soi cho biết, Khang Sinh bị ung thư bàng quang, cần phẫu thuật cắt bỏ khối u.

Có một quy tắc bất thành văn, không một uỷ viên thường vụ Bộ chính trị hoặc một nhân viên trực thuộc Mao được tiến hành đại phẫu nếu không được Chủ tịch đồng ý. Trường hợp Khang Sinh cũng không ngoại lệ.

Chu Ân Lai chịu trách nhiệm thu xếp Khang Sinh vào viện, nhưng Mao là người chấp thuận cho phép mổ hay không.

Mao không cho phép Khang mổ. Té ra Mao vẫn còn định kiến thâm căn cố đế và hiểu sai về y học hiện đại. Với ông, ung thư – trừ một số thể ung thư vú – không thể chữa được. Bệnh ung thư càng đụng dao kéo sớm chừng nào, bệnh nhân càng chóng chết chừng ấy. Theo ông, không nên cho người bệnh biết bị ung thư, như vậy chỉ làm lo lắng thêm, chết sớm hơn. Mao căn dặn:

- Đừng cho bệnh nhân biết, cũng đừng mổ xẻ. Lúc ấy người ta có thể sống lâu hơn và vẫn có thể làm việc gì đó có ích.

Nhưng Khang Sinh biết bị ung thư, bác sĩ riêng của y yêu cầu mổ ngay. Khang thất vọng khi nghe tin Mao khước từ.

Cuối cùng Khang Sinh và bác sĩ riêng tìm ra một lối thoát. Không phẫu thuật, có nghĩa không cần báo cáo, xin phép Chủ tịch. Thay thế mổ xẻ, bác sĩ dùng thủ thuật nội soi, đưa dao điện qua đường niệu đạo vào bàng quang, cắt bỏ khối u.

Tình trạng bệnh tật của Khang Sinh thúc đẩy Chu Ân Lai đi chụp X quang tim phổi, xét nghiệm nước tiểu, đồng thời khuyên Mao nên kiểm tra như ông.

Mao từ chối chụp X-quang, nhưng cho phép chúng tôi xét nghiệm nước tiểu. Theo Mao, thuốc men chỉ có tác dụng khi không có can thiệp dao kéo. Khi bệnh đã quá nặng, sẽ chết dù có điều trị hay không điều trị.

Kết quả xét nghiệm nước tiểu của Mao bình thường, nhưng của Chu phát hiện có tế bào ung thư.

Việc đầu tiên, Uông Đông Hưng và Trương Xuân Kiều thông báo tin này cho Mao. Mao không tin, buộc tội bác sĩ, những người thừa hơi rỗi việc suốt ngày bới bệnh. Tuy ra vẻ bận rộn nhưng bác sĩ chẳng được tích sự gì. Ông gọi tôi, yêu cầu giải thích, làm thế nào chỉ qua nước tiểu có thể xác định người bị bệnh ung thư. Theo Mao, Chu Ân Lai trông hoàn toàn khoẻ mạnh, chẳng thể hiện bệnh tật, làm sao bị ung thư.

Cuối cùng tôi tìm được cách để Mao tin, Chu Ân Lai thật sự bị ung thư, thông qua kết quả xét nghiệm, chứ không phải kết quả tưởng tượng của đám bác sĩ vô công rồi nghề. Nhưng Mao lại ra lệnh ngừng điều trị cho Chu Ân Lai. Mao khẳng định, ung thư không cần chữa, mọi sự điều trị chỉ mang lại đau đớn cho thể xác, đau khổ về tinh thần. Mao nói: "Hãy để bệnh nhân nằm trong phòng, nghỉ ngơi, vĩnh biệt cuộc đời một cách hạnh phúc. Nếu bị ung thư, tôi cũng xác định không chữa".

Ông chỉ thị chúng tôi ngừng khám cả ông.

- Các đồng chí khám chỗ này, xét nghiệm ở chỗ kia, rồi lại đi sục sạo đi tìm, bới ra bệnh mới! – Mao nói – Trời cũng chẳng biết khi tìm ra bệnh mới, liệu các bác sĩ có chữa được không? Đám bác sĩ các anh chỉ được mỗi chuyện bới tung đủ thứ bệnh, chẳng chữa được bệnh nào ra hồn, chỉ gây người ta hoang mang, bực mình. Tôi không muốn xét nghiệm thêm bất cứ thứ gì nữa. Khám kiểm tra đơn giản, thế là đủ.

Mao không thay đổi quyết định. Từ đấy trở đi, ông từ chối tất cả các xét nghiệm, không điện tâm đồ, không X-quang, không thử máu nước tiểu gì hết, chỉ cần khám bệnh qua loa, đại khái thế là đủ.

Tuy giữa tôi và Chu Ân Lai cũng như một số người khác ở Trung Nam Hải có một vài mặc cảm, nhưng tôi thật sự rất lo ngại sức khỏe cho ông. Chu, con người cực kỳ hoạt bát, nửa năm trời ngày ngày ngồi lỳ sau bàn chăm chỉ làm việc, đêm đêm ít ngủ, ông hết lòng điều hành công việc của đảng và nhà nước. Những nhà lãnh đạo tài giỏi của đất nước đã bị thanh trừng hoặc loại bỏ, còn lại đa số kém cỏi, suốt ngày bận rộn đấu đá tranh giành quyền lực. Trách nhiệm của Chu dần dần mở rộng, ông đã đỡ cả gánh nặng cho Mao. Không có vị lãnh tụ nào có kinh nghiệm, sức chịu đựng như ông. Mao giờ đây quá yếu, không thể làm thay Chu, nếu ông qua đời.

Uông Đông Hưng không bận tâm sức khoẻ của Chu. Người duy nhất, Uông thực tâm lo lắng, đó là Mao. Cái chết của Chu, của bất cứ ai khác, chẳng có gì lớn lao khi Mao còn sống. Uông Đông Hưng khuyên tôi đừng quá lo, mình Mao cũng có thể điều hành đất nước.

Đầu năm 1973, Mao lại phát sinh ra bệnh mới, giọng bắt đầu khó khăn. Tiếng nói trở nên nhỏ, khàn khàn, rất khó hiểu ý ông, kể cả người thân cận, hiểu ông nhất. Bất cứ làm việc gì dù nhẹ, cũng khó thở, môi tím tái, vì thế chúng tôi để bình oxygen nhiều nơi, ở buồng ngủ, buồng đọc sách, phòng tiếp khách, có nghĩa, nơi nào ông thường vãng lai chúng tôi đều đặt bình oxygen. Giờ đây Mao ít đi lại, ít đọc sách vì thị lực giảm nhiều. Giang Thanh yêu cầu chuyển buồng đọc sách thành nơi chiếu phim. Mao bắt đầu say mê xem phim Hong Kong, Nhật, kể cả phim Mỹ, ông rất ưa xem phim chưởng.

Nhưng tinh thần Mao vẫn sáng suốt, ông cũng không đồng ý Chu mổ xẻ và đang tìm người thay thế Chu. Đây chính là cơ hội Đặng Tiểu Bình trở về nắm chức vụ.

CHƯƠNG 82

Mao chưa bao giờ mang mối hiềm tị sâu nặng đối với Đặng Tiểu Bình như với Lưu Thiếu Kỳ. Tháng 10-1968, tại Hội nghị Trung ương 12 của Đại hội VIII, khi Lưu Thiếu Kỳ bị tước hết quyền lực và khai trừ ra khỏi đảng, Lâm Bưu và Giang Thanh đòi đuổi cả Đặng Tiểu Bình, nhưng Mao từ chối. Đặng, một người nhà lãnh đạo tài năng, người cộng sản vững vàng, có niềm tin chủ nghĩa Marx-Lenin. Đặng, Mao nghĩ, dù sao chăng nữa chỉ thuộc đối tượng cải tạo và đến thời điểm nào đó, Mao có thể lại sử dụng.

Đám tang Trần Nghị trở thành một dấu hiệu đầu tiên sự trở lại của Đặng, tháng 1-1972. Thời kỳ này sự xa cách giữa tôi và Chủ tịch tăng dần, ông ít kéo tôi đi dự những cuộc hội nghị. Nguồn chính các thông tin chính trị quan trọng nhất cho tôi lại từ Uông Đông Hưng. Nhưng trong ngày tang lễ, tôi tình cờ nghe được cuộc nói chuyện của Mao với bà quả phụ Trương Thanh, vợ Trần Nghị. Khi ấy Chủ tịch nói vụ việc Đặng Tiểu Bình không giống với vụ việc Lưu Thiếu Kỳ. Mâu thuẫn của Lưu mâu thuẫn đối kháng, "kẻ thù của nhân dân". Trường hợp của Đặng nhẹ hơn chỉ "trong giới hạn mâu thuẫn nội bộ".

Bệnh tật của Chu, một trong những nguyên nhân đưa Đặng Tiểu Bình quay lại. Sau khi Lâm Bưu chết, tình hình chính trị càng phức tạp. Sự lãnh đạo của đảng được phân chia ra thành hai chiến luỹ chống đối nhau. Giang Thanh và phái cực tả gồm Trương Xuân Kiều, Vương Hồng Văn và Diêu Văn Nguyên một bên. Chu Ân Lai, nguyên soái Diệp Kiếm Anh, phía bên này.

Chu Ân Lai muốn kết tội Lâm Bưu phải cực tả, nhưng Giang Thanh yêu cầu Chu kết tội Lâm Bưu phái cực hữu. Mao đứng ra dàn hoà đồng ý với ý kiến Giang Thanh. Ngày 17-12-1972, hơn một năm sau vụ Lâm Bưu đào tẩu, Chu Ân Lai bị ung thư, Mao kết tội Lâm Bưu, "kẻ cực hữu, xét lại, đã gây chia rẽ, âm mưu chống đảng và nhà nước".

Sau sự cố đầu năm 1972, khi Chủ tịch, tỏ ra sẵn sàng trao vị trí lãnh đạo cho Chu Ân Lai, Giang Thanh đòi tìm bọn gián điệp quanh chồng bà, Mao dường như xa lánh thủ tướng. Ông sợ Chu, người quá "hữu", xét lại. Ngày 4-7-1973, Mao phê bình Chu Ân Lai, không bàn với ông các vấn đề quan trọng, chỉ giới hạn bằng các báo cáo các vấn đề thông thường. Nếu tình hình không thay đổi, Mao nói, Trung Quốc có thể đi theo chủ nghĩa xét lại. Năm tháng sau, 12-1972, Mao lại phê bình Chu.

Giang Thanh tận dụng sự xa lánh giữa Mao với Chu, ra đòn mới tấn công vào thủ tướng – phát động chiến dịch dưới khẩu hiệu "phê bình Lâm Bưu – phê bình Khổng Tử", quy kết Chu Ân Lai, hiện thân của Khổng Phu Tử thời nay.

Tình thế Chu không thuận lợi, tuy ông vẫn một lòng trung thành với Chủ tịch. Công việc hàng ngày bận rộn, chưa kể phải đối phó sự tấn công của Giang Thanh và phe phái, muốn thể hiện lòng trung thành ông cần phải được gặp gỡ và nhận chỉ thị trực tiếp từ Chủ tịch. Nhưng Trương Ngọc Phượng giờ đây, kẻ "gác cổng đặc biệt" của Mao, ông rất khó gặp Mao, có chăng đôi lời khi hai người đón tiếp khách nước ngoài. Nhưng những cuộc đón tiếp như thế hiếm hoi, vì thế hầu như Chu không có điều kiện gặp Mao để tâm sự.

Chu Ân Lai cầu cứu sự giúp đỡ hai cấp dưới của mình ở bộ ngoại giao – Vương Hải Dung và Nancy Tang. Hai người phụ nữ này có thể đưa giúp tin cho Chu, họ có thể trao đổi, nói chuyện với Chủ tịch riêng tư, nhưng cũng không dễ vì sự có mặt trường xuyên của Trương Ngọc Phượng.

Khi sự xa lánh giữa Mao và Chu tăng lên trong khi phe Giang Thanh, tiến gần tới quyền lực tuyệt đối. Mao buộc phải đứng ra cân bằng lực lượng chính trường. Tháng ba năm 1973 Mao gợi ý đưa Đặng Tiểu Bình trở lại, phục lại chức phó thủ tướng trước đây, Bộ chính trị đồng ý. Uy tính Đặng Tiểu Bình tăng dần. Ngoài ra, Mao tiếp tục phục hồi nhiều người cán bộ cự trào, những người đã bị thanh trừng trong Cách mạng văn hoá và bị phe Giang Thanh kết tội hữu khuynh. Hội nghị lần 10 của đảng, từ 24 đến 28-8-1973, vì phải lo chuẩn bị bảo vệ sức khỏe cho Chủ tịch, tôi không tham dự hội nghị chính trị.

Việc thiếu oxygen trong cơ thể Mao trở nên thường xuyên và nặng hơn, để ông có thể tham dự phiên họp đại hội X của đảng trong Đại lễ đường, chúng tôi buộc phải đặt những bình oxygen nhỏ trong ô tô, trong phòng 118, ghế ngồi trên diễn đàn nơi ông phát biểu. Bộ phận cấp cứu, được đặt bên cạnh phòng làm việc của ông phòng 118. Chỉ sau khi kết thúc đại hội, tôi có một khoảng thời gian nghỉ ngơi để quan sát đến sự thay đổi vị trí mới trong giới lãnh đạo.

Trong uỷ viên Ban chấp hành Trung ương đảng mới bầu, ngoài số uỷ viên cũ trong phe tạo phản của Cách mạng văn hoá, tôi hoàn toàn bất ngờ, khi thấy có rất nhiều cán bộ cựu trào đã từng bị thanh trừng, kỷ luật trong cuộc Cách mạng văn hoá được tái trúng cử.

Trong số 5 phó chủ tịch đảng, chỉ có 2, Vương Hồng Văn, Khang Sinh là thành viên Tiểu Tổ Cách mạng văn hoá, số còn lại do Chu Ân Lai, Diệp Kiếm Anh và tướng Lý Đăng Sơn nắm giữ. Giang Thanh và những người tả khuynh của bà từ Cách mạng văn hoá nhận được ở cuối đại hội không nhiều quyền lực hơn khi trước đây. Mao kiểm soát sự tăng quyền lực của vợ mình.

Các xáo lộn chính trị tiếp tục diễn ra. Tháng 12-1973 Mao triệu tập một loạt cuộc họp Bộ chính trị cùng với tư lệnh của tám quân khu bàn về việc luân chuyển lãnh đạo tư lệnh vùng. Dưới thời Lâm Bưu, sau những cuộc thanh trừng hàng loạt trong thời kỳ Cách mạng văn hoá, Ban chấp hành Trung ương không thể kiểm soát được toàn quốc, thì quyền lực các tư lệnh vùng tăng lên, giữ những chức vụ trọng trách trong nhiều năm. Mao e ngại với sự nắm vững quyền lực quá lớn, quá lâu, thúc đẩy họ tìm kiếm mục đích riêng, sẽ khó kiểm soát và khó bảo. Mao đưa ra giải pháp, quyết định điều động các viên tư lệnh vùng này sang lãnh đạo vùng khác.

Sự trở lại của Đặng Tiểu Bình là một phần của chiến lược này. Với tài năng của nhà lãnh đạo, Đặng Tiểu Bình giành lại quyền lực trả lại về trung ương điều khiển.

- Tôi cho gọi một người lãnh đạo tài năng trở lại phục vụ – Mao tuyên bố trong cuộc họp với các tư lệnh vùng – đó là đồng chí Đặng Tiểu Bình. Chúng tôi đã quyết định phục hồi chức vụ Uỷ viên Bộ chính trị và Quân uỷ Trung ương. Bộ chính trị nắm những vấn đề với cơ chế quan trọng đời sống, với đảng, chính phủ, quân đội, nhân dân và giáo dục trong tất cả các khu vực, từ Bắc xuống Nam, từ Đông sang Tây và Trung ương. Tôi muốn đồng chí Đặng Tiểu Bình giữ chức vụ Tổng bí thư của đảng, nhưng đồng chí ấy khước từ. Vì thế tôi chính thức bổ nhiệm đồng chí Đặng Tiểu Bình giữ chức vụ Tổng tham mưu trưởng Quân giải phóng.

Đặng kiêm luôn chức Tổng tư lệnh tư lệnh vùng.

Mao biết có ai đó sợ viên tổng tư lệnh mới của ông.

- Ông ta, một người cương quyết, tài năng, thời gian qua bảy mươi phần trăm ông đã làm những việc hữu ích, và chỉ có ba mươi phần trăm là dở – Chủ tịch phát biểu – Đồng thời người mà tôi cho trở về, chính là thủ trưởng cũ cả các đồng chí, không phải chỉ mình tôi, mà cả Bộ chính trị tán thành đưa ông ta quay lại.

Sức khoẻ của Mao xấu đi. Ông không thể tham gia tất cả các cuộc họp Bộ chính trị được nữa, vì thế Nancy Tang và Vương Hải Dung thực tế thành người liên lạc của ông. Chu Ân Lai thông báo cho ông tất cả những gì xảy ra trong cuộc họp, còn hai cô chạy đi chạy lại chuyển nhận tài liệu. Tuy Mao tự rút lui không nắm quân đội, nhưng quyền lực của ông không giảm đi.

Giang Thanh và thuộc hạ đáp trả vai trò mới của Đặng Tiểu Bình bằng cách tấn công vào Chu. Đầu năm 1974 chiến dịch phê bình Lâm Bưu và Khổng Tử đạt được tới đỉnh cao. Ngày 18-1, Mao chấp nhận báo cáo của Giang Thanh "Lâm Bưu và đường lối Khổng-Mạnh", yêu cầu toàn dân học tập. Một tuần lễ sau, ở Bắc Kinh một phong trào mới rộng lớn, rầm rộ ra đời. Trong cuộc mít tinh, Diêu Văn Nguyên đọc báo cáo. Giang Thanh, Chí Cương, người đứng đầu trước đây bộ phận tuyên truyền của Ban bảo vệ trung ương, giờ đây giữ chức bí thư thứ nhất đảng uỷ Đại học Thanh Hoa, và Tạ Thanh Nhị, phó bí thư đảng uỷ đã nện một đòn chí mạng vào Chu Ân Lai và những nhân vật "hữu khuynh" khác. Dù rằng cuộc mít tinh mục đích chống Chu, ông vẫn đến. Ông xin lỗi không đến sớm hơn. Đám đông thét lên: "Hãy học đồng chí Giang Thanh!" Uông Đông Hưng, cũng có mặt, nói với tôi, Chu tỏ ra hèn nhát.

Chiến dịch của Giang Thanh "phê bình Lâm Bưu – phê phán Khổng Tử" đã không thành phong trào rầm rộ. Nhân dân Trung Quốc đã từng ủng hộ các phong trào chính trị từ năm 1949, nhưng sau mỗi phong trào đều gây hậu quả thảm khốc, lộn xộn hơn phong trào trước. Sau khi Cách mạng văn hoá liên tiếp chĩa vào hết kẻ thù này đến kẻ thù khác, đảng cộng sản lại gạt bỏ một phần mười số đảng viên, người lúc trước được coi là chiến hữu thân cận nhất của Chủ tịch, đột nhiên lại thành người âm mưu lật đổ đảng và chính phủ, nhân dân Trung Quốc hoang mang. Mọi người ngán tận cổ, ghê tởm với chính trị. Họ tụ tập để xem chiến dịch chính trị làm gì, xem màn đấu đá, tranh giành quyền lực trắng trợn của các phe cánh, những trò này giờ đây họ không quan tâm. Giang Thanh và phe cánh cố gắng gạt Chu Ân Lai, giành quyền kiểm soát đảng, chính phủ và quân đội. Nhưng mọi người từ chối đi theo phe cánh Giang Thanh. Chiến dịch "phê bình Lâm Bưu, phê phán Khổng Tử" của Giang Thanh bị xổ toẹt, bỏ rơi.

Tiếp theo Mao phê phán Giang Thanh. Ngày 20-3-1974 ông viết cho vợ: "Đối với chúng ta tốt nhất đừng gặp nhau nữa. Suốt nhiều năm qua, tôi đã dạy bà nhiều, nhưng bà vẫn cứ phớt lờ. Như thế còn gì để gặp nhau? Có nhiều sách của Marx-Lenin, của tôi, bà không chịu đọc, nghiên cứu nghiêm túc. Tôi đã tám mươi mốt tuổi rồi, ốm nặng, hầu như bà chẳng quan tâm. Bây giờ bà chỉ thu vén nhiều đặc quyền, đặc lợi, nhưng bà sẽ làm gì sau khi tôi chết? Bà giống những người "không thảo luận với tôi những vấn đề quan trọng, chỉ báo cáo những việc không đâu". Bà hãy nghĩ kỹ về điều này đi".

Tôi quá bận không theo dõi các sự kiện. Mọi sự quan tâm của tôi tập trung vào Mao. Sức khoẻ của ông ngày càng làm tôi lo lắng thêm hơn.

CHƯƠNG 83

Tháng 7-1974, chúng tôi hiểu Mao đang đứng trước ngưỡng cửa của tử thần. Thị lực của ông giảm nhanh, ngay từ đầu năm 1974. Mao không thể nhìn rõ ngón tay ngay trước mặt mình. Ông chỉ phân biệt được sáng và tối. Mao nói bắt đầu lẩm cẩm, đến nỗi những người rất gần gũi cũng không hiểu ông nói gì. Tôi nghĩ, ông không điều khiển được lưỡi chính xác, mồm khó ngậm kín. Các cơ tay và chân teo nhanh nhất là phía bên phải.

Sự hiềm tỵ, ác cảm của Mao với y học vẫn không giảm bớt. Khi tôi đề nghị cho các chuyên gia đến khám, ông chửi mắng các bác sĩ. Cuối cùng ông đồng ý chấp nhận bác sĩ nhãn khoa và bác sĩ thần kinh. Trương Ngọc Phượng có nghe danh về Nhãn khoa của Trường Đại học Y khoa Tứ Xuyên và đề nghị mời các chuyên gia từ đó. Tôi tán thành. Mao đồng ý khám, nhưng yêu cầu khám qua loa thôi. Thông qua Bộ Y tế, tôi mời về Bắc Kinh bác sĩ Phương ở trường Đại học Liên hợp Tây Trung Quốc, được đổi tên Đại học Y khoa Tứ Xuyên, và bác sĩ Lâu trước giảng dạy ở trường Liên hợp Tây Trung Quốc, nay làm việc Bệnh viện tỉnh Tứ Xuyên. Trong lúc chờ Mao gọi, họ nghỉ ngơi ở Bệnh viện 305.

Khám cho Mao, hai bác sĩ thần kinh Hoàng Khắc Vân, trưởng khoa Thần kinh Bệnh viện 301 và bác sĩ Vương Tinh Đỗ, trưởng khoa Thần kinh Bệnh viện Bắc Kinh. Sau khi khám riêng lẻ, hai bác sĩ hội chẩn đưa ra kết luận chung, trước khi báo cáo Mao. Nhưng Mao yêu cầu báo cáo bằng văn bản, không muốn gặp lại họ.

Tôi gặp Hoàng và Vương thảo luận kết quả khám. Thoạt đầu họ cho rằng Mao mắc chứng bệnh Parkinson hoặc chứng xuất huyết não thể nhẹ. Nhưng khi thảo luận, kết quả khám lại nẩy ra một vấn đề khác. Bác sĩ cho rằng ở Mao có sự tổn thương tế bào thần kinh vận động, một thứ bệnh rất hiếm gặp, chứng teo, xơ cứng phía bên, theo cách gọi thông thường, bệnh Lou Grehrig. Bệnh này rất nghiêm trọng, có thể chết do tế bào thần kinh vận động giao thoa qua hành tuỷ, tuỷ sống là hệ thống điều khiển vận động các cơ thanh hầu, khí quản, lưỡi, cơ hoành, cơ liên sườn, tay phải và chân phải. Họ muốn tham khảo ý kiến các bác sĩ khác, sau đó mới có kết luận cuối cùng. Yêu cầu cũng mời về Bắc Kinh bác sĩ Trương Nguyên Chân, trưởng khoa thần kinh, Đại học Y khoa số 1 Thượng Hải.

Trương Nguyên Chân đến. Nghiên cứu kết quả khám, ông đồng ý với ý kiến của bác sĩ Hoàng và Vương. Mao gặp phải căn bệnh hiếm đến nỗi, bác sĩ Trương Nguyên Chân chỉ gặp hai trường hợp tương tự trong 30 năm hành nghề. Nguyên nhân bệnh chưa rõ, hiện tại vẫn chưa có thuốc đặc hiệu. Chúng tôi đưa ra những dự đoán. Do các bác sĩ kinh nghiệm quá ít ỏi, họ sẽ tìm đọc các tạp chí y khoa nước ngoài. Kết quả cũng không hứa hẹn. Như các nguồn thông tin y học phương Tây viết, việc liệt phần bên phải, có nhiều khả năng phát triển. Dần dần ông sẽ mất khả năng đi lại. Phần đông người bệnh chết trong vòng hai năm. Mao cũng đã đến giai đoạn này. Trong hai năm tới, sẽ bị liệt cổ họng, thanh quản và lưỡi, ông buộc phải ăn qua đường mũi. Mặt khác, người bệnh dễ bị ngất, dễ tái phát viên phổi. Đến giai đoạn cuối, việc nói năng là không thể. Thanh đới và cơ hoành, điều khiển sự thở cũng bị liệt. Phương án điều trị cũng có thể kéo dài thêm, nhưng không lâu. Đưa thức ăn qua đường mũi, dễ nhầm đường phế quản, vào phổi. Phải có máy tim phổi nhân tạo giúp khó thở. Mọi hoạt động phải được theo dõi cẩn thận, bởi vì người bệnh rất dễ bị ngã và gẫy xương.

Tôi choáng váng. Cái chết Mao không thể tránh khỏi, từ nay đến khi chết không quá hai năm. Vương Thế, Hồ Thư Đông, được bổ xung vào nhóm bác sĩ riêng của Mao, cả hai cũng hoảng hốt. Chúng tôi có thể viết bản báo cáo chẩn đoán bệnh như thế được không? Miêu tả căn bệnh phức tạp như vậy bằng lưỡi để Mao và các nhà lãnh đạo cao cấp hiểu, chuyện này gần như không thể được. Làm sao tôi có thể thông báo ông sẽ chết trong vòng hai năm tới.

Đầu tiên chúng tôi nói chuyện với Uông Đông Hưng. Nhưng Uông không hiểu gì về y học, càng không thể hiểu chúng tôi nói gì. Uông chỉ ngạc nhiên, làm sao nào mà Chủ tịch lại mắc căn bệnh hiếm nghèo như thế, ông chẳng tin Mao chỉ sống tối đa hai năm nữa. "Đây là tất cả những gì các đồng chí có thể nói sau tất cả các xét nghiệm phải không? – Uông lắc đầu – Không, chưa được, các đồng chí cần phải làm một cái gì đó thêm nữa".

Hôm sau chúng tôi gặp nguyên soái Diệp Kiếm Anh, bằng mô hình giải phẫu người, tôi chỉ cho ông và giải thích mắt, não và hành tuỷ sau hoạt động như thế nào. Ông chăm chú lắng nghe chúng tôi giải thích, đặt ra các câu hỏi và xem kỹ mô hình. Diệp Kiếm Anh luôn luôn tin bác sĩ, ông hiểu lời giải thích của chúng tôi hơn mọi nhà lãnh đạo khác. Diệp đồng ý, vấn đề mắt của Mao ít nghiêm trọng hơn sự suy thoái tế bào thần kinh vận động. Nếu bệnh mù của Mao

là do đục thuỷ tinh thể, có thể phẫu thuật. Nhưng nếu bị một chứng bệnh khác, khi ấy Mao sẽ mù hẳn, vô phương cứu chữa. Nhưng vấn đề tế bào thần kinh vận động, ông đồng ý, đúng là nghiêm trọng. Ông đề nghị thành lập mỗi vùng trong cả nước, một đội nghiên cứu y học điều trị các bệnh nhân có cùng chứng bệnh như mao và thử chữa họ. Lúc đó chúng tôi có thể sử dụng phác đồ tốt nhất áp dụng cho Mao.
Sau đó chúng tôi báo cho Chu Ân Lai. Chu chẳng khó khăn gì hiểu ra vấn đề, biết rõ sự nguy kịch của chứng bệnh. Bản thân ông cũng sức khoẻ cũng đang xấu đi nhanh chóng. Ông biết rằng cần phải phẫn thuật, nhưng lại buộc phải chờ Mao cho phép. Những xét nghiệm mới cho thấy, thường xuyên khối u chảy một lượng máu lớn trong nước tiểu, đôi khi tới 100 phân khối trong một ngày. Bác sĩ muốn ra tay ngay. Chu cũng muốn mổ, nhưng phải đợi sự đồng ý của Mao. Cuối cùng Đặng Dĩnh Siêu can thiệp. Mao đắm đuối một phụ nữ trẻ, cô xét nghiệm viên tên Lý, nhân viên cũ nhóm chúng tôi, một thời thường gặp gỡ với Chủ tịch. Bởi vì cô ta không phải bác sĩ, vì vậy không thể buộc tội cô ta hù doạ bệnh nhân của mình, Đặng Dĩnh Siêu quyết định yêu cầu cô nói chuyện với Mao về việc mổ cho Chu Ân Lai.
Chỉ sau khi nói chuyện với Lý, Chủ tịch cuối cùng mới đồng ý.
Ngày 1-6-1974 Chu Ân Lai nhập viện, ở đó các bác sĩ tiết niệu Vương Thế Bình, Thân Thụ Trân và Dư Xương Thanh dùng phương pháp đốt điện. Từng biết bệnh mình nặng như thế nào, cho nên khi nghe tin Mao mắc trọng bệnh, không cần lời giải thích thêm Chu hiểu ngay sự nguy hiểm đang treo trên đầu Mao. Ông rất lo cho Mao.
Chu muốn chúng tôi tiếp tục tìm thuốc và gợi ý liên lạc với phái đoàn Trung Quốc tại Liên hợp quốc ở New York. Khi chúng tôi nói rằng ngay ở Hoa Kỳ người ta cũng không biết chữa bệnh teo cơ cục bộ như thế nào, Chu buồn rầu thốt lên:
- Thôi, thế là hết phương còn gì.
Tất cả chúng tôi im lặng. Có thể nói cái gì được nữa đây.
Chu Ân Lai phá tan sự im lặng:
- Các đồng chí cần tận dụng tất cả thời gian tìm cách giải quyết vấn đề này. Nếu các đồng chí thật sự không thể chữa được bệnh, ít nhất cũng cố gắng kéo dài cuộc sống Chủ tịch.
Ngày 17-7-1974 tôi gặp nhóm bác sĩ Bệnh viện 305 để thảo luận phương án điều trị tối đa có thể được. Cần phải duy trì kiểm soát tất cả mọi thứ có thể ảnh hưởng xấu đến tình trạng sức khoẻ của Mao.

Mỗi chuyên viên phải hiểu chi tiết, viết phác đồ điều trị lĩnh vực của mình trong mọi hoàn cảnh cụ thể và phải tường trình văn bản.

Bổ xung vào nhóm chúng tôi gồm Hứa Anh Xương, giám đốc bệnh viện Bắc Kinh Đồng Nhân, và đồng nghiệp của ông Lý Trung Phổ, trưởng khoa Tai Mũi Họng. Các bác sĩ thoả thuận, cách duy nhất để tránh rơi thức ăn vào khí quản phải tiếp dinh dưỡng qua đường mũi. Trương Nguyên Chân nhà thần kinh học Thượng Hải, đặc biệt lo ngại liệt cơ liên sườn, điều khiển sự thở. Nếu Mao không nói được, ông có thể viết được, nếu ông không thể nuốt được chúng tôi nuôi sống ông qua đường mũi. Nhưng không có cơ hội để bảo toàn cuộc sống, nếu ông không thở được.

Trong khi chúng tôi thảo luận về tình hình sức khoẻ của Chủ tịch, Bộ chính trị họp. Về sau tôi mới biết, đúng lúc ấy Mao mắng té tát Giang Thanh, ông tách hẳn liên quan chuyện chính trị của bà và cảnh cáo bà. Trương Xuân Kiều, Vương Hồng Văn và Diêu Văn Nguyên chống lại, thành lập phái 4 người Thượng Hải. Từ những lời cảnh cáo mà sau này có một hình dung từ: "Bè lũ Bốn tên".

Trong lúc chúng tôi triển khai kế hoạch, cuộc họp Bộ chính trị kết thúc. Trương Diệu Tự gọi tôi thông báo, Mao muốn đi công du. Ông quyết định khởi hành sau hai giờ. Uông Đông Hưng cử Vương Thế Bình và Biện Thế Cường, tôi, và bác sĩ nhãn khoa ở Tứ Xuyên đi cùng của Chủ tịch. Bác sĩ thần kinh học quay về bệnh viện, chờ sự phân công sau.

Tôi hoảng quá. Sức khoẻ Mao có thể trở nên nguy kịch bất cứ lúc nào. Chúng tôi chưa thảo luận xong phương án điều trị, các bác sĩ chưa viết phương thức xử lý. Chúng tôi chưa biết phải hồi sức cấp cứu như thế nào trong trường hợp cấp cứu. Không thể yêu cầu Mao hoãn chuyến đi, tôi yêu cầu toàn đội chuyên viên đi theo, bác sĩ thần kinh, bác sĩ tai mũi họng, kể cả bác sĩ chuyên khoa nội, cộng với thiết bị cấp cứu đặc biệt, cả ống thở để phòng Mao khó thở. Tôi báo cáo, giải thích cho Trương Diệu Tự.

Nhưng Trương không chịu. Sức khoẻ Mao không thuộc trách nhiệm của anh ta. Trương chỉ thực hiện mệnh lệnh cụ thể đã nhận được.

- Uông Đông Hưng ra lệnh cho đồng chí ngừng thảo luận – Trương nói – Việc quyết định ai đi cùng Mao đã có rồi. Trương tôi, xin chịu, không thể giải quyết được. Chúng ta cần chấp hành mệnh lệnh.

Vương Thế Bình, Biện Thế Cường và tôi cùng hai bác sĩ mắt, cố gắng mang được nhiều thiết bị bao nhiêu càng tốt. Chúng tôi đi với Mao đến Vũ Hán bằng tàu hoả.

Chúng tôi ở Vũ Hán hai tháng.

Sức khoẻ Mao ngày càng xấu đi. Họng và thanh quản, như chúng tôi đã lo ngại, bắt đầu liệt dần. Mao không thể nuốt thức ăn cứng, buộc phải hầm thịt bò, thịt gà lấy nước. Khi Trương Ngọc Phượng hoặc Minh Thanh Yến cho ăn, ông nằm nghiêng bên trái để chất lỏng chảy qua họng và thực quản. Thức ăn đặc, chia nhỏ đút qua ống dẫn, đề phòng rơi vào phổi. Nhưng ông chán nản, không muốn chăm sóc y tế, chán chả muốn gặp tôi. Chỉ có Ngô Tự Tuấn, người giờ đây túc trực Mao thông tin cho tôi mọi diễn biến. Tôi nhờ cô chuyển lời đề nghị Mao cho phép chúng tôi được chăm sóc, ông rất cần được điều trị.

Mao từ chối.

Cuối cùng tôi viết một báo cáo đầy đủ, phân tích căn bệnh của ông một cách chi tiết, vẽ các biểu đồ minh hoạ sự tổn thương trong cơ thể và yêu cầu Trương Diêu Tự đưa cho Chủ tịch. Trương Diêu Tự lại đưa cho Trương Ngọc Phượng chuyển cho Mao. Điều duy nhất mà tôi im lặng không báo cáo, đó là tiên lượng bệnh ông.

Đọc qua báo cáo, Mao cuối cùng cho tôi gặp. Những gì tôi viết, ông không thích. Ông chưa bao giờ hài lòng nghe tin xấu về sức khoẻ của ông, trong những trường hợp như thế, ông luôn nghi ngờ có một âm mưu gì đây. Cũng như nhiều lần trước, ông lại nhấn mạnh rằng các bác sĩ quá bi quan và không muốn thấy mọi việc đang tốt hơn. Bác sĩ toàn hù doạ bệnh nhân và chính mình. Mao không tin ông ốm nặng. Năm 1965, ông bị viêm thanh quản, bây giờ nó cũng lặp lại như thế. Khi tôi bắt đầu thuyết phục ông bằng những lời khác, nói chung ông từ chối nghe. Nhưng đồng ý tiếp các bác sĩ mắt.

Mao lại đưa ra một loạt các câu hỏi đùa quen thuộc của mình, nhưng giọng ông bị khàn đến nỗi không ai hiểu ông nói gì. Các bác sĩ xác định bệnh đục thuỷ tinh thể. Mao muốn biết các bác sĩ tìm được bệnh gì khác không. Họ nói, trước khi có thể kết luận chắc chắn, cần mổ lấy nhân mắt. Mao nổi khùng, câu hỏi của ông chưa được trả lời rõ ràng nếu như không cần mổ xẻ. Sau khi hai bác sĩ đi ra, ông vẫn cáu tiết, phàn nàn họ thật vô tích sự, yêu cầu cho họ về. Từ thời điểm này, ông từ chối không gặp bất cứ bác sĩ nào kể cả tôi.

Nhưng tôi chịu trách nhiệm về sức khoẻ của ông, bất cứ chuyện gì về sức khỏe của ông xảy ra tôi đều chịu trách nhiệm. Tôi lo lắng, căng thẳng đến mất ăn mất ngủ. Tôi quan tâm đến sức khỏe của Chủ tịch hết lòng, nhưng ông lại nhìn tôi như kẻ thù. Tôi giải thích cho Uông Đông Hưng tình thế tiến thoái lưỡng nan đang tăng lên, nhắc ông rằng các bác sĩ đi tới đây cùng với Mao, không phải những chuyên viên thần kinh, chưa chắc giúp ích khi xảy ra cấp cứu. Tôi cần thêm hai chuyên viên thần kinh và tai mũi họng, kể cả bác sĩ chuyên khoa chấn thương, đề phòng Mao ngã cần phải nắn bó xương. Uông chỉ đồng ý gửi một bức thư cho Uỷ ban cách mạng tỉnh Vũ Hán thành lập đội cấp cứu. Tôi chưa bao giờ gặp đội cấp cứu và họ cũng chưa bao giờ đến khu Mao nghỉ.

Nhiều người gần Mao khó tin rằng ông bị ốm. Vương Hải Dung và Nancy Tang tháp tùng Lý Tiên Niệm, đưa đệ nhất phu nhân Imelda Marcos, vợ tổng thống Philippines, Ferdinand Marcos, đến thăm Mao ở Vũ Hán, nhận xét rằng tuy ông nói khó khăn, thường chảy nước miếng, nhưng thấy ông vẫn hoạt bát như xưa. Họ ngạc nhiên khi tôi nói với họ, Mao ốm nặng. Nancy Tang thốt lên:

- Mao chủ tịch một con người kỳ lạ, chứng bệnh của ông cũng thật kỳ lạ.

Trong khi Mao sống ở Vũ Hán, Giang Thanh vẫn nằm ở lại Bắc Kinh. Chiến dịch chống Chu Ân Lai tạo cho Giang Thanh một nguồn sinh lực mới, bà ta bắt đầu tự so sánh mình với hoàng hậu đời Nhà Đường, Võ Tắc Thiên, trong lịch sử Trung Quốc. Tương truyền trong dân gian, đó là một người đàn bà dâm đãng và tàn bạo. Trên báo chí xuất hiện những bài báo tán dương hoàng hậu, mọi người biết rằng vợ Chủ tịch thấy thích thú ví mình như Võ Tắc Thiên thời hiện đại. Để gặp Imelda Marcos, các thợ may phải may cho bà hàng loạt y phục hoàng hậu. Nhưng khi Giang Thanh thấy những bộ y phục hoàng hậu, bà hiểu, tất cả đều không hợp. Giang Thanh cũng chưa bao giờ may nhiều y phục đến thế. Tôi không biết Mao làm thế nào trong việc ngăn cản Giang Thanh. Nhưng khi Vương Hải Dung và Nancy Tang kể cho Mao nghe những bộ áo của Giang Thanh, Chủ tịch im lặng, tôi hiểu, ông không hài lòng.

CHƯƠNG 84

Tháng 9-1974 chúng tôi rời Vũ Hán về thành phố Trường Sa, thủ phủ tỉnh Hồ Nam, quê hương Mao. Mao chuẩn bị bơi. Ông muốn tự điều trị và tự tin có thể lấy lại sức lực bằng tập thể dục thể thao. Bác sĩ Vương Thế, Hồ Thư Đông thất kinh. Nếu nước vô tình rơi vào cổ họng, thanh phế quản đang liệt một nửa có thể dẫn đến ngạt thở. Chân tay ông đã bị teo cơ, rất yếu không đủ sức bơi. Nhưng nhân viên Nhóm Một, làm việc lâu với Chủ tịch, biết không ai ngăn được. Nếu ai cứ can ngăn, Mao sẽ càng ngang bướng, nổi khùng cho rằng muốn chỉ huy và người khuyên có thể bị giáng chức. Uông Đông Hưng cấm các bác sĩ không được can ngăn. Tất cả chuẩn bị tư thế sẵn sàng cấp cứu.

Mao xuống bể, tất cả bác sĩ túc trực bên thành bể bơi, nhưng ông không bơi nổi. Mỗi khi úp mặt xuống nước, ông bị sặc, mặt đỏ tía tai. vệ sĩ đưa ông ra khỏi bể bơi. Ông thử xuống thêm một vài lần nữa nhưng kết quả vẫn như thế. Mao không bao giờ bơi nữa. Đặng Tiểu Bình, thăm Mao ở Trường Sa cũng có mặt ở bể bơi, khi trở về, báo cáo với Bộ chính trị, sức khoẻ của lãnh tụ tuyệt vời. Chủ tịch thậm chí đã đến bể bơi.

Sau thất bại bơi, Mao trở nên ít đi lại hơn. Hầu như tất cả thời gian ông đều nằm trên giường, nằm nghiêng bên trái – nếu nằm phía kia thì khó thở, thế là xuất hiện chứng lở loét mông trái, cho đến khi qua đời. Vết lở này chữa khỏi, xuất hiện vết loét khác vì Mao vẫn nằm bẹp trên giường. Lại thêm chứng bệnh dị ứng với thuốc ngủ, gây ra những nốt mẩn, ngứa ngáy toàn thân. Chúng tôi phải thay dạng thuốc ngủ mới, dùng kem thoa da chữa chứng ngứa, mọi vấn đề mới tạm ổn.

Trong hai tháng ở Trường Sa, tôi ít gặp Mao, ông từ chối gặp nhân viên đội y tế. Tôi biết sức khoẻ Mao qua Ngô Tự Tuấn, nhưng chẳng bao lâu, cô đi khỏi Nhóm Một, chuyển công tác khác.

Mao càng ngày càng ghét bác sĩ, sau khi biết Chu Ân Lai mổ lần thứ 2 vào tháng Tám. Điều này càng củng cố niềm tin của ông, mổ xẻ chẳng giúp được gì bệnh ung thư.

- Tôi nói với Chu không nên mổ – Mao cằn nhằn – nhưng ông ta không nghe. Giờ ông ấy lại phải mổ thêm lần nữa, có đúng không?

Tôi cảm thấy sẽ phải mổ lần thứ ba, lần thứ tư, và cứ như thế đến khi chết. Khi người dân bị bệnh, họ thường phó mặc sự đời, buông xuôi muốn đến đâu thì đến. Sau một thời gian nào đấy bệnh trôi đi. Nếu không – hừ thì... Điều này nghĩa là bệnh nan y.

Tình hình chính trị ở Bắc Kinh không mấy sáng sủa, vẫn căng thẳng. Cuộc họp lần thứ 2 của Ban chấp hành trung ương lần thứ X diễn ra đồng thời với Đại hội đại biểu nhân dân toàn quốc lần thứ IV vào tháng 1-1975. Trong cả hai hội nghị đó người ta giới thiệu bổ nhiệm những người lãnh đạo mới. Đặng Tiểu Bình, phó Thủ tướng kiêm phó Chủ tịch quân uỷ trung ương, Tổng tham mưu trưởng và Uỷ viên thường vụ Bộ chính trị, sẽ được thông qua chính thức. Giang Thanh và phe nhóm, phản đối. Họ muốn Vương Hồng Văn được bổ nhiệm chức phó Chủ tịch Quốc vụ viện. Khi thời gian đến gần, cả hai phe gửi phái viên của mình tới gặp Mao tranh thủ nhận được sự ủng hộ của ông.

Vương Hồng Văn gặp Chủ tịch, đại diện cho Giang Thanh và phe cánh. Vì Hứa Diệp Phụ chết do ung thư phổi, Trương Ngọc Phượng nhận thêm trách nhiệm thư ký – đọc văn bản cho Mao, bố trí xếp lịch các cuộc gặp mặt. Bây giờ cô ta đang tính chuyện chiếm chức vụ bí thư riêng của Mao một cách chính thức. Uông Đông Hưng phản đối sự bổ nhiệm này, nhưng Vương Hồng Văn ủng hộ Trương Ngọc Phượng. Vương Hồng Văn thường gặp cô ta, để lấy lòng, Vương cử một vài nhân viên đến giúp cô giặt quần áo, nấu bếp... phục vụ cô chừng nào còn ở cạnh Mao. Nhưng trước khi họ tiến hành chuyện phân công, Mao cáu tiết, thốt lên:
- Ai mà thọc vào công việc riêng của tôi, cút ngay!
Vương Hồng Văn vội vàng quay về Bắc Kinh.
Vương Hải Dung và Nancy Tang đến Trường Sa ngày 20-10-1974 theo yêu cầu của Chu Ân Lai. Vợ Mao lần này buộc Thủ tướng tội bán nước. Không lâu trước khi bắt đầu Cách mạng văn hoá, Chu quyết định tăng sức vận tải của đội thương thuyền Trung Quốc bằng cách phát triển công nghiệp đóng tàu nội địa và mua tàu nước ngoài. Năm 1974 khi Trung Quốc hạ thuỷ tàu "Phương Thanh", đóng ở Thượng Hải, Giang Thanh gọi thủ tướng là kẻ phản bội vì ông mua tầu nước ngoài. Khi trở lại Bộ chính trị, Đặng Tiểu Bình ủng hộ Chu, nhưng cuộc tấn công giữa hai phe vẫn không ngừng, cho tới lúc Mao đứng về phía Chu và Đặng.
Về mặt nguyên tắc chung, Chu Ân Lai và Vương Hồng Văn cùng nhau chịu trách nhiệm lên danh sách những người được dự kiến bổ nhiệm. Họ phải cùng nhau đến gặp Mao ở Trường Sa ngày 23-12 để trình dự kiến. Về những thủ đoạn chính trị diễn ra phía sau sự bổ

nhiệm vào các chức vụ, tôi biết không nhiều. Trương Ngọc Phượng càng biết ít hơn, nhưng việc bổ nhiệm cô làm bí thư riêng của Mao, cô ta bắt đầu lên mặt. Khi Chu đến, cô ta lẽo đẽo theo ông phàn nàn về nhiệm vụ con sen của mình chăm sóc Mao – giúp ông ăn, uống, tắm rửa, đi ngoài, đặt ông vào giường...

- Liệu đồng chí có thể làm như thế không? – cô ta đặt câu hỏi.

Thủ tướng bối rối, xấu hổ không biết trả lời ra sao.

Trong Hội nghị thứ 2 của Ban chấp hành Trung ương lần thứ X tổ chức vào tháng Giêng, Đặng được chính thức bầu làm phó Chủ tịch đảng và Uỷ viên thường vụ Bộ chính trị. Sau đó, trong Đại hội Đại biểu nhân dân toàn quốc lần thứ V, Chu được tái nhiệm chức Thủ tướng Quốc vụ viện, Đặng Tiểu Bình trở thành phó Thủ tướng thứ Nhất. Mao cần Đặng giúp Chu Ân Lai đang bệnh tật, điều hành công việc thường nhật. Còn trong đảng, Đặng Tiểu Bình đảm nhận tất cả các việc trong Ban bí thư Trung ương.

Giang Thanh và phe cánh bà đang bị chiếu tướng.

CHƯƠNG 85

Mao không có mặt tại các phiên họp ở Bắc Kinh, vẫn ở Trường Sa. Cả Uông Đông Hưng cũng không về Bắc Kinh. Uông không muốn dính dáng rắc rối trong cuộc cãi lộn của các phe phái.

Tôi muốn trở về Bắc Kinh vì chả có việc gì làm ở Trường Sa, nhưng biết phải chuẩn bị trước, tình hình sức khỏe của Mao có thể diễn biến bất thường. Đội y tế ở Bắc Kinh chưa hoàn thành phương án, phác đồ hồi sức cấp cứu, tôi biết không lâu, sẽ phải đối mặt sự thật bệnh tật của Chủ tịch.

Đầu tháng giêng, Hồ Thư Đông, Ngô Thế và tôi trở lại Bắc Kinh thành lập đội Hồi sức cấp cứu gồm, Khương Tư Trường, chủ nhiệm khoa tai mũi họng, Bệnh viện Đa khoa Quân Giải phóng, Châu Quang Ngọc, Chủ nhiệm khoa ngoại Bệnh viện Bắc Kinh, Cao Nhật Tân, chủ nhiệm khoa Gây mê, hồi sức Bệnh viện Bắc Kinh và Uyên Triệu Chuyên, chủ nhiệm khoa Da liễu Trường Đại học Liên hợp Y khoa Bắc Kinh.

Hồ Thư Đông đưa đội Hồi sức cấp cứu đi Trường Sa, còn tôi đi gặp một số lãnh tụ cao cấp báo cáo tóm tắt tình hình sức khỏe của Chủ tịch. Người đầu tiên tôi gặp, nguyên soái Diệp Kiếm Anh, hy vọng ông sẽ hợp tác chặt chẽ. Với sự ngang ngạnh của Mao, chúng tôi rất cần sự ủng hộ của mọi người, trong thời gian ngắn sắp tới, bệnh của Chủ tịch sẽ được thông báo cho tất cả uỷ viên Bộ chính trị. Nguyên soái Diệp thường xuyên lo ngại những vấn đề tôi đối mặt với Chủ tịch. Chúng tôi nói chuyện, nhắc lại những ngày đầu tiên cách đây 21 năm tôi mới phục vụ Mao như thế nào. Tôi báo cáo tình hình sức khỏe trong 6 tháng gần đây, những khó khăn của các bác sĩ khi Chủ tịch từ chối thăm khám, bàn chuyện làm sao có thể thuyết phục ông cho phép đút ống dẫn qua đường mũi để đưa thức ăn vào dạ dày và những tai biến có thể gặp, như thức ăn lọt qua ống dẫn rơi vào phổi. Diệp Kiếm Anh động viên rất nhiều. Tuy nhiên quan hệ của tôi với Uông Đông Hưng và Trương Diêu Tự, những người phải tiếp xúc hàng ngày lại không mấy suôn sẻ. Họ chẳng thèm để ý những lời giải thích tình hình sức khỏe nghiêm trọng của Mao, những biểu đồ minh hoạ họ cũng chẳng thèm tìm hiểu, nhất là Trương Diêu Tự rất ngang bướng, cố chấp. Sau khi biết bệnh Chủ tịch vô phương cứu chữa, y lảng tránh thật xa để không liên quan dính dáng chuyện ốm đau bệnh tật. Trương sợ bị liên quan đến trách nhiệm về bệnh tình, y muốn chỗ đứng được an toàn.

Diệp Kiếm Anh đồng ý giúp, dù cũng không mấy hy vọng Mao đồng ý cho đút ống xông qua mũi đưa thức ăn vào dạ dày. Ông nói, âm mưu gây rối có thể xảy ra từ Giang Thanh bất cứ lúc nào. Diệp không quên màn kịch dựng lên năm 1972 khi Mao ốm, tin bà ta có thể lại nện xuống đầu tôi lần này nữa. Nhưng yêu cầu đừng quá lo, ông hứa sẽ đứng ra bảo vệ nếu tôi bị tấn công. Đồng thời hứa bảo vệ toàn thể nhân viên trong đội Hồi sức cấp cứu trong trường hợp tương tự.

Ngày 20-1 tôi gặp Chu Ân Lai, ông vẫn còn nằm trong Bệnh viện 305. Chu lại mắc thêm chứng bệnh nữa. Trước khi rời Trường Sa, bác sĩ phát hiện trong phân của ông có máu. Vì biết ông đang bận nhiều việc, thăm viếng và xin chỉ thị Chủ tịch, họp hội nghị đảng, chủ toạ Đại hội Đại biểu Nhân dân toàn quốc, nên phải đợi, chưa thể báo cáo ngay được. Hội nghị kết thúc ngày 17-1, trong báo cáo, Chu kêu gọi chính phủ sẽ có bước chuyển mình mới lớn lao, tập trung hiện đại hoá Trung Hoa. Ngay sau khi họp nghị bế mạc, Chu được nội soi đại tràng, bác sĩ nghi ngờ ông bị ung thư ruột kết.

Chu gày và xanh xao, nhưng từ chối nằm liệt trên giường. Ông ngồi ở đi văng, vẫn theo thói quen mặc bộ quần áo kiểu Mao. Khi tôi kể đã về Bắc Kinh từ hai tuần trước, nhưng không muốn quấy rầy ông, Chu mắng tôi quá cẩn thận, rồi bắt đầu hỏi về sức khỏe Chủ tịch.

Lúc này Mao đã về Hàng Châu. Tôi có kế hoạch ngày hôm sau đến chỗ Chủ tịch cùng với hai bác sĩ. Nhóm đầu tiên đã lên đường. Khi không có mặt tôi, tất cả đã khuyên Chủ tịch nên khám sức khoẻ toàn diện.

Chu đã hỏi các bác sĩ khác, biết bệnh đục thuỷ tinh thể của Chủ tịch có thể chữa được. Căn bệnh thoái hoá tế bào thần kinh vận động ông muốn biết chúng tôi đã tìm ra phương án điều trị ra sao. Thủ tướng vẫn khó tin căn bệnh của lãnh tụ là nan y.

Tôi nhắc lại, ở Trung Quốc và cả ở Tây phương vẫn chưa có thuốc chữa. Chu gợi ý để thầy lang giỏi y học cổ truyền Trung Quốc khám cho Chủ tịch. Tôi nói rằng Mao không tin vào y học cổ truyền, ông không chịu uống theo các toa thuốc, rồi sắc thuốc và sau đó uống nước cốt được chắt ra, phải uống nóng, bát thuốc đầy. Mao có thể bị sặc ngay khi chỉ cần uống với số lượng nhỏ, vậy làm sao cho ông uống số lượng thuốc nhiều như vậy.

Chu không tranh luận nữa, ông chỉ đề nghị chuyển tới Chủ tịch lời chúc tốt lành nhất của ông.

Hôm sau tôi khởi hành, đội y tế gồm 12 y tá, 10 bác sĩ, Ngô Thế, 2 bác sĩ thần kinh, 3 bác sĩ khoa mắt, 2 bác sĩ điện quang-vật lý trị liệu, và hai bác sĩ phòng sinh hoá. Chúng tôi đuổi theo tổ y tế gồm bác sĩ chuyên khoa ngoại, tai mũi họng đã theo xe lửa đi Hàng Châu hôm trước.

Việc khám tổng thể Mao mất bốn ngày. Những bác sĩ này thường xuyên làm nhiệm vụ kiểm tra sức khỏe cho các lãnh tụ cao cấp, họ biết công việc khám xét của họ không vượt quá khuôn khổ chuyên khoa của mình. Các bác sĩ không được phép tư vấn lẫn nhau, bàn thảo phương pháp điều trị. Tất cả các kết quả khám xét chuyển cho tôi, trên cơ sở đó vạch ra kế hoạch điều trị. Quy tắc này quá an toàn khi phải chăm sóc sức khoẻ người bệnh, đặc biệt trong trường hợp này lại là Mao. Mao mắc nhiều chứng bệnh chồng chéo nhau, trong trường hợp như thế, quan điểm chung của các bác sĩ có chuyên môn khác nhau rất cần thiết.

Sau một hồi giải thích, Uông Đông Hưng đồng ý để các bác sĩ chuyên khoa khám riêng, sau đó sẽ họp chung, tìm ra phương án, phác đồ điều trị tối ưu. Bác sĩ tai mũi họng và ngoại khoa khám trước, tiếp theo bác sĩ nội khoa, thần kinh, khoa mắt. Sau đó đo điện tim, chụp X-quang tim-phổi. Kết quả chụp phim cho thấy tim Chủ tịch bị to ra, có thể mắc chứng suy tim.

Kết quả khám tổng hợp, Mao bị đục thuỷ tinh thể, bệnh teo cơ cục bộ, bệnh động mạch vành tim, bệnh tâm-phế mạn tính, viêm thuỳ dưới cả 2 phổi, phổi trái có 3 phế nang dãn to, lở loét mông, thiếu oxygen trong máu. Ngoài ra Mao còn bị sốt nhẹ, hung hăng ho. Chúng tôi thống nhất, cần phải dùng ống xông qua mũi để đưa dinh dưỡng và thuốc điều trị và đề nghị mổ mắt chữa đục thuỷ tinh thể.

Trên cơ sở những kết luận này, tôi chịu trách nhiệm viết báo cáo tường trình, chẩn đoán và phương án điều trị cho Mao. Ngày 27-1-1975, thay mặt đội y tế, tôi đưa báo cáo cho Trương Diêu Tự chuyển tới Chủ tịch, đồng thời yêu cầu ông giải thích tài liệu này cho Trương Ngọc Phượng biết. Mao bị mù, Trương Diêu Tự chịu trách nhiệm đọc, giải thích bản báo cáo.

Hôm sau Trương Diêu Tự đánh thức tôi vào lúc năm rưỡi sáng. Toàn bộ đội y tế gặp ông và Uông Đông Hưng ngay lập tức. Trương Ngọc Phượng vừa mới đem thư của Mao trả lời báo cáo của chúng tôi.

Uông Đông Hưng chờ chúng tôi. Trương Diêu Tự thông báo, Trương Ngọc Phượng phản đối mọi đề nghị điều trị đưa ra. Theo quan điểm của cô, tất cả phương án điều trị chẳng có tác dụng gì.

Trương Ngọc Phượng đưa ra phương án điều trị cho Chủ tịch, được ông tán thành. Trương Ngọc Phượng yêu cầu điều trị cho Mao bằng cách truyền dung dịch đường glucose. Việc tiêm truyền glucose và truyền máu trong thời gian Cách mạng văn hoá là phương tiện bồi bổ sức khỏe phổ biến cho một loạt lãnh đạo cao cấp. Khi Giang Thanh nghe đồn, nếu được tiếp máu từ những thanh niên trẻ khoẻ, sẽ được sống lâu, bà yêu cầu một số lính trẻ trong Quân Giải phóng hiến máu để truyền cho bà. Tin đồn về phương pháp truyền dung dịch như thế, đến tai Trương Ngọc Phượng, giờ đây cô ta cho rằng glucose có khả năng không những là chất đinh dưỡng nuôi cơ thể, còn chữa tất cả bệnh tật của Chủ tịch. Cô ta yêu cầu việc truyền dung dịch đường glucose phải thực hiện ngay.

Tất cả chúng tôi chết lặng. Uông Đông Hưng yêu cầu chúng tôi trả lời, đồng thời không cho phép thảo luận bàn bạc gì. Thay vào đó, ông đi đến từng người, hỏi ý kiến, đồng ý hay không với ý kiến của Trương Ngọc Phượng. Nếu tất cả đồng ý, việc truyền dịch đường glucose phải tiến hành ngay.

Ngay lúc đó xảy ra một điều hoàn toàn bất ngờ, hầu hết đồng nghiệp của tôi lại đồng ý. Ý thức phục tùng chính trị chứ không phải y học đã chinh phục họ. Đó là thói quen mù quáng tuân theo lãnh đạo đảng cao hơn trách nhiệm nghề nghiệp.

Tôi được hỏi cuối cùng. Tôi nói, việc tiêm truyền đường glucose có tác dụng trong trường hợp cấp cứu, còn với Chủ tịch hiện tại không dẫn đến cái gì tốt hơn, ngoài ra còn có thể gây ra tai biến, khi một lượng lớn dung dịch truyền vào máu, trong khi tim của Mao vốn đã yếu. Các tạp chất trong glucose đôi lúc gây ra những phản ứng không mong muốn, nếu như không đưa thêm vào trong đó các chất steroid để chống lại dị ứng thuốc. Chúng tôi sợ làm việc này có thể gây ra biến chứng. Trương Ngọc Phượng chẳng chịu một trách nhiệm nào cả, nếu cái gì đó xảy ra. Cô ta không phải bác sĩ. Với tư cách người đứng đầu nhóm y tế và bác sĩ riêng của Mao, tôi không tán thành, cương quyết bác bỏ.

Trương Diêu Tự nổi cáu. Mao không ưa bác sĩ, ấy thế ông đã đồng ý giải pháp của Trương Ngọc Phượng, tôi lại phản đối. Giờ đây ông ta cũng chẳng biết phải làm gì.

Tôi trách Trương Diêu Tự và Trương Ngọc Phượng đã làm rách việc. Tất cả chúng tôi biết Mao không thích phác đồ điều trị. Mao từ chối tiếp tôi và các bác sĩ, trách nhiệm việc đọc, lý giải kết luận của chúng tôi thuộc về Trương Ngọc Phượng. Nhưng Trương Ngọc Phượng từ chối thảo luận, bàn bạc với chúng tôi. Vì thế tôi yêu cầu

Trương Diệu Tự giải thích cho cô ta hiểu bản báo cáo, đồng thời thúc giục cô khuyên Chủ tịch chấp nhận phương án điều trị của chúng tôi. Trương Ngọc Phượng, người duy nhất làm cầu nối giữa tôi và Chủ tịch, vì thế sự hợp tác giúp đỡ của cô với chúng tôi rất cần thiết.

Uông Đông Hưng giận tôi. Tôi là người duy nhất chống tiêm truyền glucose. Ông nhắc tôi về trách nhiệm trước đảng và doạ tôi sẽ bị rầy rà, nếu tôi vẫn khăng khăng giữ quan điểm cũ.

Nhưng phương pháp điều trị Chủ tịch không phải nguyên tắc của đảng. Chính các bác sĩ, những chuyên viên chịu trách nhiệm điều trị, chứ không phải Trương Ngọc Phượng, Uông Đông Hưng, Trương Diệu Tự và càng không phải đảng phải chịu trách nhiệm. Thậm chí chính Mao có lần kể rằng bệnh nhân phải nghe lời bác sĩ. Chúng tôi đi vào bế tắc. Uông Đông Hưng ra lệnh cho tôi viết lời giải thích gửi cho Mao, vì sao một mình tôi chống tiêm truyền glucose. Uông muốn để lãnh tụ quyết lời cuối cùng.

Tôi viết ngay bản tường trình, giao cho Trương Diệu Tự, chuyển cho Trương Ngọc Phượng. Câu trả lời của Mao đến ngay chiều tối hôm đó. Chủ tịch quyết định từ chối tiêm glucose.

Nhưng tình hình vẫn không có lối thoát. Tất cả mọi người không hài lòng với tôi. Bị mất quyền trực tiếp gặp Mao, tôi buộc phải cộng tác với Trương Diệu Tự, Uông Đông Hưng và đặc biệt với Trương Ngọc Phượng. Nhưng họ chỉ gây khó khăn cho công việc điều trị. Nếu tôi chịu theo áp lực của họ, tất nhiên lần sau họ sẽ lấn tới, những gì sai sót xảy ra chỉ có bác sĩ hứng chịu, họ đâu có chịu.

Cả đội y tế lo âu, họ đồng ý phải điều trị thuốc, nhưng không muốn làm mất lòng Trương Ngọc Phượng, Trương Diệu Tự và Uông Đông Hưng thêm nữa. Tôi rất cần họ giúp đỡ. Tôi đã từng sống sót sau bao chuyện điêu đứng.

Từ năm 1968, Giang Thanh định gắn cho tôi cái mác phản cách mạng, còn năm 1972, khi Mao ốm, gán tội gián điệp, trong nhóm phản động phục vụ quanh Mao. Nếu bây giờ tôi cứ điều trị thuốc men, phớt lời ý kiến độc đoán của Trương Ngọc Phượng và người khác, tôi sẽ bị chụp mũ phản động, cố tình ám hại Chủ tịch. Tôi cũng phải đề phòng, nhỡ truyền dung dịch glucose, xảy ra biến chứng, Giang Thanh sẽ lại buộc thòng lọng vào cổ rồi treo tôi lên. Bà ta chỉ cần tìm một lý do nào đó để tính sổ với tôi.

Tôi thảo luận tình hình phức tạp với Ngô Thế. Ông khuyên chúng tôi cần từ chức. Chuyển trách nhiệm này sang đội cấp cứu khác, nhưng Ngô rất hiểu, tôi trong tình trạng nguy hiểm, không từ nhiệm không xong.

Ngô Thế nói đúng. Bệnh của Mao là nan y, thậm chí ngay cả sự chăm sóc tốt nhất kết quả cũng không đảo ngược được. Cái chết không thể tránh khỏi. Nhưng tôi không thể từ chức. Tôi là trưởng nhóm, tôi chịu trách nhiệm tất cả. Dù tôi xin từ chức, Uông Đông Hưng không buông tha, tôi không cho phép chính trị can thiệp vào y học. Khi tôi hội ý riêng với Uông, ông có vẻ thành thực hơn. Ông xin lỗi đã dây vào cuộc cãi vã về tiêm glucose. "Tôi quá khinh suất" – ông nói, thú nhận chuyện đó phải thuộc quyền bác sĩ quyết định. Nhưng Uông vẫn phê bình tôi quá thẳng tính, thiếu mềm mỏng. Ông hứa, sau Tết âm lịch sẽ đưa tôi, các y tá và một số bác sĩ về Bắc Kinh. Ở đó chúng tôi có thể quyết định phương án điều trị cho Chủ tịch như thế nào. Còn Hồ Thư Đông, hai bác sĩ chuyên khoa tai mũi họng, bác sĩ gây mê, hồi sức và các bác sĩ phẫu thuật ở lại Hàng Châu. Nếu bệnh đục thuỷ tinh thể của Mao có thể chữa khỏi, chữa nó đầu tiên. Uông đề nghị tìm những bệnh nhân bị cùng đục thuỷ tinh thể tương ứng với độ tuổi và tình trạng sức khoẻ như Mao, rồi phẫu thuật cho họ đầu tiên. Với kết quả phẫu thuật sau đó có thể đưa cho Chủ tịch xem, để ông quyết định có đồng ý mổ hay không. Tiếp theo sẽ chữa thoái hoá tế bào thần kinh vận động của Mao. Ông vẫn không tin bệnh đó không chữa được.

Bệnh tật của Mao được báo cáo đầy đủ và chính thức với toàn thể Uỷ viên Bộ chính trị. Trong số những nhà lãnh đạo cao cấp, nắm thông tin đúng chỉ có Chu Ân Lai và Diệp Kiếm Anh. Báo chí Trung Quốc vẫn mô tả Chủ tịch hồng hào béo tốt. Dân Trung Quốc và ban lãnh đạo cao cấp chẳng ai biết về sự thật bệnh tật của Mao. Báo cáo cho Bộ chính trị chính là để bảo vệ các bác sĩ và Uông Đông Hưng. Giang Thanh vẫn trên con đường chiến tranh với Uông. Giang không bao giờ hỏi Uông về sức khỏe của chồng, chỉ chờ cơ hội sơ hở, nếu Mao chết, Giang sẽ tấn công Uông không thương tiếc. Nếu Bộ chính trị được báo cáo chi tiết đầy đủ, phương pháp điều trị, trách nhiệm sẽ được chia đều cho tất cả. Nếu đây là thứ bệnh nan y, không có thuốc chữa cũng phải thông báo để Bộ chính trị biết. Việc các nhà lãnh đạo cao cấp chấp thuận quy trình điều trị đã trình bày, có thể giúp cả cho Chủ tịch, cho các bác sĩ và cho cả người bảo trợ của tôi.

Ngày 8-2, khi chúng tôi bay về Bắc Kinh, Uông gọi tôi đến khoang ông ngồi. Ông biết rằng tôi rất tức Trương Ngọc Phượng, điều làm tôi điên lên chính là việc can thiệp của cô với ý tưởng điên rồ tiêm truyền glucose.

Uông bảo vệ cô. Những người quanh Mao đều muốn tránh va chạm với Trương Ngọc Phượng. Chỉ có cô ta mới hiểu được Mao nói gì. Cô ta chỉ cần nhìn môi Chủ tịch mấp máy để đoán lời và ý của ông.

- Nếu gạt cô ta đi – Uông nói – làm thế nào chúng ta hiểu Chủ tịch? Trương Ngọc Phượng phải ở lại. Nhờ đọc được ý nghĩa qua môi Chủ tịch mấp máy trong những ngày tàn của đời ông đã đem lại cho cô ta chỗ đứng và quyền lực lớn hơn tất cả chúng tôi.

CHƯƠNG 86

Phiên họp Bộ chính trị dự định ngày 15-2-1975. Chiều hôm trước tôi thăm Chu Ân Lai trong Bệnh viện 305, báo cáo tóm tắt cho ông về những kết quả xét nghiệm Mao và sự bất đồng nảy sinh trong vụ tiêm truyền glucose. Trạng thái sức khoẻ của Chu chưa ổn định, tôi tin ông không có ý định tham gia cuộc họp. Thật ra Chu Ân Lai muốn dự phiên họp. Toàn thể Bộ chính trị, các nhà lãnh đạo cần phải biết về bệnh tật của Mao. Chu hỏi tôi đã chuẩn bị bản báo cáo để trình Bộ chính trị chưa, nhắc nhở cần chuẩn bị đối đáp với những câu hỏi nham hiểm của Giang Thanh. Ông khuyên, tốt nhất đừng lôi chuyện bất đồng trong chuyện tiêm glucose. Tình hình hiện tại cũng quá phức tạp rồi.

Nhóm bác sĩ đến Đại lễ đường của Hội nghị Đại biểu toàn quốc khoảng sau hai giờ chiều 15-2. Bộ chính trị đang họp. Uông Đông Hưng đến gặp trước để thảo luận bài phát biểu của chúng tôi. Dự kiến mở đầu bằng bài phát biểu của tôi về tình trạng chung sức khoẻ của Mao. Sau đó Ngô Thế sẽ nói về vấn đề tim và phổi, còn Hoàng Khắc Vĩ nói về bệnh teo cơ cục bộ. Trương Tiểu Thiết báo cáo về vấn đề đục thuỷ tinh thể, Lý Tuấn Đế trình bày về chụp điện X-quang, chỉ rõ chi tiết trạng thái tim và phổi. Chúng tôi mang theo biểu đồ, phiếu theo dõi, mô hình để làm "giáo cụ trực quan". Trong phần kết luận tôi đưa ra phương án điều trị do các bác sĩ đề xuất.

Uông một lần nữa nhắc đến tầm quan trọng của cuộc họp, nhấn mạnh, mặc dù ốm nặng, nhưng Chu Ân Lai vẫn có mặt, yêu cầu chúng tôi nói to hơn, vì Đặng Tiểu Bình nghễnh ngãng và lần đầu tiên được biết về tình trạng sức khỏe của Mao.

Khi chúng tôi đi vào phòng họp, Chu Ân Lai, Đặng Tiểu Bình và Diệp Kiếm Anh ngồi ở giữa chiếc bàn dài, xung quanh là các Uỷ viên Bộ chính trị. Người ta yêu cầu nhóm bác sĩ ngồi ở đầu bên kia của bàn. Tôi cảm thấy, chúng tôi đang đứng trước vành móng ngựa của một phiên toà.

Chúng tôi đã từng thảo luận với nhau về sức khoẻ của Mao hàng ngày và nhiều lần tới mức tôi đọc bản báo cáo trôi chảy. Chúng tôi trình bày các hiện tượng y học, số liệu thống kê về những bệnh nhân khác mắc bệnh teo cơ cục bộ, để cho các Uỷ viên Bộ chính trị tự rút ra các kết luận riêng đối với thời hạn sống của Mao. Không ai dám đề cập thẳng tới cái chết của Chủ tịch. Khi Hoàng Khắc Vĩ bắt đầu giải thích chứng teo cơ, liệt một bên là gì, hầu như tất cả các Uỷ viên Bộ chính trị bối rối, không hiểu.

Giang Thanh bắt đầu tung ra một loạt câu hỏi:
- Các đồng chí nói, đây là bệnh hiếm gặp. Thế Chủ tịch mắc nó như thế nào? Lấy gì làm bằng chứng?

Chúng tôi không trả lời nhiều câu hỏi của Giang Thanh. Không ai biết cái gì gây ra bệnh hoại tử tế bào thần kinh vận động trong vỏ não. Hoàng Khắc Vĩ kiên nhẫn trả lời bằng cách dẫn ra các bệnh tương tự để mọi người có thể hiểu vấn đề dễ dàng hơn. Ông mất gần hai giờ giải thích. Khi người nghe không hiểu về liệt thanh quản và cơ liên sườn, Hoàng Khắc Vĩ so sánh các cơ với thớ cơ sườn trong tảng thịt lợn. Diêu Văn Nguyên khiển trách coi đó là sự xúc phạm tới Chủ tịch.

Hoàng Khắc Vĩ do quá sợ hãi, ngừng giữa chừng, bắt đầu lắp bắp và không thể nói tiếp được.

Chu Ân Lai xen vào. Ông cám ơn công lao chúng tôi. Sau đó đề nghị thảo luận phương pháp chữa bệnh.

Người ta nhường lời cho tôi. Tôi giải thích, chúng tôi có thể phẫu thuật chữa đục thuỷ tinh thể ngay bây giờ, nhưng đầu tiên muốn áp dụng trên bệnh nhân khác có độ tuổi và tình trạng sức khoẻ gần giống Chủ tịch trước. Khi tôi nói về ống truyền thức ăn qua mũi, Giang Thanh xen ngang:
- Ống truyền thức ăn qua mũi đưa nó vào tận dạ dày. Tôi biết kiểu này rồi, rất đau đớn. Không rõ điều này có phải các đồng chí muốn hành hạ Chủ tịch hay không?

Đặng Tiểu Bình gạt đi, đưa ra dẫn chứng, một trong các nguyên soái cách mạng cao tuổi nhất, Lưu Bá Thừa, sống bằng ống truyền thức ăn trong vài năm, điều ông quan tâm, liệu Mao có đồng ý phương án này hay không.

Tôi trả lời rằng Mao không đồng ý.

Đặng yêu cầu đừng ép, phải kiên nhẫn giải thích, chờ sự đồng ý của ông. Giống như nhiều nhà lãnh đạo cao cấp, ông khó tin không có khả năng chữa bệnh cho Chủ tịch. Khi nghe tất cả những lời giải thích, Đặng Tiểu Bình ra lệnh cho chúng tôi cố gắng hết sức mình, giao cho Uông Đông Hưng trách nhiệm tìm kiếm các thiết bị và thuốc thang cần thiết. Cuối cùng ông nói:
- Đảng muốn bày tỏ lòng biết ơn của mình với các đồng chí.

Chu Ân Lai để thêm vào những lời này, còn Đặng một lần nữa nhắc lại "Đảng muốn bày tỏ lòng biết ơn của mình với các đồng chí". Các uỷ viên khác Bộ chính trị nói chung không phản ứng gì đến báo cáo của các bác sĩ. Giữ im lặng, họ muốn tách khỏi trách nhiệm. Tuy nhiên những lời cám ơn làm chúng tôi yên lòng, chúng tôi rời toà nhà với một chút vững tâm. Nhưng chuyện này vẫn chưa kết thúc. Bất kỳ một uỷ viên Bộ chính trị nào cũng có thể quy kết chúng tôi đã làm một cái gì đó không phải như thế, sự cám ơn xoá bỏ, thay bằng lời buộc tội. Bất cứ ai trong số chúng tôi có thể bị trục xuất nếu như người ta nghi vấn về chính trị.

Tháng Ba năm ấy, không lâu sau cuộc họp Bộ chính trị, Giang Thanh và phe nhóm Thượng Hải, Trương Xuân Kiều, Diêu Văn Nguyên phát động chiến dịch tấn công Đặng Tiểu Bình và các vị lão thành cách mạng. Lần này, họ đưa ra đấu tố "chủ nghĩa kinh nghiệm", có nghĩa, dùng "kinh nghiệm chống lại nguyên lý cơ bản" làm mục tiêu tấn công. Trong bài đăng báo của Diêu Văn Nguyên, "Nền tảng xã hội của Nhóm chống đảng Lâm Bưu", Diêu dẫn chứng, đưa ra danh sách hàng loạt những người theo chủ thuyết kinh nghiệm và danh sách kẻ thù. Đây là đòn tấn công trực tiếp các nhà lãnh đạo cựu trào trong cuộc Vạn Lý Trường Chinh, xuất thân từ nông dân nghèo khổ, ít học, trưởng thành trong cách mạng, với bề dầy kinh nghiệm chính trị trong nhiều năm cống hiến. Họ được đảng và nhà nước công nhận những đóng góp, hy sinh, chịu đựng gian khổ trong cuộc Vạn Lý Trường Chinh. Giang Thanh, Diêu Văn Nguyên, Trường Xuân Kiều, thuộc thế hệ trẻ kém họ hàng chục tuổi, tham gia cách mạng sau, được coi như những thành phần trí thức, có trình độ học vấn, nhưng thiếu bề dầy kinh nghiệm. Từ ngữ trong cuộc đấu tranh giành quyền lực ở giới chóp bu ngày càng bí hiểm, hầu hết người dân Trung Quốc chẳng thể hiểu nổi chiến dịch mới nhằm mục đích gì và cho ai.

Đó là cuộc đấu tranh giữa thế hệ trẻ trong cán bộ đảng, được cất nhắc sau đợt thanh lọc của Cách mạng văn hoá với những người cựu trào được phục hồi, giờ đây đang trở lại nắm quyền lực. Bóng dáng đầu tiên là Chu Ân Lai bệnh tật và sau đấy Đặng Tiểu Bình, người mới được phục chức chưa lâu.

Sức khỏe Mao giờ đây không cho phép ông can thiệp công việc hàng ngày với những âm mưu liên miên của bà vợ đòi chiếm quyền lực. Nhưng khi biết về cuộc tấn công vào chủ nghĩa kinh nghiệm, ông không ủng hộ.

Vào tháng Tư, Chủ tịch tuyên bố, chủ nghĩa giáo điều cũng xấu như chủ nghĩa kinh nghiệm, vì rằng cả hai đều xa rời chủ nghĩa Marx-Lenin, và do vậy, đây chính là chủ nghĩa xét lại. Giang Thanh và phe cánh, chính là những người theo chủ nghĩa giáo điều, Mao quyết định trừng phạt họ.

Trong cuộc họp Bộ chính trị ngày 3- 5-1975 Mao còn đi xa hơn. Ông mấp máy môi đọc để Trương Ngọc Phượng ghi thành văn bản đưa cho Nancy Tang và Vương Hải Dung.

- Các đồng chí chỉ ghét chủ nghĩa kinh nghiệm, nhưng không ghét chủ nghĩa giáo điều – Mao viết, phê bình Giang Thanh và phe cánh.

Ông nhắc lại cánh Vương Minh, chiếm ưu thế trong đảng trong suốt 4 năm liền, cánh này giương cao ngọn cờ Quốc tế cộng sản để doạ dẫm Đảng cộng sản Trung Quốc và gạt ra những người bất đồng chính kiến.

- Tất cả các đồng chí cần tin vào chủ nghĩa Marx-Lenin, tuyệt đối không được tin chủ nghĩa xét lại. Hãy đoàn kết, thống nhất, đừng chia rẽ. Hãy thành thực, đừng sa vào âm mưu vào các cuộc vận động ngầm. Đừng tạo ra "Bè lũ Bốn tên"... Tôi thấu hiểu, ai phê phán chủ nghĩa kinh nghiệm, chính bản thân người đó đứng ở phía chủ nghĩa kinh nghiệm.

Sau sự nhúng tay của Mao, vị thế của Đặng Tiểu Bình trong Bộ chính trị được vững hơn. Uông Đông Hưng nói với tôi, Đặng thường phê bình Giang Thanh và phe cánh, ông đã thắng trong trận chiến đấu vì chủ nghĩa kinh nghiệm. Trong thời gian đó Đặng chưa muốn gạt vợ Mao và phe cánh bà ta, dù rằng Giang luôn luôn muốn tống khứ ông. Uông kinh ngạc, tại sao Đặng không sử dụng quyền hành của mình tống khứ mụ.

Đặng và Chu Ân Lai đều là những người thông minh, lão làng. Cả hai biết rằng, khi phê bình Giang và phe cánh, Mao chỉ muốn hạn chế quyền lực của họ. Khang Sinh đang ốm bẹp trên giường vì bệnh ung thư, khi biết Mao không hài lòng Giang, ông hiểu, Chủ tịch chuẩn bị gạt vợ ra rìa. Trong suốt cuộc đời mánh khóe của Khang, y bắt đầu chiến dịch vu cáo, bóp méo, tố cáo Giang Thanh và Trương Xuân Kiều phản bội đảng từ những năm 1930, sẵng sàng đứng ra làm nhân chứng. Khang Sinh gặp Nancy Tang, Vương Hải Dung, người liên lạc giữa Mao và Bộ chính trị yêu cầu chuyển tới Mao lời tố cáo này. Nhưng hai cô lại gặp Chu Ân Lai trước. Sau đó họ nói với tôi, Chu khuyên đừng vội vàng, vì Mao khi phê bình vợ và những người cùng phe, ông hoàn toàn không muốn trừ khử họ. Khang Sinh dùng hai người phụ nữ để khích bác, buộc Mao quay lại bảo vệ vợ. Nếu phải ra làm nhân chứng, Khang Sinh lập tức chối, thề không hề nói những chuyện động trời ấy. Nancy Tang và Vương Hải Dung sẽ bị tội, trở thành nạn nhân của họ.

Đặng Tiểu Bình tiếp tục tiến bước, lấy lý do thực hiện chỉ thị của Chủ tịch, học tập tư tưởng Marx-Lenin chống chủ nghĩa xét lại, tạo ra sự thống nhất, ổn định, phát triển kinh tế. Nhưng sự tấn công từ phía Giang Thanh và phe cánh vẫn tiếp tục. Mao Viên Tân, trở thành phát ngôn viên của nhóm Thượng Hải, cảnh báo Mao rằng, Đặng Tiểu Bình có ý định phủ nhận Cách mạng văn hoá và không phê phán tư tưởng xét lại của Lưu Thiếu Kỳ. Uông Đông Hưng tin, dưới ảnh hưởng những lời xúc xiểm Mao Viên Tân, Chủ tịch bắt đầu lo ngại Đặng Tiểu Bình. Mao là người đa nghi, dễ dàng ngả theo ý kiến khác. Chính vì vậy, bất cứ chuyện gì phát sinh, ông phải gặp Mao đầu tiên. Trong khi Mao Viễn Tân được tin cậy, Nancy Tang, Vương Hải Dung bị gạt ra ngoài.

Từ tháng 9-1975, hai người phụ nữ này mất đặc quyền gặp Chủ tịch, Mao Viễn Tân đã thay thế họ làm người liên lạc giữa Mao với Bộ chính trị. Bắt đầu thời điểm này, những cuộc đả kích nhằm vào Đặng Tiểu Bình tăng lên, tình hình chính trị trở nên căng thẳng, không thể đoán trước.

Sau cuộc họp tháng hai của Bộ chính trị, chúng tôi đã mời thêm hai bác sĩ nhãn khoa vào đội cấp cứu, Đường Dư Chí và Quang Phác Thoả từ Bệnh viện Quang Minh, Bắc Kinh. Cả hai người đều giỏi đông và tây y. Các bác sĩ mắt cũng vẫn không thể quyết định chữa đục thuỷ tinh thể cho Mao như thế nào. Các chuyên viên Bệnh viện Quang Minh đề nghị điều trị theo phương pháp cổ truyền Trung Hoa vừa đơn giản, vừa nhanh, kéo dài mươi phút, chỉ cần dùng một chiếc kim đặc biệt, đẩy thuỷ tinh thể bị đục sang một bên, không cần phải mổ lấy đi. Phương này nhanh, không gây đau đớn, khác hẳn phương pháp Tây phương phải mổ lấy phần tinh thể đục.

Tôi ủng hộ phương pháp đơn giản, lý do e những cuộc mổ xẻ có thể gây ảnh hưởng đến hệ thống thần kinh trung ương, có thể gây choáng nhẹ. Nhưng bác sĩ theo phái Tây phương phản đối, lý do, như vậy phần đục thuỷ tinh thể vẫn còn, chẳng qua đẩy sang một bên, như vậy sau này vẫn phải mổ lần nữa. Nhưng họ đâu có như tôi, lo những tác động của phương pháp Tây phương ảnh hưởng đến tình trạng sức khoẻ chung của Mao.

Các bác sĩ mắt đi vào ngõ cụt. Chúng tôi quyết định xin ý kiến Bộ chính trị và kiểm tra phương pháp bằng cách chữa cho 40 người già bị bệnh đục thuỷ tinh thể đồng thời mắc chứng đau tim. Cán bộ nhân viên Bắc Kinh tìm kiếm người bệnh, họ hầu hết là người nông dân già cả, nghèo khổ, không nơi nương tựa, sống ở nông thôn. Tất cả những người này muốn được phẫu thuật điều trị đục thuỷ tinh thể, nhưng lại quá nghèo, tự thân không cho phép làm điều đó. Không ai và không khi nào nói với họ rằng, họ là vật thí nghiệm phục vụ công việc bảo vệ sức khỏe cho Chủ tịch. Chúng tôi xếp họ trong nhà khách chung. Một nửa nhóm bệnh nhân được chữa bằng phương pháp điều trị cổ truyền Trung Quốc, nửa nhóm còn lại được phẫu thuật thuỷ tinh thể Tây phương. Khi kết thúc điều trị, chúng tôi sẽ gửi báo cáo tổng kết cho Mao. Ông sẽ tự quyết định phương pháp nào ông thích.

Mao vẫn ở Hàng Châu dưới sự chăm sóc của của Hồ Thư Đông. Trương Ngọc Phượng cuối cùng đã chinh phục được Hồ. Bác sĩ Hồ bắt đầu tiêm cho Chủ tịch hàng ngày từ 800 đến 1.000 phân khối dung dịch đường glucose đẳng trương 5%, cho thêm vào đó một liều steroid. Nhưng ông rất lo, không biết sẽ có phản ứng gì xảy ra, ông gọi điện cho tôi và Ngô Thế xin ý kiến chỉ đạo. Tôi vẫn phản đối tiêm truyền glucose, hơn nữa chúng tôi không ở Hàng Châu, không theo dõi, không thử máu, nước tiểu làm sao dám góp ý kiến. Cả tôi và Ngô Thế không đưa ra một ý kiến cụ thể nào.

Khi quay trở lại Bắc Kinh vào cuối tháng Tư, Mao vẫn còn tiếp tục truyền dung dịch glucose. Tôi khuyên Hồ Thư Đông làm xét nghiệm máu, khi có kết quả trong tay sẽ khuyên Mao ngừng truyền dịch trực tiếp vào tĩnh mạch. Ngô Thế ủng hộ tôi. Cả hai chúng tôi lo sợ những biến chứng có thể xảy ra do truyền dịch kéo dài. Nhưng Trương Ngọc Phượng vẫn yêu cầu, bác sĩ Hồ thoả hiệp bằng cách giảm lượng thuốc, tiêm truyền cách nhật.

Giữa tháng Năm, Trương Ngọc Phượng đọc qua trong một tạp chí "Tài liệu tham khảo" viết rằng có hai bác sĩ Trung Quốc đã điều trị thành công bệnh tim cho một nhà lãnh đạo cao cấp Rumani. Cô ta muốn họ về nhóm bác sĩ chúng tôi. Khi Châu Tăng Nhị, giám đốc Đại học Y khoa Tĩnh Xuyên, và Đào Hoàng Lê chủ nhiệm khoa Nội Bệnh viện Bắc Kinh từ Bucharest trở về, tôi mời họ đến chỗ chúng tôi.

Nhưng nhà lãnh đạo Rumani bị viêm bán cấp màng tim do nhiễm trùng, điều trị bằng kháng sinh. Bệnh tim của Mao hoàn toàn khác. Hai ông không giúp gì hơn các chuyên viên tim mạch trong đội Hồi sức cấp cứu sẵn có của chúng tôi. Tuy vậy, Mao vẫn muốn gặp họ. Ngày 10-6-1975 tôi dẫn họ đến gặp Chủ tịch. Khi chúng tôi đi vào phòng, Trương Ngọc Phượng và Mao đang cãi nhau về cái gì đó. Nhìn thấy chúng tôi, Mao bắt đầu khoa chân múa tay một cách tức giận, nhưng chúng tôi không thể hiểu được ông. Chỉ có Trương Ngọc Phượng hiểu, cô ta giải thích nguyên nhân to tiếng như sau.

Hai ngày trước, Mao giận cô vì ông muốn Trương Ngọc Phượng đọc tài liệu, nhưng cô vắng mặt do có chút việc riêng. Đến khi quay về, cô nhìn thấy mẩu giấy Mao viết: "Trương Ngọc Phượng, cút đi". Trương cãi lại, la lên, cô sẽ đi ngay bây giờ, nếu Mao không dám cho cô đi, ông chỉ là con chó. Mao vẫn tức, nói:
- Tôi đã nóng, nhưng Trương Ngọc Phượng còn nóng hơn, dám chửi lại cả tôi.

Trương Ngọc Phượng phân trần, không biết cả hai bác sĩ đều thấy mọi chuyện xảy ra từ đầu đến đuôi, còn hai bác sĩ, lần đầu tiên đến gặp Chủ tịch, nghe thấy chuyện hai người cãi nhau, chỉ biết há hốc miệng, chết lặng, đứng ngây người ra nhìn.

Mao yêu cầu hai bác sĩ kể về công việc của họ ở Rumani. Các bác sĩ nói, kinh nghiệm của họ không có ích gì, vì bệnh của Chủ tịch hoàn toàn khác, nhưng Mao muốn họ vào nhóm chúng tôi.

Cả tôi cũng muốn điều này, nhưng họ do dự, không muốn. Họ nhấn mạnh rằng, với số lượng bác sĩ hiện có, trình độ và kinh nghiệm tay nghề rất cao đủ khả năng thành lập một bệnh viện, họ không muốn tham gia, bởi vì, hàng ngũ các bác sĩ phục vụ Mao thuộc lớp thượng thặng về tay nghề.

Ngô Thế tán thành ý kiến của họ, vì đội cấp cứu đã quá đầy đủ các chuyên viên các khoa. Nhưng tôi vẫn yêu cầu Châu Tăng Nhị và Đào Hoàng Lê tham gia. Với tôi, càng nhiều bác sĩ chữa cho Chủ tịch, càng ít khả năng sau này họ buộc tội chúng tôi là bọn phản cách mạng, "kẻ giết người trong chiếc áo choàng trắng".

Nhưng chúng tôi phải tiếp tục giữ vững đoàn kết. Tất cả những tranh luận, bàn bạc, bất đồng ý kiến trong điều trị phải giữ kín, hoặc phải tháo gỡ mọi bất đồng. Nếu Trương Ngọc Phượng hay Giang Thanh hoặc bọn thóc mách biết về những vụ bất đồng của chúng tôi, chắc hẳn họ sẽ lợi dụng, buộc tội ở phe này hay phe kia, có âm mưu phản cách mạng.

Ngô Thế rất hiểu, làm việc chặt chẽ với nhau, luôn luôn thống nhất những phương án điều trị trong toàn đội. Nếu một hay hai bác sĩ trong đội chưa tán thành, chúng tôi sẽ thảo luận, bàn bạc đưa đến thống nhất ý kiến. Đội Hồi sức được bổ xung thêm bác sĩ Tô Đức Long, Chủ nhiệm khoa Thần kinh Bệnh viện Hoà Sơn, Thượng Hải, một chuyên viên dày dạn kinh nghiệm điều trị chứng teo cơ và liệt một bên.

CHƯƠNG 87

Đến cuối tháng Bảy, các bệnh nhân mổ đục thuỷ tinh thể đã kết thúc. Kết quả được tổng kết gửi Mao tự lựa chọn. Ông chọn phương pháp cổ truyền Trung Quốc, theo ông, ít nguy hiểm, không đau đớn và nhanh gọn.

Phòng thay quần áo của bể bơi chuyển thành phòng tiếp khách rất rộng, chúng tôi quây lại một khu tạo thành phòng mổ. Điền Dư Chí và Quan Phác Thoả được giao việc phẫu thuật. Chu Ân Lai và Đặng Tiểu Bình đến để quan sát quá trình phẫu thuật.

Mao cảm thấy lo, các bác sĩ giải thích tỷ mỉ họ sẽ làm gì và làm như thế nào. Cuối cùng Chủ tịch bớt lo, thậm chí còn nói đùa, đời nhà Nguyên (1279-1368) nhà thơ Thư Đông, bị mù đã viết câu thơ:

"Ngoảnh về đông nam
Có dòng Ô Giang,
Xứ sở Giang Tây
Ngắm dòng Châu Giang
Uốn vòng Hồ Bắc
Cảnh vật muôn màu
Sao chẳng thấy đâu".

Mao nói:
- Sau cuộc phẫu thuật này, mắt tôi sẽ lại nhìn thấy.
Phẫu thuật mắt bên phải của Mao kéo dài 12 phút, sau khi băng kín bên mắt mới mổ, Chủ tịch nói, nếu mọi việc ổn thoả, sau hai tháng nữa ông sẽ đề nghị các bác sĩ cũng làm như thế cho nốt mắt bên trái. Sau mười ngày, tháo băng. Mao rất vui, "Tôi lại có thể trông thấy thiên nhiên và mặt trời – Ông nhắc đi nhắc lại – nhưng nhìn không rõ lắm". Các bác sĩ giải thích, họ chỉ làm sáng lại phía thuỷ tinh thể bị mờ, nhưng vẫn chưa làm gì cả để phục hồi thị lực, yêu cầu Chủ tịch tạm thời dùng kính để tăng sức nhìn. Mao đồng ý đeo kính, nhưng từ chối đo thị lực. Chúng tôi đem một số cặp kính để ông lựa chọn. Giờ đây ông có thể tự đọc những văn bản, tài liệu.
Tới giữa tháng 10 năm 1975, khi Mao định mổ mắt trái, tình hình chính trị lại nguy ngập thêm. Nhóm Giang Thanh không ngừng tay, vẫn ra sức tấn công Đặng Tiểu Bình. Như Uông Đông Hưng dự đoán, họ muốn không những chỉ hất cẳng Đặng Tiểu Bình, còn

muốn tử hình ông ta nữa. Giang rất ít khi gặp trực tiếp Mao, nhưng thông qua Mao Viên Tân, Trương Ngọc Phượng chuyển thông tin cho Giang. Không ai biết Chủ tịch nghĩ gì, kể cả Uông Đông Hưng, còn tôi ít có điều kiện gặp ông. Chúng tôi biết ông rất bận rộn, lại hay cáu kỉnh, đến nỗi không dám làm bất cứ điều gì, chỉ sợ ông nổi khùng, rồi cách chức Đặng. Uông không cho phép nhắc chuyện mổ đục thuỷ tinh thể, chữa bệnh tế bào thần kinh vận động nữa. Cuộc đấu đá tranh giành quyền lực của các nhà lãnh đạo chóp bu vẫn giữ kín, tôi không dám nói chuyện này với các bác sĩ trong đội, chỉ lấy lý do, Chủ tịch hiện nay rất bận, tất cả phải chờ đợi, khi nào thuận lợi mới mổ tiếp mắt trái.

Đội y tế chúng tôi và chuyện giành chính trị đụng độ nhau. Nhiệm vụ đội y tế lấy công tác bảo vệ sức khỏe Chủ tịch làm hàng đầu, trọng tâm, nhưng phải chịu lùi bước vì Mao quá bận. Uông rất lo, các bác sĩ có thể làm Chủ tịch bực mình, chuyện chính trị có thể rối tung lên, vì thế Uông ra lệnh các bác sĩ trở về bệnh viện cũ làm việc, khi nào cần sẽ thông báo sau. Chỉ có Hồ Thư Đông, hai bác sĩ tai mũi họng, một chuyên khoa gây mê hồi sức ở lại Trung Nam Hải, sẵn sàng cấp cứu. Tôi vẫn ở nhà khách của Văn phòng Tổng hợp, nơi tôi làm cố vấn chỉ đạo mổ thuỷ tinh thể.

Cuối tháng Mười sức khỏe Mao xấu đi rất nhanh. Ông bắt đầu khạc ra nhiều đờm, rất khó thở, lượng nước tiểu giảm đột ngột, dưới 500 phân khối/ngày. Nhưng ông vẫn không cho chúng tôi khám xét, tôi biết do thông qua các y tá chăm sóc ông hàng ngày. Việc tiểu tiện giảm, biểu hiện ông có thể bị tổn thương ở tim, phổi và thận. Tôi yêu cầu ngừng truyền dung dịch glucose vì không những không tác dụng mà còn có hại. Tôi muốn mời một số bác sĩ khám cho ông. Uông Đông Hưng triệu tập các bác sị trở về gấp, bác sĩ chủ nhiệm khoa nội Bệnh viện Bắc Kinh, Đào Hoàng Lý chuyển vào Trung Nam Hải ở.

Tình hình rất căng thẳng. Hồ Thư Đông, hồi trước ủng hộ tiêm glucose, bối rối, lo âu nhất. Ông muốn xin ra khỏi Nhóm 1, nhưng người ta không giải quyết. Một đêm, sau khi uống thuốc ngủ, ông đánh rơi mẩu thuốc lá xuống mền chăn. Lửa bốc lên, Hồ bị bỏng nặng. Người ta chở ông vào Bệnh viện Bắc Kinh, nằm điều trị ở đó cho đến khi Mao qua đời. Hồ Thư Đông đã thành công trong việc thoát trách nhiệm điều trị của Chủ tịch bằng con đường ấy.

Sau cuộc ra đi độc đáo của Hồ Thư Đông, tôi chuyển vào Trung Nam Hải. Tôi muốn ba bác sĩ thần kinh học cùng theo dõi Mao. Tuy nhiên Trương Ngọc Phượng không đồng ý, cho rằng các bác sĩ ấy vô tích sự, còn Trương Diêu Tự im, không can thiệp.

Chuyện Trương Ngọc Phượng nhúng tay điều khiển chăm sóc sức khỏe của Mao là điều thậm ư vô lý, không thể chấp nhận được. Chủ tịch đang ốm nặng, cần sự chăm sóc sức khỏe đặc biệt, cần các chuyên viên giỏi trong trường hợp khẩn cấp. Tôi bảo Trương Diêu Tự, sẽ viết tường trình yêu cầu đưa các bác sĩ vào Trung Nam Hải, nếu không đồng ý, đề nghị ông viết xác nhận vào bản tường trình của tôi. Chỉ sau khi Trương Diệu Tự xin ý kiến Uông mới được giải quyết.

Tới lúc này Mao hăng hái xem phim. Mao và Trương Ngọc Phượng xem phim Đài Loan và Hong Kong trong buồng làm việc, còn đối với nhân viên Nhóm Một người ta dựng một màn ảnh lớn chỗ bể bơi cũ. Các bác sĩ được mời đến xem phim và đôi khi rất khó từ chối. Trương Diêu Tự muốn tất cả phải có mặt. Nhưng việc chiếu phim kéo dài đến hai ba giờ sáng, trong Chủ tịch đang lâm bệnh không một bác sĩ nào thường trực.

Chiến dịch chống Đặng Tiểu Bình lan rộng. Tháng Tám, phó bí thư Uỷ ban cách mạng Đại học Thanh Hoa, Lưu Bình, viết thư gửi cho Mao, phê bình Chí Cương bí thư Uỷ ban và phó bí thư khác, Tạ Thanh Nhị, về thái độ lơ là công việc và tha hoá trong cuộc sống. Lưu Bình đưa thư cho Đặng, yêu cầu chuyển đến Mao. Đặng lại giao bức thư cho Văn phòng Bí thư chuyển cho Mao.

Mao bảo vệ Chí Cương và Tạ Thanh Nhị, nói, cả hai người này kiên định đi theo đường lối cách mạng của ông. Nhưng về sau bức thư này được sử dụng như một phương tiện giáng một đòn vào Đặng Tiểu Bình. Mao đánh giá bức thư của Lưu Bình như sự công kích ông và buộc tội Đặng trong sự dàn cảnh với Lưu Bình. Sự kiện ở Thanh Hoa, Mao nói, không phải trường hợp duy nhất, phản ánh đấu tranh nội bộ, không được giải quyết bằng Cách mạng văn hoá.

Tháng Mười, Mao họp với Mao Viễn Tân, ông rất quan tâm đến ý kiến của người cháu về Đặng Tiểu Bình. Nội dung cuộc nói chuyện giữ bí mật, nhưng chủ yếu đề cập tới những người lãnh đạo cao cấp của đảng, đụng chạm đến Đặng. Mao Viễn Tân phê phán các quan chức đảng đã thoái hoá cách mạng phục vụ lợi ích riêng, nhà cửa khang trang, có xe hơi và tài xế riêng, cần vụ, lương cao bổng lộc nhiều, rồi lên tiếng phê phán nội bộ đảng đang hình thành tầng lớp tư sản mới. Họ phải trở thành mục tiêu đối với cuộc cách mạng xã hội chủ nghĩa mới. Mao chấp nhận quan điểm của Viên Tân đối với

Cách mạng văn hoá, nhận xét rằng phong trào này đã phá huỷ trong cùng một lúc và sẽ dẫn đến nội chiến. Mao phê bình đích danh Đặng Tiểu Bình vì sự lơ là đấu tranh giai cấp, vì lời của Đặng coi mèo nào cũng tốt nếu bắt được chuột, không quan trọng phân biệt mèo đen hay mèo trắng. Mao nói, Đặng, một trong những đảng viên đã ra nhập tầng lớp tư sản mới trong đảng. Đặng từ chối thi hành các chỉ thị và báo cáo lên cấp trên, không tham khảo ý kiến với Bộ chính trị, Quốc vụ viện và thậm chí với Mao. Đặng cho rằng chiến dịch chính trị nhằm chống các cán bộ lão thành của đảng là sai lầm, ám chỉ Trần Độc Tú, Bành Đức Hoài, Lưu Thiếu Kỳ và Lâm Bưu. Đặng đã từng nói, Cách mạng văn hoá làm hại sinh viên, bắt họ bỏ học. Mao buộc tội Đặng đã không nghiên cứu nghiêm túc Chủ nghĩa Marx-Lenin. Nhưng Mao không tin Đặng có ý sổ toẹt thành tựu Cách mạng văn hoá, nhưng cho rằng người ta không dám tố cáo vì sợ Đặng.

Theo Mao, vấn đề quan trọng ở đây do lề lối làm việc và phong cách lãnh đạo, nhưng vẫn tin Đặng có thể sửa chữa, ông chưa có ý định hạ bệ.

Lại thêm một chiến dịch mới được phát động, chiến dịch chống phái hữu và chống sự những phán xét mới cuộc Cách mạng văn hoá. Mục tiêu chính vẫn lại là Đặng Tiểu Bình.

Tới lúc này Mao yếu đến mức không thể đứng được. Nửa thân bên phải liệt đã quá rõ, thường xuyên phải dùng bình oxygen. Mao từ chối đưa thức ăn qua đường ống, vì thế ông xuống cân nhanh chóng. Chủ tịch nằm nghiêng bên trái, nuốt từng thìa nước thịt hầm đổ vào miệng. Toàn thân ông thay đổi, trừ mái tóc vẫn đen.

Cơ thể Mao thiếu dinh dưỡng, nhóm bác sĩ đồng ý giải pháp tiêm dung dịch đạm amino-acids nhập từ Mỹ và Nhật Bản. Trương Ngọc Phượng phản đối: "Các bác sĩ luôn bắt bệnh nhân phải uống tất cả các loại thuốc mới. Vì sao họ lại không thử nó trước vào bản thân mình?"

Vương Thế và Đào Hoàng Lý choáng người. Họ đã cống hiến cả đời mình cho nghề y khoa, đã điều trị biết bao các nhà lãnh đạo cao cấp của đảng và nhà nước tại Bệnh viện Bắc Kinh, nhưng không ai và chưa có ai bao giờ lại bắt họ phải thử thuốc trên thân thể bác sĩ. Hai bác sĩ nói đùa, cứ theo suy luận này, liệu người ta có bắt họ phải phẫu thuật trước, trong trường hợp bệnh nhân cần phẫu thuật. Nhưng cuối cùng, tôi vẫn phải là người phải tiêm thử dung dịch đạm amoni-acids trước. Vì thuốc này nhập ngoại số lượng hạn chế vì rất đắt, chỉ dành riêng cho Chủ tịch.

CHƯƠNG 88

Chu Ân Lai từ trần. Mao chưa lần nào thăm Chu ở bệnh viện, vì bản thân ông cũng ốm nặng. Nhưng cuối tháng 11-1975 Mao chỉ thị tôi đến thăm Chu. Thủ tướng vẫn nằm ở Bệnh viện 305. Đầu tiên tôi gặp các bác sĩ phụ trách điều trị của ông hỏi thăm tình hình trước. Chu Ân Lai mắc ba bệnh ung thư, đường tiết niệu, ruột kết và phổi. Điều đáng ngạc nhiên, ba bệnh ung thư này độc lập, không liên quan đến nhau, cũng không phải do tế bào di căn từ khối ung thư khác gây nên.

Chu Ân Lai gày gò, nhỏ thó nhưng vẫn còn giữ vẻ đẹp lão. Mái tóc đen chải cẩn thận đã ngả màu muối tiêu, vẫn bộ quần áo kiểu Mao quen thuộc. Chu không chịu nằm bẹp trên giường, tôi gặp ông ngồi trên ghế sofa trong phòng tiếp khách của bệnh viện. Ông có vẻ buồn rầu.

Tôi nói với thủ tướng, Chủ tịch lo ngại về sức khoẻ của ông. Chu cám ơn, quay sang hỏi chúng tôi đã tìm được thuốc chữa bệnh teo cơ cục bộ được chưa. Tôi kể ngắn gọn về sức khoẻ của Chủ tịch, nhưng không trả lời câu hỏi. Chu đề nghị tôi chuyển đến Mao lời cảm ơn và những lời chúc tốt đẹp nhất. "Xảy ra như thế, chính tôi không thể làm được điều gì – ông nói – hãy chăm sóc sức khỏe Chủ tịch".

Chu yếu đến nỗi thậm chí không đủ sức giơ tay để bắt khi tôi từ biệt. Lúc ấy khoảng bảy giờ chiều ngày 29-11-1975. Đấy là lần cuối cùng tôi gặp ông.

Chu Ân Lai qua đời ngày 8-1-1976.

Ở Nhóm Một, sự kiện Chu qua đời không có phản ứng nào đáng kể. Thậm chí Uông Đông Hưng cũng im lặng. Tất cả chúng tôi biết Chu sắp chết, đã chuẩn bị đón nhận điều này từ lâu, cuộc đối đầu giữa Giang Thanh với thủ tướng chấm hết. Với tôi, cái chết của Chu thật bất ngờ. Điều làm tôi lo ngại nhất cuộc đấu đá tranh giành quyền lực vẫn tiếp diễn. Giang Thanh và phe cánh đã chiến thắng. Những cuộc đả kích Đặng Tiểu Bình trở nên liên tiếp cho đến khi ông quyền lực phải bị tước bỏ, ông bị đình chỉ công tác, trong khi bản thân Mao cũng sắp qua đời.

Những bác sĩ trong đội hồi sức cấp cứu của Mao, đã từng điều trị Chu Ân Lai, muốn đến bệnh viện viếng người quá cố. Khi tôi đề đạt đề nghị của họ cho Trương Diêu Tự, ông từ chối thẳng thừng. Các bác sĩ không được phép kéo đến chỗ Chu, không được đeo băng tang đen. Tôi hỏi ai ra quyết định, Trương nghiêm mặt, nói, thực hiện theo chỉ thị cấp trên, nhưng không biết lý do vì sao. Ông doạ, các bác sĩ sẽ bị làm phiền nếu cứ đòi hỏi điều này.

Cuộc sống trong Nhóm Một vẫn như thường lệ. Đêm đêm vẫn xem phim tại khu bể bơi cũ. Tết Nguyên đán sắp đến nơi, Trương Ngọc Phượng muốn tổ chức liên hoan đón tết vui vẻ, cô đề nghị Trương Diêu Tự dựng cây pháo bông phía ngoài tư dinh Mao. Để lấy lòng cô, Trương Diêu Tự đồng ý. Nhưng khi những tiếng nổ bắt đầu, cảnh vệ và lính sư đoàn Bảo vệ Trung ương chạy ào tới. Đã từ lâu, Trung Nam Hải có lệnh cấm đốt pháo, vì tiếng pháo nổ nghe như tiếng súng, gây trở ngại công tác an ninh. Trương Diêu Tự lại quên không báo cáo kế hoạch đốt pháo. Rất nhiều người hiếu kỳ nghe tiếng pháo nổ và ngọn lửa sáng rực đã chạy tới xem. Rồi chẳng mấy chốc lan ra tin đồn, Mao chủ tịch mừng cái chết của Chu bằng cách bắn pháo hoa.

Mọi người quan tâm ai sẽ thế chỗ của Chu Ân Lai. Với uy thế Giang Thanh và phe cánh đang lên, trong khi Đặng Tiểu Bình lâm vào thế bất lợi, nhiều người tin chức thủ tướng sẽ về tay Vương Hồng Văn. Nhưng tất cả mọi người ngã ngửa, bất ngờ khi Mao tiến cử Hoa Quốc Phong chức vụ Quyền thủ tướng, kiêm phó chủ tịch đảng thứ nhất. Bộ chính trị họp từ ngày 21 đến 28-1-1976 thông qua sự bổ nhiệm Hoa Quốc Phong. Ngày 3-2-1976, tuyên bố chính thức Hoa Quốc Phong, thủ tướng Quốc vụ viện.

Giống như mọi người, tôi thật sự bất ngờ, tin rằng đây chính là nước cờ thật sắc sảo, khôn ngoan, kể cả Uông Đông Hưng cũng tin như thế. Như vậy, Mao chủ tịch vẫn còn rất minh mẫn. Việc bổ nhiệm trở thành sự khinh bỉ, sỉ nhục đối với Giang Thanh và phe cánh. Các quan chức cao cấp chia làm hai phái – phái già từ khi tham gia cuộc Vạn Lý Trường Chinh (chủ nghĩa kinh nghiệm) và phái những người cực đoan trẻ hơn (chủ nghĩa giáo điều), Mao không muốn giao quyền lãnh đạo cho người thuộc hai phe đó. Vì thế ông chọn người làm thủ tướng, không thuộc phe phái nào. Ít người biết tên tuổi Hoa Quốc Phong, người đã từng giữ chức lãnh đạo huyện Tương Đàm, quê hương Mao, sau đó được bầu bí thư tỉnh uỷ Hồ Nam. Ông trong số những người gọi là "cán bộ năm 38", những người tham gia cách mạng ngay sau lúc bắt đầu chiến tranh chống Nhật 1938. Uông Đông Hưng rất vui với sự lựa chọn của Mao. Uông cũng dự đoán, Hoa Quốc Phong sẽ nhanh chóng trở thành

mục tiêu tấn công mới của Giang Thanh và phe cánh, bởi vì ông không phải người cùng hội cùng thuyền của họ.
Nhưng Uông đã lầm. Thay vì điều này người ta tăng sức ép lên Đặng Tiểu Bình. Đầu tháng Ba, một văn bản ghi lại cuộc nói chuyện giữa Mao và Mao Viên Tân, trong đó người cháu Mao phản ứng kịch liệt về Đặng Tiểu Bình, tài liệu này được phân phát phổ biến trong đảng. Tôi có cảm tình với Đặng. Ông là nhà lãnh đạo sắc sảo, có năng lực, tôi tin ông, người duy nhất sẽ đưa đất nước tới phú cường sau khi Mao và Chu Ân Lai qua đời.
Dân chúng xem việc Mao phê phán Đặng là không công bằng. Người ta lại phê phán việc tang lễ đối với Chu Ân Lai không đầy đủ, thiếu đúng mức đối với chức vụ của một đương kim thủ tướng tạ thế.
Giữa tháng Ba sắp sửa đón ngày lễ Thanh Minh, lễ tưởng nhớ những người đã khuất sẽ được tổ chức ngày 4-4 dương lịch, người dân Bắc Kinh đổ về tụ tập dưới Tượng đài Anh hùng cách mạng trên Quảng trường Thiên An Môn, họ đeo băng tang để tưởng nhớ Chu Ân Lai. Phong trào được phát động kín đáo, đám đông tăng dần lên từng ngày. Chưa bao giờ đất nước Trung Hoa chứng kiến sự biểu lộ tình cảm của nhân dân đối với người anh hùng như thế kể từ khi chính quyền cộng sản lên cầm quyền từ năm 1949.
Tôi rất đồng tình và ủng hộ phong trào, cảm phục lòng dũng cảm của người Bắc Kinh. Tất cả chúng tôi hiểu, những người biểu tình muốn bày tỏ một điều gì lớn hơn thông qua lễ tưởng niệm Chu Ân Lai. Họ biểu lộ sự phản đối Giang Thanh và phe cực đoan, đồng thời bày tỏ sự ủng hộ Đặng Tiểu Bình. Tôi muốn đến quảng trường, vừa để ủng hộ, vừa muốn biết mọi diễn biến ra sao, nhưng Uông Đông Hưng và Trương Diêu Tự khuyên nên tránh xa, chớ dính dáng việc này mang vạ vào thân. Ở đó chắc chắn có nhiều mật vụ, sẽ xuất hiện ảnh tôi trong hồ sơ đen theo dõi của họ, lúc ấy còn lâu tôi mới được giải oan. Thậm chí nếu tôi muốn đi đến đó theo công việc, cũng cần phù hiệu đặc biệt cắm trên xe hơi.
Cuối tháng Ba, tôi thường xuyên đến Bệnh viện Bắc Kinh vì công việc cho Chủ tịch, nên phải đi qua quảng trường. Quảng trường đầy kín hàng chục ngàn người, từng nhóm hát hò, diễn thuyết, đọc thơ. Hàng nghìn lá cờ tung bay trước gió. Băng tang phủ đầy các con đường từ Tượng đài Anh hùng ở trung tâm quảng trường đến đại lộ Trường An, ngay trước Thiên An Môn. Trông thật ấn tượng đầy khí thế. Người lái xe của tôi cám ơn số phận vì đã có điều kiện chứng kiến sự kiện như thế. Anh ta cũng như tôi đã bị cấp trên cảnh cáo

không được đến quảng trường. Mỗi lần xe qua, anh muốn lái chầm chậm và đến sát để quan sát kỹ hơn, nhưng tôi bảo, tốt nhất nên quay về. Về sau, tôi biết số xe của tôi đã bị ghi sổ. Cảnh sát không tiến hành điều tra, vì biển số xe thuộc Cục Bảo vệ Trung ương.

Ngày tiếp ngày, trên quảng trường đám đông tụ tập càng đông, trong ngày lễ kỷ niệm, Giang Thanh và các đồ đệ của bà bị tấn công mạnh mẽ. Chiều tối ngày 4-4-1976 lễ Thanh Minh, đám đông lên đến cả trăm nghìn người. Bộ chính trị cấp tốc họp tìm cách giải quyết. Họ cho rằng, ban đầu những người biểu tình hoà bình, trong trật tự, nhưng bị lợi dụng nằm trong kế hoạch của bọn phản cách mạng xúi giục. Mao vắng mặt trong phiên họp, Mao Viên Tân làm người liên lạc. Khi Mao Viên Tân trình văn bản cuộc họp, Chủ tịch đồng ý cách giải quyết. Ngay đêm hôm đó, người ta ra lệnh tịch thu băng tang, cờ, biểu ngữ cùng các khẩu hiệu từ quảng trường và bắt "bọn phản cách mạng".

Ngày hôm sau, ngày 5-4-1976, cuộc biểu tình hoà bình biến thành bạo lực. Những người biểu tình nổi giận đánh nhau với cảnh sát và quân đội. Quân tiếp viện được đưa tới, 9 giờ đêm, hơn mười nghìn cảnh sát và năm tiểu đoàn lực lượng an ninh đã phong toả quảng trường, đánh đập và bắt những người biểu tình không chịu giải tán. Giang Thanh ngồi cả ngày trong toà nhà Quốc vụ viện ở phía tây quảng trường, quan sát đám đông bằng ống nhòm. Cũng chiều hôm đó, tôi ở trong phòng khách, lúc 11 giờ đêm Giang Thanh đến thông báo cho Mao về sự trấn áp "bọn phản cách mạng" đã thành công – thắng lợi lớn thuộc về phe Giang Thanh. Tôi không hiểu Giang nói cái gì với Chủ tịch. Nhưng tôi cảm thấy cuộc biểu tình Thiên An Môn là một phong trào nổi dậy tự phát của quần chúng, không phải do một "nhúm nhỏ" bọn phản cách mạng nổi dậy như Giang Thanh và phe cánh tuyên bố. Mao thường nói, lực lượng quân đội không được sử dụng để chống lại quần chúng nhân dân. Bây giờ quần chúng lại trở thành kẻ thù của những người cộng sản và họ đem quân đội ra đàn áp.

Giang Thanh rời phòng làm việc Mao với vẻ đắc chí, mời chúng tôi đến chỗ bà dự liên hoan, ăn mừng sự kiện bằng rượu Mao Đài, lạc rang và thịt lợn quay. "Chúng ta đã chiến thắng – bà ta nói – Hãy cạn chén! Tôi trở thành cái dùi cui sẵn sàng giáng đòn vào bọn phản cách mạng". Đây là một cảnh khó chịu nhất tôi phải chứng kiến trong đời.

Bộ chính trị họp một lần nữa vào sáng ngày 6-4, tiếp theo là việc bắt bớ hàng loạt. Hơn 30 ngàn lính quân cảnh được lệnh tuần tra quảng trường và các khu vực lân cận, hàng chục tiểu đoàn lính đặt trong tình trạng báo động. Mao Viên Tân đưa quyết định này cho ông bác của mình, Mao đã tán thành kế hoạch đó.

Hôm sau Mao Viên Tân trao cho Mao Trạch Đông một bài bình luận đăng trong tờ "Nhân dân Nhật báo", lên án bọn gây rối loạn là bọn phản cách mạng, lúc đó có mặt Uông Đông Hưng, ông nói cho tôi biết, Mao tin cuộc biểu tình do bọn phản cách mạng gây rối, ngay giữa Quảng trường Thiên An Môn, Bắc Kinh, trái tim của cả nước. Nhà cửa xe cộ bị đốt phá, Mao cho rằng có bàn tay của Đặng Tiểu Bình. Một lần nữa Đặng lại bị mất chức phó thủ tướng và phó chủ tịch đảng, nhưng không bị khai trừ khỏi đảng. Mao đưa Hoa Quốc Phong làm thủ tướng chính thức và giữ chức phó chủ tịch đảng thứ nhất. Mao Viên Tân đưa đề nghị của Chủ tịch tới Bộ chính trị để thông qua. Đài phát thanh Nhân dân thông báo, Đặng Tiểu Bình bị cách chức, Hoa Quốc Phong giữ chức thủ tướng thay Chu Ân Lai.

Chiều tối hôm ấy, Uông Đông Hưng chủ trì cuộc họp của Nhóm Một và đội cấp cứu. Ông loan báo nghị quyết của Bộ chính trị, phân phát tài liệu phát động chiến dịch phê phán Đặng Tiểu Bình và các thế lực mưu toan phủ nhận kết quả Cách mạng văn hoá. Khi cuộc họp kết thúc, Uông đề nghị tôi, Trương Diêu Tự và một vài sĩ quan an ninh ở lại. Ông khuyên chúng tôi nên thận trọng, giữ mồm giữ miệng, Uông trao tôi nhiệm vụ truyền đạt ý kiến cho các bác sĩ của nhóm. Uông là người cùng chí hướng với Đặng Tiểu Bình, mối nguy hiểm cũng đang đe doạ sinh mạng ông. Tôi xem lời khuyên này như một lời khuyên chúng tôi đừng lan truyền mối quan hệ của ông với những nhà lãnh đạo cũ bị thanh trừng.

Các bác sĩ, không có thời giờ bàn tán về chính trị. Họ có cả núi việc phải làm, tìm mọi cách tập trung chăm sóc sức khỏe cho Mao. Còn Chủ tịch vẫn phớt lờ sự yêu cầu khám xét cho ông. Bằng chứng duy nhất về trạng thái sức khoẻ của ông là xét nghiệm nước tiểu do y tá phục vụ ông cung cấp. Chúng tôi mượn dụng cụ xét nghiệm hiện đại, tối tân nhất của Bệnh viện 305 về để phục vụ công tác xét nghiệm. Điều duy nhất chúng tôi có thể làm được cho Mao, tăng lượng nước tiểu bài tiết từ 500 phân khối lên 800 phân khối/ngày, ngoài ra chúng tôi không thể làm được gì hơn.

CHƯƠNG 89

Đào Hoàng Lý trực cùng tôi ngày 11-5-1976, khi Dư Dương Tú, cô y tá giàu kinh nghiệm, giỏi nhất của chúng tôi phóng đến, mặt hoảng hốt, thở hổn hển, báo tin, Chủ tịch đang vã mồ hôi, lên cơn khó thở cấp. Chúng tôi hối hả tới chỗ Mao, nghi ông lên cơn đau tim đột ngột. Trương Ngọc Phượng ngăn chúng tôi lại, nhưng không có thời giờ chờ cô ta cho phép. Mao bất tỉnh nhưng chưa chết, không phản đối khi các bác sĩ bắt tay vào việc cấp cứu. Chúng tôi đo điện tim, hồi sức cấp cứu. Một cú điện thoại từ Trung Nam Hải gọi đến khu nhà H, nơi đội y tế ở, sẽ có một nhân viên y tế đến bổ xung. Mao lên cơn đau tim đột ngột do nhồi máu cơ tim, một phần nhỏ trong tâm thất bị hoại tử do thiếu oxygen, ông đã từng bị nhịp ngoại tâm thu và rối loạn nhịp tim. Các y tá Minh Thanh Nhung, Lý Liên Thi, báo cáo, cơn bệnh xuất hiện ngay sau khi Chủ tịch tiếp thủ tướng Lào, Kaysone Phomvihane, đúng lúc ông đang cãi vã với Trương Ngọc Phượng.

Người ta thông báo ngay cho Hoa Quốc Phong, Vương Hồng Văn và Trương Xuân Kiều về tình trạng của Chủ tịch. Trong lúc họ trên đường tới tư dinh Mao, chúng tôi vẫn tiến hành cấp cứu. Tình trạng của Mao rất nguy kịch. Ba Uỷ viên Bộ chính trị thống nhất, Mao cần nghỉ ngơi hoàn toàn. Bộ ngoại giao thông báo cho các đại sứ quán Trung Quốc trên toàn thế giới biết, Mao sẽ không tiếp khách nước ngoài trong một thời gian.
Chúng tôi bực bội Trương Ngọc Phượng, việc cãi cọ của cô với Mao làm tăng bệnh tim. Hoa Quốc Phong nhắc nhở, Chủ tịch rất già, ốm đau, khuyên cô nên mềm mỏng, kiên nhẫn. Trương Ngọc Phượng vùng vằng, tức giận. Vương Hồng Văn cố động viên, nói:
- Cô Tiểu Trương ơi, làm ơn chăm sóc tốt Chủ tịch, chúng tôi sẽ cám ơn cô nhiều.
Theo quyết định của Hoa Quốc Phong, bốn Uỷ viên Bộ chính trị – Vương Hồng Văn, Trương Xuân Kiều và Uông Đông Hưng và ông – phải có mặt thường xuyên chỉ đạo nhóm bác sĩ. Họ ra lệnh cho chúng tôi thông báo cho Hoa Quốc Phong trong bất kỳ trường hợp diễn biến nguy kịch nào. Trương Xuân Kiều đề nghị không chuyển cho Mao các văn kiện của Bộ chính trị. Dù rằng sức khoẻ đã yếu đi, Mao vẫn nhận và xem qua tất cả các đề án giải quyết, người ta cần sự đồng thuận của ông. Hoa Quốc Phong và Vương Hồng Văn đồng

ý ngừng chuyển tài liệu. Chủ tịch cần yên tĩnh, nghỉ ngơi hoàn toàn. Lần đầu tiên Mao mất quyền kiểm soát đối với Bộ chính trị. Quyền lực của ông giảm đi. Phái Giang Thanh chiếm ưu thế.

Chúng tôi đã chặn đứng cơn nguy kịch, nhưng tình trạng sức khỏe vẫn tiếp tục xấu. Chứng loạn nhịp tim vẫn còn, lượng nước tiểu giảm, chỉ còn nửa lít một ngày. Chứng liệt các cơ vùng họng phát triển đến mức hầu như ông không thể nuốt được nữa. Người ta tiếp tục nuôi ông bằng nước thịt bò và gà hầm, nhưng số lượng vào dạ dày giảm đi rất nhiều.

Ngày 15-3-1976, nhóm bác sĩ được triệu tập họp khẩn cấp của Ban thường vụ Bộ chính trị, chịu trách nhiệm chỉ đạo công việc điều trị. Chúng tôi đề xuất, do Mao không nhận đủ nước và dinh dưỡng tình trạng rất nguy hiểm, đề nghị cho ăn qua đường mũi. Vương Hồng Văn hỏi, liệu Mao có thể truyền dung dịch glucose được không. Truyền dung dịch có thể được, nhưng đưa một lượng nước cần thiết, sẽ gây tim làm việc quá tải. Trương Xuân Kiều nhắc, không ai có thể ép Mao đút ống nuôi dưỡng qua đường mũi, cần phải thuyết phục để ông đồng ý. Người duy nhất có thể thuyết phục, Trương Ngọc Phượng. Bộ chính trị cho gọi cô ta đến họp, Hoa Quốc Phong muốn cô lắng nghe ý kiến bác sĩ sau đó thuyết phục Chủ tịch.

Trương Ngọc Phượng từ chối họp, lý do, rất bận chăm sóc Chủ tịch, hơn nữa cô không phải bác sĩ. Các Uỷ viên Bộ chính trị lúng túng, không biết giải quyết ra sao. Cuối cùng Vương Hồng Văn hứa nói chuyện với cô ta.

Cuối cuộc họp, Hoa Quốc Phong muốn xem việc nuôi qua đường mũi và đề nghị giải thích thiết bị của nó. Ông nghĩ rằng nếu bốn Uỷ viên Bộ chính trị, lo về sức khoẻ Mao, thử áp dụng vào chính bản thân mình, họ sẽ dễ khuyên Chủ tịch sử dụng chúng. Hoa Quốc Phong, Vương Hồng Văn, Uông Đông Hưng và Trương Xuân Kiều quyết định đến ngày hôm sau sẽ thử. Tất cả mọi người Nhóm Một cũng phải thử đút ống cho chính bản thân, để sau đó thuyết phục Mao.

Cuộc họp vừa giải tán, Vương Hồng Văn tìm tôi. Ông tìm được một thuốc mới cho Mao – ngọc trai biển. Vương Hồng Văn có đem theo vài viên ngọc trai biển cực kỳ quý hiếm từ Thượng Hải, muốn tôi dùng thử cho Mao.

Tôi đờ người ra. Chúng tôi tiến hành thí nghiệm mổ đục thủy tinh thể trên các bệnh nhân khác, để xác định phương pháp điều trị nào được dùng cho Mao, chứ không thể lấy Chủ tịch làm vật thí nghiệm.

Tôi đề nghị tổ chức họp hai nhóm Thượng Hải và Bắc kinh, làm thí nghiệm kiểm tra tác dụng tốt xấu của ngọc trai. Uông Đông Hưng chỉ trích tôi không tin Vương Hồng Văn, phó chủ tịch đảng. Nhưng tôi không tiến hành thử nghiệm, nên Mao cũng không điều trị bằng ngọc trai.

Trong số bốn Uỷ viên Bộ chính trị đồng ý thử ống truyền thức ăn qua mũi, chỉ có mỗi Hoa Quốc Phong làm. Uông Đông Hưng từng dùng nó khi điều trị chảy máu dạ dày. Vương Hồng Văn và Trương Xuân Kiều lấy lý do đang bận họp.

Hoa Quốc Phong thấy khó chịu một chút, hơi buồn nôn khi đưa ống xông qua lỗ mũi và qua họng, nhưng không đau. Hoa sẽ mô tả cảm giác với Chủ tịch. Trương Ngọc Phượng, người duy nhất trong Nhóm Một không cho thử ống xông vào bản thân. "Tôi không phải bệnh nhân – Cô ta nói – cớ gì mà tôi phải tham gia việc này. Nó chẳng giúp gì được tôi cả? Ngoài ra, thậm chí tôi đồng ý, Chủ tịch vẫn có thể từ chối cơ mà".

Trương Ngọc Phượng té ra nói đúng. Mao không đồng ý. Ông không cho phép khám bệnh, chỉ đồng ý cho đo nhịp tim thôi.

Đêm 30-5-1976, Mao bỗng nhiên vã mồ hôi như tắm, bất tỉnh nhân sự. Các bác sĩ được gọi đến khẩn cấp, chúng tôi dùng ống xông đưa qua mũi. Nhưng trước khi chúng tôi kịp bắt đầu ghi điện tim, Mao tỉnh lại, tức thời dứt ống ra. Một bác sĩ ngăn ông, Mao giơ nắm đấm, sau đó ra lệnh tất cả ra khỏi buồng.

Tôi ở lại, vẫn không hiểu vì sao ông ngất. Tôi cho rằng có thể đường huyết trong máu giảm do thiếu dinh dưỡng hay tái phát nhồi máu cơ tim. Tôi muốn xét nghiệm máu, ông đồng ý cho lấy máu ở vành tai vài giọt, số lượng không đủ để làm sinh hoá kiểm tra toàn bộ, chỉ đủ định lượng đường trong máu. Đường huyết quá thấp, nhưng kết quả này chỉ giúp được đôi chút về tình hình bệnh của ông.

Tôi đề nghị đo điện tâm đồ. Chúng tôi cần phải tiên đoán có những đợt đau tim cấp nữa hay không. Sau nài nỉ, Mao cho phép đặt điện cực lên ngực ông. Chúng tôi nối nó với máy ghi được điều khiển bằng vô tuyến đặt ở phòng tiếp khách. Ba bác sĩ điện tim thay ca nhau theo dõi điện tâm đồ, sẵn sàng cấp cứu khi có dấu hiệu đột quỵ.

Chúng tôi bây giờ đến lượt "chiến đấu" với những buổi chiếu phim liên miên. Tôi tin rằng, những buổi xem phim, có ngày hai buổi, như vậy không có lợi cho sức khoẻ của Chủ tịch vốn dĩ đang ốm, không những ông phải ra khỏi giường mà còn nhiều cảnh bạo lực trong phim, như Nhật xâm lược gây xúc động ảnh hưởng nhịp tim. Những bộ phim khác như The Sound of Music, Love Story... không có vấn đề gây cấn, nhưng đi lại, xem quá nhiều ảnh hưởng không tốt đến bệnh tim của ông.

Trương Ngọc Phượng muốn Mao xem phim. Tôi không biết lý do gì Giang Thanh lại không muốn Chủ tịch xem phim. Theo Giang Thanh, ánh sáng mạnh chiếu vào mắt Mao, vì thế ông hỏng mắt, không khí không trong lành nên ông ngạt thở. Bà đề nghị chồng ngừng xem phim.

Uông Đông Hưng ủng hộ xem phim, ngoài việc cho rằng phim tác động tốt đến Mao, ông ta còn muốn chống những gì Giang Thanh đề xuất. Uông yêu cầu chúng tôi, với tư cách bác sĩ, có lời khuyên bằng văn bản về việc xem phim. Chủ tịch bị đau ốm, ông nói, Chủ tịch cần phải giải trí. Có thật không thể cho phép ông ta xem phim được không?

Khi tôi báo cáo, theo quan điểm chung của bác sĩ, Mao cần phải nghỉ và phim ảnh làm cho bệnh ông nặng thêm, tim có thể biến chứng, Uông Đông Hưng khó chịu. Ngô Thế lo giữa tôi và Uông có thể bên bờ vực khủng hoảng, khuyên đừng có bao giờ gây khó chịu cho Uông, chúng tôi cần sự ủng hộ của ông. Các bác sĩ đầu hàng, thế là Mao và Trương Ngọc Phượng tiếp tục xem phim.

Mao vẫn không an tâm chuyện gì đó. Hễ nằm trên giường lâu một chút ông kêu nóng, người ta chuyển ông sang sofa, được một lúc lại đòi quay về giường. Giang Thanh đề nghị đóng một cái giường thứ hai, Mao có thể chuyển từ giường này sang giường kia hay ngược lại. Chúng tôi kê giường thứ 2, nhưng Mao quá yếu, không thể tự đi, phải cần vài người hỗ trợ. Còn tôi rất lo, ông có thể ngã và gãy tay hoặc chân lúc ấy càng rách việc.

Ngày 26-6-1976 Mao lại bồn chồn và cáu kỉnh hơn bình thường, hết chuyển giường này sang giường kia lại ngược lại rồi sang sofa. Tôi ngờ đây là dấu hiệu sắp xảy ra triệu chứng xấu hơn. Chiều đó chúng tôi cùng với Đào Hoàng Lý thuyết phục Trương Ngọc Phượng cố gắng giữ cho lãnh tụ được yên. Ông vẫn loạn nhịp tim, có dấu hiệu thiếu máu vành tim. Chúng tôi lo sợ cơn nhồi máu cơ tim lần thứ hai. Trương Ngọc Phượng không nghe lời, nói, Chủ tịch vẫn như mọi lần thôi.

- Chẳng có gì xảy ra cả – Cô ta nói một cách tự tin – Tôi không tin có điều gì ghê gớm xảy ra.

Lúc 7 giờ tối, Mao uống thuốc ngủ, nằm trên giường. Nhưng vẫn có một cái gì đó làm ông bồn chồn. Ông sang chiếc giường thứ hai, sau đó sang sofa. Sau mười phút ông lại quay về giường. Và tại thời điểm này chiếc máy đo theo dõi làm việc của tim hiện trên màn hình sau tường bên ghi nhận được những cơn nhồi máu cơ tim tiếp theo. Đào Hoàng Lý và tôi chạy vội đến chỗ Mao. Lát sau Hoa Quốc Phong, Vương Hồng Văn, Trương Xuân Kiều, Uông Đông Hưng tới. Tất cả các bác sĩ cũng tập hợp. Cơn đau này nặng hơn 2 cơn đau trước, lan toả hầu hết các vùng tim. Chúng tôi làm việc đến bốn giờ sáng, khi áp huyết Mao cuối cùng ổn định. Chúng tôi lại đặt ống xông qua mũi, lần này Mao không rứt nó ra.

Chúng tôi tăng lượng nhân viên y tế trong mỗi một ca và lập bảng chế độ trực ban. Tám y tá, năm bác sĩ, kể cả một bác sĩ kiểm tra điện tim, thường xuyên bên cạnh phòng Mao. Bốn Uỷ viên Bộ chính trị chia thành hai ca. Hoa Quốc Phong và Trương Xuân Kiều trực từ trưa đến nửa đêm. Vương Hồng Văn và Uông Đông Hưng, từ nửa đêm đến trưa hôm sau. Tôi chịu trách nhiệm chung tất cả các ca trực, báo cáo các Uỷ viên Bộ chính trị tình hình sức khỏe của Chủ tịch trong ca trực 12 giờ trước đó.

Giang Thanh từ Điếu Ngư Đài về Trung Nam Hải, nghỉ tại Khu Xuân Liên, mới được sửa chữa và hiện đại hoá vào năm 1974. Nhưng không gánh vác việc chăm sóc người ốm, chỉ thỉnh thoảng đảo qua liếc nhìn ông chồng.

Trương Ngọc Phượng hay sai phái các y tá, luôn luôn để ý đến họ. Trương Diêu Tự ủng hộ Trương Ngọc Phượng. Tôi phản đối. Các y tá phải thực hiện các mệnh lệnh của bác sĩ, người không phận sự cấm không được can thiệp. Tôi thuyết phục Trương Diêu Tự không nên dung túng những thói can thiệp vô lý của Trương Ngọc Phượng. Y tá đưa thuốc cho Chủ tịch uống, bất cứ ai trái y lệnh sẽ phải chịu hoàn toàn trách nhiệm.

Tôi thường xuyên cãi nhau với Trương Diêu Tự vì thói thích gí mũi vào chuyện chuyên môn của tôi. Ông ta buộc tôi tội không phục tùng "tổ chức" của ông. Có lần ông tuyên bố, chỉ vì sợ Chủ tịch, người ông sợ nhất, nên chưa tính sổ với tôi. Tôi cũng đốp lại, những quy định về an ninh, có hiệu lực trong thời gian mười năm, quy định cấm ông bắt tôi thi hành các mệnh lệnh của ông về y tế. Chúng tôi cãi nhau cho tới khi Mao chết. Tôi nghĩ, khi Chủ tịch chết, Trương Diêu Tự sẽ tìm cách trả thù.

CHƯƠNG 90

Ngày 17-6-1976, Hoa Quốc Phong triệu tập đội cấp cứu tới họp với Bộ chính trị, tiến hành ngay trong buồng khách bể bơi cũ. Trải qua ba tuần lễ sau cơn nhồi máu cơ tim lần thứ hai ở Mao, trạng thái sức khoẻ ông được ổn định, nhưng tính mạng vẫn bị đe doạ. Bệnh viêm phổi chưa hết, chức năng bài tiết của thận rất kém, khả năng nhồi máu cơ tim tái phát rất cao. Thay mặt đội cấp cứu, tôi báo cáo tỉ mỉ tình trạng bệnh tật của Chủ tịch với Bộ chính trị, nhấn mạnh, khó tiên lượng tình hình diễn biến tiếp theo.

Khi chúng tôi kết thúc báo cáo, Giang Thanh văn, làm thế nào biết Mao đã bị hai lần nhồi máu cơ tim, và có thể bị nữa. Bà ta buộc tội chúng tôi thổi phồng sự nghiêm trọng của bệnh tật để lần trốn trách nhiệm non nớt tay nghề trong điều trị cho ông. Giang chỉ xác nhận, Mao bị viêm phế quản, phổi không viêm, còn thận càng chưa bao giờ bị bệnh. Giang phát biểu:
- Các anh chỉ được cái đưa ra những điều khủng khiếp, hù doạ người khác. Tôi nghĩ, các anh chưa chịu cải tạo đúng mức. Trong xã hội tư sản, bác sĩ là ông chủ, y tá là đầy tớ. Chính vì thế Mao chủ tịch thường dạy, chỉ có thể tin 1/3 những gì mà bác sĩ nói ra.
Đội cấp cứu choáng váng, y tá cúi đầu, xấu hổ.
Hoa Quốc Phong phát biểu bênh chúng tôi, nhấn mạnh, các bác sĩ đã làm việc rất tích cực, cố gắng hết sức mình. Ông, Uông Đông Hưng, Vương Hồng Văn và Trương Xuân Kiều túc trực theo ca kíp suốt ngày đêm, theo dõi công việc cấp cứu. Ông hiểu những gì chúng tôi đã làm và hài lòng sau ba tuần trôi qua, chưa thấy cơn nguy kịch tiếp theo. Hoa Quốc Phong muốn chúng tôi cố gắng gấp đôi, sẵn sàng hồi sức cấp cứu trong bất kể tình huống nào. Hoa Quốc Phong nói:
- Chúng tôi không rành về y học, vì thế chúng tôi yêu cầu các đồng chí điều trị Chủ tịch bằng các cách tốt nhất. Trung ương đảng cám ơn các đồng chí.
Chúng tôi cám ơn Hoa Quốc Phong về sự ủng hộ. Cả đội cấp cứu rất lo chuyện Giang Thanh buộc tội. Giang phát biểu, chúng tôi cải tạo chưa tốt, tác phong làm việc của bác sĩ như tác phong giai cấp tư sản, ngầm chỉ chúng tôi thuộc bọn phản cách mạng, như vậy, chúng tôi sẽ phải trả một cái giá rất đắt. Đội cấp cứu giải thích thế nào

Giang cũng bỏ ngoài tai. Cái giá phải trả quá lớn của các bác sĩ phục vụ Stalin đang ám ảnh trong đầu chúng tôi.

Sau cuộc họp, Uông Đông Hưng trong phiên thường trực, tôi lo ngại trao đổi với ông chuyện Giang Thanh. Ông cũng lo.

- Giang Thanh ngày càng trở nên vênh váo hơn – Uông nói – Bà ta thường xuyên phê bình ai đó trong cuộc họp Bộ chính trị. Đầu tháng trước, trong cuộc họp Quốc vụ viện, Giang Thanh tấn công Hoa Quốc Phong. Ông cũng không chống đỡ được đòn của bà ta. Uông Đông Hưng muốn biết liệu tôi có đề cập tới việc loại bỏ Giang Thanh ngay từ bây giờ trong khi Mao đang ốm hay không.

Tôi thận trọng. Mao tuy ốm, nhưng vẫn còn sống, còn sắc khí, vẫn tinh táo. Dù mù mắt trái, ông còn nhìn rõ bằng mắt phải. Không có việc quan trọng to nhỏ gì qua khỏi mắt ông. Không thể loại bỏ Giang Thanh nếu thiếu sự đồng ý của ông. Ông ta chưa lần nào đề cập tới điều này. Mao chắc chắn không muốn thanh trừng vợ ông.

- Hãy chờ đến khi Mao chết – Tôi nói với Uông.

- Nhưng sau khi Chủ tịch chết sẽ rất khó – Uông trả lời.

- Không hẳn thế đâu…

Uông bảo, ông và Hoa Quốc Phong đã bàn đến tình huống bắt giam vợ Chủ tịch. Hoa Quốc Phong không tin tìm được cơ hội sơ hở của Giang, nếu Giang Thanh chạy mất, phe cánh mụ sẽ náo loạn, đối phó vất vả hơn. Uông Đông Hưng kể, ông hứa với Hoa Quốc Phong dù có phải đi đến cùng trời cuối đất, cũng phải loại bỏ Giang Thanh bằng được.

Vương Hồng Văn đến, nhưng chúng tôi đã kết thúc cuộc nói chuyện. Tôi báo báo về sức khoẻ của Chủ tịch cho Vương và đi ra. Vài ngày sau, sức khỏe Mao khá lên đôi chút. Do thuốc và dinh dưỡng đưa qua ống xông vào thẳng dạ dày, đã đem lại một số kết quả, sức ông khá hơn, tim đập khỏe hơn.

Đêm 27 rạng 28-6-1976, tôi bị giữ lại ở phòng khách muộn hơn thường lệ vì phải báo cáo tóm tắt cho Vương Hồng Văn, Uông Đông Hưng trực ca đêm. Quay về đến chỗ ở khu nhà H, đã gần ba giờ sáng. Thông thường tôi ngủ trong phòng bé tí ngay sát buồng của Mao, bây giờ mệt lử cò bợ, tôi nằm vật xuống đánh một giấc. Một tiếng động rất mạnh đánh thức tôi dậy. Tất cả toà nhà chao đảo. Sau của kính, bầu trời đỏ rực. Một trận động đất. Các bác sĩ và y tá chạy vào gọi tôi. Nhưng tôi mệt lử, vẫn nằm trên giường. Điện thoại réo. Uông Đông Hưng thét từ đầu giây bên kia:

- Nhanh lên! Trận động đất lớn lắm. Vì sao đồng chí còn nằm trong nhà hả?

Tôi gọi một nhân viên y tế và vội vã chạy đến phòng Mao.

Khi bắt đầu động đất, Dư Dương Tú, Minh Thanh Nhung, Lý Liên Thi và Trương Ngọc Phượng đang ở chỗ Mao. Giường của ông bị xê dịch. Toà nhà bị chấn động, nứt vỡ hở cả sắt trên trần. Một phần bê tông bị rời ra, treo lơ lửng đe doạ bất cứ lúc nào cũng có thể rơi. Trận động đất đánh thức Mao dậy, nghe thấy tiếng động ầm ầm, ông biết động đất đã sảy ra.

Cần chuyển Mao đến nơi an toàn nhất. Uông Đông Hưng, Vương Hồng Văn cùng nhau bàn định cố chọn nơi an toàn. Vương Hồng Văn đề nghị, cái trại nằm trong vườn Hồng ngoại ô phía tây Bắc kinh, được Chu Ân Lai xây cho Mao đầu năm 1972. Nhưng Mao không thích chỗ ấy. Uông Đông Hưng khuyên về toà nhà 202, xây theo tiêu chuẩn chống động đất. Từ bể bơi nó nối với hành lang. Mao đồng ý sự lựa chọn của chúng tôi. Đưa ông lên chiếc giường bệnh viện có bánh xe, chúng tôi đẩy giường theo hành lang đến chỗ mới, thiết bị chuyển theo sau.

Chỗ mới quả là chắc chắn, rộng rãi hơn chỗ cũ, chúng tôi dễ dàng sắp đặt mọi thiết bị cấp cứu trong phòng. Các bác sĩ làm việc ở đây được dễ dàng hơn nhiều.

Trận động đất thứ hai xảy ra vào buổi tối, sấm chớp ầm ầm, mưa như trút nước. Nhưng khu nhà 202 vẫn bình thường, không bị ảnh hưởng gì..

Bác sĩ làm việc suốt ngày đêm, sức khoẻ Mao được ổn định, nhưng vẫn nặng. Sau dư chấn, Trương Ngọc Phượng quay lại chiếu phim. Mao quá ốm không thể ra xem được, nhưng Vương Hồng Văn bê một máy chiếu phim, một TV màn ảnh rộng nhập từ Hong Kong. Người ta hứa, ngày sẽ chiếu hai buổi, nhưng khi nào Chủ tịch lại sức. Trương Diêu Tự, Trương Ngọc Phượng và một vài nhân viên Nhóm Một mất tăm khi chúng tôi cần giúp. Khi Giang Thanh đi qua ngó ông chồng, họ vội vàng giấu thiết bị máy chiếu. Chuyện chiếu phim gây cho đội cấp cứu một ấn tượng xấu, trong thời gian nhóm bác sĩ làm việc kiệt sức, cô nhân viên của Chủ tịch vẫn thảnh thơi. Điều này ảnh hưởng xấu tới tâm lý các bác sĩ, tôi gặp Uông Đông Hưng phản ảnh.

- Họ xem phim – Uông không quan tâm – Các đồng chí, những thầy thuốc, hãy cứ điều trị cho người bệnh, quan tâm đến chuyện khác làm gì. Xem phim có gì sai trái đâu?

Nhưng việc xem phim lại cản trở công việc của chúng tôi. Một lần khán giả còn rút cả ổ cắm của máy tiếp dinh dưỡng rồi cắm phích máy chiếu vào. Đáp lại sự phàn nàn của chúng tôi, Trương Diêu Tự trả lời, các bác sĩ còn có việc phải làm, Nhóm Một – thì không, dỗi dãi biết làm gì. Trương Diêu Tự thậm chí giao cả chuông để khi cần thiết, rung chuông gọi họ tới giúp.

Lại thêm một nguồn gây rắc rối. Giang Thanh vẫn chưa buông tha Đặng Tiểu Bình, muốn mang cho Mao những tài liệu liên quan tới sự bất đồng với ông. Vì Chủ tịch khó đọc, Giang yêu cầu bác sĩ trực nhật phải chép lại lên giấy chữ to. Khi tôi phản đối, nói các bác sĩ có nhiều việc phải làm, bà ta cay nghiệt bảo:

- Đồng chí để ông ấy đọc báo cáo của tôi, Chủ tịch sẽ khoẻ lên ngay ấy mà.

Hoa Quốc Phong và Uông Đông Hưng cố khuyên Giang Thanh đừng mang thêm các tài liệu khác đến nữa, nhưng Giang phớt lờ ý kiến.

Giang Thanh e sợ có thể cũng mắc căn bệnh giống như ở Mao. Bà muốn nhóm bác sĩ khám bà thường xuyên hơn. Tôi muốn từ chối vì đội cấp cứu quá nhiều việc, e không kham nổi, nhưng Uông và Trương Diêu Tự ủng hộ ý kiến Giang Thanh.

Giang Thanh hoàn toàn khoẻ mạnh. Uông Đông Hưng ngờ rằng yêu cầu của bà ta là một mánh khóe. Giang Thanh mơ ước sau khi Mao qua đời, sẽ có một nhóm bác sĩ riêng cho mình, muốn tìm hiểu ai trong số các bác sĩ giỏi nhất sẽ lựa chọn.

Ngày 28-8-1976, chuẩn bị chuyến đi thăm cầu Đại Hải, Giang Thanh yêu cầu cấp cho bà một hai bác sĩ tháp tùng lấy trong nhóm bác sĩ của Mao. Bà cho rằng đám bác sĩ của Chủ tịch là quá nhiều. Giang Thanh bỏ ý định chỉ khi tôi nói rằng mỗi một bác sĩ thực hiện một vai trò nhất định việc thay thế họ là không thể được.

Mao lại có vấn đề đáng lo ngại. Ông chỉ thở được bình thường khi nằm nghiêng bên trái, chân tay run rẩy liên tục, rối loạn nhịp tim tăng lên.

Chúng tôi thay đổi thuốc, cách điều trị, tình hình khá lên đôi chút, nhưng sức khoẻ nói chung rất nguy kịch.

Năm giờ sáng ngày 2-9-1976, Mao lại lên cơn nhồi máu cơ tim, lần này nghiêm trọng hơn hai lần trước. Đội cấp cứu hồi sức hối hả làm việc. X-quang cho thấy viêm phổi tăng lên, lượng nước tiểu giảm xuống 300 phân khối một ngày. Dự trữ sinh lực cạn kiệt.

Vài lần hồi tỉnh, Mao hỏi liệu tính mạng của ông có nguy hiểm lắm không. Ông đang nằm giữa ranh giới sống và chết, nhưng tôi làm ông tin sẽ hồi phục sức khỏe. Trách nhiệm tôi buộc phải nói dối. Không một ai dám nói Chủ tịch sẽ qua đời bất cứ lúc nào.

Ba ngày sau, ngày 5-9-1976, sức khoẻ Mao vẫn nguy kịch. Hoa Quốc Phong gọi Giang Thanh đang đi công cán quay về. Bà ta vào toà nhà 202 vài phút, bỏ đi, không thèm hỏi một câu về tình hình sức khỏe của chồng, rồi kêu mệt trở về khu Xuân Liên. Các bác sĩ không thể chịu được với con người nhẫn tâm như thế. Uông Đông Hưng đã tìm ra lời giải thích thoả đáng. Mao là vật cản cuối cùng trên đường Giang Thanh đi tới quyền lực tuyệt đối. Bà nóng lòng chờ cái chết của ông.

Chiều ngày 7-9-1976, sức khỏe Mao suy sụp hoàn toàn. Mao có thể chết bất cứ lúc nào. Giang Thanh nghe tin vội đến khu nhà 202. Mao vừa chợp mắt, cần nghỉ, nhưng Giang muốn dựng ông dậy, xoa bóp lưng, tứ chi cho ông bằng thứ bột nào đấy. Tôi không đồng ý, cố giải thích, Chủ tịch vừa mới chợp mắt, không được đánh thức, bụi của thứ bột trắng kia có thể ảnh hưởng tới phổi Chủ tịch. Nhưng Giang ra lệnh cho y tá trực thực hiện lời Giang dặn. Sau đó gặp gỡ từng người trong đội cấp cứu bắt tay, bảo:

- Bây giờ các đồng chí sung sướng nhé!

Mãi sau này tôi mới hiểu ý ngầm câu nói của Giang Thanh. Chúng tôi hẳn là sướng, vì Mao chẳng mấy chốc sẽ chết, Giang sẽ nắm quyền lực.

Giang Thanh quay trở lại cũng ngay chiều hôm đó để lấy các tài liệu bà chuyển cho ông từ mấy hôm trước. Chúng tôi bận rộn về Chủ tịch đến nỗi không ai có thể giúp bà tìm kiếm. Bà tức giận, có ai đó đã ăn cắp tài liệu.

Sáng hôm sau, 8 tháng 9, Giang Thanh lại đến. Bà nói chúng tôi cần phải thay đổi tư thế nằm của Mao, vì ông nằm khá lâu phía trái. Bác sĩ trực ban nói rằng Mao chỉ có thể thở trong tư thế như vậy, nhưng bà ta vẫn bắt đảo chiều người ông. Mao ngừng thở, mặt ông tái xanh. Giang Thanh rời khỏi phòng, còn chúng tôi kéo vội máy tim phổi nhân tạo và đo điện tim.

Chủ tịch đã tỉnh lại. Hoa Quốc Phong yêu cầu Giang Thanh không quấy rầy công việc của bác sĩ nữa.

Nhưng điều này không còn cần thiết.

Lúc 0.10 ngày 9-9-1976, trái tim Mao ngừng đập. Điện tâm đồ chỉ đường thẳng tắp.

Chủ tịch qua đời.

PHẦN BỐN
Các sự kiện sau cùng

CHƯƠNG 91

Ngay lập tức cuộc đấu đá khốc liệt giành quyền lực bắt đầu.

Tôi chuyển đến Đại lễ đường Quốc vụ viện nơi thi hài Mao quàn, văn phòng chính đặt tại phòng Hạ Nam. Tôi là phó đội trưởng đội đặc biệt đảm trách việc ướp thi hài Chủ tịch. Uông Đông Hưng còn ở lại trong toà nhà, phụ trách các biện pháp an ninh. Cái gì xảy ra ngoài bức tường Trung Nam Hải, tôi không biết. Thật ra, đôi khi Uông Đông Hưng cũng cho tôi biết những sự kiện gần đây. Hoa Quốc Phong nhiều lần nói với Uông và ông sẽ đến tôi để trao đổi tin tức.

Tôi được người ta nói cho biết, quan điểm các uỷ viên Bộ chính trị nhanh chóng quay lại chống Giang Thanh và phe cánh. Lúc Mao còn sống, Giang Thanh tận dụng sự tôn kính vĩ đại của chồng. Khi bà đến họp Bộ chính trị, mọi người đứng dậy, trong phòng im phăng phắc. Người ta dành chỗ ngồi tốt nhất, nuốt lấy từng lời phát biểu của bà. Không ai dám phản đối vợ Chủ tịch. Trong phiên họp đầu tiên của Bộ chính trị sau khi Mao qua đời, sự kính trọng, không còn như thế nữa. Khi Giang Thanh vào, không ai để ý, dù chỉ một một cử chỉ nhỏ nhất. Những người có mặt vẫn tiếp tục ghi chép làm việc riêng hoặc đọc một cái gì đó, không ai tỏ vẻ đứng dậy hoặc nhường chỗ. Khi Giang Thanh cất lời, không ai lắng nghe, phòng họp ồn ào trao đổi chuyện riêng. Bầu không khí Bộ chính trị thay đổi đột ngột. Tình thế của tôi vẫn rất bấp bênh. Giang Thanh nghe được sự nghi ngờ của tôi về việc thi hài Mao được bảo quản vĩnh viễn rất khó khăn. Cùng với Mao Viên Tân, Giang Thanh không tham gia thảo luận việc tang lễ và ướp thi hài. Uông Đông Hưng tin, đây nằm trong âm mưu của Giang chống Hoa Quốc Phong. Nếu sự ướp xác không thành, bà sẽ quy trách nhiệm đổ lên đầu Hoa Quốc Phong.

Tôi cũng có thể chịu trách nhiệm vì tôi phó đội chuyên trách bảo quản thi hài Mao, còn Lưu Thân Bình, Bộ trưởng Bộ Y tế, chủ tịch Uỷ Ban ướp xác lại thuộc phe Giang, nếu sơ sẩy chuyện gì Giang sẽ chĩa mũi dùi vào tôi. Số phận nghiệt ngã vẫn lơ lửng, chưa biết ra sao, nên tôi rất căng thẳng.

Giữa đêm 23 tháng 9, và sau đó, lúc 4 giờ chiều ngày 25 tháng 9 Giang Thanh gặp nhóm bác sĩ ở Trung Nam Hải. Tang lễ Mao được tổ chức từ tuần trước, nhưng các nhân viên y tế vẫn còn chưa được phép quay về bệnh viện của mình. Giang Thanh mời chúng tôi cùng nghiên cứu Tuyển tập Mao Trạch Đông và không quên nửa kín nửa hở khoe rằng phần lớn các bài viết sau Thế chiến thứ II thật ra do bà viết.

Giang Thanh cảm nhận quan điểm của các uỷ viên Bộ chính trị có chiều hướng chống Giang tăng lên. Giang kể cho chúng tôi nghe chuyện Trương Học Lương, vị tướng đã bắt cóc Tưởng Giới Thạch năm 1936, ép buộc những người Quốc gia và Cộng sản phải hợp tác. Tưởng được giải thoát, bắt giam Trương quản thúc tại gia, sau đó đưa sang Đài Loan, nhưng vẫn bị giam lỏng. Giang Thanh, nói, người ta cho phép viên tướng đi vào nhà hàng, rạp chiếu bóng và nhà thờ, nhưng chỉ có người bạn gái cũ, tiểu thư Triệu Tư, người duy nhất có quyền nói chuyện với ông. "Chẳng lẽ đây là cuộc sống?" Giang Thanh thở dài, bóng gió lo sợ về sự đày ải có thể xảy ra sau này.

Giang Thanh nói rằng bà biết cách loại bỏ những người "xét lại" trong số chóp bu cao nhất của đảng. "Tôi tìm thấy cách gạt bỏ họ – bà nói – nhưng hiện thời không thể kể cho đồng chí được". Ngay đêm ấy, 25-9, tôi kể tất cả những gì nghe được cho Uông Đông Hưng.

Uông biết những người phe cánh Giang Thanh đã chuyển vũ khí và đạn dược cho vệ binh Thượng Hải, còn bí thư đảng uỷ Đại học Thanh Hoa, Chí Cương liên hệ chặt chẽ với Mao Viên Tân. Chí Cương, Uỷ viên Sư đoàn bảo vệ trung ương của Uông Đông Hưng, phụ trách Đại học Thanh Hoa thời kỳ quân quản. Uông nghe tin Mao Viên Tân, tư lệnh vệ binh vùng Trần Dương, tổ chức một sư đoàn có trang bị vũ khí chuẩn bị kéo về Bắc kinh. Uông bảo: "Đây là cách Giang Thanh hy vọng gạt được những người đối kháng". Uông sợ một cuộc đảo chính do Giang Thanh và phe cánh sẽ tiến hành sớm.

Uông Đông Hưng sẵn sàng những hoạt động chống đảo chính. Uông kể cho tôi, Hoa Quốc Phong có ý định chống Giang Thanh và phe cánh, nhưng từng bước một. Hoa Quốc Phong e ngại hiện thời chưa đủ uy quyền trong đảng và chưa nắm được quân đội. Nhưng khi bắt đầu nghe thông báo vệ binh ở Thượng Hải và Bắc Kinh đã được vũ trang, Mao Viên Tân sẵn sàng chuyển quân từ vùng đông-bắc về, Uông thúc Hoa Quốc Phong, người kế tục sự nghiệp Mao, thảo luận với nguyên soái Diệp Kiếm Anh. Nguyên soái đồng ý chấp nhận lãnh đạo quân đội. Uông Đông Hưng chuẩn bị lực lượng thuộc Sư đoàn Cận vệ Trung ương, bắt giữ những phần tử ở Trung Nam Hải còn Diệp Kiếm Anh đưa danh sách cho Ngô Trung – Tư lệnh sư đoàn Bắc Kinh – trước khi cuộc vây ráp, bắt bớ bắt đầu. Vệ sĩ của Diêu Văn Nguyên thuộc Sư đoàn bảo vệ Bắc Kinh bắt Diêu nhanh chóng, thuận tiện hơn sư đoàn 8341 của Uông Đông Hưng, cho nên sự hợp đồng tác chiến rất cần thiết khi có lệnh bắt Diêu Văn Nguyên.

Uông yêu cầu tôi tuyệt đối giữ bí mật, cấm không được kể cho ai về kế hoạch, phải cẩn thận hết sức, vẫn phải làm việc, cư xử như bình thường hàng ngày. "Nếu Giang Thanh bảo đồng chí làm một cái gì đó – cứ làm" – Uông khuyên và yêu cầu không gặp ông tại văn phòng. Nếu cần, ông sẽ tự tìm tôi.

Tôi căng thẳng, lo lắng trước cuộc chiến đối đầu giữa hai phe, nhưng tin phe Uông sẽ thành công. Lực lượng của Uông hoàn toàn làm chủ tình thế Trung Nam Hải, không một lực lượng quân sự nào được phép tiến vào đây. Uông thông minh, lanh lợi, tháo vát, tôi tin chắc ông rất cẩn thận, tính toán kỹ lưỡng và sẽ thắng.

Trước khi đội cấp cứu giải tán về các cơ sở bệnh viện, các nhân viên y tế muốn chụp ảnh chung với Hoa Quốc Phong, Vương Hồng Văn, Trương Xuân Kiều và Uông Đông Hưng, bốn uỷ viên Bộ chính trị, những người đã từng thức đêm túc trực bên giường bệnh Mao chủ tịch. Uông đồng ý chụp ảnh, nhưng tạm thời chưa cho phép họ đi, yêu cầu sẵn sàng chuẩn bị công việc mới.

Qua đó một vài ngày. Tôi cảm thấy tình hình căng thẳng tăng lên đột biến. Lúc 11 giờ sáng ngày 4 tháng 10, Trương Ngọc Phượng xuất hiện khu nhà H, nơi ở của nhân viên y tế, báo cho chúng tôi đến gặp Giang Thanh sau bữa trưa ở Đồi Than, phía bắc Tử Cấm Thành. Đồi Than đóng cửa, không cho nhân dân đến thăm viếng trong thời gian Cách mạng văn hoá, nhưng Giang Thanh vẫn thường ghé qua. Chúng tôi hái một ít táo ở đó, rồi sau đấy đến một khách sạn nổi tiếng "Phượng Sơn" ở công viên Bắc Hải để nghiên cứu Tuyển tập Mao Trạch Đông.

Sau nửa giờ, đã hái được hơn một chục giỏ táo. Giang Thanh đến nhưng không tham gia hái táo, khi đang vui vẻ thưởng thức táo, Giang tới góp vui, mời chúng tôi vào nhà hàng Phượng Sơn nghiên cứu học tập cuốn Mao tuyển. Thoạt đầu, Giang nói, dự kiến gặp chúng tôi ngày 9-10, nhưng khi nghe tin đội cấp cứu sắp giải thể, quyết định gặp gỡ mọi người sớm hơn, trước khi chia tay. Bà bảo, vẫn còn chưa chọn được bác sĩ cho tổ bảo vệ sức khỏe riêng, hôm nay hy vọng trao đổi với bác sĩ, y tá chọn ra một tổ y tế phục vụ sức khỏe cho cá nhân bà. Chúng tôi nghe bài phát biểu trên trời dưới đất, không biết trả lời ra sao, đành im lặng. Bà phê phán chúng tôi quá dè dặt, rồi kể lại cuộc gặp gỡ trước đây với công nhân Nhà máy sản xuất máy kéo 7-2, công nhân vui vẻ, hoạt bát sẵn sàng ở lại sau ca làm việc để họp hành thảo luận. "Bọn xét lại làm sao có thể làm người công nhân phấn khởi đến như vậy. Có đúng thế không các đồng chí?" Giang hỏi chúng tôi. Chả ai biết trả lời như thế nào, nên vẫn im lặng.

Giang Thanh bắt đầu so sánh Đặng Tiểu Bình với Ngô Xương Quế (1612-1678) đời nhà Minh, đã đưa người Mãn Thanh cai trị Trung Quốc. Đặng cũng bán nước cho ngoại bang, Giang nói, liên hệ tới việc xuất khẩu dầu mỏ và sợi. Đặng cho phép bán vải bông thô, nhưng Giang Thanh cho rằng, có khả năng thu được một số tiền lớn nếu sản xuất ra vải, trong khi bông sợi đã nhuộm. Sau đó Giang Thanh buộc tội ngài phó chủ tịch đảng đã bị mất chức trong việc nghĩ ra trò tra tấn Mao trong thời gian ông lâm bệnh. Đặng đã gửi cho Chủ tịch những tài liệu để đọc, khi mắt ông đã yếu. Đặng nói Mao cư xử y như Stalin trong những năm cuối đời.
- Xung quanh đây vẫn còn những thằng hệt như Đặng – Giang Thanh bóng gió – Số phận của chúng chỉ đếm được từng ngày mà thôi.

Tôi ngờ rằng Giang Thanh và phe cánh đang chuẩn bị đảo chính. Khi chúng tôi trở về Trung Nam Hải, Uông bảo chúng tôi đứng theo hàng dưới mái Lục Quang Đình để chụp ảnh làm kỷ niệm. Hoa Quốc Phong mời Giang Thanh chụp chung, và thông báo, có cuộc họp của Bộ chính trị kế tiếp. Giang khó chịu, cằn nhằn tại sao Hoa không báo sớm và cho biết nội dung cuộc họp.
Ảnh chụp gồm đội cấp cứu y tế, đứng vây quanh Hoa Quốc Phong, Giang Thanh, Vương Hồng Văn. Trương Xuân Kiều và Uông Đông Hưng. Chụp xong, Uông kéo tôi ra nói nhỏ, tối nay đến gặp ông.

Tôi đến Uông vào khoảng 11 giờ đêm, kể cho Uông về cuộc nói chuyện của Giang Thanh với các bác sĩ. Uông tin Giang Thanh và phe cánh chuẩn bị hành động, lực lượng Uông không thể trì hoãn được nữa. Uông và các lực lượng ủng hộ nếu càng chần chừ, khả năng bị lộ càng dễ và thất bại càng lớn.

Trong khi chúng tôi thảo luận, sáng ngày 5-10, Hoa Quốc Phong thông báo triệu tập cuộc họp Bộ chính trị vào lúc 10 giờ đêm ngày 6 tháng 10. Cuộc họp tổ chức trên đồi Mùa Xuân nằm ở phía ngoại ô tây bắc thủ đô. Các Uỷ viên Bộ chính trị vẫn không hề biết Uông Đông Hưng, Hoa Quốc Phong và Diệp Kiếm Anh quyết định bắt Giang Thanh và những kẻ thân tín. Việc bắt giam cần phải được làm trước khi cuộc họp được ấn định. Sau khi bắt, Uông Đông Hưng, Hoa Quốc Phong và Diệp Kiếm Anh sẽ đến đồi Mùa Xuân báo cáo Bộ chính trị về "việc đã rồi", đề nghị Bộ chính trị ủng hộ. Nếu Uỷ viên Bộ chính trị nào không đồng ý, cũng bắt giam luôn. Uông đề nghị tôi trả các bác sĩ về nơi công tác cũ, chỉ cần một tổ y tế 3 đến 4 bác sĩ là đủ. Uông muốn khi bắt đầu chiến dịch vây bắt, Trung Nam Hải còn lại càng ít người càng tốt.

Cuộc gặp gỡ của chúng tôi kết thúc lúc ba giờ sáng, các nhân viên y tế chuẩn bị xong, ngày mai tôi sẽ giải tán đội, ai về cơ sở của người đó.

Nhưng khoảng 9 giờ sáng hôm sau, trước khi tôi gặp anh chị em trong đội cấp cứu, Trương Ngọc Phượng đến, bảo, Giang Thanh muốn chúng tôi đi hái táo ở Đồi Than lần nữa.

Chúng tôi đi ngay, hái táo khoảng hai, ba tiếng đồng hồ, đến khi Giang Thanh xuất hiện, cũng hái dăm quả, đưa chúng tôi vào nhà hàng Phượng Sơn, nổi tiếng các món ăn hoàng gia. Sau đó để chúng tôi tự nghiên cứu cuốn Mao Tuyển.

Đang giữa buổi học, Uông Đông Hưng giận dữ gọi tôi về. Tôi buộc phải thanh minh, Giang Thanh ra lệnh trước khi tôi có thể giải thể đội y tế về cơ sở. Uông ra lệnh tôi chuyển ngay các y tá về cơ sở của họ. Các bác sĩ và Giang Thanh phải trở về Quốc vụ viện, nơi chúng tôi một lần nữa phải báo cáo về nguyên nhân dẫn đến cái chết của Mao. Lần báo cáo trước, ngày 22-9, bị gián đoạn, giờ đây 4 uỷ viên Bộ chính trị từng theo dõi quá trình điều trị, cộng thêm Giang Thanh sẽ dự nghe báo cáo. Cuộc họp, theo tôi dự đoán, kế sách của Hoa Quốc Phong tung ra để lừa, chuẩn bị kế hoạch vây bắt.

Cuộc họp trong Quốc vụ viện bắt đầu, Giang Thanh lại lên tiếng tại sao không báo trước. Hoa Quốc Phong giải thích, đầu phiên họp nghe báo cáo giải trình cho một số ít uỷ viên sau đó mới có cuộc họp toàn thể. Cuộc họp được được đảm bảo tối mật. Trong khi họp, không một bí thư, thư ký, bảo vệ, hoặc bất cứ ai được phép vào phòng.

Hoa Quốc Phong khai mạc phiên họp, nói đã qua hai mươi sáu ngày từ khi Chủ tịch qua đời, nhưng Bộ chính trị vẫn chưa được nghe báo cáo chính thức về các sự kiện diễn ra và các phương pháp điều trị. Ông trao nhiệm vụ cho năm Uỷ viên Bộ chính trị, những người biết hơn những người khác trong khi điều trị Mao, nghe báo cáo ngắn gọn của bác sĩ. Sau đó năm người này viết nhận xét về bản báo cáo và trình lên để toàn thể uỷ viên Bộ chính trị xem xét.

Tôi đọc bản báo cáo, bản đã đọc từ ngày 22-9. Tôi chưa kịp đọc hết, Giang Thanh đứng dậy.

- Đồng chí Quốc Phong – bà nói – tôi không được khoẻ lắm. May mắn, có cả bốn đồng chí túc trực quanh Chủ tịch có mặt ở đây. Tôi xin phép cáo từ.

Giang Thanh với dáng loạng choạng như say rượu đi ra cửa. Khi nhìn thấy, tôi gọi người gác đến đỡ Giang, nhưng không ai được phép bước vô phòng. Tôi chạy ra đỡ bà, nhìn thấy Uông lắc đầu ra hiệu. Nhưng quá muộn, Giang Thanh giả đò ốm, Uông bực mình thấy tôi đỡ Giang. Sau này, Uông kể, Hoa Quốc Phong nghi tôi ủng hộ Giang Thanh nên mới hành động như thế, cả hai không hài lòng. Tôi thanh minh, tôi hành động "như bình thường", đúng như Uông dặn. Cuối cùng ông đồng ý, tôi hành động như thế là tốt, không để cho Giang một chút lý do nghi ngờ.

Tôi kết thúc báo cáo, nhưng chẳng ai nêu câu hỏi chất vấn. Cuối cuộc họp, Trương Ngọc Phượng xuất hiện. Giang Thanh đề nghị các bác sĩ quay về nhà hàng "Phượng Sơn". Chúng tôi vẫn chưa kết thúc nghiên cứu Tuyển tập Mao chủ tịch. Cuộc họp tạm hoãn.

Sáng sớm ngày 6-10-1976, tôi cùng với các bác sĩ, những người chưa giải tán, rà soát hồ sơ bệnh án điều trị Mao để trình Bộ chính trị. Trương Diêu Tự đến, báo, Giang Thanh muốn chụp ảnh với tất cả đội y tế. Điều này không thể, các y tá đã giải tán về các cơ sở cũ, chỉ còn một ít bác sĩ lại đang bận. Tôi khuyên Trương Diêu Tự hỏi Uông Đông Hưng, nhưng Uông, lúc ấy, vẫn chưa dậy. Tôi đề nghị Trương Diêu Tự đích thân liên lạc và mời họ. Ông từ chối. Tôi hỏi Bộ y tế, cơ quan cử các y tá, để đưa họ vào Trung Nam Hải. Cuối cùng chúng tôi chụp ảnh với Giang Thanh. Sau này bức ảnh được coi như bằng chứng, các nhân viên y tế là những người cùng phe với Giang Thanh. Trương Diêu Tự, người bày trò, đã từ chối thú nhận chính ông ra lệnh chụp ảnh. Và chỉ khi có sự can thiệp của Uông Đông Hưng mới có thể xoá sự nghi ngờ.

Lúc 8 giờ tối cùng ngày, Hoa Quốc Phong triệu tập ở Trung Nam Hải, tại phòng Hoài Nhân các Uỷ viên Bộ chính trị, những người được giao việc xuất bản các tác phẩm của Mao, gồm Trương Xuân Kiều, Diêu Văn Nguyên, Vương Hồng Văn và Giang Thanh. Người ta thông báo cho họ, cần thảo luận cụ thể kế hoạch xuất bản tập 5 Tuyển tập của Chủ tịch, sau đó họ sẽ trình bày phương án xuất bản cho tất cả uỷ viên Bộ chính trị trên đồi Mùa Xuân.

Hoa Quốc Phong, Diệp Kiếm Anh với Uông Đông Hưng và các sĩ quan bộ phận của ông đã đến phòng Hoài Nhân khá lâu trước thời gian ấn định. Uông bí mật ở phòng bên cạnh.
Trương Xuân Kiều đến đầu tiên. Người ta ra lệnh bảo vệ và bí thư, thư ký phải ở bên ngoài. Trên đường vào phòng họp Hoa Quốc Phong tuyên bố bắt giam Trương Xuân Kiều. Trương Xuân Kiều không tỏ ý chống cự.

Ngay sau đó, Vương Hồng Văn xuất hiện. Khi Hoa Quốc Phong tuyên bố bắt, Vương kháng cự, nhưng các sĩ quan của Uông Đông Hưng nhanh chóng giải quyết. Vương Hồng Văn gần như đột quỵ sau khi bị trói nghiến.

Gần đến mười giờ, vẫn chưa thấy Diêu Văn Nguyên. Uông Đông Hưng phát lệnh điều liên quân thuộc Sư đoàn bảo vệ Trung ương và quân Sư đoàn Bắc Kinh bắt Diêu tại nhà riêng.
Giang Thanh cũng không đến, vẫn ở trong tư dinh Xuân Sen. Việc đi bắt giao cho Trương Diêu Tự, khi Trương dẫn tiểu đội thuộc sư đoàn Bảo vệ đến, tuyên bố bắt giam, Giang Thanh nói:
- Té ra mày cũng đến đây à! Từ lâu tao đã đợi ngày này đấy!

Trong thời gian bắt bớ, tôi ở phòng mình. Ở Trung Nam Hải vẫn yên ắng. Không ai biết ở đó có cái gì xảy ra. Chỉ đến sáng hôm sau, một người bạn làm việc ở bộ phận bảo vệ trung ương thông báo cho tôi về cuộc bắt bớ. Người ta cũng quản thúc cả Mao Viên Tân, bí thư thứ nhất Uỷ ban cách mạng Đại học Thanh Hoa, Chí Cương, và Tạ Thanh Nhị phó bí thư, và nhiều người khác trong phe cánh Giang Thanh.

Đội vũ trang của Uông Đông Hưng chở Bè Lũ Bốn Tên vào chính tổ hợp địa đạo, nơi bảo quản thi hài Mao, do quân thuộc sư đoàn 8341 canh gác. Ngay sau khi hoàn thành việc bắt giam, Hoa Quốc Phong, Uông Đông Hưng và Diệp Kiếm Anh đi đến đồi Mùa Xuân thông báo cho toàn thể Uỷ viên Bộ chính trị. Bộ chính trị nhất trí thông qua vụ việc.

Tuy Bộ chính trị đã thông qua quyết định, nhưng tin về bắt Bè lũ bốn tên vẫn còn nằm trong bí mật khá lâu. Hôm sau tôi quay về nhà. Lần đầu tiên sau hơn một năm, tôi được ngủ trong chiếc giường riêng của mình. Khi tôi kể cho Lý Liên, Giang Thanh và những người thân tín của Giang bị bắt giam, vợ tôi thật sự sốc, nhưng sau đó vui mừng khôn xiết. Vợ tôi hy vọng những mối đe dọa chúng tôi bao lâu nay, cuối cùng đã hết và cuộc sống sẽ lại trở lại bình thường.

Nhưng tôi lúc này không được quá lạc quan. Một người đàn bà, trong suốt những năm dài luôn gây phiền toái cho tôi, cuối cùng, đã ngồi trong tù. Nhưng một vài Uỷ viên Bộ chính trị, chẳng hạn như Hứa Thế Hữu, vẫn tin Mao chết một cái chết tức tưởi, nghi ngờ bị ám hại và bản báo cáo của các bác sĩ nếu bị bóp méo, chưa được Bộ chính trị thông qua, vẫn làm tôi lo ngại. Do vậy trong thời gian sau cùng tôi lại thêm những kẻ thù mới, tàn bạo, dã man hơn. Trương Diêu Tự có lần đã đe, nếu tôi không bị chính tay Mao tống cổ, ông ta cũng cố sức làm điều này. Mao đã chết, Trương Diêu Tự vẫn còn, giờ có quyền lực lớn hơn. Mặc dù Uông Đông Hưng che chở tôi bằng lòng tin khi ông dám kể dự kiến bắt "bè lũ bốn tên", nhưng quan hệ của tôi với ông cũng không còn mặn mà như xưa. Bây giờ uy quyền của Uông đã tăng lên, ông chẳng cần gì ở tôi nữa.

Lý Liên, tôi và các con ăn mừng sự quật đổ "bè lũ bốn tên" tại một khách sạn ấm cúng và nổi tiếng "Hồng Bình" ở Bắc Kinh trên đại lộ Trường An. Nhưng tôi vẫn lo về an toàn tính mạng của mình.

Một năm sau, cho đến cuối năm 1977 lại bắt đầu phát động chiến dịch mới. Các cán bộ lãnh đạo chủ chốt, dù cập bậc khác nhau lần lượt bị tống đi cải tạo Trường Cán bộ 7-5. Tôi vẫn còn làm Giám đốc Bệnh viện 305, có nghĩa tôi thuộc Cán bộ chủ chốt, Trương Diêu Tự không bỏ lỡ cơ hội trả đũa. Khi Trương Diêu Tự đưa ra, tôi đứng đầu Bệnh viện 305, phải đi cải tạo lao động khổ sai, tôi chẳng có lý do gì từ chối. Uông Đông Hưng không đứng ra can thiệp giúp tôi. Họ tống tôi đi lao động khổ sai ở vùng ngoại ô hẻo lánh ở tỉnh Giang Tây, lúc ấy tôi đã 57 tuổi.

Tôi ở Giang Tây hơn một năm, sống và làm việc như một nông dân địa phương.

Ở Bắc Kinh vẫn tiếp diễn đấu đá. Tháng 12 năm 1978, nắm được quyền lực, Đặng Tiểu Bình thải hồi Trương Diêu Tự và Uông Đông Hưng. Đặng cũng không tha thứ bộ phận cảnh vệ trung ương tội đã không bảo vệ ông trong thời gian Cách mạng văn hoá. Đặng cũng không bao giờ quay về ở Trung Nam Hải. Sau khi Trương Diêu Tự và Uông Đông Hưng bị thanh trừng, mở ra con đường cho tôi quay về Bắc Kinh. Tôi trở về nhà vào tháng giêng 1979, tiếp tục giữ chức Giám đốc Bệnh viện 305.

Nhưng lại có tin đồn, tôi, người gần gũi, thân thiết với Uông Đông Hưng. Người ta thúc ép tôi kết tội công khai Uông, kể lại tất cả những gì tôi biết, hiện tại và quá khứ của ông. Nếu Uông Đông Hưng bị khép tội chính trị thì tôi cũng thế.

Đến lúc ấy, người ta bắt đầu đánh giá vai trò công tội của Mao trong lịch sử Trung Quốc, đương thời tôi khá gần gũi Chủ tịch. Nếu Mao mắc sai lầm, như vậy tôi cũng có lỗi. Ai đó đã diễn giải rằng, bác sĩ riêng của Chủ tịch có ảnh hưởng tâm lý rất lớn đến bệnh nhân. Họ ra sức buộc tội các bác sĩ đã bảo vệ và giữ gìn sức khoẻ tốt cho Mao, vì thế Chủ tịch mới sống thọ và nắm quyền lâu đến như thế. Nhưng những người ủng hộ Mao, họ không buộc tội tôi về bảo vệ sức khỏe tốt cho Chủ tịch.

Cuộc đấu đá giành quyền lực không dịu đi, các vấn đề xoay quanh cái chết của Mao, vẫn chưa được giải quyết. Các nhà lãnh đạo, theo dõi công việc của nhóm bác sĩ, Hoa Quốc Phong, Uông Đông Hưng, Vương Hồng Văn và Trương Xuân Kiều, đã bị loại khỏi chức vụ, không còn lại ai, những người đã giao nhiệm vụ cho chúng tôi. Tháng 12 năm 1979 tôi viết một bức thư cho Đặng Tiểu Bình đề nghị cho tôi thôi trách nhiệm trong bệnh viện. Tôi rất thất vọng, chán nản không thể tiếp tục làm việc được ở đó được nữa. Người ta bổ nhiệm tôi chức Phó chủ tịch Hội Y Học Trung Quốc, một chức vụ ngồi chơi xơi nước, nhưng lương cao.

Khi chính sách "mở cửa" do Đặng Tiểu Bình đề ra, tôi loé lên hy vọng chạy ra nước ngoài. Vì thế không có gì ngạc nhiên, mùa hè năm 1988 tôi viết đơn đề nghị cho phép vợ chồng tôi thăm hai con trai ở Hoa Kỳ. Triệu Tử Dương, Tổng bí thư đảng cộng sản, với chính sách mở cửa rộng rãi, đơn của tôi được chấp nhận. Nhưng nếu xét đúng ra, việc xuất cảnh của tôi cực kỳ khó. Ví thử các cơ quan hữu trách được thông báo đầy đủ hơn, chẳng bao giờ họ chấp nhận cho tôi xuất cảnh.

Tôi đi Mỹ cùng Lý Liên. Những năm đầy lo âu, sợ hãi làm sức khỏe vợ tôi giản dần. Từ tháng 2-1988, sức khoẻ của vợ tôi đã suy yếu, khi còn ở Trung Quốc tuy có điều trị nhưng kết quả không khả quan. Tháng 8-1988 tôi đưa vợ và đứa cháu nội Lý Linh đến Chicago, nơi vợ chồng con trai tôi đang sống. Chúng tôi hy vọng, trong điều kiện nền y tế tiên tiến ở Hoa kỳ, Lý Liên có thể được cứu sống. Nhưng việc điều trị không thành công. Lý Liên mất ngày 12-1-1989 do viêm thận mạn tính.

Các bạn bè ở Trung Quốc thường gợi ý tôi viết về cuộc đời của mình, những năm tháng ở cạnh Mao. Điền Gia Anh, lúc đương thời, biết tôi viết nhật ký, đã yêu cầu tôi viết từ năm 1960. Năm 1977, khi Diệp Kiếm Anh gặp với tôi ở Bệnh viện 305, cũng cổ vũ tôi xuất bản cuốn nhật ký của mình. Diệp tin, trong hai mươi hai năm phục vụ Mao, đã tích luỹ được nhiều tư liệu, sẽ đóng góp lớn vào kho tư liệu của lịch sử hiện đại Trung Hoa. Nhiều chủ bút các báo và tạp chí đề nghị tôi viết gửi cho họ. Nhưng lần nào tôi cũng từ chối. Tôi không thể in ra được ở Trung Quốc, khi nói sự thật, còn lừa dối, bẻ cong ngòi bút, tôi không muốn.

Chỉ có Lý Liên cuối cùng khuyên được tôi cần thiết phải viết tất cả và cho xuất bản. Trong khi chờ đợi những ngày cuối cùng trong bệnh viện, trước khi bị hôn mê, vợ tôi một lần nữa tha thiết yêu cầu tôi viết cuốn sách, dành cho con cái, cháu chắt, cho các thế hệ tương lai, hiểu những năm tháng của đời tôi làm việc trong cung đình Mao Trạch Đông. Tôi đã trả giá cuốn sách này bằng cả cuộc đời. Ước mơ của tôi thành một bác sĩ phẫu thuật thần kinh chưa bao giờ được thực hiện. Hy vọng của tôi về cuộc sống mới đối với nhân dân Trung Quốc đã tan vỡ. Cuộc sống của gia đình tôi bị huy hoại, giờ đây Lý Liên đã ra đi. Năm 1990, khi Cục bảo vệ Trung ương yêu cầu trưng dụng căn nhà của tôi, tôi không đồng ý. Năm 1992, dù vậy, họ vẫn tịch thu. Tôi viết bức thư phản đối gửi tới Dương Thượng Côn – Chủ tịch nước, Dương Đức Trung – Chủ nhiệm Ban bảo vệ Trung ương, Trần Minh Trương – Bộ trưởng Bộ Y tế, và Triệu Tử Dương – Tổng bí thư Đảng cộng sản Trung Quốc, nhưng không nhận được một chữ nào trả lời.

Tôi cống hiến cả cuộc đời, sự nghề nghiệp cho Mao và Trung Quốc, nhưng giờ đây chỉ là kẻ không nhà, vô gia cư, không quê hương, vị khách không được hoan nghênh ở một đất nước mà tôi đã sinh ra.

Tôi viết quyển sách này theo ý nguyện của Lý Liên với tất cả lòng thương mến, yêu quý, cũng như với những ai bị mất tự do. Tôi muốn quyển sách là một bằng chứng, cuốn ghi chép nhắc nhở lại những hậu quả tàn khốc dưới chế độ độc tài của Mao, những mẩu chuyện kể ra để biết những người tốt, có tài năng sống dưới chế độ Mao đã buộc phải bán lòng tin, hy sinh lý tưởng để sống sót được đến ngày hôm nay.

HẾT

Cùng Một Tác Giả
Lâm Hoàng Mạnh

1- *Buồn Vui Đời Thuyền Nhân*
   Nhà Xuất Bản: Tiếng Quê Hương 2011

2- *Sổ Tay Thành ngữ & Tục ngữ Anh-Việt, Việt-Anh*
   Nhà Xuất Bản: Nhân Ảnh 2012

3- *Đời Tư Mao Trạch Đông*
(dịch cùng với Nguyễn Học)
   Nhà Xuất Bản: Nhân Ảnh 2014

4- *Hồ Chí Minh – Chân Dung Một Cuộc Đời*
(dịch cùng với Nguyễn Học)
   Nhà Xuất Bản: Nhân Ảnh 2015

5- *Những Lựa Chọn Khó Khăn*
   Nhà Xuất Bản: Nhân Ảnh 2016

6- *Hồ Chí Minh – Chân Dung Một Cuộc Đời*
(dịch cùng với Nguyễn Học)
   Nhà Xuất Bản: Nhân Ảnh 2016
   (tái bản lần thứ 2 qua Amazon)

Ấn Phí: 25 Mỹ Kim

www.ingramcontent.com/pod-product-compliance
Lightning Source LLC
Chambersburg PA
CBHW060816190426
43197CB00038B/1609